मराठ्यांचे इतिहासकार

(इतिहासलेखनपद्धती)

AA000952

अ. रा. कुलकर्णी

सुप्रतिष्ठ प्राध्यापक, इतिहास विभाग
पुणे विद्यापीठ

डायमंड पब्लिकेशन्स

मराठ्यांचे इतिहासकार
अ. रा. कुलकर्णी

Marathyanche Itihaskar
A. R. Kulkarni

प्रथम आवृत्ती : मार्च २००७
पुनर्मुद्रण : २०१९

ISBN 81-89724-94-0

मुखपृष्ठ
शाम भालेकर

प्रकाशक
डायमंड पब्लिकेशन्स
२६४/३ शनिवार पेठ, ३०२ अनुग्रह अपार्टमेंट
ओंकारेश्वर मंदिराजवळ, पुणे–४११ ०३०
☎ ०२०–२४४५२३८७, २४४६६६४२
info@diamondbookspune.com

ऑनलाईन पुस्तक खरेदीसाठी भेट द्या
www.diamondbookspune.com

का. ना. साने, वासुदेवशास्त्री खरे, वि. का. राजवाडे, द. ब. पारसनीस आणि गो. स. सरदेसाई या पूर्वसूरी, इतिहासकारांच्या पुण्यस्मृतीस सादर अर्पण.

– अ. रा. कुलकर्णी

पुरस्कार

माझे ख्यातनाम स्नेही, प्राध्यापक अ. रा. कुलकर्णी यांनी मराठा इतिहास-लेखनपरंपरेच्या विकासप्रक्रियेविषयक त्यांच्या ग्रंथाला प्रस्तावना लिहिण्याची कामगिरी मोठ्या औदार्याने मजवर सोपविली आहे. त्यांनी स्वत: स्पष्टपणे नमूद केल्यानुसार महाराष्ट्राच्या संपूर्ण इतिहासलेखनपरंपरेत नव्हे, तर विशिष्ट कालखंडातील, विशेषत: १८व्या शतकातील मराठा साम्राज्याच्या अभ्यासात त्यांना विशेष रस आहे. या काळातील राजकीय विकासप्रक्रियेमुळे महाराष्ट्राच्या इतिहासाची संपूर्ण देशाच्या इतिहासाशी गुंफण साधली गेली. आजपर्यंतच्या रिवाजानुसार हा टप्पा १७व्या शतकाच्या उत्तरार्धात शिवाजीमहाराजांच्या साम्राज्य स्थापनेने सुरू होतो, तर १८१८ मधील पेशवाईच्या अस्तापाशी समाप्त होतो.

प्राध्यापक कुलकर्णी यांनी आणखी एक सीमारेषा आखून घेतली आहे. बखरींसारख्या मराठ्यांच्या तत्कालीन साधनांमध्ये नव्हे, तर आधुनिक इतिहासलेखनपरंपरेमध्येच त्यांना रस आहे. चिकित्सक संशोधनपद्धतीचे विकसित रूप आपण पाश्चिमात्यांकडून आत्मसात केले. त्यामुळे मराठ्यांच्या इतिहासाचे संशोधन करणाऱ्या युरोपीय अभ्यासकांविषयीच्या चर्चेला प्रा. कुलकर्णी ग्रंथारंभीच पुरेसे स्थान देतात, हे स्वाभाविक आहे. शिवाजीमहाराजांचा सुरुवातीचा पोर्तुगीज चरित्रकार कॉस्मा द ग्वार्दपासून युरोपीय इतिहासकारांची ही परंपरा सुरू होते. 'हिस्ट्री ऑफ द मराठाज' (१८२६) हा ग्रंथ लिहिणारा १९व्या शतकातील ब्रिटिश इतिहासकार ग्रँट डफ याच्यापर्यंत ही परंपरा जाऊन पोहोचते. या परंपरेचा जो परामर्श प्रा. कुलकर्णी घेतात, तो एका अर्थी 'पौर्वात्यवादा'च्या चित्तवेधक कथेशी जाऊन भिडतो. पौर्वात्यवादातील पूर्वग्रह एडवर्ड सैद यांनी अगदी ठळकपणे अधोरेखित केलेला आहे. हा पूर्वग्रह आणि बौद्धिक साधनांचा वाढता वापर यामुळे इतिहासकारांचा दृष्टिकोन कसा आकाराला आला, याचे एक विशिष्ट दर्शन येथे घडते.

पाश्चात्त्यांची ही नवी तंत्रे, विशेषत: ऐतिहासिक संहिता व अभिलेखीय साधने यांचा वापर भारतीय इतिहासकारांनी कसा आत्मसात केला, हे प्रा. कुलकर्णी यांच्या

तपशीलवार अभ्यासातून दिसून येते. या भारतीय इतिहासकारांचा दृष्टिकोन पाश्चिमात्य इतिहासकारांपेक्षा मूलत:च भिन्न होता. आधुनिक इतिहासलेखनशास्त्रीय इतिहासात महाराष्ट्राचे स्थान आगळेवेगळे आहे. कारण महाराष्ट्रात इतिहासलेखनपरंपरेने जे वळण घेतले, त्याला विलक्षण धारदारपणा होता. महाराष्ट्रात एक परंपरा वि. का. राजवाडे, का. ना. साने, वासुदेवशास्त्री खरे, द. ब. पारसनीस यांसारख्या इतिहासकारांची होती की ज्यांनी मोठ्या ममत्वाने ऐतिहासिक साधने गोळा केली आणि उपयोगात आणली. जदुनाथ सरकारांच्या 'हाउस ऑफ शिवाजी' मधील सहृदय चित्रणातून या साऱ्यांची ओळख मी एम.ए.चा विद्यार्थी असताना मला झाली. दुसरी एक परंपरा होती न्या. म. गो. रानडे, जदुनाथ सरकार, रियासतकार गो. स. सरदेसाई आणि सुरेंद्रनाथ सेन यांच्यासारख्यांची. या साऱ्यांनी एका भव्य रंगपटावर मराठ्यांच्या इतिहासाची पुनर्रचना केली. त्यांचे ग्रंथ इंग्रजीत उपलब्ध आहेत. प्रा. कुलकर्णी यांच्या ग्रंथात या साऱ्या आणि अन्य काही स्वातंत्र्यपूर्वकालीन इतिहासकारांच्या कार्याची भरभक्कम माहिती उपलब्ध होते. त्यांच्या दृष्टिकोनांच्या भिन्नतेचा यथायोग्य वेधही प्रा. कुलकर्णी यांनी घेतलेला आहे. भूतकाळाविषयीच्या वादंगांमधील या भागीदारांच्या भूमिकांविषयी प्रा. कुलकर्णी यांनी निष्पक्षपाती दृष्टी बाळगली आहे, हे या ग्रंथाचे खास वैशिष्ट्य म्हणता येईल. काही छोट्या गोष्टींमधूनही बदलत्या मनोवृत्तींचे दर्शन घडते. उदाहरणार्थ, जदुनाथ सरकारांनी आपल्या शिवचरित्राच्या सुरुवातीच्या आवृत्त्यांमध्ये 'शिवा' असा जो अनौपचारिक उल्लेख केला, तो काही वाचकाला नाही. परिणामत: पुढच्या आवृत्त्यांमध्ये तो उल्लेख 'शिवाजी' असा बदलण्यात आला.

प्रा. कुलकर्णी यांनी शेवटच्या प्रकरणात स्वातंत्र्योत्तर कालखंडाची थोडीबहुत चर्चा केलेली आहे. अर्थात ते फार खोलात शिरलेले नाहीत. जुन्या इतिहासकारांच्या बाबतीत जे स्वातंत्र्य घेता येते ते समकालीन इतिहासकारांबाबत घेता येत नाही, अशा समजुतीने त्यांनी हा मार्ग पत्करला असावा. त्यांचे खास सौजन्य असे की, संदर्भसाहित्यसूची वगळता अन्यत्र त्यांनी स्वत:चे उल्लेख टाळले आहेत. त्यामुळे कर्तव्यभावनेपोटी मीच हे नमूद करतो की, स्वत: प्रा. कुलकर्णी यांनी मराठ्यांच्या राजकीय इतिहासाच्या स्वरूपाचे योग्य आकलन व्हावे यासाठी सामाजिक व आर्थिक परिस्थितीचा वेध घेण्याच्या महत्त्वपूर्ण परंपरेला चालना दिली. या संदर्भात 'महाराष्ट्र इन द एज ऑफ शिवाजी' (१९६९) या त्यांच्या ग्रंथाबरोबरच १९९६मधील 'मिडिव्हल महाराष्ट्र', 'मिडिव्हल मराठा कंट्री' आणि 'द मराठाज' या इंग्रजी ग्रंथत्रयीचा आवर्जून उल्लेख करायला हवा. इंदापूरविषयक कागदपत्रांचा सखोल अभ्यास हा त्यांच्या एका प्रकल्पाचा भाग होता. त्यातूनच वसाहतपूर्वकालीन दख्खनमधील ग्रामविषयक नवी दृष्टी देणारा त्यांचा निबंध साकार झाला. नवी दिल्ली येथे १९९२ साली भरवण्यात आलेल्या भारतीय इतिहास परिषदेच्या

अध्यक्षीय भाषणात त्यांनी तो सादर केला. या क्षेत्रात काम करणाऱ्या अन्य विद्वानांचा, विशेषत: दिवंगत हिरोशी फुकाझावा आणि विद्यमान हिरोयुकी कोटानी या जपानी अभ्यासकांचा योग्य तो निर्देश प्रा. कुलकर्णी करतात. महाराष्ट्रात साधनशोधाच्या कार्याला वाहून घेतलेल्या संशोधकांची एक असामान्य परंपरा आढळते. त्यातून ऐतिहासिक साधनांची समृद्धी येथे निर्माण झाली. त्यामुळे निदान १८व्या शतकातील आर्थिक परिस्थितीविषयीच्या सखोल संशोधनकार्याबाबत महाराष्ट्र आघाडीवर आहे. या संदर्भात मराठ्यांच्या विद्यमान इतिहासकारांमध्ये ज्येष्ठ असणारे प्रा. कुलकर्णी यांचे कार्य पायाभूत म्हणावे लागेल.

१९४३साली माझ्या शाळकरी वयात भारतीय इतिहास परिषदेच्या अलिगढ अधिवेशनात मी त्या परिषदेचे एक संस्थापक आणि 'पुणे संप्रदाया'तील प्रभावशाली अभ्यासक प्रा. द. वा. पोतदार यांचे व्याख्यान ऐकले. याच परिषदेच्या १९६० मधील अलिगढ अधिवेशनात मी श्री. ग. ह. खरे यांना भेटलो. ते मोठे संकोची व विनम्र गृहस्थ होते. मराठी आणि फार्सी या दोहोंवर त्यांचे सारखेच प्रभुत्व होते. पुढे दीर्घकाळ ते भारत इतिहास संशोधक मंडळाच्या कार्यामागील प्रेरक शक्ती होते. याच अधिवेशनात प्रा. कुलकर्णी यांचे आणि माझे ऋणानुबंध जुळून आले. मराठा इतिहासलेखनपरंपरेतील अनेक बिनीच्या शिलेदारांना पाहण्याचे भाग्य मला लाभले. इतर अनेकांचे लेखनही मी वाचले. या सर्वांच्या स्मृतींना प्रा. कुलकर्णी यांच्या ग्रंथाच्या पानापानांमधून उजाळा मिळत गेला.

ज्या संशोधकांनी ऐतिहासिक साधनांचा शोध व अभ्यास यांसाठी निरलसपणे स्वत:ला वाहून घेतले आणि मराठ्यांच्या इतिहासाची पुनर्बांधणी केली, त्यांच्याविषयी प्रा. कुलकर्णी यांनी आत्मीयतेने व तरीही तटस्थपणे प्रतिपादन करावे, हे यथार्थ होय. आपल्या पूर्वसूरींना अगदी यथायोग्य असा जो मानाचा मुजरा त्यांनी केला आहे, त्याबद्दल आपण सर्वांनी त्यांचे ऋणी राहिले पाहिजे.

– इरफान हबीब

प्रास्ताविक

कार्ल बेकर या अमेरिकन इतिहासकाराच्या मते, इतिहासशाखेतील अत्यंत आकर्षक विषय इतिहासाचा अभ्यास अथवा इतिहास हा नसून इतिहासलेखनाच्या इतिहासाचा अभ्यास हा आहे.

मराठ्यांच्या अगदी प्रारंभीच्या म्हणजे १७व्या शतकापासूनच्या इतिहासकारांच्या लेखनपद्धतीचा अभ्यास करताना कार्ल बेकर यांच्या वरील विधानाची चांगलीच प्रचिती आली. चरित्रनायकाच्या पराक्रमाने भारावून जाऊन त्याला अवतार मानणाऱ्या बखरकारांनी आणि मराठ्यांचा अभिमान बाळगणाऱ्या समकालीन कवींनी मराठ्यांच्या पराक्रमांची रंजक पद्धतीने नोंद घेतली आहे. मराठ्यांशी ज्यांना सतत झुंज द्यावी लागली, त्या त्यांच्या शत्रूंनीही आपल्या तवारिकांतून मराठ्यांच्या इतिहासाचे दर्शन घडविले आहे. परदेशी प्रवासी आपल्या प्रवासवृत्तांतून मराठी माणसाला वगळू शकले नाहीत. तसेच पोर्तुगालचा कॉस्मो-द-ग्वार्दा, इंग्लंडचे रॉबर्ट ऑर्म, स्कॉट वेअरिंग, जर्मनीचा एम. सी. स्प्रेंगेल इत्यादींनी आपल्या लेखनांतून मराठ्यांच्या इतिहासाची युरोपीय वाचकांसाठी दखल घेतली आहे. माउंट स्टुअर्ट एल्फिन्स्टन, जेम्स कनिंगहॅम ग्रँट डफ यांसारख्या ब्रिटिश प्रशासकांनी, मराठ्यांच्या मुलुखात राहून आणि मराठ्यांचे भारताच्या इतिहासातील स्थान ओळखून, विविध साधनांचा अभ्यास करून त्यावरून त्यांना जे आकलन झाले ते परिश्रमपूर्वक आणि प्रसंगी आर्थिक झळ सोसून, आदर आणि भीती या संमिश्र भावनातून मराठ्यांचा इतिहास जगासमोर मांडला. या साऱ्या इतिहासांतून मराठ्यांच्या इतिहासाचे सत्य दर्शन घडत नाही, आपला इतिहास आपण सांगितला पाहिजे या भावनेने प्रेरित होऊन इतिहासलेखनाला आवश्यक ती सर्व साधनसामग्री सरकारी दफ्तरखान्यात बंद करून ठेवली होती तरी साने, खरे, राजवाडे, पारसनिसांसारख्या संशोधकांनी असंख्य अडचणींना तोंड देऊन इतिहासाची अस्सल साधने गोळा करणे, ती प्रकाशित करणे आणि मराठ्यांचा खरा इतिहास जगासमोर मांडण्यासाठी उभी केलेली मोहीम या साऱ्या घटनांचा इतिहास आकर्षक तर आहेच, पण मराठ्यांच्या इतिहासलेखन-पद्धतीची वाटचाल समजावून घेण्यास तो आवश्यक आहे.

इतिहासकार सांगतो तो इतिहास असे सामान्यपणे मानले जाते; पण तो लिखित इतिहास खरा आहे की पूर्वग्रहदूषित आहे याची छाननी करण्यासाठी त्या इतिहासकाराची लेखनपद्धती आणि ज्या परिस्थितीत तो लिहिला गेला यांचाही अभ्यास करणे आवश्यक आहे.

या विषयाच्या अभ्यासाकडे मी वळलो ते एका योगायोगाने. मराठ्यांचे एक ज्येष्ठ इतिहासकार कै. वासुदेव सीताराम बेंद्रे यांनी १९६५-६६ साली एका महाराष्ट्र इतिहास परिषदेची स्थापना केली आणि त्याचे पहिले अधिवेशन मुंबईत भरविण्याचे योजिले. त्या परिषदेसाठी शोधनिबंध तयार करण्यासाठी डेक्कन कॉलेजातील पारसनीस संग्रहातील कागदपत्र चाळत असताना मला साताऱ्याच्या एका कागदपत्रांच्या फायलीत, बाळाजीपंत नातू आणि साताऱ्याचा पोलिटिकल एजंट जेम्स ग्रँट यांच्या संबंधीचे काही दस्तऐवज मिळाले आणि त्यांतून बाळाजीपंत नातू आणि ग्रँट डफ असा माझा शोधनिबंध तयार झाला. या निबंधासाठी अस्सल साधनांबरोबर काही दुय्यम साधनेही मला वाचावी लागली, त्यांत प्रामुख्याने 'Social Policy and Social change in Western India (1817-1830)' हे लंडन विद्यापीठाच्या 'स्कूल ऑफ ओरिएंटल अँड आफ्रिकन स्टडीज'चे प्राध्यापक केनेथ बॉलहॅचेट एलफिन्स्टनच्या महाराष्ट्रातील कारकिर्दीसंबंधीच्या एका महत्त्वाच्या ग्रंथाचा आवर्जून उल्लेख करावा लागेल. या ग्रंथाच्या परिशीलनामुळे, ग्रँट डफ आणि एल्फिन्स्टन या दोन व्यक्तींबद्दल मनात कुतूहल निर्माण झाले, पण ते तेथेच थांबले.

१९६८ साली दिल्ली विद्यापीठातर्फे 'सामाजिक आर्थिक इतिहासलेखनतंत्र' या विषयावर एक चर्चासत्र आयोजित केले होते. त्या चर्चासत्रात भाग घेण्याची संधी मला प्रा. नुरूल हसन यांच्यातर्फे मिळाली. या चर्चासत्रासाठी लंडन विद्यापीठातर्फे प्रा. बॉलहॅचेट आले होते त्यामुळे मला ग्रँट डफ आणि एल्फिन्स्टन यांच्याविषयी चर्चा करण्याची संधी मिळाली. हा दुसरा योगायोग. लंडनच्या इंडिया ऑफिस लायब्ररीमध्ये ग्रँट डफ आणि एल्फिन्स्टन यांच्या संबंधीचा बराच पत्रव्यवहार आहे असे त्यांनी सुचविले. पण त्यासाठी लंडनला जाणे आवश्यक असल्याने आणि ते माझ्या आवाक्याबाहेरचे असल्याने तो विषय मी मनातून काढून टाकला. प्रा.बॉलहॅचेट यांना आर्थिक विषयावरील माझा चर्चासत्रातील शोधनिबंध काहीसा पसंत पडला असावा म्हणून त्यांनी दुसऱ्या दिवशी माझ्या लंडनला येण्याच्या शक्यतेविषयी काही प्रस्ताव माझ्यापुढे मांडला आणि शेवटी प्राध्यापक बॉलहॅचेट यांचे प्रयत्न आणि डेक्कन कॉलेजचे संचालक डॉ. एस. एम. कत्रे यांच्या औदार्यामुळे मला लंडनला जाण्याची संधी मिळाली आणि मराठ्यांचा आद्य इतिहासकार जेम्स कनिंगहॅम ग्रँट डफ यांच्या संबंधीची नवी माहिती मी अभ्यासकांपुढे

मांडू शकलो आणि त्यातूनच मराठ्यांच्या देशी-विदेशी इतिहासकारांविषयी अभ्यास करण्याची प्रेरणा मला मिळाली.

'मी गरीब मराठा माणूस' या भूमिकेतून, दीर्घ प्रयत्न करून, स्वखर्चाने मराठ्यांची 'कैफियत' जगासमोर मांडणाऱ्या ग्रँट डफच्या व्यक्तिमत्त्वाने मी भारावून गेलो. त्याच्यासंबंधी मराठी इतिहासकारांच्या मनात जे गैरसमज होते ते दूर केले पाहिजेत असे मला वाटू लागले. इंडिया ऑफिसमधील त्याचा सारा पत्रव्यवहार मी सतत सहा महिने काम करून वाचून काढला, तेथील काही प्राध्यापकांना भेटलो. शीला सखलोव्ह ग्रँट या ग्रँटच्या पणतीच्या निवासस्थानी गेलो आणि ग्रँट डफविषयीची जास्तीत जास्त अधिकृत माहिती मिळविण्याचा प्रयत्न केला आणि एखाद्या विषयाचा ध्यास हा ज्ञानात कशी भर घालू शकतो याचा प्रत्यक्ष अनुभव घेतला.

इतिहासकारांमध्ये एखाद्या ऐतिहासिक घटनेविषयी अथवा व्यक्तीच्या कार्याविषयी मतभेद असू शकतात. याचे कारण नव्याने उपलब्ध झालेली साधने अथवा जुन्या साधनांचा नव्याने अभ्यास केल्याने होणारे मत अथवा पूर्वग्रहामुळे बनलेले मत, यांमुळे इतिहासकारांच्या लेखनात परस्परविरोधी सूर निघू शकतात. जी. आर. एल्टन या इतिहासाच्या अभ्यासकाच्या मते इतिहासकाराचे व्यक्तिमत्त्व आणि त्याची मते, हे सारे हवामानाप्रमाणेच त्याच्या जीवनाचे अविभाज्य घटक असतात. त्यामुळे त्यांची फारकत करता येत नाही आणि तसे करूही नये. आपण आणि आपले लेखन यांचा परस्परांशी काही संबंध नाही, असे एखाद्या इतिहासकाराला वाटत असेल तर ते निश्चितपणे चुकीचे आहे. इतिहासकाराचे राग, लोभ यांचा प्रभाव त्याच्या लेखनावर अनिवार्यपणे पडत असतो.

इतिहासलेखन ही एक बौद्धिक कसरत आहे असे म्हणता येईल. अनेक जिज्ञासू व्यक्तींना आपली भावनिक अथवा बौद्धिक भूक भागविण्यासाठी इतिहासाचे ज्ञान असणे आवश्यक आहे असे वाटत असते.

एखाद्या देशाच्या अथवा जनसमूहाच्या जीवनातील ऐतिहासिक घटनांची सुसंगत जुळवणी करून ती लिखित स्वरूपात जोपर्यंत लोकांपुढे येत नाही तोपर्यंत त्या देशाचा अथवा जनसमूहाचा इतिहास अज्ञात असतो. याचा अर्थ असा की, इतिहासकाराची बौद्धिक क्षमता आणि त्याच्या परिसरातील सांस्कृतिक वातावरण यांचा प्रभाव त्याच्या लेखनप्रक्रियेवर पडणे अनिवार्य असते. त्यामुळे इतिहासकार आणि त्याची लेखनपद्धती यांचा आपण अभ्यास केला तर त्याच्या निर्मितीचे, इतिहासलेखनाचे वास्तव मूल्यमापन आपण करू शकतो.

केवळ हा हेतू मनाशी बाळगून मी सर्वप्रथम मराठ्यांच्या संपूर्ण इतिहासाचे दर्शन घडविणाऱ्या 'जेम्स कनिंगहॅम ग्रँट डफ – व्यक्ती आणि कार्य' यावर संशोधन आणि लेखन केले. यासंबंधीचा प्राथमिक स्वरूपाचा एक संक्षिप्त शोधनिबंध मी जेव्हा 'स्कूल ऑफ ओरिएंटल आणि आफ्रिकन स्टडीज' या विभागाच्या एका सभेत मांडला तेव्हा त्याचे बऱ्यापैकी स्वागत झाले आणि तेथे झालेली चर्चा मला विशेष मार्गदर्शक ठरली. या निबंधाचा मसुदा, भारतात परत आल्यावर शीला सखलोव्ह ग्रँट, या ग्रँट डफच्या पणतीकडे अभिप्रायार्थ पाठविला तेव्हा त्यांनी माझ्याच नव्हे तर भारतीयांच्या इतिहासाकडे वस्तुनिष्ठपणे पाहण्याच्या दृष्टिकोनाचे कौतुक केले. वुडब्रिज येथील आपल्या निवासस्थानातून ४ नोव्हेंबर १९६८ रोजी लिहिलेल्या पत्रात त्या म्हणतात,

"Thank you so much for your letter of 16th Oct and for the paper on James Grant Duff's writing of his History of the Mahrattas. I found it very interesting. I admired the meticulous scholarship displayed. Thank you, too, for all the nice things you say about my great grand father. It is a great moment when history and historians especially suddenly become free of emotional and political bias and can write what they believe to be true, without fear or favour. Indian historians certainly seem to be very advanced in this and you, yourself are doing very important and valuable work."

शीला ग्रँटनी मला आपल्या घरी बोलावून आवश्यक ती सर्व मदत केली. विशेषत: ग्रँट डफचा मुलगा माउंटस्टुअर्ट एल्फिन्स्टन ग्रँट डफ (एल्फिन्स्टन विषयीच्या आदरापोटी आपल्या मुलाचे ठेवलेले नाव) याच्या अपुऱ्या राहिलेल्या आत्मचरित्राचे हस्तलिखित त्यांनी मला दाखविले. आपल्या पित्याने, मराठ्यांच्या इतिहासाच्या लेखनाच्या वेडापायी आपल्या प्रकृतीची हेळसांड करून घेतली आणि आर्थिक झळ सोसून तो प्रसिद्ध केल्याबद्दल त्याने खंत व्यक्त केली होती.

लंडनहून परत आल्यावर १९६८च्या ऑक्टोबर महिन्यात दत्तोपंत आपटे स्मारक मंडळातर्फे माझे 'ग्रँट डफ' या विषयावर एक व्याख्यान झाले. त्याला जाणकारांनी दाद दिल्यामुळे माझा आत्मविश्वास वाढला आणि पुणे विद्यापीठातर्फे दरवर्षी होणाऱ्या न. चिं. केळकर व्याख्यानमालेसाठी एक विस्तृत योजना मी विद्यापीठाकडे विचारार्थ पाठविली, आणि ती मान्य झाल्याने १९६९ साली भारत इतिहास संशोधक मंडळाच्या

सभागृहात सहा व्याख्याने दिली. त्या व्याख्यानाला हजर राहून म. म. प्रा. द. वा. पोतदार, प्रा. डॉ. ग. ह. खरे, श्री. दि. वि. काळे, डॉ. पु. म. जोशी, प्रा. रा. वि. ओतुरकर, प्रा. दे. द. वाडेकर, श्री. विठ्ठलराव घाटे, श्री. बाबासाहेब घोरपडे अशा जाणकारांनी माझे कौतुक केले. १९७१ साली ही व्याख्याने पुस्तकरूपाने विद्यापीठाने प्रसिद्ध केली. महाराष्ट्र शासनाने त्याला पुरस्कार दिला. प्रांतिक भाषेतील उत्तम संशोधन म्हणून केंद्र सरकारनेही पारितोषिक दिले. यामुळे मराठ्यांच्या इतिहासकाराविषयी विस्तृत लेखन करण्याच्या विचाराने चांगलाच जोम धरला.

माझ्या या व्याख्यानांच्याद्वारे मराठी माणसांच्या मनात ग्रँट डफसंबंधी असलेले गैरसमज दूर करण्याचा मी प्रयत्न केला. ग्रँट डफवर सर्वप्रथम टीकात्मक लेखन १८६८साली नीळकंठ जनार्दन कीर्तने या डेक्कन कॉलेजमधील बी. ए.च्या वर्गातील एका 'ज्युनिअर स्टुडंट' ने केले. 'मराठ्यांचे बखरीवर टीका' अथवा 'मराठ्यांच्या इतिहासाविषयी थोडेसे निरूपण' या शीर्षकाखाली, ग्रँट डफच्या इतिहाससंबंधी आपले विचार मांडले. या निबंधामुळे अनेकांचे या इतिहासाकडे लक्ष वेधले गेले, आणि न्यायमूर्ती रानडे, इतिहासाचार्य राजवाडे, वासुदेवशास्त्री खरे यांनी त्यावर भाष्य, टीका आणि त्यातील दोष दाखविण्याचा मोठ्या प्रमाणावर उपक्रम केला.

या पार्श्वभूमीवर ग्रँट डफवर या मान्यवरांनी केलेली टीका मान्य करून, ग्रँट डफच्या पत्रव्यवहारातून मला समजलेला ग्रँट डफ, त्याच्या मर्यादांसह, त्याच्या मराठ्यांच्या इतिहासावरील प्रेमाचे समर्थन माझ्या लेखनाद्वारे केले. ग्रँटला आपल्या ग्रंथात काही उणिवा असण्याची शक्यता वाटत होती आणि त्या कोणी दाखवून दिल्यास आपण त्यांचे ऋणी राहू असेही आपल्या ग्रंथांच्या प्रास्ताविकांत तो म्हणतो.

कीर्तन्यांनी ग्रँट डफच्या इतिहासातील व्यंगे दाखविण्यासाठी आणि त्याचबरोबर 'या ग्रंथाविषयी पूज्य बुद्धी कोणापेक्षाही आमची कमी आहे असे कोणीही समजू नये.' अशी भावनाही व्यक्त केली. राजवाड्यांचा मुख्य आरोप ग्रँटच्या इतिहास-लेखनपद्धतीसंबंधीचा आहे. त्याच्या हातून, मिळालेल्या कागदपत्रांचा व्हावा तसा उपयोग न झाल्याने मराठ्यांच्या इतिहासाची इमारत मराठ्यांच्या दृष्टीने जशी उठावी तशी उठली नाही, अशी राजवाडे यांची तक्रार आहे. वासुदेवशास्त्री खरे यांनी ग्रँटच्या इतिहासातील चुकांचे हप्ते सादर केले होते, तरी त्याच्याबद्दल एक प्रकारचा आदर त्यांच्या मनात होता. परकीयांच्या जबरदस्त ज्ञानलालसेचे कौतुक करताना ते म्हणतात, ''मराठे लोक हे ग्रँट साहेबाचे कोण? पण त्यांचा इतिहास छापून प्रसिद्ध करण्यासाठी इकडची जुनी दफ्तरे वगैरे तर त्यांनी शोधलीच आणि वरती त्यांच्या प्रकाशनार्थ लागेल तेवढा खर्च करण्यास-

देखील त्यांनी मागेपुढे पाहिले नाही.''

टीकाकारांच्या या संमिश्र भावना ग्रँट डफच्या कार्याचे एक प्रकारे कौतुक करणाऱ्याच आहेत. १८६८ साली कीर्तन्यांनी ग्रँटच्या इतिहासावर प्रथम टीका केली आणि त्यानंतर एक शतकाने म्हणजे १९६८ साली डेक्कन कॉलेजमध्ये काम करायची संधी मिळालेल्या माझ्यासारख्या एका अभ्यासकाने नवीन साधनांच्या साहाय्याने ग्रँट डफची बाजू मांडण्याचा प्रयत्न केला हादेखील एक योगायोगच मानावा लागेल. इतिहासकार आणि त्यांची लेखनपद्धती यांमध्ये होणाऱ्या या स्थित्यंतरामुळेच 'इतिहासलेखनपद्धती' हा विषय अधिक आकर्षक ठरला आहे.

मराठ्यांच्या इतिहासाच्या लेखनाच्या वाटचालीचा अशा रीतीने मी अभ्यास करीत असताना माझ्या विचाराला चालना देणारी आणखी एक घटना म्हणजे मुंबईच्या हेरास इन्स्टिट्यूटचे तत्कालीन संचालक डॉ. जॉन कोरिया आफान्सो, एस. जे. यांनी मला 'हेरास स्मृती' व्याख्यानांसाठी निमंत्रित केले आणि त्या निमित्ताने १९८२ साली मला माझ्या संकल्पित प्रकल्पाचा आराखडा तीन व्याख्यानांच्याद्वारे मांडण्याची संधी मिळाली आणि त्यातूनच पुढे विस्तारित स्वरूपात या विषयाची सुसंगत मांडणी करण्याची कल्पना साकार होऊ लागली आणि मराठ्यांचे इतिहासकार आणि त्यांची लेखनपद्धती या ग्रंथाची निर्मिती झाली.

थोडक्यात, १९६५-६६ साली सुरू झालेल्या या विषयाला ग्रंथरूपाने इंग्रजी-मराठी भाषांत सादर करण्याचा योग जुळून येण्यास २००६-२००७ हा सुमारे ४० वर्षांचा काळ लोटला आणि या विषयावरचा पहिला संपूर्ण ग्रंथ मला सादर करता आला.

'मराठ्यांचे इतिहासकार आणि त्यांची लेखनपद्धती' या विषयावर काही तुरळक प्रयत्न पूर्वी झाले होते. १९३५ साली म. म. दत्तो वामन पोतदार यांनी आपल्या 'मराठी इतिहास व इतिहाससंशोधन' या छोट्या पुस्तिकेत मराठी भाषेतील इतिहासलेखनाचा आणि संशोधनाचा संक्षिप्त आढावा घेतला होता. लंडन विद्यापीठामार्फत प्रा. सी. एच. फिलिप्स यांनी संपादित केलेल्या 'Historians of India, Pakistan and Ceylon' (१९६५) या ग्रंथात ग्रँट डफवर लेख नाही, तसेच या ग्रंथातील प्रा. हॅरिसन यांनी आपल्या 'पोर्तुगीज हिस्टोरियन्स ऑफ इंडिया' या लेखात कॉस्म-द-ग्वार्दा या पोर्तुगीज लेखकाने १६९५ साली लिहिलेल्या शिवचरित्राचा उल्लेखसुद्धा नाही. या ग्रंथात डॉ. वि.गो.दिघे यांचा 'मॉडर्न हिस्टॉरिकल रायटिंग्ज इन मराठी' हा एक लेख असून त्यात मराठ्यांच्या इतिहासकारांचा आणि संशोधकांचा एक धावता आढावा केवळ सात पानांत घेतला आहे.

सर जदुनाथ सरकार आणि रियासतकार गो. स. सरदेसाई यांच्या कार्यावर

'On Historiography' (१९६४) आणि 'सरकार आणि सरदेसाई' (१९६१) हे या दोन इतिहासकारांचा तौलनिक चरित्रात्मक अभ्यास करणारे दोन ग्रंथ इंग्रजी-मराठी भाषांत श्री. रा. टिकेकर यांनी लिहिले आहेत. तसेच जदुनाथ सरकारांनी आपल्या 'House of Shivaji' (१९६३) या ग्रंथात मराठी संशोधक का. ना. साने, वासुदेवशास्त्री खरे, वि. का. राजवाडे आणि द. ब. पारसनीस यांचा अल्पसा परिचय अ-मराठी भाषिकांना करून दिला आहे. एस. पी. सेन यांनी संपादित केलेल्या, 'Historians and Historiography in Modern India' (१९७३) या ग्रंथात जदुनाथ सरकार, म. गो. रानडे, के. टी. तेलंग, वि. का. राजवाडे, द. ब. पारसनीस, वासुदेवशास्त्री खरे, डॉ. बाळकृष्णा, रियासतकार सरदेसाई या मराठ्यांच्या इतिहासकारांवर निबंध आले आहेत.

परंतु वर उल्लेखिलेल्या ग्रंथांतून या विषयाचा एकसंध असा अभ्यास इंग्रजी अथवा मराठी भाषांतून अद्याप केला गेला नव्हता. तो प्रस्तुत ग्रंथात दोन्ही भाषांत करण्याचा प्रयत्न मी केला आहे.

या ग्रंथाचे इंग्रजी आणि मराठी भाषांतून लेखन गरजेप्रमाणे करीत गेलो. इंग्रजी ग्रंथाच्या पहिल्या भागाचे हस्तलिखित माझे मित्र प्रा. डिटमार रॉदरमंड, हायडेलबर्ग विद्यापीठ, यांनी वाचून काही उपयुक्त सूचना केल्या. माझे एक सोलापूरच्या दयानंद कॉलेजमधील प्राध्यापक डॉ. जी. एन. शर्मा यांनी संपूर्ण हस्तलिखित वाचून मला मौलिक स्वरूपाचे मार्गदर्शन केले आणि एवढ्या दीर्घ परिश्रमानंतर १९६५-६६ सालापासून बीजरूपाने मनात वास्तव्य केलेल्या विषयावर ग्रंथरूपाने मूर्त स्वरूप देण्याचे काम दिल्लीच्या मनोहर पब्लिकेशन या आघाडीच्या प्रकाशनसंस्थेचे संचालक श्री. रमेश जैन यांनी स्वीकारले आणि हा ग्रंथ माझ्या इच्छेप्रमाणे प्रथम इंग्रजीत २००६ साली प्रसिद्ध झाला.

या ग्रंथाचे इंग्रजीत लेखन करीत असताना काही प्रकरणे मराठीतही लिहून ती प्रसिद्ध केली होती. ग्रँट डफवर तर स्वतंत्र ग्रंथच मराठीत होता. तेव्हा माझ्या मित्रांच्या आग्रहावरून हे फुटकळ लिखाण एकत्र करून त्यात नव्याने काही भर घालून तो मराठी वाचकांसाठी प्रसिद्ध करण्याचे ठरविले.

हे काम मी पूर्ण करावे म्हणून माझ्यामागे सर्वाधिक तगादा कोणी केला असेल तर तो 'डायमंड पब्लिकेशन्स', पुणे या प्रकाशनसंस्थेचे संचालक श्री. दत्तात्रेय गं. पाष्टे यांनी, हे मला येथे आवर्जून नमूद करावे लागेल. या कामाचा पाठपुरावा करून आणि त्यात जातीने लक्ष घालून अल्पावधीत ते प्रसिद्ध केले त्याबद्दल मी त्यांचा ऋणी आहे.

या ग्रंथाची हस्तलिखित आणि मुद्रित प्रत तयार करण्याच्या कामी मला

सौ. कविता भालेराव, श्री. गिरीश मांडके, डॉ. म. रा. कुलकर्णी आणि माझी पत्नी सौ. विजया कुलकर्णी या सर्वांनी खूपच मदत केली. या ग्रंथासाठी इंग्रजीत लिहिलेल्या प्रा. इरफान हबीब यांच्या प्रास्ताविकाचे सुलभ मराठीत रूपांतर अल्पावधीत करून देऊन माझे विद्यार्थि-मित्र डॉ. राजा दीक्षित, पुणे विद्यापीठ आणि हे काम पुरे करण्यासाठी मला सतत उत्तेजन देणारे माझे मित्र प्राध्यापक ज. वि. नाईक, मुंबई विद्यापीठ, यांचा मी आभारी आहे. डायमंड पब्लिकेशन्सचे सारे सहकारी यांनी या कामी केलेल्या साहाय्याबद्दल त्यांचेही आभार.

शेवटी माझ्या 'ग्रँट डफ' या मराठी, हिंदी, इंग्रजी ग्रंथाचे जसे स्वागत झाले तसे या मराठ्यांच्या इतिहासकारांवरील या ग्रंथाचेही स्वागत मराठी वाचक, अभ्यासक करतील अशी उमेद आहे.

पुणे, २६ जानेवारी २००७
अ. रा. कुलकर्णी

अनुक्रम

१

कास्मो-द-ग्वार्द - पोर्तुगीज इतिहासकार

१७व्या शतकामधील मराठी सत्तेचा उदय, युरोपियनांचे-पोर्तुगिजांच्या व्यतिरिक्त-पश्चिम किनाऱ्यावरील आगमन हा एक विचित्र योगायोग आहे. वस्तुत: पोर्तुगीज या देशात पंधराव्या शतकामध्येच आले होते. पोर्तुगिजांनी भारतामध्ये राजकीय सत्ता स्थापन केली. ब्रिटिश, फ्रेंच व डच या सत्ता मराठ्यांच्या प्रगतीसंबंधी चिंताक्रांत दिसत असत. या चिंतेपोटीच या सत्तांना मराठ्यांसंबंधी जादा माहिती मिळविण्याची आवश्यकता वाटू लागली. मराठेच आपले भावी स्पर्धक किंवा शत्रू आहेत याची त्यांना कल्पना आली होती. युरोपीय लोकांनी मराठ्यांसंबंधी लिखाण यामुळेच केले असावे असे वाटते. या लिखाणाची सुरुवात १७व्या शतकाच्या शेवटच्या दशकामध्ये झाली.

पोर्तुगिजांनी पश्चिम किनाऱ्यावर पहिल्यांदा प्रदेश मिळविला. पोर्तुगिजांचा उल्लेख समकालीन मराठी कागदपत्रांमध्ये 'फिरंगी' असा आहे. त्यांच्या ताब्यातील प्रदेशाला 'फिरंगाण' असे म्हणत. तथापि, शिवकालात (१६३०-१६८०) पोर्तुगीज सत्ता उतरत्या कळेला लागलेली होती. त्यामुळे त्यांना आपल्याकडे असलेल्या प्रदेशावर समाधान मानून रहावे लागत असे. राजकीय गरजेनुसार मराठे, मोगल यांच्या कृपाछत्राची पोर्तुगिजांना आवश्यकता वाटत असे.

मराठी सत्तेचे संस्थापक, शिवाजीमहाराज यांचे सर्वात पहिले चरित्र कृष्णाजी अनंत सभासद यांनी राजाराममहाराजांच्या आज्ञेवरून १६९४-१६९७ या कालात लिहिले. सभासद हा शिवाजी महाराजांचा समकालीन होता. कास्मो-द-ग्वार्द हा एक पोर्तुगीज वृत्तान्तलेखक होता. त्याच्या शिवाजी-महाराजांच्या चरित्राचे शीर्षक ' Vida de Celebre Sevagy ' किंवा 'Life of the Celebrated Shivaji' असे होते. युरोपीय लोकांची उत्सुकता भागविण्यासाठी १६९५मध्ये हे चरित्र लिहिले होते; परंतु, ते त्याच्या मरणोत्तर १७३० मध्ये प्रसिद्ध झाले.[१] तत्कालीन युरोपीय प्रवाशांच्या प्रवासवर्णनांमधून शिवाजीमहाराजांची तोंडओळख युरोपियनांना झालीच होती. अशा युरोपीय प्रवासी व अधिकाऱ्यांमध्ये जीन-द-थिवेनो (१६६५-६७), बार्थलेमी कॅरे (१६६८-७३), डॉ. जॉन फ्रायर (१६७२-८१), फ्रँकॉय बर्नियर (१६५९-६७), टॅव्हर्नियर (१६४०-६६), डिलॉ (१६६९-७६), निकोलाय मनुची (१६५३-१७०८), फ्रँकॉय मार्टिन (१६६८-

१७०६) यांचा समावेश होतो. परंतु, कास्मो-द-ग्वार्द हा आद्य युरोपीय लेखक ज्याने महाराजांचे संपूर्ण चरित्र लिहिले.

कास्मो-द-ग्वार्दच्या चरित्रासंबंधी विश्वसनीय माहिती अद्यापही मिळत नाही. तो म्हणतो की, त्याचा जन्म मडगाव, गोवा येथे झाला याबद्दलच संशय वाटतो.[२] तथापि त्याने शिवाजीमहाराजांच्या संबंधी जी सविस्तर माहिती दिली आहे त्यावरून असा कयास बांधावयास हरकत नाही की, तो महाराजांच्या प्रदेशात मुक्तपणे संचार करीत असावा आणि त्याने दक्षिणी भाषांचे उर्दू, फार्सी, मराठी व त्यांच्या बोलीभाषा यांचे जुजबी ज्ञान मिळविले असावे. शिवाजीमहाराजांसंबंधी लिहीत असताना, कास्मो-द-ग्वार्दने उपलब्ध असलेली सर्व साधनसामग्री पाहिली असावी असे त्याच्या लिखाणावरून वाटते.

इ.स. १७३० साली कास्मो-द-ग्वार्दने लिहिलेले चरित्र प्रसिद्ध झाले त्यावेळी मराठ्यांची सत्ता छत्रपती शाहू महाराज व त्यांचे लढाऊ पेशवे पहिले बाजीराव यांच्या हाती होती. दक्षिणेमध्ये मराठ्यांच्या सत्तेचा उदय व विकासासंबंधी पोर्तुगीज स्वाभाविकच उत्सुक होते असे दिसते. मराठ्यांच्या सत्तेसंबंधी वाटणाऱ्या औत्सुक्यामुळेच कदाचित १६६५ पासून दप्तरखान्यात पडून राहिलेले हे चरित्र पोर्तुगिजांनी प्रसिद्ध केले असावे. पोर्तुगीज अधिकाऱ्यांच्या आवडीस हे चरित्र उतरले असावे. हे चरित्र प्रसिद्ध करण्यापूर्वी हस्तलिखिताची प्रत वाचून त्यामधील आक्षेपार्ह मजकूर गाळला असावा असे वाटते. अर्थात, याबाबत कोणा तज्ज्ञाकडे हे काम सोपवले होते हे समजत नाही. तथापि, ज्या तज्ज्ञाकडे हे काम सोपविले होते त्याच्या मते, यात व्यक्त केलेली सर्व विधानांची सत्यता पडताळून पाहता येणार नसली तरी सर्वसाधारणपणे हे लेखन खरे आणि काटेकोर असावे असे वाटते.[३] कास्मो-द-ग्वार्दने लिहिलेला शिवाजीमहाराजांच्या सुरुवातीच्या जीवनासंबंधी, विशेषत: जन्म व जन्मस्थळ याबद्दलचा मजकूर वि. का. राजवाडे व पांडुरंग पिसुर्लेकर या इतिहासकारांनी, चुकीचा व विनाआधार म्हणून नाकारला आहे.

कास्मो-द-ग्वार्द दक्षिणेमध्ये असताना त्याने हे चरित्र लिहिले असावे. अनेक व्यक्तींकडून शिवरायांच्या संबंधी माहिती गोळा केली असावी. तथापि, ग्वार्दची माहिती अनेक ठिकाणी अपुरी व अविश्वसनीय आहे. इतिहासलेखनाच्या संदर्भात या चरित्राला त्याचे स्वत:चे असे स्थान आहे. तत्कालीन महाराष्ट्रात शिवरायांची जी प्रतिमा होती तीच त्याने लिहिण्याचा प्रयत्न केला आहे. कास्मो-द-ग्वार्द, कट्टर रोमन कॅथॅलिक होता, अशा व्यक्तीने शिवरायांच्या संबंधी, त्यांच्या कार्यासंबंधी लिहिलेल्या गोष्टींना खास महत्त्व आहे. ग्वार्दच्या लिखाणावरून असे दिसते की, पोर्तुगिजांना महाराजांच्या न्यायप्रियतेसंबंधी, प्रजेच्या हितासंबंधी, सेनापतित्वाच्या गुणासंबंधी व मुत्सद्दीपणासंबंधी विशेष आस्था होती.

कास्मो-द-ग्वार्दने लिहिलेले हे चरित्र, शिवाजीमहाराजांचे चौकटीबद्ध चरित्र

नाही. ही सभासदाच्या बखरीसारखीच एक बखर आहे. त्यामुळे यामधील घटना अनुक्रमाने लिहिलेल्या नाहीत किंवा महाराजांचे संपूर्ण चरित्रही त्यामधून स्पष्ट होत नाही. ग्वार्दला आपल्या लिखाणातील या उणिवांची जाणीव होती असे दिसत नाही.

या चरित्राची एकंदर वीस प्रकरणे आहेत. त्यामधून ग्वार्दने शिवाजी-महाराजांच्या जीवनातील महत्त्वाच्या प्रसंगांची चर्चा केली आहे. उदाहरणार्थ, महाराजांचा जन्म, त्यांच्या सुरुवातीच्या हालचाली, त्यांच्या विजापूरच्या अदिलशाहीबरोबर झालेल्या चकमकी, अफझलखानाच्या कोकणातील हालचाली, महाराजांचा शाहिस्तेखानावरील रात्रीचा हल्ला, त्यांच्या सुरत लुटी, मिर्झाराजे जयसिंगसारख्या मोगल सरदारांबरोबरचा संघर्ष, आग्रा भेट व आग्र्याहून झालेली सुटका, त्यांचा पोर्तुगिजांशी मार्मागोव्यामधील संघर्ष व शेवटी अंत इत्यादी घटना या चरित्रात आल्या आहेत.

शिवाजीमहाराज व पोर्तुगीज यांच्यातील संबंध कसे होते यासंबंधी त्याने फारसे काहीच लिहिले नाही हे आश्चर्यजनक वाटते. फक्त एकाच ठिकाणी त्याने शिवाजीच्या मार्मागोव्यावरील स्वारीचे वर्णन केलेले आहे. यावरून असे दिसते की, शिवाजी व पोर्तुगीज यांच्यामधील मार्मागोवा येथील नौदलाच्या लढाईचे वर्णन लिहिणारा ग्वार्द हा एकमेव इतिहासकार होता हे येथे लक्षात ठेवले पाहिजे. लिस्बन येथील पुराभिलेखागारात जपून ठेवलेल्या अप्रसिद्ध कागदपत्रांतून या घटनेला दुजोरा मिळतो. शिवाजीची ही आरमारी स्वारी अयशस्वी झाली आणि शिवाजीने याबद्दल गोव्याच्या व्हाइसरॉयकडे खेदही व्यक्त केला. ग्वार्दच्या मते शिवाजीराजाने अशी कबुली दिली होती की, पोर्तुगिजांबद्दल त्याला खूप आदर असल्याने, या आरमारी स्वारीच्या मागे पोर्तुगिजांना दुखविण्याचा त्याचा हेतू नव्हता. यासंबंधी ग्वार्द म्हणतो की, शिवाजी व व्हाइसरॉय यांच्यात खुशीने झालेल्या तहामुळे शिवाजी हा व्हाइसरॉयच्या कौतुकास पात्र झाला आणि शिवाजी त्याला इतका आवडू लागला, की तो नेहमी शिवाजीचा पराक्रम, त्याची निर्णयशक्ती व सभ्यता यांबद्दल स्तुती करीत असे. व्हाइसरॉयला शिवाजीबद्दल विश्वास होता. भारतात असताना व सत्तेवरून उतरल्यानंतरही त्याला शिवाजीबद्दल आदर होता.[४] ॲन्टॉनिया डी मेलो डी कॅस्ट्रो यांच्या संदर्भातील हे वर्णन आहे. इ.स. १६६२ मध्ये त्याची भारतात गव्हर्नर म्हणून नेमणूक झाली व लवकरच त्याची व्हाइसरॉयपर्यंत बढती झाली. या घटनेव्यतिरिक्त ग्वार्दने शिवाजी व पोर्तुगीज यांच्यामधील कोणतीही माहिती/संदर्भ दाखविलेले नाहीत.

स्वतंत्र सार्वभौम राजा-छत्रपती म्हणून शिवाजीराजाने इ.स.१६७४ मध्ये राज्याभिषेक करून घेतला आणि मिळविलेल्या राज्यांमध्ये आपण सार्वभौम झाल्याची द्वाही फिरवली. ग्वार्दच्या चरित्रामध्ये या महत्त्वाच्या घटनेला स्थान दिल्याचे दिसत नाही. पोर्तुगीज कागदपत्रांमध्ये या घटनेची दखलही न घेतल्याचे दिसते. इ.स.१६६९ ते १६७७ पर्यंतचे सरकारी दप्तर पोर्तुगीज पुराभिलेखागारात मिळत नाही. त्यामुळे आम्हाला

शिवाजीराजाच्या राज्याभिषेकासंबंधी कोणतेही संदर्भ मिळत नाहीत असे गोव्याचे इतिहासकार पिसुर्लेकर म्हणतात.[५] शिवाजीच्या राज्याभिषेकासंबंधी पोर्तुगिजांनी पाळलेल्या मौनासंबंधी गोव्याच्या एका तरुण अभ्यासकाने (टी. आर. डिसोजा) आपल्या अप्रसिद्ध निबंधात काही गोष्टी सांगितल्या आहेत. तो म्हणतो, "जाणीवपूर्वक या घटनेवर काळापडदा टाकला आहे" या शब्दांतच या अनुल्लेखाचे स्पष्टीकरण देता येईल. धर्मवेड्या पोर्तुगिजांना हिंदूंचे धार्मिक रीतीरिवाज हे सैतानीवृत्तीचे द्योतक आहेत असे वाटत असल्याने त्यांनी आपल्या मुलखात हे रीतीरिवाज जाहीरपणे साजरे करावयास बंदी घातली होती. त्यामुळे हिंदू पुरोहितांनी मोठ्या प्रमाणावर उपस्थित राहून साजरा केलेला राज्याभिषेक म्हणजे एका मूर्तिपूजकाने केलेली मोठी घटना आहे, असा विचार पोर्तुगिजांनी निश्चितपणे केला असणार आणि अशा या घटनेला ते मान्यताही देऊ शकत नव्हते किंवा त्यासंबंधी बोलूही शकत नव्हते. कारण तसे केल्यास आपण पावित्र्यभंग केला असे आपल्याला सतत वाटत राहील अथवा आपल्याला धर्मन्यायपीठासमोर उभे राहून कडक शिक्षेला तोंड द्यावे लागेल असे त्यांना वाटत असावे."[६]

राज्याभिषेकानंतर शिवाजीराजाने कर्नाटकात काढलेल्या स्वारीला ग्वार्दच्या चरित्रात कुठेही स्थान मिळालेले नाही. शिवाजीराजाचे इतर युरोपीय शक्तींशी काय संबंध होते याबद्दलही तो चर्चा करीत नाही.

मराठ्यांची गुप्तचर यंत्रणा, मराठा व मुस्लिम सैन्यांमधील तुलना, शिवाजीची किल्ल्यावरील राजधानी रायगडचे वर्णन, तसेच मोगली सैन्याच्या तळावरचे जीवन यावरचे त्याचे सूक्ष्म निरीक्षण हे त्याच्या चरित्रातील राजकीय घडामोडींच्या चुकांची भरपाई करते.

शिवाजीराजाच्या समकालीन परिस्थितीचे चित्रण सादर करण्याचा ग्वार्द प्रयत्न करतो. तो त्याच्याबद्दलच्या लोकप्रिय अथवा प्रचलित मतांचेच चित्रण करण्याचा प्रयत्न करतो आहे असे नाही तर शिवाजीराजाच्या काही चांगल्या गोष्टींचे कौतुक करून त्याचे व्यक्तिमत्त्वही त्याने रेखाटले आहे. तो म्हणतो, "शिवाजीराजाच्या नावाचा दरारा इतका आहे की कोणीही त्याला आव्हान देण्याचे क्वचितच धाडस करतो."[७] दुसऱ्या ठिकाणी तो म्हणतो, "तो लोकांना देत असलेली चांगली वागणूक व तो दाखवीत असलेला प्रामाणिकपणा यामुळे सगळेजण त्याच्याकडे प्रेमाने व विश्वासाने पाहतात. त्याचे सर्व प्रजाजन त्याच्यावर फार प्रेम करतात. कोणतेही बक्षीस अथवा शिक्षेमध्ये तो अतिशय नि:पक्षपाती असतो. याबाबतीत त्याने जीवनामध्ये कोणत्याही व्यक्तीला अपवाद केले नाही. कोणत्याही गुणाला बक्षिसाशिवाय अथवा गुन्ह्याला शिक्षेशिवाय सोडले नाही, त्याचे शौर्य व चांगल्या वागणुकीमुळे त्याच्यावर सर्व माणसे प्रेम करतात. न्यायव्यवस्थेत कुठल्याही न्यायाधीशांशी चर्चा न करता तो आपल्या प्रजेला सुखी ठेवतो, त्याच्या या प्रसिद्धीमुळे तो सगळ्या हिंदुस्थानात दरारा बसवणारा तसेच प्रजेची काळजी घेणारा सर्वश्रेष्ठ

राजा म्हणून ओळखला जातो.''८

शिवाजीराजाची जन्मतिथी हा विवादाचा विषय सोडविण्याचा धागा नकळतपणे त्याने दिलेला आहे. त्याच्या मते १६६० मध्ये शिवाजीराजा २९ वर्षांचा होता. 'शिवभारत' आणि 'जेधे शकावली'चा पुरावा धरून पुण्यातील इतिहासतज्ज्ञांनी मान्य केलेल्या १६३०या शिवजन्मतिथीला जवळची अशी ही जन्मतिथी आहे.९

शिवाजी राजावर त्याचे सैनिक किती प्रेम करीत होते याचे वर्णन करताना ग्वार्द म्हणतो, ''माझ्या सैनिकांचे प्रेम हे जगातील कोणत्याही गोष्टीपेक्षा मला सर्वश्रेष्ठ वाटते.''१० सर्व गरजू व्यक्तींना तो संरक्षण देतो आणि स्वत:च्या राज्यात न्याय राखण्याचा प्रयत्न करतो. आपल्या गरजू प्रजेला तो संरक्षण देतो आणि आपल्या राज्यात न्यायाचे पालन करतो. ग्वार्द म्हणतो, ''आपल्या राज्यातील अगदी दु:खी प्रजेला तो वारंवार भेटी देतो. आपल्या देशात शांतता आणि सुरक्षितता नांदावी अशी त्याची प्रामाणिक इच्छा असून सर्व प्रजाजन समृद्धावस्थेत रहावेत याची खात्री करून घेण्याचा तो चांगला प्रयत्न करतो. त्याने आपल्या राज्यात पुष्कळ कायदे केले नाहीत. परंतु, त्याच्या आज्ञांचे प्रजा पूर्णपणे पालन करते. कलह अथवा दंगे-धोपे आणि विशेषत: चोरी या गुन्ह्यांना त्यांच्या राज्यात थारा नाही आणि या बाबतीत कोणी गुन्हा केला तर त्याला त्यासाठी मृत्युदंड भोगावा लागे. त्याच्या राज्यातील कोणत्याही ठिकाणी अथवा प्रांतात एखाद्या गावकऱ्याने एखाद्या प्रवाशाला त्रास देण्याचा प्रयत्न केला आणि त्या प्रवाशाने शिवाजीराजाकडे प्रार्थना केली, तर त्याची सर्व संकटे लयाला जातील. असा त्याचा दरारा आणि त्याच्याबद्दलचा आदर त्यांच्या प्रजेच्या मनात होता.११ ग्वार्दने शिवाजीराजाची जी प्रतिमा आपल्या शिवचरित्रात रेखाटली आहे आणि समकालीन मराठी बखरी आणि इतर कागदपत्रांतून शिवाजीराजाच्या जीवनाचे जे वर्णन आले आहे या दोन्हींमध्ये बरेच साम्य आढळून येते. थोडक्यात मराठ्यांच्या इतिहासावर आजवर सामान्यपणे जे लेखन आणि विशेषत: परकीयांकडून झाले आहे, त्यात ग्वार्दचे 'शिवचरित्र' त्याच्या सर्व मर्यादा आणि दोष यांच्यासह एक महत्त्वपूर्ण स्थान प्राप्त करून राहिले आहे. एक समकालीन इतिहासाचे साधन म्हणूनदेखील ते महत्त्वाचे आहे. स्वकीय राजाच्या कसल्याही ऋणात नसणाऱ्या एका समकालीन परकीयाने लिहिलेल्या या चरित्रामुळे इतिहासकाराला, परकीयांच्या दृष्टिकोनातून शिवाजीराजांच्या कार्याची मीमांसा करणे शक्य झाले आहे.

टिपा आणि संदर्भ

१ . S. N. Sen (Ed.) - Foreign Biographies of Shivaji, 2nd Ed. Calcutta K. P. Bachi, a Co 1977 पा. २-४

२ . पिसुर्लेकर पां. स. – 'शिवाजी महाराजांचे एक पोर्तुगीज चरित्र' विविध ज्ञान विस्तार, खंड ६, १९, १९, पृ. ५५

३ . Sen S. N. पूर्वोक्त पा. ३

४ . तत्रैव पा. ११२

५ . पिसुर्लेकर पां. स. – पोर्तुगीज मराठेसंबंध पुणे विद्यापीठ, पुणे, १९६५, पृ. १२ (संक्षेप, पांसपि)

६ . T. R. Desouza - 'The Impact of Shivaji's Power upon the Administration and people of Goa' Paper presented at the Seminar of 'Chhatrapati Shivaji as a Nation Builder', Delhi, 1975.

७ . Sen पूर्वोक्त पा. ४०

८ . तत्रैव पा. ५९-६०

९ . तत्रैव पा. ६३

१० . तत्रैव पा. ६६

११ . तत्रैव पा. १२१

❏

२
प्रारंभीचे ब्रिटिश इतिहासकार

प्लासीच्या युद्धानंतर (१७५७) ब्रिटिशांनी भारताच्या राजकारणात विशेष लक्ष घालण्यास सुरुवात केली. त्यानंतर, बक्सारच्या युद्धातील विजयामुळे (१७६४) त्यांना मोगलांच्या नामधारी बादशाहा शहा आलम याच्याकडून बंगालचे 'दिवाणी हक्क' - म्हणजे राज्यकारभार पाहण्याचे हक्क मिळविता आले. तसेच १७६१च्या पानिपत युद्धात मराठ्यांच्या झालेल्या दारुण पराभवामुळे त्यांच्या उत्तर हिंदुस्थानातील सत्तेला चांगलाच शह मिळाला होता. ही सारी परिस्थिती ब्रिटिशांना अनुकूल अशीच होती.

ईस्ट इंडिया कंपनी ही प्रामुख्याने व्यापारी लोकांची होती. त्यामुळे राजकारभारापेक्षा व्यापाराला ती कंपनी अग्रक्रम देत असे. सार्वभौमत्व विरुद्ध व्यापार या कंपनीच्या धोरणावर इंग्लंडमध्ये चर्चा होत असे आणि त्यात मोठमोठे अर्थशास्त्रज्ञ भाग घेत असत. बंगालवर ज्यांचे नियंत्रण राहील आणि ते बंगालसाठी काही महत्त्वाची कृतियोजना कार्यान्वित करण्यासाठी तयार होतील तेव्हा सार्वभौमत्व आणि व्यापार हे परस्परांचे साथीदार होतील असा युक्तिवाद केला जात असे. अर्थशास्त्राच्या प्रतिष्ठित सांप्रदायाचा (Classical School of Economics) एक ज्येष्ठ अर्थशास्त्रज्ञ ॲडम स्मिथच्या मते, संपूर्णपणे व्यापारी कंपनीचे सरकार हे कोणत्याही देशातील सरकारामध्ये अगदी निकृष्ट दर्जाचे सरकार असेल.[१] अर्थशास्त्रज्ञांच्या मते व्यापार आणि सार्वभौमत्व या कल्पना परस्परांशी सुसंगत नाहीत आणि त्यामुळे सार्वभौमत्व हे व्यापारवाढीस अनुकूल असेल का विघातक असेल, याबद्दल शंका उपस्थित केल्या जात होत्या.[२]

सुरुवातीच्या काळातील ब्रिटिश नोकरशहा (मुलकी व लष्करी) यांना त्यांच्या इतिहासकारांकडून भारत व भारतीय लोक यांच्याबद्दलची माहिती मिळवण्याची तीव्र इच्छा होती. मराठे व त्यांचा इतिहास याबाबत ही गोष्ट स्पष्टपणे दिसून येते. भारतात सार्वभौमत्व मिळविण्याबाबत मराठ्यांचाच अडथळा होता. त्यामुळे गतकालीन मराठ्यांच्या इतिहासाबाबत ज्ञान मिळविण्यासाठी काही ब्रिटिश अधिकारी फारच उत्सुक होते. त्यांना दिसत होते की, लवकरच मराठ्यांचा प्रदेश आपल्या हाती येईल. त्यामुळे पुढील काळातील जबाबदारीच्या दृष्टीने या प्रदेशाबाबत आवश्यक ते ज्ञान मिळविणे गरजेचे आहे असे त्यांना वाटत होते.

कॅप्टन जेम्स केर :

कॅप्टन जेम्स केर हा पहिला ब्रिटिश अधिकारी की त्याने १७८२ मध्ये इंग्रजीमध्ये मराठ्यांचा इतिहास लिहिला.[३] त्याचे लिखाण हे स्वतंत्रपणे केलेले नव्हते तर ते त्यांच्या मुन्शीने एका फार्सी ग्रंथाचा केलेला अनुवाद होता. कॅप्टन केरच्या चरित्राबद्दल तसेच त्याने कोणती साधने वापरली किंवा मराठ्यांच्या इतिहासाच्या अनुवादाकरिता कोणते ग्रंथ वापरले याबाबत फारशी माहिती मिळत नाही.

केरच्या दृष्टीने मराठा ही एक फारशी प्राचीन नसलेली एक जमात होती. त्याच्या दृष्टीने त्या फार्सी मुन्शीला भारताच्या सर्वसाधारण इतिहासाबद्दल अधिक जाणकारी होती. निरीक्षणशक्ती, चाणाक्षपणा व प्रामाणिकपणा हे गुण त्याच्या ठायी होते. परंतु, त्याने लिहिलेल्या मजकुरावरून असे दिसून येते की तो चुकीच्या मार्गाने जात होता. तो म्हणतो की मुन्शीने आपली अजिबात दिशाभूल करू नये अशी सक्त ताकीद त्याला दिली होती. परंपरेने आलेली माहिती तसेच अलीकडच्या काळातील उत्तमोत्तम फार्सी ग्रंथांतील माहिती त्याने स्वत:च्या देखरेखीखाली एकत्रित केली होती.

केर असे स्पष्टपणे म्हणतो की, त्याने वर्णिलेली हकीगत, काही कमी महत्त्वाचे प्रसंग अथवा त्यांचा काळ या संबंधात अगदी अचूकपणे माहिती पुरवेलच असे नाही. केर या सर्व गोष्टी प्रकाशित करण्यास उत्सुक नव्हता. त्याचे काही मित्र व साहित्यविश्वातील काही लोकांनी त्याला त्या प्रसिद्ध करण्यास उद्युक्त केले. तो म्हणतो की, या हकिकती आताच्या काळातील लोकांत अस्वीकारार्ह अथवा रसहीन वाटण्याची शक्यता आहे. कदाचित त्या योग्यही नसतील. या विषयासंदर्भात सर्वसामान्य ज्ञान मिळविणे हेच या हकिगती सांगण्यामागचा उद्देश आहे असेही तो म्हणतो. परंतु, या घटनांसंबंधी ज्या भावी संशोधकांना अधिक माहिती संपादन करण्याची संधी मिळण्याची शक्यता असेल तर त्यांनी या घटनांचा सूक्ष्मपणे अभ्यास कसा करावा यासंबंधीची दिशा दाखविण्याचा एक नम्र प्रयत्न मी केला आहे असे तो म्हणतो. या हकिकती लोकांसमोर मांडताना तो विनयपूर्वक कबूल करतो की आपण इतिहासकारांच्या क्षेत्रामध्ये प्रवेश करू इच्छित नाही. तो स्वत:ला भाषांतरकारापर्यंच सीमित करू इच्छित होता.

त्याच्या मुन्शीकडून नियमितपणे फार्सीचे धडे घेण्याव्यतिरिक्त १७७३ मध्ये प्रकाशित झालेल्या 'लाइफ ऑफ नादिरशहा'चा कर्ता मि. जोन्स याने लिहिलेल्या फार्सी व्याकरणाचा त्याने अभ्यास केला होता. रिचर्डसन लिखित अरेबिक व्याकरणाबरोबरच अरेबिक डिक्शनरीची त्याला चांगलीच ओळख होती. अलेक्झांडर डोव लिखित 'हिस्ट्री ऑफ हिंदुस्तान' व १७६८ ते १७८१ दरम्यान प्रसिद्ध झालेले रॉबर्ट ऑर्मचे ३ खंड 'ए हिस्ट्री ऑफ द मिलिटरी ट्रॅन्झॅक्शन ऑफ द ब्रिटिश नेशन इन हिंदोस्तान' (१७४५-१७६१) या समकालीन साहित्यकृतींचा तो उल्लेख करतो. फार्सी हस्तलिखिते भाषांतरित करताना

त्याने या साहित्यकृतीचा नक्कीच अभ्यास केला असणार.

तो दहा वर्षे भारतात राहिला होता व तेथील लोकांशी त्याचा चांगलाच परिचय झाला होता. प्रस्तुत संदर्भात 'स्थानिक लोकां'बद्दल एक धोक्याची सूचना तो देतो. ज्यांच्याकडून उत्तम माहिती मिळू शकेल अशा स्थानिक लोकांमध्ये रूढ असलेल्या दास्यत्वाच्या भावनेपासून सावध राहण्याची तो सूचना देतो. आपल्या मालकाला जास्तीत जास्त प्रसन्न करण्यासाठी ते नेहमीच चुकीची माहिती देतात व ही माहिती, जे नेहमीच सत्याचा मागे असतात, अशा युरोपियन अभ्यासकांचे समाधान करू शकत नाही. स्वत:चा अनुभव व निरीक्षणाद्वारे स्थानिक लोकांची ही वृत्ती त्याला समजली होती. त्याच्या लेखनासाठी तो जेव्हा मौखिक पद्धतीने इतिहास गोळा करीत होता तेव्हा स्थानिक लोकांच्या या स्वभावापासून स्वत:चा बचाव करावा असा त्याने विचार केला.

तो अथवा त्याच्या शिक्षकाने या हकिकती एकत्र करत असताना फार्सी हस्तलिखिते अभ्यासली त्यांच्या नावांचा त्याने उल्लेख केला आहे. फेरिस्ताची 'तारिखे-ए-फेरिस्ता' (गुलशने इब्राहमी) म्हणजेच भारतातील मुस्लिम सत्तेचा इतिहास याचाही त्याने उल्लेख केला आहे. साताऱ्यात स्थायिक झालेल्या रुंबा व सुंबा यांची माहिती आपल्या १ल्या भागात देण्यासाठी हा ग्रंथ त्याने अभ्यासला होता याचा उल्लेख त्याने केला आहे. १६०९-१० मध्ये विजापूरच्या इब्राहीम आदिलशहाला अर्पण केलेल्या या ग्रंथाची मूळ फार्सी प्रत अथवा त्याचे अलेक्झांडर डॉवने (१७६८-७२) केलेले पहिले इंग्रजी भाषांतर त्याने अभ्यासले की नाही याबाबत कोणालाही माहिती नाही. आलमगीरचा विजय आणि औरंगजेबानंतरचे वारस बहादूरशाह व त्याचे मुलगे याबाबत माहिती देणाऱ्या दोन फार्सी हस्तलिखितांचा त्याने उल्लेख केला आहे. परंतु, त्यांचे संदर्भ मात्र त्याने दिलेले नाहीत. त्याने उल्लेख केलेल्या गोष्टींची पडताळणी करणे अतिशय अवघड तसेच निरुपयोगी काम आहे.

मराठ्यांबाबतची त्याची हकीगत ही पहिला मराठा सरदार रुंबाच्या इतिहासापासून सुरू होते. तो राजस्थानातील उदेपूर येथील असून साताऱ्यात स्थायिक झालेला होता. रुंबा व त्याचा मुलगा सुंबा यांची हकिगत ही अर्थहीन अशी आहे. मालोजी व शहाजी यांना रुंबा आणि सुंबाबरोबर मानणे ही अत्यंत अवघड गोष्ट आहे. त्याने दिलेली माहिती ही इतिहासाला धरून नाही.

केरचा वृत्तान्त १७७३ मधील नारायणराव पेशव्याच्या खुनाबरोबर संपतो. पेशव्याच्या घराण्यातील निराश झालेला रघुनाथराव पेशवा इंग्रजांची मदत मागतो व इंग्रजांच्या बाजूला जाऊन मिळतो येथपर्यंतची म्हणजेच १७७५पर्यंतची भट घराण्याच्या इतिहासाची हकिगत तो शेवटच्या काही परिच्छेदांमध्ये देतो.

या एका घटनेमुळे सुरुवातीच्या काही परिच्छेदांतील हकिगतीत तो मराठ्यांच्या

सत्तेचा उदय व त्यांचा प्रसार व त्यांचे भविष्य याबाबत आपली मते बनविण्यास उद्युक्त झाला. संस्थापकांचा शहाणपणा किंवा त्यानंतर सत्तेवर आलेल्यांच्या योजना यापेक्षा नशीब व दैव यांचा सहभाग हा त्यांच्या जोरदार उदय व प्रगतीस कारणीभूत आहे असे तो म्हणतो. ते त्यांच्या सत्तेच्या शिखरावर आधीच पोहोचले आहेत आणि त्यांनी ज्या वेगाने तो प्रदेश अंकित केला त्याच वेगाने त्यांची भारतातील सत्ताही लोप पावेल असे मत जर त्या काळच्या स्वरूपावरून बनविले तर ते फाजील अथवा अनधिकृत ठरणार नाही असे तो म्हणतो.[४]

मराठ्यांच्या इतिहासावरील केरचा हा वृत्तान्त म्हणजे या क्षेत्रातील ब्रिटिशांच्या सहभागाचा पहिला प्रयत्न असलाच तरी तो मराठ्यांच्या इतिहासावरील अधिकृत व शास्त्रीय होता असे म्हणता येत नाही. कारण त्याच्यात अनेक त्रुटी होत्या व तो अधिकृत ऐतिहासिक साधनांवर आधारित नव्हता.

कॅप्टन केरच्या नंतर समकालीन इतिहासकारांनी ज्यांनी मराठ्यांच्यावर लिहिले आहे, त्यांनी त्यांच्या योगदानाचे मूल्यमापन कसे केले आहे हे बघण्यासारखे आहे. त्याच काळात रॉबर्ट ऑर्मने भारतीय इतिहासावरील त्याचे काम प्रसिद्ध केले, परंतु त्यात केरच्या कामाची दखल घेतलेली नाही. हस्तलिखिते हीच या विषयांवर ऐतिहासिक मार्गदर्शक आहेत असे केरचे विधान आहे. यावर ऑर्म म्हणतो की, कॅप्टन केरच्या कामापूर्वीच आम्ही १६८९ पर्यंत शिवाजी व त्याच्यानंतरचे मराठे या विषयाचे संकलन केले आहे.[५] त्यामुळे आमच्या माहितीत काही बदल करण्याची जरुरी भासली नाही. माझे सर्व लेखन आम्ही केलेल्या संशोधनावर व माहितीवर आधारित आहे. यावरून ऑर्मच्या मते केरचा इतिहास फारसा महत्त्वाचा नव्हता हे स्पष्ट होते.

जर्मन इतिहासकार स्प्रेन्गेल एम. सी. याने मराठ्यांच्या इतिहासावरील त्याचे पुस्तक १७८५ मध्ये प्रसिद्ध केले. त्याला कॅप्टन केरच्या वृत्तांताची जाणीव होती व त्याने त्याच्या पुस्तकाच्या उपोद्घातात त्यावर एक दीर्घ परिच्छेद लिहिला होता आणि मराठ्यांच्या इतिहासातील काही घटनांवर चर्चा करताना त्याने त्याची दखल घेतली होती.[६] तो लिहितो, ''मि. जेम्स केर या इंग्रज गृहस्थाने मराठ्यांचा इतिहास ज्या साधनांवर आधारित लिहिला आहे त्यांचा युरोपमधील लेखक प्रतिवाद करू शकत नाहीत, ती साधने म्हणजे हिंदुस्थानमध्ये सापडत असलेल्या व भारतीय साम्राज्यामधील जुनी व नवीन स्थित्यंतरे वर्णन करणारी अपरिचित फार्सी हस्तलिखिते होत. पण या ग्रंथातील निवेदनावरून सर्वसाधारणपणे असे दिसून येते की, मि. केर आणि त्याच्याजवळची निनावी साधने ही या इतिहासाला दिशा दाखवू शकत नाहीत. त्याने तारखा, व्यक्ती, प्रसंग तसेच इतिहासातील महत्त्वाच्या घटनांची उलटापालट केली. त्याच्यानंतरच्या मराठ्यांच्या इतिहासकारांनी मि. केरचा इतिहास नाकारून त्याला सदोष व बेभरवशाचा ठरविले.

रॉबर्ट ऑर्म (१७२८-१८०१) :

मराठ्यांच्या इतिहासावर लिहिणाऱ्या ब्रिटिश लोकांचे सर्वेक्षण केल्यास रॉबर्ट ऑर्मने लिहिलेल्या व १७८२ मध्ये लंडन येथे प्रकाशित झालेल्या 'Historical Fragments of the Mughal Empire of the Marathas and of the English concerns in Indostan' या त्याच्या कामाकडे दुर्लक्ष करून चालणार नाही. या ग्रंथाच्या नंतरच्या काळात त्याच्या दोन आवृत्त्या निघाल्या त्यावरून समकालीनांनी त्याच्या कामाची दखल घेतल्याचे दिसून येते.

इ.स. १७२८च्या जूनमध्ये रॉबर्ट ऑर्मचा जन्म केरळमध्ये त्रावणकोरजवळील अॅन्जेनगो येथे झाला. त्याचे वडील जॉन ऑर्म हे बॉम्बे येथील ईस्ट इंडिया कंपनीमध्ये सर्जन म्हणून कामाला होते. इ.स. १७३६मध्ये त्याच्या वयाच्या आठव्या वर्षी त्याला लंडन येथील हॅरो स्कूलमध्ये पाठविण्यात आले. व्यापारी उद्योगधंद्याचे प्रशिक्षण घेता यावे म्हणून नंतरच्या काळात त्याला लंडनजवळील दुसऱ्या शाळेत हलविण्यात आले. १७४२मध्ये तो परत भारतात आला व कलकत्ता येथील व्यापारी पेढी 'जॅक्सन अॅण्ड वेडरबर्न' यामध्ये कामाला लागला. या काळात त्याने आपले आई-वडील तसेच भाऊ विल्यम यांना गमावले. इ.स. १७४३ मध्ये कलकत्ता येथे तो ९ ते १० वर्षे राहिला. कंपनीतील आपल्या सेवेच्या कार्यकाळात त्याने अविश्रांत परिश्रम केले. सर्व परिस्थितीचा अभ्यास करून संस्था तसेच शहरातील नगरपालिकेतील कर्मचाऱ्यांच्या हिताचे महत्त्व वाढविले. याच कालखंडात त्याने बरीच चांगली ऐतिहासिक साधने जमा केली. ती त्याने नंतरच्या काळात लिहिलेल्या इतिहासलेखनामध्ये वापरली. इ.स. १७५२मध्ये तो जेव्हा मद्रास ऑफिसात कामाला होता तेव्हा त्याने आपला पहिला निबंध लिहिला. त्याचे नाव 'General Idea of the Government and People of Indostan' हे होते. मद्रास येथे असणारा त्याचा समकालीन, रॉबर्ट क्लाइव्हशी त्याने आपले मैत्रीचे संबंध प्रस्थापित केले. इ.स. १७५३मध्ये तो क्लाइव्हबरोबर मायदेशी परत आला व तेथे तो जवळ जवळ एक वर्ष राहिला. भारताविषयी त्याने संपादन केलेल्या ज्ञानामुळे ईस्ट इंडिया कंपनीच्या अधिकाऱ्यांना त्याने प्रभावित केले व इ.स. १७५४मध्ये मद्रास प्रांताचा गव्हर्नर कौन्सिलचा सदस्य म्हणून त्याला निमंत्रित करण्यात आले.

याच कालखंडात फ्रेंच व इंग्लिश या दोन युरोपियन सत्ता कर्नाटकमध्ये व्यापार व उद्योग विकसित करण्यात गुंतल्या होत्या.[७] इ.स. १७४०-४८मधील ऑस्ट्रियन वारसा हक्काच्या युद्धात फ्रान्स व इंग्लड सत्ता गुंतल्यामुळे भारतातील या दोन व्यापारी कंपन्यांमध्येही युद्धजन्य स्थिती निर्माण झाली. यामुळे इ.स. १७४८ ते १७६० दरम्यान फ्रेंच व इंग्रज यांमध्ये कर्नाटकात तीन युद्धे झाली. त्यांमध्ये शेवटी वांदिवॉश येथील लढाईत फ्रेंचांचा पाडाव झाला. शेवटच्या कर्नाटक युद्धात ऑर्म हा मद्रास येथे होता. तो या युद्धाला

'कोरोमंडलचे युद्ध' म्हणून संबोधतो. कौन्सिलचा सदस्य या नात्याने त्याने इ.स. १७५५ ते १७५९ दरम्यान कर्नाटक युद्धातील लष्करी मोहिमांमध्ये प्रत्यक्ष सहभाग घेतला. असे म्हटले जाते की, या युद्धात अतिशय आणीबाणीच्या काळात त्याच्यातील राजकीय नेतृत्व व मुत्सद्दीपणा हे गुण ठळकपणे पुढे आले. या त्याच्या कामगिरीमुळे कंपनीच्या संचालक मंडळाने त्याची मद्रास प्रांताचा गव्हर्नर म्हणून नियुक्ती केली. परंतु, या मानाच्या पदावर तो फार काळ कार्यरत राहू शकला नाही.

इ.स. १७६० मध्ये तो लंडनला गेला आणि त्याने 'History of the Military Transactions of the British Nation in India from the year 1745' या विषयावर लिहिण्यास सुरुवात केली. हे काम इ.स. १७६३ ते १७७८ या कालावधीत तीन खंडांत पूर्ण केले. हिंदुस्तानचे मुसलमान विजेते यांनी येथे निर्माण केलेल्या व्यवस्था यासंबंधीचा एक प्रबंध त्याने या तीनही खंडांना जोडला. ११७५ पानांच्या एकूण तीन खंडांत त्याने १७४५ ते १७६१ या कालावधीत ब्रिटिशांनी लढलेले कोरोमंडलचे युद्ध तसेच बंगालच्या युद्धांचा इतिहास ग्रथित केला आहे. समकालीन इतिहासाचाच हा एक भाग आहे.[८]

इ.स. १७७० मध्ये सोसायटी ऑफ डायरेक्टर्सनी त्याला इंडिया ऑफिसमधील अभिलेख तपासण्याची मुभा दिली. कंपनीचा अधिकृत इतिहासकार म्हणून कंपनीने त्याची वार्षिक ४०० पौडांवर नियुक्ती केली. भारतामध्ये असताना तो क्लाइव्हच्या निकटचा स्नेही होता, परंतु त्यांची मैत्री इ.स. १७६९नंतर संपुष्टात आली. तो सॅम्युयल मॉन्सनचा समकालीन होता व तो त्याची खूप स्तुती करीत असे. तो म्हणत असे, "जॉन्सन कोठल्या विषयावर बोलत असे याची तो पर्वा करीत नाही, परंतु इतर कोणापेक्षाही त्याला भाषण करीत असताना ऐकणे हे मला प्रिय होते." जॉन्सनबद्दलच्या या कुतूहलानेच तो अभिजात साहित्याचा अभ्यास करण्यास उद्युक्त झाला. पेंटिंग करण्याचे व कधीतरी कविता लिहिण्याचे कसब त्याने विकसित केले होते. आपल्या आयुष्यात त्याने अनेक कागदपत्रे गोळा केली, ती लंडनमधील इंडिया ऑफिस लायब्ररीत जतन करून ठेवण्यात आली आहेत.

इ.स. १७८२ मध्ये त्याने 'Historical Fragments' हा ग्रंथ अतिशय परिश्रमपूर्वक काम करून लिहिला. तो नुसतेच 'Fragments' म्हणून ओळखला जातो. इ.स. १७८२ व १८०५ मध्ये लंडन येथून त्याच्या पहिल्या दोन आवृत्त्या प्रकाशित झाल्या. १०० वर्षांच्या कालखंडानंतर इ.स. १९०५मध्ये कलकत्ता येथून तिसरी आवृत्ती प्रकाशित झाली. 'Fragments' हे त्याचे शेवटचे काम होते. जानेवारी १८०१मध्ये तो वयाच्या ७३व्या वर्षी मरण पावला.[९] 'Fragments' हे त्याचे मराठ्यांवर लिहिले गेलेले सुरुवातीचे साहित्य मानले पाहिजे. इ.स. १६५९मध्ये हे सुरू होते व इ.स. १६८५ (१६८९?)ला हे संपते. हा कालखंड म्हणजे सर्वसामान्यपणे दख्खनचा तसेच मराठ्यांचा व ब्रिटिश सत्तेचा वैशिष्ट्यपूर्ण कालखंड समजला जातो. मराठ्यांच्या दख्खनमधील हालचालीच्या

वर्णनानेच या पुस्तकाचा बराचसा भाग व्यापलेला आहे. तो त्याला 'Fragments' म्हणून संबोधतो व पूर्वेकडील इतिहासाच्या महत्त्वपूर्ण कालखंडावर यामुळे अधिक भर पडू शकेल अशी आशा व्यक्त करतो. १८०५ साली निघालेल्या या ग्रंथाच्या दुसऱ्या आवृत्तीचा संपादक म्हणतो, "भारतातील असंख्य लोकांपैकी ज्या काही जणांकडे ऐतिहासिक साधने असतील, ते लोक 'फ्रॅगमेंट्स'मध्ये ज्या त्रुटी आहेत आणि ज्या भरून काढणे आमच्या आवाक्याबाहेरचे आहे, त्यासाठी आवश्यक ती माहिती आम्हाला पुरवतील अशी आशा आम्ही बाळगून आहोत. या काळातील अज्ञात घटनांचा शोध घेणे आवश्यक आहे. कारण त्यामुळे त्या घटनांची महानता आणि त्यांच्याशी संबंधित व्यक्तींची ताकद आपल्याला समजेलच, पण जी राज्ये अथवा सत्ता ज्यांच्याशी आमचा संबंध आहे किंवा ज्यांची आम्हाला काळजी वाटते आणि ज्यांच्या उदयाच्या आणि विद्यमान स्थितीचा औरंगजेबाच्या कारकिर्दीशी काही संबंध नाही अथवा त्याच्या वंशजावर काही प्रभाव पडला होता का, हे जाणून घेण्यास ही माहिती आवश्यक आहे."

शिवाजीराजाची माहिती देताना या आवृत्तीत संपादक पुढे म्हणतो, "सध्याच्या मराठ्यांच्या राज्याचा संस्थापक शिवाजीबद्दलची त्याची माहिती ही औत्सुक्यपूर्ण तसेच चित्तवेधक आहे. Fragments च्या पूर्वतयारीच्या काळात त्याने पुन्हा पोर्तुगीज, स्पॅनिश, डच व इटालियन भाषेचा परिचय त्याचा मित्र मि. बॉऊटन रॉफ, आता सर चार्ल्स रॉफ बाऊटन बर्ट यांच्याकडून करवून घेतला, कारण तो प्राच्यविद्येमध्ये निपुण होता आणि त्याने आइन-इ-अकबरी, फेरिस्ता तसेच फार्सी हस्तलिखिताचे अनुवाद मोठ्या प्रमाणावर त्याला पुरविले.[१०]

शिवकाळाबद्दलची माहिती जिथून मिळणे शक्य असेल तिथून ऑर्मने मिळविण्याचा प्रयत्न केला. भारताच्या इतिहासातील सर्वात अधिक महत्त्वाच्या घटना या कालावधीत घडल्या तसे तो मानतो. याचाच संदर्भ घेत तो १६ जून १७७९ रोजी लिहितो, "इतिहासामध्ये इतर गोष्टींपेक्षा ज्या गोष्टींकडे लक्ष देणे जरुरीचे असते ते म्हणजे राज्यात घडून येत असलेल्या राज्यक्रांतीचा काळ किंवा एखाद्या नवीन राज्याच्या स्थापनेच्या प्रगतीचा, विकासाचा काळ की त्यावेळी जास्तीत जास्त काळजीपूर्वक, नीट तपास करणे आवश्यक असते. दक्षिण भारतातील मराठ्यांच्या राज्याचा शिवाजी हा संस्थापक होता, परंतु त्याच्या जीवनावर प्रकाश पडेल अशी अचूक व आवश्यक अशी माहिती आत्तापर्यंत आपल्याकडे नाही."[११]

मराठ्याच्या इतिहासावरील त्याच्या 'Fragments'ची सुरुवात तो चित्तोडच्या राजाच्या इतिहासापासून करतो; कारण ते आपल्याला प्राचीन काळातील राजा पौरसचे वंशज मानत होते. इ.स. १६५९मधील अफझलची घटना ही मराठ्यांच्या इतिहासात वैशिष्ट्यपूर्ण समजली जाते. याच घटनेमुळे बलाढ्य दखखनी सत्ता म्हणजेच विजापूर

येथील आदिलशाही सत्तेविरुद्ध शिवाजीराजाला आपल्या शक्तीची क्षमता तपासण्याची संधी मिळाली. ऑर्म आपल्या हकिगतीचा प्रारंभ या घटनेपासून करतो. तो लिहितो, "शिवाजीराजाने आपल्या हाताने त्याला भोसकले, असे म्हटले जाते की कमीत कमी संशय यावा यासाठी त्याने कदाचित युक्तीचाही परिणामकारक वापर केला असावा."[१२]

नंतर तो शिवाजीराजाने केलेल्या लष्करी पराक्रमाच्या हकिगती देतो. इ.स. १६६७ पर्यंतच्या शिवाजीच्या राज्यविस्ताराबाबत म्हणजेच जवळजवळ शिवाजी आग्र्याहून औरंगजेबाच्या कैदेतून सुटून आल्यानंतरची हकिगत विदित करतो.[१३] कंपनीने मुंबई बेट कसे मिळविले हेही तो सांगतो. त्याचबरोबर तो शिवाजीराजाचे इंग्रजांबरोबर कसे संबंध होते ते तो राजापूरच्या वखार लुटीच्या संदर्भात सांगतो. रामनगरच्या 'चौथिया' राजावरील हल्ला, तसेच त्याने पोर्तुगिजांकडे केलेली चौथाईची मागणी की जी ते रामनगरच्या राजाला देत असत याचा तो उल्लेख करतो. इ.स. १६७४ मध्ये शिवाजीने केलेला राज्याभिषेकाचा काय उद्देश होता याचाही उल्लेख या पुस्तकात सापडतो.[१४] "तो फार पूर्वीपासूनच दुसऱ्या सत्तेपासून स्वतंत्र झाला होता. समारंभ ब्राह्मणांपासून करून घेण्याचा हेतूच मुळी मोगलांना तसेच इतर दोन मुस्लिम सत्ता की ज्याच्याबरोबर त्याची सतत युद्धे होत, त्यांना अपमानित करण्याचा होता. स्वत:च्या लोकांकडून मान्यता मिळविणे, त्यांनी धारण केलेली बिरुदे तसेच मराठ्यांचा राजा राज्यावर आला यावर शिक्कामोर्तब करणे हा हेतू मुख्यत्वेकरून त्यांचा होता."

इ.स. १६७४ मधील शिवाजीराजाच्या राज्यविस्ताराबाबत तो लिहितो आणि सांगतो की मराठी भाषेचा विस्तार हा बारदेशच्या बेटापासून किनाऱ्याकिनाऱ्याने तापी नदीपर्यंत झाला आहे.[१५] त्याच्या या माहितीचा मुख्य स्रोत म्हणजे हेन्री ऑक्झेंडनचा वृत्तान्त होय. राज्याभिषेकसमयी रायगडावर तो उपस्थित होता. मराठ्यांच्या इतिहासावर नंतर लिहिणारे लेखक हे मुख्यत्वे करून या इंग्लिश साधनांवर अवलंबून होते. शिवाजीराजाचा राज्याभिषेक व त्यांनी लुटलेल्या राजापूरच्या वखारीसंबंधात अफवा आणि किस्से त्या काळात खूपच बोकाळले होते आणि कोठल्याही प्रकारची शहानिशा न करता ऑर्मने आपल्या Fragments मध्ये त्याचा समावेश केला होता. तो लिहितो, इ.स. १६७६मध्ये असे सांगितले गेले तसेच मानले गेले की शिवाजीराजा आजारी होता, त्याचा मुलगा संभाजीकडून रायरी येथे विषप्रयोग केला गेला आणि त्यातच त्यांचे निधन झाले. त्या ओघातच तो शिवाजीराजाचा दीर्घ मुक्काम इ.स. १६७६ साली रायगडावर होता हे सांगण्याचा तो प्रयत्न करतो.[१६] तो म्हणतो, "ही घटना त्यांच्या जीवनातील एका महत्त्वपूर्ण टप्प्याची प्रस्तावना होती जी पुरेशा साधनाअभावी वर्णन करण्यास अपुरी होती. हा संदर्भ शिवाजीच्या इ.स. १६७७-७८मधील कर्नाटक मोहिमेसंबंधी असावा. कागदपत्रांच्या अभावी ऑर्म या घटनेबाबत फार बोलू शकत नसावा.[१७] तो म्हणतो,

“अलीकडच्या काळात आमच्या देशाने शस्त्रास्त्रे आणि देशहिताच्या दृष्टीने या मोहिमेकडे विशेष लक्ष पुरविले असले तरी समकालीन साधनांच्या अभावामुळे या मोहिमेचा सलग वृत्तान्त मिळविण्याच्या कामी आम्हाला फारसे यश आले नाही.”[१८]

इ.स. १७४५-१७६१ मधील ब्रिटिशांच्या कर्नाटकमधील लष्करी हालचालींबद्दल त्याने बरेच लिहिले आहे. त्यामुळे कर्नाटक मोहिमेसंबंधी ऑर्मने दाखविलेली उत्सुकता स्वाभाविकच आहे. यावरून असे दिसून येते की, फ्रँकॉय मार्टिनचे ‘मेमॉअर्स’ व जर्नल्सबद्दल त्याला काहीच माहिती नव्हती. मार्टिन हा फ्रेंच ईस्ट इंडिया कंपनीमध्ये चाळीस वर्षे कामाला होता व त्याने कर्नाटकमधील घडामोडींमध्ये चांगलाच सहभाग घेतला होता. शिवाजीच्या कर्नाटकमधील मोहिमेचा खूपच वृत्तान्त त्याच्या ‘मेमॉअर्स’ (१६६४-१६९६)मध्ये आलेला आहे. इंग्लंड व फ्रान्समधील दुश्मनीमुळे कदाचित त्याला पॅरिसच्या अथवा पाँडेचेरीच्या अभिलेखागारातील कागदपत्रांचा अभ्यास करता आला नाही. कर्नाटकमधील शिवाजीच्या जोरदार यशाच्या संदर्भानंतर तो लिहितो की, शिवाजीच्या वाढत्या शक्तीमुळे औरंगजेबाचा संताप वाढलेला होता.

शिवाजीने सिद्दीशी केलेल्या लढाया व त्याला नामोहरम करण्याचे त्याचे प्रयत्न याबद्दल ऑर्मेने बरेच लिहिले आहे. त्याच्या म्हणण्यानुसार शिवाजी ५ एप्रिल (मात्र भारतीय इतिहासकार ३ किंवा ४ एप्रिल म्हणतात.), १६८० रोजी वयाच्या ५२व्या वर्षी मरण पावला.[१९] त्याने रेखाटलेल्या शिवाजीच्या दीर्घ चरित्रात काही विशिष्ट लक्षणे दिसून येतात. भोसले घराण्याचे मूळ, शिवाजीचा धार्मिकपणा, हिंदू देवतांबद्दल असलेला उत्कट भाव, साधे खाजगी जीवन, कंजूषपणा तसेच त्याच्या वागण्यात नसलेला उद्धटपणा अथवा डामडौलपणा, एका सार्वभौम राजाप्रमाणे परोपकारी व प्रजाहितासाठी चिंताग्रस्त असणे, त्यामुळे प्रजा त्याचे ऐकेल याची त्याला असलेली खात्री होती.[२०] त्याच्या लष्करी संघटनेचे वर्णन करून तो लिहितो, “शिवाजीकडे सेनापतीचे सर्व गुण होते. ज्या सेनापतींबद्दल आपल्याला माहिती आहे अशा सर्वांहूनही तो वैयक्तिक रीत्या वरचढ होता. तो प्रत्येक आणीबाणीच्या कठीण परिस्थितीला खंबीर मनोवृत्तीने आणि सूक्ष्म दृष्टीने तोंड द्यायचा. त्याचा सर्वात सक्षम असणारा सेनापतीसुद्धा त्याच्या अलौकिक शक्तीच्या श्रेष्ठत्वाला मौन संमती देत असे आणि सैनिकसुद्धा आपण शिवाजीला हाती तलवार घेऊन लढताना प्रत्यक्ष बघितल्याचे गर्वाने सांगत असत.”[२१]

‘फ्रॅगमेंट्स’मध्ये शिवाजीराजाचे जे चित्र ऑर्मने रेखाटले आहे त्यावरून हे स्पष्ट होते की, त्याच्या व्यक्तिमत्त्वाने तो विशेष प्रभावित झाला होता. तो म्हणतो, “त्याने निर्माण केलेल्या राज्याचा पालनकर्ता म्हणून त्याला बहुमान दिला जातो. आपल्या लोकांत तो संशयातीत मोकळेपणाने आणि अनेकवेळा एकटाच फिरतो, त्याच्याशी शत्रुत्व बाळगणाऱ्या राजांना जरी ते आपल्याच किल्ल्यात आणि सैन्यासमवेत असले, तरी

शिवाजीराजाच्या हिकमतीमुळे ते कायमच भयभीत झालेले असतात. स्वदेशात लिहिलेले त्याचे चरित्र आम्हाला जेथे जेथे मिळेल त्यात त्याचे चित्रण ज्याच्या अंगी डावपेच करण्याची विपुल शक्ती आहे आणि त्याच्या जोडीला निर्भय धीटपणा, जो कोणत्याही संकटाचा मुकाबला करण्यास पुरेसा असला तरी त्याला युक्तीने बगल देऊन त्यावर मात करणेच तो पसंत करेल आणि ते अशक्य झाले तर कोणतेही शस्त्र त्याच्या खुल्या धीटपणावर मात करू शकणार नाही असे केले आहे.''२२

सतराव्या शतकात आणि अठराव्या शतकात ब्रिटिशांना ज्या मराठी सत्तेच्या संस्थापकाशी आणि त्याच्या वंशजांशी लढावे लागले, त्या शिवाजीराजासंबंधी ब्रिटिश इतिहासकाराचे प्रामाणिक आणि विचारपूर्वक बनविलेले मत असे होते. आपल्या शिवस्तुतीला पूरक असे औरंगजेबाचे विचार ऑर्म आपल्या इतिहासात मांडतो, ''शिवाजीराजाच्या मृत्यूची बातमी कानी पडताच औरंगजेबाला आपल्या आनंदाच्या भावना लपविता आल्या नाहीत. तसेच त्याने आपल्या उभ्या आयुष्यात शिवाजीराजाच्या व्यक्तिमत्त्वाला जो न्याय द्यायला हवा होता तोही त्याला दाबून ठेवता आला नाही.'' औरंगजेब म्हणतो, ''ज्या काळात भारतातील सार्वभौम सत्ता नष्ट करण्याचा मी प्रयत्न करीत होतो त्या काळात शिवाजीराजा हा एक महान सेनापती होता आणि एक नूतन राज्य निर्माण करण्याचे मोठे औदार्य असलेला तो एकमेव महापुरुष होता. माझे सारे सैन्य सतत १९ वर्षे त्यांच्याशी लढा देत होते, तरीसुद्धा त्याचे राज्य दिवसेंदिवस वाढतच होते.''२३

शिवाजीराजाच्या स्वराज्याच्या सीमा, त्याच्या मृत्युसमयी किती होत्या त्याचे सर्वसाधारणपणे अचूक वर्णन करण्यास ऑर्म विसरत नाही. ''ते संपूर्ण राज्य साधारणपणे ४०० मैल लांब आणि १२० मैल रुंद इतके होते. ही त्याच्या स्वराज्याची भूमी होती आणि त्याखेरीज येथून ३०० मैल अंतरावर असलेल्या कर्नाटकातील जिंकलेला प्रदेश हा राज्यात सामील झाला होता. तो पुढे म्हणतो की, हा सर्व प्रदेश त्याने एका छोट्या प्रारंभापासून स्वकर्तृत्वाने मिळविला होता आणि आपल्या अंतसमयी चालीरीती, निरीक्षणे, भाषा, धर्म यांच्या आधारे ज्या परकीय विजेत्यांपासून त्यांनी स्वतःची मायभूमी परत मिळविली होती, त्यांच्या जुलुमाला तोंड देण्यासाठी संघटित स्वरूपाची, सर्वांचे संरक्षण करणारी संघटना उभी केली.''२४

संभाजीच्या राज्यरोहणाबरोबरच ऑर्मचे 'फ्रॅगमेंट्स' संपते. त्याने काही बखरींच्या आधाराने संभाजीचे व्यक्तिमत्त्व रेखाटले आहे. त्यामुळे साहजिकच संभाजीसंबंधी काही लोकप्रिय आख्यायिका त्याच्या लिखाणात येतात. उदा. त्याने शिवाजीवर केलेला विषप्रयोग, त्याची स्त्रियांबद्दलची आसक्ती, विशेषकरून ब्राह्मणकन्या गोदावरीबद्दलची गोष्ट, जिचे घर रायगड किल्ल्यावरील एका खडकाच्या बाजूला होते आणि संभाजी रात्री त्या खडकावर येत असे.२५ त्यानंतर औरंगजेबाने संभाजीला जर तो मुसलमान होण्यास

तयार असल्यास देऊ केलेली मनसब व नोकरी, त्याला संभाजीने दिलेले बाणेदार उत्तर, "तू जर तुझ्या मुलीशी माझे लग्न लावून दिले तरच."[२६]

मोगल व पोर्तुगीजांविरुद्धच्या संभाजीच्या लष्करी मोहिमांचा वृत्तान्त ऑर्म देतो, परंतु त्याला वाईट वाटते की या तरुण माणसाजवळ आपल्या वडिलांसारखाच शौर्य व उत्साह होता, परंतु वडिलांची दूरदृष्टी व निर्णयक्षमता नव्हती.[२७] तो संभाजीच्या स्त्रीलंपटपणाबद्दल जरा जास्तच वाढवून सांगतो, 'संभाजीचा स्वैराचार, त्याचे तारुण्य व शक्तीमुळे वाढत गेला, तो त्याच्या विनाशाचे कारण होईल असे त्याचे वडील शिवाजींनी खूप आधीच ओळखले होते. तो आपला वेळ प्रलोभन व विलासात वाया घालवायचा आणि निरनिराळ्या ऐषोआरामांतही तो अतृप्त होता आणि सुंदर वस्तू किंवा बाईबद्दल ऐकले तर आई-वडिलांचा अथवा धार्मिक विरोध कितीही असला तरी ते तो मिळवत असे.[२८]

संभाजीचा मंत्री कलुषा कब्जी हा औरंगजेबाचा हेर होता असे समजले जात होते. तो संभाजीला साऱ्या उपभोगाच्या वस्तू पुरवीत असे. त्याने शेवटी संभाजीला मोगलांतर्फे सापळा लावला.[२९] संभाजीला शिक्षा देण्यासाठी त्याची अवर्णनीय अशी दुर्दशा केली व नंतर मानहानिकारक मिरवणूक काढली. शेवटी लोकांसमोर क्रूरपणे हत्या केली. संभाजीच्या मृत्यूमुळे मराठे शरण येतील हा अंदाज खोटा ठरला. उलट युद्ध करण्यास मराठ्यांमध्ये उत्साह संचारला हे निरीक्षण ऑर्म अचूकपणे दाखवितो.[३०]

'इ.स. १६८५ अखेर इंग्रजांचे या साम्राज्याशी कसे संबंध होते येथपासून आपल्या हकिगतीचा फिरून प्रारंभ करणे आवश्यक आहे' हा शेरा देऊन ऑर्म आपल्या 'फ्रॅगमेंट्स'चा शेवट करतो. भारतातील मोगल, मराठे, इंग्रज यांचे संबंध कसे आहेत हे शोधण्यावर जरी ऑर्मचा भर असला, तरी त्याचा सर्व भर हा दख्खनमध्ये उदयास येत असलेल्या मोगल व इंग्रजांना धोकादायक इशारा देऊ शकेल अशा मराठ्यांवरच होता. यामध्ये फक्त ३० वर्षांचाच (१६५९-१६८९) इतिहास आला आहे. अशा पहिल्या भागातील समारोपाच्या शेऱ्यावरून असे दिसते की, पुढील भागात त्यानंतरच्या इतिहासाची हकीगत देण्याची त्याची योजना होती. परंतु हे त्याने कधीही केले नाही. पहिल्या भागाच्या समाप्तीनंतर तो १८ वर्षे जगला. तथापि, त्याला त्यामध्ये रस राहिला नसावा अथवा यापेक्षा जास्त योग्य म्हणजे त्या हकिगती पुढे चालू ठेवण्यास त्याला योग्य ती साधने मिळाली नसावीत. जर त्याने दुसरा भाग पूर्ण केला असता तर १८व्या शतकापर्यंतचा मराठ्यांच्या इतिहासाचा विकास तसेच अस्त यावरील तटस्थतेने केलेले ते एक बहुमोल काम ठरले असते.

ईस्ट इंडिया कंपनीचा इतिहासकार, ऑर्म हा विशेष करून शास्त्रशुद्धपद्धतीने मराठ्यांच्या इतिहासाचा अभ्यास करीत होता. 'फ्रॅगमेंट्स' तयार करताना त्यामध्ये मोठ्या

प्रमाणावर मेहनत घेतल्याचा पुरावा या खंडाच्या परिशिष्टामध्ये असणाऱ्या प्रदीर्घ टीपांवरून दिसून येतो. हे सर्वाधिक मेहनतीचे काम होते असे समकालीन अभ्यासकांनी यथार्थपणे नमूद केले आहे. एकंदर २०९ पानांच्या (तिसरी आवृत्ती) या पुस्तकात १४२ पानांची परिशिष्टेच आहेत. या टिपांमधून त्याने कोणकोणती साधने तपासली आहेत हे कळते. त्याचबरोबर तो प्रामुख्याने युरोपियन वाचकांसाठी अधिक स्पष्टीकरण देतो. युरोपमध्ये उपलब्ध असणाऱ्या फार्सी साधनांमध्ये तो 'आलमगिरनामा' तसेच १७व्या शतकामध्ये भारताला भेट देणाऱ्या प्रवाशांचे वृत्तान्त देतो. उदा. ट्रव्हर्नियर (१६४२-७२), बर्निअर (१६५५-६७), थेवेनॉ (१६६५-६७), कॅरे (१६६८-७२), डेलॉ (१६६९-७६), डॉ. ग्राफ्ट (१६४०-८७), हे (१६७६), फ्रायर (१६७२-८१) आणि मनुची (१६५३-१७०८). ज्या ज्या प्रवाशांनी शिवाजी अथवा मराठ्यांबद्दल लिहिले त्याबद्दल ऑर्म सर्वसाधारणपणे म्हणतो, "शिवाजीच्या वेळी जे जे प्रवासी भारताच्या पश्चिम भागात होते त्यांच्या हकिगतींवरून असे दिसते की, त्याच्या प्रसिद्धीच्या अथवा पराक्रमाच्या कमी अधिक गोष्टी सांगणे हाच मुळी त्यांचा हेतू होता. फ्रेंच प्रवासी कॅरे याने भारताला (सुरत) १६६८ व परत १६७२ मध्ये भेट दिली. त्यासंबंधी ऑर्म लिहितो, 'शिवाजीच्या स्वभावाचे तो मोठ्या उत्साहाने वर्णन करतो. त्याची तुलना तो गुस्टाव्हस ॲडॉलफस आणि ज्युलियस सीझर यांच्याशी करतो आणि त्याच्यामध्ये एका परिपूर्ण नायकाचे आणि सार्वभौमाचे सर्व गुण आहेत असे म्हणतो." जॉन फ्रायरबद्दल तो लिहितो, "सध्याच्या मराठी राज्याचा संस्थापक हा शिवाजी होता असे फ्रायर म्हणतो याकडे आपले लक्ष गेले. तो पुढे म्हणतो की, फ्रायर सोडला तर बाकी समकालीन प्रवासी अथवा कागदपत्रे ही शिवाजीच्या शासननियंत्रित लोकांना अथवा लष्कराला क्वचितच मराठा म्हणतात. ते नेहमीच शिवाजीचे लोक अथवा शिवाजीच्या पलटणी असे म्हणतात."[३१]

ऑर्मे त्याला उपलब्ध असणाऱ्या सर्व ऐतिहासिक हकिगतींचा उल्लेख करतो. इ.स १६८८ साली पॅरिसमध्ये प्रसिद्ध झालेल्या व गोव्यामध्ये लिहिल्या गेलेल्या पेरे-डी-ऑरलिन्स या जेसुइटाने लिहिलेल्या 'Histoire de Sevagi'चा उल्लेख ऑर्मे करतो. ऑर्मेच्या मतानुसार शिवाजीच्या या चरित्रात एकही तारीख दिलेली नाही आणि फक्त काही घटना दिलेल्या आहेत, त्याही अचूक नाहीत.[३२] त्याचप्रमाणे अलेक्झांडर डॉवलिखित 'History of Indostan From the death of Akbar to the complete settlement of the Empire under Aurangzeb' या लंडनहून प्रसिद्ध झालेल्या तीन खंडांत (१७६८-१७७२) इ. स. १६६३-१६६९ या कालखंडातील शिवाजीबद्दलचे त्रोटक उल्लेख येतात. त्यामध्ये त्याचा उल्लेख कोकणचा राजा म्हणून येतो. केरच्या हकिगतीबद्दलचे त्याचे मत या आधीच सांगितले आहे. या प्रसिद्ध झालेल्या साधनांव्यतिरिक्त तो समकालीन असलेल्या ईस्ट इंडिया कंपनीच्या कागदपत्रांतून शिवाजी व मराठ्यांबद्दलची माहिती

गोळा करतो. यामध्ये शिवाजीचा सर्वात आधीचा उल्लेख १६७३ सालचा आहे.

कंपनीच्या 'Factory Records'मध्ये शिवाजीबाबतचे संदर्भ इ.स. १६५९ पासूनच मिळण्यास सुरुवात होते. हल्ला करणारा, लुटारू, बंडखोर, मोठा बंडखोर यांपासून इ. स. १६७४मधील त्याच्या राज्याभिषेकसमयापर्यंत 'जगाच्या पूर्व भागातील सर्वात मोठा राजकारणी' इथपर्यंत शिवाजीबद्दलच्या कंपनीच्या मतांमध्ये चांगलाच फरक पडल्याचे दिसून येते.[३३] जेव्हा ऑर्म शिवाजीवर लिहीत होता तेव्हा त्याच्याजवळ फक्त इ. स. १६७४ मध्ये शिवाजीच्या राज्याभिषेकसमयी हजर असणाऱ्या इंग्लिश राजदूत हेन्री ऑक्झिन्डेनचाच अहवाल होता. तो लिहितो, "जर आपण १६५० सालापासूनचा पत्रव्यवहार आणि त्याच्या संबंधित घटनांच्या मालिकांची माहिती किंवा शोध घेतला असता तर 'फ्रॅगमेंट्स' जे आता प्रसिद्ध करीत आहोत, त्यात अजून अस्सल किंवा विश्वसनीय माहितीचा समावेश झाला असता, पण यासाठी लागणारे कष्ट इंडिया हाऊसच्या रेकॉर्डकीपरशिवाय इतर वाचकांच्या कल्पनेपेक्षा कितीतरी अधिक पडले असते.[३४]

भारत इतिहास संशोधक मंडळाने जेव्हा 'English Records on Shivaji (1659-1682)' हा खंड प्रकाशित केला तेव्हाच शिवाजींबद्दलच्या या सर्व साधनांचा शोध लागला. श्री. बी. जी. परांजपे हे जेव्हा इ. स. १९२८-२९ मध्ये बार ॲट लॉ ही पदवी घेण्यासाठी लंडनला राहिले होते, त्यावेळी त्यांनी इंडिया ऑफिसच्या रेकॉर्डमधील उतारे व ऑर्मच्या संग्रहातील माहिती संकलित केली व त्यावर एक समीक्षात्मक प्रस्तावना लिहिली. शिवाजींबद्दलच्या संशोधनाचा पाया घालणारा, त्यांच्याबद्दलची साधने जमा करणाऱ्या व त्यांच्यावर लिहिण्याचा प्रयत्न करणारा रॉबर्ट ऑर्म याची श्री. परांजपे यांनी प्रशंसा केली आहे.[३५] या खंडांमध्ये ऑर्मच्या खंड क्र. ११४, १७४, २६३, २६८मधील उतारे समाविष्ट केले आहेत. शिवाजीबद्दलची फक्त इंग्लिशमधीलच नाही तर इतर युरोपियन भाषा, पोर्तुगीज, डच व फ्रेंचमधील माहितीही संकलित केली आहे. शहाजी व शिवाजींच्या संबंधीचा सुरुवातीचा इतिहास तसेच शिवाजींचे चित्र पाठवून देण्याविषयी ऑर्म पेशवे दरबारात असलेला इंग्लिश रेसिडेंट (१७८६-१७९७) चार्लस् मॅलेट याला लिहितो, यांचा उल्लेख येथे आढळतो.

उपलब्ध असणाऱ्या सर्व साधनांचा अभ्यास करून मराठ्यांच्या इतिहासावर लिखाण करणाऱ्या रॉबर्ट ऑर्मबद्दल त्याच्या समकालीन इतिहासकारांचे काय मत होते हे जाणून घेणे मनोरंजक ठरेल. जर्मन इतिहासकार एम. सी. स्प्रेंगेल याने इ. स. १७८५मध्ये आपले काम प्रसिद्ध केले व त्यानंतरही आपल्या ग्रंथामधून त्याने मराठ्यांच्या इतिहासावर जी चर्चा केली आहे त्यावर ऑर्मने शिवाजीवर लिहिलेल्या लेखनाची छाप पडलेली दिसून येते. कॅप्टन केरच्या हकिगतींवर तो ज्या तऱ्हेने लिहितो त्या तऱ्हेने तो ऑर्मच्या लिखाणावर आपल्या पुस्तकात मत व्यक्त करीत नाही. म्हणजेच त्याच्या काळात

मराठ्यांच्या इतिहासावर उपलब्ध असणाऱ्या लिखाणामध्ये हे उत्तम काम आहे हे त्याने मान्य केलेले होते.

इ.स. १८१०मध्ये मराठ्यांचा इतिहास प्रकाशित करणारा स्कॉट वेअरिंग ऑर्मच्या लिखाणाला सर्वात उच्च दर्जाचे लिखाण संबोधितो. मराठ्यांच्या इतिहासात रस घेणारा ऑर्म हा पहिला इतिहासकार होता हे तो कबूल करतो. Fragmentsचे परीक्षण करताना त्याने ज्या तऱ्हेची साधने वापरली आहेत त्याबद्दल तो खेद व्यक्त करतो. तो म्हणतो, "दुर्दैवाने त्याची साधने ही सदोष व काहीवेळा चुकीची आहेत. त्याच्या इतर ज्ञानाबरोबरच त्याने आशियाई भाषांचे ज्ञान संपादन केले नाही. काही वेळा तो संशयित साधनांवर जास्तच विश्वास दाखवितो. ऑर्मला जी अतिमहत्त्वाची माहिती मिळाली ती त्याने फारच छोट्या परिघात केंद्रित केली होती आणि त्याने या विषयावर लिहिणाऱ्या प्रत्येक युरोपियन लेखकाचे नाव नमूद केले होते हे विसरता येणार नाही."[३७]

इ.स. १८२६मध्ये ग्रँट डफने 'History of the Mahrattas' हा ग्रंथ प्रसिद्ध केला. साधने जमविताना आपल्या पूर्वसूरींना काय अडचणींना तोंड द्यावे लागले हे तो पूर्णपणे जाणून होता. तो लिहितो, "ही जरुरीची साधने जमविताना ज्या अडचणी यायच्या त्यामुळे आत्तापर्यंत बरेचसे आमचे देशबांधव या विषयाची जोखीम घेण्यापासून दूरच रहात असत. तेथे श्रमांची पर्वा न करणाऱ्या ऑर्मने आपल्या संशोधनाचे आणि त्यासाठी त्याला जे कष्ट उपसावे लागले त्याचे प्रतीक म्हणून आपला 'Fragments' हा ग्रंथ मागे ठेवला आहे.[३८]

प्रोफेसर आर. सी. मुजुमदार यांनी आपल्या 'Historiography in Modern India' या पुस्तकात 'Historiography in Europe' या विषयावर चर्चा करताना ऑर्मच्या या कामावर कठोर शेरा मारला आहे. ते म्हणतात, "मोगल व मराठ्यांबद्दलच्या त्याच्या कल्पना काही प्रमाणात या त्याच्या स्वतःच्या शोधातून, परंतु मुख्यत्वेकरून इकडच्या तिकडच्या बाजारगप्पा व दुय्यम साधनांतून निर्माण झाल्या होत्या. एक परकीय असल्याने तो या विषयाची समज तयार करू शकला नाही आणि म्हणून त्याच्या विधानांना ऐतिहासिक मूल्य नाही."[३९]

परंतु एखादी व्यक्ती जेव्हा त्याचा मजकूर, त्याचबरोबर ऑर्मने विस्तारपूर्वक तयार केलेल्या व परिशिष्टात दिलेल्या टिपा वाचते तेव्हा प्रोफेसर आर. सी. मुजुमदारांच्या भरमसाट शेऱ्याशी सहमत होणे कठीण जाते.

यापूर्वी नोंद केल्याप्रमाणे श्री. बी. जी. परांजपे यांनी ऑर्मला मराठ्यांच्या इतिहासाच्या साधनांमध्ये असलेला रस व ती गोळा करून सुसंगत रीतीने मांडण्यासाठी त्याने घेतलेले कष्ट रास्तपणे दाखविले आहेत. योग्य साधनांच्या आणि आशियाई भाषांच्या अभावी मराठ्यांबद्दलची त्याची माहितीही अचूक नाही; परंतु त्याची वस्तुनिष्ठता व

सहानुभूतीचे धोरण नाकारता येणार नाही. जेव्हा इतिहासाला शास्त्रशुद्ध विषय म्हणून मान्यता मिळाली नव्हती अशा काळात त्याने हे लिखाण केले होते. भारताच्या इतिहासातील मराठ्यांचे महत्त्व अधोरेखित करण्यासाठी त्याने केलेले प्रयत्न बघता मराठ्यांच्या इतिहासावर ज्या युरोपियन लोकांनी लिखाण केले त्यांत महत्त्वाचे स्थान मिळण्यास तो पात्र आहे असेच म्हणावे लागेल.

टिपा आणि संदर्भ

१. William J. Barber - British Economic Thought and India (1600-1858) Oxford, OUP Pp 76-77.

२. तत्रैव पा. ९८, ११५.१२५.

३. Captain James Kerr - A Short Historical Norvative of the Rise and Rapid Advancement of the Maharatta State to the Present Strength and the consequences it has acquired in the East (written originally in Persian and translated into English by an officer in the East India Company's service) London, 1782.

४. तत्रैव पा. १

५. Robert J. Orme - Historical Fragments of the Mughal Empire of the Marattoes and the English concerns in Indostan, London, 1782.

६. M. C. Sprengel, History of the Mahrattas up to the last treaty with England (17, May 1782) Frankenthal, Gesels, 2nd Ed. unpublished English Translation 1791 by R. N. Chapekar in the BISM, Library Pune.या प्रकरणात अप्रकाशित भाषांतराचा उपयोग केला आहे. (संक्षेप–चापेकर)

७. अठराव्या शतकाच्या दस्तऐवजात 'कर्नाटक' हा शब्द व्यापक अर्थाने वापरला आहे. यात तमिळनाडू प्रांताचा विशेषत: अर्काट जिल्ह्याचा, आंध्र प्रदेशाचा काही भाग आणि दक्षिण कर्नाटक या प्रदेशांचा समावेश केला आहे.

८. हे ग्रंथ इतिहासलेखनाच्या दृष्टीने महत्त्वाचे असले तरी मराठ्यांच्या इतिहासाशी त्यांचा प्रत्यक्ष संबंध नसल्याने त्यांचा येथे विचार केला नाही.

९. Robert J. Orme 'Fragments' या ग्रंथाची एकूण पृष्ठसंख्या २३४ आहे. त्यात सूची, टिपा आणि दोन नकाशे आहेत. या पुस्तकाच्या लंडन येथील दुसऱ्या आवृत्तीत (१८०५) ऑर्मेच्या जीवनाचा एक दीर्घ आलेख व त्याच्या पुतळ्याचे छायाचित्र आहे. तिसरी आवृत्ती १९०५ साली कलकत्त्याहून निघाली. पृष्ठसंख्या ३०९ यात टिपणांची १४२ पाने, त्याबरोबर सूची आणि ऑर्मेचे संक्षिप्त चरित्र

आहे. १७८२च्या पहिल्या आवृत्तीचे पुनर्मुद्रण आहे. या प्रकरणात दिलेले संदर्भ हे त्या ग्रंथाच्या १९०५च्या आवृत्तीतील आहेत.

१०. फ्रॅगमेंट्स, पूर्वोक्त पृ. १३

११. शिवचरित्र कार्यालय, English Records on Shivaji (1655-1682) पुणे १९३१, क्र. ५३३, खंड २, पृ. ३२७, शिवाय पहा क्र. ५३३-४१, खंड २ पृ. ३२७-५१.

१२. ऑर्मे, पूर्वोक्त, पृ. ४-६

१३. तत्रैव पृ. १७ - शिवाजीची आग्र्याहून सुटका बंद पेटाऱ्यातून झाली असे विधान करून तो म्हणतो, "शहराच्या एका टोकाला एक बोट त्याची प्रतीक्षा करीत होती. त्या बोटीतून शिवाजीचे लोक कोणाला कसलाही संशय येऊ न देता नदी पार झाल्यावर शिवाजीने त्या बोटीच्या चालकाला पैसे दिले आणि त्याचा निरोप घेताना सांगितले की औरंगजेबाला जावून सांग की आपण शिवाजी आणि त्याचा मुलगा यांना आपण जमुना नदी पार करून दिली."

१४. तत्रैव पृ. ३४-३५

१५. तत्रैव पृ. ५१-५२

१६. तत्रैव पृ. ६९

१७. तत्रैव पृ. ७४

१८. तत्रैव पृ. ७८

१९. तत्रैव पृ. ११३

२०. तत्रैव पृ. ११४

२१. तत्रैव पृ. ११८-१९

२२. तत्रैव पृ. ११९-२० येथे ऑर्मेचे स्थानिक शिवचरित्राचा जो संदर्भ दिला आहे त्यावरून त्याला कोणतीही बखर विशेषत: सभासद बखर मिळाली नव्हती हे स्पष्ट होते.

२३. तत्रैव पृ. १२०

२४. तत्रैव पृ. १२०-२१

२५. तत्रैव पृ. ६९

२६. तत्रैव पृ. १२६-२७

२७. तत्रैव पृ. ६९

२८. तत्रैव पृ.

२९. तत्रैव पृ. २०६

३०. तत्रैव पृ. २०९

३१. तत्रैव पृ. ७–१७ (भाग २)

३२. तत्रैव पृ. १७ (भाग २)

३३. H. K. Sherwani and P. M. Joshi (Ed.) History of Medieval Deccan, Govt. of Andhra Pradesh, Hyderabad 1973 Vol. I, P. 579

३४. ऑर्मे पूर्वोक्त पृ. २० भाग २

३५. English Records on Shivaji पूर्वोक्त – पृ. ४५

३६. तत्रैव प्रस्तावना पृ. १

३७. Edward Scott Waring History of the Maharattas to which is prefixed, An Historical Sketch of the Rise and Fall of the Mooslim Sovereignities, Prior to the Era of the Mahratta Independence, John Richardson, Royal Exchange, London, 1810, P 191.

३८. Grant Duff - A History of the Mahrattas, revised and annotated edition, with an Introduction by S. M. Edwardes, London, Oxford University Press, 1921, Vol. I P. IXXXVI.

३९. R. C. Majumdar, Historiography in Modern India, OUP, Bombay, 1970, P. 7.

❏

३

जर्मन इतिहासकार : मारथिअस ख्रिश्चन स्प्रेंगेल

मारथिअस ख्रिश्चन स्प्रेंगेल (२४ ऑगस्ट १७४६ ते ७ जानेवारी १८०३) हा कदाचित पहिला युरोपीय इतिहासकार असावा, की ज्याने स्वतंत्रपणे केवळ मराठ्यांचा इतिहास लिहिला. जर्मनीतील हॅले विद्यापीठात तो इतिहासाचा प्राध्यापक आणि त्याचबरोबर ग्रंथपाल म्हणून काम करीत होता. त्याला भारतात येण्याची कधी संधी मिळाली नाही. तसेच त्याला कोणतीही आशियाई भाषा अवगत नव्हती. तरीसुद्धा केवळ शैक्षणिक दृष्टिकोनातून तो मराठ्यांच्या इतिहासलेखनाकडे आकर्षित झाला होता. तो म्हणतो, 'विनाशाप्रत निघालेल्या मोगलांच्या विशाल साम्राज्याला जिंकून घेणारी सर्व भारतीय जमातीत आमच्या काळातील एकमेव जमात म्हणजे मराठ्यांची होती. मराठ्यांनी ज्या जलदगतीने प्रतिष्ठा आणि महत्त्व संपादन केले आणि त्यांचे पतनही तितक्याच वेगाने झाले, हे सारे सांगणारा इतिहासकार त्यांना अद्याप मिळाला नव्हता.''[१]

प्रारंभीच्या काळात स्प्रेंगेल हा प्रामुख्याने अमेरिका आणि भारत या देशांच्या आधुनिक काळाचा इतिहास जाणून घेण्यात अधिक गुंतला होता. म्हैसूरचा राजा हैदरअली याच्या कर्तृत्वाच्या गौरवार्थ त्याने १७८४ साली एक ग्रंथ लिहिला होता. स्प्रेंगेलच्या 'मराठ्यांच्या इतिहासा'ची पहिली आवृत्ती १७८५ साली प्रसिद्ध झाली आणि त्यानंतर १७९१ साली दुसरी आणि १८१४ साली तिसरी आवृत्ती बाजारात आली. अर्थात, १८१४ सालची आवृत्ती ही खरोखरीच तिसरी आवृत्ती होती का ? हे समजत नाही.[२] पण लेखकाच्या हयातीत या ग्रंथाच्या किमान दोन आवृत्त्या निघाल्या होत्या हे सत्य असल्याने, जर्मन वाचकवर्गात हा मराठ्यांचा इतिहास किती लोकप्रिय झाला असावा याची कल्पना येते. जर्मनीप्रमाणे कदाचित अन्य युरोपीय राष्ट्रांतही हा ग्रंथ वाचला जात असावा.

स्प्रेंगलचा मराठ्यांचा इतिहास इ. स. १७८२ पर्यंत आला आहे. यावर्षी पहिल्या इंग्रज-मराठे युद्धात, मराठ्यांची सरशी होऊन सालबाई येथे मराठ्यांतर्फे महादजी शिंदे आणि इंग्रजांतर्फे अँडरसन (ज्याचा मराठी कागदपत्रांत इंद्रसेन असा उल्लेख केला आहे.), या उभयतांनी १७ मे १७८२ रोजी आपआपल्या सरकारच्या वतीने तहनाम्यावर स्वाक्षऱ्या केल्या. १७६१च्या पानिपतच्या दारुण पराभवानंतर मराठी सत्ता प्रथमच सावरली होती आणि प्रारंभी थोरले माधवराव पेशवे यांचे नेतृत्व आणि नंतर महादजी शिंदे आणि नाना

फडणीस यांचे प्रशासन, यामुळे भारतीय राजकारणावर मराठ्यांचे वर्चस्व प्रस्थापित झाले होते.

इंग्रजांच्या वसाहतवादाला मराठ्यांनी जे आव्हान दिले होते त्यामुळे मराठ्यांनी स्प्रेंगेलचे लक्ष वेधून घेतले असावे. स्प्रेंगल हा वास्तविक पाहता अमेरिकेच्या इतिहासाचा अभ्यासक होता. अमेरिकनांनी ब्रिटिशांच्या वसाहतवादाविरुद्ध जो लढा दिला होता त्या घटनेत आणि मराठे तसाच लढा ब्रिटिशांविरुद्ध देत होते त्यांतील साम्य स्प्रेंगेलच्या लक्षात आले असावे आणि म्हणूनच त्याने मराठी सत्तेचा उदय, त्यांच्या राष्ट्राचे स्वरूप, मोगल आणि युरोपीय सत्ता यांच्याशी जो संघर्ष केला त्याचा तटस्थपणे इतिहास लिहावा या हेतूने प्रेरित होऊन तो या विषयाकडे वळला. आपल्या मराठ्यांच्या इतिहासाची योजना आणि त्या संदर्भात आपण कितपत यशस्वी झालो आहोत याबद्दल प्रस्तावनेत त्याने आपले मनोगत व्यक्त केले आहे. तो म्हणतो, ‘‘मराठ्यांच्याविषयी आपण जी काही माहिती गोळा केली तिचे दोन पद्धतींनी एकत्रीकरण केले आहे. या लोकांच्या इतिहासाच्या निवेदनात, विशेषत: त्यांच्या सत्तेचा उदय, दिल्ली आणि दख्खन देशाच्या प्रदेशात नादिरशहाच्या पूर्वीच्या काळात त्याच्या सत्तेचा क्रमश: झालेला विस्तार यासंबंधी ज्या लेखकांचे लेखन मला मिळू शकले त्यांनी सहजपणे अथवा हेतुपुरस्सर महत्त्वाच्या घटनांसंबंधी केलेली विधाने यांची महत्त्वपूर्ण माहिती संकलित केलेली या ग्रंथात आढळेल.’’[३]

स्प्रेंगेलने आपल्या इतिहासासाठी इंग्रजी, जर्मन, फ्रेंच, डच, इटालियन आणि लॅटिन या युरोपीय भाषांतून माहिती गोळा केली असली तरी त्याचा विशेष भर इंग्रजी भाषेतील साधनांवर होता. यामध्ये ऑर्म, सुलिव्हियन यांचे ग्रंथ, सरकारी अहवाल, पत्रके, निवेदने, ईस्ट इंडिया कंपनीचा पत्रव्यवहार, प्रवासवृत्ते यांचा प्रामुख्याने भरणा होता. आपल्या संशोधनासाठी इंग्रजीखेरीज इतर युरोपीय भाषांची जी साधने त्याने वापरली होती त्याची एक विस्तृत यादी त्याने आपल्या ग्रंथाला पुरवणी म्हणून जोडली आहे. त्यावरून आपल्या ग्रंथासाठी लेखकाने किती परिश्रम घेतले होते याची वाचकाला सहज कल्पना येईल. प्रस्तुत ग्रंथाच्या रचनेसंबंधी स्प्रेंगेल म्हणतो, ‘‘मराठ्यांच्या इतिहासाची माझ्या योजनेप्रमाणे रचना करताना, मराठ्यांच्या विषयी सांप्रत काळात युरोपात जी माहिती मिळाली विशेषत: त्यांच्या क्रांतिकारक घटनांची, आम्हाला होती, तसेच ‘जॉन आणि त्याची कंपनी’ (ईस्ट इंडिया कंपनी) कलकत्त्यात स्थापन होण्यापूर्वीच्या काळात त्या लोकांसंबंधी या देशाच्या मध्ययुगाची जी माहिती होती, विशेषत: मराठे आणि त्यांच्या राज्यात घडणारे बदल याबद्दलची माहिती मिळू शकेल असा एकही ग्रंथ मी वाचावयाचा सोडला नाही.’’[४]

याच प्रस्तावनेत तो पुढे म्हणतो, ‘मला भारताच्या इतिहासाबद्दल सर्वसाधारणपणे

आदर असल्यामुळे, भारताच्या एका विशिष्ट भागाचा, मराठ्यांच्या भागाचा इतिहास, जो फारसा सुसंगत नाही. अत्यंत विस्कळित आणि मोठ्या प्रमाणात विविध प्रकारे लिहिलेला आहे. तो सुसंगतपणे आणि व्यवस्थितपणे मांडण्याचा प्रयत्न मी येथे केला आहे अर्थात, हा माझा हेतू नेहमीच पूर्ण झालेला नाही. मी सर्व घटना संपूर्णपणे क्रमवार मांडू शकलो नाही, या लोकांच्या इतिहासात ज्या उणिवा आहेत त्या मी दूर करू शकलो नाही. माझे मार्गदर्शक आणि पूर्वसूरी यांनी जेथे काही मत व्यक्त केले नाही त्याबाबतीत मी काही नवीन शोधू शकलो नाही आणि शकणारही नाही.''[५]

स्प्रेंगेलने मराठ्यांच्या इतिहासाच्या प्रादेशिक बाजूवर विशेष भर दिला आहे. मराठ्यांच्या प्रदेशाचे सर्वसाधारण वर्णन करून, लष्करी डावपेचाच्या दृष्टीने हा प्रदेश किती महत्त्वाचा आहे याची माहिती त्याने दिली आहे. शिवाजीराजाविषयी लिहिण्याची प्रेरणा त्याला ऑर्मच्या 'फ्रॅगमेंट्स' या ग्रंथातून मिळाली, परंतु ऑर्मच्या तुलनेने शिवाजीराजांचा त्याने करून दिलेला परिचय अधिक व्यवस्थितपणे मांडला आहे. एक असामान्य लष्करी नेता, ज्याच्या आवडी-निवडी साध्या आहेत, पण लष्करी साहस आणि तटबंदी या बाबतींत सढळपणे खर्च करणारा, धार्मिकवृत्तीचा, आपल्या शत्रूचा निकराने आणि कठोरपणे पाठपुरावा करणारा, असा शिवाजीराजा होता असे आपले मत त्याने व्यक्त केले आहे. शिवाजीराजांचा जन्म १६२९ साली झाला आणि त्यांचा राज्याभिषेक १६७४ साली झाला असे तो म्हणतो. राज्याभिषेकाचा प्रसंग त्याने चांगला वर्णन केला आहे, पण त्यानंतर लगेचच तो म्हणतो, ''वृद्ध शहाजीराजाला अनपेक्षितपणे अटक करण्यात आली'' हा एक कालविपर्यासाचा प्रकार आहे. कारण शहाजीचा मृत्यू १६६४ मध्ये झाला होता, आणि वस्तुत: त्याची अटक विजापूरच्या अदिलशहाने १६४८-४९ मध्ये केली होती. स्प्रेंगलने शिवाजीराजांच्या कर्नाटक मोहिमेचा तपशीलवार वृत्तान्त दिला आहे आणि त्यानंतर ५ एप्रिल १६८० रोजी वयाच्या ५२व्या वर्षी त्यांचे निधन झाले असे नमूद करून रजपूत लोकांच्या शिरस्त्याप्रमाणे त्याचे दहन करण्यात आले असे म्हटले आहे. संभाजी प्रकरण यापुढे आले आहे. या भागाचे निरूपण स्प्रेंगेलने 'ऑर्म'च्या इतिहासाच्या आधारे केले आहे. विशेषत: शिवाजीराजाचे शेवटचे दिवस, संभाजीची अटक आणि त्यांचा मृत्युदंड या घटनांच्या निवेदनावर ऑर्मच्या लिखाणाचा विशेष प्रभाव असल्याचे दिसून येते. या प्रकरणात घटनासंबंधीच्या ज्या चुका आढळतात त्याचे प्रमुख कारण म्हणजे त्या काळात उपलब्ध असलेल्या अस्सल माहितीचा अभाव हेच होय.

मराठ्यांच्या इतिहासातील एक 'उज्ज्वलखंड' म्हणजे १६८९ सालच्या संभाजीच्या मृत्युदंडापासून ते १७०७ साली झालेल्या औरंगजेबाच्या मृत्यूपर्यंतच्या सुमारे १८ वर्षांच्या इतिहासाचे काहीच तपशील स्प्रेंगेलने दिलेले नाहीत. मराठ्यांची सत्ता भारताच्या नकाशातून

पार पुसून काढण्यासाठी मोगली सत्ता आपल्या सर्व सैन्यानिशी सुमारे पंचवीस वर्षे मराठी मुलुखात आपल्या सम्राटाच्या – औरंगजेब बादशहाच्या नेतृत्वाखाली तळ ठोकून होती. पण मराठी देशभक्त सैनिकांनी प्राणपणाने औरंगजेबाच्या या अफाट सैन्याशी लढा दिला आणि औरंगजेबाचे स्वप्न धुळीस मिळविले. स्प्रेंगेलच्या या प्रकरणातील त्रुटीची अनेक कारणे सांगता येतील. विशेषत: त्याचा मुख्य आधार म्हणजे ऑर्मचा ग्रंथ, त्याचा शेवट संभाजीच्या मृत्युदंडाने होतो. दुसरे, 'केर'या इतिहासकाराचा 'नॅरेटिव्ह' हा ग्रंथ स्प्रेंगेलला विश्वासार्ह वाटत नव्हता, परंतु अस्सल दर्जाची स्थानिक साधने तो मिळवू शकला नाही. या सर्व कारणांमुळे या काळाचा विस्तृत वृत्तान्त देण्याचे त्याने टाळले असावे. प्रस्तुत संदर्भात तो प्रांजळपणे कबूल करतो की, "मराठे लोकांच्या या पराधीनतेच्या काळाच्या इतिहासाची काही तुरळक माहिती मिळते. तिच्या आधारे सुसंगत आणि व्यवस्थित असा इतिहास लिहिणे शक्य होत नाही."[६]

मराठ्यांच्या इतिहासाच्या मांडणीसंबंधी तो म्हणतो, "मराठ्यांनी मिळविलेले विजय वाचकांना काही प्रमाणात आकलन होतील आणि तेसुद्धा असे विजय जे इतिहासप्रेमी वाचकांना आकर्षक वाटतील, त्यांची निवड करून त्यांची शक्य तितक्या कालानुक्रमाने मांडणी केली पाहिजे, विविध घटना महत्त्वाच्या पण संदिग्ध असल्या तरी, ज्या लोकांनी आपल्या स्वराज्याचे मोठ्या शौर्याने, मुसलमान आणि मोगल राजवटीपासून संरक्षण केले, त्या लोकांच्या इतिहासात अशा घटनांचा आवर्जून उल्लेख केला पाहिजे.

या नंतरच्या इतिहासाच्या कालखंडाची विभागणी तीन भागांत केली आहे. (१) १७३९ साली झालेला नादिरशहा या पर्शियाच्या राजाचा भारतातील पराभव, (२) १७६१ साली पानिपत येथे झालेला मराठ्यांचा पराभव आणि (३) १७८२ साली सालबाई येथे मराठ्यांनी इंग्रजांशी केलेला तह.

स्प्रेंगेलने पहिल्या बाजीरावासंबंधी दिलेली माहिती बिनचूक नाही. तो म्हणतो, 'पहिल्या बाजीरावाने मराठी राज्याची सेवा शाहूमहाराजांच्या हयातीपर्यंत आणि काही प्रमाणात त्यांच्या वंशजांच्या कालखंडापर्यंत केली.' पहिला बाजीराव आणि बाळाजी बाजीराव या नावातही काही ठिकाणी त्याने गल्लत केली असल्याने हा प्रकार त्याच्या हातून घडला आहे.

इ. सन १७५६ नंतरच्या मराठ्यांच्या इतिहासासाठी स्प्रेंगेलने 'कर्नाटकच्या अहवालांचा' मोठ्या प्रमाणावर वापर केला आहे. हे अहवाल प्रामुख्याने मराठ्यांचे इंग्रज आणि इतर युरोपीय सत्तांशी आलेले संबंध लिहिण्यास विशेष उपयोगाचे होते. १७४५ ते १७७८ या कालखंडातील ब्रिटिशांच्या लष्करी हालचालींची माहिती देणारे 'ऑर्म' या इतिहासकाराचे तीन खंड त्याला विचारविनिमयासाठी सुलभपणे मिळाले. तथापि, त्याचे उत्तर भारतातील लष्करी हालचालींचे निवेदन अत्यंत त्रोटक आहे आणि

१७६१ च्या पानिपतयुद्धाचा वृत्तान्त तर फारच संक्षिप्त आहे.

इंग्रज–मराठे यांच्यामधील पहिल्या युद्धाचा तपशीलवार वृत्तान्त देणे शक्य झाले, कारण त्याला विपुल प्रमाणात इंग्रजी साधने मिळाली. या युद्धासंबंधीच्या पार्लमेंटच्या अहवालामुळे त्याला इंग्रज–मराठे यांचे संबंध, त्यातून उद्भवलेले युद्ध आणि त्यानंतर दोन्ही सत्तांत झालेला तहनामा यासंबंधी तपशीलवार माहिती सांगण्यास त्याला खूप मदत झाली. स्प्रेंगेलला विद्यमान काळाच्या इतिहासात विशेष रस असल्याने साहजिकच चालू घटनांवर विशेष भर देऊन तत्पूर्वीच्या इतिहासाचा त्याने केवळ पार्श्वभूमी सांगण्यासाठी संक्षिप्तपणे वापर केला आहे.

अर्थात चालू इतिहासासंबंधीदेखील त्याला आवश्यक ती समाधानकारक माहिती मिळत नव्हती. १८व्या शतकाच्या इतिहासासंबंधी तो लिहितो, ''या शतकाच्या कित्येक घटनांचे आम्ही समकालीन असलो तरी त्यांचा कालक्रम आणि गती यांचा मेळ घालून आपण त्यांचे निवेदन करू शकत नाही. हिंदुस्थानातील अंतर्गत जीवनातील अगदी नजीकच्या काळात घडलेल्या घटनांचे निवेदन आपण युरोपात त्या देशातील पूर्वीच्या काळातील घटनेच्या तुलनेने फार कमी प्रमाणात माहिती देतो. याचे कारण बहुधा असे असावे की, भारतासंबंधी लिहिणाऱ्या युरोपीय इतिहासकारांना, युरोपीयसत्तांचे स्थानिक पातळीवरील विशेषत: इंग्रजांचे संघर्ष आणि विजय यांचे निवेदन करण्यात कदाचित अधिक रस असावा हे असू शकेल.''

स्प्रेंगेलने हा इतिहास जर्मन वाचक डोळ्यांसमोर ठेवून लिहिला आहे. ज्या लोकांशी आपला प्रत्यक्ष संबंध केव्हाच आला नाही, त्या लोकांचा इतिहास लिहिण्यासाठी आपली तयारी मर्यादित स्वरूपाची आहे आणि आपल्याला उपलब्ध असलेली साधनेदेखील अपुरी आहेत याची त्याला पूर्ण जाणीव असावी. आपल्या ग्रंथाच्या प्रस्तावनेत अगदी मोकळेपणाने त्याने आपल्या भावना व्यक्त केल्या आहेत. तो म्हणतो, ''अगदी अपुऱ्या आणि तेसुद्धा सदोष साधनांच्या साहाय्याने आपण मराठ्यांचा इतिहास लिहिण्याचे काम करतो आहे, त्यामुळे प्रस्तुत ग्रंथात मराठ्यांच्या इतिहासाची जी रूपरेखा मी दिली आहे, त्याबद्दल जर्मन वाचक मला धन्यवाद देतील, माझी प्रशंसा करतील याची मला खात्री वाटत नाही. तसेच या कामाकडे जर्मन लोकांचे लक्ष वेधले जाईल आणि कदाचित मला न पेलणारे असे हे काम हाती घेतले आहे, याबद्दल माझ्या मनात शंका आहेत. हा विचार आणि त्याहून अधिक म्हणजे या प्रकल्पाची कार्यवाही करताना माझ्यासमोर असलेल्या अनेक अडचणी, जुन्या आणि नव्या इतिहासांतील त्रुटी भरून काढणे, जे काम करण्यात आजवर मी बराच नशीबवान ठरलो आहे ते काम म्हणजे काही महत्त्वाचे नसलेले आणि अविश्वसनीय माहितीचे तुकडे, जे मला अगदी भिन्न दर्जाच्या लेखकांमध्ये आणि माझ्या अथवा त्यांच्या विषयाशी संबंधित असलेले सापडले ते वाचून व्यवस्थित मांडण्याचे

काम होते. त्या लेखकांच्या लिखाणातील विसंगती दूर करणे आणि ते सर्व लिखाण पूर्वीपेक्षा सुसंगत करणे या कामामुळे मला माझे लेखन-ज्याच्यासाठी अपार कष्ट सोसले आहेत, माझा वेळ आणि पैसा त्यावर वेचला आहे आणि एका ख्यातनाम पण अप्रसिद्ध लोकांचा इतिहासकार, पण संशोधकांच्या दृष्टीने अधिक मोलाचे आणि भाग्याचे होते ते सारे सोडून इतरांचे लेखन दुरुस्त करण्याच्या कामात वेळ घालविला. हे सर्व मी का केले तर इतिहासाच्या प्रांतात अविरतपणे काही ना काही भर सतत पडत असते, आपल्याला ज्ञात आणि अज्ञात अशा सर्व माहितींचा संग्रह करणे, ज्या इतिहासाच्या क्षेत्रात काहीच काम अद्याप झाले नाही तेथे विश्लेषणात्मक, तटस्थ भूमिकेतून आणि काही हेतू मनाशी बाळगून त्याचा संग्रह केल्याने जगाच्या इतिहासात चांगली भर पडते. शिवाय मला प्रथमच भारताच्या इतिहासाचा परिचय करून घेणे, काही संपादन करणे आणि ते प्रकाशित करणे हे काम संपूर्णपणे निरर्थक आहे असे वाटत नाही आणि म्हणूनच या कामातील पूर्वी कथन केलेल्या सर्व अडचणी आणि या क्षेत्रातील अधिकारी व्यक्तींनी मी आजवर केलेल्या प्रयत्नांना मान देऊन मला इतिहासाच्या या प्रकारच्या कामात नाउमेद न करता चांगले प्रोत्साहनच दिले.''८

स्प्रेंगेलने या कामाचे केलेले समर्थन आणि स्पष्टपणे केलेल्या निवेदनामुळे मराठ्यांचा इतिहास लिहिण्यामागची त्याची आस्था प्रकर्षाने दिसून येते. मराठ्यांचा आद्य इतिहासकार ग्रँट डफ यांच्या 'मराठ्यांच्या इतिहासाच्या' प्रस्तावनेत (१८२६) आणि त्याच्या खाजगी पत्रव्यवहारातून स्प्रेंगेलसारखीच नम्रता आणि आस्था दिसून येते.

आपल्या कामाबद्दल स्प्रेंगेल म्हणतो, ''इतिहासाच्या क्षेत्रात १७८२ साली या विषयावर प्रसिद्ध झालेल्या पुस्तकांची माझ्या पुस्तकाशी तुलना केल्यास आपल्याला असे स्पष्टपणे दिसून येईल की, विपुल प्रमाणात असलेली पण शोधण्यास कठीण अशा या इतिहासाच्या साधनांचा मी किती चांगल्या प्रकारे उपयोग करून घेतला आहे, तसेच माझे संशोधन आणि साधनांचे संकलन जे मी प्रथम वाचले आणि नंतर त्यांचे संकलन केले, या सर्व प्रयत्नांमुळे मराठ्यांच्या इतिहासाच्या ज्ञानात काही भर पडली आहे का हेही वाचकांनीच ठरवावे.''९

मराठ्यांच्या इतिहासावर ज्या ब्रिटिश इतिहासकारांनी, विशेषत: स्कॉट वेअरिंग (१८१०) आणि ग्रँट डफ (१८२६) लेखन केले आहे त्यांनी स्प्रेंगेलच्या या 'इतिहासाची' दखलसुद्धा घेतली नाही, ही फार दुर्दैवाची बाब आहे. जर्मन माणसाने लिहिलेल्या या मराठ्यांच्या इतिहासाचे महत्त्व विशद करताना शीलवती केतकर (मूळच्या जर्मन) म्हणतात, ''प्रस्तुत लेखकाचा ग्रंथ वाचीत असताना असे विचार मनात येतात की, या विषयावर लिहिणाऱ्या इंग्रज इतिहासकारांना विपुल प्रमाणात साधने उपलब्ध होती, कारण ते राज्यकर्ते असल्याने ती माहिती बसल्याजागी

मिळविण्याची संधी होती. पण स्प्रेंगेलने त्याला जी माहिती मिळाली त्याचा त्याने अधिक कुशाग्र बुद्धीने चिकित्सा करून उपयोग केला आणि 'कळकळ आणि सावधानता' या गुणांसाठी सर्वत्र जर्मन प्राध्यापकांची जी ख्याती आहे तिला अनुसरून स्प्रेंगेलने या पुस्तकाची रचना केली आहे.''[१०]

हायडेलबर्ग विद्यापीठातील इतिहासाचे प्राध्यापक डिटमार रॉदरमंड म्हणतात, ''स्प्रेंगेलच्या इतिहासाचा एक महत्त्वाचा गुणविशेष म्हणजे त्याने वस्तुनिष्ठपणे आणि तटस्थपणे त्याचे लेखन केले आहे. स्प्रेंगेलने प्रामुख्याने ब्रिटिश साधनांचा वापर केला आहे. परंतु घटनांचे निवेदन त्याने ब्रिटिशांच्या दृष्टिकोनातून केले नाही. तसेच ब्रिटिशांनी उल्लेखिलेली स्थानिक साधनेही मोगलांच्या संबंधीची असली तरी स्प्रेंगेलने आपल्या इतिहासात मोगलांच्या इतिहासाला महत्त्व दिले नाही.'' 'स्वायत्त इतिहास' प्रणालीचा (school of autonomous history) स्प्रेंगेल हा एक प्रारंभीचा अग्रदूत होता असे रॉदरमंड त्याचे वर्णन करतात.

या तत्त्वप्रणालीचा मुख्य उद्देश वसाहतीच्या अमलाखाली आलेल्या देशांचा स्वतंत्रपणे इतिहास निवेदन करणे हा होता. 'स्वायत्त इतिहास' प्रणालीच्या प्रवक्त्यांनी वसाहतीच्या इतिहासपुरस्कर्त्यांचा जोरदारपणे विरोध केला होता. रॉदरमंड पुढे म्हणतात की, आधुनिक इतिहासलेखनाच्या पद्धतीत स्प्रेंगेलची पद्धती पूर्णपणे बसत नसली तरी त्याची इतिहासलेखनाची प्रेरणा ही आधुनिक इतिहास लेखनपद्धतीचा पुरस्कार करणाऱ्यांइतकी जोरकस होती. मराठ्यांचे आपल्या शेजारच्या सत्तांशी असलेले राजकीय संबंध, त्यांची राजनीती, त्यांच्या लष्करी हालचाली इत्यादी विषयांच्या संदर्भात स्प्रेंगेलने मराठ्यांच्या राजकीय संघटनेचे चित्रण आपल्या इतिहासात पुरेसे रेखाटले आहे. थोडक्यात, मराठ्यांच्या इतिहासाचे स्वरूप केवळ त्यांचे युरोपीय सत्तांशी झालेले परस्परांवरील परिणाम एवढ्यापुरतेच मर्यादित ठेवले नाही.[११]

मराठ्यांच्या इतिहासाला स्प्रेंगेलने जे योगदान दिले आहे त्यासंबंधी रॉदरमंड यांनी व्यक्त केलेल्या विवेचनाशी सहमत होण्याला काही प्रत्यवाय नसावा. ते म्हणतात, 'एक प्रारंभीचा प्रयोग म्हणून स्प्रेंगेलचा 'इतिहास' निश्चितपणे प्रभावी आहे. त्याची निवेदनशैली सुलभ आहे.अनावश्यक टीका आणि शब्दावडंबर यामुळे ती बोजड झालेली नाही. स्प्रेंगेलची ज्याच्यावर नि:सीम भक्ती होती त्या ऑर्म या इतिहासकाराची आठवण वाचकास करून दिली असली तरी मराठ्यांच्या इतिहासाच्या आवश्यक अंगांची त्याला चांगली जाण होती. ज्यांचा नंतरच्या घटनांशी फारसा महत्त्वाचा संबंध नाही अशा लढाया अथवा अंतर्गत संघर्ष यांचे तपशील देण्याचे त्याने टाळले आहे. मराठ्यांच्या इतिहासाशी ज्या घटनांचा प्रत्यक्ष संबंध आहे अशा घटनांचाच त्याने विचार केला आहे. मराठ्यांच्या इतिहासाकडे पाहण्याचा त्याचा दृष्टिकोन हा एखाद्या विशेष तज्ज्ञ इतिहासकाराचा नाही.

या इतिहासाकडे एक कुतूहल असलेला उत्साही आणि बुद्धिवान निरीक्षक या नात्याने तो पाहतो.[१२]

अर्थात एक सर्वसाधारण इतिहास लिहिताना स्प्रेंगेलने इतिहासलेखनाच्या पद्धतीकडे कानाडोळा केला नाही. स्प्रेंगेलची स्कॉट वेअरिंग या ब्रिटिश इतिहासकारांशी तुलना करता रॉदरमंड म्हणतात, ''स्कॉट वेअरिंग किंवा इतर इतिहासकारांपेक्षा स्प्रेंगेलने अधिक चांगली निर्णयबुद्धी दाखविली आहे. स्कॉट वेअरिंगने मराठी कागदपत्रे अभ्यासली होती, तरीसुद्धा स्प्रेंगेलपेक्षा अधिक माहिती दिली नाही. स्कॉट वेअरिंगने ऑर्मच्या इतिहासाचा मोठ्या प्रमाणावर वापर केला, परंतु त्याला स्प्रेंगेलइतकी चांगली निर्णयबुद्धी नव्हती. स्प्रेंगेलने साधनांतून दिलेल्या किरकोळ घटनांच्या आहारी न जाता आपली निर्णयबुद्धी वापरून त्यांतील हवी तेवढीच माहिती त्याने घेतली.''[१३]

स्प्रेंगेलला इतिहासाचा एक धावता आढावा घेण्यात विशेष रस होता. त्या इतिहासातील मुख्य घटनांची संक्षेपाने माहिती द्यावयाची आणि त्यातील प्रत्येक घटना तोलून त्याला किती महत्त्व द्यावयाचे याबद्दल आपले अभ्यासपूर्ण मत द्यावयाचे हा स्प्रेंगेलच्या लेखनाचा मुख्य उद्देश होता. समारोप करताना रॉदरमंड म्हणतात, ''ज्या काळात हा इतिहास लिहिला गेला, त्या काळाचा विचार करता स्प्रेंगेलचा 'मराठ्यांचा इतिहास' हा इतिहासलेखनाचा एक उत्तम नमुना होता आणि म्हणूनच मराठ्यांच्या इतिहासलेखनाच्या इतिहासात मानाचे स्थान मिळण्यास तो पात्र आहे असे म्हणावे लागेल.'[१४]

संदर्भ आणि टिपा

१. Dietmar Rothermund, 'The German Intellectual Quest for India, Manohar', New Delhi, 1986 P. 25

२. तत्रैव पान २५

३. R.N. Chapekar, Translation of Sprengel's German book into English, a typed copy preserved in the Bharat Itihas Samshodhak Mandal, Pune, See its preface.

४. तत्रैव, Preface

५. तत्रैव, Preface

६. तत्रैव पान ७५

७. तत्रैव पान ८१

८. तत्रैव Preface.

९. तत्रैव

१०. शीलवती केतकर 'History of the Marathas (in German) by Sprengel M.C. भारत इतिहास संशोधक मंडळ.' त्रैमासिक, खंड ४ नं. १ १९२३-२४, पृ. १०७ ११. Rothermund O.P. P. 25

११. तत्रैव पृ. ३०

१२. तत्रैव

१३. तत्रैव

❏

४

प्रारंभीचे ब्रिटिश इतिहासकार : एडवर्ड स्कॉट वेअरिंग

स्प्रेंगलचा इतिहास प्रसिद्ध झाल्यानंतर सुमारे १९ वर्षांनंतर स्कॉट वेअरिंगने आपला 'मराठ्यांचा इतिहास' हा ग्रंथ १८१० साली लंडन येथे प्रसिद्ध केला.[१] स्कॉट वेअरिंग हा ईस्ट इंडिया कंपनीचा एक सेवक होता आणि सुमारे ७ वर्षे तो कंपनीच्या 'पूना रेसिडेन्सी ऑफिस'मध्ये काम करीत होता. या ग्रंथाचा एक विशेष म्हणजे लेखकाने प्रथमच मराठी कागदपत्रांचा उपयोग आपल्या इतिहासलेखनासाठी मोठ्या प्रमाणावर केला आहे.

स्कॉट वेअरिंगने हा इतिहास काही विशिष्ट व्यक्तींच्या, विशेषत: ईस्ट इंडिया कंपनीच्या सेवकांच्या– माहितीसाठी रचला असावा असे या ग्रंथाच्या परिशिष्टात महत्त्वाच्या व्यक्तींची जी श्रेयनामावली दिली आहे, त्यावरून दिसून येते. अर्थात, या सर्व महत्त्वाच्या व्यक्ती कोणत्यातरी साहित्यिक अथवा अन्य संस्थेच्या सभासद होत्या का, हे समजण्यास मार्ग नाही. या श्रेयनामावलीत माउंटस्टुअर्ट एल्फिन्स्टन, थॉमस मन्रो, तंजावरचा राजा इत्यादी व्यक्तींचे उल्लेख आहेत. प्रस्तुत ग्रंथ हा ईस्ट इंडिया कंपनीचे चेअरमन, डेप्युटी चेअरमन आणि डायरेक्टर्स आणि ओरिएंटल लिटरेचरचे सढळ आश्रयदाते यांच्या नम्र सेवकाने म्हणजे स्कॉट वेअरिंगने अर्पण केला आहे. या ग्रंथांची १८१० नंतर दुसरी आवृत्ती अथवा पुनर्मुद्रण झाल्याचा उल्लेख कोठे आढळत नाही. त्यामुळे स्कॉट वेअरिंगने हा ग्रंथ केवळ एखाद्या संस्थेच्या अथवा एखाद्या विशिष्ट मंडळाच्या सभासदांसाठी खाजगीरीत्या प्रसारण करण्यासाठी लिहिला असावा, अथवा तो आवश्यक तेवढा लोकप्रिय झाला नसावा म्हणून याची दुसरी आवृत्ती अथवा पुनर्मुद्रण झाले नसावे असेही अनुमान काढता येईल. शिवाय त्याला स्वत:लाही आपल्या ग्रंथाच्या यशाबद्दल फारशी खात्री नसावी, असे या ग्रंथाच्या प्रस्तावनेवरून दिसून येते. तो म्हणतो, ''ही होडी आता पाण्यात सोडली आहे, तिचे शीड सैल सोडले आहे. आता तिच्या हालचाली या लाटेच्या दयेवर अवलंबून आहेत, की ती आपल्या ठरलेल्या ठिकाणी सुखरूप पोहोचेल, हे मी आपल्या विचारार्थ मांडले पाहिजे.... तरीसुद्धा काही आवडत्या मित्रांकडून तीव्र नापसंतीदर्शक विचार जाणून घेण्यास मी फार उत्सुक आहे. मी सादर केली आहे त्यापेक्षा अधिक माहिती माझ्या मित्रांना माझ्याकडून अपेक्षित होती, अशी मला भीती वाटते आणि म्हणून त्यांची निराशा त्यांच्या अपेक्षांच्या समपरिमाणात राहील असे वाटते.[२]

स्कॉट वेअरिंगचे वास्तव्य पेशव्यांच्या पुण्यात दीर्घकाल झाल्यामुळे त्याला मराठ्यांचा इतिहास जाणून घेण्याची इच्छा झाली असावी. शिवाय इतिहासाची साधने पुण्यात असल्यामुळे, त्याला ती विनासायास उपलब्ध होऊ शकत होती. या साधनांमुळेच त्याला मराठी सत्तेचा उदय आणि विकास जाणून घेण्यास खूप मदत झाली. तो म्हणतो, ''पुण्याच्या ब्रिटिश वकिलांच्या कार्यालयाशी माझा जवळ जवळ सात वर्षांचा निकटचा संबंध होता आणि त्यामुळे इतरांना जी माहिती मिळणे दुरापास्त होते ती मिळविण्याची मला अधिक प्रमाणात संधी मिळाली.'' शिवाय त्याच्या वास्तव्याच्या काळात मराठी सत्तेच्या ऱ्हासालाही सुरुवात झाली होती. तो म्हणतो, ''एकेकाळी मराठ्यांचे मोठे राष्ट्र होते. त्याचा उदय कसा झाला आणि पतन कसे झाले याचा इतिहास लिहिणे हे एक मोठे आव्हानच होते.''[३]

स्कॉट वेअरिंगने आपल्या ग्रंथाच्या प्रारंभीच्या ५२ पानांत दख्खन देशाच्या इतिहासाची विस्तृत रूपरेखा दिली आहे. या भागात मराठी सत्तेच्या उदयापूर्वीच्या काळातील दक्षिण देशाच्या भौगोलिक आणि ऐतिहासिक परिस्थितीचे त्याने वर्णन केले आहे. या ग्रंथाच्या दुसऱ्या भागात या विषयाची मूलभूत चर्चा सात प्रकरणांत(पृ. ५३-१८९) केली असून त्यात शिवाजीराजापासून ते नारायणराव पेशव्याच्या खुनापर्यंतचा म्हणजे इ. सन १७७३ पर्यंतचा मराठ्यांचा इतिहास निवेदन केला आहे. ''त्यानंतरच्या काळाचा इतिहास लोकांना बराचसा ज्ञात असल्याने (हा ग्रंथ १८१० मध्ये प्रसिद्ध झाल्याने) आणि या काळातील बहुतेक सर्व महत्त्वाच्या घटना विविध प्रकारच्या प्रसिद्ध ग्रंथांत उपलब्ध असल्याने त्यासंबंधी तीव्र पूर्वग्रहाशिवाय मी काही लिहू शकलो नसतो.''

सर चार्लस् मॅलेट याची १७८६ साली पेशव्यांच्या दरबारातील ब्रिटिशांचा वकील म्हणून नेमणूक झाली, तेव्हापासून पुण्यात कंपनी सरकारच्या कार्यालयाची-, 'पूना रेसिडेन्सी'ची सुरुवात झाली. स्कॉट वेअरिंगच्या जीवनासंबंधी विशेष तपशील मिळत नसल्याने त्याच्या पुण्यातील वास्तव्याविषयी निश्चितपणे काही सांगता येत नाही. पण तो म्हणतो की, आपण पुण्यात सात वर्षे काढली, त्यावरून १७७२ ते १८१० या कालखंडामध्ये केव्हातरी ७ वर्षे तो पुण्यात होता असे म्हणता येईल. जेव्हा मॉस्टिनची ब्रिटिशांचा प्रतिनिधी म्हणून पेशव्यांच्या दरबारात पुण्यास नेमणूक झाली, तेव्हापासून मराठ्यांच्या राजकारणात ब्रिटिशांच्या प्रत्यक्ष हस्तक्षेपाला सुरुवात झाली. या सुमारास कर्तबगार माधवराव पेशव्यांची मृत्यूशी झुंज चालली होती. स्कॉट वेअरिंगने आपल्या मराठ्यांच्या इतिहासाची मर्यादा माधवरावांच्या मृत्यूपर्यंत म्हणजे १७७२ पर्यंतच हेतुपुरस्सर निश्चित केली असावी. माधवरावांच्या मृत्यूनंतर ब्रिटिशांनी त्यांचा चुलता रघुनाथराव यांचा पक्ष उचलून धरून मराठ्यांच्या अंतर्गत राजकारभारात हस्तक्षेप करण्यास प्रारंभ केला होता, त्यामुळे मराठ्यांचा इतिहास अगदी वस्तुनिष्ठपणे लिहिणे शक्य होणार नाही असे त्याला वाटले.

या ग्रंथाच्या शेवटी एक मोठी पुरवणी जोडली असून त्यात या इतिहासाच्या रचनेसाठी त्यांनी कोणत्या साधनांचा आधार घेतला होता त्याचे विवेचन करण्यासाठी ४८ टिपणे लिहिली आहेत.

आपला ग्रंथ सिद्ध करण्यासाठी त्याने किती अविश्रांत परिश्रम केले होते याची कल्पना या पुरवणीतील विस्तृत टिपणांवरून स्पष्ट होते. आपल्या वाचकांच्या अपेक्षा आपण पूर्ण करू शकू याबद्दल त्याला खात्री नसली तरी तो म्हणतो, ''माझ्या विषयाचा संपूर्णपणे विचार करून आणि माझ्या मित्रांना माझ्या लेखनात अधिक गोडी निर्माण होईल अथवा माझ्याविषयी त्यांनी जी पसंती दर्शविली आहे ती सार्थ ठरेल यासाठी शक्य तितकी साधने गोळा करण्याच्या कामात प्रयत्नांची कोठेही कसूर न करता मी हे लेखन केले आहे. एवढे तरी श्रेय मी अपेक्षितो.'' पुण्याच्या रेसिडेन्सीत काम करीत असल्याने ऐतिहासिक कागदपत्रे मिळविण्याच्या कामात त्याला फारशी अडचण नव्हती. मराठी कागदपत्रे ज्यांना त्याने प्राधान्य दिले आहे, ती तर त्याला सहजपणे मिळत होती. परंतु, या मराठी साधनासंबंधी ती 'अतिसंक्षिप्त आणि इतिहास रोचक करण्यासाठी आवश्यक त्या महत्त्वाच्या घटनांच्या विस्तृत उल्लेखांचा अभाव' असे मत तो व्यक्त करतो. भारतीय इतिहासाच्या अभ्यासकांना माझे हे लेखन सर्वस्वी निरर्थक आहे असे वाटणार नाही आणि या विषयासंबंधी मराठ्यांच्याकडे काय साधने आहेत हे त्यांना कळेल, अशी आपल्या मनाची समजूत काढून वाचक आपल्या लेखनाचे स्वागत करतील अशी आशा तो व्यक्त करतो. तो पुढे म्हणतो, ''साधनांचा अपुरेपणा आणि महत्त्वाच्या घटनांची कमतरता जरी असली तरी मला माहितीसाठी सतत फार्सी साधनांकडे धाव घ्यावी लागली नाही, याबद्दल मी स्वत:लाच धन्यवाद देतो.''[४]

स्कॉट वेअरिंगला फार्सी साधनांबद्दल इतका तिटकारा का होता हे समजू शकत नाही. कदाचित त्या भाषेत आवश्यक तेवढी प्रगती करता आली नसावी किंवा त्यांच्या विश्वासार्हतेविषयी त्याच्या मनात शंका असावी. असे असले तरी मराठ्यांच्या खऱ्या इतिहासकाराला, विशेषत: त्यांच्या राजकीय इतिहासाच्या निवेदनात फार्सी साधनांचा विचार करणे अत्यंत आवश्यक असते. ती खोटी अथवा अविश्वसनीय आहेत, अशी स्वत:ची पक्की खात्री झाल्यावरच तो ती साधने नाकारू शकतो. स्कॉट वेअरिंगने एखाद्या मुन्शीच्या मदतीने फेरिस्ताचे वाचन केले असावे, कारण तो म्हणतो, ''फेरिस्ता हा एकमेव इतिहासकार आहे की नि:पक्षपातीपणा आणि अचूकपणा या बाबतीत त्याची मुक्तकंठाने स्तुती केली पाहिजे.'' मराठ्यांचा कालखंड सुरू होण्यापूर्वीच तो मरण पावला आणि त्याच्या कार्यपद्धतीची धुरा त्याच्या जातभाईंनी पुढे स्वीकारली नाही.''[५]

स्कॉट वेअरिंगची अशी समजूत होती की समकालीन मुसलमान इतिहासकार हे नि:पक्षपातीपणे अथवा वस्तुनिष्ठपणे मराठ्यांचा विचार करू शकणार नाहीत. स्कॉट

वेअरिंगच्या मते त्यांचे (मुसलमानांचे) उत्तम प्रदेश हस्तगत करण्यात मराठ्यांनी जी प्रगती केली आहे त्याकडे ते कमालीच्या द्वेषाने आणि मोठ्या दु:खाच्या भावनेने पाहतात आणि विशेषत: तैमूर घराण्यातील दुर्दैवी प्रतिनिधीला मराठ्यांनी नंतरच्या काळात आपल्या आधिपत्याखाली आणल्यामुळे ही मराठ्यांच्या बद्दलची द्वेषाची आणि दु:खाची भावना फार वाढीस लागली होती. त्यामुळे अशा इतिहासकाराकडून मराठ्यांबद्दल योग्य आणि अनुकूल लेखनाची अपेक्षा कोणीही क्वचितच बाळगू शकेल.

स्कॉट वेअरिंगने फार्सी साधनांबद्दल आपला पराकोटीचा विरोध दर्शविला आहे. त्यांची ऐतिहासिक घटनांची निवड, त्यांची लेखनपद्धती तो मान्य करीत नाही. तो म्हणतो, "ते ज्या घटना मांडतात, त्या वाचकाला गोंधळात टाकणाऱ्या आणि विपर्यस्त असतात. त्यांच्या विरुद्ध एखादी छोटीशी घटना असली, तरी तिला पकडून तिचे बेसुमार वर्णन करतात. त्यांची लेखनशैलीदेखील अत्यंत दोषास्पद आहे. त्यांनी ओढूनताणून, अस्वाभाविकपणाने प्रतिमांचा केलेला वापर, त्यांची सतत वाढणारी स्वरांची लयबद्ध चढउतार आणि त्यांची स्वरभेद करणारी शब्दयोजना हे सारे एखाद्या चोखंदळ माणसाच्या अभिरुचीला जितके तिरस्करणीय आहे तितकेच ते ऐतिहासिक सत्याला बाधक आहे. इतिहास जर काव्यरूपाने लिहावयाचा असेल तर काव्याची रचना आणि यमक साधण्यासाठी काही गोष्टींचा त्याग करणे क्रमप्राप्त आहे. अर्थात, फार्सी इतिहासग्रंथ जरी पद्यात रचले नसले, तरी पद्यरचनेचे सर्व दोष या ग्रंथात आलेले आहेत. त्यांच्या लेखनशैलीत जुन्या पद्धतीच्या उपमा-अलंकारांचा वापर, मुद्दाम घेतलेली विरोधी टोकाची भूमिका आणि अनावश्यक विशेषणांचे वैपुल्य यामुळे तुमचे लक्ष विचलित करणारी आणि गोंधळात टाकणारी अशी त्यांच्या इतिहासलेखनाची पद्धती आहे. फार्सी विद्वानांना आणि वाचकांना माझे हे विचार कठोर वाटत असतील, तर त्यांनी दख्खनच्या निजामाचा इतिहास पाहावा, अथवा याला त्यांचा विरोध असेल तर अशा तऱ्हेच्या आलंकारिक आणि विषयासक्त लेखनाचा निर्विवाद अधिकारी असलेल्या ख्यातनाम अबुल फझल याचे लेखन पाहावे."[६]

स्कॉट वेअरिंग जेव्हा मराठ्यांच्या इतिहासलेखनाचे काम करीत होता, तेव्हा इंग्रज आणि मराठे यांचे संबंध अधिकच बिघडत चालले होते. तरीसुद्धा फार्सी इतिहासकारावर एवढा कठोर हल्ला करणारा स्कॉट वेअरिंग मराठ्यांच्या इतिहासकाराकडे म्हणजे सामान्यत: ज्यांची इतिहासकारांत गणना केली जात नाही अशा बखरकाराकडे मात्र तो अत्यंत सहानुभूतीने पाहत होता हे आश्चर्यकारक आहे. "या मराठी बखरकारांच्या लेखनाचे एक वैशिष्ट्य म्हणजे, जय आणि पराजय या दोन्ही घटना त्यांत सारख्याच संक्षिप्तपणे मांडल्या जातात. पराजयाचे वृत्त जरी त्यांनी मोठ्या घाईघाईने लिहिले असले, तरी जयाची वार्ता नोंदवितानासुद्धा ते अनावश्यक तपशील देत बसत नाहीत. वाचकांच्या मनात पक्षपातीवृत्ती निर्माण होण्यासाठी ते खास प्रयत्न करीत नाहीत किंवा निर्णयाबद्दल

त्यांची दिशाभूल करीत नाहीत. परंतु मराठी बखरकार ऐतिहासिक घटना कालानुक्रमे मांडण्यात आणि इतिहासाच्या विवेचनाच्या बाबतीत मात्र बरेच कमी पडतात.'' असे स्कॉट वेअरिंग म्हणतो.^७

स्कॉट वेअरिंगने आपल्या इतिहासासाठी बखरींचा मोठ्या प्रमाणावर वापर केला असला तरी, आपण त्यांना पूर्ण न्याय दिला आहे असे तो ठामपणे म्हणत नाही. याचे कारण त्याला आपल्या असमर्थतेची आणि साधनांतील उणिवांबद्दल आपण किती अज्ञानी आहोत याची जाणीव होती. असे असले तरी, अस्सल साधनांवर आधारित आणि अशी साधने अस्तित्वात आहेत याची माहितीही जेव्हा लोकांना नव्हती तेव्हा त्या साधनांच्या साहाय्याने मराठ्यांचा सुसंगत इतिहास मांडणारे आपण पहिले इतिहासकार आहोत, हा विचार त्याला बरेच समाधान देणारा होता.

मराठ्यांच्या इतिहासाचा काही भाग प्रकाशित झाला आहे हे त्याला माहीत होते. परंतु त्यापैकी एकही इतिहास, मराठ्यांच्या स्थानिक साधनांच्या आधारे लिहिला नव्हता आणि त्यामुळे ते लेखन विस्तृत नाही अथवा अधिकृत नाही असे त्याचे मत होते. अर्थात हे विधान त्याने ऑर्मच्या 'फ्रॅगमेंट्स' या आपल्या इतिहासाच्या पूर्वी लिहिलेल्या ग्रंथाला उद्देशून केलेले आहे हे स्पष्ट होते. मात्र त्याच्या इतिहासाच्या पूर्वी लिहिलेल्या स्प्रेंगेलच्या मराठ्यांच्या इतिहासाची त्याने नोंद घेतली नाही. कदाचित जर्मन भाषेत लिहिलेला हा ग्रंथ स्कॉट वेअरिंग अथवा ग्रँट डफ या दोघांनाही ते भारतात असल्याने उपलब्ध झाला नसावा. त्यामुळे दोघांनाही आपणच मराठ्यांचे आद्य इतिहासकार आहोत असा पुकारा करण्याची संधी मिळाली. आपण हे प्रथम केले हे सांगणे कोणालाही भूषणावह होते आणि मराठ्यांचा इतिहास सर्वप्रथम 'अथपासून इति'पर्यंत लिहिण्याचा आद्य इतिहासकार म्हणून अभिमान बाळगण्याचा बहुमान ग्रँट डफने मिळविला.

मराठ्यांचा इतिहास एकूण सात प्रकरणांत स्कॉट वेअरिंगने आपल्या ग्रंथाच्या दुसऱ्या भागात मांडला. मराठा शब्दाची व्युत्पत्ती आणि शिवाजीराजाचा वंश हे शोधण्याचा त्याने प्रयत्न केला आहे. त्याने 'मराठी हस्तलिखित' असा संदर्भ जेथे जेथे दिला आहे तेथे तेथे कोणतीतरी बखर त्याला अभिप्रेत असते. मालोजीराजाला भवानी मातेने स्वप्नात येऊन गुप्तधनाचा साठा कोठे आहे ते कसे सांगितले ? १६२६–२७ साली शिवाजीराजांचा जन्म शिवनेरी येथे कसा झाला ? या गोष्टी प्रथम सांगितल्या आहेत. या घटनांवरून हे स्पष्ट होते, की हाती आलेल्या मराठी बखरीचे त्याने इंग्रजीत भाषांतर केले असावे. परंतु इ. सन १८१० पूर्वी त्याला कोणत्या मराठी बखरी मिळाल्या असाव्यात? ज्या बखरींचा रचनाकाल अवगत आहे त्यावरून असे म्हणता येईल की त्याला सभासद बखर (१६९७), चित्रगुप्त बखर (१७३९) आणि ९१ कलमी बखर (१७८०) या बखरी वाचण्यास मिळाल्याची शक्यता आहे.

आपल्या ग्रंथाच्या परिशिष्टात स्कॉट वेअरिंग म्हणतो की, शिवाजीराजे आणि संभाजीराजे यांच्या कालखंडाच्या अभ्यासासाठी त्याने मराठ्यांचे चार इतिहास म्हणजे बखरी वापरल्या आणि त्यापैकी 'रायरी' म्हणजे 'रायगड' या ठिकाणी जी बखर मिळाली ती बखर इतर बखरींपेक्षा अधिक 'अधिकृत' होती. 'रायरी बखर' ही '९१ कलमी बखर' या नावानेही ओळखली जाते. ही बखर दत्ताजी त्रिमल वाकनीस या शिवकालीन व्यक्तीने १६८५ ते १७१३ या कालमर्यादेत रचली असावी असे मानले जाते. या बखरीचे इंग्रजी रूपांतर फ्रिझेल या इंग्रजाने १८०६ साली केले आणि ते सिलेक्शन्स फ्रॉम बॉम्बे आर्काइव्हज, मराठा सेरीज, खंड १ (इ. सन १८८५) मध्ये निवडक कागदपत्रांचा संपादक, फॉरेस्ट याने प्रसिद्ध केले. परंतु या बखरीची मूळ हस्तलिखित प्रत नाहीशी झाली. आज उपलब्ध असलेली या बखरीची प्रत म्हणजे खंडो बल्लाळ मलकारे याने अठराव्या शतकात केलेली मूळ बखरीची नक्कल असावी. प्रस्तुत बखरीच्या विविध प्रतींचे संपादन द. ब. पारसनीस, का. ना. साने आणि वि. का. राजवाडे या मराठ्यांच्या इतिहासाचे आरंभीचे संशोधक यांनी अनुक्रमे 'भारतवर्ष', 'प्रभात' आणि 'काव्येतिहास संग्रह' इतिहास मासिक पुस्तकात प्रसिद्ध केले. या बखरीचे फार्सी भाषेतील रूपांतर लंडन येथील ब्रिटिश म्युझियम आणि इंडिया ऑफिस लायब्ररी येथून मिळवून त्याचे इंग्रजीत भाषांतर जदुनाथ सरकार यांनी केले आणि 'मॉडर्न रिव्ह्यू' या मासिकात १९०७ साली प्रसिद्ध केले. प्रत्येक आवृत्तीत काही कलमे वगळलेली आपल्याला आढळतात. बडोद्याचे संशोधक वि. स. वाकसकर यांनी पारसनीस, साने, राजवाडे आणि सरकार यांनी छापलेल्या बखरी एकत्र करून '९१ कलमी बखर' १९३० साली प्रसिद्ध केली. त्यामुळे अभ्यासकांची चांगली सोय झाली आहे.

शिवाजी राजाच्या प्रारंभीच्या हालचाली आणि विशेषत: त्यांचा जन्म यासंबंधी स्कॉट वेअरिंगने जी माहिती दिली आहे त्यावरून त्याने ९१ कलमी बखरींचा पूर्णपणे वापर केला असावा आणि त्या बखरीतील माहितीचा इंग्रजी अनुवाद केला असावा. कदाचित या बखरीचे १८०६ साली फ्रिझेलने केलेले भाषांतरही त्याला मिळाले असावे.

शिवाजी राजाच्या राज्याभिषेकाचा वृत्तांत प्रामुख्याने जॉन फ्रायर याच्या प्रवास वृत्तांतावर आधारित आहे. एका तळटीपेत तो म्हणतो, "फ्रायरने दिलेला शिवाजी राजाच्या राज्याभिषेकाचा उत्कृष्ट वृत्तांत पाहा." ऑक्सिडन या एकमेव इंग्रजाने प्रत्यक्ष डोळ्यांनी पाहून या समारंभाचे जे वर्णन केले आहे त्याच्या आधारे हा मजकूर लिहिला आहे. फ्रायर हा एकच, शिवाजी राजाचा समकालीन प्रवासी आहे आणि म्हणून मराठ्यांविषयी त्याने जी माहिती दिली आहे, ती विश्वसनीय आहे. फ्रायरबद्दलचे स्कॉट वेअरिंगचे हे मत केवळ राज्याभिषेकाच्या वर्णनापुरते खरे असेल. पण काही वेळा तो विशेषत: शिवाजी राजाच्या प्रशासनाबद्दलच्या माहिती संबंधात ऐकीव माहितीवरही विसंबून राहत होता असे दिसून

येते. स्कॉट वेअरिंगने 'ऑर्म'च्या ग्रंथाचाही अनेकवेळा आधार घेतला आहे. शिवकालाच्या राजकीय इतिहासाबरोबरच स्कॉट वेअरिंगने मराठ्यांचे सरकार, लष्करी पद्धती, धर्म इत्यादी विषयावरही लेखन केले आहे. शिवाजी राजाच्या मृत्यूविषयी एका टिपणीत (क्रमांक २१)८ तो म्हणतो, ''फार्सी साधनाप्रमाणे राजाचा मृत्यू एका मुस्लिमाच्या प्रार्थनेमुळे झाला, तर मराठी बखरीत राजाच्या पत्नीला याबाबत जबाबदार धरले आहे.'' (पृ. २१५)

मराठ्यांच्या स्वभावाविषयी स्वतःच्या अभ्यासातून त्याला जे उमजले आणि शिंद्यांच्याकडील फ्रेंच अधिकारी पॅरॉन याच्या निरीक्षणाच्या आधारे स्कॉट वेअरिंग म्हणतो, ''मराठे हे कष्टाळू, शूर आणि कार्यक्षम लोक आहेत. ठेंगणे पण मजबूत बांध्याचे, दीर्घोद्योगी आणि शांतताप्रिय प्रजाजन आहेत. मराठे हे रांगडे असले, धूर्त स्वतंत्र बाण्याचे असले तरी कोत्या वृत्तीचे, शूर पण धोकादायक आणि सफाईदारपणाचा अभाव असे असले तरीसुद्धा सुसंस्कृत, दरबारी पुरुषांचे सर्व अवगुण अंगी बाळगणारा'' असा मराठा माणूस होता.९

मराठ्यांच्या सांस्कृतिक इतिहासाकडे स्कॉट वेअरिंगने दुर्लक्ष केले नाही. पेशव्यांच्या ग्रंथालयात असलेल्या 'व्रतराज' या हस्तलिखिताचा आधार घेऊन त्याने मराठी भाषा, लोकांच्या चालीरीती, दसऱ्यासारखे सण समारंभ यांचे वर्णन करण्यासाठी आपल्या ग्रंथाची दहा पाने दिली आहेत. या माहितीसाठी त्याने 'व्रतराज' बरोबरच 'राजकोश' या ग्रंथाचाही वापर केला होता. या दोन ग्रंथांविषयी आपल्या टिपणात तो लिहितो की, हे दोन्ही संस्कृत भाषेतील ग्रंथ त्याला पेशव्यांच्या खाजगी ग्रंथसंग्रहालयातून मिळाले आणि पुण्याचे एक संस्कृत पंडित श्री. गोवारे या मित्राच्या साहाय्याने त्यांचे वाचन केले. 'व्रतराज' हा ग्रंथ विश्वनाथ भट या चित्पावन ब्राह्मणाने संस्कृत भाषेत बनारस येथे विक्रमाजीत संवत्सर १६५८ अथवा सन १६०२ मध्ये रचला. या ग्रंथामध्ये राजाने दैनंदिन करावयाच्या धार्मिक विधींची आणि त्यांचा ऐहिक वैभवाशी असलेला संबंध यांची माहिती देण्यात आली आहे.१०

'राजकोश' या ग्रंथात यावनी अथवा मुसलमानी भाषेतील शब्दांना संस्कृत प्रतिशब्द दिलेले आहेत. हा कोश म्हणजे बहुधा शिवकालात रघुनाथ हणमंते यांनी रचलेल्या राजव्यवहार कोशाची नक्कल असावी.

संभाजीच्या कालाचे वर्णन करताना, विशेषतः त्याला झालेली अटक आणि औरंगजेबाशी त्याच्या कन्येच्या विवाहासंबंधी झालेला संवाद या भागाचे वर्णन स्कॉट वेअरिंगने सर्वस्वी ऑर्म याच्या इतिहासावरून घेतले आहे. संभाजीनंतरच्या कालाचा म्हणजे राजाराम, ताराबाई आणि मराठ्यांचे स्वातंत्र्ययुद्ध यांच्या इतिहासाचा कालखंड त्याने घाईगर्दीने थोडक्यात आटोपला आहे. याचे कारण या भागाविषयी त्याला अधिकृत

माहिती मिळाली नाही. शिवाय ज्या ऑर्मच्या 'फ्रॅगमेंट' या ग्रंथावर तो सर्वस्वी अवलंबून होता त्या ग्रंथाचा शेवट संभाजींच्या वधाने होतो. तसेच शाहूराजांच्या काळापासून म्हणजे १७०७ पासून ते १७६० पर्यंतचा इतिहास त्याने केवळ साररूपाने मांडला आहे. त्याला शाहूकालीन दोन बखरी मिळाल्या होत्या, त्यांतून त्याला पहिल्या तीन पेशव्यांची कारकीर्द मांडता आली. या दोन बखरींपैकी एक बखर ही गोविंदराव खंडेराव चिटणीस याने १७४२ ते १७८२ या कालखंडात लिहिलेली असावी. ही बखर संभाजी आणि राजाराम यांच्या संबंधीच्या त्रोटक माहितीने सुरू होते आणि नंतर शाहूराजांच्या निधनापर्यंतचा इतिहास सांगून ती संपते. स्कॉट वेअरिंगला या बखरीखेरीज अन्य कोणती बखर मिळाली होती हे समजत नाही. कदाचित ही पहिल्या बखरीची नक्कल असावी. या बखरीचा लेखनकालसुद्धा १७४२ ते १७८२ असाच दिला आहे. स्कॉट वेअरिंगने कदाचित शाहूंच्या या दोन निरनिराळ्या तारखांना लिहिलेल्या बखरींचाच उल्लेख केला असावा. हिंदुस्थानातील मराठ्यांच्या दुर्दैवी मोहिमा ज्यांचा शेवट पानिपतच्या पराभवाने झाला; त्या घटनांची माहिती देणाऱ्या काही बखरींचाही तो उल्लेख करतो. यांपैकी एक बखर म्हणजे पेशव्याला उद्देशून थोर नेता मल्हारराव होळकरांनी लिहिलेली बखर होय. ही बहुधा 'होळकरांची थैली' अथवा 'मल्हारराव होळकरांची थैली' या नावाने ओळखली जाणारी १७७२-७३ साली लिहिलेली बखर असावी. या बखरीत १७६१ च्या पानिपतच्या रणांगणावरून पलायन केलेल्या मल्हारराव होळकरांची बाजू मांडली आहे. या उलट 'भाऊसाहेबांची बखर' यात पानिपतच्या रणभूमीवर शेवटपर्यंत लढत राहिलेल्या शिंद्यांची बाजू मांडली आहे.

'पानिपत' यावर प्रकाश टाकणाऱ्या प्रमुख बखरी म्हणजे 'होळकरांची थैली' (१७७२-७३), 'नाना फडणिसाचे आत्मवृत्त', 'भाऊसाहेबांची बखर' (१७६२-६३) आणि 'श्रीमंत भाऊसाहेब यांची कैफियत' (१७६२-६३) या होत. स्कॉट वेअरिंगचा इतिहास प्रसिद्ध होण्यापूर्वी या सर्व बखरींची रचना झाली असल्यामुळे, 'पानिपत प्रकरण' लिहिताना जेव्हा तो संदर्भादाखल 'मराठी हस्तलिखित' असा उल्लेख करतो, तेव्हा त्याने वर नमूद केलेल्या बखरींचा वापर केला असावा असे गृहीत धरता येईल. 'ॲशियाटिक रिसर्चीस' या नियतकालिकाच्या (खंड ३ स. १७९९) अंकात प्रसिद्ध झालेल्या एका लेखाचा येथे निर्देश करता येईल. हा लेख म्हणजे पानिपतचा संग्राम ज्याने प्रत्यक्ष पाहिला होता, त्या काशिराज पंडित याने फार्सी भाषेत लिहिलेल्या पानिपतच्या युद्धाच्या वृत्तांताचे इंग्रजी भाषांतर होय. पानिपत प्रकरणाबाबत तो मल्हारराव होळकरांचे जाटांना उद्देशून लिहिलेले एक पत्र पहिल्यांदाच पुढे आणतो. या पत्रान्वये तो जाट लोकांना आपला दोघांचा शत्रू जो अबदाली त्याच्या विरुद्ध तुम्ही आपणास मदत करावी अशी कळकळीची विनंती करतो.[११]

या ग्रंथाच्या शेवटच्या प्रकरणात लेखक माधवराव पेशव्यांच्या कारकिर्दीचा धावता आढावा घेतो आणि नारायणरावाच्या खुनाच्या प्रसंगाने हा ग्रंथ संपतो. या प्रकरणासाठी आपण दोन हस्तलिखिते एक माधवरावांसाठी आणि दुसरे नारायणरावांसंबंधी वापरली आहेत असे तो म्हणतो. शिवाय वऱ्हाडचा राजा, गायकवाड, शिंदे आणि होळकर यांच्या घराण्यांची कागदपत्रेही आपण पाहिली होती असे तो म्हणतो. येथे कदाचित, 'करीना', 'हकिकत' अथवा 'कैफियत' ही मराठा सरदारांची खाजगी कागदपत्रे अभिप्रेत असावीत आणि हे सारे लेखकाला पुण्याच्या पेशवे संग्रहालयात पाहावयास मिळाले असतील.

स्कॉट वेअरिंग अधिकृत साधनांचे दोन प्रमुख भाग मानत होता. पहिल्या भागात इतिहासकारांच्या प्रसिद्ध झालेल्या ग्रंथांचा तो समावेश करतो आणि दुसऱ्या भागात "अशी काही अधिकृत साधने जी सर्वस्वी माझी आहेत" असे तो म्हणतो. पहिल्या गटात त्याने रॉबर्ट ऑर्म, कॅप्टन जॉनसन स्कॉटचे फेरिस्ता (१५७०-१६१४) याच्या तारीख-इ-फेरिस्ता या ग्रंथाचे भाषांतर; क. डॉव यांचा 'मराठ्यांचा इतिहास' स्कॉट वेअरिंगच्या मते तुरळक, अपूर्ण आणि चुकीचा असा आहे. "हॉवेलचा वृत्तान्त जो त्याला निष्फळ वाटतो, मेजर रेनेलचे 'मेमॉयर्स', ज्यात मराठ्यांचे स्थूलवर्णन आहे, जॉन क्रॉफर्डचा 'मराठ्यांचा एक छोटासा वृत्तान्त' आणि केर, टोन, इलियस हॅबेसी, एक प्रवासी, इत्यादी लेखकांचा तो उल्लेख करतो.

विल्यम हेन्री टोन हा आयरिश अधिकारी पुण्याच्या रेसिडेन्सी मध्ये १७९२-९६ या कालखंडात नोकरीस होता. त्याने लिहिलेल्या 'सम इन्स्टिट्यूशन्स ऑफ द मराठा पीपल' या छोट्या पुस्तिकेचे स्कॉट वेअरिंग आणि ग्रँट डफ या दोन्ही मराठ्यांच्या इतिहासकारांनी आपल्या लेखनात संदर्भ दिले आहेत. होळकरांच्या सेवेत असताना महेश्वरजवळ झालेल्या एका छोट्या चकमकीत १८०२ साली टोन मारला गेला.[१२] आपल्या ग्रंथाच्या परिशिष्टात स्कॉट वेअरिंग, हेन्री टोनविषयी थोडी अधिक माहिती देतो. तो म्हणतो, टोन याने मुंबईच्या वास्तव्यात मराठ्यांच्या परिस्थितीसंबंधी कर्नल मालकमला लिहिलेली काही पत्रे प्रसिद्ध केली होती. स्कॉट वेअरिंगच्या मते, मराठ्यांची विद्यमान स्थिती आणि त्यांच्या चालीरीती यासंबंधी काही महत्त्वपूर्ण माहिती देणारी अशी ही पत्रे होती. (कदाचित हीच पत्रे नंतर पुस्तकांच्या रूपाने 'सम इनस्टिट्यूशन्स ऑफ द मराठाज्' या नावाने पुढे प्रसिद्ध झाली असावीत.) टोन हा शिंदे, शिंद्यांच्या बाया, होळकर यांच्या सेवेत होता आणि त्याला पूर्वेकडील भाषांचे पुरेसे ज्ञान होते आणि मराठ्यांचा इतिहास लिहिण्याची पात्रता त्याच्यासारखी फारच थोड्या व्यक्तींच्या ठिकाणी असेल.[१३]

दुसऱ्या विभागात स्कॉट वेअरिंग अप्रकाशित फार्सी, मराठी आणि संस्कृत मूळ अस्सल साधनांचा समावेश करतो. त्याने वापरलेल्या मराठी साधनांचा विचार पूर्वी आवश्यक तेथे केलेला आहे. फार्सी साधनांच्या गटात तो सर्वप्रथम सय्यद गुलाम हुसेन

खान तबातबा याच्या 'सायेर-उल-मुताखेरिन' (अर्वाचीन काळाचे दर्शन) या ग्रंथाचा समावेश करतो. प्रस्तुत ग्रंथात सन १७०७ ते १७८० या कालखंडाचा भारतीय इतिहास आला असून लेखकाने त्या काळामध्ये इंग्रज सरकारच्या भारतासंबंधीच्या धोरणाची समीक्षा या ग्रंथाला जोडली आहे. १७८० साली हा ग्रंथ लिहिला असल्यामुळे त्याला समकालीन साधनग्रंथाचा दर्जा प्राप्त झाला आहे आणि म्हणून तो इतिहासाच्या दृष्टीने फार महत्त्वाचा ग्रंथ आहे. लेखक सय्यद गुलाम हुसेन हा स्वत: एक भारतीय श्रेष्ठ दर्जाचा सरदार होता आणि 'एक प्रत्यक्ष कार्यकर्ता आणि प्रेक्षक' या दोन्ही नात्यांनी तो या समकालीन घटनांशी संबंधित होता. त्याच्या लेखनात सर्वसामान्यपणे शेवटच्या सात मोगल पातशाहांच्या राजवटीचे वर्णन आणि विशेषत: शिराज उद्दौला आणि सुजा उद्दौला या दोन अनुक्रमे बंगाल आणि अयोध्येच्या नबाबांचा उदय आणि पतनाचा तपशील या ग्रंथात आलेला आहे.

'सियार' या ग्रंथाने सर्वप्रथम वॉरेन हेस्टिंग्ज (१७७२-८५) या गव्हर्नर जनरलचे लक्ष वेधून घेतले. त्याने त्याचे इंग्रजीत भाषांतर एम रेमंड नावाच्या एक फ्रेंच तत्त्वभ्रष्ट माणसाकडून करून घेतले. या फ्रेंच माणसाने हाजी मुस्ताफा असे नाव धारण केले होते. त्याने या हस्तलिखित ग्रंथाचे तीन खंडांत 'मोठा माणूस' असे टोपण नाव घेऊन भाषांतर केले. स्कॉट वेअरिंगच्या मते या लेखकाचे इंग्रजी जरी चांगले नसले तरी यात उपयुक्त माहिती असून मराठ्यांच्या इतिहासाची एक बरी म्हणावी अशी रूपरेषा दिली आहे. या ग्रंथाचे नंतर परत एकदा जॉन ब्रिग्ज याने भाषांतर केले.

या ग्रंथाच्या प्रस्तावनेत म्हटले आहे की, भारत ब्रिटिशांच्या सार्वभौमत्वाखाली येण्यापूर्वीच्या एका शतकाचा इतिहास या ग्रंथात उत्तम शैलीत सांगितला आहे. ख्यातनाम इतिहासकार प्राध्यापक आर. सी. मुजुमदार, मध्यमयुगीन भारतातील इतिहासलेखनाच्या स्थितीचा आढावा घेताना म्हणतात, "आधुनिक इतिहास लेखनपद्धतीचा प्रभाव या देशावर पडण्यापूर्वीच्या काळातील 'सीयर' हा अलीकडे लिहिलेल्या ग्रंथांमध्ये भारतीयाने लिहिलेला एक उत्तम ग्रंथ आहे. त्यांच्या मते विधात्याच्या अत्यंत वैभवशाली कार्याची झलक आपल्याला 'इतिहास' देतो."[१४]

मराठ्यांचा इतिहास अंशत: अथवा संपूर्णपणे लिहिणाऱ्या सर्व पाश्चिमात्य आणि भारतीय इतिहासकारांनी या ग्रंथाचा वापर केला आहे.

'सियार' या ग्रंथाखेरीज स्कॉट वेअरिंगने बनारसचे एक न्यायाधीश अली अकबरखान यांनी १७८६ साली लिहिलेला मराठ्यांच्या विषयीचा फार्सी ग्रंथ, खाफीखानाचा 'मुनतखब-उल-लुबाब' (१७३५ स.), दक्षिणेतील राजदरबारातील एका मुसलमान निरीक्षकाने सांगितलेले किस्से (१७८१-८२), 'निजामअलीखान' याच्या फार्सी भाषेतील ग्रंथाचे हॉलिगबेरी यांनी इंग्रजीत केलेले भाषांतर (या ग्रंथात दरबारातील

राजपुत्राच्या एका आश्रिताने अगदी धडधडीत असत्य कथन केले आहे.), औरंगजेबाच्या दक्षिणेतील हालचाली संबंधीचा 'नुक्शा-इ-दिलकशा' हा बुंदेला राजा (भीमसेन बुऱ्हाणपुरी) याचा ग्रंथ आणि औरंगजेबाची अझमशहा आणि कामबक्ष या आपल्या पुत्रांना लिहिलेली दोन फार्सी पत्रे इत्यादी फार्सी साधनांचा वापर स्कॉट वेअरिंगने केला आहे.

आपल्या ग्रंथाच्या परिशिष्टात कॉर्नवालिसच्या मोहिमेनंतर लगेच मराठी साधनांच्या आधारे तयार केलेला दक्षिणेतील सहा सुभ्यांचा अहवाल स्कॉट वेअरिंगने दिला आहे. इतिहाससंशोधक द. ब. पारसनीस यांनी आपल्या 'भारतवर्ष' खंड १० मध्ये शाहूकाळातील 'सुभे दक्षण आणि हिंदुस्थानचा झाडा' दिलेला आहे. त्याच्याशी स्कॉट वेअरिंगची माहिती जुळणारी आहे. पेशव्यांच्या ग्रंथालयात स्कॉट वेअरिंगला हा दस्तऐवज पाहावयास मिळाला असावा.[१५]

स्कॉट वेअरिंगच्या पुस्तकाचा विषय आणि त्याच्या मांडणीसाठी त्याने वापरलेली साधने यांचा हा त्रोटक परिचय आपल्या इतिहासाच्या लेखनासाठी त्याने घेतलेल्या परिश्रमाचे द्योतक आहे. परंतु या परिश्रमाचे लोकांनी फारसे कौतुक केले नाही. ग्रँट डफच्या मराठ्यांच्या इतिहासाची त्याच्या हयातीत फारशी दखल घेतली गेली नाही पण त्याच्यानंतर किमान एक शतकभर तरी 'मराठ्यांच्या इतिहासावरील एक अधिकृत ग्रंथ' म्हणून तो मानला जात होता. एकोणिसाव्या शतकाच्या उत्तरार्धात जेव्हा मराठी समीक्षकांनी त्याच्या इतिहासातील त्रुटी वाचकांसमोर मांडण्यास प्रारंभ केला तेव्हापासून तो ग्रंथ काहीसा वादग्रस्त बनला. असे लक्ष स्कॉट वेअरिंगच्या 'इतिहासा'कडे कधीच पुरविले गेले नाही आणि भारतीयांनी तर या इतिहासाची गंभीरपणे दखलही घेतली नाही असे असले तरी, मराठ्यांच्या इतिहासलेखनाच्या प्रक्रियेतील आरंभीचे एक पाऊल म्हणून स्कॉट वेअरिंगच्या प्रयत्नांची दखल घ्यावीच लागेल. रॉयल अेशियाटिक सोसायटीच्या मुंबईच्या शाखेत द. ब. पारसनीस यांनी १९०५ साली 'मराठी ऐतिहासिक साहित्य' या विषयावर एक शोधनिबंध वाचला होता. त्यात एक इतिहासलेखक म्हणून स्कॉट वेअरिंगच्या कार्याचे मूल्यमापन करताना ते म्हणतात, ''स्कॉट वेअरिंगने आपली साधने अत्यंत चोखंदळपणे आणि नि:पक्षपातीपणाने वापरली आहेत आणि मराठ्यांच्या इतिहासाच्यालेखनाचा न्यायबुद्धी आणि सचोटीच्या भावनेने केलेला पहिला प्रयत्न म्हणून ते सतत सर्वश्रेष्ठ म्हणून राहील.''[१६]

जेम्स मिल (१७७३-१८३०)

जेम्स मिल याची रूढार्थाने मराठ्यांच्या इतिहासकारांच्या श्रेयनामावलीत गणना करता येणार नाही; कारण त्याने या विषयावर स्वतंत्रपणे असे काही लेखन केले नाही. परंतु संपूर्ण भारताचा इतिहास लिहिणारा पहिला ब्रिटिश इतिहासकार या नात्याने आणि ईस्ट इंडिया कंपनीच्या भारतातील प्रशासकांवर त्या ग्रंथाचा दीर्घकालपर्यंत प्रभाव पडत होता हे लक्षात घेऊन सर्वमान्यपणे भारतीयांबद्दल आणि विशेषत: मराठ्यांच्याबद्दल त्याचे काय विचार होते हे जाणून घेणे योग्य ठरेल.

भारताच्या संपूर्ण इतिहासाची मांडणी करताना सर्वप्रथम या ब्रिटिश इतिहासकाराने या इतिहास कालखंडाची हिंदू, मुसलमान आणि ब्रिटिश कालखंड अशी तीन भागांत विभागणी केली. भारतीय संस्कृतीच्या अभ्यासात मिलला विशेष रस असल्याने त्याने राजकीय इतिहासाकडे केवळ ओझरता दृष्टिक्षेप टाकला आहे.[१७]

सन १८०६ साली त्याने भारताच्या इतिहासलेखनाचे काम करण्यास सुरुवात केली. वास्तविक त्याला भारताची अधिकृत माहिती नव्हती, त्या देशाशी अथवा तेथील भाषांशी त्याचा दीर्घकाल संबंधही आला नव्हता. त्यामुळे त्याचे भारतासंबंधीचे ज्ञान अथवा त्या देशाचा इतिहास लिहिण्यास आवश्यक ती पात्रता नसताना इतके प्रचंड काम आपण का स्वीकारले या प्रश्नाचे त्याने पुढीलप्रमाणे उत्तर दिले, "एखाद्या व्यक्तीजवळ जर लेखनाची पात्रता असेल, तर भारतासंबंधीचे ज्ञान एका वर्षात इंग्लंडमधील आपल्या एका छोट्या खोलीत बसून तो प्राप्त करू शकेल, त्यासाठी आपल्या आयुष्याचा दीर्घकाळ डोळे आणि कान उघडे ठेवून भारतात घालविण्याची आवश्यकता नाही." तो पुढे म्हणतो, "ब्रिटिशकालीन भारत जाणणाऱ्या इतिहासकाराला मानवी स्वभावाच्या कार्यपद्धतीच्या अतिशय गाढ ज्ञानाची तसेच मानवी समाजाच्या तत्त्वांची माहिती असणे जरुरीचे आहे. शिवाय सरकारी यंत्रणेच्या कामकाजाचे चांगले आकलन असले पाहिजे आणि या गुणांची शिकवण अथवा मार्मिक दृष्टी केवळ युरोपातच प्राप्त करता येईल. मानवी समाजाने भटक्या अवस्थेतून रानटी अवस्थेपर्यंत मजल गाठली, त्यापेक्षा अगदी थोडीशी प्रगती भारतीय समाजाने केली आहे."[१८]

हिंदू समाजाविषयीचा मिलसाहेबांचा विचार लक्षात घेता, मराठ्यांच्या विषयी तपशीलवार अथवा मौलिक लिखाणाची त्यांच्याकडून अपेक्षा करणे निरर्थक आहे. भारताच्या सार्वभौमत्वासाठी वस्तुत: त्यांनी जेव्हा भारताचा इतिहास लिहिण्याचे काम सुरू केले तेव्हा भारतात केवळ मराठ्यांचीच सत्ता उरलेली होती आणि ब्रिटिशांना मराठ्यांशीच संघर्ष करावा लागला होता. मध्ययुगीन भारताचा तपशीलवार इतिहास देण्यात मिलसाहेबाला विशेष रस असल्याने आणि मराठी सत्तेचा उदय आणि विस्तार याच काळात झाला असल्याने त्याला मराठ्यांचा उल्लेख करणे अनिवार्य होते; पण

मराठ्यांचा वृत्तान्त त्याने जो दिला आहे तो निव्वळ दुय्यम दर्जाच्या साधनांच्या आधारे अगदी त्रोटकपणे दिला आहे.[१९] साहजिकच मराठ्यांच्या विषयी त्याने जी विधाने केली आहेत त्याला अधिकृत ऐतिहासिक साधनांचा दुजोरा लाभलेला नाही.

शिवाजीराजाच्या भोसले कुलाचा वृत्तान्त सुमारे दहा पानांत उरकून त्याने मराठी सत्तेच्या संस्थापकाच्या कार्याचा इतिहास थोडक्यात आटोपता घेतला आहे. शेवटी शिवाजीराजांविषयी तो म्हणतो, "शिवाजी राजाचे देहावसान ५ एप्रिल १६८२ रोजी वयाच्या ५२व्या वर्षी त्यांच्या (रायरी) (रायगड) किल्ल्यावर अंगाचा दाह होऊन झाले. (सभासद बखरीत राजास व्यथा ज्वराची जाहली असे म्हटले आहे) शिवाजीराजाच्या कार्याचे मूल्यमापन करताना तो म्हणतो, "शिवाजीराजाने नवे काही करण्याच्या प्रगल्भ कल्पनांचे दर्शन घडवून त्याला अनुरूप असे आपले अंतिम ध्येय ठरविले आणि त्याच्या सिद्धीसाठी मनाचा कणखरपणा दाखविला. त्याची बरोबरी कधीच कोणी केली नाही आणि बहुत करून त्याच्या पुढेही कोणी कधीच गेला नाही."[२०]

शिवाजीराजाच्या मृत्यूपासून औरंगजेब पातशाहाच्या १७०७ साली झालेल्या मृत्यूपर्यंतचा कालखंड हे मराठ्यांच्या इतिहासातील एक वैभवशाली पर्व आहे. मोगलांच्या बलाढ्य सेनेला मराठ्यांच्या छोट्या पलटणींनी मोठ्या धैर्याने तोंड दिले. परंतु हे सर्व महत्त्वपूर्ण प्रकरण मिलने केवळ सहा-सात पानांत आटोपते घेतले आहे. तसेच तिसऱ्या पानिपत युद्धाचा (१७६१) उल्लेख घाईगर्दीने केला आहे. पहिल्या इंग्रज-मराठे युद्धात मराठ्यांची सरशी झाली होती(१७७९-१७८३). पण या घटनेचा ओझरता उल्लेख केला आहे, मात्र दुसऱ्या इंग्रज-मराठे युद्धात शिंदे-होळकर यांना नमवून वसईच्या तहान्वये (१८०२), मराठ्यांवर तैनाती फौजेचा करार लादला तो प्रसंग तिसऱ्या खंडात मोठ्या विस्ताराने दिला आहे. मिलच्या इतिहासातील त्रुटीसंबंधी ग्रँट डफ २१ जानेवारी १८२२च्या एल्फिन्स्टनला लिहिलेल्या पत्रात म्हणतो, "एखाद्या घटनेचे पूर्ण आकलन झाले नसेल तेथे दोष दाखविण्याची वृत्ती, कुशाग्र बुद्धीचा पूर्ण अभाव आणि भारतीय विचारसरणीची कमतरता अथवा सामान्यपणे सार्वजनिक सेवेला ज्याने सर्वस्वी वाहून घेतलेले असते, त्यासंबंधीचे अज्ञान" यांचे दर्शन मिलच्या इतिहास ग्रंथात घडते.[२१]

विष्णुशास्त्री चिपळूणकर आपल्या १८७४-७५ साली लिहिलेल्या 'इतिहास' या निबंधात म्हणतात, "तेव्हा असे दिव्य इतिहास वाचून एकंदर जग आमच्याविषयी कल्पना बांधणार. तेव्हा त्या बिचाऱ्या वाचकांना आपण काय दोष देणार?"[२२]

ख्यातनाम भारतीय इतिहासकार प्रा. आर.सी. मुजुमदार मिलच्या 'इतिहासा'चे मूल्यमापन करताना म्हणतात की, "सुरुवातीचे प्राच्य विद्यापंडित आणि युरोपीय प्रवासी यांनी भारतीय संस्कृतीची स्तुती केल्याबद्दल मिल यांच्या मनात तीव्र द्वेषाची भावना होती." ते पुढे म्हणतात, "इतिहासकार म्हणून ज्याची पात्रता श्रेष्ठ दर्जाची आहे आणि

ज्या ग्रंथासाठी दिशाहीन असे अफाट श्रम केले आहेत तो मिलचा इतिहासग्रंथ समीक्षेच्या कोणत्याही निकषानुसार 'इतिहास' हे शीर्षक धारण करण्यास पात्र नाही.''[२३]

मिलच्या इतिहासाची मेकॉलेसाहेबाने मात्र अफाट स्तुती केली आहे. ते म्हणतात, ''गिबननंतर आमच्या भाषेत इतका सर्वश्रेष्ठ इतिहासग्रंथ निर्माण झाला आहे.''[२४] १८१७ साली प्रसिद्ध झालेल्या या ग्रंथाचे पुनर्मुद्रण १८२०, १८२६ आणि १८४० साली झाले.

जेम्स मिल यांना भारतीय संस्कृती आणि भाषा यांसंबंधी प्रत्यक्ष अनुभव नव्हता, भारतीय जीवन आणि तेथील परिस्थिती यांची त्यांना विशेष माहिती नव्हती. त्यामुळे भारताविषयी सहानुभूतिपूर्वक लेखनाची त्यांच्याकडून अपेक्षा करणे निरर्थक होते. विशेषत: ब्रिटिशांच्या सत्ताग्रहणापूर्वी भारतावर प्रत्यक्ष वा अप्रत्यक्षरीत्या ज्या मराठ्यांची सत्ता होती, म्हणजे पर्यायाने जे ब्रिटिशांचे शत्रू होते, त्यांच्याविषयी मिलसारख्या इतिहासकाराकडून आधारभूत, समाधानकारक आणि विश्वसनीय इतिहासलेखनाची शक्यता असंभवनीय होती.

मिलच्या या 'महान' इतिहासाचे प्रारंभीच्या काळात मेकॉले, अर्थशास्त्रज्ञ रिकार्डो आणि बेनथॅमसारख्या विचारवंतांकडून चांगले स्वागत झाले. एल्फिन्स्टन अथवा ग्रँट डफ या भारतात दीर्घकाळ राहिलेल्या व्यक्तींना, जेम्स मिलच्या ईस्ट इंडिया कंपनीतील स्थानामुळे उघडपणे मिलवर टीका करणे कदाचित शक्य झाले नसावे. मेकॉलेने मिलच्या कार्याची गिबनशी तुलना केली होती, पण हिंदुस्थानाच्या प्रत्यक्ष भेटीनंतर त्याचा भ्रमनिरास झाला आणि मिलसंबंधीचे आपले पूर्वीचे मत त्याला सुधारावे लागले. तो म्हणतो ''मिलचा ग्रंथ जरी महत्त्वाचा आणि असाधारण असला तरी तो आवश्यक तितका चैतन्यमय आणि आकर्षक नसल्याने करमणुकीचे साधन म्हणून जे लोक एखाद्या ग्रंथाचे वाचन करतात त्यांना हा ग्रंथ वाचावासा वाटणार नाही.''[२५]

हिंदू संस्कृतीसंबंधी मिलच्या वाचकांचे जे मत बनले होते ते दूर करण्यास हिंदू आणि मुसलमानी राजवटीचे यथार्थ दर्शन घडविणारा एल्फिन्स्टनचा इतिहासग्रंथ उपयोगी पडला नाही. इलियट आणि डॉऊसन यांनी 'हिस्ट्री ऑफ इंडिया ॲज टोल्ड बाय इट्स ओन हिस्टोरियन्स' या मालिकेत अकरा ते सतरावे शतक या ६०० वर्षांच्या कालातील फार्सी ग्रंथांचे इंग्रजी भाषांतर प्रसिद्ध करून मुसलमानी राजवटीची श्रेष्ठता कमी करण्याच्या कामी बराच हातभार लावला होता आणि त्याचबरोबर मिल आणि इलियट यांच्या लिखाणाचा एकूण परिणाम 'एल्फिन्स्टनचे अधिक सहानुभूतिपूर्ण आणि वस्तुनिष्ठ भाष्य हे मागे टाकण्यात झाला.'[२६]

टिपा आणि संदर्भ

१. स्कॉट वेअरिंगच्या इतिहासाचे संपूर्ण नाव : History of the Mahrattas, to which is prefixed a historical sketch of the Deccan containing a short account of the Rise and Fall of the Mosslim Soverignities prior to the era of Mahratta Independence, London, John Richardson, Royal Exchange 1810.

२. सर चार्लस् मॅलेट, रेसिडेंट, पुणे दरबार, याने मराठ्यांचा इतिहास लिहिण्याचा प्रयत्न केला होता असे फोर्ट विल्यम इंडिया ऑफिस कॉरसपॉन्डन्स खंड १७ मधील एका नोंदीवरून दिसून येते. परंतु संपूर्ण हस्तलिखिताचा शोध लागला नाही आणि ते केव्हाच प्रसिद्ध झाले नाही. त्यामुळे 'मराठ्यांचा इतिहास' या शीर्षकाखाली प्रसिद्ध झालेला पहिला ग्रंथ हा लंडन येथे १८१० साली प्रसिद्ध झालेला स्कॉट वेअरिंगचाच होय. पहा स्कॉट वेअरिंगची प्रस्तावना.

३. स्कॉट वेअरिंग, पूर्वोक्त प्रस्तावना पृ. viii

४. तत्रैव पृ. viii

५. तत्रैव पृ. viii

६. तत्रैव पृ. ix

७. तत्रैव पृ. x

८. मराठी हस्तलिखित (बखर) ज्यात सोयराबाई ही शिवाजीराजांच्या मृत्यूला कारणीभूत आहे असे म्हटले आहे. अशा एका बखरीचा संदर्भ स्कॉटने दिला आहे. स्कॉटने या हस्तलिखिताचे नाव दिले नाही. परंतु त्याने 'रायरी' बखरीचा उपयोग आपल्या इतिहासासाठी केला आहे. त्यात असा उल्लेख नाही. त्याच्या परिशिष्टांतील दुसऱ्या एका टिपणांत (क्र. २२) तो मृत्यूसमयी शिवाजीराजांची मालमत्ता ज्यात धान्ये, कपडे, शस्त्रे, धातू, नाणी इत्यादी किती होती याची माहिती देतो. या टिपणावरून त्याला सभासद बखर माहीत होती हे स्पष्ट होते आणि त्यावरूनच त्याने ही शिवाजींच्या मालमत्तेची माहिती दिली असणार.

९. स्कॉट वेअरिंग, पूर्वोक्त पृ. १०४-५ शिवाजी परिशिष्ट टिपा १७

१०. तत्रैव पृ. १००-९, टिपण २० पृ. २१४

११. तत्रैव पृ. १५५

१२. The Dictionary of National Biography पृ. ९५

१३. स्कॉट वेअरिंग, पूर्वोक्त पृ. १९३

१४. आर. सी. मुजुमदार 'Historiography in Modern India, Bombay OUP, 1970' पृ. ३

१५. स्कॉट वेअरिंग, पूर्वोक्त टिपणे ३८–३९ पृ. २३७ ते ७१

१६. JBRAS Vol 22 1904-7 पृ. १७०.

१७. James Mill, The Hisroty of British India Vol 1 p x v London, 1817. पहा : विष्णुशास्त्री चिपळूणकर, निबंधमाला, नवी आवृत्ती, पुणे १९१७, पृ. ९२–३

See also J.S. Grewal, Muslim Rule in India, New Delhi, OUP 1970 pp 64-97.

१८. William J. Barber, British Economic Thought and India (1600-1838) Oxford, OUP 1975 p. 128.

१९. Grewal writes '.... he attempted to give a summary of the works of Alexander Dow, Johnson Scott, Francis, William Franklin, Robert Orme, and Gulam Hussain' पूर्वोक्त पृ. ९०

२०. मिल, पूर्वोक्त, खंड २ पृ. ३५८

२१. MSSEUR F88, Grant Duff to Mountstuart Elphinstone, 21 January, 1822.

२२. चिपळूणकर, पूर्वोक्त पृ. ९३

२३. मुजुमदार, पूर्वोक्त पृ. १४

२४. C. H. Philips, Historians of India, Pakistan and Ceylon Oxford, OUP, 1961 p 219

२५. तत्रैव पृ. २२४

२६. तत्रैव पृ. २२६ प्रा. ग्रिवाल यांच्या मते, 'एलफिन्स्टनचा History of India हा ग्रंथ (१८४८) वेळेवर प्रसिद्ध झाल्याने आपणच मुसलमानी राजवटीचा बिनचूक इतिहासकार आहोत या मिलच्या प्रौढीला निर्णायक शह मिळाला.' पूर्वोक्त पृ. ९५

❏

५
माउंटस्टुअर्ट एलफिन्स्टन (१७७९-१८५९)

माउंटस्टुअर्ट एलफिन्स्टनने स्वत: मराठ्यांचा इतिहास लिहिला नसला तरी इतिहासलेखनासाठी त्याने पुरविलेल्या माहितीचा हिस्सा मोठा आहे. तो भारतात इ. स. १७९६ला आला. त्याच वर्षी दुसऱ्या बाजीरावाला पेशवाईची वस्त्रे प्रदान करण्यात आली होती. पुढे जवळजवळ २५ वर्षे त्याचा संबंध मराठी मुलूख आणि तेथील जनता यांच्याशी आला. १९व्या शतकाच्या प्रारंभापासून ब्रिटिश अधिकाऱ्याचा मदतनीस म्हणून तो पुणे येथील पेशवे दरबारात रुजू झाला आणि १८२७ साली निवृत्त होईपर्यंत तो याच मुलुखात राहिला. अपवाद फक्त १८०८ नंतरची दोन-तीन वर्षे तो काबूलच्या कामगिरीवर गेला तेवढाच. तेथून तो पुण्याला आला तेव्हा मराठी सत्ता डळमळीत झाली होती आणि ती पूर्णत: नेस्तनाबूत करण्यात त्याचा महत्त्वाचा हातभार लागला. एवढेच नाही तर पेशव्यांकडून जिंकून घेतलेल्या प्रदेशात शांतता व सुरक्षितता प्रस्थापित करून त्या प्रदेशाची व्यवस्था लावण्यात तो यशस्वी झाला.

मराठी मुलूख आणि तेथील लोक यांच्या प्रदीर्घ सहवासाचा त्याच्या व्यक्तिमत्त्वावर सखोल परिणाम झाला असावा, असे त्याच्या रोजनिशीतील १८१६तील नोंदीवरून स्पष्ट दिसून येते. तो लिहितो, ''सकाळची न्याहरी संपल्यावर, सहकाऱ्याशी पुण्यातील विद्यमान क्रांतिकारक घटनांविषयी बोलताना माझ्या मनात एक विचार आला की, जी सत्ता आता जलदगतीने संपत आली आहे तिचा एक लक्षवेधक असा इतिहास लिहिता येईल.''

तरीही राज्यातील प्रशासकीय कामे पार पाडत असताना इतिहासलेखन करण्यास फुरसत मिळणार नाही, हे लक्षात आल्यामुळे तो विचार पुढे त्याने सोडून दिला. त्यावर इलाज म्हणून निवृत्तीनंतरच्या रिकाम्या वेळात मराठ्यांचा इतिहास किंवा 'मोगल साम्राज्याचा ऱ्हास आणि ब्रिटिश सत्तेचा उदय', अशा इतिहासलेखनाचे नियोजन तो करत होता.[१]

त्याप्रमाणे त्याने आपली योजना पुढे प्रत्यक्षात उतरवलीदेखील. परंतु त्याने मराठ्यांचा इतिहास लिहिण्याऐवजी 'भारतातील हिंदू आणि मुसलमान यांचा इतिहास' हा ग्रंथ १८४१ साली लिहिला. या इतिहासाचा कालखंड फार मोठा होता. त्यात

भारताच्या प्राचीन कालापासून ते १७६१ मधील पानिपतच्या युद्धापर्यंतचा इतिहास आला आहे. त्याचा हा ग्रंथ अतिशय दर्जेदार मानला जातो. त्यामुळे भारताचा इतिहासकार म्हणून एलफिन्स्टनची तुलना काहीजण रोमचा प्रसिद्ध इतिहासकार टॅसिट्स याच्याशी करतात.[२] त्याचा जिवलग मित्र टी. ई. कोलब्रुक याने एलफिन्स्टनच्या मृत्यूनंतर त्याचा दुसरा एक ग्रंथ प्रसिद्ध केला, 'द राइज ऑफ द ब्रिटिश पॉवर इन द ईस्ट' – (१८८७). तो ग्रंथ त्याने केलेली टिपणे आणि जर्नल्स इत्यादींवर आधारलेला होता. जेम्स मिलचा 'हिस्टरी ऑफ इंडिया' हा ग्रंथ यापूर्वीच म्हणजे १८१७ साली प्रसिद्ध झाला होता आणि त्यानंतर त्याच्या दोन आवृत्त्याही प्रसिद्ध झाल्या होत्या. पुढे एलफिन्स्टनचा इतिहास प्रसिद्ध झाल्यानंतरही वाचकांवर मिलच्या इतिहासाचाच प्रभाव अधिक होता. याचे कारण बहुधा मिलच्या लेखनाचा हेतू प्रामुख्याने भारतातील ब्रिटिश सत्ता पुढेही कशी भक्कमपणे रुजत गेली हे ठसविण्याचा असल्यामुळेच असावे. परंतु एलफिन्स्टन आणि इतर समकालीन इतिहासकार, ग्रँट डफ, टॉड, मालकम इत्यादींचा दृष्टिकोन मात्र भारतीय समाज आणि जनता यांच्याकडे सहानुभूतीने पाहण्याचा होता. त्यामुळे बखरकारांप्रमाणेच त्यांनी इंग्रजपूर्व हिंदू किंवा मुसलमान सत्ताधाऱ्यांना दूषण दिले नाही.[३] इतिहासलेखन करताना ज्या प्रजाजनांवर अंमल करावयाचा आहे त्यांना समजून घेणे आवश्यक आहे असे त्यांनी मानले. प्रामुख्याने या देशातील सामाजिक, आर्थिक आणि राजकीय घडणीचे मर्म, प्रधान गुणधर्म जाणून घेणे हे उद्दिष्ट डोळ्यांसमोर ठेवून नव्या शासकीय अधिकाऱ्यांना पूर्वापार पद्धतीत अनावश्यक बदल न करता आपला कारभार सुरळीतपणे कसा पार पाडता येईल ते पाहिले. ब्रिटिश सत्तेच्या भवितव्याविषयीच्या एलफिन्स्टनच्या कल्पना स्पष्ट होत्या. जेम्स मॅकिन्टॉश याला लिहिलेल्या एका पत्रात तो म्हणतो, "आपले भारतातील साम्राज्य दीर्घकालपर्यंत टिकेल असे मला वाटत नाही. हे विधान मी पूर्वग्रह बाळगून करत नाही, तर त्याला सबळ कारण आहे. आपल्या सत्तेचा अंत कसा होणार हे सांगणे कठीण आहे. आपण रशियन किंवा इतर परकीय हल्ल्यांपासून बचावलो तरी देखील सत्ताऱ्हासाची बीजे देशी सैन्यदलात रुजतीलच. त्यामुळे स्थानिक सेनादल ही एक अतिशय संवेदनशील आणि धोकादायक यंत्रणा ठरू शकते. अगदी क्षुल्लक गैरकारभाराने ती आपल्यावर उलटू शकते."[४]

मिलचा इतिहास एलफिन्स्टनला, अतिशय कुशलतेने लिहिलेला असला तरीही तो, दिशाभूल करणारा वाटतो. काही काल्पनिक स्वरूपाच्या तत्त्वानुसार भारतात क्रांतिकारक बदल घडवून आणण्याचा अभिनिवेश व्यक्त करणारा आणि म्हणूनच भारताच्या कामगिरीचे अवमूल्यन करणारा तो इतिहास आहे असे त्याचे मत आहे. जे. एस. मिलच्या इतिहासाचे वाचन केल्यावर त्याची पहिली प्रतिक्रिया अशी होती की, "या पूर्वनियोजित आणि विस्तृतपणे लिहिलेल्या इतिहासात काही शंकास्थळे आहेत आणि त्यांवर चर्चा

करण्यास भरपूर वाव आहे.'' तो पुढे म्हणतो की, ''एखाद्या इतिहासाचे श्रेष्ठत्व केवळ युरोपीय संशोधकांनी लिहिला आहे, या निकषावर ठरविता येणार नाही. भारतात प्रत्यक्ष अनुभव घेऊन लिहिलेल्या लेखनाची उपयुक्तता संपूर्णपणे नाकारता येणार नाही. कारण हे लेखन निराळ्या साधनांच्या साहाय्याने केले असल्याने त्यावरून काढलेले निष्कर्ष हे काही वेळा भिन्न असू शकतील.''[५] एलफिन्स्टनला भारतीय इतिहासाच्या समग्र स्वरूपाची चांगली जाण होती. त्याचप्रमाणे युरोपीय वाचकांसमोर ते मांडण्यातील अडचणींचीही त्याला जाणीव होती. त्या वाचकाला भारताच्या प्राचीनतेत रस वाटणार नाही याचीही त्याला खात्री होती. तो म्हणतो, ''भारताचा प्राचीन आणि मध्ययुगीन इतिहास लिहायचा असेल तर त्याचे सखोल ज्ञान असणे, त्याचप्रमाणे अंतरंग उकलून दाखवणारी प्रभावी लेखनशैली असणे आवश्यक आहे. तसे असेल तरच तो ग्रंथ लोकप्रिय आणि परिणामी दर्जेदार ठरेल.''[६]

युरोपीय वाचकांचे लक्ष वेधून घेण्यासाठी तो काही उपायही सुचवितो. प्रस्तुत इतिहासाचा विषय सर्वसाधारण मानवी जाती-जमातींशी नाते जोडणारा असला पाहिजे. त्यासाठी अर्थातच मानवाच्या कार्यशक्तीच्या मूलसूत्रांचे ज्ञान असणे गरजेचे आहे. त्याचप्रमाणे अशा लेखनाची अभिव्यक्ती ही बोलकी, अर्थपूर्ण व चैतन्यदायी असली पाहिजे आणि विचार लक्षवेधक आणि प्रभावी असले पाहिजेत.[७]

थोडक्यात, एलफिन्स्टनच्या संशोधनपद्धतीचा आकृतिबंध भारतीय इतिहासाकडे पाहण्याचा दृष्टिकोन असा आहे. जेम्स ग्रँट डफला लिहिलेल्या पत्रातून त्याने मराठ्यांच्या इतिहासाचे स्वरूप आणि आवाका यांविषयीचे जे विचार व्यक्त केले आहेत त्यावरून एक गोष्ट स्पष्ट होते की, त्याने संबंधित उपलब्ध फार्सी, मराठी आणि इतर साधनांचा चांगला अभ्यास केला होता आणि ती कुठे उपलब्ध होतील याची त्याला पूर्ण कल्पना होती. तो स्वतः प्रशासकीय कामात व्यग्र असल्यामुळे मराठ्यांच्या इतिहासलेखनाला लागणारा निवांत वेळ त्याला मिळू शकत नव्हता. म्हणून त्याने ग्रँट, टॉड, इर्स्किन आणि ब्रिग्ज यांना तद्विषयक ग्रंथलेखन किंवा भाषांतरलेखन करण्यास प्रोत्साहन दिले.

१८१९ साली पेशव्यांकडून जिंकून घेतलेल्या प्रदेशांचा त्यांनी जो अहवाल तयार केला होता त्यावरून मराठ्यांच्या इतिहासाची केवळ जुजबी माहितीच नाही तर त्याला तपशीलवार वृत्तान्त माहीत होता हे स्पष्ट होते.[८] अहवाल (१८१९) घाईघाईने सादर करावा लागल्यामुळे अपवाद काही सदोष तपशिलांचा असावा.[९] प्रस्तुत अहवालाच्या वाचनावरून असे वाटते की एलफिन्स्टन मराठ्यांच्या प्रेमातच पडला असावा. १८१० साली पुणे रेसिडेन्सीत तो रुजू झाल्यानंतर खासकरून १८१४ साली त्याने लंडनमधील स्ट्रॅची नावाच्या मित्राला लिहिलेल्या पत्रात तो म्हणतो, ''माझ्या निवृत्तीनंतर म्हातारपणी मी संकलित केलेल्या साधनांवरून मराठ्यांचा इतिहास लिहिणार आहे.''[१०] तरीही त्याने

आपला हा मनसुबा १८१९च्या मध्यापर्यंत कोणालाही कळू दिला नाही. मात्र त्याची पूर्वतयारी तो बऱ्याच वर्षांपासून करत होता, असे जेम्स ग्रँटला दिलेल्या सूचनांवरून स्पष्ट दिसते. जेम्स ग्रँट हा साताऱ्याचा प्रशासकीय अधिकारी आणि ब्रिटिश राजदूत होता. आपल्या अधिकारातील दोन वर्षांच्या काळात सातारा राज्यातील शक्य तेवढी ऐतिहासिक साधने, जुनी कागदपत्रे गोळा करावी अशा सूचना त्याने केल्या होत्या. परंतु ग्रँटला ही कामगिरी पार पाडायला १८१९च्या मध्यापर्यंत सवड मिळाली नाही आणि आपल्या वरिष्ठ अधिकाऱ्याने जुनी कागदपत्रे, दस्तऐवज गोळा करण्याची जी कामगिरी आपल्यावर सोपविली होती त्याकडे आपण लक्ष देऊ शकलो नाही याची त्याला खंत वाटत होती.[११] पुढे ती मिळविण्यात त्याला यश आले तेव्हापासून मात्र त्या कागदपत्रांतून मिळालेल्या माहितीमुळे तो फार प्रभावित झाला आणि त्यांचे संकलन करून मराठ्यांविषयी आपण एक सलग वृत्तान्त प्रसिद्ध करावा असे त्याने ठरविले.[१२] अर्थातच अशा कामासाठी लागणारी चिकित्सक दृष्टी आणि चिकाटी या संदर्भात आपल्या मर्यादांची त्याला जाणीव होती आणि म्हणूनच एलफिन्स्टनला मराठ्यांच्या इतिहासलेखनाविषयीचा आपला मनोदय सांगण्याचे धाडस त्याला होत नव्हते. १९ जुलै १८१९ रोजी त्याने एलफिन्स्टनला लिहिलेले पत्र आणि त्याचे आलेले उत्तर यातून मराठ्यांचा इतिहास लिहिण्याची स्वत:ची इच्छा असूनही त्यासाठी पुरेसा वेळ देता येणार नाही याची जाणीव व्यक्त करून ग्रँट हे काम करणार असल्याचे कळल्यावर त्याला प्रोत्साहन तर दिलेच, त्याचबरोबर आपल्या इतिहासविषयक संकल्पनाही स्पष्ट केल्या आणि त्याला मार्गदर्शनही केले. एवढेच नाही तर त्या कामात वेळोवेळी मदत करण्याची इच्छा व्यक्त केली. किंबहुना आपल्या संकल्पित योजनेला कोणीतरी मूर्त स्वरूप देण्याचा प्रयत्न करीत आहे याचा त्याला आनंदच झाला आणि म्हणून मराठ्यांच्या इतिहासासारख्या अवाढव्य आणि गुंतागुंतीच्या कार्यास प्रारंभ करण्याइतकी ग्रँटची पूर्वतयारी झाली आहे की नाही याची शहानिशा न करता त्याने तात्काळ उलट टपाली कळविले, "ऐतिहासिक लेखनासाठी आवश्यक ती कागदपत्रे तू संकलित केली आहेस हे पाहून माझे समाधान झाले आणि त्याहीपेक्षा आनंद झाला तो त्यावरून तू संगतवार मांडणी करण्यास प्रवृत्त झाला आहेस या गोष्टीचा. हे काम तू करावेस असे मला मनापासून वाटते."[१३]

एलफिन्स्टनच्या आशीर्वादाने आणि लेखनकार्यातील प्रत्येक टप्प्यावर त्याने केलेल्या मार्गदर्शनामुळे आणि मदतीमुळे ग्रँटने १८२३ साली सातारा सोडण्यापूर्वी 'मराठ्यांचा इतिहास' लिहून पूर्ण केला आणि १८२६ साली तो इंग्लंडमध्ये प्रसिद्ध केला. आपल्या इतिहासाचे हस्तलिखित तयार करत असतानादेखील त्याला मनापासून सारखे असे वाटत असे की, एलफिन्स्टनने मराठ्यांचा इतिहास लिहिला असता तर त्या विषयाला अधिक न्याय मिळाला असता. १८२१ साली इंग्लंडमधील त्याच्या एका मित्राला, चार्लस्

ग्रँटला लिहिलेल्या पत्रात जेम्स ग्रँट म्हणतो, ''मराठ्यांचा इतिहास लिहिण्याचा मनोदय एलफिन्स्टनने व्यक्त केला होता, परंतु प्रशासकीय जबाबदाऱ्यांमुळे तो ते काम पूर्ण करू शकला नाही याची मला खंत वाटते.''[१४] ग्रँट डफच्या इतिहासावर विष्णुशास्त्री चिपळूणकर यांनी समर्पक उद्गार काढले आहेत. ''ग्रँट डफ काय किंवा रॉबर्ट ऑर्म, जेम्स मिल, जॉन मालकम, मेडोज टेलर यांचे भारतीय इतिहास काय या सर्वांपेक्षा एलफिन्स्टनसारख्या इंग्रज अधिकाऱ्याने मराठ्यांचा इतिहास लिहिला असता तर फार बरे झाले असते; कारण त्याने मराठी माणसाचे प्रेम आणि आदर संपादन केला होता आणि त्याला महाराष्ट्र देशाची चांगली पारख झाली होती. परंतु त्याने कर्नल टॉडने राजस्थानाच्या इतिहासात जसे लक्ष घातले तसे मराठ्यांचा इतिहास लिहिण्यात घातले नाही ही दुर्दैवाची गोष्ट आहे.''[१५]

एलफिन्स्टनने ग्रँटला मराठ्यांचा इतिहास लिहिण्यासाठी प्रोत्साहन तर दिलेच, पण त्याचबरोबर लेखनाला आकार देण्याचा कसोशीने प्रयत्न केला. १८१८ साली मराठी सत्ता पूर्ण विलयाला गेली असल्यामुळे इतिहासकाराला त्याचा समग्र आढावा घेणे शक्य झाले. म्हणूनच त्याने ग्रँटला पत्राद्वारे समग्रतेचा हा मुद्दा त्याने लक्षात आणून दिला. ''अथपासून इतिपर्यंत विषयाची मांडणी करता येणे हे या तुझ्या संकल्पित इतिहासाचे एक फार मोठे सौंदर्यस्थळ आहे.'' 'मराठ्यांच्या इतिहासाचे स्वरूप आणि व्याप्ती' यासंबंधीचा विचार एलफिन्स्टनने केला होता. प्रस्तुत संदर्भात तो लिहितो, ''मोगलांच्या साम्राज्याचे पतन आणि आपल्या सत्तेचा उदय असा या कालखंडाचा विचार करणे हा तुझ्या लेखनाचा प्रमुख हेतू असला पाहिजे.''[१६]

यावरून असे स्पष्ट होते की, एलफिन्स्टनसारख्या जाणकारानेदेखील जेम्स मिल आणि इतर इतिहासकारांप्रमाणे मराठ्यांच्या इतिहासाकडे भारताच्या इतिहासातील मोगल आणि ब्रिटिश कालखंडांच्या संदर्भातच पाहिले आहे. ज्या मराठी सत्तेचा पराभव करून ब्रिटिशांनी सत्ता काबीज केली त्या समाजाचा हा इतिहास आहे असे त्यालाही उमगले नाही.ग्रँट डफचा विशेष असा की, त्याने एलफिन्स्टनचे मार्गदर्शन आणि मान्यता मिळविल्यानंतरच मराठ्यांचा इतिहास छापखान्यात पाठविला (१८२६). तरीही त्याला मराठी समाजाचे स्वतंत्र स्थान मान्य होते आणि म्हणूनच त्याने आपल्या ग्रंथाचे नाव 'हिस्टरी ऑफ द मराठाज' असे ठेवण्याचा आग्रह धरला. एलफिन्स्टनने मात्र १८४१ साली 'हिस्टरी ऑफ इंडिया' हा ग्रंथ प्रसिद्ध केला तेव्हादेखील त्याने भारताच्या इतिहासातील मराठ्यांचे स्थान यासंबंधीचे आपले विचार बदलले नाहीत. त्याने भारताच्या इतिहासाचे अखेरचे दोन भाग अकरा, बारा (पृ. ६०३-७५३) औरंगजेब आणि त्याचे वारसदार यांच्या विषयी लिहिले. या दीडशे पानांतील फक्त पन्नास पानांत औरंगजेब आणि त्याच्या वारसदारांच्या दक्षिणेतील स्वारीच्या काळातील मराठ्यांच्या कारवायांची तिसऱ्या

पानिपतच्या युद्धापर्यंतची माहिती दिली आहे. ती माहिती ग्रँट डफच्या इतिहासावरूनच घेतली आहे आणि अधिकृत पुरावा म्हणून खाफीखानाचा संदर्भ दिला आहे. ग्रँट डफनेदेखील मराठ्यांचा प्रारंभीचा इतिहास लिहीत असताना खाफीखानाचाच आधार घेतला होता.[१७]

मराठी सत्तेच्या उदयाची माहिती देताना "प्रारंभीच्या मुसलमान लेखकांना मराठ्यांच्या अस्तित्वाची जाणीव नसावी" अशी खंत एलफिन्स्टन व्यक्त करतो. मराठा हा शब्द सर्वप्रथम फेरिस्ताच्या लिखाणात स. १४८५ सालच्या इतिहासाच्या संदर्भात येतो आणि त्या काळात तो सर्वसामान्यपणे वापरला जात नसावा असे तो म्हणतो.[१८] एलफिन्स्टन मात्र शहाजीचा पुत्र राजा शिवाजी आणि त्याचे वंशज यांचा उल्लेख मराठी राज्याचे संस्थापक म्हणून मराठा हा शब्दप्रयोग करतो.[१९]

एलफिन्स्टन आपल्या मराठ्यांच्या इतिहासलेखनाची सुरुवात मराठी मुलूख आणि तेथील समाज यांच्या वर्णनाने करतो. त्याने महाराष्ट्राचे वर्णन असे केले आहे, "हा प्रदेश डोंगरकपारीत असून नर्मदेच्या दक्षिण किनाऱ्यापर्यंत, विंध्य पर्वताच्या रांगांना समांतर असा पसरला आहे. याशिवाय समुद्रकिनाऱ्यावरील गोव्यापासून बीदर ते चंदी(कर्नाटक) इथपर्यंत त्याची सीमा आहे. नर्मदा नदी ही पूर्वसीमा आणि समुद्रकाठचा प्रदेश म्हणजे या देशाची पश्चिम सीमा होय."[२०] अशा मराठा प्रदेशाचे वर्णन करत असताना पुढे तो म्हणतो, मराठे इतिहासात राज्यकर्ते म्हणून ज्ञात नसले तरीही या मराठा सरदारांचा एक प्रभावी गट असल्याचा दरारा त्या परिसरात होता यात संशय नाही.[२१] त्यानंतर तो मावळखोऱ्यातील मराठमोळ्या लोकांचे वर्णन करतो, ते दिसतात कसे, त्यांची अंगकाठी आणि त्यांचा स्वभाव इत्यादी, एवढेच नाही तर त्यांचे समकालीन राजपूत सरदार वगैरेंच्या तुलनेत त्यांच्या व्यक्तिमत्त्वाचे वर्णन करतो. इ. स. १७९६ ते १८२७ या प्रदीर्घ काळातील त्याच्या वास्तव्यात त्याला मराठ्यांच्या गुणधर्मांची नेमकी ओळख पटली होती, असे त्या वर्णनावरून स्पष्ट होते. ग्रँट डफच्या मराठ्यांच्या इतिहासातील 'प्रिलिमनरी ऑबझर्वेशन्स' या पहिल्याच लांबलेल्या प्रकरणात मात्र अशा चोखंदळपणाचा अभाव आहे.[२२]

मराठ्यांची रजपुतांशी तुलना करताना एलफिन्स्टन लिहितो, "मराठे चणीने लहानसर असले तरी अतिशय कणखर आहेत. मात्र ते फारसे देखणे नाहीत. ते कष्टाळू, काटक आणि चिकाटीने काम तडीस नेणारे आहेत. त्यांच्यामध्ये रजपुतांसारखा प्रखर अभिमान आणि भारदस्तपणा नसला तरी त्यांच्या आळशीपणा आणि व्यावहारिक शहाणपणाचा अभाव या अवगुणापासून ते (मराठे) अलिप्त आहेत. मराठा सतत आपल्या ध्येयाच्या पूर्ततेच्या विचारांत मग्न असतो आणि ते ध्येय साध्य करण्यासाठी साधनशुचितेचा तो फारसा विचार करीत नाही. आपल्या ध्येयपूर्तीसाठी तो चातुर्याची पराकाष्ठा करेल,

सुखोपभोगांचा त्याग करेल आणि प्रसंगी आपला जीव धोक्यात घालण्यास तो मागेपुढे पाहणार नाही; पण केवळ प्रतिष्ठेचा विचार करून तो आपल्या जीवनाचा अथवा आवडीच्या गोष्टीचा त्याग करणार नाही.''[२३]

अर्थात मराठ्यांच्या व्यक्तिमत्त्वाचे आपले हे विश्लेषण प्रामुख्याने लष्करी पेशातील मराठी गड्यांना लागू आहे असा तो खुलासाही करतो. मात्र मराठा शेतकरी हा वृत्तीने अगदी जबाबदार, काटकसरी, कष्टाळू असा आहे. त्याच्या वागण्यात देशी बेरकीपणा असला तरी तो भडकमाथ्याचा किंवा अप्रामाणिक नाही.''[२४]

मराठ्यांच्या रजपूत वंशाबद्दलची चर्चा एलफिन्स्टनला माहीत असावी असे वरील विवेचनावरून दिसते. ग्रँट डफने मात्र या चर्चेचा कोठे उल्लेख केला नाही. प्रस्तुत संदर्भात एलफिन्स्टन एवढेच म्हणतो की, ''जर कोणा मराठ्यांचा रजपूतवंशाशी संबंध असेल तर तो फक्त 'जदू' (म्हणजे जाधव) घराण्याचा असावा. 'जदू' हे नाव एका रजपूत जनजातीचे होते आणि दक्षिणेतील सर्वश्रेष्ठ देवगिरीच्या राजावर जेव्हा मुसलमानी आक्रमण झाले त्या काळात हे नाव पुढे आले असावे. मालोजी हा त्यावेळी 'देवगिरी'जवळच्या प्रदेशाचा देशमुख होता. तेव्हा मालोजी देखील 'रजपूत' वंशाचा असणे शक्य आहे.''[२५]

पुढे एलफिन्स्टनने शिवाजीच्या (जन्म मे, १६२७) बालपणातील साहसी कृत्यांचे वर्णन केले आहे. ही माहिती त्याने ग्रँट डफने संकलित केलेल्या कागदपत्रांवरून घेतली होती. शिवाजीच्या प्रारंभीच्या काळातील आश्चर्यकारक कामगिरीविषयी, मुलूखगिरी करून सत्ता कशी काबीज केली, इत्यादी माहिती मिळवून ती संगतवार लावणे किती जिकिरीचे होते याबाबत तो ग्रँट डफशी सहमत होता. तो म्हणतो, ''शिवाजीच्या स्वराज्यस्थापनेच्या कामगिरीचे ग्रँट डफने उद्धृत केलेले चित्तवेधक वृत्त मी माझ्या पुस्तकात जसेच्या तसे घेतले आहे.[२६] आपण घेतलेली माहिती अचूक आहे का नाही? हे पडताळून पाहण्यासाठी अपुरा वेळ आणि अस्सल कागदपत्रांचा अभाव, अशा कारणांमुळे त्याच्या या इतिहासात बऱ्याच आक्षेपार्ह त्रुटी राहून गेल्या आहेत. उदाहरणार्थ, ग्रँट डफच्या निवेदनाच्या आधारे तो लिहितो, ''शहाजीला विजापुरात अनेक वर्षे तुरुंगात डांबण्यात आले. वास्तविक पाहता शहाजी २५ जुलै १६४८ ते १६ मे १६४९ एवढाच काळ बंदिवासात होता. शिवाजीने आवश्यक तो जामीन देऊन त्याची सुटका करून घेतली होती.[२७] त्यानंतर अफजलखानाच्या वधाचे सविस्तर वृत्त सांगून खानाच्या वधाचा आरोप तो शिवाजीवर करतो, पण त्याचबरोबर तो असेही म्हणतो की, ''शिवाजीने आपल्या संपूर्ण आयुष्यात व्यक्तिश: कोणतेही निरर्थक, क्रूरपणाचे कृत्य केले नाही.''[२८]

इतिहासलेखनाच्या संदर्भात एलफिन्स्टन कधीच बखर किंवा तवारिखांचा पुरावा म्हणून आधार घेत नाही. त्या केवळ गावगप्पा आहेत म्हणून त्यांचा निषेध करतो. परंतु

शिवाजीच्या आग्र्याहून सुटकेच्या प्रसंगाच्या संदर्भात तो मराठीतील शिवचरित्राच्या सभासद आणि चिटणीशी बखरींचा आधार घेतो. त्याचप्रमाणे खाफीखानाचाही. केवळ ग्रँट डफच्या माहितीवर विसंबून तो शिवाजीच्या लष्करी आणि मुलकी प्रशासनाची प्रशंसा करतो. तो म्हणतो, ''प्रशासनाच्या प्रत्येक खात्यातील बारीकसारीक तपशील तपासून शिवाजी काटकसर करण्याकडे लक्ष पुरवितो.''[२९] आणि त्या संदर्भात इतिहासातील उदाहरणे देऊन तो आपले म्हणणे पटवून देतो. ''औरंगजेबाच्या कट्टरपणामुळे राजपुतांमध्ये असंतोष निर्माण झाला. त्यामुळे दक्षिणेतील हिंदू समाज मराठ्यांच्या बाजूला झुकला.''[३०]

शिवाजीने १६७४पर्यंत साध्य केलेल्या कामगिरीचे, यशस्वी कार्यवाहीचे, तो नेमके आणि अचूकपणे वर्णन करतो आणि त्या दृष्टिकोनातून शिवराज्याभिषेकाच्या संदर्भातील उद्देश काय होते इत्यादींचे विवेचन हेन्री ऑक्झेंडनच्या अहवालाच्या आधाराने करतो. राज्यारोहणानंतर शिवाजी फार काळ जगला नाही. अल्पशा आजाराने १६ एप्रिल १६८० रोजी तो मरण पावला. एका परिच्छेदात एलफिन्स्टनने शिवरायाच्या व्यक्तिमत्त्वाचे वस्तुनिष्ठ आणि समर्पक वर्णन केले आहे. ते वर्णन अतिशय प्रभावी आहे. असा परिणाम ग्रँट डफला पानेच्या पाने लिहूनही साधता आला नाही. तो लिहितो, शिवाजी आदिलशाहीतील एका सामर्थ्यशाली मराठा सरदाराचा मुलगा असूनही त्याने धाडसीपणाने मावळ्यांना एकत्र जमवून आपल्या नेतृत्वाखाली स्वराज्याची मोहीम सुरू केली आणि स्वराज्याचा लढा यशस्वीपणे देत साहस आणि धोरणीपणाच्या बळावर तो एक कुशल सेनापती आणि कर्तबगार मुत्सद्दी बनला. अशा कर्तृत्वामुळेच त्याने आपल्या देशवासीयांमध्ये, जनमानसात अतुलनीय आदराचे स्थान संपादन केले. सभोवताली अशान्त वातावरण पसरलेले असताना एखादा आपमतलबी नेता असता तर प्राप्त संधीचा लाभ उठवत लुटालूट करून मुलूखगिरी करण्यातच धन्यता मानत राहिला असता, परंतु तसे न करता त्याने मराठ्यांचा धर्माभिमान जागवला. त्यांच्या देशभक्तीच्या भावनेला प्रज्वलित करण्यासाठी जी दूरदृष्टी लागते ती शिवरायांपाशी असल्यामुळे तो औरंगजेबासारख्या बलाढ्य सम्राटाला नामोहरम करू शकला.[३१]

एलफिन्स्टनचा संभाजीराजांविषयीचा वृत्तान्त मात्र प्रामुख्याने बखरीवर आणि ऑर्मच्या 'फ्रॅगमेंट्स'वर आधारित आहे. जवळ जवळ २५ वर्षे मराठ्यांनी शाही फौजेशी धैर्याने कशी टक्कर दिली याचे चित्तथरारक वर्णन तो करतो. त्याच्या अशा नेटक्या आणि नेमक्या विवेचनाच्या तुलनेत याच विषयावरील ग्रँट डफचे एक पूर्ण प्रकरणदेखील फिके पडते.[३२]

तो लिहितो, ''मराठ्यांचा मोगलांविषयीचा वैरभाव जरी प्रखर होता, तरी त्यांचा प्रतिकार करण्याची संधी त्यांना फारशी मिळाली नाही. शिवाजीसारखा सर्वंकष अपार

कर्तृत्वाचा नेता त्यांना लाभला नसता तर मराठ्यांना 'एक राष्ट्र' म्हणून कधीच संघटित होता आले नसते. पण आता एका ध्येयाने प्रेरित झालेल्या मराठ्यांचे गुणधर्म आणि त्यांची युद्धनीती यांमुळे प्रत्येकाला त्याला जमेल तसा शत्रूचा प्रतिकार करण्याची मुभा मिळाली होती. यासाठी त्यांना अनुरूप असा उत्तम मार्ग म्हणजे, आघात झाला तर नमते घेणे, शत्रूने हल्ला केला तरी त्यांच्या हाती विशेष काही पडणार नाही आणि त्यांना शत्रूवर हल्ला करावयाचा असेल तेव्हा आपला जोर थोडासुद्धा कमी न करता आपल्या छावणीकडे परत येणे... संताजी आणि धनाजी यांच्या फौजा जरी आपल्या सेनापतीच्या नियंत्रणाखाली होत्या, तरी याच पद्धतीचा (म्हणजे, मोगलांच्या प्रदेशाची लुटालूट करून आपण धनवान होणे), अवलंब करून मराठ्यांनी एकदम सर्व दिशांकडे धाव घेतली आणि साऱ्या दक्षिण प्रदेशात जाळपोळ, लुटालूट, दहशत आणि गोंधळाचे वातावरण निर्माण केले.''[३३]

या संदर्भात एलफिन्स्टनने आपल्या पत्रात ग्रँट डफला संताजी आणि धनाजी यांच्या पराक्रमाचे केलेले वर्णन हे मोठे औचित्यपूर्ण आहे.[३४] (याचे विवेचन 'ग्रँट डफ'वरील प्रकरणात केले आहे.) परंतु ग्रँट डफला आपल्या वरिष्ठांच्या सूचनांचे योग्य आकलन न झाल्याने मराठ्यांच्या इतिहासातील 'स्वातंत्र्ययुद्धाच्या' ह्या वैभवशाली कालखंडाचे त्याचे वर्णन अगदी रटाळ आणि उदासीन असे झाले आहे.

मोगलांविरुद्धच्या मराठ्यांच्या या विजयाचे त्याने अतिशय सुरेख विवेचन केले आहे. मोगल आणि मराठे यांच्या छावणींची तुलना करताना एलफिन्स्टन म्हणतो, ''मोगल छावणीच्या लवाजम्याचा डामडौल, त्यांची बेशिस्त आणि मोगलांच्या लष्करी खात्यात पसरलेला कमालीचा गैरव्यवहार आणि याच्या तुलनेत मराठ्यांच्या छावणीचा साधेपणा आणि त्यात राहणारे चणीने लहान पण कर्तव्यदक्ष, कष्ट करण्याची सवय असलेले आणि चिवट बांध्याचे मराठे'' असे वर्णन करून तो पुढे म्हणतो, ''त्यांचे नेहमीचे जेवण म्हणजे बाजरीची भाकरी आणि कदाचित त्याच्याबरोबर एक कांदा, त्यांचा पोषाख म्हणजे डोक्याला एक छोटेसे मुंडासे, तंग तुमान आणि कमरेला बांधलेला एक शेला असा होता. जेव्हा त्यांच्या शरीरावर असा पोषाख नसे तेव्हा ते आपले शरीर झाकण्यासाठी एक हलका सुती अंगरखा वापरीत.[३५]

अखेर मराठ्यांच्या आपसातील वैमनस्यामुळे संताजी घोरपड्यांसारख्या पराक्रमी तळपत्या ताऱ्याचा खून झाला. तेव्हापासून मराठी सत्तेचा ऱ्हास होत गेला. मराठ्यांच्या वीरश्रीची प्रशंसा करीत असताना तो उतारवयातील औरंगजेबाच्या प्रयत्नांचे गुणगान करायला विसरत नाही; तशा अवस्थेतही औरंगजेब त्याच्यावर ओढवलेली संकटे, दुर्दैवी आघात आणि नाउमेद करणारे प्रसंग यांचा धैर्याने सामना करत दक्षिणेतील राज्यकारभार, प्रत्येक शासकीय खात्याकडे लक्ष पुरवून एकटाच नेटाने सांभाळत होता.[३६] इ.स. १७०७ साली त्याचा मृत्यू झाला. तोवर सर्व अडचणींवर मात करत अंतापर्यंत

तो मराठ्यांशी कसा झगडत राहिला, याचे प्रत्ययकारी वर्णन त्याने केले आहे. तो लिहितो, ''मोहिमेवर असताना परिस्थिती इतकी बिकट होती की, ओढे-नाले, दरी-खोरी, सर्वत्र पाण्याचे लोंढे वहात होते व सर्वदूर चिखल आणि दलदल माजलेली. त्यामुळे फौजफाट्यासह कुठेही मुक्काम करणे, अतिशय त्रासाचे होते. कारण तेथे खाण्यापिण्याची काही सोय करता येत नव्हती. त्यामुळे जनावरे व फौजा यांचे अतोनात हाल झाले आणि काही काळ तरी सर्व सैन्य दुबळे, काही हालचाल करू न शकणारे असे बनले.''[३७]

एलफिन्स्टनच्या इतिहासात मराठ्यांच्या गनिमी युद्धतंत्राविषयी जसे तंतोतंत वर्णन आहे तसे क्वचितच इतरत्र पहायला मिळते. या संदर्भात त्याने एडवर्ड स्कॉट बेअरिंग च्या 'हिस्टरी ऑफ डेक्कन' या ग्रंथातील मोगल मराठा युद्धातील मराठ्यांच्या छुप्या हल्ल्यांनी मोगलांना कसे नामोहरम केले इत्यादीबाबत बुंदेल्याच्या वृत्तान्ताचा आधार घेतला आहे. तो लिहितो, ''कित्येक वेळेला अगदी छावणीत शिरून त्यांनी लुटालूट केली. मालाची ने-आण खंडित केली. त्यांची जनावरे पळवली आणि शोधाशोधीत अडथळे निर्माण केले. हे गनीम (मराठे) तेथील सेवकांवर इतकी जरब बसवीत की एखादा सशस्त्र संरक्षक बरोबर असल्याशिवाय आवारात संचार करणे अशक्य व्हावे. एखादे सेनापथक त्यांच्या मागावर धाडले असता त्यांना हैराण करून माघारी परतवत किंवा त्यांना नेस्तनाबूत करून टाकत आणि गनिमांचा शोध घेण्यास सुसज्ज फौज धाडण्यात आली तर मात्र ते तेथून तात्काळ पसार होत आणि त्या अवधीत बऱ्याच अंतरावरील एखाद्या गावाची लुटालूट करून त्यांचा पाठलाग करणाऱ्या सेनापथकाची दिशाभूल करून तेथून पोबारा करीत; अशा रीतीने मोगल सम्राटाच्या सत्तेला धूळ चारीत.'' अशा प्रकारे बलाढ्य मोगलांशी मराठ्यांनी गनिमीकाव्याने लढून त्यांची कशी ससेहोलपट केली याची वर्णने मराठी बखरी आणि कागदपत्रे यांत आढळतात.

औरंगजेब बादशहाची असंख्य पत्रे आणि फ्रेंच प्रवासी जेमिली कॅरेरी याची प्रत्यक्ष निरीक्षणे यांवरून एलफिन्स्टनने काढलेले निष्कर्ष औरंगजेब अनेक बाबतीत दुराग्रही, कट्टर असला तरी तो अंधश्रद्ध नव्हता. भारतावर ज्या मुसलमान राज्यकर्त्यांनी राज्य केले त्या सर्व सम्राटांमध्ये औरंगजेब बादशहा मुसलमान धर्मीयांना आदरणीय वाटत होता.''[३९]

आपल्या ग्रंथाच्या बाराव्या भागात एलफिन्स्टन पुढील ७८ पानांत औरंगजेबाच्या वारसदारांविषयी लिहून मराठ्यांचा इतिहास, १७०७ ते १७६१ पर्यंतचा इतिहास २० पानांत संपवतो. १७०७ साली राजारामांची विधवा पत्नी ताराबाई हिच्या पाठिंब्याने छत्रपतिपदावर हक्क सांगणाऱ्या विरोधकांचा यादवी युद्धात पराभव झाल्यानंतर मोगलांच्या बंदिवासातून मुक्त झालेला संभाजीचा पुत्र शाहू, मराठ्यांचा छत्रपती बनतो.[४०] राजकुमार शाहू याची मोगलांकडून सुटका झाल्यानंतर मराठी राज्यांत त्याचे स्थान बळकट करण्यात,

बाळाजी विश्वनाथ भट (ब्राह्मण पेशवाईचा संस्थापक) याने जी मदत केली त्याबद्दल त्याची खूप प्रशंसा करून त्याच्या गुंतागुंतीच्या महसूल व्यवस्थेची रूपरेषा सांगितली आहे. तो म्हणतो बाळाजीच्या या गुंतागुंतीच्या पद्धतीमुळे साऱ्या मराठे सरदारांना त्यांच्या हाताखालच्या ब्राह्मण नोकरांवर अवलंबून रहावे लागले आणि याचा परिणाम पेशवा आणि त्याची जात यांची सत्ता वाढीस लागली. परंतु पेशव्याने मोगलांकडून १७१९ साली 'स्वराज्य', 'सरदेशमुखी', 'चौथाई आणि बाबती'च्या महत्त्वपूर्ण सनदा आणल्या, त्याचा मात्र उल्लेख तो करीत नाही.[४२] १७१९ साली बाळाजी पेशव्याने मोगलांशी जो तहनामा केला त्यासंबंधी एलफिन्स्टन म्हणतो, ''बाळाजीने मोगलांशी केलेली चर्चा शाहूला समाधानकारक वाटत होती आणि मोगलांचे मांडलिकत्व पत्करण्यास तो तयार झाला.[४३] यानंतर एलफिन्स्टनला पहिला बाजीराव पेशवा (१७२०-१७४०) याच्या कारकिर्दीकडे अधिक लक्ष पुरविणे भाग होते. याचे प्रमुख कारण म्हणजे त्याने उत्तरेत मोगलांशी संघर्ष सुरू केला होता आणि दक्षिणेत मोगलांचा प्रतिनिधी निजाम याच्याबरोबरदेखील त्याने सामना सुरू केला होता. या प्रकरणासाठी त्याने ग्रँट डफच्या ग्रंथाचा आणि पेशव्यांच्या बखरींचा आधार घेतला होता. पण येथे एक गोष्ट मान्य केली पाहिजे की, बाजीरावाच्या कार्याचे मूल्यमापन करण्यात ग्रँट डफने एलफिन्स्टनवर बाजी मारली आहे.

१७४०च्या सुमारास मराठ्यांनी मोगली सत्तेला मागे टाकल्यामुळे साहजिकच इतिहासकाराला मराठ्यांच्या हालचालींकडे अधिक लक्ष पुरवावे लागले. शाहूंचे मृत्युपत्र खरे की खोटे याबद्दल जे वादंग उठले होते त्याची एलफिन्स्टनला कल्पना असावी. तो लिहितो, ''असे एक निश्चित स्वरूपाचे प्रतिपादन केले जाते की, शाहू राजाने आपल्या स्वाक्षरीने एका दस्तऐवजाद्वारे पेशव्याकडे राज्यकारभाराचे सर्व हक्क सुपूर्द केले होते आणि यासाठी एक अट घातली होती. ती अशी, पेशव्याने शिवाजीराजांच्या घराण्याची आणि त्यांच्या छत्रपतिपदाची प्रतिष्ठा, महाराणी ताराबाईंच्या नातवाला गादीवर बसवून राखली पाहिजे. असे म्हटले जाते की, हा महत्त्वाचा दस्तऐवज बाळाजी आणि शाहूराजे यांच्या बैठकीत तयार झाला, पण त्यावरची सही, (जर ती खरी असेल तर) राजाचे मन वळवून घेतली होती की त्याला फसवून घेतली होती, तो दस्तऐवज केव्हा तयार केला होता आणि त्यावेळी तो अस्सल आहे असे कितपत मानले जात होते या गोष्टी स्पष्टपणे उघड झाल्या नाहीत आणि परिणामी ताराबाई, पेशवा बाळाजी बाजीराव यांच्या त्यावेळच्या वागणुकीमुळे या दस्तऐवजाबद्दल अधिकच गूढता निर्माण झाली.''[४४]

वरील विधानाला जी तळटीप दिली आहे, त्यात एलफिन्स्टनने असे स्पष्टपणे म्हटले आहे की, ''या क्रांतीसंबंधी ग्रँटने जी माहिती दिली आहे त्याहून अधिक असे माझ्याकडे काही नाही, पण रामराजा हा खरोखरीच वंशज होता का आणि शाहूराजाने खरोखरीच आपल्या सार्वभौमत्वाचे सत्तांतर करण्यास संमती दिली होती का? यासंबंधी

ग्रँट डफने जे निष्कर्ष काढले त्याहून माझे निष्कर्ष वेगळे आहेत.[४५]

१७५९-६०च्या सुमारास मराठी सत्तेची कीर्ती दिगंत पसरली होती. उत्तरेस त्यांच्या सीमा सिंधूनदी आणि हिमालयापर्यंत आणि दक्षिणेला जवळ जवळ द्वीपकल्पाच्या शेवटापर्यंत पोहोचल्या होत्या आणि त्या क्षेत्रातील जो प्रदेश त्यांच्या अमलाखाली नव्हता, त्यांच्याकडून मराठ्यांना खंडणी मिळत होती. पानिपतप्रकरणासाठी एलफिन्स्टनने मुख्यत: ग्रँट डफचा आधार घेतला आहे. ग्रँट डफने हे प्रकरण काशिराजाने प्रत्यक्ष पाहून या प्रसंगाचे जे वर्णन लिहिले आहे ते आणि मुस्ताफाच्या सियर-उल्-मुतखरीन या दोन साधनांच्या आधारे तपशीलवार लिहिले होते. पानिपतच्या युद्धात मराठ्यांचा जो दारुण पराभव झाला होता त्यासंबंधी एलफिन्स्टन म्हणतो, "असा अगदी संपूर्ण पराभव कधीही झाला नव्हता आणि असे भयानक संकट केव्हाही आले नव्हते की ज्यामुळे साऱ्या देशात गोंधळाची परिस्थिती निर्माण व्हावी. सर्व मराठी मुलखावर दु:खाची आणि विषण्णतेची दाट छाया पसरली होती. धारातीर्थी पडलेल्या अनेक नातेवाइकांचे त्यांना दु:ख झाले होते आणि आपल्या साऱ्या सैन्याचा धुव्वा उडाला म्हणजे आपल्या राष्ट्रीय इभ्रतीला जोरदार धक्काच बसला असे सर्वांना वाटत होते."[४७] एलफिन्स्टनच्या मते, भारताचा भारतीय संतांनी घडविलेला इतिहास हा १७६१ नंतर संपुष्टात आला. भारतीय साम्राज्याचा इतिहास आता ब्रिटिश इतिहासकारांनी लिहावा असे मत तो व्यक्त करतो. तो म्हणातो, "या शेवटच्या घटनेत भाग घेतलेले सर्व लोक, हे आपले राज्य सोडून गेल्याने मोगलांचा इतिहास आपोआपच या घटनेनंतर संपतो. मोगल साम्राज्याचे छोट्या छोट्या राज्यांत विघटन झाले, राजधानी ओस पडली, बादशहाचे वंशज परागंदा झाले, ते परावलंबी बनले आणि आता विजेत्यांच्या एका नव्या जमातीने आपली कारकीर्द सुरू केली असून त्यांच्याकडून पूर्वीपेक्षा निराळ्या छत्राखाली या देशात नवे साम्राज्य निर्माण होण्याची शक्यता आहे."[४८]

इंग्रजाचे मराठ्यांशी राजकीय शत्रुत्व असले तरी एलफिन्स्टन आणि ग्रँट डफ या दोघांनाही मराठ्यांविषयी सहानुभूती वाटत होती. मराठी मुलखातील लोक आणि प्रदेश यांच्या प्रदीर्घ काळाच्या सहवास आणि परिचयामुळे त्यांच्या इतिहासलेखनात समतोलपणा आला आहे. जेम्स मिलसारख्या युरोपीय इतिहासकारांमध्ये मात्र याचा प्रकर्षाने अभाव जाणवतो. याचे मुख्य कारण म्हणजे त्यांनी भारताचा इतिहास केवळ फार्सी साधनांच्या आधाराने लिहिला. याच एका कारणामुळे मराठ्यांच्या इतिहासलेखनातील बदलांचा पुनर्विचार करत असताना एलफिन्स्टनकडे दुर्लक्ष करता येणार नाही.

एलफिन्स्टनने भारताचा इतिहास लिहावा असा अनेक मित्रांचा आग्रह असूनही भारताच्या प्राचीन आणि मध्ययुगीन इतिहासाचे सखोल ज्ञान असल्याशिवाय असे लेखन करणे योग्य नाही, अशी त्याची मनोभूमिका होती. त्याचबरोबर मिलच्या इतिहासातील

त्रुटी दूर झाल्या पाहिजेत असा विचार आल्यामुळे भारतातील हिंदू आणि मुस्लिम राजवटींचा अभ्यास १८३४ सालापासून त्याने सुरू केला होता. मधली एक-दोन वर्षे तशीच गेली व पुन्हा १८३६ पासून १८४१ पर्यंत त्याने या विषयावर लेखनही केले.[४९] त्या लेखनावर ब्रिटिश नियतकालिकांतून चांगले परीक्षणात्मक अभिप्रायही आले. इंग्लिश भाषेतील हा सर्वात उत्कृष्ट इतिहास म्हणून गणला जाईल असे जाहीरपणे गौरविण्यात आले.[५०]

वास्तविक पाहता मराठ्यांच्या इतिहासाच्या दृष्टीने 'द राइज ऑफ द ब्रिटिश पॉवर इन द ईस्ट' हा एलफिन्स्टनचा ग्रंथ फार महत्त्वाचा नाही. ब्रिटिशांचा भारतावरील विजय हा विषय मिलने चांगल्याप्रकारे जाणला होता. या संदर्भात फिलिप्सचे मत विचारार्ह आहे. "लेखनशैलीच्या बाबतीत मिल आपल्यापेक्षा वरचढ आहे, हे त्याला मान्य होते.[५१] मुळात एलफिन्स्टनला ब्रिटिशांच्या विजयाबाबत लिहिणे कठीणच वाटत होते. त्यामुळे 'ब्रिटिश पॉवर इन द ईस्ट' या ग्रंथात तो वॉरन हेस्टिंग्जचे गव्हर्नर जनरल पद इथपर्यंत लिहू शकला असता, म्हणजे त्याचा विषय अपूर्ण राहिला असता."[५१]

प्रस्तुत ग्रंथाच्या प्रस्तावनेत संपादक एडवर्ड कोलब्रुक याने उल्लेख केला आहे की, रोहिल्यांच्या कारवायासंदर्भात मराठे आणि ब्रिटिश सरकार यांच्यात जी बोलणी झाली त्याबद्दल आणि हेस्टिंग्जने काशिराजाला जी वागणूक दिली त्या संबंधात एलफिन्स्टनने पुढील काही प्रकरणे लिहिली आहेत. परंतु ती स्फुट स्वरूपात आहेत.[५२] एलफिन्स्टनच्या ग्रंथाचा प्रारंभ होतो तो १५व्या शतकाअखेर घडलेल्या घटनांपासून म्हणजे पोर्तुगिजांच्या आगमनापासून आणि त्याचा शेवट १७८० मधील भारतातील घटनांपर्यंत. थोडक्यात, त्याने मराठ्यांचा इतिहास हा यथातथाच सांगितला आहे.

यावरून सदर ग्रंथाचा मुख्य विषय आहे तो म्हणजे १५व्या शतकातील देशी राजसत्ता आणि युरोपीय राजसत्ता यांचा पाडाव करून ब्रिटिश राजवट कशी प्रस्थापित झाली हाच होय.

एलफिन्स्टन हा इतिहासअध्ययनाच्या रोमॅंटिक स्कूलच्या परंपरेतील असल्यामुळे त्याला भारताच्या प्राचीनत्वाविषयी जिज्ञासा होती. त्यामुळे भारतीय राजसत्तेकडे तो उदार दृष्टीने पाहतो, तरीही त्याला साम्राज्यशाही धोरणाचा विसर पडत नाही. मराठ्यांविषयीच्या त्याच्या विचारांवरून, मराठ्यांचा एक इतिहासकार या नात्याने त्याच्या मर्यादा सहज लक्षात येतात.

टिपा आणि संदर्भ

१. कॉटन जे. एस. - Mountstuart Elphinstone and the Making of South Western India ऑक्सफर्ड OUP १८९२ पृ. २१२.

२. मुजुमदार आर. सी. - Historiography of Modern India पूर्वोक्त पृ. १७.

३. फिलिप्स सी. एच. - फिलिप्स सी. एच. (स.) Historians of India Pakistan and Ceylon, London, OUP, 1961 P.223

४. सर टी. ई. कोलब्रुक, Life of Mountstuart Elphinstone London, J. Murray, 1884 खंड २ पृ. ७२-२ जुलै १८१९ चे पत्र.

५. फिलिप्स पूर्वोक्त पृ. २२२.

६. तत्रैव पृ. २२३

७. तत्रैव पृ. २२३

८. कुलकर्णी ए. आर. 'Mounstuart Elphinstone and Maratha History' Bengal Past and Present, July-December, 1970 Part II No. 168, P. 203-204.

९. फॉरेस्ट जी. डब्ल्यू. - Selections from the Minutes and other official writings of the Honourable Mounstuart Elphinstone, लंडन, १८८४ पृ. २०४

१०. युरोपियन हस्तलिखित (MSS EURF संक्षेप) India office library London, MSS EUR F 128, Box 7, No. 4. एलफिन्स्टनचे स्ट्रॅचीला पत्र ता. ४.१२.१८१४

११. MSS EUR F 88 ग्रँट डफ (जी. डी.) एलफिन्स्टन संक्षेप (एम. ई.) ता. १५.७.१८१९.

१२. तत्रैव जी. डी. - एम. ई ता. १९.७.१८१९.

१३. तत्रैव जी. डी. - एम. ई. ता. २०.७.१८१९

१४. तत्रैव जी. डी. - चार्लस् ग्रँट ता. २०.४.१८२१

१५. चिपळूणकर, विष्णुशास्त्री (सं.) निबंधमाला, पुणे १९१७, पृ. ६१५.

१६. MSSEUR 88 एम. ई. - जी. डी. ता. २०.७.१८१९

१७. एलफिन्स्टन, माऊंट स्टुअर्ट, The History of India, The Hindu and Mahometan Periods, ७वी आवृत्ती, लंडन, १८८९, पृ. ६००

१८. तत्रैव पृ. ६१६-१७

१९. तत्रैव पृ. ५८१-८२

२०. तत्रैव पृ. ६१४, पहा – ग्रँट डफ, A History of the Mahrattas आवृत्ती ६, लंडन १९२१, पृ. ३–४.

२१. एलफिन्स्टन, पूर्वोक्त पृ. ६१५

२२. ग्रँट डफ, पूर्वोक्त पृ. १–३९

२३. एलफिन्स्टन, पूर्वोक्त पृ. ६१५–१६, पहा जदुनाथ सरकार Shivaji and His Times ५वी आ. कलकत्ता, १९५२, पृ. ६–१३.

२४. तत्रैव पृ. ६१६.

२५. तत्रैव पृ. ६१७

२६. तत्रैव पृ. ६१९–२०, तळटीप

२७. तत्रैव पृ. ६२१, पहा ग्रँट डफ, पूर्वोक्त खंड १, पृ. ११४ आणि सरकार, पूर्वोक्त पृ. ३९९.

२८. तत्रैव पृ. ६२०

२९. तत्रैव पृ. ६२८–२९, पहा ग्रँट डफ खंड १ पृ. १६६–१६९ आणि कृष्णाजी अनंत सभासद रचित छत्रपती शिवाजी राजे यांची बखर (संपादक– शं. ना. जोशी) पुणे १९६०, पृ. ५०–५१ आणि मल्हार रामराव चिटणीस रचित 'सप्त प्रकरणात्मक चरित्र' (संपादक – र. वि. हेरवाडकर) पुणे १९६७ पृ. १५६–६०.

३०. तत्रैव पृ. ६३९

३१. तत्रैव पृ. ६४७, पहा ग्रँट डफ खंड १ पृ. २२८–३१.

३२. तत्रैव पृ. ६५८–६३, पहा ग्रँट डफ खंड १ पृ. २७८–३११.

३३. तत्रैव पृ. ६५६–५८.

३४. MSSEUR F. 88 एम. ई. – जीडी. २०/४/–१८२२

३५. एलफिन्स्टन, पूर्वोक्त – पृ. ६५९–६०

३६. तत्रैव पृ. ६६५–६६

३७. तत्रैव पृ. ६६५–६६

३८. तत्रैव पृ. ६५९

३९. तत्रैव पृ. ६९९–७००.

४०. शिवाजीराजांचा द्वितीय पुत्र राजाराम यांनी संभाजींचे पुत्र शाहू मोगलांच्या कैदेत असताना मराठी सत्तेची धुरा वाहिली. त्यांचा मृत्यू १७०० साली झाला.

४१. एलफिन्स्टन, पूर्वोक्त पृ. ६९९–७००

४२. ग्रँट डफ, पूर्वोक्त, खंड १

४३. एलफिन्स्टन, पूर्वोक्त पृ. ६९९

४४. तत्रैव पृ. ७२८

४५. तत्रैव तळटीप २, पहा ग्रँट डफ खंड १

४६. तत्रैव पृ. ७४४

४७. तत्रैव पृ. ७५२

४८. तत्रैव पृ. ७७३

४९. फिलिप्स, पूर्वोक्त पृ. २२४

५०. ग्रेव्हाल जे. एस. Muslim Rule in India OUP, 1970 पृ. १३० पहा प्रकरण सात.

५१. फिलिप्स, पूर्वोक्त पृ. २२४

५२. कोलब्रुक टी. ई. पूर्वोक्त

❏

६

जेम्स कनिंगहॅम ग्रँट डफ (१७८९-१८५८)

मराठ्यांचा इतिहास अथपासून इतिपर्यंत लिहिणारा पहिला आंग्ल इतिहासकार कॅप्टन जेम्स कनिंगहॅम ग्रँट डफ याचा जन्म स्कॉटलंडमधील बॅन्फ या शहरी ८ जुलै १७८९ रोजी किन्कॅरडिन ओनिलच्या ग्रँट कुटुंबात झाला. जॉन ग्रँट हे त्याचे वडील. त्याची आई मार्गारेट मिल ही इडनच्या डफ घराण्यातील होती. तिचा भाऊ विल्यम डफ हा १८२४ मध्ये विनाअपत्य वारला आणि डफ घराण्याची सारी संपत्ती मार्गारेटला मिळाली. त्यामुळे जेम्स ग्रँटला आपल्या मातुलगृहाचे उपनाम घ्यावे लागले आणि तो जेम्स ग्रँट डफ या नावाने ओळखला जाऊ लागला.[१]

जॉन ग्रँट यांचा मृत्यू १७९९ साली झाल्यावर ग्रँट कुटुंब स्कॉटलंडमधील ॲबरडीन या ठिकाणी स्थायिक झाले. जेम्सने तेथील मारीशल कॉलेजमध्ये आपले नाव घातले. परंतु वयाच्या १६ व्या वर्षीच त्याने शिक्षण सोडले आणि भारताकडे जाण्यास १८०५ साली निघाला. प्रवासात असताना केप सेंट रोफ येथे त्याच्या बोटीला अपघात झाला. त्याची बोट केप ऑफ गुड होपच्या किनाऱ्याला पोहोचण्यापूर्वी तो समुद्राच्या पाण्यात बुडून मेला असता. पण त्याच्या पोहण्यातील वाकबगारीने त्याला वाचविले. केप ऑफ गुड होपवर कॅप्टन बेअर्डने १८०६ साली हल्ला केला. त्यात मुंबईच्या किनाऱ्याला पोहोचेपर्यंत दोन्ही बाहू दुखावले गेले. मुंबईला पोहोचल्यावर १८०७ साली मुंबईच्या लष्करी सेवेत एक साधा शिकाऊ विद्यार्थी म्हणून प्रवेश घेतला आणि तेथील अभ्यासक्रम यशस्वीरीतीने पुरा करून २३ एप्रिल १८०७ रोजी 'एनसाइन' हा मानाचा हुद्दा मिळविला आणि त्यानंतर त्याची फर्स्ट बॉम्बे नेटिव्ह इन्फंट्री अथवा बॉम्बे ग्रेनेडिअर्स या दलात नेमणूक करण्यात आली. माउंटस्टुअर्ट एलफिन्स्टन १८११ साली पुण्याच्या रेसिडेंट पदाचा अधिकारी बनला. ग्रँट डफच्या कामगिरीने त्याचे लक्ष वेधून घेतले आणि लष्करी सेवेतून त्याची बदली एलफिन्स्टनच्या निवडक प्रशासकीय दलात झाली. या निवडक प्रशासकांत कॅप्टन हेन्री पॉटिंजर, जॉन ब्रिग्ज, विल्यम चॅपलिन इत्यादी व्यक्ती होत्या. या निवडक दलाचा उल्लेख 'एलफिन्स्टन परिवार' असा केला जात असे.

नोव्हेंबर १८१७ मध्ये इंग्रज मराठे यांच्यात सुरू झालेल्या खडकीच्या लढाईत त्याने मोठ्या आनंदाने कर्नल बर, कॅप्टन फोर्ड या ईस्ट इंडिया कंपनीच्या अधिकाऱ्यांबरोबर

भाग घेतला होता. कर्नल बरचा तो साहाय्यक असला तरी त्याचा शहाणपणा आणि तत्परता या गुणांमुळे खडकीच्या लढाईत होऊ घातलेल्या दारुण पराभवापासून इंग्रजांचा बचाव झाला होता.[२] एलफिन्स्टनच्या अधिक जवळ पोहोचण्यास ही घटना ग्रँटला उपयोगी पडली असावी. त्यामुळे एलफिन्स्टनचा तो केवळ स्वामिनिष्ठ सेवकच नव्हे तर कालांतराने, त्याचा सल्लागारही बनला.

१८१८ साली ग्रँटला कप्तान पद मिळाले आणि पेशव्यांच्या ताब्यातील मुलूख जिंकून घेऊन जे छोटेसे सातारा राज्य इंग्रजांनी निर्माण केले होते, त्या प्रदेशाचा 'पोलिटिकल एजंट' आणि 'रेसिडेंट' म्हणून ११ एप्रिल १८१८ रोजी त्याची नेमणूक करण्यात आली. त्याच्या मुलाने आपल्या संकल्पित आत्मचरित्रात म्हटले आहे, की आपला बाप स्कॉटलंडच्या क्षेत्रफळापेक्षा आकाराने एक तृतीयांश लहान असलेल्या सातारा राज्यावर जवळजवळ निरंकुश सत्ता गाजवीत होता. अधिकार सोपविताना त्याला सूचना दिल्या होत्या त्याप्रमाणे प्रशासन करणे आणि त्याचबरोबर राज्याच्या कारभारात कोणतेही नवे बदल न करता राजाचा संपूर्ण विश्वास संपादन करून राज्यकारभार करावा. २५ सप्टेंबर १८१९ रोजी काही ठराविक काळापर्यंत राज्याचा कारभार सांभाळण्याबाबत एक तहनामा केला. सातारा राज्याच्या कक्षेत अनेक जहागीरदार होते. प्रत्येक जहागीरदाराशी त्याने राज्याच्या संबंधाविषयी स्वतंत्र करार केला. राजा आणि त्याचे अधिकारी यांना त्यांच्याकडे राज्याची सर्व सूत्रे आणि जबाबदारी १८२२ पर्यंत संपूर्णपणे प्रशिक्षित करून सुपूर्द करावयाची असेही ठरविण्यात आले. राजदूत आणि प्रशासक या नात्याने ग्रँट १८१८ ते १८२२ ही चार वर्षे साताऱ्यात राहिला आणि प्रशासनातील सर्व अडथळे दूर करून, राज्यांत उत्कृष्ट व्यवस्था प्रस्थापित करून त्याने साताऱ्याचा आणि राजाचा, ज्याला तो अत्यंत सुसंस्कृत मराठा मानीत असे त्याचा निरोप घेतला.[३]

पोलिटिकल एजंट या पदासाठी त्याचे मासिक वेतन २००० रुपये अधिक १५०० रु. भत्ते असे निश्चित केले होते. याखेरीज त्याच्या कार्यालयावर होणारा खर्चही त्याला मंजूर केला होता.

आपल्या साताऱ्याच्या वास्तव्यात ग्रँट डफने मराठ्यांच्या इतिहासलेखनाला आवश्यक ती साधने गोळा केली. एवढेच नव्हे, पण भारताचा किनारा सोडून मायदेशी जाण्यापूर्वी मराठ्यांच्या इतिहासाचा कच्चा मसुदाही तयार केला. ग्रँटचा मुलगा माउंटस्टुअर्ट एलफिनस्टन (एलफिन्स्टनच्या प्रेमामुळे ग्रँटने आपल्या मुलाचे हे नाव ठेवले होते.), याने आपल्या पित्याच्या इतिहासलेखनाच्या कामाबद्दल नापसंती व्यक्त केली आहे. हे काम म्हणजे आपल्या पित्याने दैनंदिन कामात टाकलेली 'अनावश्यक भर' असे तो म्हणतो. या दुहेरी जबाबदारीमुळे त्याच्यावर कामाचा ताण फार पडला आणि त्याची प्रकृती बिघडली. त्याला १८२३ साली मायदेशी परतावे लागले. पुढील एक-दोन वर्षांतच त्याने

आपण भारतात परत जाण्यास अथवा मायदेशात एखादे जबाबदारीचे काम घेण्यास सक्षम नाही असा योग्य अथवा अयोग्य निर्णय घेतला आणि त्याने स्वेच्छानिवृत्ती घेतली.[४]

एक प्रशासक म्हणून त्याच्या कामाचा सातारकरांनी स्वखुशीने स्वीकार केला होता आणि 'ग्रँटसाहेब' या नावाने तो सर्वत्र ओळखला जात होता.[५] एका ज्येष्ठ ब्रिटिश अधिकाऱ्याने त्याचे कौतुक करताना म्हटले आहे, 'वयाच्या २५ व्या वर्षी, कसलाही पूर्वानुभव नसलेल्या त्या तरुणाला, सर्वाधिकार देऊन एका राज्याचा कारभार पाहण्यास धाडले, आणि ते काम त्याने इतक्या समजुतदारपणे आणि दृढ निश्चयाने केले की ज्यामुळे एका अनागोंदी प्रदेशाचे अक्षरश: नंदनवनात रूपांतर झाले.'[६]

१८२७ साली 'मटेरिया मेडिका' या वैद्यकशास्त्रावरील ग्रंथाचा लेखक सर व्हाइट-लॉ ॲन्सलेची कन्या जेन कॅथेरिनशी ग्रँटचे लग्न झाले आणि त्याने स्कॉटलंडमधील 'इडन' या गावी कायम राहण्याचे ठरविले. त्यासाठी त्याने आपल्याला मिळालेल्या मालमत्तेचा आपल्या योजनेप्रमाणे विकास करणे आणि इतर शेतीची कामे करणे यासाठी पूर्णवेळ देण्याचे ठरविले. १२ मे १८२७ रोजी तो कंपनीच्या सेवेतून मुक्त झाला. पुढे त्याला पत्नीकडूनही काही मालमत्ता मिळाली आणि त्याच्या उपनामांत कनिंगहॅम ह्या आणखी एका नावाची भर पडली आणि १८५० पासून तो पुढे जेम्स कनिंगहॅम ग्रँट डफ या नावाने ओळखला जाऊ लागला.[७]

उर्वरित सर्व आयुष्य एक साधा नागरिक या नात्याने एका शांत ठिकाणी शेती, पशुपालन, वृक्षारोपण अशा साध्या कामांत त्याने व्यतीत केले. शेतीव्यवसायाचे व्यावहारिक ज्ञान त्याने मिळविले होते. काही पडीक जमीन विकत घेऊन आपल्या मालमत्तेत थोडीशी भरही घातली.[८] त्याला प्रवास खूप आवडे. आपल्या युरोपातील प्रवासासंबंधी आणि तेथील राजकीय परिस्थितीसंबंधी प्रदीर्घ पत्रे तो एलफिन्स्टनला लिहीत असे. १८५२ च्या सुमारास त्याला थकल्यासारखे वाटू लागल्याने, एलफिन्स्टनला त्याने आता आपण फार दिवस शारीरिक श्रम करू शकणार नाही, अशी भीती एका पत्राद्वारे व्यक्त केली होती.[९] तो पुढे फार दिवस तग धरू शकला नाही. सहा वर्षांनी म्हणजे २८ सप्टेंबर १८५८ साली त्याचे देहावसान झाले.

ग्रँटची पत्नी कॅथरीन ही एक आपली सत्ता गाजविणारी स्त्री होती. ग्रँटच्या मुलालादेखील आपल्या वडिलांविषयी अभिमान वाटत नव्हता. वास्तविक त्याला आयुष्यात जे काही स्थान प्राप्त झाले होते, त्यामागे त्याच्या वडिलांची पुण्याई होती. ग्रँटला दोन मुलगे आणि ॲलिस जेन नावाची एक कन्या अशी संतती होती. ग्रँटचा पहिला मुलगा-माउंटस्टुअर्ट एलफिन्स्टन याला ईस्ट इंडिया कंपनीच्या आणि त्यानंतरच्या राणीच्या राज्यात, भारतीय सेवेत महत्त्वाचे स्थान मिळाले होते. त्याच्या दुसऱ्या मुलाचे नाव ॲनस्ली डगलस असे होते.

सातार्‍याहून निवृत्त झाल्यावरही सातारा राज्याबद्दलचे विचार त्याच्या मनात वारंवार येत असत. राजाला वारंवार पत्रे लिहून तो त्याच्या योगक्षेमाची, राज्यकारभाराची चौकशी करीत असे. १८२८ साली राजाच्या एका पत्रात तो लिहितो : ''नि:पक्षपातीपणे न्यायदानाचे काम कर, जमीनसारा, माफक आकार आणि आपल्या सद्‌वर्तनाने रेसिडेंटचा विश्वास संपादन कर.''[१०] प्रतापसिंह राजादेखील ग्रँटबद्दलची आपली कृतज्ञता वारंवार पत्राने कळवीत असे. १८३९ साली राजाला पदच्युत करण्यात आले आणि १८४८ साली सातारा राज्य खालसा केले. ही ब्रिटिशांची राजनीती त्याला आवडली नाही. एलफिन्स्टनला १०-१-१८४९ रोजी प्रस्तुत संदर्भात लिहिलेल्या पत्रात तो म्हणतो, ''अशा परिस्थितीत ब्रिटिश मुत्सद्द्यांनी साध्या आणि सरळ प्रामाणिकपणाच्या मार्गाशिवाय दुसर्‍या कोणत्याही विचारांचा प्रभाव आपल्या धोरणांवर पडू द्यावयास नको होता.''[११]

मराठ्यांचा इतिहास हा एकमेव ग्रंथ ग्रँट डफने लिहिला. त्या ग्रंथात सुधारणा करणे व त्याची दुसरी आवृत्ती मागणी असूनही काढणे, यांपैकी त्याने आपल्या हयातीत काहीच केले नाही. आपल्या सहकारी मित्रांनी, ज्या सूचना, सुधारणा सुचविल्या त्यांचा विचार करून त्याने आपला कच्चा आराखडा सुधारून मुद्रणप्रत तयार केली आणि जॉन मरे आणि कंपनी या लंडनमधील प्रसिद्ध प्रकाशकाकडे विचारार्थ धाडली आणि शक्य असेल तर तिचे प्रकाशन करावे अशी विनंती केली. प्रकाशकाला सादर केलेल्या पुस्तकासंबंधीच्या माहितीपत्रात तो म्हणतो, ''ह्या संपूर्ण हस्तलिखिताचे साधारणपणे मध्यम आकाराचे प्रत्येकी सुमारे २ लाख शब्दांचे दोन खंड होतील.''[१२]

प्रथेनुसार मरेने या ग्रंथाच्या प्रकाशनाबद्दल काही तज्ज्ञांचे मत अजमावून पाहिले आणि एका अटीवर हा ग्रंथ प्रकाशित करता येईल असे ग्रँटला कळविले. मरेने या ग्रंथाच्या नामकरणात 'मोगलांचे अध:पतन आणि इंग्रजी सत्तेचा उदय' असा बदल करणे मान्य असेल तर आपण या ग्रंथाच्या प्रकाशनाचा विचार करू असे सांगितले. ग्रँटला हा बदल मान्य नव्हता. तो मरेला म्हणाला, ''हा मराठ्यांचा आणि अगदी केवळ मराठ्यांचाच इतिहास आहे.'' त्यावर मरे म्हणाला, ''कोण हे मराठे? या मराठ्यांबद्दल कोणास काय माहिती आहे?'' यावर ग्रँट म्हणाला, ''केवळ याच कारणासाठी या ग्रंथाची निर्मिती झाली आहे. त्यांच्याविषयी विशेष माहिती कोणासच नाही.'' यावर मरे म्हणाला, ''ठीक आहे, पण त्याची पर्वा कोण करतो? मराठ्यांचा इतिहास या नावाचा ग्रंथ केव्हांही खपणार नाही.''[१३]

अर्थात ग्रँटला हा विचार पटला नाही. त्याने जेम्स मॅकिन्टॉश या आपल्या मित्राला प्रस्तुत ग्रंथाच्या प्रकाशनाच्या कामात मदत करण्याची विनंती केली. मॅकिन्टॉश याने ग्रँटचे हस्तलिखित स्वत: लॉगमन या प्रकाशन संस्थेचे व्यवस्थापक रिज याला नेऊन दिले

आणि शेवटी १८२६ साली ग्रँट डफचा ग्रंथ 'मराठ्यांचा इतिहास' या मूळ शीर्षकासह प्रसिद्ध झाला.[१४]

मराठ्यांचा इतिहास लिहावा असा विचार एलफिन्स्टनच्या मनात घोळत होता. कदाचित त्याने १८१९ साली 'पेशव्यांच्याकडून जिंकलेला प्रदेश' या संबंधी लिहिलेल्या अहवालावरून त्याला संपूर्ण इतिहासलेखनाची कल्पना सुचली असावी. परंतु प्रशासकीय कामाच्या ओझ्यामुळे या विषयाचा साधा आराखडा तयार करण्यासही त्याला फुरसत मिळाली नाही.[१५]

एलफिन्स्टनला लिहिलेल्या एका पत्रात ग्रँटने आपल्या मनातील मराठ्यांच्या इतिहासलेखनासंबंधीचा एक मोघम विचार कसा आला याचा उल्लेख केला होता.[१६] परंतु त्या वेळी एलफिन्स्टनचा देखील मराठ्यांचा इतिहास लिहिण्याचा विचार होता याची त्याला पुसटसुद्धा कल्पना नव्हती.त्याच्या पत्राला जेव्हा एलफिन्स्टनचे उत्तर आले तेव्हाच त्याला तो विचार समजला पण एलफिन्स्टनने ग्रँटला नाउमेद केले नाही. उलट त्याच्या या 'मोघम' कल्पनेला मूर्त स्वरूप देण्यासाठी प्रोत्साहनच दिले. त्यामुळे ग्रँटला साताऱ्याच्या आपल्या वास्तव्याच्या काळात या मनात रुजलेल्या कल्पनेला प्रत्यक्षात उतरविता आले.

मराठ्यांच्या इतिहासाच्या साधनांची जमवाजमव :

नवनिर्मित सातारा राज्याचा कंपनी सरकारतर्फे नेमलेला राजदूत आणि प्रशासक या नात्याने कार्य करीत असताना त्याची अशी पक्की खात्री झाली होती की, १७ व्या आणि १८ व्या शतकांतील भारताच्या इतिहासातील मराठ्यांचे कर्तृत्व हे युरोपीय जनतेपुढे व्यवस्थितपणे मांडले गेले नाही. मराठ्यांच्या विषयी आजवर जे लेखन झाले ते एकतर अगदी संक्षिप्त, सदोष अथवा अनेक ठिकाणी अपुरे आहे असे त्याला दिसून आले. याचे कारण त्यांना आवश्यक ती साधनसामग्री मिळाली नसेल अथवा ज्या ठिकाणी ती होती तेथे त्यांना प्रवेश मिळाला नसेल. आता मराठी सत्ता पूर्णपणे नेस्तनाबूत झाल्याने त्यांच्या संपूर्ण इतिहासाचा म्हणजे मराठी सत्तेचा उदय, विस्तार, ऱ्हास आणि पतन या सर्व अवस्थांचा, निरनिराळ्या भाषांत विखुरलेल्या साधनांचा, चिकित्सक अभ्यास करून, इतिहास सलगपणे मांडता येईल. मराठी राज्य आता कंपनी सरकारच्या आधिपत्याखाली आले होते. त्यामुळे या देशाच्या विविध भागांत प्रशासकीय काम करणाऱ्या इंग्रज अधिकाऱ्यांना, ज्या पूर्वाधिकाऱ्यांनी सुमारे दोन शतके या देशावर प्रत्यक्ष वा अप्रत्यक्षरीत्या सत्ता गाजविली होती त्या पूर्वसूरींची संपूर्णपणे माहिती असणे गरजेचे होते. याशिवाय, आपण भारत खंडात आपले साम्राज्य कसे प्रस्थापित करू शकलो यांचे ज्ञान होण्यासदेखील मराठ्यांचा इतिहास आपणास अवगत असला पाहिजे. असे ग्रँटने आपल्या ग्रंथाच्या प्रस्तावनेत म्हटले आहे.[१७]

अर्थात त्याने भारताच्या इतिहासातील ही त्रुटी भरून काढण्याचा मनोदय व्यक्त

केला तेव्हा मराठ्यांच्या इतिहासातील अवस्थांचा एक बऱ्यापैकी योग्य आणि विश्वसनीय वृत्तान्त लिहिण्याच्या मार्गातील अडचणींची त्याला कल्पना नव्हती. १८ व्या शतकांत मराठी सत्तेनेही जवळजवळ संपूर्ण भारत आपल्या वर्चस्वाखाली आणला होता. त्यामुळे या सत्तेचे स्वरूप आणि कार्यक्षेत्र रुंदावले होते. परिणामी एकाच वेळी मराठ्यांच्या देशाच्या विविध भागांत चाललेल्या हालचालींचा एकत्रितपणे विचार करणे, त्यांचा समन्वय साधून कोणत्या एका समान ध्येयाने प्रेरित होऊन मराठे कारवाया करत होते याचा सुसंगत वृत्तान्त निवेदन करणे मोठ्या जिकिरीचे काम होते.

ग्रँट डफ हा फारसा शिकलेला नव्हता आणि एक प्रशिक्षित इतिहासकार तर मुळीच नव्हता. तो प्रामुख्याने एक शिपाईगडी होता आणि परिस्थितीमुळे त्याला प्रशासकीय सेवेत प्रवेश करावा लागला आणि असे करीत असताना अनपेक्षितपणे तो इतिहासाच्या प्रांतात ओढला गेला, आणि स्वकष्टाने इतिहासकार बनला. प्रस्तुत संदर्भात इतिहासलेखनाची शास्त्रशुद्ध पद्धती, इतिहासाची साधने, त्यांची विश्वसनीयता कशी सिद्ध करावयाची आणि इतिहासलेखनातील अनेक समस्या यासंबंधी त्याने माउंटस्टुअर्ट एलफिन्स्टन आणि आपल्या इतर सहकाऱ्यांबरोबर जो प्रचंड पत्रव्यवहार केलेला आहे, त्यावरून इतिहासकार बनण्यासाठी त्याने उपसलेल्या अपार कष्टांची कल्पना येते.

एलफिन्स्टनने साताऱ्याच्या प्रशासकपदी त्याची नियुक्ती केली तेव्हा त्याला ऐतिहासिक साधनसामग्रीवर नजर ठेवण्याचा सल्ला दिला होता. कदाचित त्याला आपल्या इतिहासलेखनकार्यास उपयुक्त अशी काही साधने मिळाली तर ती मिळवावीत असे अप्रत्यक्षपणे ग्रँटला सुचवावयाचे असेल. सातारा राज्य हे ब्रिटिशांनी निर्माण केले होते. त्यामुळे त्या राज्यात शांतता आणि सुव्यवस्था निर्माण करण्यातच त्याचा खूप वेळ जात असल्याने एलफिन्स्टनच्या सूचनेकडे लक्ष देण्यास त्याला फुरसतच मिळाली नाही; पण १८१९ च्या पावसाळ्याच्या हंगामात त्याचे फिरतीचे काम थोडेसे कमी झाल्याने त्याने हे काम हाती घेतले आणि सतत तीन रात्री बसून त्याने साताऱ्याच्या राजाच्या दफ्तरखान्यातील दस्तऐवजांची पाहणी केली. तेथे त्याला मराठ्यांच्या इतिहासास उपयुक्त असा कागदपत्रांचा मोठा खजिनाच आढळला. १६४९ चे १७२५ या कालखंडातील कागदपत्रांची यादी करीत असताना त्याला शहाजहान, औरंगजेब आणि त्याचे वारस सय्यद बंधू, महम्मदशहा पातशाहाकडून मिळालेल्या तीन महत्त्वाच्या सनदा, पेशव्यांची पत्रे, इत्यादी कागदांचा समावेश आढळला. चिटणिसांच्या काही बखरी मिळाल्या. या सर्व कागदपत्रांवरून नजर फिरविताना त्यांच्या मनात मराठ्यांच्या इतिहासाविषयी कुतूहल निर्माण होऊ लागले. एलफिन्स्टनला १९ जुलै १८१९ रोजी पाठविलेल्या खलित्यांत तो म्हणतो, "काही दिवसापूर्वी मराठ्यांच्या इतिहासावर आपण काही प्रकाश टाकावा अशी कल्पना माझ्या मनात आली होती. आज माझ्या हाती ही जी साधनसपंत्ती आहे, आणि इतर साधने

यांच्या साहाय्याने या देशाचा वृत्तान्त मला लिहिता येईल असे मला वाटू लागले आहे.''[१८]

मराठ्यांच्या इतिहासाविषयीचे विचार जेव्हा त्याच्या मनात येत होते, तेव्हा त्याला आपल्या हातून हे काम पूर्ण होईल किंवा नाही याची खात्री वाटत नव्हती. या महान कार्यासाठी आवश्यक ती योग्यता आपल्याजवळ नाही याची त्याला जाणीव होती आणि म्हणूनच यासंबंधी उघडपणे कोणाशी चर्चा करण्यास तो कचरत होता. आपल्या गुरुतुल्य मित्राकडे, एलफिन्स्टनकडे, एका पत्राद्वारे त्याने आपली भावना व्यक्त केली आहे. तो म्हणतो, ''माणसाच्या आयुष्यात अशी एक वेळ येते की जेव्हा त्याला महत्त्वपूर्ण निर्णय घ्यावे लागतात. माझ्या मनाची पूर्ण तयारी झाली आहे आणि नंतर मी आपला सल्ला घेत आहे असे कृपया समजू नका. तेव्हा मला नि:संकोचपणे सांगा की मी हे काम हाती घ्यावे असे तुम्हांला वाटते का? जर तसे नसेल तर माझा हा विचार मी स्वत:पुरताच खाजगी म्हणून ठेवीत आहे.''[१९]

मराठ्यांच्या इतिहासाचे 'अंकुर' हे असे १९ जुलै, १८१९ रोजी फुटले आणि १२ जानेवारी १८२३ रोजी भारताचा किनारा सोडताना, अनेक साथीदार आणि तज्ज्ञ मंडळी यांनी पाहून दुरुस्त केलेला असा त्या लेखनाचा पहिला कच्चा मसुदा तयार झाला, आणि १८२६ साली तो ग्रंथरूपाने जगासमोर आला. एलफिन्स्टनच्या सांगण्यावरून किंवा स्वतंत्रपणे १८१६ च्या सुमारास इतिहासाच्या साधनसामग्रीबाबत ग्रँटने एक जाहीरनामा काढला असावा. तो अपूर्ण अवस्थेत उपलब्ध आहे. त्यात म्हटले आहे, ''जाहीरनामा माहाराज मंडळ हुजूरून समस्त लोकांस समजावे याकरिता आज्ञा केली जाते की, बखर व ताम्रपत्रे व जुने सनदा, वतनपत्रे व इनामपत्रे वगैरे व मुलखाचे हकिकतीसुद्धा मराठे अक्षराची व पारसी, बालबद्ध व संस्कृत व हिंदुस्थानातील व जुने हिंदी राज्यातील व बदर (बिदर) पातशाही व निजामशाही व इदलशाही राज्यातील व सिवाजी माहाराजाचे राज्याचे कारकीर्दीतील व संभाजी माहाराज व राजा.... (पुढील भाग फाटला आहे.)[२०] या पत्रकाद्वारे ग्रँटने अशा कागदपत्रांची जमवाजमव करण्याचा प्रयत्न केला असावा.

साताऱ्याचा राजा, चिटणीस घराणे आणि कित्येक घटना डोळ्यांनी पाहिलेल्या हयात व्यक्तींकडून ऐतिहासिक माहिती मिळविण्यात ग्रँटला बरेच यश आले होते. ज्या पूर्वसूरींनी विशेषत: 'फ्रॅगमेंट' या ग्रंथाचा कर्ता, दीर्घोद्योगी रॉबर्ट ऑर्म आणि स्कॉट वेअरिंग यांना किती अडचणींना तोंड द्यावे लागले होते, याची ग्रँटला कल्पना होती; पण साधनांच्या बाबतीत आपण मात्र सुदैवी होतो असे ग्रँटने कबूल केले आहे. तो म्हणतो, ''माझ्या वेळची परिस्थिती अशी होती की त्यामुळे साधने मिळविण्याच्या मार्गातील अनेक अडसर, जे माझ्या पूर्वसूरींच्या मार्गात होते, ते बऱ्याच अंशी दूर झाले आणि पूर्वी ज्या गोष्टी अप्राप्य होत्या त्यापर्यंत मी सहजपणे जाऊ शकलो.''[२१]

बखरी आणि इतर ऐतिहासिक कागद जमा करणे, त्यांच्या नकला करणे आणि त्यांचे इंग्रजीत भाषांतर करणे यासाठी त्याने अपार कष्ट केले. कारण त्याच्या इतिहासाला आधार देण्यासाठी, त्याची विश्वसनीयता वाढविण्यासाठी, हे आवश्यक होते. बाळाजीपंत नातू या त्याच्या स्थानिक सहकाऱ्याची त्याला खूप मदत होत असे. साताऱ्याच्या राजाला हरप्रकारे विनवून त्याच्याकडे असलेले महत्त्वाचे कागद मिळवून दिले. राजाला अगदी आर्जवी स्वरात त्याने सांगितले, "सारे कागद पाहून छाप्यात छापून विलायतेस जाईल. सर्वास महाराजाचा पराक्रम राज्ये वगैरे जाहीर होईल."[२२] अर्थात राजाच्या मनावर या मतलबी भाषणाचा काही फारसा परिणाम झाला नाही आणि त्याने ग्रँटला आपला सर्व दफ्तरखाना खुला केला नाही हे राजाने स्वहस्ते लिहिलेल्या रोजनिशीवरून स्पष्ट होते. राजाने आपल्या सर्व अधिकाऱ्यांना सक्त ताकीद दिली होती की, त्यांनी ग्रँट साहेबाकडे कोणताही कागद ठेवावयाचा नाही आणि साहेबाला जे कागद दाखविले जातील त्याची एक यादी करून ठेवावी. [२३] असे असले तरीसुद्धा ग्रँटने राजाकडून त्याला हवे असलेले सर्व दस्तऐवज मिळविले होते. एलफिन्स्टनला लिहिलेल्या एका पत्रात तो म्हणतो, "इतिहासाच्या दृष्टीने महत्त्वाचे असे कोणतेही कागद आता राजाजवळ नाहीत. त्याच्याजवळ जे होते, ते सर्व आता माझ्या ताब्यात आहे."[२४]

ग्रँटने या सर्व कागदपत्रांचा अभ्यास शास्त्रोक्त पद्धतीने केल्याचे दिसून येते. एखादा कागद अथवा बखर, त्यांच्या अस्सलपणाची शहानिशा केल्याशिवाय, तो त्यांचा स्वीकार करीत नसे. त्याच्या रोजनिशीतील जे उतारे प्रसिद्ध झाले आहेत त्यावरून या विधानाची खात्री पटेल.

ग्रँट डफला मराठी भाषेचे ज्ञान होते, पण मोडी लिपीतील ऐतिहासिक कागद वाचता येत असतील का या बद्दल शंका आहे. चिटणीस, ग्रामाधिकारी, देशमुख, देशपांडे यांच्याकडून त्याने अनेक मराठी बखरी संपादन केल्या होत्या. आपल्या ग्रंथात जेथे जेथे त्याने 'मराठी हस्तलिखित' असा संदर्भ दिला आहे तो निरपवादपणे बखरीचा आहे असे म्हणता येईल. दुर्दैवाने तो त्या बखरीचे नाव देत नाही कदाचित येथे त्याला बखरी प्रमाणेच 'कैफियत' अथवा 'हकिकत' ही साधनेही अभिप्रेत असतील. त्याच्या लेखनातील हा एक महत्त्वाचा दोष मानावा लागेल. चिटणिसी बखर (सप्तप्रकरणात्मक शिवचरित्र) म्हणजे एक भाकडकथांचा संग्रह असला, तरी अगदीच टाकाऊ नाही. कारण त्यांत अनेक घटनांची नोंद आली आहे असे तो म्हणतो. [२५] एकदा तो चिटणिसाला त्याच्या बखरीबद्दल म्हणाला, बखर केली, परंतु सारी महाराजांची बढती चांगलीच लिहिते. एखादे वेळेस वाईट चालले असते. तरी लिहिले नाही तेव्हा संशय येतो. सारेच चांगले असते असे नाही. [२६]

१८१९ च्या सुरुवातीला चिटणिसी बखरीबद्दलचा ग्रँटचा प्रतिकूल ग्रह १८२० साली

बदलला आणि ही बखर त्याला महत्त्वपूर्ण वाटू लागली. तो म्हणतो, एकंदरीत ही बखर पुष्कळ महत्त्वाची आहे. शिवाजीच्या कर्नाटकातील हालचालींची उत्तम माहिती यांत आली आहे. पण या बखरीचा एक दोष म्हणजे सामान्यत: आपणांस हवी असलेली प्रारंभीची माहिती पुरविण्यास ती अपुरी पडते.[२७]

ग्रँट डफ मराठी बखरींची फार्सी तवारिकाशी तुलना करून मराठी बखरी तो अधिक प्रमाणभूत मानतो. तो म्हणतो 'मुसलमान लोकांनी तारीफ फार करून किताब लिहिला. ती लबाड फार. हिंदूचे लिहिणे निम्मे खरे व निम्मे खोटे या प्रमाणे आहे.' एके ठिकाणी तो म्हणतो, ''मुसलमान मिजासखोर व मऱ्हाटे दिलाचे साफ.''[२८]

चिटणिसी बखर इंग्रजीत अनुवादित करून घेण्याच्या कामी ग्रँटने नारायण नावाच्या एका इंग्रजी जाणणाऱ्या माणसाची नियुक्ती केली होती. हे भाषांतराचे काम वाड्यात बसूनच बळवंतराव चिटणीस यांच्या साहाय्याने करावयाचे होते. तसेच, शिवाजीमहाराजांसंबंधी पूर्वीची काही माहिती असल्यास तीही लिहून घ्यावी असाही आदेश त्याला देण्यात आला होता.[२९] खटावच्या देशपांड्यांकडे शालिवाहन राजापासून देवगिरीच्या रामदेवरायपर्यंतचा महाराष्ट्राचा इतिहास निवेदन करणाऱ्या एका बखरीचा तो उल्लेख करतो.

शिवचरित्राची एक बखर-सभासद बखर-त्याने कोल्हापूरच्या छत्रपतींच्याकडून मिळविली होती.

ग्रँट डफ पूर्वीचा मराठ्यांचा इतिहासकार स्कॉट वेअरिंगप्रमाणेच, ग्रँटला देखील मराठी बखरी आणि फार्सी तवारिका यांमधून आलेल्या रसभरित वर्णनांचे विशेष आकर्षण वाटत होते आणि या साधनांचा त्याने प्रारंभी आपल्या लेखनात बराच वापर केला होता. एलफिन्स्टनच्या लक्षात हा प्रकार जेव्हा आला तेव्हा या संदर्भात तो त्याला कळवितो की, असंख्य अशा असंबद्ध बखरी आणि फुशारकी मारणाऱ्या तवारिका यांमधून घटना निवडून त्यांची मांडणी करणे आणि त्यातून एक सुसंगत आणि अर्थपूर्ण इतिहास तयार करणे हे कार्य कठीण आहे आणि ते फक्त तूच एकटा करू शकशील असा मला भरवसा आहे.[३०] अर्थात ग्रँट या साधनांना पूर्णपणे दूर करू शकला नाही.

इतिहासाचार्य राजवाडे यांनीदेखील आपल्या ग्रँट डफवरील टीकेत असे स्पष्टपणे म्हटले आहे की, ग्रँटचा मराठ्यांचा इतिहास हा प्रामुख्याने बखरीवर आधारित असल्याने तो एकप्रकारे जुन्या बखरीची सुधारित आवृत्ती आहे असेच म्हणावे लागेल. ग्रँटच्या इतिहासाचे पुढे १८२९ साली कॅप्टन केपन डेव्हिड आणि बाबा साने यांनी मराठीत भाषांतर केले, तेव्हा त्या ग्रंथाचे नाव 'मराठ्यांची बखर' असेच ठेवले होते ही आश्चर्याची बाब आहे.

अर्थात, केवळ बखरीवरच आधारित ग्रँटचा इतिहास आहे असे म्हणणे

अन्यायकारक होईल. बखरींखेरीज त्याने अनेक अस्सल दस्तऐवजांचा वापर केला होता. १८१८ सालच्या नोव्हेंबरमध्ये जेव्हा त्याने सातार्‍याच्या राजाचा दफ्तरखाना आपल्या ताब्यात घेतला तेव्हा त्याला काही सनदापत्रे, शिवाजीराजाचे तंजावरच्या एकोजीस लिहिलेले पत्र. औरंगजेबाची पत्रे मिळाली. पुणे दफ्तरात त्याला चिमाजीअप्पा आणि ब्रह्मेंद्रस्वामी यांच्यातील पत्रव्यवहार मिळाला होता, तरीदेखील स. १७२० नंतरची ऐतिहासिक पत्रे पुणे दफ्तरांत नाहीत अशी तो तक्रार करतो.[३१] त्याच्या मते, मोगलांनी जेव्हा रायगड किल्ला जिंकून घेतला (१६८९) तेव्हा संभाजीराजे ते शाहू महाराज यांच्या काळातील काही पत्रे नाहीशी झाली असावीत अथवा परशुरामभाऊ पटवर्धनांनी जेव्हा सातारा शहर लुटले, तेव्हा ती नष्ट केली असावीत.[३२]

प्रतापसिंहाने आपल्यापासून काही लपवून ठेवले आहे असा संशय तो कोठेच व्यक्त करीत नाही. उलट त्याची अशी पक्की खात्री झाली होती की, दाखविण्यासारखा उपयुक्त असा पत्रव्यवहार त्यांच्या संग्रही अगदीच अल्पसा होता. त्याला जे कागदपत्र दाखविले गेले होते, ते इतिहासाच्या दृष्टीने अगदीच सामान्य होते.

मोडी लिपीतील मराठी कागदांबद्दल ग्रँट म्हणतो की, त्यांचे इंग्रजीत भाषांतर करणे हे काही सोपे काम नव्हते. त्याला लागणारे परिश्रम हे काहीवेळा त्यातून होणार्‍या फलनिष्पत्तीहून फारच अधिक असत. हचिनसन नावाच्या एका गृहस्थाने हे भाषांतराचे काम आपण करू असे त्यास सुचविले. याबाबत तो म्हणतो, "या भाषांतराच्या कामातील मुख्य दोष म्हणजे १० हात लांबीचा मराठी कागद वाचल्यानंतर त्यात कदाचित १० ओळी उपयुक्त आढळतील."[३३]

मराठ्यांचा इतिहास विशेषत: प्रारंभीच्या काळाचा वृत्तान्त फार्सी साधनांशिवाय अपुरा आणि अनधिकृत ठरेल, याची ग्रँटला पूर्णपणे जाणीव होती. दक्षिण देशाचा, मराठ्यांच्या कालापूर्वीचा इतिहास जाणून घेण्यासाठी त्याने अनेक फार्सी ग्रंथ हाताळले होते. फेरिस्ता, खाफीखान, अबुल हुसेन काझी व मीर इब्राहिम यांचे विजापूरचे इतिहास, दुसर्‍या आदिलशहाचा इतिहासकार नुरुल्ला, 'अलीनामा'चा कर्ता नुसरती, मौला जहूरचा 'महमूदनामा', झुबैरीचा 'बुसातिन उस् सलातीने' इत्यादी फार्सी ग्रंथ त्याच्या अवलोकनात होते हे त्याच्या ग्रंथांच्या तळटिपांवरून दिसते.[३४] फेरिस्ता आणि खाफीखान यांचे ग्रंथ दक्षिणदेशाच्या प्रारंभीच्या इतिहासास उपयुक्त होते. फेरिस्ताचा विशेष अभ्यास खानदेश जिल्ह्याचा कलेक्टर आणि ग्रँटचा समकालीन कॅप्टन जॉन ब्रिग्ज याने केला होता. फेरिस्ताच्या विषयाच्या व्याप्तीबद्दल ग्रँटचे ब्रिग्जशी काही मतभेद होते.[३५]

महाराष्ट्रातील मुसलमान राज्यांच्या इतिहासासाठी त्याला सर्वस्वी खाफीखानाच्या मुनतखब-अल्-लुबाब या ग्रंथावर अवलंबून राहावे लागले. खाफीखानाची हस्तलिखित प्रत मिळविण्याच्या कामी त्याला यश आले खरे, पण त्याला मिळालेली प्रत सदोष

होती. अर्थात काही माहिती ताडून पाहण्याच्या दृष्टीने ती प्रत उपयुक्त असली तरी त्यातील कित्येक भागांच्या विश्वसनीयतेविषयी तो साशंक होता. असे असले तरी कॅप्टन गॉर्डन या नागपूरच्या रेसिडेंटला लिहिलेल्या पत्रात तो म्हणतो, फेरिस्ताचे भाषांतर वाचले. या देशातील एकूण एक लिखित हकिकतींचा कपटा गोळा केला आणि मला असे दिसून आले की १६०० ते १६६० या कालखंडाच्या ज्ञानासंबंधी फार मोठी पोकळी आहे आणि ही पोकळी भरून काढण्याचे महत्त्वपूर्ण काम माझ्या अपेक्षेपेक्षा खाफीखान फारच मोठ्या प्रमाणात करतो आहे.[३६]

मोहम्मद हनीफ या औरंगाबादच्या एका गृहस्थाने खाफीखानची एक चांगली प्रत त्याला दिली होती. खाफीखानाच्या अधिकृततेविषयी तो निरनिराळ्या लोकांच्याकडे चौकशी करून लोकमत अजमाविण्याचा प्रयत्न करीत होता. विजापूरच्या एका वृद्ध सय्यदने त्याला सांगितले, खाफीखान हा सामान्यपणे मोगलांचा एक चांगला इतिहासकार आहे. पण तो शहाजहानाचा पक्षपाती वाटतो आणि विजापूरविषयी त्याने लिहिले आहे ते काही अंशी चुकीचे आहे.[३७]

विल्यम इर्स्किनला खाफीखानाविषयी लिहिलेल्या पत्रात ग्रँट म्हणतो, ''खाफीखानाकडे माझा कल अधिक झुकतो आहे. काही ठिकाणी हिंदूंनी केलेल्या विधानापेक्षा खाफीखानचे विधान सर्वस्वी भिन्न असले तरी त्या दोहोत खाफीखानला प्राधान्य द्यावे असे मला वाटते. शिवाजीराजाच्या प्रारंभीच्या हालचालींपूर्वीच्या इतिहासकथनास खाफीखान बऱ्याच अंशी अधिकृत मानावयास हरकत नाही. जेथे मराठी बखरीबद्दल शंका घ्यावयास वाव आहे तेथे खाफीखानाचा आधार नाकारण्यास कोणतेही संयुक्तिक कारण नाही.''[३८]

मुनतखब-उल् लुबाब हा ग्रंथ १७३५ साली लिहिला गेला तरीही १७ व्या शतकाच्या इतिहासाचा एक अधिकृत ग्रंथ म्हणून आजचे इतिहासकार त्या ग्रंथाला मान्यता देत नाहीत, ग्रँटने ज्या आधारभूत ग्रंथांची नोंद केली आहे त्यावरून हे स्पष्ट होते की, अलमगीरनामा, मासिरे अलमगिरी अथवा अखबार जे विश्वसनीय मानले जातात, त्यांची माहिती ग्रँट डफला नव्हती.

चिटणिसी बखर आणि खाफीखान यांच्या संबंधीचे ग्रँटचे विचार पाहिले म्हणजे या दोन दुय्यम दर्जाच्या ऐतिहासिक साधनांचा त्याच्या लिखाणावर विशेष प्रभाव का पडला आहे, याची कल्पना येते.

तेव्हा या दोन दुय्यम दर्जाच्या साधनांचा सर्रास वापर केल्याने निदान काही बाबतीत तरी ग्रँटच्या इतिहासाच्या अधिकृतपणाविषयी शंका घेण्यास वाव राहिला आहे.

'तवारिका' खेरीज राजाच्या दफ्तरखान्यात ग्रँटला काही अस्सल फार्सीकागद मिळाले. त्यातील उल्लेखनीय कागद म्हणजे १) १६४९ ची शहाजहानची फर्माने,

२) १६५६ ते १७०७ या काळातील औरंगजेबाची गादीवर येण्यापूर्वीची आणि नंतरची महत्त्वाची पण गुप्त ठेवलेली पत्रे, ३) १७०७ चे औरंगजेबाच्या वारसदाराचे पत्र, ४) १७१८ चा सय्यद हुसेन अलीखान याचा अमीर ऊल उमरावशी झालेला पत्रव्यवहार, त्याचा वकील शंकराजी मल्हार याच्या मार्फत मराठ्यांशी सय्यदबंधूंच्या साहाय्यार्थ दिल्लीकडे कूच करण्यासंबंधीच्या वाटाघाटीचे वृत्त, तहनामा आणि मूळ शिक्क्याच्या चिठ्ठ्या, ५) मुहम्मदशाहा पातशाहाने, बाळाजी विश्वनाथ या पहिल्या पेशव्याच्या स्वाधीन केलेल्या, स्वराज्य, चौथाई आणि सरदेशमुखी बाबतच्या १७१९ सालच्या तीन महत्त्वपूर्ण सनदा आणि ६) १७१९-१७२५ या कालखंडातील मुहम्मदशाहाची पत्रे, दक्षिणेचा सुभेदार दिम्मतखान याची पत्रे, पेशव्यांची महत्त्वाची पत्रे, शिवाजीराजांची दोन पत्रे, विजापूर आणि हैद्राबाद या दोन राज्यांशी झालेला पत्रव्यवहार, कोल्हापूरचा तहनामा; निजाम आणि मलिक यांची १७१८ ची मूळ ताकीदपत्रे इत्यादी महत्त्वाच्या साधनसामग्रीचा समावेश होता. [३९]

मुंबई सरकारच्या लष्करी सेवेत असताना, आपल्या तुकडीचा फार्सी भाषेचा दुभाषा म्हणून ग्रँड डफ काम करीत होता. त्याच्या या फार्सी भाषेच्या ज्ञानामुळेच कदाचित त्याने एलफिन्स्टनसाहेबाचे लक्ष आपल्याकडे वेधून घेतले असावे. त्याने ही जी विपुल फार्सी साधने गोळा केली होती, त्यामुळे बऱ्याच समस्यांना त्याला तोंड द्यावे लागले. त्याचे सहकारी आणि सल्लागार त्याला फार्सी साधनांचा अभ्यास करण्याचा सतत आग्रह करू लागले. एलफिन्स्टनने तर त्याला मुसलमानी सत्तांचा अभ्यास आणि उत्तर हिंदुस्थानातील राजांची छोटी चरित्रे, आठवणी, हैद्राबादचा दफ्तरखाना यांचा अभ्यास करण्याचा सल्ला दिला होता. विशेषत: ज्या ग्रंथाची तुला सुवर्णाने करावी, अशा सियर-उल्- मुतखरीन या ग्रंथाचे मुस्ताफा यांनी केलेले भाषांतर यांचे परिशीलन करण्याचा आग्रह एलफिन्स्टनने केला होता.[४०]

ब्रिग्ज हा फार्सी भाषेचा एक चांगला जाणकार होता. ग्रँटच्या इतिहासाच्या हस्तलिखिताची पहिली सहा प्रकरणे, ज्यात प्रामुख्याने दक्षिणेतील मुसलमानी राजवटींचा वृत्तान्त आला होता, ती वाचून काही फार्सी इतिहासकारांच्या आधारे ही प्रकरणे तपासून पाहावीत अशी सूचना केली होती. परंतु, आता आपणास ते जमेल असे वाटत नाही असे त्याने ब्रिग्जला कळविले. कारण भारत सोडण्यापूर्वी आपल्या इतिहासाचा संपूर्ण आराखडा तयार करण्याच्या मागे तो लागला होता. प्रस्तुत संदर्भात तो म्हणतो, ‘‘माझी साधनांची तयारी भक्कम आहे, पण त्यांची संख्याही फार मोठी आहे. हा विषयही शिवाय कंटाळवाणा आहे. हे श्रम जर मला इतके तापदायक वाटतात तर मग वाचकांची काय अवस्था होईल?’’[४१]

ग्रँट डफ आणि एलफिन्स्टन यांच्यामधील पत्रव्यवहार लक्षात घेता असे दिसून

येते की, ग्रँटला दफ्तरखान्यातील अस्सल दस्तऐवज पाहण्यास मिळत होतेच पण त्याचबरोबर त्याने व्यक्तिश: अनेक ठिकाणांहून हस्तलिखिते आणि दस्तऐवज जमा केले होते. ग्रँट डफने जमा केलेल्या या वैयक्तिक साधनसामग्रीचे पुढे काय झाले हे कळावयास मार्ग नाही. काही काळ असे मानले जात होते की, मायदेशी परत जाताना त्याने आपला हा सारा संग्रह बरोबर नेला आणि प्रवासात दुर्दैवाने तो एका आगीत जळून भस्मसात झाला. परंतु ग्रँट नियमितपणे एलफिन्स्टनला आपल्या प्रवासाचा वृत्तान्त पाठवीत असे आणि त्याने आपल्या एकाही पत्रात या अपघाताचा उल्लेख केलेला नाही. काहींच्या मते, त्याने आपला सारा संग्रह मुंबईच्या 'लिटररी सोसायटी'मध्ये सुरक्षित ठेवला होता. न्यायमूर्ती तेलंग यांनी सोसायटीच्या संग्रहाचा कसून तपास केला, पण तेथे कोठेच हा ग्रँटचा संग्रह आढळला नाही.[४२] लंडनच्या इंडिया ऑफिस लायब्ररीमध्येही याची कोठेही नोंद नाही. तसेच लंडनच्या ऐतिहासिक दस्तऐवजांच्या राष्ट्रीय नोंदणी बुकांतही या संग्रहाचा उल्लेख आढळत नाही.[४३]

मराठ्यांच्या काळात ज्यांना जमिनीच्या सनदा मिळाल्या होत्या, त्यांची शहानिशा करण्याकरिता कंपनी सरकारने इनाम कमिशन नावाच्या एका आयोगाची स्थापना केली होती. त्या कचेरीत काम करणाऱ्या दाजीसाहेब सरंजामे याने अशी एक बातमी पसरविली होती की ग्रँट साहेबाने या संग्रहाची एलफिन्स्टनच्या संमतीने होळी करून टाकली होती. त्याच्या मते, प्रस्तुत संदर्भात, ग्रँट डफ आणि डेक्कन कमिशनर यांच्यामध्ये झालेला पत्रव्यवहार त्याने स्वत: पाहिला होता.

ग्रँट डफने कागदपत्र जाळून टाकले आणि त्यात एलफिन्स्टन हा सहकारी होता, या दाजीसाहेब सरंजाम्यांच्या विधानावर विश्वासच बसत नाही. एलफिन्स्टन आणि ग्रँट या इतिहासावर निर्व्याज प्रेम करणाऱ्या व्यक्तींच्याकडून स्वत: परिश्रमपूर्वक जमा केलेला आणि स्वखर्चाने जतन केलेला आपला संग्रह नष्ट करण्याचे कृत्य घडेल हे अशक्यप्राय वाटते.

ग्रँट डफच्या इतिहासाचे आद्य टीकाकार, पुण्याच्या डेक्कन कॉलेजचे तरुण विद्यार्थी नी. ज. कीर्तने यांनी आपल्या १८६८ साली वाचलेल्या शोधनिबंधात सरंजाम्यांच्या विधानाचा उल्लेख केला आहे. ग्रँटसाहेबांनी गोळा केलेले कागद आता कोठे आहेत? असा प्रश्न उपस्थित करून कीर्तने म्हणतात, या कागदांची जाणूनबुजून होळी केली. आमचे एक हुशार मित्र असे म्हणतात (हे मित्र म्हणजे दादासाहेब सरंजामे. हे इनाम कमेटीत काही दिवस नोकर होते) की, यासंबंधी ग्रँट साहेबांचे व दक्षिण कमिशनर साहेबांचे काही लेख त्यांनी पाहिले आहेत. त्यावरून या कागदांचा जाणूनबुजून नाश केला, असे मानण्यास काही हरकत नाही. परंतु, कीर्तन्यांनी १८८२ साली, आपल्या एका लेखात अशी स्पष्ट कबुली दिली आहे की आपले विधान दादासाहेब सरंजाम्यांनी तोंडी दिलेल्या

माहितीवर आधारित होते. पण ग्रँट डफने वापरलेले अनेक अस्सल कागद आता मिळतात, त्यावरून दाजीसाहेबांची कागदपत्रे जाळल्याची दंतकथा निराधार आहे.[४४]

ग्रँट डफच्या इतिहासाचे प्रस्तावना-लेखक (१९२१) एस्. एम्. एडवर्ड्स यांनी एका तळटिपेत असा उल्लेख केला आहे की, ऑक्सफर्ड येथील बॉडलियन लायब्ररीमध्ये जे. ग्रँट डफ आणि जे. अॅडम यांची ६ जुलै १८८८ रोजी होणाऱ्या ग्रंथालयाच्या विक्रीची यादी, या शीर्षकाच्या एका पुस्तिकेचा उल्लेख आला आहे. परंतु तपासाअंती ही माहिती दिशाभूल करणारी ठरली. कारण या पुस्तिकेत उल्लेखिलेला ग्रँट डफ हा इतिहासकार ग्रँट डफ नसून कोणी वैद्यकशास्त्रज्ञ ग्रँट डफ होता याची खात्री झाली.[४५]

युरोपीय भाषांतील साधनांमध्ये ग्रँटने, फ्रेंच, डच अथवा पोर्तुगीज भाषांतील साधनांपेक्षा मुंबई आणि कलकत्ता येथील इंग्रजी साधनांवर अधिक भर दिला होता. अर्थात वसईची मोहीम (१७३९) हे प्रकरण रंगविताना त्याने पोर्तुगीज साधनांना प्राधान्य दिले होते. काही तारखांच्या बाबतीत त्याच्या मनात शंका होत्या त्यांचा खुलासा त्याने गोव्याच्या व्हाइसरॉयकडून करून घेतला होता. वडगावचा तह (१७८०) या इंग्रज-मराठे संबंधातील एका महत्त्वाच्या घटनेसंबंधीच्या इंग्रजी साधनांविषयी ग्रँट म्हणतो, इंग्रजांच्या सर्व हालचालींसंबंधी योग्य ते मत बनविताना, फेरविचार, समंजसपणा आणि नेमस्तपणा दाखविला पाहिजे. या काळात इंग्रज अधिकाऱ्यांनी एकमेकांवर जे गदारोळ उठविले त्यामुळे त्यांच्याविषयी आपले मत प्रतिकूल झाले.[४६]

एलफिन्स्टनने त्याला मॉस्टिन, मॅलेट, पामर यांचे अहवाल, शिंद्यांच्या छावणीतून लिहिलेली अँडरसनची पत्रे, बॅरी क्लोज या पुण्यातील रेसिडेंटने दिलेली बाजीरावाची माहिती, त्याने स्वत: मुंबई आणि बंगाल सरकारकडे सद्य:स्थितीचे वर्णन करणारी वेळोवेळी धाडलेली पत्रे, एशियाटिक रिसर्चेस या ग्रंथात प्रसिद्ध झालेली पानिपतसंबंधीची माहिती, पार्लमेंटचे अहवाल इत्यादी साधने पाहण्याची सूचना केली होती. तो पुढे म्हणतो की, मॅलेट आणि पामर यांच्या अहवालांतून मराठेशाहीत माधवरावांच्या मृत्यूपासून बाजीरावांच्या अधिकारग्रहणापर्यंत जे निरनिराळे कट, कारस्थाने, वाद, गुप्त करार झाले त्यांची माहिती सहजरीत्या मिळू शकेल.[४७] या अहवालांच्या नकला हव्या असल्यास आपण त्या कलकत्त्याहून आणवून देऊ असेही आश्वासन त्याने दिले होते. बंगालहून आणणे आवश्यक अशा कागदपत्रांची यादी ग्रँटने तयार केली आणि या कामासाठी एक हजार रुपयांपर्यंत खर्च करण्याची आपली तयारी व्यक्त केली.[४८]

इंग्रजी साधनांचा वापर करताना साहजिकच ग्रँटला मोकळेपणा वाटत असे. त्यांचा त्याने मुक्तपणे वापर केला आहे. त्यामुळे त्याच्या इतिहासाच्या शेवटच्या भागात जितके बारीकसारीक तपशील आले आहेत, तितके प्रारंभीच्या भागात नाहीत. इतिहासाचार्य राजवाडे म्हणतात, इंग्रजांच्या हिंदुस्थानातील महासमुद्रात शेवटी मराठ्यांच्या इतिहासाचा

लोप होणार हे मत दृष्टीपुढे ठेवून त्याने मराठ्यांचा इतिहास लिहिला. त्यामुळे शिवाजीमहाराजांच्या पराक्रमाचा प्रारंभ झाल्यापासून म्हणजे, इ. स. १६४६ पासून १७९६ पर्यंतच्या १५० वर्षांचा इतिहास त्याने (४७५) पावणे पाचशे पृष्ठांत आटोपून पुढील २२ वर्षांच्या हकिकतीला (२००) दोनशे पृष्ठे दिली आहेत. इतिहास लिहिण्यात त्याचा मुख्य हेतू आपल्या देशबांधवांना मराठ्यांच्यासंबंधी ठोकळ व त्यातल्या त्यात समाधानकारक माहिती देण्याचा होता.[४९]

आपल्या इतिहासलेखनासाठी ग्रँट डफने अनेक तज्ज्ञ आणि हयात असलेले काही घटनांचे साक्षीदार यांच्याशी चर्चा केली होती. मुंबईचे एलफिन्स्टन आणि विल्यम एर्स्किन, खानदेशचा कलेक्टर जॉन ब्रिग्ज, मुंबईच्या लिटररी सोसायटीचा सेक्रेटरी व्हॅन्स केनेडी, आणि इतर सहकारी यांच्याशी संपर्क साधून आपली हस्तलिखित काही प्रकरणे त्यांच्याकडून वाचून घेतली होती व त्यांच्या सूचनानुसार ती सुधारूनही घेतली होती. आपल्या स्थानिक मदतनिसांकडून काही ऐतिहासिक घटनांसंबंधी माहिती लिहून घेतली होती. बाळाजीपंत नातू हा त्याचा प्रथम श्रेणीतला खास स्थानिक सहकारी होता. त्यास ग्रँटने मराठ्यांच्या इतिहासाचा एक विस्तृत वृत्तान्त लिहिण्याची विनंती केली होती. बाळाजीपंताने ही कामगिरी मोठ्या त्वरेने केली आणि ग्रँटने बाळाजीने तयार केलेला हा इतिहास मॉरिस याच्याकडून इंग्रजी भाषेत तयार करून घेतला. या गोष्टीचा उल्लेख ग्रँटने कृतज्ञतापूर्वक आपल्या ग्रंथात केला आहे. डेक्कन कॉलेजमधील पारसनीस-संग्रहातील एका यादीत म्हटले आहे, 'बखर पावली बहु मेहरबानगी जाली. पाहून परत पाठवू.' अशा आशयाचे एक पत्र बाळाजीपंतांस पाठविण्याची त्याने आज्ञा केली होती.[५०]

ग्रँटचे साथीदार त्याला हवी ती मदत करीत असत. पण ग्रँटचा स्वभाव काहीसा उतावळा होता. त्याला हवी असलेली माहिती देण्यास कोणी थोडा जरी विलंब केला तरी त्याच्याविषयी ग्रँटच्या मनात शंकाकुशंकांचे काहूर उठत असे. एलफिन्स्टनला एका पत्रात तो लिहितो, 'रॉबर्टसन, पॉटिंजर आणि ब्रिग्ज यांच्याकडून मी मदतीची अपेक्षा केली होती, पण त्यांची तशी इच्छा दिसत नाही.ठीक आहे, मला प्रस्तावनेत थोडे कमी निर्देश करावे लागतील एवढेच... मी त्यांना दाखवून देईन की त्यांच्या मदतीशिवायही मी काही करू शकतो.'[५१]

इतिहासाचे काम हाती घेतले :

मराठी सत्तेचा उदय आणि अस्त यांचा सुसंगत वृत्तान्त निवेदन करण्याच्या कामास त्याने प्रारंभ केला, तेव्हा त्याला अनेक समस्यांना सामोरे जावे लागले. पुरेशा आणि अधिकृत साधनांच्या अभावी मराठी सत्तेचा उदय कसा झाला हे सांगणे फार कठीण होते. दुसरे एक कारण म्हणजे, शिवाजीमहाराज आणि शिवकाल यांचा इतिहास सांगण्यास

आवश्यक ती अस्सल राजपत्रे अगदीच अपुऱ्या प्रमाणात उपलब्ध होती. १८ व्या शतकांत, पेशव्यांचा उदय झाला आणि मराठी सत्तेचे क्षेत्र बरेच विस्तारले होते. त्यामुळे ऐतिहासिक घटनांचे निवेदन एकसंधपणे करणे बरेच गुंतागुंतीचे झाले. मराठ्यांच्या इतिहासाचे पूर्ण आकलन होण्यासाठी मोगल, निजाम, दक्षिणेतील नबाब,म्हैसूरचे राजे, माळवा, गुजरात आणि कर्नाटक प्रांतातील मराठा सरदार विशेषत: दाभाडे, गायकवाड, भोसले, प्रतिनिधी, शिंदे आणि होळकर यांचे परस्परांशी असलेले संबंध, तसेच सिद्दी व युरोपीय सत्ता यांच्याशी असलेले संबंध या सर्व सत्तांच्या हालचालींचा तपशील बारकाईने तपासून घेणे आवश्यक होते. शिवाय वेळेची टांगती तलवार सतत डोक्यावर असल्यामुळे त्याला घाईगर्दीने काही गोष्टी उरकाव्या लागत होत्या. पुढे त्याचा उत्साह कमी होऊ लागला. शिवाय प्रकृतीही त्याला साथ देत नव्हती. या साऱ्याला वैतागून तो म्हणतो, ''एकापाठोपाठ येणाऱ्या या घटना पाहून मी भेदरून गेलो आहे. किती व्यक्ती आणि त्यांचे किती विषय? आणि एवढे करून वाचकाला त्यामध्ये फारच थोडा रस. हे सारे निरुत्साही करणारे आहे. पण एकच विचार मला नेहमी उत्तेजित करीत असतो आणि तो म्हणजे, जे कोणत्याही जिवंत माणसाला ज्ञात नाही ते मी पाहतो आहे, किंवा अशी माझी समजूत करून घेत आहे.''[५२]

मराठ्यांचा इतिहास या अज्ञात क्षेत्रात आपण एक मूलभूत स्वरूपाचे काम करीत आहोत हा एकच विचार त्याला सतत प्रेरणा देत होता. अर्थात प्रतिदिनी वाढणारे साधनसाहित्य आणि मित्रांच्या प्रेमळ सूचना यांचा मेळ त्याला घालता येईना. तो भांबावून गेला होता. तो म्हणतो, ''मला काय म्हणावयाचे आहे हेच मला समजेनासे झाले आहे.''[५३]

एलफिन्स्टनने एका पत्राद्वारे त्याला मराठ्यांच्या इतिहासाचे स्वरूप आणि सीमा कशी असावी यासंबंधी आपले विचार स्पष्टपणे कळविले होते. मोगली सत्तेचे पतन आणि आपल्या (ब्रिटिश) सत्तेचा उदय, या दोन सत्तांच्या मधल्या कालखंडात मराठी सत्ता भारतावर राज्य करीत होती अशी या विषयाची मांडणी केली पाहिजे असे तो त्याला सुचवितो. या विषयाचा प्रथम संपूर्ण विचार करून नंतरच त्याची मांडणी केली पाहिजे असे त्याचे म्हणणे होते.[५४] अर्थात इतका खोलवर विचार करून लेखन करण्याइतका निवांत वेळ ग्रँटजवळ नव्हता. एलफिन्स्टनला मराठ्यांच्या इतिहासाचे आकर्षण एका निराळ्याच कारणामुळे वाटत होते. ग्रँटला तो म्हणतो, 'संपूर्णत्व' हे तुझ्या विषयाचे एक मोठे सौंदर्यस्थळ आहे.[५५]

एलफिन्स्टन आणि ग्रँट यांचे संबंध गुरू-शिष्यासारखे होते. त्या दोघांमध्ये झालेल्या पत्रव्यवहावरून १९ व्या शतकात प्रचलित असलेल्या इतिहास विषयाच्या कल्पना आणि संशोधनपद्धती याची बरीच माहिती आपल्याला मिळते. एलफिन्स्टन हा स्वत: एक इतिहासकार असल्याने आणि मराठ्यांच्या इतिहासाबद्दल त्याला एक प्रकारचे आकर्षण

असल्याने त्याची मांडणी कशी करावी याविषयी त्याने पूर्णपणे आणि मोठ्या दक्षतेने विचार केला होता. ग्रँटने त्याच्याकडे पाठविलेली हस्तलिखित प्रकरणे तो अगदी काळजीपूर्वक वाचत असे आणि त्याला आवश्यक त्या सूचना देत असे. (या सूचनांना 'कानपिचक्या' असे ग्रँट म्हणत असे.) या सूचना केवळ उपयुक्तच नव्हत्या तर भविष्यकाळातील संभाव्य मानहानीपासून बचाव करण्यास त्या अत्यंत आवश्यक होत्या असे तो म्हणतो.[५६] या सूचनांनी मला अपेक्षेपेक्षा फारच भक्कम अशी प्रेरणा दिली असे त्याने आपले मत व्यक्त केले आहे.[५७]

मराठ्यांच्या इतिहासाचे लेखन एका विशिष्ट पद्धतीने झाले पाहिजे असे त्याचे मत होते. ग्रँटला तो सल्ला देतो की, वाचकांना तू प्रामुख्याने मराठ्यांच्या चालीरीती आणि त्यांचे नेते यांची प्रथम ओळख करून दे म्हणजे त्यांना आपोआपच मराठ्यांचे हेतू आणि कार्यपद्धती यांची ओळख होईल.[५८] बर्नियर या फ्रेंच प्रवाशाने १७ व्या शतकात जी लेखनशैली अवलंबिली आहे ती आत्मसात करण्याचा सल्ला तो ग्रँटला देतो. एका दूरच्या देशातील लोकांच्या व्यवहारांची हकिकत निवेदन करावयाची म्हणजे इतिहास आणि प्रवासवर्णन यांचे सुंदर मिश्रण करता आले पाहिजे आणि ही कला बर्नियरला चांगली अवगत होती.[५९] हा मुद्दा स्पष्ट करण्यासाठी मराठ्यांच्या इतिहासातील शिवाजीराजा आणि शाहिस्तेखान यांचे प्रकरण उदाहरणादाखल घेतले.तो म्हणतो, शाहिस्तेखान या मोगल सरदाराचा विलासी थाटमाट, त्याचा भव्य तंबू आणि त्याची दर्पयुक्त वागणूक एका बाजूला आणि दुसऱ्या बाजूला शिवाजीचे अर्धनग्न, रांगडे, साहसी आणि हरहुन्नरी मराठे जर उभे केले तर अगदी मोजक्या शब्दांत त्यातील विरोधाभास स्पष्ट होईल आणि साऱ्या प्रकरणाला एक प्रकारे उठाव येईल.[५९]

ग्रँटने आपले इतिहासलेखन वाचनीय आणि वेधक केले पाहिजे, यावर एलफिन्स्टनने विशेष भर दिला होता. त्याला असे वाटत होते की, ग्रँटने आपल्या वाचकवर्गाचा पूर्णपणे विचार केला नाही. त्याने असे गृहीत धरले होते की, आपला वाचक हा मोगलांच्या इतिहासाशी चांगला परिचित आहे आणि एखादी मागील घटना, पुढे कितीही व्यत्यय आले तरी त्या घटनेचा धागा तो पकडू शकेल, अथवा मागची पाने उलटून त्या घटनेचा तुटलेला धागा शोधून काढेल असे ग्रँटने गृहीत धरले आहे असे एलफिन्स्टनला वाटत होते. तो म्हणतो, 'कारणे आणि त्यांचे परिणाम यांचा समन्वय असा साधला पाहिजे की त्याचा विशेष विस्तार करण्याची आवश्यकता नाही अथवा वाचकाला ते समजणार नाही असे त्याचे अवमूल्यन करता कामा नये.[६०] त्याने अशी एक सूचना केली होती की घटनांची मांडणी आणि लेखनशैली यांमध्ये युरोपातील वाचकांची पसंती लक्षात घेऊन आवश्यक वाटल्यास बदल करावेत. प्रस्तुत संदर्भात रोमचा इतिहासकार गिबन यांचा दाखला त्याने दिला. गिबनने आपल्या इतिहासाचा प्रारंभीचा

भाग सात वेळा बदलला, तरीदेखील त्याचे फारसे समाधान झाले नाही.[६१]

ग्रँटने आपल्या लिखाणात काही असंदिग्धता राहू नये म्हणून त्या विषयावरील मान्यवरांच्या लेखनाचा अभ्यास करावा, आणि आपले हस्तलिखित एखाद्या प्रसिद्ध लेखकाला दाखवावे, म्हणजे वाचकवर्गासमोर कसे जावयाचे आणि आपली लेखनशैली आणि मजकूर कसे आहेत, यासंबंधीच्या सूचना त्याला मिळतील.[६२]

आपल्या लिखाणात काही आख्यायिकांचा वापर असा करावा की, ज्यायोगे एखाद्या प्रसंगाचे वर्णन हुबेहूब होईल आणि निवेदनाच्या चाकांना थोडेसे वंगणही मिळेल, अशी शिफारसही त्याने ग्रँटला केली होती. पण असे करीत असताना कोट्या अथवा कसल्याही प्रकारचे छुपे आघात या गोष्टी कटाक्षाने टाळल्या पाहिजेत. कारण असे लिहिणे इतिहासाच्या पद्धतीत बसत नाही असे तो आवर्जून सांगतो.[६३] इतिहासकाराने स्पष्ट आणि सरळ लेखनशैलीचा अवलंब करावा अशी शिफारस तो करतो. तो म्हणतो की प्रसंग आणि घटना यांचे निवेदन एखादा सामान्य माणूस करेल अशा सरळ भाषेत तो करतो आहे असा भास व्हावा. ग्रँटला त्याने बजावून सांगितले होते की, जर तू प्रौढ आणि औपचारिक शैली वापरलीस तर घात होईल हे लक्षात ठेव.[६४]

ग्रँट डफच्या इतिहासातील त्रुटींची एलफिन्स्टनला कल्पना होती. तरीसुद्धा त्याने केलेल्या प्रयत्नांचे त्याने पूर्णपणे कौतुकच केले. त्याच्या कामाचे महत्त्व निवेदन करताना तो म्हणतो, ''तुझा ग्रंथ श्रेष्ठ आहे. अज्ञात अशा कितीतरी घटनांबद्दल वाटणारे औत्सुक्य तुझ्या ग्रंथामुळे पूर्ण होईल. मराठ्यांच्या मोठेपणाची सारी बीजे वाचकांचे संपूर्ण समाधान होईल इतक्या स्पष्टपणे येथे मांडली आहेत. तुझा मराठ्यांचा इतिहास एक मौलिक आणि लोकप्रिय ग्रंथ ठरेल याबद्दल माझ्या मनात तिळमात्र शंका नाही.[६५] कर्नल बॅरी क्लोज यास ग्रँटच्या संकल्पित इतिहासासंबंधी लिहिलेल्या पत्रात एलफिन्स्टन म्हणतो, ''हा एक उत्कृष्ट ग्रंथ होईल. शिवाजी, संभाजी, राजाराम या व्यक्ती हैदर आणि टिपू यांच्याइतक्या सुलभतेने आणि स्पष्टपणे आता प्रकाशात आल्या आहेत.''[६६]

एलफिन्स्टनबद्दलची कृतज्ञता ग्रँटने अनेक वेळा व्यक्त केली आहे. आपले हे पहिले (आणि एकमेव) साहित्यिक अपत्य त्यालाच अर्पण करावयाचे त्याने मनाशी योजिले होते. ग्रँटच्या या संकल्पासंबंधी एलफिन्स्टन म्हणतो, ''प्रकाशित होणाऱ्या तुझ्या ग्रंथात माझा उल्लेख करण्याच्या संकल्पाने माझा फारच गौरव होत आहे. तुझे हे हस्तलिखित प्रसिद्ध होण्याची मी वाट पाहत आहे.''[६७] ग्रँटने आपल्याला मायदेशी नेणाऱ्या जहाजाच्या कप्तानाला सूचना दिली होती की, प्रवासात जर काही अपघात झाला तर आपली सर्व ऐतिहासिक साधनसामग्री आणि हस्तलिखित एलफिन्स्टनकडे पोहोचवावी. ग्रँट डफच्या मराठ्यांच्या इतिहासाचा प्रारंभ एलफिन्स्टनला सादर केलेल्या अर्पणपत्रिकेने होतो आणि शेवट पश्चिम महाराष्ट्रात त्याने केलेल्या कार्याच्या उदंड गौरवाने होतो, हे त्याच्या आपल्या

गुरूबद्दलच्या नितांत श्रद्धेचे निर्देशक आहे.[६८]

एक अत्यंत मौलिक आणि लोकप्रिय ग्रंथ अशी ग्रँटच्या इतिहासाची भलावण केली असली तरी १८२६ साली जेव्हा तो प्रसिद्ध झाला तेव्हा त्याचे अपेक्षेप्रमाणे स्वागत झाले नाही. परीक्षणासाठी तो ग्रंथ कोठेही पाठविला नव्हता. अथवा त्याच्या खपासाठी काही प्रयत्नही केले नाहीत. ईस्ट इंडिया कंपनीनेदेखील भारतावरील इतर पुस्तकांप्रमाणे या आपल्या सेवकाच्या साहित्यकृतीच्या काही प्रती विकत घेतल्या नाहीत. त्या काळात या पुस्तकाचे प्रमुख वाचक म्हणजे ईस्ट इंडिया कंपनीच्या सेवेत असलेले पश्चिम भारतातील महसूल खात्यातील अधिकारी, यांचा भरणा अधिक होता.[६९]

जॉन ब्रिग्ज अथवा व्हॅन्स केनेडी यांनी या ग्रंथाचे हस्तलिखित वाचले होते. पण त्यांना ग्रँटचे काम काही फारसे समाधानकारक वाटत नव्हते. पण एलफिन्स्टनला मात्र ग्रँटचा इतिहास आजवर प्रसिद्ध झालेल्या या विषयावरील ग्रंथांपेक्षा अधिक माहितीपूर्ण असून त्याने व्यक्त केलेले विचार शहाणपणाचे आणि उचित आहेत असे वाटत होते.[७०] अर्थात त्याने ज्या प्रकारे या विषयाचे प्रतिपादन केले आहे ते त्याला फारसे रुचले नव्हते. मराठ्यांच्या कृतीमागे जी प्रेरणा होती ती त्याने प्रथम जाणून घ्यावी असे तो त्याला वारंवार सांगत असे. केवळ घटनांची यादी पुरविण्यापेक्षा, ती मांडण्याच्या मागची आपली भूमिका त्याने विशद करायला हवी असे तो त्याला वेळोवेळी सूचवीत होता. एलफिन्स्टनची ही सूचना प्रत्यक्षात आणणे ग्रँटच्या बौद्धिक कुवतीच्या पलीकडचे होते. तो म्हणतो, इतिहासकर्ते मराठे हे असे विचित्र लोक आहेत की त्यांनी निर्माण केलेल्या गुंतागुंतीच्या परिस्थितीच्या तपशीलवार विस्तारात एक कंटाळवाणा असा तोचतोचपणा आहे आणि त्यामुळे या काळातील त्यांच्या हालचालीच्या निवेदनात मला रस निर्माण करता येत नाही म्हणूनच तुमची अशी समजूत झाली असावी की, वाचकांचे लक्ष केंद्रित करण्यासाठी मी निवेदनासाठी एक बिंदू निश्चित करावयास हवा.[७२]

मराठ्यांचा इतिहास १८२६ साली प्रसिद्ध झाला, पण त्याची समीक्षकांनी दीर्घकाळपर्यंत दखल घेतली नाही. नीलकंठ जनार्दन कीर्तने या पुण्याच्या डेक्कन कॉलेजमधील एका तरुण विद्यार्थ्याने सुमारे बेचाळीस वर्षांनी कॉलेजच्या एका विद्यार्थ्यांच्या सभेत ग्रँटच्या इतिहासावर सर्वप्रथम टीका केली. या प्रचंड कामाबद्दल प्रथम ग्रँटचे आभार मानून त्याच्या ग्रंथांतील काही त्रुटी श्रोत्यांच्या निदर्शनास आणून दिल्या. कीर्तन्यांचा मुख्य मुद्दा असा होता की, तत्कालीन ब्रिटिश प्रशासनातील त्याच्या पदामुळे त्याला जी साधनसामग्री मिळाली होती त्याचा त्याला पुरेपूर आणि योग्य उपयोग करून घेता आला नाही. त्यामुळे ग्रँटचा इतिहास म्हणजे मराठ्यांच्या इतिहासाचे नीरस निवेदन असेच म्हणावे लागेल.[७३]

विष्णुशास्त्री चिपळूणकर या महाराष्ट्रातील थोर विचारवंताने कीर्तन्यांची टीका

प्रसिद्ध झाल्यानंतर सुमारे आठ वर्षांनी ग्रँट डफच्या ग्रंथाच्या लेखनासंबंधी काहीशी सहानुभूती दाखविली आहे. आपल्या निबंधमालेतील 'इतिहास' या निबंधात त्यांनी मराठ्यांच्या इतिहासाच्या संदर्भात ग्रँट डफ आणि प्रकाशक जॉन मरे यांच्यामध्ये ग्रंथप्रकाशनासंबंधी जो संवाद झाला तो दिला आहे. मरेने ग्रंथ प्रकाशित करण्याचे नाकारले कारण मराठ्यांचा इतिहास या नावाचे हे पुस्तक कोणी विकत घेणार नाही, तेव्हा मोगलांचा पाडाव किंवा इंग्रज लोकांचा उत्कर्ष असे नामांतर केले तर आपण ते प्रसिद्ध करू असे मरेने आपले मत दिले. यावर चिपळूणकर म्हणतात, हिंदुस्थान लुटून जे गब्बर झाले त्या कोर्ट ऑफ डायरेक्टर्सच्या सभासदांनीच मुळी चाळीस प्रती घेतल्या, पण त्या पावल्याचे उत्तरही पाठवले नाही. ग्रँटसाहेब शेवटी लिहितात हा जो मी एवढा खटाटोप केला त्यात मला कवडीचाही फायदा न होता उलट ११७०० पेक्षा जास्त रुपयांस मात्र मी बुडालो.

या ग्रंथाविषयी ते म्हणतात, "हा इतिहास एकंदरीत पाहता अत्यंत प्रशंसनीय होय. जो जो मजकूर इतिहासकर्त्यास खरा वाटला तो तो त्याने दाखल करून इंग्रजांविषयी पक्षपात किंवा मराठ्यांविषयी द्वेषभाव किंवा मत्सर अशा वृत्ती कोठेहि प्रगट केल्या नाहीत. त्याचप्रमाणे पुष्कळ इंग्रेजी ग्रंथकारांस एतद्देशीय लोकांच्या संबंधाने लिहितांना पोकळ पांडित्य करण्याची जी हौस असते आणि ज्ञान व नीती यांत आपल्या राष्ट्राचे वर्चस्व वरचेवर दाखविण्याखेरीज कधीं चैन पडत नसते, तोहि प्रकार यांत नाही. (डफच्या प्रस्तावनेचा आधार घेतला आहे. आवृत्ति तिसरी, १८७३) सारांश, प्रस्तुत इतिहास आमच्या लोकांससुद्धा निःपक्षपातीपणे लिहिलेला असा वाटण्यासारखा आहे; व धर्म-नीति वगैरेंच्या संबंधाने एतद्देशीयांस राग येण्यासारखा यांत बिलकूल मजकूर नसल्यामुळे तो त्यांस सर्वथा प्रिय व्हावा असा आहे."[७४]

न्यायमूर्ती रानडे यांनी आपल्या 'मराठी सत्तेचा उदय' या पुस्तकात ग्रँटच्या मराठ्यांच्या सत्तेचा उदय आणि विस्तार यासंबंधीचे विचार समर्थपणे खोडून काढले आहेत. सह्याद्रीच्या जंगलात वणवा उठावा तशी मराठ्यांची सत्ता उदयाला आली आहे, हे ग्रँट डफचे विधान रानड्यांनी खोडून काढून मराठी सत्तेच्या उदयाची नैतिक पार्श्वभूमी विशद केली आहे.[७५]

इतिहासाचार्य वि. का. राजवाडे यांनी आपल्या लेखातून ग्रँटच्या इतिहासातील अनेक उणिवा आणि चुका दाखवून दिल्या आहेत. एक इतिहासकार म्हणूनही त्यांची अर्हता किती होती याचा विचार करून त्याचा ग्रंथ एखाद्या मराठी बखरीसारखा अथवा मुसलमानी तवारिकासारखा मानला आहे.

अर्थात बखरीपेक्षा ग्रँटचा वृत्तान्त अत्यंत सुसंगत आहे हे मान्य करून राजवाडे म्हणतात की, एक स्वतंत्र इतिहास म्हणून त्या ग्रंथाची किंमत महाराष्ट्रातील इतिहासतज्ज्ञ

निराळी करतात आणि म्हणूनच त्यांना तो जुनापुराणा आणि त्याज्य वाटतो.

या विधानाच्या समर्थनार्थ त्यांनी पुढील कारणे दिली आहेत.

१) ग्रँट डफने आपला इतिहास मुख्यत्वे मराठी बखरी, मुसलमानी तवारिका, सरदारांनी दिलेल्या कैफियती व अशाच स्वरूपाची इतर टिपणे ह्यांची संगती जुळवून तयार केला आहे. ह्या बहुतेक बखरी, तवारिका व कैफियती कमी-जास्त प्रमाणाने अविश्वसनीय आहेत व त्यांच्या आधारावर रचलेला मराठ्यांचा कोणताही इतिहास अपूर्ण व अविश्वसनीय होण्याची बहुतेक खात्री आहे. २) पुणे व सातारा येथील दफ्तरे व दुसरी अवांतर कागदपत्रे ग्रँट डफला मिळाली होती. हे खरे आहे. परंतु त्यांचा त्याने योग्य उपयोग करून घेतला नाही. काव्येतिहाससंग्रहातील पत्रे, ऐतिहासिक लेखनसंग्रहातील पत्रे व मी सध्या छापलेली पत्रे ही सर्व मिळून १७५० पासून १७६१ पर्यंतच्या अवधीतील सुमारे (४५०) साडेचारशे होतात. त्यांवरून या अकरा वर्षांतील ग्रँट डफच्या इतक्या चुका दाखवून देता येतात, त्याअर्थी निदान ह्या अकरा वर्षांसंबंधी तरी ग्रँट डफने पुणे व सातारा येथील दफ्तरांचा योग्य उपयोग करून घेतला नाही असे बिनदिक्कत म्हणता येते. ३) योग्य शिक्षणाच्या अभावामुळे कोणताच इतिहास लिहिण्याची व विशेषत: मराठ्यांचा इतिहास लिहिण्याची ग्रँट डफची योग्यताच नव्हती. पुणे व साताऱ्यातल्यासारखी भरपूर माहितीने भरलेली अवाढव्य दफ्तरे, जेम्स मिल, गिबन, मॉम्सेन, इत्यादींसारख्या शोधकांच्या हाती पडली असती तर त्यांचे त्यांनी बावन्नकशी सोने करून दाखविले असते. ४) तो विदेशीय असल्याकारणाने मराठ्यांच्या पराक्रमांचे पाल्हाळ तर राहूद्याच, परंतु सविस्तर व साद्यंत माहिती देण्याची त्याला हौस नव्हती. विदेशीय लोकांना मराठ्यांच्या हालचालींचे सामान्य ठोकळ ज्ञान झाले, म्हणजे आपले काम झाले अशी ग्रँट डफची समजूत होती. ५) त्याने आपला इतिहास भौतिक पद्धतीने लिहिला आहे व तोही अनेक प्रकारे अपूर्ण आहे. ह्यामुळे त्याच्या इतिहासाला कीर्तने म्हणतात, त्याप्रमाणे अपूर्ण असा मराठ्यांच्या मोहिमांचा नामनिर्देशात्मक इतिहास असे म्हटले असता चालेल. ग्रँट डफच्या इतिहासाला मोहिमांचाही इतिहास म्हणता येत नाही. कारण मराठ्यांनी ज्या शेकडो मोहिमा केल्या, त्यांपैकी फारच थोड्यांचा म्हणजे एकीचाच त्याने काहीसा सविस्तर वृत्तान्त दिलेला आहे. बाकीच्यांचा वृत्तान्त काहीच दिला नाही. तेव्हा 'मराठ्यांच्या मोहिमांचा इतिहास' असेही नाव ह्या इतिहासाला शोभत नाही. ह्या इतिहासाला इंग्रजांना मराठ्यांची काही माहिती देणाऱ्या वृत्तांताचे इतिहासवजा पुस्तक असे नाव दिले असता चालेल.

ग्रँट डफच्या इतिहासाचे स्वरूप विशद करून, राजवाडे या ग्रंथातील आणखी एक महत्त्वाचा दोष दाखवितात. ते म्हणतात १६४६ पासून १७९६ पर्यंत ह्या महाराष्ट्रातील लोकसमूहात कोणत्या विचारांचे प्राधान्य होते व परराष्ट्राशी मराठ्यांच्या ज्या लढाया होत त्यांना काही योग्य व समाधानकारक कारणे होती किंवा नव्हती, या गोष्टींचा आत्मिकरीत्या

ग्रँट डफने विचारही न केल्यामुळे असल्या मतांचा प्रसार झाला आहे. पद्धती, धोरण, विचार व नीती मराठ्यांच्या कृत्यात होती किंवा नव्हती ह्याचा ग्रँट डफने विचार न केल्यामुळे व त्याच्या खेरीज मराठ्यांचा दुसरा इतिहास अद्यापपर्यंत लिहिला गेला नसल्यामुळे या दुराग्रहाचे साम्राज्य सध्या झाले आहे.[७६]

राजवाड्यांचे ग्रँट डफवरील आक्षेप हे मूलभूत स्वरूपाचे आणि रास्त आहेत हे मान्य करावे लागेल. इंग्रज-मराठे संबंध विशेषत: १७९८ ते १८१८ या काळात उभय पक्षांत जे संघर्ष झाले हे ग्रँट डफने काहीशा विस्ताराने लिहिले आहेत आणि मराठ्यांचे काही पराक्रम थोडक्यात आटोपते घेतले आहेत हे खरे आहे. परंतु इंग्रजांसंबधीचे कागदपत्र त्याला मोठ्या प्रमाणात उपलब्ध झाल्यामुळे आणि या कालखंडातील काही भागांत त्याचा प्रत्यक्ष सहभाग असल्याने हे प्रकरण त्याने विस्ताराने लिहिले असावे. ग्रँट डफचा उद्देश प्रामुख्याने मराठ्यांच्या राजकीय आणि लष्करी इतिहासाचे निवेदन करण्याचा होता आणि हे कामदेखील बरेच मोठे आणि कठीण होते. त्याने मराठ्यांच्या इतिहासाचा 'आत्मिकरीत्या' विचार केला नाही याचे कारण त्यासाठी लागणारा अधिक समय आणि मेहनत यांचा अभाव हे असू शकेल. त्याच्यामागे काही वांशिक पूर्वग्रह असतील असे ठामपणे म्हणता येणार नाही. ग्रँटवर टीका करताना त्याने काय केले नाही या गोष्टींचा राजवाडे यांनी प्रामुख्याने विचार केला आहे. त्यांची टीका अगदी योग्य असली तरी त्याच्या कार्याचे मूल्यमापन करताना, त्यावेळची परिस्थिती, या कामासाठी आवश्यक तेवढा निवांत वेळ आणि आवश्यक त्या साधनांची उपलब्धता यांचाही विचार करावा लागेल. ग्रँटचा इतिहास प्रसिद्ध झाल्यावर, सुमारे ७० वर्षांनी राजवाडे यांनी त्याची समीक्षा केली आहे. या काळात मराठी संशोधकांच्या प्रयत्नामुळे इतिहासाची बरीच साधने उपलब्ध झाली होती. थोडक्यात, असे म्हणता येईल, ग्रँट डफच्या मराठ्यांच्या इतिहासांत काही उणिवा असल्या तरी, मराठ्यांच्या संपूर्ण इतिहासलेखनाच्या प्रक्रियेतील तो एक पहिला टप्पा आहे, म्हणून इतिहासकारांना व संशोधकांना त्याच्या कार्याचा विचार करावा लागेल.

पुण्याच्या भारत इतिहास संशोधक मंडळाने १९१८-१९ मध्ये ग्रँट डफच्या इतिहासातील चुकांची जंत्री करण्याची एक योजना आखली होती. 'ऐतिहासिक लेखसंग्रह' या प्रसिद्ध इतिहास संशोधन मालेचे संपादक वासुदेवशास्त्री खरे यांनी लोकमान्य टिळकांच्या केसरी वृत्तसंस्थेतर्फे प्रसिद्ध होणाऱ्या 'मराठा' या इंग्रजी वृत्तपत्रात, ग्रँट डफच्या इतिहासातील चुकांचे काही हफ्ते प्रसिद्ध केले. पण शेवटी दोषदिग्दर्शन अनावश्यक आणि वेळेचा अपव्यय करणारे आहे असे मानून ते बंद केले. प्रस्तुत संदर्भात खरे म्हणतात, 'हा इतिहास नसून बरीचशी बखर आहे. तारखा बहुतेक चुकलेल्या आहेत. स्थळे व व्यक्तींची कृत्ये, स्वभाव व नावेसुद्धा काही चुकली आहेत.'

शास्त्रीबुवांना डफच्या इतिहासात चुका दिसत होत्या तरी त्याच्या बद्दलचा आदर

त्यामुळे कमी झाला नव्हता हे विशेष आहे. ते म्हणतात, "पाहा! परकीयांची ज्ञानलालसा केवढी जबर! मराठे लोक हे ग्रँट साहेबाचे कोण? पण त्यांचा इतिहास छापून प्रसिद्ध करण्यासाठी इकडची जुनी दफ्तरे वगैरे तर त्यांनी शोधलीच आणि वरती त्याच्या प्रकाशनार्थ लागेल तेवढा खर्च करण्यासदेखील त्यांनी मागेपुढे पाहिले नाही."[७७]

जदुनाथ सरकार यांनी आपल्या 'शिवाजी अँड हिज टाइम्स' या ग्रंथाच्या प्रस्तावनेत आपले पुस्तक हे ग्रँट डफच्या इतिहासापेक्षा कसे अधिक विश्वसनीय आणि ज्ञानात भर घालणारे असे दाखविण्याचा प्रयत्न केला आहे. ते म्हणतात, "ग्रँटला ज्ञात असलेल्या साधनांचा मी वापर केलाच आहे; पण त्या साधनांचा अधिक बारकाईने आणि कसोशीने अभ्यास करूनच त्यांचा उपयोग केला आहे."[७८]

ग्रँट डफच्या इतिहासाची दखल ब्रिटिश इतिहासकारांनी घेतली नाही. लंडन विद्यापीठांतील 'स्कूल ऑफ ओरिएंटल अँड आफ्रिकन स्टडीज' या विभागाने प्रसिद्ध केलेल्या हिस्टोरियन्स ऑफ इंडिया, पाकिस्तान अँड सिलोन या ग्रंथात ग्रँट डफवर एकही निबंध नाही. मात्र एलफिन्स्टनच्या कार्याचा आढावा घेणारा जो लेख या ग्रंथात आहे, त्यात अनिवार्यपणे ग्रँटचा ओझरता उल्लेख आला आहे. त्यात पुस्तकाच्या प्रकाशनाचे साल आणि खंडांची संख्या ही माहिती चुकीची दिली आहे. ग्रँट संबंधी संपादक सी. एच्. फिलिप्स यांनी फक्त दोन वाक्ये लिहिली आहेत. ग्रँट डफने मराठ्यांचा इतिहास मोकळ्या मनाने आणि सहानुभूतिपूर्वक लिहिला आहे. तो अत्यंत मोलाचा आहे. याचे कारण, ज्या साधनसामग्रीवर तो आधारलेला आहे, ती आता उपलब्ध नाही. हा एक अभिजात ग्रंथ आहे, पण दुर्दैवाने त्याचे वाचन कोणी करीत नाही. यानंतर पुस्तकाच्या शीर्षकासंबंधी लेखक आणि प्रकाशक जॉन मरे यांच्यामधील प्रसिद्ध संवादाची नोंद घेतली आहे."[७९]

पण याच सुमारास डॉ. जॉर्ज डी बिअर्स यांनी ब्रिटिशांचा भारतासंबंधीचा दृष्टिकोन (१७८४-१८५८) असा एक प्रबंध लिहिला असून त्यातील भारताचे ब्रिटिश इतिहासकार या प्रकरणात त्याने ग्रँटच्या इतिहासाचा एक मूळ ग्रंथ असा उल्लेख करून म्हटले आहे की, एलफिन्स्टनच्या हाताखाली राहून, अधिकृत अव्वल दर्जाच्या साधनांच्या साहाय्याने ब्रिटिशांच्या माहितीसाठी मराठ्यांचा ज्या लोकांबद्दल त्याच्या मनात सद्भावना व रम्य आठवणी होत्या त्यांचा इतिहास मोठ्या समतोल बुद्धीने लिहिला. प्रकाशकांशी झालेल्या त्याच्या संवादाची हकिकत सांगून डॉ. बिअर्स म्हणतो, की "ग्रँटचा इतिहास एक उत्कृष्ट दर्जाचा संशोधनग्रंथ ठरला नाही, ही दुर्दैवाची गोष्ट होय. त्याने प्रामुख्याने लढायांचा आणि क्रांत्यांचा इतिहास सांगितला. त्यामुळे हिंसा, कपट, कारस्थान आणि अज्ञान यांनी भरलेला असा हा इतिहास झाला आहे. अशी परिस्थिती असल्यामुळे ब्रिटिश राजवट तेथे रूढ झाली आणि त्यामुळे ब्रिटिशांची राजवट ही लोकांच्या भल्यासाठी होती हा समज रूढ झाला. थोडक्यात, ग्रँटचा इतिहास म्हणजे ब्रिटिश साम्राज्याच्या समर्थनाचा

एक प्रयत्न होय असे म्हणावे लागेल." असे तो म्हणतो.[८०]

ग्रँटने हेतुपुरस्सर मराठ्यांचा अधिक्षेप करण्यासाठी इतिहासलेखन केले असे म्हणता येणार नाही. सामान्य जनतेला ज्यांच्याविषयी काही माहिती नाही अशा वाचकांना मराठ्यांचा परिचय करून देणे हा त्याच्या लेखनाचा मूळ हेतू होता असे त्याच्या पत्रव्यवहारावरून दिसून येते. मराठ्यांच्याविषयी त्याच्या मनात कसलाही राग-द्वेष नव्हता. मराठी जीवनाशी तो एकरूप झाला होता. एलफिन्स्टनला लिहिलेल्या एका पत्रात तो म्हणतो : ब्रिग्ज हा मोगल अथवा पठाण आहे आणि मी मात्र गरीब मराठी माणूस आहे.[८१] अन्य एका ठिकाणी तो म्हणतो, तो (ब्रिग्ज) गाय मारणारा पठाण-तुर्क आहे, मी एक लढाई करणारा अथवा माघार घेणारा मराठा माणूस आहे.[८२]

ग्रँटला आपल्या मर्यादांची पूर्ण जाणीव होती. तो म्हणतो : आजवर जे काम मी केले आहे, अथवा कामाचा जो आराखडा तयार केला आहे, त्यावरून लेखकाला आवश्यक ती अनेक प्रकारची अर्हता, क्षमता माझ्यामध्ये नाही याची मला पूर्ण कल्पना आहे.[८३] मराठ्यांचा इतिहास हा एक विशाल विषय असून त्याचे संपूर्ण आकलन आपल्याला होणार नाही. आपल्याला फक्त अशा बिंदूपर्यंत जावयाचे आहे की, जेथून आपल्याला माघार घ्यावी लागली तरी आपली मानहानी होण्याची फारशी शक्यता नाही.[८४]

ग्रँटच्या लेखनशैलीवर बरेच आक्षेप घेण्यात आले. कोणत्या शैलीचा आपण वापर करावा हा विचार त्याला नेहमी सतावत असे. पांडित्यपूर्ण अथवा आधारविरहित लेखन करण्यापेक्षा साध्या-सोप्या भाषेत लिहिणे त्याला अधिक पसंत होते.[८५] ग्रँटने हाती घेतलेल्या विषयाचे स्वरूप, त्याला वापरावी लागणारी विविध प्रकारची साधनसामग्री आणि त्यांचा अभ्यास करून, विषय समजावून घेण्यासाठी उपलब्ध असलेली वेळेची मर्यादा या विविध कारणांमुळे त्याची लेखनशैली सदोष बनली होती असे त्यांचे मत होते.

ग्रँट आणि रम्याद्भुत प्रणाली (Romantic School) **:** काही इतिहासकारांच्या मते ग्रँट डफला मराठ्यांच्या भूतकाळाविषयीचे औत्सुक्य, त्याचप्रमाणे मराठ्यांच्याबद्दल त्याला वाटणारी सहानुभूती याचा विचार करता त्याची गणना इतिहासाचा विचार करणाऱ्या रम्याद्भुत प्रणालीच्या (Romantic School of History) इतिहासकारांत करावी लागेल. महाराष्ट्रातील सह्याद्री पर्वताच्या घाटांचे विलोभनीय दृश्य, आदिलशाहीचे भग्नावशेष पाहून मनाला वाटणारे नैराश्य, तेथील सुंदर मशिदी आणि राजवाडे यांच्यामधून दिसणारी मनोहारी शिल्पकला या सर्व गोष्टींचे त्याला आकर्षण वाटत होते.पण एकेकाळी भव्य वाटणाऱ्या वास्तू, आज ज्या अवस्थेत आहेत ते पाहिले तरी त्याची अभूतपूर्व भव्यता लक्षात येते आणि भूतकाळाचा विचार केला तर युरोपातील तशा प्रकारच्या वास्तूंच्या तुलनेत त्या फार सरस वाटतात. भारतीयांच्या मनावर आणि अंत:करणावर संगीताचा परिणाम करणाऱ्या असामान्य सामर्थ्याचे तो विशेष कौतुक करतो आणि हिंदुस्थानी

संगीताच्या काही शाखा सुरेख आहेत असे म्हणतो.[८६]

मराठ्यांच्याबद्दलचे ग्रँटचे रसग्रहण हे त्याच्या गतकाळाच्या रम्याद्भुत प्रणालीचे द्योतक आहे. मराठ्यांची प्रतिभा आणि चारित्र्य हे इतरांहून भिन्न आहे, त्यांच्यामध्ये काही उणिवा असल्या तरी त्यांच्या राष्ट्रनिष्ठेसाठी त्यांचे कौतुकच केले पाहिजे. त्यांचा कणखरपणा आणि चिकाटी, काम करण्याची क्षमता आणि साहसाची आवड, त्यांचे सर्वश्रेष्ठ पराक्रम, त्यांचे वतनावरील प्रेम, त्यांची राष्ट्रीय भावना, आपले सामाजिक आणि धार्मिक स्वातंत्र्य प्रस्थापित करण्यासाठी त्यांनी केलेले काहीसे पक्षपाती, पण चिकाटीने केलेले प्रयत्न इत्यादी त्यांच्या इतिहासाचे जे पैलू आहेत त्यामुळे त्यांच्याबद्दल सहानुभूती आणि प्रेम या भावना आपल्या मनात अनिवार्यपणे निर्माण होतात. सुधारणेच्या निकषावर ते थोडेसे कमी पडत असले तरी ते (मराठे) तिरस्करणीय केव्हाच नव्हते.[८७]

ग्रँटच्या लेखनातील असे काही विचार निवडून त्याची गणना इतिहासाच्या रम्याद्भुत प्रणालीच्या इतिहासकारांत करणे काहीसे कठीण आहे. प्रारंभीचे काही इतिहास प्रशासकांनी लिहिलेले आहेत. ग्रँट डफची गणना अशा प्रशासक इतिहासकारांच्या संप्रदायात करावी लागेल. त्या काळच्या प्रशासकांनी इतिहासलेखनाचे काम हाती घेतले याची कारणे त्यांना ज्या प्रदेशावर आपली हुकूमत बसवावयाची त्या प्रदेशाचा इतिहास, समाजजीवन, चालीरीती, संस्कृती यांची पूर्ण माहिती असणे आवश्यक होते. त्यांच्या मते, प्रशासन ही काही एक निर्जीव यंत्रणा नव्हती, तर तो समाजाचा एक अंगभूत घटक होता. ज्या लोकांवर राज्य करावयाचे त्या लोकांची माहिती नसेल, अथवा ती करून घेण्याचा प्रयत्न केला नाही, तर प्रशासक ते काम कसे करू शकेल?मुंबईच्या सनदी सेवेतील एक महसूल अधिकारी एच्. ई. गोल्डस्मिथ आणि ग्रँट डफ यांच्यामधील पत्रव्यवहारावरून ही गोष्ट स्पष्ट होते की, ग्रँट डफचा मराठ्यांचा इतिहास प्रामुख्याने महाराष्ट्रातील कंपनी सरकारचे महसूल अधिकारी आपली प्रशासकीय कर्तव्ये योग्यरीतीने पार पाडण्यासाठी प्रयत्न करीत होते. भारताचे अथवा या देशाच्या एखाद्या प्रदेशाचे इतिहास हे असे प्रशासकांनीच लिहिले आहेत. कारण त्यांची अशी रास्त समजूत होती की एखाद्या देशावर तुम्हाला राज्य करावयाचे असेल तर तुम्ही प्रथम तेथील लोकांना समजावून घेतले पाहिजे आणि त्यांची ओळख तुम्हाला केवळ त्यांच्या इतिहासाच्या मननानेच होईल. कदाचित याच भावनेने प्रेरित होऊन मराठ्यांच्या संपूर्ण इतिहासाचे लेखन, मराठी प्रदेश जेव्हा ब्रिटिशांच्या अंकित झाला तेव्हा ग्रँट डफने अग्रक्रमाने लेखनाचे काम हाती घेऊन तडीस नेले असावे.

मराठ्यांच्या इतिहासाचे प्रकाशन :

ग्रँट डफने इतिहासप्रकाशनाचे काम पदरमोड करून पार पाडले. या पुस्तकाच्या

मुद्रणासाठी ग्रँटचे सुमारे १७०० पौंड खर्च झाले होते आणि या व्यवहारांतून त्याच्या हाती फक्त २००० पौंड आले म्हणजे त्याला या पुस्तकाच्या विक्रीतून केवळ ३०० पौंड एवढी रक्कम मिळाली. हे प्रकाशनाचे काम लाँगमन कंपनीने केले. पुस्तकांच्या संभाव्य खपाचा अंदाज घेताना भारताच्या नावे त्याने फार थोड्या प्रतींचा अंदाज टाकला होता. ग्रँटला याचे आश्चर्य वाटले. म्हणून त्याने असे करण्याच्या मागील हेतू काय अशी विचारणा केली. त्यावर रिज म्हणाला, ''याचे कारण भारतातील लोक पुस्तके विकत घेत नाहीत. दुसऱ्याकडून उधार उसनवार करून ते पुस्तके वाचतात.'' एक साधनग्रंथ म्हणून 'मराठ्यांचा इतिहास' विकत घेतला जाईल, अशी परिस्थिती निर्माण होण्यास बराच काळ लागेल. ईस्ट इंडिया कंपनीच्या नियामक मंडळाने मोठ्या उदार अंत:करणाने या पुस्तकाच्या ४० प्रती खरेदी केल्या. मराठ्यांच्या इतिहासाऐवजी ग्रँटने मराठी शब्दकोश लिहिला असता तरी कंपनीने तितक्याच प्रती घेतल्या असत्या. तो मोठ्या खेदाने म्हणतो, ''कंपनीच्या कोणी डायरेक्टराने अथवा त्या पदाच्या कोणी उत्सुक उमेदवाराने पुस्तक उघडूनदेखील पाहिले नसेल.''[८८]

१८४० मध्ये मुंबईच्या सनदी सेवेतील गोल्डस्मिथ याने मराठ्यांच्या इतिहासाची सुधारित आवृत्ती काढण्याची सूचना केली होती; पण प्रकाशकाने तशी शिफारस केली नाही आणि ग्रँटने देखील सुधारित आवृत्ती काढण्याची इच्छा व्यक्त केली नाही. या ग्रंथाची दुसरी आवृत्ती १८६३ साली प्रसिद्ध झाल्यानंतर १८७३ साली तिसरी, १८७८ साली चौथी आणि १९१२ साली पाचवी आवृत्ती अशा भराभर आवृत्या निघाल्या. लंडनच्या ऑक्सफर्ड युनिव्हर्सिटी प्रेसने, एस. एम्. एडवर्डस्च्या प्रस्तावनेसह १९२१ साली सहावी आवृत्ती काढली आणि अगदी अलीकडे १९७१ साली दिल्लीच्या असोसिएटेड पब्लिशिंग हाउसमार्फत या ग्रंथाची सातवी आवृत्ती निघाली आहे.[८९]

१९७१ सालच्या आवृत्तीचे संपादक प्रा. जे. एफ. गुहा हे असून दिल्लीच्या हंसराज कॉलेजमध्ये ते इंग्रजीचे प्राध्यापक आहेत. आपल्या प्रस्तावनेत त्यांनी इतिहासाचार्य राजवाडे आणि रियासतकार सरदेसाई यांच्यावर टीका करून, ग्रँट डफवर स्तुतिसुमने उधळली आहेत. ग्रँट डफच्या इतिहासातील चुका दुरुस्त करणे आणि नव्या माहितीची भर घालण्याचे जे उत्तम दर्जाचे काम एस्. एम. एडवर्ड्स या सहाव्या आवृत्तीच्या संपादकांनी केले आहे, त्याचे प्रा. गुहांनी अनुकरण केले नाही. ग्रँट डफचा त्याने बराच उदोउदो केला आहे. ते म्हणतात : ग्रँट डफचा इतिहास म्हणजे खरोखरच एक आरसा असून त्यात प्रत्येक वाचकाला आपल्या वैयक्तिक मतांचे प्रतिबिंब दिसेल. राजवाडे आणि सरदेसाई यांची त्याच्यावरील टीका अनावश्यक आहे.[९०]

मराठी अनुवाद

ग्रँट डफच्या मराठ्यांच्या इतिहासाचा मराठी अनुवाद होणे आवश्यक होते. २० ऑगस्ट, १८२७ रोजी साताऱ्याचे राजे प्रतापसिंह यांना लिहिलेल्या पत्रात, जॉन ब्रिग्ज म्हणतो, हा उत्कृष्ट इतिहासग्रंथ रचून ग्रँटने जसे आपले युरोपात नाव केले तसे याचे भाषांतर करून या पूर्वेकडील देशात आपण नाव कमवावे. [११] १८२९-३० साली कॅप्टन डेव्हिड केपन यांनी बाबा साने यांच्या साहाय्याने या ग्रंथाचे ग्रँट डफ कृत 'मराठ्यांची बखर' या नावाने भाषांतर केले. १८४६-४७ मध्ये या ग्रंथाचीदेखील दुसरी आवृत्ती निघाली आणि शेवटची सहावी आवृत्ती १९१६ साली काहीही फेरफार न करता मुळाबरहुकूम प्रसिद्ध झाली.

समारोप

१८२६ साली प्रसिद्ध झालेला ग्रँटचा मराठ्यांचा इतिहास हा ग्रंथ आजही या विषयावरील संपूर्ण माहिती देणारा आद्य ग्रंथ म्हणून गणला जातो. मराठ्यांच्या इतिहासलेखनाचा विचार करता, ग्रँट डफचा मराठ्यांचा इतिहास ही एक महत्त्वपूर्ण घटना मानली जाते. या ग्रंथाच्या सहाव्या इंग्रजी आवृत्तीचे (१९२१) संपादक भारताच्या सनदी सेवेतील एक अधिकारी एस्. एम्. एडवर्ड्स, आपल्या अभ्यासपूर्ण प्रास्ताविकात म्हणतात, की दोन कारणांमुळे ग्रँटच्या इतिहासग्रंथाला कायमचे स्थान प्राप्त झाले आहे. त्यांतले पहिले कारण, ज्या लोकांविषयी लिहावयाचे त्या लोकांचा त्याचा स्वानुभव आणि त्याचा स्वाभाविक नि:पक्षपातीपणा आणि दुसरे माउंटस्टुअर्ट एलफिन्स्टनसारखा मित्र आणि उच्च पदावरील अधिकारी त्याला मार्गदर्शक म्हणून लाभला.[१२] आपल्या पहिल्या विधानाच्या समर्थनार्थ त्याने कलकत्ता रिव्ह्यू या नियतकालिकातील एक उल्लेख दिला आहे तो असा. ग्रँट डफ हा मराठी जनसमूहात अनेक वर्षे राहिला, त्यांच्या स्वभावाचे वैशिष्ट्य त्याने जाणून घेतले, कसल्याही पांडित्याचा देखावा न करता एका यशस्वी राजदूताला आवश्यक ती योग्यता त्याच्याकडे होती. तो कष्टाळू होता, नि:पक्षपाती आणि दयाळू होता. त्याने माणसांचा आणि त्यांच्या रणांगणावरील, राजकारणांतील, त्यांच्या शेतीव्यवसायांतील कामगिरीचा आणि त्यांच्या जुन्या कागदपत्रांचा त्याने चांगला अभ्यास केला होता. मराठ्यांचा वर्तमान समजावून घेण्यासाठी त्याने त्यांच्या भूतकाळाचा अभ्यास केला. एका मोकळ्या मनाच्या आणि अंगी नम्रपणा असलेल्या एका निष्पाप सैनिकाचा, ज्या गुणांची माउंटस्टुअर्ट एलफिन्स्टनच्या शिष्याकडून अपेक्षा करावी अशा गृहस्थाच्या हातून या ग्रंथाची रचना झाली आहे. मराठ्यांच्या इतिहासाच्या ज्या भागाची साधनसामग्री त्याला पाहावयास मिळाली (आणि) त्याची माहिती त्याने दिली, त्यावरून त्याचा संपूर्ण

नि:पक्षपातीपणा स्पष्ट होतो. सत्य निवेदन हे त्याचे उच्च ध्येय होते. ते सिद्ध करण्यासाठी अथवा सांगण्यासाठी आवश्यक ते सर्व परिश्रम त्याने केले आणि असे करीत असता तयाने आपल्या शत्रूंनादेखील एकसारखीच वागणूक कसलाही अभिनिवेश न बाळगता अगदी मोकळेपणाने दिली.[१३]

एलफिन्स्टन हा ग्रँटचा जसा पुरस्कर्ता होता तसा समीक्षकही होता. १८१९ ते १८२३ या कालखंडांत त्या उभयतांमध्ये जो पत्रव्यवहार झाला तो नजरेखालून घातला म्हणजे त्याने ग्रँटच्या इतिहासाच्या कामात किती रस घेतला होता, आत्मीयता दाखविली होती, त्याची सहज कल्पना येते. त्याने त्याला इतिहासाची लेखनपद्धती, शैली, साधनचिकित्सा आणि इतर अनेक संबंधित बाजूंची माहिती दिली. यासंबंधीची माहिती मागे आलीच आहे. या परिस्थतीमुळे म्हणजे एलफिन्स्टनच्या साहाय्यामुळे ग्रँटच्या इतिहासाला ऐतिहासिक साहित्याच्या क्षेत्रात मानाचे स्थान मिळाले नसते तरच नवल वाटले असते.[१४]

दुर्दैवाने ग्रँटच्या ग्रंथाला त्याच्या हयातीत फारसे महत्त्व मिळाले नाही. आपल्या ग्रंथाच्या स्थानाबद्दल त्याने फारशी आस्थाही दाखविली नाही. जॉन बुल, म्हणजे इंग्रज वाचक, जांभया देत आपल्या पुस्तकाकडे कशी नजर टाकेल याची तो स्वत:शी कल्पना करीत असे.[१५] असे असले तरी इतिहासलेखनाच्या क्षेत्रात, विशेषत: मराठ्यांच्या इतिहासलेखनाच्या इतिहासात त्याच्या कार्याकडे मुळीच दुर्लक्ष करता येणार नाही. १८१० साली स्कॉट वेअरिंगने मराठ्यांचा इतिहास, १७७३ सालापर्यंत म्हणजे नारायणराव पेशव्यांच्या वधापर्यंतच लिहिला आहे. परंतु या ग्रंथाने एक मोठी कामगिरी केली आणि ती म्हणजे भारतीय संशोधकांना मराठ्यांच्या इतिहासाचा चिकित्सकपणे अभ्यास करण्याची प्रेरणा दिली. नंतरच्या काळात रियासतकार सरदेसाई, किंकेड, पारसनीस, जदुनाथ सरकार, सुरेंद्रनाथ सेन यांसारखे इतिहासकार पुढे आले आणि परिश्रमपूर्वक आणि चिकित्सकपणे त्यांनी इतिहासाचे लेखन करून हा विभाग समृद्ध केला.

मराठी ऐतिहासिक वाङ्मय या विषयावर १९०४ साली रावबहादूर पारसनिसांनी रॉयल एशियाटिक सोसायटीच्या एका सभेत एक निबंध सादर केला. त्यात त्यांनी ग्रँटच्या ग्रंथाची बरीच प्रशंसा केली होती. "१९ व्या शतकाच्या पूर्वार्धातील एक महत्त्वाचा ग्रंथ असा गौरवपूर्ण उल्लेख ग्रँटच्या ग्रंथाचा केला आहे. नंतरच्या काळात बरेचसे संशोधन झाले असले तरी मराठ्यांच्या इतिहासावरील अधिकृत ग्रंथ म्हणून त्याचे महत्त्व कायम आहे असे आपले मत त्यांनी व्यक्त केले आहे. नंतरच्या लेखकांनी त्याच्या ग्रंथाची जी प्रशंसा केली आहे ती योग्यच आहे. धीमेपणाचे संशोधन आणि योग्य निवेदन या दृष्टीने मराठ्यांच्या इतिहासावरील इतर ग्रंथांपेक्षा हा अगदी उजवा असा ग्रंथ आहे. नंतरच्या काळात मराठ्यांच्या इतिहासात लेखकांनी भर घातली अथवा सुधारणा केल्या असल्या

तरी त्यामुळे ग्रँटचे योगदान कमी झाले नाही किंवा त्याला मागे सारून अद्याप कोणी पुढे गेला नाही."[९६]

टिपा आणि संदर्भ

१. ग्रँट डफच्या चरित्रावरील ही टिपणी ग्रँट डफचा पुत्र माउंटस्टुअर्ट एलफिन्स्टन ग्रँट डफ जो काही काळ मद्रासचा गव्हर्नर होता, त्याच्या हस्तलिखित आणि अपूर्ण आत्मचरित्रावरून तयार केली आहे. श्रीमती शीला सोकोलोव्ह ग्रँट या ग्रँट डफच्या पणतीने हे हस्तलिखित उपलब्ध करून दिल्याबद्दल मी त्यांचा ऋणी आहे. याखेरीज एस. एम. एडवर्ड्स यांनी सहाच्या आवृत्तीच्या प्रस्तावनेत ग्रँटचे जे त्रोटक चरित्र दिले आहे त्याचा येथे उपयोग केला आहे. (ग्रँट डफ - सहावी आवृत्ती, १९२१, लंडन १९२१).

२. MSSEUR F 88 (युरोपियन मॅन्युस्क्रिप्ट फाइल नं.) माउंटस्टुअर्ट एलफिन्स्टनचे ग्रँट डफला पत्र २४.४.१८२२ (येथून पुढे यु. मॅ. फा. नं.) जोडी, अथवा (जी. डी. - एम. ए.) असा उल्लेख येईल.

३. सर टी. ई. कोलब्रुक Life of the Honourable Mountstuart Elphinstane (2 vols), London, 1884 खंड २ पृ. १८८.

४. अप्रकाशित, तळटीप क्र. १ मध्ये निर्देशित.

५. द. ब. पारसनीस 'महाबळेश्वर (इंग्रजी) मुंबई, १९१६', पृ. ४१

६. लेस्ली स्टीफेन Life of Sir James Fit 3 James Stephen, लंडन, १८९५ पृ. १७१

७. ग्रँट डफ, सहावी आवृत्ती, प्रस्तावना : एडवर्ड्सच्या मते १८२७. पहा डफ खं. १ पृ. XXXIII कदाचित ही तारीख बरोबर असेल; कारण ग्रँटने आपल्या इतिहासाचे प्रकाशन १८२६ साली झाल्यानंतरच विवाह केला असावा.

८. जी. डी.- एम. ए. १४ ऑक्टोबर १८५२

९. तत्रैव ४ जून १८५२

१०. जर्नल ऑफ इंडियन हिस्ट्री (जेआयएम) खंड १५ भाग २ १९३६ पृ. २२७ (५)

११. जी. डी. - एम. ए. १० जानेवारी १८४९

१२. ग्रँट डफचे १७ जानेवारी १८२६ चे पत्र उपलब्ध करून दिल्याबद्दल लेखक जॉन मरे आणि कंपनीचा आभारी आहे.

१३. ग्रँट डफ जेम्स, - A History of the Maharattas : 2 vols. सुधारित, सटीप आवृत्ती नं. ६, २ खंडांत एस. एम. एडवर्ड्स यांच्या प्रदीर्घ प्रस्तावनेसह, ऑक्सफर्ड

खंड १ प्रस्तावना पृ. XXXIX

१४. ग्रँट डफ जेम्स – A History of the Maharattas in 3 volumes, लॉगमन रीज, लंडन, १८२६.

१५. जी. डी. – चार्लस ग्रेट २०-८-१८२१ पहा ग्रँट डफ प्रस्तावना (१९२१) पृ. XXXVIII

१६. जी. डी. – एम. ए. १९ जुलै १८९१ यु. मॅ. फा० ८८ बॉक्स ६ बी, १८

१७. ग्रँट डफ पूर्वोक्त : प्रस्तावना पृ. IXXXVI

१८. जी. डी. – एम. ए. १९ जुलै १८१९

१९. जी. डी. – एम. ए. १९ जुलै १८१९

२०. डेक्कन कॉलेज मराठा हिस्ट्री म्युझियम रुमाल १ फाइल नं. ६-२४ हे परिपत्रक अपूर्ण आहे. लेखक आणि तारीख यांचा निर्देश यात नाही. तरीसुद्धा या पत्राचा विषय, स्वरूप आणि ठिकाण, यांचा विचार करता हे परिपत्रक १८१८-१९ च्या दरम्यान ग्रँट डफने काढले असावे असे वाटते. ग्रँट डफने एच. ई. गोल्डस्मिथ या अधिकाऱ्याला ३० जानेवारी १८४६ च्या पत्रातील पुढील उल्लेखावरून या विधानाला बळकटी येते. तो म्हणतो, ‘‘एलफिन्स्टनच्या सांगण्यानुसार मी कागदपत्रे गोळा करण्यास सुरुवात केली. सर थोमस मन्रो यानेही मला सुचविले की, हे काम आपण केले नाही तर एका प्रभावी सत्तेचा इतिहास ज्याच्याविषयी लोकांना अगदी जुजबी ज्ञान आहे, त्या विषयाची साधनसामग्री गोळा करण्याची संधी आपण गमावली असे होईल. पहा डफ (१९२१) प्रस्तावना पृ. XXXVIII)

२१. तत्रैव पृ. XXXVI

२२. सरदेसाई गो. स. पेशवे दफ्तर (एस. पी. डी.) खंड ४२, मुंबई १९३४, पृ. २५

२३. तत्रैव पृ. २०

२४. जी. डी. – एम. ए. ता. २५ जुलै, १८१९

२५. तत्रैव

२६. सरदेसाई, पूर्वोक्त पे. द. ४२ पृ. २६

२७. जी. डी. एम. ए. ता. २५.६१८२०

२८. सरदेसाई पूर्वोक्त पे. द. ४२ पृ. ३१

२९. तत्रैव पृ. २९ पहा, कुलकर्णी अ. रा., जेम्स कनिंगहॅम ग्रँट डफ, पुणे विद्यापीठ पुणे, १९७० पृ. १४५

३०. एम. ए. – जी. डी. ता. २०.४.१८२२

३१. तत्रैव

३२. जी. डी. – एम. ए. ता. १५.७.१८१९
३३. जी. डी. – हचिनसन, १८२१
३४. ग्रँट डफ – पूर्वोक्त खंड १ पृ. ८० फार्सी साधनासाठी पहा पृ. ३२३, ३२४ आणि ३३७ पहा. जी. डी. – गॉर्डन ता. १५.२.१८२१
३५. जी. डी. – एम. ए. मार्च १८२२
३६. जी. डी. – गॉर्डन ता. १५.२.१८२१
३७. तत्रैव
३८. जी. डी. – इरस्किन ता. २०.२.१८२१
३९. जी. डी. – एम. ए. ता. १९७.१८१९
४०. जी. डी. – एम. ए. ता. २४.४.१८२२
४१. जी. डी. – एम. ए. ता. २२.६.१८२२
४२. तेलंग के. टी. – Gleanings from the Maratha Chronicles प्रकरण XIII मुंबई विद्यापीठ, १९६१, पृ. १३६
४३. प्रस्तुत ग्रंथाच्या लेखकाने, वुडब्रिज, लंडन येथे राहणाऱ्या श्रीमती शीला सोकोलोव्ह या ग्रँट डफच्या पणतीची प्रत्यक्ष भेट घेऊन मराठ्यांच्या इतिहासासंबंधीचे काही कागदपत्र ग्रँट डफच्या संग्रहात आहेत का याचा शोध घेतला, पण हाती काही लागले नाही. केवळ ग्रँट डफचा आणि त्यांच्या मुलांचे काही फोटो मिळाले; तसेच ग्रँट डफचा पुत्र माउंटस्टुअर्ट एलफिन्स्टन ग्रँड डफ याच्या अपूर्ण आत्मचरित्राच्या हस्तलिखितांचा काही भाग वाचावयास मिळाला.
४४. कुलकर्णी अ. रा. ग्रँट डफ, पूर्वोक्त पृ. २१३–१४
४५. ग्रँट डफ, पूर्वोक्त (१९२१) प्रस्तावना पृ. IXXX.
४६. जी. डी. – एम. ए. ता. १२.४.१८२२
४७. तत्रैव ता. २७.४.१८२२
४८. लंडनच्या इंडिया ऑफिस ग्रंथालयात 'ग्रँट डफ पेपर्स' या शीर्षकाखाली ग्रँट डफची सर्व टिपणे ठेवली आहेत.
४९. राजवाडे वि. का. – मराठ्यांच्या इतिहासाची साधने खंड १, वाई, १८९८ प्रस्तावना पृ. ३२
५०. ग्रँट डफ पूर्वोक्त खंड २ पृ. ४७० तळटीप तसेच डेक्कन कॉलेज – मराठा हिस्ट्री म्युझियम फाईल ५५ : १२, २६, ता. ८.९.१८२२
५१. जी. डी. एम. ए. ता. ८.७.१८२०
५२. जी. डी. एम. ए. ता. २९.५.१८२२
५३. जी. डी. एम. ए. ता. तत्रैव

५४. जी. डी. एम. ए. ता. २१.७.१८१९

५५. जी. डी. एम. ए. ता. ४.१.१८२३

५६. जी. डी. एम. ए. ता. २१.३.१८२२

५७. तत्रैव

५८. जी. डी. एम. ए. ता. २१.३.१८२२

५९. तत्रैव

६०. जी. डी. एम. ए. ता. १.४.१८२२(५१)जी. डी. एम. ए. ता. ८.७.१८२०

६१. तत्रैव

६२. तत्रैव ता. ५.१.१८२२

६३. तत्रैव

६४. तत्रैव ता. ८.४.१८२२

६५. तत्रैव

६६. एम. ए. – क्लोज ता. ५.५.१८२२

६७. एम. ए. – जी. डी. ता. ४.१.१८२३

६८. ग्रँट डफ – पूर्वोक्त खंड २ पृ. ५३४

६९. तत्रैव खंड १ प्रस्तावना पृ. ११

७०. एम. ए. – जी. डी. ता. ४.१.१८२३

७१. रानडे, म. गो. – Rise of the Maratha Power, मुंबई, विद्यापीठ, मुंबई,
१९६१, पृ. १०४

७२. जी. डी. – एम. ए. – २२.४.१८२२

७३. कीर्तने, नी. ज. : मराठ्यांचे बखरीवर टीका, पुणे १८६८, दुसरी आवृत्ती १८९४,
तिसरी आवृत्ती १९२६, पुणे पा. नं. ७

७४. विष्णुशास्त्री चिपळूणकर, (सं.) निबंधमाला, पुणे १९१७ (नवी आवृत्ती)
पृ. १०२, ६१०–६११

७५. रानडे, म. गो. पूर्वोक्त पृ. १०

७६. राजवाडे वि. का. : ऐतिहासिक प्रस्तावना, पुणे १९२८, पृ. २९–३१ पहा कुलकर्णी
अ. रा. – पूर्वोक्त पृ. २२६–२८

७७. The Mahratta हे केसरी वृत्तसंस्थेचे इंग्रजी साप्ताहिक वर्तमानपत्र होते, पुणे ता.
३०.५.१९१५, पृ. १८३ आणि ता. ४.९.१९१६ पृ. ४१७ पहा अधिक
माहितीसाठी पहा भट, दा. मो. – वासुदेव वामनशास्त्री खरे चरित्र व ग्रंथपरिचय,
मिरज, १९२९

७८. जदुनाथ सरकार, Shivaji and His Times 6th Ed., Calcutta, 1961, Preface P 1

७९. Philips C. H. (Ed.) Historians of India, Pakistan And Ceylon, ऑक्सफर्ड, लंडन, १९६१ पृ. २२२-२३

८०. Bearce G. D. British Attitudes Towards India, London, 1961 P. 266

८१. जी. डी. – एम. ए. ता. १२.८.१८२०

८२. जी. डी. – एम. ए. ता. ३१.८.१८२०

८३. जी. डी. – एम. ए. ता. १२.१०.१८२०

८४. जी. डी. – एम. ए. ता. २.८.१८२१

८५. जी. डी. – एम. ए. ता. ३१.३.१८२२

८६. Grewal J. S. Unpublished Thesis on Muslim Indian History Presented to the University of London, 1961 Chapter 10, 'The Marathas and James Grant Duff' Pp 316-317

८७. तत्रैव

८८. ग्रँट डफ, पूर्वोक्त खंड १ प्रस्तावना पृ. XI

८९. Guha J. P. (Ed.) Grant Duff's History of the Marathas 7th Ed. in 2 vols, New Delhi, 1971

९०. तत्रैव – प्रस्तावना

९१. कुलकर्णी अ. रा., पूर्वोक्त पृ. २०३-२०५

९२. Grant Duff, पूर्वोक्त प्रस्तावना पृ. XXXV

९३. तत्रैव

९४. तत्रैव पृ. XXXVII

९५. जी. डी. – एम. ए. ता. २७.४.१८२७

९६. Parasnis D. B. - 'Maratha Historical Literature' in JBBRAS Nos. 60-2 vol. 22, 1904-7 P. 171.

❑

७

अभिलेखागाराची स्थित्यंतरे : मुंबई इलाखा
(१८१८-१९४७)

इतिहास म्हणजे आपल्या राष्ट्राची स्मृती. ती जतन करून ठेवण्याचे महत्त्वपूर्ण काम पुराभिलेख म्हणजेच ऐतिहासिक दस्तऐवज करीत असतात आणि म्हणूनच असे सार्थपणे म्हटले जाते की दस्तऐवज आणि इतर इतिहासकालीन अंश नसतील तर त्या राष्ट्राला इतिहास नाही. 'No documents, no History.' त्यामुळे राष्ट्राचा इतिहास सांगणाऱ्या या पुराभिलेखांचे संरक्षण करणे हे आपल्या राष्ट्राच्या सीमांचे रक्षण करण्याइतकेच महत्त्वाचे आहे आणि म्हणूनच अभिलेखागाराला राष्ट्राच्या जीवनात अनन्यसाधारण महत्त्व प्राप्त झाले आहे.

मराठ्यांच्या इतिहासाचा एक प्रादेशिक इतिहास म्हणून वारंवार उल्लेख केला जातो. मोगल आणि ब्रिटिश यांच्या भारतातील इतिहासाच्या कालखंडातला एक मधला भाग एवढेच महत्त्व ब्रिटिशांनी मराठ्यांच्या इतिहासाला दिले आहे. असे असले तरी ज्यांच्यापासून आपण भारताची सत्ता संपादन केली, ते मराठे आहेत तरी कोण? त्यांच्याशी आपण कसे वागले पाहिजे? मोगलांना त्यांनी कसे नमविले? हे सारे जाणून घेण्यासाठी आपण त्यांचा इतिहास समजावून घेतला पाहिजे. या भावनेतूनच त्यांच्या इतिहासाची साधने एकत्रित करून सुरक्षितपणे ठेवण्याच्या प्रक्रियेला सुरुवात झाली आणि आपल्या ऐतिहासिक कागदपत्रांचे महत्त्व प्रथम आपण ब्रिटिशांकडून शिकलो असे स्थूलमानाने मानावयास हरकत नाही.

मराठी सत्तेचा भारतातील सर्व विभागांत प्रत्यक्ष अथवा अप्रत्यक्ष प्रवेश अठराव्या शतकात झाला होता. सतराव्या शतकापासून त्यांचा परदेशी सत्तेशीही संपर्क येऊ लागला होता. त्यामुळे मराठ्यांच्या इतिहासाची साधने सर्व भारतीय आणि काही पाश्चिमात्य भाषांतून आढळतात. मराठ्यांच्या इतिहासाचे संपूर्ण दर्शन घडविण्यासाठी सर्व देशी- विदेशी साधनांचा-पुराभिलेखांचा एकत्रित संग्रह होणे आवश्यक आहे.

मराठ्यांचे राज्य इ.स. १८१८ साली हस्तगत करून इंग्रजांनी ते आपल्या मुंबई प्रांतात समाविष्ट करून टाकले आणि या नवीन प्रदेशाच्या प्रशासनाची घडी बसविताना त्यांनी या देशाच्या दफ्तरखान्यांची व्यवस्था कशी लावावयाची यासंबंधीचे आपले

धोरणही ठरविण्यास प्रारंभ केला. या त्यांच्या धोरणाचा मराठ्यांच्या इतिहाससंशोधनावर कसा परिणाम झाला आणि त्यासंबंधीची मराठी संशोधकांनी आपली प्रतिक्रिया कशी व्यक्त केली आणि एकूणच स्वातंत्र्यपूर्व काळात (१८१८-१९४७) अभिलेखागाराच्या घडणीत महाराष्ट्रात जी स्थित्यंतरे झाली तो इतिहास जाणून घेणे उद्बोधक ठरेल.

भारतीय उपखंडाची सत्ता १९व्या शतकाच्या प्रारंभी हस्तगत केल्यानंतर ब्रिटिशांनी आपली ही पूर्वेकडील देशांतील ऐतिहासिक कामगिरी जतन करून ठेवण्यासाठी आणि आपण ज्यांना जिंकून घेतले त्यांना स्वतःच्या इतिहासाची आठवण राहणार नाही याची दक्षता घेण्यासाठी पुराभिलेखासंबंधी इंग्रजांनी प्रसंगानुरूप निरनिराळी धोरणे आखली होती.

१७व्या शतकाच्या प्रारंभीच व्यापाराच्या निमित्ताने इंग्रजांनी भारताच्या पश्चिम किनाऱ्यावरून या उपखंडात प्रवेश केला आणि अवघ्या २०० वर्षांत त्यांनी हा भारत देश आपल्या साम्राज्याखाली आणला. मराठ्यांना युद्धांत हरवून आपण हा देश काबीज केला, अशी त्यांची भावना असल्याने मराठ्यांच्या इतिहासाकडे त्यांनी विशेष लक्ष पुरविल्याचे दिसून येते.

मुंबई हे त्यांच्या आर्थिक आणि राजकीय व्यवहाराचे पूर्वेकडील देशांमधील प्रमुख केंद्र असल्याने, आपल्या कामगिरीसंबंधीचे भारताच्या पश्चिम किनाऱ्यावरील प्रदेश आणि भारताबाहेरील काही देश येथील पुराभिलेखन एकत्रित आणण्यासाठी मुंबई या केंद्राची निवड करून तेथे आपल्या अभिलेखागाराची १८२१ साली स्थापना केली. या अभिलेखागारात पश्चिम किनाऱ्यावरील त्यांच्या वखारींचे म्हणजे सुरत, भडोच, काठेवाड, करंजा, बेलापूर, ठाणे, कारवार, रत्नागिरी, राजापूर येथील तसेच भारताबाहेरील देशांचे म्हणजे प्रामुख्याने मोका (अरबस्थान) बसरा, बंदर अब्बास, जावा इत्यादी ठिकाणची कागदपत्रे एकत्र आणली आणि त्यांची उत्तम व्यवस्था लावली. सचिवालयीन अभिलेखागार म्हणून आज जे पुराभिलेखांचे दफ्तर ओळखले जाते, ते टाऊन हॉल, अपोलो स्ट्रीट असा प्रवास करीत १८८८ साली एलफिन्स्टन कॉलेजच्या इमारतीत स्थिर झाले. या अभिलेखागाराची संपूर्ण माहिती ए. एफ. किंडरस्ले यांच्या १९२१ साली प्रसिद्ध झालेल्या पुस्तिकेत आली आहे आणि इतिहाससंशोधकांना या दफ्तरखान्यातील कागद निवडण्याच्या दृष्टीने ती उपयुक्त आहे.

प्रस्तुत निबंधात सचिवालयीन अभिलेखागाराचा विचार अभिप्रेत नसून पुण्याच्या पेशवे दफ्तराच्या व्यवस्थेसंबंधी ब्रिटिशांच्या धोरणात जी स्थित्यंतरे झाली, त्याला महाराष्ट्रातील संशोधकांनी कसा विरोध केला आणि त्यातून ऐतिहासिक कागदपत्रांचे संगोपन, संपादन आणि प्रकाशन क्षेत्रात खाजगी संस्था कशा उतरल्या आणि या सर्व स्थित्यंतरामुळे मराठ्यांच्या इतिहासलेखनास, संशोधनास अनुकूल अशी परिस्थिती कशी

निर्माण झाली याचा परिचय करून घ्यावयाचा आहे. थोडक्यात, पारतंत्र्यापासून-स्वातंत्र्यापर्यंतच्या काळात (१८१८-१८४७) पुराभिलेखाच्या संग्रहाबाबत जी स्थित्यंतरे होत गेली त्यांचा विचार येथे प्रामुख्याने करावयाचा आहे.

मराठ्यांचे राज्य अस्तंगत झाल्यानंतर विजेत्या इंग्रजांनी मराठ्यांच्या इतिहासाच्या साधनांच्या उपलब्धीसंबंधी एक कडक धोरण अवलंबिले होते. मराठ्यांच्या इतिहाससंबंधीची ठिकठिकाणी विखुरलेली सरकारी दफ्तरे एकत्र करून ती कडेकोट बंदोबस्तात सुरक्षित ठेवण्यात आली. स्थानिक लोकांना या दफ्तरखान्यापासून दूर ठेवण्याच्या दृष्टीने, तेथील प्रवेशासंबंधी बरेच जाचक निर्बंध लादण्यात आले.

अभिलेखागारांची स्थापना करण्यामागचा ब्रिटिश अधिकाऱ्यांचा प्रारंभीचा हेतू जमिनीवर मालकी हक्क सांगणाऱ्या लोकांच्या प्रश्नांचा निकाल लावण्याच्या कामी या जुन्या दफ्तरांचा योग्य तो वापर करून निर्णय घेणे हा होता. परंतु या दफ्तरखान्यात मराठ्यांच्या इतिहासालाही उपयुक्त होतील असेही कागद होते आणि ब्रिटिशांना मराठ्यांना त्यांच्या इतिहासापासून दूर ठेवावयाचे होते. या दोन्ही हेतूंनी प्रेरित होऊन कंपनी सरकारने, सरकारी दफ्तरखान्यातील प्रवेशासंबंधीचे आपले धोरण आखले होते.

ब्रिटिशांच्या या धोरणाला मराठी जनतेने-जमीनदार, हक्कदार आणि संशोधक-यांनी विरोध करण्यास सुरुवात केली. सामान्य जनतेला पूर्वीच्या सरकारने आपल्याला दिलेली वतने, इनामे, वर्षासने, हक्क यासंबंधीच्या सनदा हव्या होत्या तर जिज्ञासूंना, संशोधकांना आपल्या पूर्वजांच्या संस्थांचा, राज्यकारभाराचा इतिहास जाणून घ्यावयाचा होता. सरकारी दफ्तरखान्यांचे दरवाजे बंद झाल्यामुळे संशोधकांनी घराण्याचे कागद गोळा करण्यास आणि ते सुरक्षित ठेवण्यास मंडळे, दफ्तरखाने स्थापण्यास प्रारंभ केला. परिणामी सरकार आणि जनता या दोघांच्या परस्परविरोधी प्रयत्नांमुळे महाराष्ट्रात विपुल प्रमाणात ऐतिहासिक कागदपत्रे जमा झाली, सरकार आणि संशोधन मंडळांनी आपापल्या परींनी ती प्रसिद्ध करण्याची मोहीम सुरू केली आणि या उभयतांच्या प्रयत्नांमुळे भारताच्या आणि विशेषत: महाराष्ट्राच्या इतिहासाचा फायदाच झाला.

इंग्रज मराठ्यांना आपले शत्रू मानीत आणि म्हणूनच आपल्या शत्रूला समजावून घेण्यासाठी आणि त्याच्यापासून सावध राहण्यासाठी ते मराठ्यांच्या इतिहासाच्या अभ्यासाकडे वळले. मराठ्यांना आपल्या नजीकच्या काळातील या देशावरील प्रभुत्वाचा अद्याप विसर पडला नव्हता, त्या गौरवशाली कालखंडाची आठवण आपल्या भावी पिढीला रहावी, त्यापासून त्यांना प्रेरणा मिळावी म्हणून पाश्चात्त्यविद्याविभूषित मराठी माणसे इतिहाससंशोधनाकडे वळली आणि अनेक हालअपेष्टा सोसून ऐतिहासिक घराण्याकडे धूळ खात पडलेली दफ्तरे धुंडाळण्याचा, त्यावरील धूळ झटकून ती साफसूफ करण्याचा आणि त्यांचे संग्रह करून ती अभ्यासकांसाठी उपलब्ध व्हावीत म्हणून मंडळे,

संस्था काढण्याच्या आणि आर्थिक झळ सोसून ती प्रसिद्ध करण्याच्या योजना आखत्या आणि इतिहासाची थोर सेवा केली.

मराठी माणसाच्या इतिहासाभिमानाबद्दल एक ब्रिटिश विचारवंत जी. डब्ल्यू. स्टीव्हन्स याने आपल्या 'India of Yester Years' या १८९९ साली लंडन येथे प्रसिद्ध झालेल्या ग्रंथात मोठे मार्मिक उद्गार काढले आहेत. तो जेव्हा भारतात १८९८च्या सुमारास आला होता तेव्हा नुकतीच २२ जून १८९७ची एक अघटित घटना पुण्यात घडली होती. व्हिक्टोरिया राणीच्या सन्मानार्थ ब्रिटिश अधिकारी आपल्या गणेश खिंडीतील सरकारी कार्यालयात आनंदोत्सव साजरा करीत असताना चापेकरबंधूंनी रँड आणि लेफ्टनंट आयर्स्ट या दोन ब्रिटिश अधिकाऱ्यांचा वध करून आपला इंग्रजांविषयीचा द्वेष व्यक्त केला होता. या प्रसंगाच्या अनुरोधाने मराठ्यांच्या बंडखोर वृत्तीबद्दल लेखक म्हणतो, ''महाराष्ट्राखेरीज इतर भाग आम्हाला शरण आले अथवा त्यांना आम्ही इतरांपासून जिंकून घेतले. मराठ्यांना मात्र आम्ही युद्धांत हरविले आणि जिंकले. युद्धात त्यांनी आपले सर्वस्व गमावले. नजीकच्या काळात आपण किती उच्च पदावर होतो आणि आपल्याला या नीच पदावर कोणी आणले याचा त्यांना कधीच विसर पडला नाही. इतरांपेक्षा मराठ्यांची फार मोठी हानी झाली होती. त्यांची भाषा, धर्म, देश आम्ही सर्व हिरावून घेतले होते आणि त्याची त्यांना तीव्रतेने जाणीव होत होती. इतर विभागांना हा राजकीय बदल म्हणजे एक मालक जाऊन दुसरा मालक आला एवढाच फरक वाटत होता, पण मराठ्यांना मात्र आम्हाला मालकपदावरून खाली आणले व गुलाम बनविले याची खंत वाटत होती.''[१]

दुसऱ्या एका आधुनिक जर्मन इतिहासकाराच्या मते, 'मराठ्यांचा इतिहास म्हणजे एक धगधगता ज्वालामुखी असून त्यात आपल्या साम्राज्याला धोकादायक अशी अनेक स्फोटके भरलेली आहेत, अशा समजुतीमुळे कदाचित ब्रिटिशांनी मराठ्यांच्या इतिहासाची धास्ती घेतली असावी आणि मराठी संशोधकांवर अभिलेखागारांतील प्रवेशासंबंधी अनेक निर्बंध घातले असावेत. ब्रिटिशांच्या या साम्राज्यवादी धोरणाविरुद्ध बंड पुकारून मराठ्यांनी राष्ट्रीय इतिहासकारांचा नवा पंथ निर्माण केला.[२]

ब्रिटिश राजवट आणि पेशवे दफ्तर :

ईस्ट इंडिया कंपनीच्या ताब्यात जेव्हा मराठी राज्य आले तेव्हा माउंटस्टुअर्ट एलफिन्स्टन या पेशव्यांच्या दरबारातील तत्कालीन इंग्रज वकील (रेसिडेंट) याची या नवसंपादित प्रदेशाचा आयुक्त (कमिशनर) म्हणून नियुक्ती करण्यात आली. या नव्या पदाची सूत्रे स्वीकारल्यानंतर त्याने लगेचच हुजूर दफ्तराचे इतस्ततः विखुरलेले दस्तऐवज एकत्रित करण्याच्या कामाला सुरुवात केली. कॅप्टन मॅक्लिऑड या आपल्या

सहकाऱ्याकडे या कागदपत्रांचे स्वरूप आणि विषय यासंबंधीचा एक प्राथमिक अहवाल तयार करण्याचे काम सोपविले. हुजूर दफ्तराचा विस्तार फार मोठा होता. त्याला 'फड' म्हणत आणि त्यावरील प्रमुख अधिकारी म्हणजे फडणीस. या फडात प्रशासनाच्या विविध खात्यांतील पत्रव्यवहाराचे काम पाहण्यासाठी सुमारे २०० कारकून नेमले होते. या हुजूर दफ्तरात प्रामुख्याने राज्याच्या आय-व्यय आणि इतर आर्थिक व्यवहार यासंबंधीची कागदपत्रे होती. राजाचा खाजगी पत्रव्यवहार अथवा ज्या कागदपत्रांची नोंद घेण्याची आवश्यकता नसे त्यांचा या हुजूर दफ्तरात समावेश केला जात नसे. नाना फडणीस जेव्हा पेशव्यांचा कारभारी म्हणून काम पाहात होता (१७७४-१७९६) तोपर्यंत या कागदपत्रांची उत्तम व्यवस्था ठेवण्यात आली होती.[३]

कॅप्टन मॅक्लिऑड याने १५ सप्टेंबर १८१९ रोजी या दफ्तराचा प्राथमिक अहवाल सादर केला. त्याच्या मते १७३० सालापर्यंत हे दफ्तर बरेचसे पूर्ण होते आणि १७६३ ते १७९६ पर्यंत बहुतेक संपूर्ण ठेवले होते. या दफ्तराचे वैशिष्ट्य सांगताना तो म्हणतो, "प्रांत आणि त्यांतील खेडी यांचे जमाबंदीचे जे कागद कालानुक्रमाने येथे ठेवले आहेत त्यावरून जमिनीची लागवड, सुधारणा आणि साराबंदी यांच्या निरनिराळ्या काळांतील व्यवस्थेचा तुलनात्मक अभ्यास करण्यास त्यांचा फार उपयोग होतो."[४]

मॅक्लिऑडच्या या निष्कर्षावरून असे स्पष्ट दिसून येते की, मराठ्यांच्या महसूलव्यवस्थेवर ब्रिटिश अधिकाऱ्यांनी प्रथम अधिक लक्ष केंद्रित केले होते. नाना फडणिसांच्या महसूल पद्धतीसंबंधी एलफिन्स्टनच्या आज्ञेवरून मॅक्लिऑडने एक स्वतंत्र अहवालही तयार केला होता. तो इंडिया ऑफिस लायब्ररी, लंडन येथे आहे.[५] १८१९ साली एलफिन्स्टनची मुंबई प्रांताचा गव्हर्नर म्हणून नेमणूक झाली आणि विल्यम चॅपलिन याची डेक्कन कमिशनर या जागेवर नेमणूक झाली. १८२६ सालच्या आपल्या अहवालात मुंबई प्रांताच्या प्रशासनासाठी पेशवे दफ्तर अत्यंत उपयुक्त आहे असे आपले मत चॅपलिनने नोंदविले आहे आणि म्हणूनच या दफ्तराची नीट व्यवस्था लावण्याच्या कामाला त्याने अग्रक्रम दिला.[६]

चॅपलिनने सरदार आणि जहागीरदार यांच्या मंडळाकडे या कागदपत्रांच्या व्यवस्थेचे काम सोपविले आणि त्याच्या मदतीसाठी अलेक्झांडर बेल नावाचा एक ब्रिटिश एजंट नेमला. ३५०० बैलगाड्या भरतील इतकी कागदपत्रे प्रथम नाना फडणिसांच्या वाड्यांत एकत्रित केली आणि त्याच्या मदतीस पाच अमानतदारांची नेमणूक केली. १८३६च्या एका पत्रात यासंबंधीचा उल्लेख असा आहे.

"माजी एजंट साहेब यांचे पत्र ता. ४ जून १८३५ इसवीचे पत्र पेशवे सरकारचे दफ्तरचे कागद याची चांगली बरदास्त राखण्याविसी तजवीज ते पावले... हाली जो बंदोबस्त राखणे व दफ्तरात कागद आहेत त्याची दुरुस्ती ठेवणे व त्यातून दाखले वगैरे

देणेविसीचा वगैरे बंदोबस्त करणे जरूर आहे असे सरकारचे मनात आहे... याकरिता गौरनेर कोसल याणी ठरविले आहे जे दफ्तरची वहिवाट मोठी हुरमतीची माणसे पुण्यात राहणारी याजकडेच सांगावी.''[७]

पेशवे दफ्तर प्रथम शनवारवाड्यात होते, पण जेव्हा त्या वाड्याला आग लागली तेव्हा चिंतोपंत देशमुखांच्या आज्ञेनुसार त्याचे स्थलांतर गोविंदराव काळे, बाबूजी नाईक बारामतीकर यांच्या वाड्यात करण्यात आले. तेथे ते काही व्यवस्थित राहिले नाही. एलफिन्स्टनने ते प्रथम खाजगीवाले यांच्या वाड्यात व नंतर नाना फडणिसांच्या वाड्यात हलविले. १८९० साली या दफ्तरखान्यासाठी पुण्याच्या कौन्सिल हॉलसमोर एक मोठी स्वतंत्र दगडी इमारत बांधून तेथे ते ठेवले आणि आजतागायत असंख्य रुमालांत तेथेच ते व्यवस्थित ठेवले आहे. याचे पुढे एलिइनेशन ऑफिस असे नामांतर केले आणि आता ते पुणे अभिलेखागार या नावाने ओळखले जाते.

अलेक्झांडर बेल या सरदार आणि जहागीरदारांच्या सरकारी एजंटाच्या लक्षात एक गोष्ट आली होती की, प्रशासकीय कार्यात काही अधिक स्पष्टीकरण हवे असेल तेव्हा सरकारी सेवक या कागदपत्रांकडे धाव घेतात. १८३६ साली मुंबई सरकारच्या प्रमुख सचिवाला त्याने अशी शिफारस केली की, ''बहुतेक सर्व महत्त्वाच्या आणि उपयुक्त कागदपत्रांचे 'सारांश' काढण्याचे काम आता पूर्ण झालेले आहे, तेव्हा या प्रदेशाच्या प्रशासनासाठी ते आता फारसे उपयोगी नाहीत. त्यामुळे अशी शिफारस करण्याचे मी धाडस करीत आहे की, ते सर्व कागद आता कडीकुलपात ठेवावेत आणि त्याची किल्ली एजंटाकडे ठेवावी आणि जेव्हा प्रशासनाला अथवा अन्य कोणाला एखाद्या कागदाची मूळ प्रत पाहणे आवश्यक वाटेल तेव्हा एजंटाच्या अथवा त्याने नेमलेल्या विश्वासू माणसाच्या उपस्थितीत त्या कागदाची प्रत करून घ्यावी.'' अमानतदारांना त्यांच्याकडे सोपविलेल्या दफ्तराच्या सूचीचे काम पूर्ण करण्यासाठी विश्वसनीय नोंदणी करणे आवश्यक वाटल्याने, अमानतदारांची मागणी त्वरित मान्य करण्यात आली. अमानतदारांनी आवश्यक ती काळजी घेऊन मोठ्या परिश्रमाने आपले काम केले आणि सर्व कागदपत्रे स्वच्छ करून त्यांची व्यवस्थित मांडणी केली. या कामाबद्दल सरकारने त्यांचे जाहीरपणे आभार मानले.[८]

बेल नंतर आर. मिल्स या अधिकाऱ्याची एजंट म्हणून नेमणूक करण्यात आली. त्याने अशी सूचना केली की बहुतेक सर्व महत्त्वाच्या कागदपत्रांचे सारांश काढलेले असून जे काही फाटके तुकडे अथवा अवशेष (fragments) उरले असतील ते एकतर जाळून टाकावेत अथवा रद्दी म्हणून विकावेत; कारण आपण त्यांना जे अवास्तव महत्त्व देतो त्यापेक्षा त्यांच्या संगोपनाचा खर्च अधिक आहे. ही सर्व रद्दी विकली, तर सरकारला त्यापासून सुमारे १००० रुपये मिळतील आणि त्यातून आपला व्यवस्थापनाचा सर्व खर्च

तर निघेलच, पण सरकारला अल्पसा फायदाही होईल.[९] प्रस्तुत संदर्भात सरकारने नेमलेल्या समितीने असे मत व्यक्त केले की सर्व महत्त्वाच्या कागदांची व्यवस्था जोपर्यंत योग्यरीतीने होत नाही आणि कागदांचे अवशेष नष्ट केले जात नाहीत, तोपर्यंत या दफ्तराची मांडणी पूर्ण झाली असे म्हणता येणार नाही. तेव्हा सरकारचा या व्यवस्थापनाच्या कामाचा आर्थिक भार कमी करण्याच्या दृष्टीने, दफ्तराची मांडणी पूर्ण झाल्यावर, त्यातील प्रत्येक जिल्ह्यासंबंधीचे कागद त्या त्या जिल्ह्याकडे सुपूर्द करावेत आणि पुणे व मुंबई येथे सर्व कागदपत्रांचे एक नोंदणी पुस्तक ठेवावे.

मिल्सच्या या शिफारशीवर सरकारने आपली तीव्र नापसंती व्यक्त केली. समितीचा अहवाल फार विलंबाने सादर केल्याबद्दल प्रथम त्याची कानउघाडणी केली. कागदपत्रांची विक्री करणे आणि त्यांची कसलीही तपासणी न करता ते जाळणे ही सूचना खेदकारक आहे असे सरकारने आपले मत व्यक्त केले.[१०]

दक्षिणेकडील मराठी सत्तेखाली असलेल्या महसूल सर्वेक्षण खात्याचा अधिकारी एच. ई. गोल्डस्मिथ याने आपल्याकडे कर्नाटकसंबंधीचे कागदपत्र आले नाहीत, अशी मुंबई सरकारकडे तक्रार नोंदविली. एवढेच नव्हे तर त्यात अनधिकृत बदल केले जाण्याची आणि या कामात दिरंगाई केली तर आपल्याला हजारो महत्त्वाच्या कागदपत्रांना मुकावे लागण्याची भीती व्यक्त केली. मिल्सच्या जागी नेमलेल्या जॉन वॉर्डन या एजंटाने सरकारला अशी विनंती केली की, या दफ्तराची नीट व्यवस्था लावण्यासाठी गोल्डस्मिथची सेवा आपणास उपलब्ध करून द्यावी. सरकारने या विनंतीला मान्यता देऊन गोल्डस्मिथची या कामावर नियुक्ती केली. त्याने अपार कष्ट करून मोठ्या जलद गतीने आणि अल्पावधीत, पुणे दफ्तराच्या सद्य:स्थितीचा आपला अहवाल सरकारला सादर केला. गोल्डस्मिथचे हे काम पाहून सरकारने या दफ्तराची तपासणी पूर्ण करण्याची जबाबदारी त्याच्याकडे सोपविली.

पुराभिलेखांच्या व्यवस्थापनासाठी सरकारने जी योजना केली होती, ती बंद करावी अशी सूचना अलेक्झांडर बेल या पूर्वीच्या एजंटाने केली होती. गोल्डस्मिथने आपल्या अहवालात त्याला ठामपणे विरोध केला होता. मालमत्तेवरील हक्कांच्या लोकांच्या तक्रारींचे निवारण करण्यासाठी या दफ्तराचे महत्त्व किती आहे याचा त्याने जोरदार पुनरुच्चार केला आणि सरकार किती नि:पक्षपाती आहे, कायद्याचे राज्य प्रस्थापित करणारे आहे असे लोकमत बनविण्यास सरकारी धोरण साहाय्यभूत ठरेल, असे ठामपणे मांडले. अमानतदारांनी तयार केलेल्या कागदपत्रांच्या याद्या अथवा सूची फारशा समाधानकारक नाहीत असे त्याचे मत होते. दफ्तराची संपूर्ण माहिती असलेल्या स्थानिक लोकांना बाजूला सारून बाहेरच्या अनभिज्ञ लोकांची नेमणूक करणे त्याला पसंत नव्हते. स्थानिक लोक म्हणजे चालती-बोलती सूचीपत्रके (walking indexes) होत असे तो मानीत असे.

एलफिन्स्टनने सरकारी अधिकारपदे स्थानिक लोकांना देण्याचे धोरण स्वीकारले होते; परंतु त्याच्या जागी कमिशनर म्हणून आलेला विल्यम चॅपलिन हा काही काळ कर्नाटकात काम करीत असल्याने त्याने आपल्या पसंतीच्या कंपनीच्या सरकारच्या कर्नाटक भागातील लोकांची भरती या दफ्तरांच्या कामासाठी केली होती. वॉर्डन या सचिवाला मात्र फार हुशार अथवा पेशव्यांच्या बाजूच्या लोकांना पुराभिलेखांच्या कचेरीत नेमण्याचे धोरण काहीसे धोक्याचे वाटत होते. कारण हे लोक आपल्या मित्रांचा फायदा आणि शत्रूंचे नुकसान कसे होईल याचे मार्ग शोधीत बसतील अशी शंका त्याला वाटत होती.[११]

अमानतदारांनी दफ्तर व्यवस्थित लावण्याचे काम केल्याबद्दल गोल्डस्मिथ त्यांचे कौतुक करतो. परंतु, त्याचबरोबर त्या पत्रांचे स्वरूप ओळखण्याची त्यांची पद्धत, त्यांचे वर्गीकरण आणि महत्त्वाचे आणि निरुपयोगी कागद यांची निवड करणे यासंबंधीची त्यांची कार्यपद्धती सदोष असल्याचे त्याने दाखवून दिले. त्याला अनेक सुटे कागद इतस्तत: विखुरलेले, निरनिराळ्या खोल्यांत आणि बंद कपाटात आढळले. तेथील दमट हवा आणि वाळवी यामुळे त्या कागदपत्रांना इजा पोहोचण्याची शक्यता होती, तसेच निवडक कागदांचे जिल्ह्यांच्या कचेरीत स्थलांतर करणे धोक्याचे आहे हेही त्याने स्पष्ट केले.[१२]

१८१९ साली कॅप्टन मॅक्लिऑडने केलेली दफ्तराची व्यवस्था अमानतदारांनी आणि त्यांच्या सुमारे सात वर्षांच्या (१८३५-१८४१) त्यांच्या कार्यकाळात पेशवे दफ्तरातील जवळ जवळ २/३ कागदांची सूची तयार केली. या दफ्तरात प्रारंभी कागदांचे १३०० रुमाल होते. नंतरच्या काळात त्यात पुणे रेसिडेंट (१८१८), डेक्कन कमिशनर (१८१८-१८२६), सरदारांचे एजंट (१८५६ पर्यंत), कुलाबाकर आंग्रे (१७९०-१८४०), रत्नागिरीचे कोकण दफ्तर (१७५१-१८१८), सातारा राजा (१७०३-१८४०), सातारा रेसिडेंट (१८१८-१८४८), कर्नाटक आणि गुजरात आणि विशेष म्हणजे इनाम कमिशनने जमा केलेले कागद ज्याला, जमाव दफ्तर म्हणतात, इत्यादी दफ्तरांची भर पडली.[१३] (पुण्याच्या या दफ्तराचे पुढे 'एलिइनेशन ऑफिस' असे नामकरण झाले. १९०५ साली मुंबई सरकारने ए. सी. लोगन या अधिकाऱ्याच्या अध्यक्षतेखाली पुण्याच्या ऑफिससंबंधी एक अहवाल सादर करण्यासाठी एक समिती नेमली आणि तिच्याकडे पुढील कामे सोपविली - (१) एलिइनेशन ऑफिसमधील कागदपत्रांची पाहणी करून त्यांच्या विद्यमान परिस्थितीसंबंधी माहिती तयार करणे. (२) भविष्यकाळात या दफ्तराची पुन: रचना कशी करता येईल आणि त्याची सूचीपत्रे कशी असावीत आणि (३) या नव्या कचेरीकडे इतर कचेरीतील दफ्तरांची व्यवस्था करणे, कागदपत्रांची सूची

करणे इत्यादी कामे सोपविणे, या तीन मुद्द्यांवर विचार करणे. प्रस्तुत संदर्भात लोगनने तयार केलेला विस्तृत अहवाल पुणे दफ्तरांची अधिकृत माहिती देणारा अहवाल असे मानले जाते.)

१८५१-१८६० या काळांत पेशवे दफ्तरांतील सर्व रुमालांचे फेरिस्ते अथवा याद्या काही महत्त्वाच्या कागदांच्या तपशिलांसह तयार करण्यात आले. १८६८ साली भारत सरकारने परत एकदा सर्व कागदांचे वर्गीकरण आणि सूचीकरण करण्याचा प्रस्ताव मुंबई सरकारला सादर केला. यावर कर्नल एथरिज (Col. Etheridge) या एलिइनेशन सेटलमेंट अधिकाऱ्याने, हे काम म्हणजे वेळ आणि पैसा निष्कारण खर्चाचे असल्याने तो प्रस्ताव ठामपणे फेटाळला आणि त्याने अशी सूचना केली, की हे काम मराठ्यांच्या संपूर्ण दफ्तराची माहिती नसणाऱ्या अकुशल लोकांच्याकडे सोपविले तर त्यांना एखाद्या चक्रव्यूहात अथवा गोंधळात सापडल्यासारखे होईल. तेव्हा हे दफ्तर लावण्याचे मूळ काम पूर्ण झाल्यावर कोणताही कागद सहजपणे हाताळू शकतील अशा माहीतगार आणि तज्ज्ञ लोकांचे छोटेसे मंडळ नेमावे.[१४]

मुंबई सरकारने संपूर्ण दफ्तराचे वर्गीकरण आणि सूचीकरण पूर्ण केले आहे असे गृहीत धरून १८७५ साली पुन्हा एकदा कर्नल एथरिजला या कागदपत्रांची एक संपूर्ण यादी तयार करून ती प्रकाशनासाठी भारत सरकारकडे पाठवावी असा आदेश दिला. यावर एथरिजने संपूर्ण सूचीकरणाची कोणतीही पद्धत अशक्य आणि अनावश्यक आहे असे कळविले.[१५]

१८८६ साली रॉबर्टसन या मध्यविभागाच्या (Central Division) कमिशनरने पेशव्यांच्या रोजनिश्यांचा विशेष महत्त्वाचा भाग प्रसिद्ध करण्याचा एक प्रकल्प तयार केला. सरकारने त्याला मान्यता दिली आणि गोविंद चिमणाजी वाड या स्थानिक साहाय्यक अधिकाऱ्याकडे ते काम सोपविले. श्री. वाड यांनी पुणे आणि सातारा दफ्तरांतील पेशव्यांच्या रोजकिर्दीतील निवडलेल्या कागदांच्या, त्यांच्या इंग्रजी सारांशासह ३२ खंड होतील इतकी सामग्री तयार केली. १८९७ साली पुण्याच्या डेक्कन व्हर्नॅक्युलर सोसायटीने या कागदांचे संपादन आणि प्रकाशनाचे काम आपल्याकडे सोपवावे अशी सरकारला विनंती केली आणि सरकारने ती तत्त्वत: मान्य केली. परंतु सरकारच्या अनेक निर्बंधांमुळे आणि नाउमेदी धोरणांमुळे, सोसायटी साताऱ्यासंबंधीचा केवळ १ खंड प्रसिद्ध करू शकली. या सोसायटीकडे चिटणिशी दफ्तरांतील पेशव्यांचा पत्रव्यवहार छापण्याचे कामही सोपविण्यात आले होते.[१६]

रोजनिश्यांच्या प्रकाशनासंबंधी सोसायटी आणि सरकार यांच्यातील प्रचंड पत्रव्यवहार पाहिला म्हणजे, मराठ्यांच्या इतिहासाबाबत काहीही प्रसिद्ध करण्याच्या योजनेबाबत सरकारच्या नाखुशीची आणि वेळकाढूपणाच्या धोरणाची स्पष्ट कल्पना येते.

दफ्तरखान्यातून, प्रकाशनासाठी जे कागद निवडले होते ते श्री. वाड या सरकारी अधिकाऱ्याने. असे असले तरी सोसायटीच्या सचिवाला सरकारने कळविले की, निवडलेले कागद कोणत्या पद्धतीने छापावयाचे हे ठरविण्याचा अधिकार मध्यविभागाच्या कमिशनरकडे राहील, सोसायटीने केलेल्या संपादनाची तपासणी कमिशनर करेल आणि त्यासंबंधीचा निर्णय घेईल, प्रत्येक खंडाच्या प्रसिद्धीपूर्व ३० मुद्रित प्रती सरकारच्या उपयोगासाठी विनामूल्य द्याव्या लागतील.[१७]

या ३० भेटप्रतींपैकी १० प्रती लंडन येथील ब्रिटिश सरकारचा प्रतिनिधी सेक्रेटरी ऑफ स्टेट फॉर इंडिया यांच्याकडे अवलोकनार्थ पाठविण्यात आल्या.

या रोजनिशींना न्यायमूर्ती महादेव गोविंद रानडे यांनी दिलेल्या प्रसिद्धीपूर्व प्रस्तावनेची प्रत अभिप्रायार्थ पाठविण्यात आली. सोसायटीने प्रकाशित करावयाच्या रोजनिशी सरकारचे प्रकाशन म्हणून विकण्यास बंदी होती. तसेच या ग्रंथाची पहिली प्रुफे मध्य विभागाच्या कमिशनरने तपासून संमत करावयाची होती. 'पहिल्या खंडाची अंतिम प्रुफे येथील ऑफिसने पाहिली आणि त्यात काही विक्षेप आढळला नाही' असे प्रमाणपत्र २३/१२/१९०३ रोजी कमिशनरने दिले.[१८]

न्यायमूर्ती रानडे हे डे. व्ह. सोसायटीचे अध्यक्ष होते आणि त्यांनी महत् प्रयासाने हे काम सरकारकडून मिळविले होते. त्या सर्व निवडक कागदांचा व्यवस्थित अभ्यास करून त्यांनी पहिल्या खंडात एक विस्तृत प्रस्तावना लिहून ती सरकारकडे मान्यतेस पाठविली. यावर सरकारने टिप्पणी केली ती अशी, ''डे. व्ह. सोसायटीने या रोजनिशांच्या प्रकाशनाची जबाबदारी एक खाजगी उपक्रम म्हणून स्वीकारली असली तरी सोसायटी हे काम सरकारच्या मंजुरीने आणि परवानगीने करीत आहे हे विसरता कामा नये. न्यायमूर्ती रानडे यांची प्रस्तावना या रोजनिशीबरोबर प्रसिद्ध केली, तर त्याचा अर्थ असा होईल की, या रोजनिशीतील मजकूर आणि त्याचे परिणाम यांचे यथार्थ आणि अधिकृत विवरण केले असून ते सरकारला मान्य आहे. वस्तुत: ही प्रस्तावना म्हणजे मराठ्यांच्या प्रशासनाला एक झुकते माप देणारा प्रबंध असून त्यात लेखकांची वैयक्तिक मते आणि त्याचा विशिष्ट कल स्पष्टपणे दिसून येतात, त्यामुळे अशा प्रकारची प्रस्तावना जनतेपुढे सादर करण्यापूर्वी त्यास सरकारची मान्यता आवश्यक आहे.''[१९]

मुंबई सरकारच्या प्रमुख सचिवाकडे प्रस्तावना अवलोकनार्थ सादर करताना, मध्य विभागाच्या कमिशनरने आपल्या टिप्पणीत या प्रस्तावनेत काही आक्षेपार्ह नाही, आणि ती छापण्यास हरकत नाही असे आपले वैयक्तिक मत ता. १८.२.१९०१ च्या पत्रात व्यक्त केले होते. तरीसुद्धा एका ठरावाद्वारे कमिशनरला असे कळविण्यात आले की, त्याने डे. व्ह. सोसायटीच्या सचिवाला असे कळवावे की, ''रोजनिशी आणि मान्यवर न्यायमूर्ती रानडे यांची प्रस्तावना या दोन्ही एकत्र न छापता अलगपणे छापणे सरकार

अधिक पसंत करेल."[२०]

या रोजनिशीचे मुखपृष्ठ कसे असावे यासंबंधी सूचना देण्यात आल्या होत्या. रोजनिशीच्या मथळ्यापुढील 'मुंबई सरकारच्या दफ्तरांतून निवडलेले कागद' हा मजकूर गाळावा, तसेच 'छापले आणि प्रसिद्ध केले' या शब्दापूर्वी 'सरकारच्या अनुमतीने' हे शब्द घालावेत असे सुचविण्यात आले. (ता. ३०/१०/१९०१).[२१]

ही सर्व प्रक्रिया पूर्ण झाल्यानंतर सातारच्या सहस्रकर प्रेसमधून पहिला खंड १९०३ साली, वरील सर्व सूचना लक्षात घेऊन प्रसिद्ध झाला. रावबहाद्दूर गणेश चिमणाजी वाड, नेटिव एजंट, कमिशनर, मध्य विभाग यांनी हा तयार केला आणि द. ब. पारसनीस यांनी पुण्याच्या डे. व्ह. ट्रा. सोसायटीसाठी प्रकाशित केला असे नमूद केले आहे. 'राजकीय महत्त्वाच्या गोष्टी' या शीर्षकाखाली मूळ मराठी कागद आणि खाली त्याचे इंग्रजी संक्षिप्त भाषांतर अशा स्वरूपात एकूण ९ रोजनिशी १९०३-१९११ या कालखंडात सोसायटीने प्रसिद्ध केल्या.

रानड्यांच्या प्रस्तावनेची काही ब्रिटिश अधिकाऱ्यांनी प्रशंसा केली असली तरी मुंबई सरकार आणि भारत सरकार यांनी याबाबत इतकी कठोर भूमिका का घेतली होती हे समजणे कठीण आहे. पेशवे दफ्तराचा उपयोग इतिहासलेखनासाठी करावा या रानड्यांच्या प्रशस्तीमुळे, पुणे दफ्तरात अभ्यासासाठी प्रवेश मिळावा म्हणून लोकांची जोरदार मागणी सुरू होईल याची सरकारला भीती वाटत असावी. आपल्या प्रस्तावनेद्वारे रानडे मराठ्यांच्या प्रशासनाचे समर्थन करीत असताना, अप्रत्यक्षपणे ब्रिटिश राजवटीवर टीका करीत आहेत असा त्यांच्या लेखनाचा अर्थ लावला जात होता.

रानडे यांच्या मते, पाश्चिमात्य इतिहासकारांनी विशेषत: ग्रँट डफने, केवळ राजकीय घटनांवर भर देऊन इतिहासाची रचना केली आहे. समकालीन जीवन, समाजसुधारणा, आर्थिक विकास या दृष्टीने मराठ्यांनी केलेल्या प्रयत्नांचे प्रतिबिंब त्यांच्या इतिहासात दिसत नाही. पेशवे दफ्तरांतील ऐतिहासिक दस्तऐवज, विशेषत: रोजकिर्दी अशा प्रकारच्या इतिहासलेखनास, त्यातील काही त्रुटी मान्य करूनही अन्य अधिकृत माहितीच्या अभावी अत्यंत उपयुक्त आहेत. समकालीन सत्यघटना, लोकांच्या आशा-आकांक्षा आणि भीती, शतकाहून अधिक काळातील जनतेची ताकद आणि असहाय्यता यासंबंधीची माहिती लोकांना देणे, त्यांना मार्गदर्शन करणे याबाबतीत केवळ लढायांच्या हकिकती, त्यांतील यशापयश, राजवंशात होणारे बदल इत्यादी घटनांची नोंद करणाऱ्या सामान्य इतिहासाच्या क्रमिक पुस्तकापेक्षा या रोजनिशींमधील माहिती अधिक सरस, उपयुक्त आणि विश्वासार्ह आहे असे मतप्रदर्शन रानड्यांनी आपल्या प्रस्तावनेत केले होते.[२२]

ब्रिटिशांच्या राजवटीवर प्रत्यक्ष वा अप्रत्यक्ष टीका करण्याच्या उद्देशाने रानडे इतिहासलेखनासाठी प्रेरित झाले नव्हते. 'मराठी सत्तेचा उदय' या ग्रंथाच्या निर्मितीमागील

उद्देश विशद करताना रानडे आपल्या प्रस्तावनेत म्हणतात, भारतीयांच्या दृष्टिकोनातून इतिहासाची प्रमुख वैशिष्ट्ये स्पष्टपणे सादर करणे आणि या इतिहासाच्या नैतिक अर्थाला आणि राजकीय निष्कर्षांना कमीपणा आणणारे पूर्वग्रह दूर करणे हा हेतू मनाशी बाळगून हे लेखन केले आहे आणि याहून महत्त्वाचे म्हणजे विजयी ब्रिटिश सत्तेच्या प्रतिनिधींच्या मनात पराभूत प्रतिस्पर्ध्यांच्या दैवाविषयी सहानुभूती निर्माण करावी हा उद्देश येथे आहे.[२३]

ब्रिटिश लोक इतिहासासंबंधी अत्यंत जागृत होते. इतिहासाशी त्यांचे मित्रत्वाचे नाते होते.[२४] इतिहासासंबंधीचे साधे चिटोरेसुद्धा त्यांनी अत्यंत प्रेमाने जपून ठेवले आहेत आणि म्हणूनच इतिहासाच्या दृष्टीने पुणे दफ्तराचे किती महत्त्व आहे हे त्यांनी पूर्णपणे ओळखले होते. तरीसुद्धा दफ्तराचे दरवाजे लोकांना खुले करण्याबाबत त्यांची भूमिका फारच ताठरपणाची होती. पुणे दफ्तर म्हणजे मालकी हक्कांचे निकाल देणारे एक 'अन्य संक्रमण कचेरी' अथवा एलिइनेशन ऑफिस आहे. एखाद्या प्रदेशाच्या अथवा उपखंडाच्या इतिहासाच्या साधनसामग्रीचे ते भांडार आहे असे मानावयास ते तयार नव्हते. त्यांनी जाणीवपूर्वक जनतेची अशी समजूत करून देण्याचा प्रयत्न केला होता की, पुणे दफ्तरातील इतिहासासाठी उपयुक्त अशी माहिती त्यांनी प्रसिद्ध केली आहे आणि संशोधकांनीही ती आपल्या लेखनातून जनतेला सादर केली आहे. पेशव्यांच्या रोजनिशीच्या प्रकाशनासंबंधी लोगन म्हणतो, हे निवडक कागदांचे प्रकाशन म्हणजे पुणे दफ्तरखान्यातील विशाल संग्रहाचा एक अगदी छोटासा भाग आहे. विचारांती मला असे वाटते की, निरनिराळ्या तऱ्हेच्या व निरनिराळ्या ठिकाणांहून जमा केलेल्या हिशेबाच्या कागदांसंबंधी आजपर्यंत त्यांचे ढोबळ फेरिस्त (टाचण, यादी, सूची) करण्याशिवाय अन्य काही विचार झालेला दिसत नाही. सदर कागदपत्रांचा चिकित्सकपणे अभ्यास केल्यास न्यायमूर्ती रानडे यांनी मराठेशाहीच्या अंतर्गत कारभारासंबंधी लिहिलेल्या छोट्या पुस्तकात ठिकठिकाणी अधिक भर घालता येईल आणि इतर उणिवाही दूर करता येतील. १९०५ साली व्यक्त केलेले हे लोगनचे विचार संशोधनाला पोषक असेच आहेत.[२५]

प्रस्तुत संदर्भात सरकारनियुक्त एका समितीनेही अशी शिफारस केली होती की, दफ्तरांची इतिहासाच्या दृष्टिकोनातून पाहणी करून त्यानुसार व्यवस्था करण्यासाठी एका खास अधिकाऱ्याची नेमणूक करावी. परंतु, तसे काही घडले नाही. याचे मुख्य कारण म्हणजे जुन्या कागदपत्रांची उपयुक्तता व त्यांचे ऐतिहासिक महत्त्व जाणणाऱ्या संशोधकांची पिढी अद्याप निर्माण झाली नव्हती. (ह. रा. गुरुजी आणि वि. गो. दिघे कृत एलिइनेशन ऑफिस, पुणे येथील पेशवे दफ्तराची मार्गदर्शिका, मुंबई, १९३४, पृ. १४)

लोगननंतर पेशवे दफ्तराची जंत्री (Calendering) करण्यासाठी ए. एम. टी. जॅक्सन या प्राच्यविद्याविशारद, नाशिक जिल्ह्याच्या कलेक्टरांची खास अधिकारी म्हणून १९०७ साली नेमणूक करण्यात आली. आपल्या अहवालात त्याने इतिहासाच्या

अभ्यासकांना हे मूळ अधिकृत सरकारी दफ्तर किती महत्त्वाचे आहे आणि जर्मन इतिहासकार व्हॉन रॅंके आणि इतिहासकारांनी आपल्या देशांचे इतिहासलेखनासाठी सरकारी कागदपत्रांचा कसा उपयोग करून घेतला आहे, अशी प्रस्तावना करून तो म्हणतो, "हिंदुस्थानातील कोणत्याही सरकारापाशी पुणे दफ्तराइतके महत्त्वाचे व देशी भाषेत लिहिलेले दफ्तर नाही. हिंदुस्थानचा अभ्यास करणाऱ्या प्रत्येक व्यक्तीला हे दफ्तर पाहता यावे अशी व्यवस्था करणे हे सरकारचे कर्तव्य आहे असे मी समजतो.[२६] आपल्या त्या पत्रात पुढे तो म्हणतो, "मराठ्यांच्या इतिहासाच्या अभ्यासाचे काम मुंबई प्रांतात अद्याप मध्य कालापुरतेच मर्यादित आहे. आपण अद्याप बखरीवरच अवलंबून आहोत. काही बखरी या एखाद्या विशिष्ट व्यक्तीचे अथवा घराण्यांच्या कामाचे उदात्तीकरण करण्याच्या हेतूनी लिहिल्या आहेत, तर इतर अपुऱ्या साधनांच्या आधारे रचल्या आहेत. न्यायमूर्ती तेलंग आणि रानडे यांनी पुण्याच्या पेशवे दफ्तरात असलेल्या विशाल साधनसंग्रहाकडे अभ्यासकांचे लक्ष वेधले असले तरी अद्याप या कार्याकडे कोणी गांभीर्याने पाहिले नाही. या संग्रहाचा एक छोटासा भाग प्रसिद्ध करण्यापलीकडे अभ्यासकांची मजल अद्याप गेली नाही."

जॅक्सन हा संस्कृत भाषेचा अभिमानी होता. त्यामुळे विद्वानांत त्याची प्रशंसा होत असे. परंतु वि. दा. सावरकरांच्या अभिनव भारत या संघटनेच्या ब्रिटिशविरोधी कार्यासंबंधीचे त्याचे दडपशाहीचे धोरण, देशभक्तांना आवडत नसे. यातूनच नाशिक येथील नाट्यगृहात एक खेळ पहात असता २१ डिसेंबर १९०९ रोजी रात्री साडेनऊ वाजता अनंत कान्हेरे या तरुण क्रांतिकारकाने त्याचा वध केला. पुढे त्यांना आणि त्याचे दोन साथीदार कृष्णाजी कर्वे आणि विनायकराव देशपांडे यांना पकडून फाशी देण्यात आली.

जॅक्सन हा उदारमतवादी होता, परंतु मराठी बुद्धिवंतांच्या इतिहासाकडे पाहण्याच्या दृष्टिकोनाबाबत त्याचे मत सरकारी धोरणाहून फारसे वेगळे नव्हते. तो म्हणतो, मुंबई इलाख्यात अलीकडे पेशव्यांच्या राजवटीचा सहानुभूतीने विचार करणारा एक पक्ष जोम धरू लागला आहे याची सरकारला जाणीव आहे. या पक्षातील लोकांना पेशवेकाळ हा सुवर्णकाळ होता असे वाटते आणि आपल्या मताला पोषक असा आधार ते धुंडाळू पाहताहेत. न्यायमूर्ती रानडे हेदेखील या देशप्रेमाच्या काळापासून मुक्त नाहीत. थोरले माधवराव पेशवे यांच्या उत्कर्षाचा काळ डोळ्यांसमोर ठेवून मराठी अमलाची एकतर्फी बाजू हे लोक मांडतात. या विचारसरणीच्या समर्थकांनी निवडलेले कागद पेशवेकाळाचे अधिक तेजस्वी स्वरूप मांडण्याची शक्यता असल्याने त्यामुळे राजकीय पुनरावृत्तीची स्वप्ने पाहणाऱ्यांना एक प्रकारे उत्तेजन मिळेल, परंतु त्याचा स्वप्न पाहणाऱ्यांना अथवा सरकारला काहीच फायदा होणार नाही.[२७]

लोकांची ही पक्षपाती वृत्ती अथवा पूर्वग्रह दूर करण्याच्या दृष्टीने लोगन याने आपल्या १९०५च्या अहवालात एक महत्त्वपूर्ण शिफारस केली होती. त्याच्या मते एक सूक्ष्मदृष्टी आणि कुशाग्र बुद्धीचा आणि ज्याला इतिहासाची जाण आहे अशा अधिकाऱ्याची नेमणूक करून त्याच्याकडून ऐतिहासिक कागदपत्रांची पद्धतशीर परीक्षा करून एक मोठा खंड तयार करावा. असे केल्याने दुहेरी हेतू साध्य होतील. म्हणजे एक प्रकारे तो इतिहासही असेल आणि मूळ कागदपत्रे तपासण्याची इच्छा बाळगणाऱ्यांना तो मार्गदर्शकही ठरेल.[२८] (लोगन पृ. ३८-३९)

अर्थात जॅक्सनला हा युक्तिवाद पटला नाही. अशा प्रकारचा सरकारी ग्रंथ आधारभूत साधनांशिवाय प्रकाशित केला तर लोकांना तो पक्षपाती अथवा एकतर्फी आहे असेच वाटेल. संपूर्ण अधिकृत साधने प्रकाशित केल्यानेच अभ्यासकांस सत्यशोधनास मदत होईल. मराठ्यांची प्रशासनपद्धती ही इंग्लंडमधील प्लॅन्टाजेनेट्स (Plantagenets) प्रमाणे होती आणि ती उत्तम अथवा वाईट होती हे त्यावेळी जे पदाधिकारी होते त्यांच्या स्वभावावर अथवा कार्यपद्धतीवर अवलंबून होते.[२९] (आर. डी. ३७ पी. ४१४) पेशवे आणि इंग्लंडचे राजे प्लॅन्टाजेनेट्स (११५४-१४८५) यांच्यामध्ये जॅक्सनने केलेली तुलना लोगनला मान्य नव्हती. तो म्हणतो पेशव्यांची स्वार्थी हुकूमशाही आणि ज्यांनी इंग्लंडच्या राज्यघटनेची पायाभरणी केली त्या गुणी प्लॅन्टाजेनेट्सची तुलनाच होऊ शकत नाही.

जॅक्सनने मुंबई सरकारला इंग्लंडमधील दफ्तरखान्याच्या धर्तीवर पेशवेदफ्तरातील कागदांची जंत्री तयार करण्याची सूचना केली होती. मध्यंतरी तो मायदेशी रजेवर गेला असताना प्रस्तुत संदर्भात त्याने बरीच माहिती गोळा केली होती. त्याच्या मते, पेशवे दफ्तरातील मौलिक कागद म्हणजे रोजकिर्दी आणि घडणी महसुलासंबंधीचे नोंद पुस्तक, आणि म्हणूनच जंत्री करताना रोजकिर्दी आणि घडणी दफ्तरांना प्राधान्य द्यावे. इतिहाससंशोधकांना आवश्यक असलेल्या कालानुक्रमे मांडलेल्या नोंदी अत्यंत महत्त्वाच्या असल्याने रोजकिर्दींची जंत्री आवश्यक आहे आणि घडणीतील उतारे हे रोजकिर्दीतील नोंदींसंबंधी अधिक माहिती पुरविणारे असल्याने तेदेखील इतिहासलेखनास उपयुक्त आहेत. प्रांत अजमास, चिटणिसी दफ्तर इत्यादी पेशवे दफ्तरातील इतर रुमालांची जंत्री, निधीची आणि संपादकांची उपलब्धता जशी आणि जेव्हा होईल तसे ते काम हाती घ्यावे. हे सर्व काम एकदम हाती घेण्याचे आश्वासन सरकार देऊ शकत नसले तरी राजकीय आणि ऐतिहासिक कारणासाठी जंत्री तयार करणे आणि कागदपत्र प्रसिद्ध करणे हे काम महत्त्वाचे आहे असे त्यांचे मत होते. या कामासाठी संपादक नेमला जाईल. त्याने आपल्या खंडाला एक प्रस्तावना लिहून त्यात पेशव्यांच्या प्रशासनव्यवस्थेचा आवश्यक तो मजकूर घालावा म्हणजे त्या रोजकिर्दीतील नोंदी समजणे वाचकास सुलभ होईल. याशिवाय ग्रँट डफचा इतिहास अथवा बखरींमधील इतिहासातील शंकास्थळांसंबंधी रोजकिर्दीतून आधारभूत

माहितीची नोंद करावी.[३०]

लोगनने आपल्या १८.६.१९०७च्या टिप्पणीत जंत्री तयार करणे आणि कागदपत्रांची निवड करून ते प्रसिद्ध करणे या जॅक्सनच्या सूचनांसंबंधी आपली नापसंती व्यक्त केली होती. त्याच्या मते वाड आणि मावजी यांनी आजवर जे काम केले आहे ते लक्षात घेता संपादकाची तात्काळ निवड करण्याची काही गरज नाही.

जॅक्सनची सूचना मुंबई सरकारने पुण्याचा कलेक्टर सी. ए. किंकेड (मराठ्यांचा इतिहासकार) याच्याकडे अभिप्रायार्थ पाठविली. उत्तरादाखल किंकेडने कळविले की, जंत्रीमुळे निरनिराळ्या रुमालांत ठेवलेले मूळ कागद तपासण्यास चांगली मदत होईल. बांधून ठेवलेल्या कागदांना वाळवी लागून ते नष्ट होतील व कालांतराने शाई पुसट होईल आणि अक्षरे वाचता येणार नाहीत. तो पुढे असे सुचवितो की एक पूर्णवेळ खास स्वतंत्र अधिकारी नेमण्याने जो खर्च येईल ती रक्कम सर्व रुमाल प्रसिद्ध करण्याच्या कामी वापरावी आणि त्यानंतर वाटले तर मूळ कागद नष्ट करावेत.[३१]

या सर्व उपचारांनंतर पुण्याच्या दफ्तरखान्यातील कागदपत्रांची जंत्री करण्याच्या कामासाठी जॅकसनची सप्टेंबर १९०८ साली विशेष अधिकारी म्हणून नियुक्ती करण्यात आली. त्याचे मुख्य काम म्हणजे विद्यार्थी आणि संशोधक यांच्यासाठी आणि ग्रँट डफच्या मराठ्यांच्या इतिहासाची छाननी करून तो सुधारण्यास उपयोगी होतील अशा कागदांची निवड करणे हे होते. सरकारच्या अंदाजाप्रमाणे या कामाला सुमारे ५ वर्षे लागतील व त्यावर अंदाजे दोन लाख रुपये खर्च होतील. जॅकसनने एक वर्षापुरती ही नेमणूक स्वीकारली आणि जंत्रीसाठी आणि कागदपत्रे प्रसिद्ध करण्यासाठी किती खर्च होईल याचे अंदाजपत्रक सादर केले. परंतु दुर्दैवाने २३ डिसेंबर १९०९ रोजी त्याचा एका क्रांतिकारकाकडून वध झाल्याने हे काम स्थगित करण्यात आले.

लंडनचे कारभारी मंडळ (Home Government) आणि भारत सरकार यांची धोरणे :

एकोणिसाव्या शतकाच्या शेवटच्या काळात आणि पहिल्या महायुद्धापूर्वी भारत सरकारपुढे पुराभिलेखासंबंधी तीन प्रमुख प्रश्न होते. ते असे - (१) जंत्री करणे, (२) प्रकाशन करणे आणि (३) आम जनतेला अभिलेखागारे खुली करणे. १८८५ साली स्थापन झालेल्या भारतीय राष्ट्रीय काँग्रेसने, इंग्लंडच्या पार्लमेंटने संमत केलेला १९०९चा सुधारणा कायदा (Reform Act), आणि अभिलेखागारात प्रवेश आणि ऐतिहासिक कागदपत्रांचे प्रकाशन या विषयांचा राष्ट्रीय चळवळीत अंतर्भाव केल्याने भारत सरकारला पुराभिलेख या विषयाची गांभीर्याने दखल घेणे भाग पडले. लोगन आणि जॅक्सन या अधिकाऱ्यांनी यापूर्वीच सरकारला पुराभिलेखाच्या स्वरूपासंबंधी सूचना केल्या होत्या. केवळ मालमत्तेवरील मालकी-हक्क सिद्ध करण्यापुरतेच पुराभिलेख संग्रहाचे काम मर्यादित

राहिले नसून, इतिहास संशोधन, लेखन यासाठीदेखील लोकांना उपलब्ध करून द्यावे लागेल असे आपले मत व्यक्त केले होते.

भारत सरकारच्या परराष्ट्र खात्याचे अधिकारी एच. जी. स्टोक्स आणि दफ्तरखात्याचे प्रमुख डॉ. ई. डेनिसन रॉस यांना कलकत्ता, मद्रास आणि मुंबई प्रांतांच्या दफ्तरखान्यांच्या कामकाजावर लक्ष द्यावे लागे. या भारतसरकारच्या दोन प्रमुख अधिकाऱ्यांना १९०९ साली दोन प्रमुख समस्यांना तोंड द्यावे लागत होते. (१) तिन्ही दफ्तरखान्यातील जुन्या कागदपत्रांच्या जंत्र्या तयार करणे आणि (२) मुंबई इलाख्यातील कागदपत्रांच्या याद्या तयार करून निवडक कागदपत्रांचे प्रकाशन करणे.[३२] जंत्री तयार करण्याचा प्रश्न १८६१ सालापासून भारत सरकारच्या विचाराधीन होता. ब्रिटिश सरकारच्या सेक्रेटरी ऑफ स्टेट फॉर इंडिया याने सूचना केली होती की, जंत्रीमध्ये केवळ ऐतिहासिक महत्त्वाच्या कागदांचीच नव्हे तर प्रत्येक कागद मग त्याचे महत्त्व काहीही असो, त्याची नोंद केली पाहिजे.

डेनिसन रॉसने जेव्हा या प्रश्नासंबंधी मुंबई सरकारशी विचारविनिमय केला तेव्हा त्यास आढळून आले की, जंत्रीच्या योजनेबद्दल त्या सरकारला मुळीच उत्साह नाही. पेशवे दफ्तरासंबंधी मुंबई सरकारने जी योजना आखली आहे त्यात काही बदल करू नये आणि त्यांना जंत्रीचे काम अनावश्यक वाटते असे आपले मत कळविले.[३३]

भारत सरकारच्या मते सामान्य जनतेला दफ्तरखान्यात प्रवेश मागण्याचा हक्क नाही, तरी परंतु खाजगी संशोधकांनी काही फी दिल्यास आणि खात्याने निश्चित केलेल्या अटी मान्य केल्यास त्यांना कागदपत्र पाहण्यास दफ्तरखान्यात प्रवेश मिळू शकेल आणि त्या कागदांच्या नकला तेथील अधिकाऱ्यांच्या लेखी संमतीने करून घेता येतील आणि त्यांच्या परवानगीने प्रसिद्ध करता येतील. सरकारच्या मते १९१०च्या सुमारास भारतात इतिहाससंशोधक फारसे नव्हते, पण फक्त राजकीय छोट्या पुस्तिका तयार करणारी माणसे (Political pamphleteers) होती. प्रामाणिक संशोधकांना काही अटींवर प्रवेश देण्याचे तत्त्वत: सरकारने मान्य केले असले तरी कागदपत्रांच्या याद्या आणि सूची तयार करून प्रत्येक कागदासंबंधी माहिती करून घेतल्याखेरीज, संशोधकांना प्रवेश देणे हितावह नाही असे सरकारचे म्हणणे होते. लोकांच्या हाती साधने देऊन सरकारविरोधी राजकीय अथवा अन्य कारणासाठी त्यांचा उपयोग करण्याची संधी देणे हे मूर्खपणाचे (unwisdom) ठरेल असा सरकारने ग्रह करून घेतला होता. कोणत्याही कारणासाठी, दुरुपयोगासाठी, कोणत्याही शासनाची तरतूद न करता दफ्तरखाने जनतेला खुले करण्याचा काळ अद्याप आला नाही असे सरकारचे मत होते.[३४]

काही संशोधकांनी असाही युक्तिवाद करून पाहिला की, लंडनमधील दफ्तर आणि भारतातील दफ्तरे ही समानच आहेत, पण ते पाहण्यासाठी लंडनमध्ये काही निर्बंध

नाहीत, मग ते भारतातच का आहेत? यावर सेक्रेटरीने उत्तर दिले की, लंडनमधील लोक (public) निराळे आहेत. सरकारतर्फे असाही युक्तिवाद करण्यात आला की, भारतात विद्वत्तेचा अथवा पांडित्याचा असा उच्चस्तरीय खास वर्ग (aristocracy of erudition) नाही, इतिहासाची खास तत्त्वप्रणाली नाही, इतिहासाचे संशोधन नाही, साधनांचा शास्त्रशुद्ध उपयोग करण्याची पद्धती नाही, चिकित्सक विद्याव्यासंग नाही आणि हे सारे त्यांना कदापि साध्य करता येणार नाही. दफ्तरखाने खुले केल्याने जे प्रोत्साहन मिळेल आणि संधी उपलब्ध होतील त्याचा लाभ कमी प्रतीचे आणि उद्धट लेखक, तत्त्वशून्य पत्रकार आणि तत्सम लोक उठवतील आणि ते सरकारला अत्यंत हानिकारक ठरेल.[३५]

सरकारच्या या अशा तऱ्हेच्या शेरेबाजीवरून एक गोष्ट सिद्ध होते की, भारत सरकारच्या शिक्षण खात्याने भारतीयांच्या विद्याव्यासंगाला आणि त्यांच्यातील सुप्त गुणांना कमी दर्जाचे ठरविले होते. न्यायमूर्ती रानडे, अथवा इतिहासाचार्य वि. का. राजवाडे यांच्या विद्वत्तापूर्ण ऐतिहासिक लेखनाला नगण्य लेखले होते. प्रस्तुत शेरेबाजी केली गेली तेव्हा रानड्यांचे Rise of the Maratha Power (१९०१), Introduction to the Peshwas Diaries (१९००), Currencies and Mints under the Maratha Rule (१८९९) इत्यादी लेखन आणि राजवाड्यांची 'मराठ्यांच्या इतिहासाची साधने' ही ग्रंथमाला १८९८ साली सुरू झाली होती आणि त्या ग्रंथांना त्यांनी लिहिलेल्या चिकित्सक प्रस्तावना म्हणजे प्रबंधच होते. या मालेच्या पहिल्याच खंडाच्या प्रस्तावनेत (१८९८) त्यांनी पूर्वजांच्या इतिहासाची आस्था महाराष्ट्रातील अलीकडील तीस-पस्तीस वर्षांत नव्याने कशी निर्माण झाली आहे या मुद्द्याचे सखोल विवेचन करून ग्रँट डफच्या इतिहासातील प्रमादांची प्रदीर्घ चिकित्सा करून त्याचे मोल मराठी बखरीपेक्षा अधिक नाही असे सिद्ध करून तो इतिहासग्रंथ त्याज्य ठरविला होता. १९१० साली भारत इतिहास संशोधक मंडळाची स्थापना करून रँके या जर्मन इतिहासकाराच्या सेमिनार या संस्थेसारखे, नवोदित संशोधकांना एक व्यासपीठ निर्माण करून दिले होते. थोडक्यात, रानडे, राजवाडे, साने, खरेशास्त्री, पारसनीस इत्यादींनी जी कामगिरी केली ती चिकित्सक विद्याव्यासंग, दर्शविणारी नाही काय? का ए. एफ. स्कॉलफिल्डला ती केवळ पाश्चिमात्य विद्वानांतच आढळत होती? भारतीयांच्या प्रत्येक हालचालीवर बारकाईने लक्ष ठेवणाऱ्या ब्रिटिश अधिकाऱ्यांच्या तीक्ष्ण नजरेतून भारतीय देशभक्त इतिहाससंशोधकांचे काम कसे निसटले हे आश्चर्यकारक वाटते. याबाबत भारत सरकारने मुंबई सरकारकडे विचारणा केली असती तर भारत सरकार असे बेजबाबदार विधान भारतीय पंडितांच्या बाबतीत करावयास धजावले नसते.

सेक्रेटरी ऑफ स्टेट फॉर इंडिया याच्या व्यक्तिगत संशोधकांना अप्रकाशित साधनांचा अभ्यास करण्याच्या परवानगी बाबतच्या फेब्रुवारी १९१४च्या पत्राला ४ फेब्रुवारी १९१५ला भारत सरकारने उत्तरादाखल कळविले की, आपल्याकडून विचारार्थ आलेल्या प्रस्तावाचे

महत्त्व आम्ही पूर्णपणे जाणतो. परंतु, भारतातील परिस्थिती ही इंग्लंडमधील परिस्थितीहून भिन्न असल्याने, पूर्ण विचारांती आम्हास असे वाटते की, भारतीयांना अप्रकाशित कागदपत्रे पाहण्याची सवलत दिल्याने फायद्यापेक्षा तोटेच अधिक होतील.[३६]

नवीन धोरणाच्या दिशेने वाटचाल :

भारत सरकारच्या दडपशाहीच्या धोरणामुळे विसाव्या शतकाच्या सुरुवातीपासून देशातील राजकीय परिस्थिती बिघडत चालली होती. १९०९च्या मोर्ले-मिंटो सुधारणा कायद्याने राजकीय हक्कांबाबत भारतीयांच्या पदरी निराशाच टाकली होती. १९१४ साली पहिल्या महायुद्धाला तोंड फुटले. तुर्कस्थानने ब्रिटिशांच्या शत्रुपक्षांशी हातमिळवणी केल्यामुळे भारतीय मुसलमानदेखील ब्रिटिशविरोधी बनले. १९१०चा प्रेस ॲक्ट, १९१५ चा डिफेन्स ऑफ इंडिया ॲक्ट भारतीयांच्यावर निर्बंध लादणारे कायदे, देशात आणि परदेशात क्रांतिकारी संघटनांची होणारी वाढ या सर्व घटनांमुळे राजकीय वातावरण सर्व आघाड्यांवर बिघडत चालले होते. त्यामुळे ब्रिटिश सरकारला या परिस्थितीची नोंद घ्यावी लागली. १९१७ साली एड्विन, माँटेग्यू (भारतमंत्री) याची 'सेक्रेटरी ऑफ स्टेट फॉर इंडिया (भारतमंत्री)' या पदावर नेमणूक झाली. भारतीयांच्या प्रश्नाकडे पाहण्याची त्याची दृष्टी सहानुभूतीची होती. भारत सरकारचा दृष्टिकोन त्याला अत्यंत ठोकळेबाज, अपरिवर्तनीय आणि तत्कालीन विचारप्रवाहाला विरोधक असल्याने इंग्लंडच्या धोरणाला तो बाधक आहे असे त्याचे मत होते. त्याचा उदारमतवाद आणि भारतात क्रमाक्रमाने स्वायत्त सरकार स्थापन करण्याचे धोरण यांचा पुराभिलेखासंबंधीच्या धोरणावरही परिणाम होणे अनिवार्य होते. प्राध्यापक रॅम्से मूर यांच्याकडे इतिहाससंशोधनाच्या दृष्टीने सरकारी अभिलेखागारासंबंधी एक नवी योजना करण्याचे काम सोपविले. रॅम्से मूरने भारतातील विविध दफ्तरखान्यांना भेट देऊन आणि संबंधित लोकांशी चर्चा करून ई. डी. मॅक्लगन या भारत सरकारच्या रेकॉर्ड कीपरला ७ डिसेंबर १९१७ रोजी एक निमसरकारी पत्र लिहिले, त्यात तो म्हणतो, "भारताच्या ऐतिहासिक कागदपत्रांचा विचार करताना आपण केवळ सरकारी दफ्तरापुरताच मर्यादित विचार करता कामा नये असे मला निश्चितपणे वाटते. केवळ ब्रिटिश काळाचा विचार केला तर या संग्रहाचा एक अल्पसा भागच उपयुक्त आहे. परंतु साम्राज्यसरकारला संपूर्ण भारताच्या इतिहासाचा विचार करावा लागेल, फक्त ब्रिटिश प्रशासनव्यवस्थेच्या इतिहासापुरता तो मर्यादित करता येणार नाही. भारतात अस्सल कागदांचे संग्रह अद्याप उपलब्ध आहेत आणि ते नष्ट होण्यापूर्वी त्यांचे काळजीपूर्वक जतन केले पाहिजे आणि माझ्या मते जितकी शक्य होईल तितकी भारताच्या इतिहासाची सर्व अस्सल साधनसामग्री योग्यरीत्या सुरक्षित ठेवली पाहिजे. प्रस्तुत संदर्भात एक बिनचूक धोरण आखून त्यांची पद्धतशीर व्यवस्था लावली जाईल याची साम्राज्यसरकारला खात्री वाटली पाहिजे. यासाठी एका ऐतिहासिक दस्तऐवज-

आयोगाची (Historical Records Commission) स्थापना करण्याची शिफारस करून त्या आयोगाची कर्तव्ये यासंबंधीच्या सूचनाही त्याने केल्या. त्यांपैकी एक सूचना अशी होती की भारतीय विद्यापीठे आणि महाविद्यालये येथील इतिहासाचे शिक्षक अथवा पदवीधर यांच्यामधून काहींची निवड करून त्यांच्याकडे संपादनाचे आणि आवश्यक तेथे कागदपत्रांच्या विविध भागांचे भाषांतर करण्याचे काम सोपवावे.[३७]

भारतीय पुराभिलेख आयोग (१९१९) :

भारत सरकार हे अनेकदा ब्रिटिश सरकारच्या धोरणांचे अनुकरण करीत असे. इंग्लंडच्या रॉयल कमिशन ऑफ रेकॉर्ड्स या आयोगाने अभ्यासांती कागदपत्रांच्या याद्या तयार करणे हे अत्यंत तोकडे साधन, जंत्री तयार करणे हे अत्यंत मंदगतीचे, व्यापक स्वरूपाचे आणि खर्चाचे काम असे लक्षात आल्याने ही सारी कामे थांबविली. भारत सरकारनेही या धोरणानुसार आपली कार्यप्रणाली बदलली. पूर्वीचे निर्बंध अथवा मर्यादा घालणारे धोरण होते ते सोडून दिले; कारण अनुभवाने त्यांच्या लक्षात आले होते की, काही दफ्तरखाने उत्तमरीत्या संशोधकांना उपलब्ध करून दिले पाहिजेत. त्यात पुढील गोष्टींचा समावेश असावा.[३८]

(१) अभिलेखागारातील सर्व खंड अथवा रुमाल यांची यादी तयार करून त्यांची एक मार्गदर्शक पुस्तिका बनविणे.
(२) काही पुराभिलेखांची जंत्री करणे आणि
(३) काही विशिष्ट पुराभिलेखांचे संपूर्ण पुनर्मुद्रण करणे.

या पद्धतीचा पाठपुरावा करण्यासाठी मार्च १९१९ मध्ये भारत सरकारने भारतीय पुराभिलेख आयोग या कायमस्वरूपी संस्थेची निर्मिती केली. या आयोगावर सुरुवातीस सर जदुनाथ सरकार, प्रा. बी. के. ठाकूर आणि प्रो. एल. टी. रशब्रुक विल्यम्स यांची बिनसरकारी सभासद म्हणून नियुक्ती केली. मद्रास, कलकत्ता येथील अभिलेखागारांच्या अधिकाऱ्यांची या आयोगावर वर्णी लागली होती. मात्र विशाल कागदपत्रांचा संग्रह असलेल्या मुंबईच्या अभिलेखागाराला प्रथम प्रतिनिधित्व देण्यात आले नव्हते. याचे कारण बहुधा मुंबई सरकारचे खाजगी व्यक्तींना दफ्तरखान्यांत प्रवेश देण्यासंबंधीचे अत्यंत कडक धोरण हे असावे. जे. एल्. रियू (Rieu) या सर्वसाधारण खात्याच्या सचिवाचे म्हणणे असे होते की, काही वर्षांपूर्वीच्या कागदपत्रांचा अभ्यासासाठी शोध घेणे, त्यांची छाननी करणे यासाठी सर्वांना सरसकट परवानगी देण्यास मुंबई सरकारचा विरोध आहे; कारण अशा प्रकारच्या तुलनात्मकदृष्ट्या लांबच्या तारखांच्या कागदांत माहिती फारशी नसते, त्यामुळे ते लोकांना दाखविणे हे राज्याच्या हिताच्या दृष्टीने पूर्वग्रह निर्माण करण्यासारखे ठरेल. तसेच विशेषत: १७५० पासून पेशवे सरकार आणि कंपनी सरकार

यांच्यामधील संबंध दर्शविणारे महत्त्वाचे ऐतिहासिक दस्तऐवज खुले करण्याबाबत विशेष दक्षता बाळगणे आवश्यक आहे.[३९]

१७५० साली पेशवे आणि इंग्रज यांच्यामध्ये आंग्रे यांच्याविरुद्ध परस्परांना मदत करण्यासंबंधी एक तह झाला होता. सिंधुदुर्गाचा ताबा कोणाकडे असावा हा वादाचा मुद्दा होता. पश्चिम किनाऱ्यावर आपली हुकमत अबाधित रहावी म्हणून ब्रिटिशांना तो आपल्या वर्चस्वाखाली असावा असे वाटत होते आणि आंग्र्यांना शह देण्यासाठी पेशव्यांना इंग्रजांचे साहाय्य हवे होते.

पुराभिलेख आयोग आणि मुंबईचे अभिलेखागार :

पुण्याच्या डेक्कन कॉलेजातील, भारतीय शिक्षण खात्यात असलेले प्रा. बी. के. ठाकोरे हे आयोगाचे बिनसरकारी सदस्य होते. सिमला येथे १९१९ साली भरलेल्या आयोगाच्या पहिल्या बैठकीत मुंबई विद्यापीठ आणि पुण्याच्या भारत इतिहास संशोधक मंडळ यांच्या सहकार्याने मराठ्यांच्या इतिहासाची साधने (१७ आणि १८वे शतक) असा एक साधनग्रंथ तयार करण्याची मुंबई सरकारला विनंती करावी असा ठराव मांडला. याच ठरावात पुढे असेही म्हटले होते की, मुंबई सरकारने हा प्रस्ताव मान्य केला तर भारत सरकारने या कामासाठी दर पानी १ रुपया प्रमाणे आर्थिक साहाय्य करावे.[४०] मुंबई सरकारने ही मागणी स्वीकारली आणि डेक्कन कॉलेजचे तत्कालीन प्राचार्य एच्. जी. रॉउलिनसन यांनी एलफिन्स्टन कॉलेजचे प्राध्यापक आर. पी. पटवर्धन यांच्या सहकार्याने हे काम करावे असे ठरविले. या कामात अनेक अडचणी आल्या; पण त्यांवर मात करून शेवटी 'ए सोअर्स बुक ऑफ मराठा हिस्ट्री' हा ग्रंथ सरकारी प्रकाशन म्हणून १९२९ साली प्रकाशित केला.

या ग्रंथाच्या पहिल्या भागात शिवाजीमहाराजांच्या कारकिर्दीचा म्हणजे सतराव्या शतकाचा इतिहास आला असून, साधनांची विभागणी मराठी आणि परदेशी अशा दोन भागांत केली आहे. यासाठी समकालीन साहित्य, घराण्याचे कागद, प्रवासवृत्ते, इंग्रजी-कागदपत्रे, फार्सी साधनांची भाषांतरे आणि सरकारी दफ्तर यांचा उपयोग केला आहे.[४१]

मुंबई सरकारने या प्रस्तावाला तात्काळ संमती दिली असावी. याचे कारण इंग्रज मराठे संबंध, या १८ व्या शतकातील संवेदनशील कालखंडाला या पहिल्या खंडात समाविष्ट केले नव्हते. १८ व्या शतकासंबंधीचा दुसरा खंड मात्र केव्हाच प्रसिद्ध झाला नाही.

मराठी कागदपत्रांसंबंधीचे काम अर्थात पुण्याच्या इतिहासकारांना पसंत पडले नाही. भारत इतिहास संशोधक मंडळाचे सचिव या नात्याने महामहोपाध्याय दत्तो वामन पोतदार यांनी आयोगाच्या कार्यपद्धतीवर टीकास्त्र सोडले. आयोगाच्या

कार्यपद्धतीवर जदुनाथ सरकार आणि रियासतकार गो. स. सरदेसाई यांचे अधिक वर्चस्व असून, इतिहासकारांच्या मागणीचा विचार करून पेशवे दफ्तराची मांडणी आणि व्यवस्था करण्याची मूळ योजना बाजूला सारून सरकार सरदेसाई, हे आयोगाला निराळ्याच धोरणाचा अवलंब करण्यास प्रवृत्त करीत आहेत अशी टीका करण्यात आली. तसेच पेशवे दफ्तर आणि पुणे रेसिडेन्सी कॉरस्पॉन्डन्स यांतील काही निवडक कागद प्रसिद्ध करण्याच्या धोरणावरही आरोप करण्यात आले.[४२]

पेशवे दफ्तरातील निवडक कागद प्रसिद्ध करण्याच्या बाबतीत जदुनाथ सरकारांनी आयोगाच्या साहाय्याने बराच पुढाकार घेतला होता. रियासतकार गो. स. सरदेसाई यांची पेशवे दफ्तरात इतिहासाचे संशोधक अधिकारी म्हणून नेमणूक करण्यात आली. पेशवे दफ्तरांतील निवडक उताऱ्यांचे संपादन करण्याचे काम त्यांच्याकडे सोपविले होते.

१९३५च्या कायद्याने प्रांतांना स्वायत्तता मिळाली होती. याचा फायदा घेऊन तत्कालीन लोकशाहीच्या तत्त्वावर स्थापन झालेल्या सरकारकडे म. म. दत्तो वामन पोतदार यांनी सह्याद्री मासिकातील लेखाद्वारे काही मागण्या केल्या. त्यात पेशवे दफ्तरासंबंधी केवळ जदुनाथ सरकार आणि रियासतकार सरदेसाई यांच्या सल्ल्यानुसार कार्य करण्याचे जुने धोरण रद्दबातल करावे, पेशवे दफ्तर सर्वांना खुले करावे, संशोधकांना कागदांच्या अभ्यासासाठी आणि त्यांच्या नकला करून घेण्यासाठी द्यावे लागणारे शुल्क काढून टाकावे इत्यादी मागण्यांचा समावेश होता (सह्याद्री खंड ९, १९३९ पृ. ७१-७५). विधान परिषदेत पेशवे दफ्तराच्या कार्यपद्धतीसंबंधी प्रश्न विचारण्यात आले. म. म. पोतदार आयोगाच्या कामात विशेष लक्ष घेतात हे पाहून, भारत इतिहास संशोधक मंडळाचे प्रतिनिधी म्हणून १९४२ साली आयोगावर एक सदस्य म्हणून त्यांची नियुक्ती करण्यात आली.

मुंबईच्या अभिलेखागाराचे एक अधिकारी डॉ. वि. गो. दिघे यांनी मात्र आयोगाच्या कामाची प्रशंसा केली आहे. आयोगाने पेशवे दफ्तर इतिहासाच्या दृष्टीने किती महत्त्वाचे आहे हे मुंबई सरकारच्या निदर्शनास आणून दिले. तसेच या दफ्तरांचे तज्ज्ञांकडून मूल्यमापन करून घेणे, कागदपत्रांच्या याद्या तयार करणे, रेसिडेन्सी पत्रव्यवहार प्रसिद्ध करणे इत्यादी कामांकडे सरकारचे लक्ष वेधले होते.[४३]

सरकार-सरदेसाई :

जदुनाथ सरकार आणि रियासतकार सरदेसाई यांच्याबद्दल, इतिहासक्षेत्रातील एका विशिष्ट इतिहासकारांच्या समूहाची मते काहीही असोत, पण आयोगाच्या माध्यमातून पेशवे दफ्तरातील कागदपत्रांच्या प्रकाशनाच्या कार्यात त्यांचे योगदान नाकारता येणार नाही. सरकार-सरदेसाई यांची मैत्री कोणालाही असूया वाटावी इतकी दृढ होती. १९३०

ते १९३४ या चार वर्षांच्या अवधीत पेशवे दफ्तरातील कागदांची निवड करून, त्यांतील काही निवडक कागदांचे ४५ खंडांत प्रकाशन करणे ही काही सोपी गोष्ट नव्हती. या खंडांत एकूण ८६५० पत्रे असून त्यांची पृष्ठसंख्या सुमारे ७८०० इतकी आहे. हे काम सुरू केले तेव्हा रियासतकार ६५ वर्षांचे होते. जदुनाथ सरकार, सी. ए. किंकेड या इतिहासकारांनी सरदेसाईंची एक मराठ्यांचा नामवंत इतिहासकार म्हणून मुक्तकंठाने स्तुती केली आहे. सरकारी कौन्सिलच्या कामकाजाच्या अहवालात, 'सरदेसाईंच्या कामाबद्दल कसलीच तक्रार नाही' अशी नोंद केली असून, जनहिताच्या दृष्टीने त्यांनी हे संशोधनाचे काम स्वीकारावे यासाठी त्यांची मनधरणी करावी लागली असा अभिप्राय दिला आहे.[४४]

असे असले तरी पेशवे दफ्तरातील उतारे निवडणे आणि प्रकाशित करणे यासंबंधीचे संपूर्ण अधिकार त्यांना देण्यात आले नव्हते. प्रकाशनासाठी जी मुद्रणप्रत तयार केली जात असे त्यासाठी ज्यांच्याकडे पेशवे दफ्तराच्या देखरेखीचे काम सोपविले होते, त्या मध्यविभागाच्या आयुक्ताचे संमतिपत्र घ्यावे लागत असे. 'माझ्या कार्यालयाने छपाई करण्यापूर्वी निवडलेल्या उताऱ्यांची काळजीपूर्वक तपासणी केली असून प्रकाशनाच्या दृष्टीने यात काही आक्षेपार्ह मजकूर प्रसिद्धीसाठी आला नाही याची खात्री करून घेतली आहे' असे मुद्रणप्रतीवर शिफारसपत्र घ्यावे लागत असे.[४५]

सरदेसाईंना अगदी क्षुल्लक कामासाठीदेखील सरकारची परवानगी घ्यावी लागत असे. उदाहरणार्थ, प्राध्यापक राउलिन्सन यांच्या अनुपस्थितीच्या काळात इंग्रजीच्या दृष्टीने प्राध्यापक आर. पी. पटवर्धन यांनी ती प्रुफे पहावीत या साध्या कामासाठीदेखील त्यांना आयुक्तांची लेखी परवानगी घ्यावी लागे.[४६] (वरील फाइल पान ४१८). पेशवे दफ्तराच्या १४व्या खंडाच्या शीर्षकाबद्दल सरदेसाई आणि सरकारी अधिकारी यांच्यामध्ये काही मतभेद निर्माण झाले होते. संपादकांनी मराठ्यांचे उत्तरेकडील विजय अथवा मराठ्यांच्या साम्राज्याचा उत्तरेकडील विस्तार (Maratha Conquests in the North or Expansion of the Maratha Empire in the North) असे सुचविले होते; पण आयुक्तांना ते शीर्षक पसंत पडले नाही. त्यांनी पर्यायी नाव सुचविले ते असे. मराठ्यांची उत्तरेकडील अथवा उत्तर हिंदुस्थानातील आक्रमणे. (The incursions of the Marathas into the North or Northern India). रियासतकारांना हा बदल रुचला नाही आणि आयुक्तांनीही हा विषय विशेष ताणून न धरता मूळ नावाचा स्वीकार केला. इतिहासाच्या अर्थान्तरणा (interpretation) बाबत हस्तक्षेप केल्याबद्दल रियासतकारांनी एका पत्राने आपली नापसंती व्यक्त केली. संपादक म्हणून त्यांना असलेल्या स्वातंत्र्याला मुरड घालण्यास ते राजी नव्हते, आणि आपले हे मत संपादनाची जबाबदारी स्वीकारतानाच स्पष्ट केले होते. ते लिहितात, "अभिलेखागारातील कागदपत्रांसंबंधी अधिकृत माहिती बाहेर देऊ नये, गोपनीयता बाळगावी हे मला मान्य असले तरीसुद्धा इतिहाससंशोधकांच्या माझ्यापासून

काही अपेक्षा असतात, माझे काही कर्तव्य असते ते मी नजरेआड करू शकत नाही. येथे मी काही संशोधनकार्य करण्याचे पत्करले आहे. याचा अर्थ मला जे रास्त वाटते ते सांगण्याच्या माझ्या वैयक्तिक स्वातंत्र्यावर पाणी सोडले आहे असा होत नाही.[४८]

पेशवे दफ्तराच्या पहिल्या १७ खंडांच्या परीक्षणात 'पीआरसी' या नावाच्या एका परीक्षकाने 'नोटिस ऑफ बुक्स' या सदरात म्हटले आहे की, हे खंड बऱ्याच अंशी ग्रँट डफच्या इतिहासातील विधानावर सर्वसाधारणपणे शिक्कामोर्तब करतात, पण त्याहून अधिक महत्त्वाचे म्हणजे काही शंकास्थळांचे निरसन करतात, आणि शिंदे, होळकर, पटवर्धन, पवार इत्यादी मराठा सरदार घरण्यांसंबंधी वैयक्तिक माहिती देतात. या परीक्षकाने पानिपत आणि उदगीर येथील लढाई या विषयांवरील खंडांची प्रशंसा केली आहे. हडसन या अधिकाऱ्याला लिहिलेल्या पत्रात जदुनाथ सरकारांनी सरदेसाईंच्या कामाबद्दल पूर्ण समाधान व्यक्त केले आहे. ते म्हणतात, 'पेशवे दफ्तराच्या या खंडांच्या प्रकाशनाने या देशाच्या इतिहासाची फार मोठी सेवा केली आहे, आणि कोणत्याही सुसंस्कृत सरकारला या कामाचा अभिमान वाटेल. (१४ जून १९३१).[५०]

टिपा आणि संदर्भ

१. Steevens G. W. India of Yester Years, London, 1899, (Reprinted 1984) पृ. २७१-७२

२. Voigt J. H. 'British Policy Towards Indian Historical Research and writing (1870-1930)' Indian Economic and Social History Review, vol. 111, No. 2, Delhi, June 1966 p 138.

३. हुजूर दफ्तर : सरकारी कारभारासंबंधीच्या दस्तऐवजांचे अधिकारी वर्गाने नोंदविलेले दफ्तर, पेशवे दफ्तर असेही त्याला म्हणत.

४. Selections from the Records of the Bombay Government' no-XXX-New Series. I. Correspondence exhibiting the Nature and use of the Poona Daftar and the Measures Adopted for its preservation and Arrangement since the introduction of the British Rule.
मुंबई, १८३६ पृ. १ (येथून पुढे याचा उल्लेख PD असा केला जाईल.)

५. इंडिया ऑफिस लायब्ररी, लंडन, MSS EUR D-32 Erskine collection.

६. P.D. पृ. ४-८

७. या हुकुमाप्रमाणे नेमलेल्या पाच अमानतदारांची नावे अशी : १) बाळाजीपंत

नातू, प्रधान अमानतदार, २) रामचंद्र पांडुरंग ढमढेरे, ३) मोरो त्रिंबक, स्थानिक न्यायाधीश, ४) नारो शंकर महसूल कमिशनरचा दफ्तरदार, ५) विसाजी गोपाळ, पुण्याच्या प्रमुख जिल्हाधिकाऱ्याचा दफ्तरदार - P. D. P. 23-26. 'पहा : भारत इतिहास संशोधक मंडळ, ऐतिहासिक संकीर्ण साहित्य' खंड ७, पुणे १९४७. पत्र क्रमांक ३७-३८, पृ. ४६-४९, ही पत्रे इतिहाससंशोधक द. वि. आपटे यांना मंडईजवळील एका आताराजवळ सापडली. पुडी बांधण्यासाठी तो ती फाडणार इतक्यात आपटे यांनी १ पैसा देऊन ते विकत घेतले. स. १८३६च्या वरील नेमणूकपत्रात कामाविषयीचा तपशील दिला आहे.

८. P. D. पृ. १७, २७, ३४

९. तत्रैव पृ. ३०, जून ११, १८४१

१०. तत्रैव पृ. ३४

११. तत्रैव पृ. ४१

१२. तत्रैव पृ. ४९-५०. रिपोर्ट ता. ११ फे. १८४५

१३. एलिइनेशन ऑफिसच्या कारभारासंबंधी नेमलेल्या समितीच्या मार्गदर्शनासाठी ए. सी. लोगन या प्रभारी आयुक्त, मध्य विभाग यांनी तयार केलेली टिपण्णी (येथून पुढे याचा उल्लेख 'लोगन' असा केला जाईल.)

१४. लोगन पृ. ३, ६

१५. तत्रैव पृ. ६, ता. १३ एप्रिल १८७६

१६. तत्रैव पृ. १९

१७. महाराष्ट्र स्टेट आर्काईव्ह्ज (MSA) मुंबई, रेव्हेन्यू डिपार्टमेंट (येथून पुढे R.D. असा उल्लेख) खंड ६८, १९०४ जनरल रिझोल्युशन (G.R.) नं. ९४९, ४ फेब्रुवारी १८९७ पृ. ३०३

१८. तत्रैव पृ. २८४, २८७-८८, २९१-२९७

१९. R.D. खंड ९०, १९०१ पृ. १४५

२०. तत्रैव पृ. १६१

२१. तत्रैव पृ. १७३

२२. M.G. Ranade and K.T. Telang, Rise of the Maratha Power and other essays and Gleanings from Maratha Chronicles, Bombay University, Bombay Reprint 1961. पृ. १७३-७४

२३. तत्रैव : प्रस्तावना पृ. १

२४. Voigt (फोक्ट) (संदर्भ टीप २ पहा) पृ. १४१

२५. लोगन पृ. ३८-३९

२६. R.D. खंड ३७, १९०८ पृ. ४१३ जॅक्सनचे सचिव, महसूल खाते, मुंबई सरकार, ता. २५ मे, १९०८.

२७. तत्रैव पृ. ३१३-३१४

२८. लोगन पृ. ३८-३९

२९. R.D. Vol. 37, 1908 ता. ८ जून १९०७, पृ. ४१७-१८.

३०. तत्रैव पृ. ४१७-१८.

३१. तत्रैव पृ. ४१९

३२. राष्ट्रीय अभिलेखागार, नवी दिल्ली, Home Department, Public Branch 'A' proceedings, April 1910, नं. १-५ पृ. १ (येथून पुढे NAI असा उल्लेख)

३३. तत्रैव पृ. २

३४. तत्रैव Foreign Dept. General Branch 'B' Proceedings March 1910 Nis 261-63

३५. NAI Department of education, General Branch. A proceedings जून १९१४ नं. १-२, तारीख २८-४-१९१४.

३६. NAI तत्रैव, Proceedings, फेब्रुवारी, १९१५ नं. ७-९ सचिव, इंडिया गव्हर्न्मेंट यांचे सेक्रेटरी ऑफ स्टेट फॉर इंडिया, लंडन यास पत्र नं. २, १९१५ पॅरा - ४.

३७. NAI तत्रैव Proceedings April. 1918, नं. १-१७ टिप्पणी पृ. १९-२२ रॅम्से मूरचे सर ई.डी. मॅक्लगन यास पत्र ७-१२-१९१७.

३८. NAI तत्रैव Proceedings, August 1919 नं. १२ ठराव क्र. ७७ ता. २१ मार्च १९१९.

३९. NAI तत्रैव, Proceedings, February 1915, नं. ७ मुंबई सरकारचे पत्र क्र. ७४६० ता. २२ सप्टेंबर १९१४.

४०. S. N. Sen Indian Historical Records Commission, A Retrospective 1919-1948, New Delhi, Govt. of India, 1948 पृ. १९-२०

४१. आयोगाचा ठराव नं. ९ सिमला येथे जून १९१९ मधील सभेच्या कार्यक्रम-पत्रिकेवरील विषय क्रमांक १६. आर. पी. पटवर्धन आणि एच. जी. राउलिन्सन, संपादित Source Book of Maratha History खंड १ मुंबई १९२९ (पुनर्मुद्रण-डॉ. पु. म. जोशी आणि डॉ. अ. रा. कुलकर्णी यांच्या प्रस्तावनेसह भारतीय अनुसंधान परिषद, न्यू दिल्लीसाठी प्रकाशक के. पी. बागची आणि कंपनी, कलकत्ता, १९७८)

४२. म. म. द. वा. पोतदार, 'सह्याद्री' मासिक पुणे, वर्ष ९ नं. १ जानेवारी १९१९

पृ. ७१-७५.

४३. डॉ. वि. गो. दिघे, 'लोकशिक्षण' मासिक, वर्ष ९ अंक ६-७, डिसेंबर १९३८ ते जानेवारी १९३९ पृ. ४२०-२९

४४. पुणे अर्काईव्हज (पी.ए.), पुणे फाइल जुलै १९२९ ते जून १९३३.

४५. पी. ए. सिलेक्शन्स फ्रॉम पेशवा दफ्तर फाइल पार्ट ६ सप्टेंबर १९३० ते जानेवारी १९३३, पृ. ३८७.

४६. तत्रैव पृ. ४२८

४७. फोक्ट जे. एच. पूर्वोक्त (पहा टीप क्र. २) पृ. १४ पुणे विभागाचे आयुक्त ए. मॅकी यांचे गो. स. सरदेसाई यांना पत्र ता. १०-११-१९३०.

४८. तत्रैव पृ. १४४- गो. स. सरदेसाई यांच्या २१-११-१९३०च्या पत्राचा मसुदा डॉ. फोक्ट यांनी पुणे अर्काईव्हज, फाइल १९२९-१९३१ मधील म्हणून दिला आहे परंतु वरील दोन्ही पत्रे मला त्या फाइलमध्ये आढळली नाहीत. (लेखक.)

४९. पी. ए., सरकार – सरदेसाई, फाइल जुलै १९२९ ते जून १९३३ पृ. ४२६ (पेशवे दफ्तर खंड १७चे परीक्षण कोणत्या मासिकात आले होते, त्या मासिकाचे नाव या फाइलमध्ये आढळत नाही.)

५०. तत्रैव पृ. ५५१.

❏

८
अभिलेखागारावरील बंधने आणि
मराठी संशोधकांची प्रतिक्रिया – १९वे शतक

१८१८ साली मराठ्यांना युद्धात हरवून ब्रिटिशांनी एक प्रकारे सारा भारत देश आपल्या वर्चस्वाखाली आणला. मराठ्यांना आपल्या नजीकच्या काळातील भव्य ऐतिहासिक कामगिरीचे स्मरण सतत होऊ नये म्हणून जॉन मेकॉले, जेम्स मिलसारख्या पाश्चिमात्य विचारवंतांनी भारताचा इतिहास आणि संस्कृती यांविषयी आपल्या बांधवांची मने कलुषित करून ठेवली होती. त्यामुळे इंग्रज सरकारने 'मराठ्यांच्या इतिहाससंशोधकांवर घातलेले निर्बंध अत्यंत अन्यायकारक आहेत याची जाणीव विचारवंतांमध्ये प्रकर्षाने होऊ लागली होती. पाश्चिमात्यांनी मराठ्यांच्या इतिहासावर केलेले लेखन, अज्ञानमूलक, अपूर्ण, पूर्वग्रहदूषित आणि बखरवजा असल्याचे नीलकंठ जनार्दन कीर्तने या डेक्कन कॉलेजातील तरुण विद्यार्थ्याने 'मराठ्यांचे बखरीवर टीका' अथवा 'मराठ्यांच्या इतिहासाविषयी थोडेसे निरूपण' (१८६८) या निबंधात ग्रँट डफच्या इतिहासाची समीक्षा करून, 'ग्रँट डफचा इतिहास म्हणजे मराठ्यांच्या स्वाऱ्यांचा वृत्तान्त असून त्यात इतिहास असा काहीच नाही' असा निष्कर्ष व्यक्त केला होता.

पुढे तीस वर्षांनी इतिहासाचार्य वि. का. राजवाडे यांनी आपल्या 'मराठ्यांच्या इतिहासाची साधने' खंड १ला (१८९८) या ग्रंथाच्या प्रस्तावनेत ग्रँट डफच्या इतिहासग्रंथाचा चिकित्सकपणे अभ्यास करून ते म्हणतात, "मराठी बखरीपेक्षा त्याचा इतिहास जास्त व्यवस्थित आहे हे इकडील लोकांसही मान्य आहे; परंतु स्वतंत्र इतिहास या नात्याने त्या ग्रंथाची किंमत महाराष्ट्रातील इतिहासतज्ज्ञ निराळी करतात आणि म्हणूनच तो त्यांना जुना-पुराणा आणि त्याज्य वाटतो. या पुस्तकाला ते 'इंग्रजांना मराठ्यांची काही माहिती देणाऱ्या वृत्तान्ताचे इतिहासवजा पुस्तक' असे नाव दिले असता चालेल असे म्हणतात.[१]

विष्णुशास्त्री चिपळूणकर (१८५०-१८८२) :

कीर्तने आणि राजवाडे यांच्यामधल्या काळात स्वकीयांनी इतिहासलेखनाचे प्रयत्न का केले पाहिजेत हे समजावून देण्यासाठी विष्णुशास्त्री चिपळूणकर (१८५०-१८८२)

यांनी आपल्या 'निबंधमाला' (१८७४) या मासिकात 'इतिहास' या विषयावर एक दीर्घ निबंध लिहून इतिहास म्हणजे काय, इतिहासाचे उपयोग कोणते इत्यादी तात्त्विक विवेचन करून पाश्चिमात्य इतिहासकारांची पूर्वग्रहदूषित मते आणि इतिहासकर्ते मराठे यांच्याबद्दल काढलेले मानहानिकारक उद्‌गार यांसंबंधी विस्तृत विवेचन करून असत्यरूप व भ्रांतिरूप धुके जे या देशभर आजपर्यंत पसरून राहिले आहे त्याचे निरसन करून सत्यरूप सूर्याचा व ज्ञानाचा खरा उदय अजूनही व्हावा अशी आजची तर स्थिती आहे,[३] याची जाणीव महाराष्ट्रातील विचारवंतांना आपल्या लेखाद्वारे करून दिली आहे.

चिपळूणकरांनी 'इतिहास' या विद्याशाखेविषयी मांडलेल्या विचारांचा, मराठ्यांच्या इतिहासलेखनाचा आढावा घेताना थोडक्यात परामर्श घेणे उपयुक्त ठरेल.

'इतिहास' हा लेख निबंधमालेच्या ६ ते ८ या तीन मासिकांत विभागला असून, त्यात इतिहासाची व्याख्या, आपल्या देशासंबंधी परकीयांचे विपुल आणि स्वकीयांचे अल्प लिखाण यांची कारणमीमांसा आणि इतिहासाचे उपयोग यांसंबंधीचे विस्तृत आणि सुबोध विवेचन केले आहे. इतिहासाचे स्वरूप किती दांडगे आहे हे सांगताना चिपळूणकर त्या विषयाची अनेक अंगे व उपांगे यांची चर्चा करतात. जगाच्या संदर्भात आपल्या देशाचा इतिहास सांगताना भूगोल व कालक्रम यांचे भान राखून देशातील उद्योग, कला, रीतीरिवाज, पेहेराव इत्यादी लहानसहान गोष्टींचीदेखील इतिहासात माहिती आली पाहिजे. सारांश, इतिहास म्हणजे इतिवृत्त. 'इति-ह-आस' म्हणजे याप्रमाणे झाले म्हणजे मागे घडलेला वृत्तान्त मुळारंभापासून आजपर्यंत ज्या ज्या गोष्टी घडल्या त्या सर्वांचे टिपण ज्या ग्रंथात केलेले असते त्याचे नाव 'इतिहास', असे इतिहासाच्या व्याप्तीविषयीचे विवेचन चिपळूणकरांनी केले आहे. 'इतिहास' म्हणजे 'बखर' नव्हे. या दोन्हींमधील भेद सांगताना ते म्हणतात, ''पहिल्यास (बखरीस) प्रमाण केवळ ऋषींचे पुराणातील लेखच काय ते होत, तर दुसऱ्यास (इतिहासास) त्याहून सबळ असे अनेक आधार लागतात.[४]

प्रारंभीच्या काळात आपल्याकडे इतिहासलेखन फारसे झाले नाही, याची कारणमीमांसा करताना चिपळूणकर म्हणतात, ''पाश्चिमात्य देशांप्रमाणे प्राचीन काळात आपल्याकडे मोठे युद्धप्रसंग, मोठ्या राज्यक्रांती वगैरे जी इतिहासाची सामग्री ती नसल्यामुळे इतिहास लिहून ठेवण्याचा पाठ इकडे पडला नसेल असे वाटते. दुसरे एक कारण म्हणजे आपल्या लोकांचा कल, प्रवृत्तिमार्गापेक्षा निवृत्तिमार्गाकडे अधिक असल्याने रक्तपात, राज्यांच्या घडामोडी वगैरे गोष्टींची वर्णने करून नरस्तुती गात बसण्याचा विचार त्यांनी फारसा केला नाही.[५]

अर्थात, इतिहासाची योग्यता आपले लोक जाणत नव्हते असे नाही, असे विधान करून काश्मिरच्या राजाचा इतिहास सांगणाऱ्या कल्हणाच्या 'राजतरंगिणी' या संस्कृत ग्रंथाचा आणि अयोध्येच्या नबाबाच्या आज्ञेनुसार काशिराज पंडिताने रचलेल्या

पानिपतच्या लढाईवर रचलेल्या फार्सी ग्रंथाचा उल्लेख केला आहे. असे अपवाद वगळता इतिहासाचा अभाव हे आपल्या प्राचीन विद्येचे मोठेच व्यंग होय अशी कबुली चिपळूणकर देतात.[६]

प्रस्तुत निबंधात इतिहासाच्या उपयोगांची चर्चा विस्ताराने केली आहे. त्यांच्या मते (१) जिज्ञासातृप्ती, (२) नीतिबोध, (३) मनास उन्नती व प्रसन्नता देणे, (४) मनोरंजन. उत्तम शैलीत लिहिलेला इतिहास मनाला आल्हाद देतो. (५) नीतिज्ञान प्राप्त होते. राजकारणी, मुत्सद्दी लोकांस 'पुढच्यास ठेच मागचा शहाणा' या म्हणीप्रमाणे पूर्वजांचा अनुभव उपयोगी पडतो. (६) मनाचे पोषण. इतिहासाच्या वाचनाने व मननाने मनाच्या निरनिराळ्या शक्ती प्रगल्भ दशेस पोचतात, स्मरणशक्ती वाढते.[७]

येथवर इतिहासाविषयी सामान्य विवेचन करून या निबंधाच्या शेवटच्या म्हणजे आठव्या अंकात आपल्या देशाच्या इतिहासाविषयी त्यांनी आपले विचार मांडले आहेत. आपल्या देशाविषयी एकंदर जगाच्या मताचा विचार करताना ब्रिटिश प्रशासक सर जॉन माल्कम आणि कोलब्रुक संस्कृत पंडित या दोघांचा अपवाद वगळता इतर पाश्चिमात्य लोकांनी विशेषत: मिशनऱ्यांनी जे लेखन केले आहे ते अज्ञानमूलक आहे असे मत व्यक्त करून आपल्या लोकांना एक महत्त्वाचा सल्ला दिला आहे. ते म्हणतात, "आमच्या लोकांस इतकेंच सुचवितों की केवळ स्वार्थसाधु मिशनरी लोकांच्या किंवा अजाणत्या हटवादी इंग्रज ग्रंथकारांच्या म्हणण्यावरून आपली पारख करून घेणें हें अप्रायोजकपणाचें व आपणांस अत्यंत लज्जास्पद असें कृत्य आहे. वरील साहसी लोकांचें अज्ञान व दुराग्रह त्यांच्या पदरांत घालून त्यांस चीप न बसवितां त्यांच्या अद्वातद्वा बडबडीस आपण उलटी मानच डोलवीत गेलों, तर मग आपण जसें शरीरानें परकी लोकांचे गुलाम झालो आहो तसेंच मनानेंही झालेले होऊं."[८]

'हिंदुस्थानचा इतिहास' या शीर्षकाखाली लिहिलेल्या पुस्तकात हिंदुस्थानाविषयी किती किरकोळ माहिती असते हे वाचकांच्या नजरेस आणून देण्यासाठी मॉरिससाहेबाच्या इतिहासग्रंथाचा दाखला दिला आहे. या साहेबांनी अगदी मुळापासून तो तहत इ. स. १७३९ पर्यंतचा इतिहास सरासरी तीस-पस्तीस पानांत ओढून टाकून बाकीचा सर्व इंग्रजांच्या मजकुराने भरला आहे. पेशव्यांचे तर त्यात बिलकुल नावसुद्धा नाही. अकबराचा पन्नास वर्षांचा इतिहास एका पानांत भरला आहे. आमच्या शिवाजीची दशा तर कांहीं पुसूंच नये. एकंदर मजकूर सुमारे दोन-अडीच पाने आहे, पण तेवढ्यात या विद्वान इतिहासकारानें शंभर चुका केल्या आहेत. शिवाजीमहाराजांचा राज्याभिषेक दहा वर्षे अगोदर ओढला आहे. अफझलखानास तीस वर्षे उशिराने मारले आहे. संभाजीचा वध वगैरे गोष्टी शिवाजी जिवंत असतानाच घडविल्या आहेत !

दुसरे एक उदाहरण 'पेनी सैक्लो पीडिया' नावाच्या ग्रंथाचे दिले आहे. यात

मराठ्यांच्या इतिहासाविषयी अपूर्व माहिती दिली आहे. यात बाळाजी विश्वनाथाचा पुत्र बाळाजी बाजीराव; धाकट्या माधवरावाचे नाव शिवाजी माधवराव, त्याचा पुत्र दुसरा बाजीराव. मुंबई विद्यापीठाच्या बी.ए.च्या परीक्षेत मराठ्यांच्या इतिहासावर कशा प्रकारचे प्रश्न विचारले जात होते याचा नमुनाही या निबंधात आहे. उदाहरणार्थ 'पेशव्यांची वंशावळ लिहा.' 'पानिपतची लढाई केव्हा, कोठे व कोणामध्ये झाली? तिचे परिणाम काय झाले?' इत्यादी 'एकंदरीत आमच्या देशाकडे इंग्रजांचें फारच दुर्लक्ष व फारच तिरस्कार.'[९]

वाचकांच्या मनावर काही गोष्टी ठामपणे बिंबविण्याच्या दृष्टीने चिपळूणकर म्हणतात, ''प्रस्तुतचे इंग्रजी इतिहास फारच अपुरते, म्हणजे संस्थानिक वृत्तान्ताखेरीज आमच्या विद्या, कला, स्थिति, रीति वगैरेंविषयी त्यांत बिलकुल एक अक्षरहि असत नाहीं. दुसरी ही कीं, आमच्या मराठींत इतिहास चांगला वाचण्याजोगा म्हटला तर मुळींच नाहीं व एकंदर लोकांत त्याविषयीं एवढें अज्ञान असण्याचें एक मोठें कारण तेंच आहे.[१०]

चिपळूणकरांचा हा मार्गदर्शक निबंध आणि त्याचबरोबर ब्रिटिशांची मराठ्यांच्या इतिहाससंशोधनाबद्दलची प्रतिकूल भूमिका यांमुळे एक प्रकारे अस्सल साधनांवर आधारित आपल्या लोकांचा इतिहास आपणच लिहिला पाहिजे ही भावना मराठी विचारवंतांच्या मनात वाढीस लागली आणि त्या दृष्टीने नवे संशोधक पुढे आले आणि त्यांनी आपल्या परीने मराठ्यांच्या इतिहासलेखनास आवश्यक ती परिस्थिती निर्माण केली. १८७८ साली काशिनाथ नारायण साने आणि बाळाजी जनार्दन मोडक यांनी 'काव्येतिहाससंग्रह' नावाचे इतिहासाला वाहिलेले मासिक सुरू केले. त्याच्यामागे विष्णुशास्त्री चिपळूणकरांची प्रेरणा होती. या मासिकाच्या 'संस्कृत कविता' या विभागाचे संपादन ते करीत असले तरी संपादकमंडळावर त्यांनी आपले नाव घालू दिले नाही. निबंधमालेवर असलेल्या ब्रिटिशांच्या रोषाची बाधा या नव्या मासिकाला होऊ नये म्हणून चिपळूणकरांनी हा सहभाग अप्रत्यक्षच ठेवला.

मराठ्यांच्या इतिहासाच्या स्वरूपाचे सार्थ आकलन कसे होते, हे निबंधमालेच्या क्रमांक ४९च्या अंकात काव्येतिहाससंग्रहाच्या कार्याचा जो आढावा घेतला आहे त्यावरून स्पष्ट होते. मराठ्यांच्या समग्र इतिहासाचे निरूपण तीन खंडांत करावे असे त्यांचे मत त्यांनी या लेखात मांडले आहे. पहिल्या खंडात, प्रारंभी मराठे लोकांची स्थिती शिवाजी महाराजांच्या पूर्वी कशी होती, त्यांस पुढे जे एवढे वैभव प्राप्त झाले, त्यास कारणीभूत असे त्यांच्या अंगी मूळचे गुण कोणते व कितपत होते व वरील राज्यस्थापकाने त्यांचा विकास कोणत्या प्रकारे केला इत्यादी गोष्टी उपोद्घातात सांगून नंतर शिवकालातील घडामोडी विशेषतः शिवाजी आणि त्यांचे मावळे सहकारी, सनदी आणि लष्करी प्रशासन, आरमार, मोगलांशी संघर्ष, रामदास, तुकाराम इत्यादी संतांचे कार्य, प्रभुलोकांचे पराक्रम इत्यादी भाग पहिल्या खंडात समाविष्ट करावा.

दुसऱ्या खंडाचा विषय प्रामुख्याने संभाजीराजे ते पुण्यश्लोक शाहू यांच्या कालखंडासंबंधी म्हणजे १६८० ते १७४९ पर्यंतचा असावा.

तिसऱ्या खंडात शाहूच्या निधनानंतरच्या काळापासून मराठ्यांच्या सत्तेचा अस्तापर्यंतचा म्हणजे १७४९-१८१८पर्यंतच्या कालखंडाच्या इतिहासाचा अंतर्भाव असावा. प्रस्तुत संदर्भात चिपळूणकर म्हणतात, ''यापुढे तर मराठ्यांचा इतिहास म्हणजे साऱ्या हिंदुस्थानाचा इतिहास, का की चारी मुलखांत त्यांचे सत्ताधारी कायम राहिले. तेव्हां नदीचें पात्र रुंदावत जातां जातां समुद्रसंगमाच्या स्थानीं जसें अफाट होऊन सागराशी एकात्म होऊन जातें, त्याप्रमाणें वरील काळाच्या इतिहासांत अवघ्या भारतवर्षाच्या इतिहासाचा अंतर्भाव होतो! यापुढें छत्रपतींचें किंवा पेशव्यांचें घराणें हें मागील सूत्र सुटून शिंदे, होळकर, गायकवाड, भोसले, पवार, बुंदेले, पटवर्धन इत्यादी शाखांच्या पृथक् विस्तारात शिरावे लागते.'' या इतिहासात मराठ्यांच्या मोहिमा आणि मुत्सद्द्यांच्या मसलतींबरोबरच मराठ्यांची न्यायव्यवस्था, वाङ्मय, लोकस्थिती, धर्मपंथ, लोकातील उत्सव, रीतरिवाज, पेहराव वगैरे सर्व कांही इतिवृत्त आलें पाहिजे. थोडक्यात, मराठे लोकांविषयीं अमुक प्रकारची माहिती यांत मिळत नाहीं असें जोपर्यंत राहील तोपर्यंत 'महाराष्ट्र देशाचा इतिहास अपूर्णच समजावयाचा.'[११] मराठ्यांच्या इतिहासासंबंधीचे चिपळूणकरांचे हे विचार त्यांच्या द्रष्टेपणाचे द्योतक आहेत. मराठ्यांच्या इतिहासाची मर्यादा केवळ राजकीय इतिहासापुरतीच मर्यादित न राहता मराठ्यांच्या सामाजिक, आर्थिक इतिहासाचादेखील त्यांत अंतर्भाव झाला पाहिजे असे त्यांनी सुचविले आहे. मराठ्यांच्या इतिहासलेखनाच्या इतिहासाचा आढावा घेताना चिपळूणकरांच्या या विचारांना अग्रक्रम देणे आवश्यक आहे.

प्रारंभीचे संशोधक : काशिनाथ नारायण साने (१८५१-१९२७) :

प्रारंभीच्या संशोधकांच्या श्रेयनामावलीत प्रथम 'काशिनाथ नारायण साने' या मुंबई सरकारच्या शिक्षण खात्यात नोकरीस असलेल्या संशोधकाचे नाव घ्यावे लागेल. साने यांनी पुण्याच्या डेक्कन कॉलेजमधून १८७३ साली बी. ए. ची पदवी संपादन केली आणि नंतर त्यांनी मुंबई सरकारच्या शिक्षण खात्यात नोकरी पत्करली आणि ते या खात्यातील डेप्युटी इन्स्पेक्टर पदापर्यंत पोहोचले. परंतु, सरकारने त्यांचा 'इन्स्पेक्टर' पदाचा न्याय्य हक्क डावलल्यामुळे त्याच्या विरोधात त्यांनी १९०८ साली स्वेच्छानिवृत्ती स्वीकारली. सरकारने त्यांची विनंती मान्य केली, परंतु दीर्घकालपर्यंत त्यांनी प्रामाणिकपणे केलेल्या नोकरीची योग्य ती दखल घेऊन इंग्लंडच्या पंचम जॉर्ज बादशहाच्या वाढदिवसाच्या निमित्ताने त्यांना 'रावबहादूर' हा किताब बहाल केला.

सरकारी नोकरीच्या निमित्ताने साने यांना मुंबई इलाख्यातील निरनिराळ्या शाळांना

भेटी द्याव्या लागत. नीळकंठ जनार्दन कीर्तने यांच्या ग्रँट डफच्या इतिहासावरील परीक्षणामुळे आणि विष्णुशास्त्री चिपळूणकरांच्या 'इतिहास' या निबंधामुळे स्वदेशाच्या इतिहासासंबंधी त्यांच्या मनामध्ये प्रेम निर्माण झाले. इतिहास हा स्थानिक अस्सल साधनांच्या आधारे लिहिला गेला पाहिजे ही कीर्तने-चिपळूणकरांची विचारसरणी त्यांना पुरेपूर पटली होती. त्यामुळे शाळातपासणीच्या निमित्ताने ते ज्या गावांमध्ये जाऊ लागले तेथे काही ऐतिहासिक साधने, बखरी, जुनी काव्ये मिळतील का, याची चौकशी करू लागले आणि त्यांच्या जे हाती आले, ते लोकांपर्यंत नेण्याच्या उद्देशाने त्यांनी विष्णुशास्त्री चिपळूणकर आणि बाळाजी जनार्दन मोडक यांच्या साहाय्याने 'काव्येतिहाससंग्रह' या मासिकाची मालिका १८७८ साली सुरू केली. या मासिकाशी चिपळूणकरांचा संबंध असला तरी मंडळाच्या अधिकृत संपादकमंडळावर त्यांचे नाव घालण्यास त्यांनी संमती दिली नाही. कारण त्यांच्या 'निबंधमाला' या मासिकावर सरकारचा रोष असल्याने त्याची झळ या नव्या मासिकाला लागू नये असा त्यांचा शुद्ध हेतू यामागे होता.

काव्येतिहाससंग्रहातील इतिहासविषयक कागदपत्रांची जबाबदारी प्रामुख्याने साने यांच्याकडे होती आणि संस्कृत आणि मराठी काव्ये ही अनुक्रमे चिपळूणकर आणि मोडक यांच्यावर सोपविली होती.

'काव्येतिहाससंग्रह' फक्त ११ वर्षे चालले; पण या छोट्या कालखंडात उपयुक्त अशी ६३०० पाने छापली. यात एकूण २२ ऐतिहासिक ग्रंथ, प्रामुख्याने मराठी बखरी, ५०१ ऐतिहासिक कागदपत्रे, १९ मोठे संस्कृत ग्रंथ आणि १० मराठी काव्यसंग्रह इतकी सामग्री प्रसिद्ध केली होती. १८८८ च्या डिसेंबर महिन्यापर्यंत हे मासिक चालले. परंतु, सान्यांनी आपले इतिहासाचे कार्य अखंडपणे चालूच ठेवले होते. राजवाड्यांनी पुणे येथे १९१० साली स्थापन केलेल्या भारत इतिहास संशोधक मंडळाशी त्यांचे निकटचे संबंध होते. समकालीन इतिहास संशोधक मंडळी म्हणजे वासुदेवशास्त्री खरे, सर जदुनाथ सरकार, वि. ल. भावे, द. वा. पोतदार यांच्याशी त्यांचे मित्रत्वाचे संबंध होते.

हे मासिक सुरू करण्याचा उद्देश संपादकांनी स्पष्टपणे मांडला आहे. 'लोकांच्या अनभिज्ञतेमुळे, अज्ञानामुळे व गैरसमजुतीमुळे आजपर्यंत लक्षावधी ग्रंथ वाण्यांच्या दुकानी गेले असतील व अद्याप दरवर्षी सहस्रावधी जात आहेत. असे होता होता दहा-वीस वर्षांत क्वचितच दृष्टीस पडतील. देशाची ही भयंकर हानी थांबविण्यासाठी हे मासिक सुरू करण्यात आले'.[१२]

काव्येतिहाससंग्रहातील कार्याबद्दल साने यांना सार्थ अभिमान होता असे त्यांचे निकटवर्ती जदुनाथ सरकार म्हणतात, "या मासिकाच्या कार्याने १८१७च्या शेवटच्या इंग्रजांबरोबरच्या लढाईत पराभूत झाल्यामुळे महाराष्ट्रात सर्वत्र नैराश्याचे वातावरण निर्माण झाले होते, देशाभिमानाचा लोप झाला होता. परंतु, काव्येतिहास- संग्रहाच्या कार्यामुळे

राष्ट्राभिमानाची ज्योत पेटविली गेली. जुने ऐतिहासिक ग्रंथ आणि कागदपत्रे प्रसिद्ध करण्याची प्रबळ इच्छा विचारवंतांच्या मनात उफाळून आली.[१३] काव्येतिहाससंग्रहाने केवळ जनतेत स्वभाषा, स्वदेश आणि स्वधर्म यांच्याबद्दल अभिमान निर्माण केला एवढेच नव्हे तर वासुदेवशास्त्री खरे, वि. का. राजवाडे आणि द. ब. पारसनीस सारख्या पुढे नावारूपास आलेल्या संशोधकांना ऐतिहासिक कागदपत्रे गोळा करणे, त्यांचे संरक्षण आणि प्रसिद्धी करणे या कार्यासाठी प्रेरणा मिळाली.

साने यांनी काही ऐतिहासिक कागदपत्रे प्रसिद्ध केली असली तरी त्यांनी प्रामुख्याने 'बखरींचे युग' निर्माण केले असे म्हणावे लागेल. बखरी म्हणजे मराठी भाषेतील 'आद्य ग्रंथ' असे साने मानीत. त्यांचे जर रक्षण केले नाही तर पूर्वीची भाषा होती कशी, लोक बोलत होते कसे, शब्दयोजना कशी होती व वाक्यरचनेचा प्रकार कसा होता इत्यादी भाषेसंबंधीची गोष्ट ज्यास महाराष्ट्र भाषेचे पूर्ण ज्ञान संपादन करावयाचे आहे त्यास आवश्यक आहे.[१४] बखरीच्या संपादनप्रकाशनाकडे सान्यांनी विशेष लक्ष पुरविले याचे मुख्य कारण म्हणजे बखरीची भाषा सामान्य माणसाला सहजपणे समजेल अशी असल्याने आपला इतिहास सामान्यजनात पोहोचविणे सुलभ होईल हे होते. याच कारणासाठी त्यांनी सुमारे १८ 'बखरी' आणि 'कैफियती' आपल्या मासिकातून प्रसिद्ध केल्या. त्यांनी चिकित्सकपणे संपादित केलेल्या कृष्णाजी अनंत सभासद विरचित 'शिवछत्रपतींचे चरित्र', कृष्णाजी विनायक सोहनी विरचित 'पेशव्यांची बखर', मल्हार रामराव चिटणीसकृत 'शककर्ते श्री शिवछत्रपती महाराज यांचे सप्तप्रकरणात्मक चरित्र' इत्यादी बखरी आजही उत्तम संपादनाचा आदर्श म्हणून इतिहासाचे अभ्यासक मानतात. 'स्कूल इन्स्पेक्टर' म्हणून त्यांना जे शाळातपासणीसाठी दौरे काढावे लागत त्यातूनच त्यांनी ही ग्रंथसंपदा मिळविली होती.

'बखरी' म्हणजे 'इतिहास' नव्हे याची त्यांना पूर्ण जाणीव होती. इतिहासाची मर्यादित स्वरूपात ओळख करून देण्याचे ते एक साधन होते. बखर संपादन करताना ती मुळाबरहुकूम छापून काढली. फक्त ती कोठे सापडली याची माहिती दिली आणि त्यात जी गावे आली त्यांची माहिती दिली. एकाच बखरीच्या दोन किंवा अधिक हस्तलिखित प्रती सापडल्या तर त्यांतील मजकुराची सर्वप्रकारे छाननी करीत आणि त्यांच्यात जे हस्तलिखित अधिकृत आणि संपूर्ण असेल तेच प्रकाशनासाठी निवडीत आणि असे करीत असताना एकाच घटनेसंबंधी अन्य प्रतीत जी निराळी माहिती असेल ती तळटिपात नमूद करीत. आवश्यक तेथे बखरीतील विधाने उपलब्ध अस्सल ऐतिहासिक कागदपत्रांशी ताडून पाहात आणि त्याची नोंद देत. उदाहरणार्थ, त्यांनी संपादन केलेल्या मल्हारराव चिटणीस यांचे 'शिवचरित्र'. यात मूळ बखर ३७६ पृष्ठांची आहे, पण त्यांच्या तळटिपांची पृष्ठसंख्या ११४ आहे. सान्यांच्या चिकित्सक संपादनाची भलावण तत्कालीन डॉ. रामचंद्र गोपाळ भांडारकर, 'लोकहितवादी' इत्यादी विचारवंतांनी केली आहे. महामहोपाध्याय

दत्तो वामन पोतदार म्हणतात, ''सानेंचे संपादन फार उच्च दर्जाचे झालेले आहे. त्यात चालढकल नाही. टिपा, शुद्धाशुद्ध इत्यादी सर्व गोष्टींविषयी साने यांनी फारच मेहनत घेतली आहे.[१५]

बखरीच्या संपादन प्रकाशनाला जरी साने यांनी अग्रक्रम दिला असला तरी ऐतिहासिक कागदपत्रांचे महत्त्व त्यांना कळत नव्हते असे म्हणता येणार नाही. काव्येतिहाससंग्रहातून त्यांनी बखरींबरोबरच ५०१ ऐतिहासिक कागदपत्रही प्रसिद्ध केले. सानेंच्या मते या पत्रांचा आणि किरकोळ लेखांचा उपयोग इतिहासाच्या कामी बारीक बारीक गोष्टींचा निर्णय करण्यास व खाचाखोचा भरून काढण्यास होतो. तसेच पत्रे लिहिण्याची पद्धती, लेखकाचा स्वभाव, तेव्हाची लोकस्थिती जाणून घेण्यासदेखील ही पत्रे उपयोगी पडतात. इतिहासाचार्य राजवाडे यांच्या मते यातील बहुतेक पत्रे पूर्णपणे विश्वसनीय व अस्सल आहेत. या पत्रांच्या साहाय्यानेच बखरीतील मजकुराच्या खरे-खोटेपणाचा निर्णय व्हावयाचा आहे. बखरीतील कालविपर्यासाचा परिहार हीच पत्रे करतील व बखरीत जी माहिती दिली नाही ती हीच पत्रे देतील''. त्याचबरोबर इतिहासरचनेपेक्षाही पुराव्याच्या रूपाने या पत्रांचा विशेष उपयोग होण्यासारखा आहे असेही राजवाड्यांनी स्पष्ट केले आहे. या संग्रहात शहाजी (१), शिवाजी (२), राजाराम (१), बाळाजी विश्वनाथ (५), पहिला बाजीराव (२६), नानासाहेब पेशवा (१५९), माधवराव (३२), नारायणराव (२३४), दुसरा बाजीराव (२१), याशिवाय शकावली (३), वंशावळी (७), हिशेबी कागद (१), इंग्रजी (२), आणि किरकोळ (७) अशी ५०१ पत्रे आली आहेत.[१६]

का. ना. साने यांची ग्रंथसंपदा

(अ) बखरी :

(१) कृष्णाजी विनायक सोहनी विरचित 'पेशव्यांची बखर' (१८७८-१८७९) पृ. ३४०, ५वी आवृत्ती १९२५, पृ. २५१.

(२) कृष्णाजी शामराव विरचित 'भाऊसाहेबांची बखर' (१८७९) पृ. १३६. ५वी आवृत्ती १९३२, पृ. १८०.

(३) खर्ड्याच्या स्वारीची बखर (१८८५) पृ. २४

(४) चित्रगुप्त विरचित, 'शिवाजी महाराजांची बखर' (१८८८) पृ. १७१.

(५) रघुनाथ यादव कृत 'पानिपतची बखर' (१८८५) पृ. ५१.

(६) श्रीमंत नारायणराव पेशवे यांची बखर (१८८७) पृ. १८.

(७) 'साष्टीची बखर' (१८८२) पृ. २२

(८) काशिराज राजेश्वर गुप्ते विरचित 'नागपूरकर भोसल्यांची बखर' (१८८५)

पृ. १९८. (वामन दाजी ओक यांच्या सहकार्याने)

(९) जयरामस्वामी वडगावकर बखर (१८८९) पृ. ४९.

(१०) मराठी साम्राज्याची छोटी बखर (१८८९) पृ. ११२

(ब) कैफियती :

(१) भाऊसाहेबांची कैफियत (१८८७) पृ. २९

(२) दाभाडे सेनापती व गायकवाड यांची हकीगत (१८८७) पृ. ५०

(३) होळकरांची कैफियत (१८८६) पृ. १३९.

(क) चरित्रे :

मल्हार रामराव चिटणीस कृत :

(१) शककर्ते श्री शिवछत्रपती महाराज यांचे सप्तप्रकरणात्मक चरित्र (१९२४) पृ. ३२६.

(२) थोरले शाहू महाराज यांचे चरित्र (१८८३) पृ. १०४.

(३) श्रीमंत छत्रपती धाकटे रामराजे व धाकटे शाहूमहाराज यांची चरित्रे (१८८४) पृ. १०७.

(४) श्रीमंत छत्रपति संभाजीमहाराज आणि थोरले राजाराममहाराज यांची चरित्रे (१८८२) पृ. ८३ आवृत्ती ३री (१९१५) पृ. १०४.

(५) धाबडशी येथील ब्रह्मेंद्रस्वामी ऊर्फ भार्गवबाबा यांचे चरित्र (१८८२)पृ. ४४.

(६) रामदासस्वामी पृ. ११.

(७) विठ्ठल शिवदेव विंचूरकर (१८८३).

(८) कृष्णाजी अनंत सभासद विरचित शिवछत्रपतींचे चरित्र पृ. ९२ आवृत्ती ४थी १९२६, पृ. १२१.

(ड) काव्यबद्ध चरित्रे :

(१) श्रीमंत नारायणराव पेशवे (१८८७) पृ. १८ (पांडुरंग कविकृत).

(२) गोविंदपंडित कृत प्रभुवंशकाव्य पृ. २०.

(३) पुरुषोत्तम पंडित कृत 'श्री शिवकाव्यम्' (१८८७) पृ. १२६.

(४) भूषण कविकृत शिवराज्यभूषण काव्य.

(इ) इतर :

(१) नागपूरकर भोसल्यांचे कागदपत्र (१८८९) पृ. १५०. (वामन दाजी ओक यांच्या सहकार्याने).

(२) पंतप्रधान शकावली (१८८३) पृ. ४०.

(३) पत्रे यादींचे पुस्तक (१८८७) पृ. ५६६.

(४) मल्हार रामराव चिटणीस कृत राजनीति (१८८७) पृ. ९०.

(५) वाड कृत पेशवे दफ्तरातल्या १५ खंडांपैकी ९वा खंड, माधवराव पेशवा (१९११) पृ. ३०१.

(६) मराठी भाषेची लेखनपद्धती.

(आधार : गो. स. सरदेसाई, त्र्यं. शि. शेजवलकर, द. वि. आपटे, वि. स. वाकसकर यांनी सहविचार त्रैमासिकात प्रसिद्ध केलेली सूची आणि का. ना. साने यांचा 'काव्येतिहाससंग्रह.'

टिपा आणि संदर्भ

१. राजवाडे वि. का. :ऐतिहासिक प्रस्तावना. चित्रशाळा प्रेस, पुणे १९२८, पृ. २९-३०.

२. चिपळूणकर वि. कृ. : निबंधमाला नवी आवृत्ती, चित्रशाळा प्रेस, पुणे (विष्णुशास्त्री) १९१७, पृ. ६१-१०७.

३. तत्रैव पृ. १०७

४. तत्रैव पृ. ६२

५. तत्रैव पृ. ६३

६. तत्रैव पृ. ६५

७. तत्रैव पृ. ६८-७८

८. तत्रैव पृ. ९५-९६

९. तत्रैव पृ. १००-१०१

१०. तत्रैव पृ. १०५

११. तत्रैव पृ. ४८५-८७

१२. काव्येतिहाससंग्रह, पुणे, अंक १ला, जानेवारी १८७८, पृ. १

१३. सरकार, हाउस ऑफ शिवाजी, कलकत्ता, ५वी आवृत्ती (१९५५) पृ. २९६.

१४. काव्येतिहाससंग्रह अंक १, १८७८ पृ. २.

१५. लोणकर र. ल. संशोधक वर्ष ५७, खंड १-२, धुळे १९८९, पृ. ७७. पहा : अरविंद ताटके : संशोधक सप्तर्षि,पुणे १९६२.

१६. राजवाडे : पूर्वोक्त (टीप-१) पृ. ५

❑

१

वासुदेव वामन खरे–तथा वासुदेवशास्त्री खरे

(१८५८–१९२४)

वासुदेव वामनशास्त्री खरे जे इतिहासजगतात वासुदेवशास्त्री खरे या नावाने ओळखले जातात ते मराठ्यांच्या इतिहासाचे एक आद्य संशोधक होते. त्यांनी प्रामुख्याने पानिपतानंतरच्या मराठ्यांच्या इतिहासाच्या संशोधनाच्या क्षेत्रात पायाभरणीची कामगिरी केली.त्या दृष्टीने त्यांची गणना 'राष्ट्रीय इतिहासकार' या मालिकेत करता येईल. महाराष्ट्रात तो काळ राजकीय, सामाजिक प्रबोधनाचा होता. इतिहाससंशोधक का. ना. साने, राजकारणधुरंधर लोकमान्य बाळ गंगाधार टिळक, समाजसुधारक गोपाळ गणेश आगरकर, पत्रकार, साहित्यिक नरसिंह चिंतामण केळकर इत्यादी विविध क्षेत्रांतील विभूती, खरेशास्त्रींचे समकालीन होते.

वासुदेवशास्त्री खरे यांनी इतिहाससंशोधनाचे कार्यक्षेत्र निवडले आणि आपले संपूर्ण आयुष्य मिरजकर पटवर्धन सरदार यांच्या संग्रही असलेल्या अमूल्य अशा मिरजमळ्यातील ऐतिहासिक दस्तऐवजांच्या अभ्यासासाठी वेचले. मिरजेचे पटवर्धन घराणे हे पेशवे कालखंडातील विशेषत: पानिपतोत्तर काळातील एक अग्रक्रमांकाचे सरदार घराणे होते.

वासुदेवशास्त्री खरे यांचा जन्म कोकणातील गुहागर या गावी ५ ऑगस्ट १८५८ रोजी एका गरीब चित्पावन ब्राह्मण घराण्यात झाला. वासुदेवशास्त्रींनी पारंपरिक संस्कृत विद्येचा अभ्यास त्या काळचे साताऱ्याचे नामांकित संस्कृत पंडित अनंताचार्य गजेंद्रगडकर यांच्याकडे केला. साताऱ्यात असताना उदरनिर्वाहासाठी म्हणून १८७६ साली 'महाराष्ट्रमित्र' साप्ताहिकात संपादकीय लेख लिहून आपल्या लेखनकार्याचा शुभारंभ केला. साताऱ्यातील आपला अभ्यासक्रम पूर्ण करून ते पुण्यास आले आणि दरमहा १५ रु. पगारावर एका शाळेत शिक्षकाची नोकरी पत्करली. त्यानंतर त्यांनी का. ना. साने यांच्या 'काव्येतिहाससंग्रह' या मासिक पत्रात काम करण्यास प्रारंभ केला. तेथे त्यांना थोर मराठी विचारवंत, विष्णुशास्त्री चिपळूणकर, जनार्दन बाळाजी मोडक, काशिनाथ नारायण साने, प्रा. श्री. ग. जिनसीवाले (विल्सन कॉलेज) इत्यादी थोर व्यक्तींच्या सहवासात काम करण्याची संधी मिळाली. विष्णुशास्त्रींच्या गैरहजेरीत ते 'संस्कृत' काव्याचे संपादन

करण्याच्या कामी साऱ्यांना मदत करीत. विष्णुशास्त्री चिपळूणकरांचे वडील कृष्णशास्त्री चिपळूणकर यांनी वासुदेवशास्त्रींना सल्ला दिला की, प्रथम इंग्रजी शिकून, वकील होऊन अर्थप्राप्ती करावी आणि फावल्या वेळी एक छंद म्हणून मराठी ग्रंथ लिहावे; कारण केवळ ग्रंथलेखन हे काही उपजीविकेचे साधन होऊ शकत नाही. परंतु खरेशास्त्रींनी त्या सल्ल्याकडे विशेष लक्ष दिले नाही.

खरेशास्त्रींच्या बुद्धिमत्तेची चुणूक आणि त्यांच्यातील सुप्तगुणांची जाणीव लोकमान्य टिळक आणि आगरकर यांना झाली होती. त्यांनी शास्त्रींना आपल्या 'न्यू इंग्लिश स्कूल' या १८८० साली स्थापन झालेल्या शाळेत रुजू होण्यासाठी पाचारण केले. येथे एका गोष्टीची प्रामुख्याने दखल घेतली पाहिजे आणि ती म्हणजे १८८१ साली चिपळूणकर टिळक आगरकरांनी जे वृत्तपत्र सुरू केले त्याचे 'केसरी' हे नाव आणि त्याचे बोधकाव्य हे वासुदेवशास्त्री यांनीच सुचविले होते. केसरीचा पहिला अंक ४ जानेवारी १८८१ रोजी निघाला; त्याच्या शीर्षकाखाली 'गजालिश्रेष्ठा' या नंतरच्या अंकावर आलेल्या मराठी श्लोकाचा मूळ संस्कृत श्लोक 'स्थितिं नो रे दध्या:' हा छापला होता. त्याचे मराठी रूपांतर, 'गजालिश्रेष्ठा या निबिडतर कांतारजठरीं । मदांधाक्षा मित्रा क्षणभरिहि वास्तव्य न करी । नखाग्रांनी येथे गुरुतरशिला भेदुनि करि । भ्रमाने आहे रे गिरिकुहरि हा निद्रित हरि ।। हे वासुदेव शास्त्रींनी केले आणि आजतागायत ते केसरीचे बोधकाव्य म्हणून वापरले जाते.[१]

टिळकांच्या सांगण्यावरून त्यांनी १८८० साली मिरजेच्या न्यू इंग्लिश स्कूलमध्ये दरमहा ३० रु. पगारावर शिक्षकाची नोकरी पत्करली. वासुदेवशास्त्री मूळचे कवी वृत्तीचे. आपल्या शीघ्र कवित्वाने त्यांनी कागलकर सरदारांकडून शालजोडी बक्षीस मिळविली होती. पण मिरजेस आल्यावर तेथील पटवर्धन संस्थानचा ऐतिहासिक दफ्तरखाना पाहिल्यावर त्यांना इतिहाससंशोधनात रस निर्माण झाला. वास्तविक पुण्यास त्यांना ७५ रु. पगार मिळत होता पण टिळकांचा सल्ला शिरोधार्य मानून ते येथे कमी पगारावर आले आणि मिरज हीच त्यांनी आपली कर्मभूमी बनविली. मिरजेच्या शाळेतून ते निवृत्त झाले तेव्हा त्यांना दरमहा १५ रु. पेन्शन मिळत होते.

वासुदेवशास्त्रींनी 'इतिहास' हा आपला जीवनाचा विषय ठरविल्यानंतर त्यासाठी आवश्यक ती सर्व तयारी करण्यासाठी त्यांनी खूप मेहनत घेतली.[२] त्यांनी प्रथम इंग्रजी भाषेचे उत्तम ज्ञान संपादन केले आणि त्यानंतर मेकॉले, स्कॉट, गोल्डस्मिथ, बायरन, ग्रँट डफ, मरे, मिल, एलफिन्स्टन इत्यादी लेखकांच्या वाङ्मयाचा काळजीपूर्वक अभ्यास केला. रोम आणि ग्रीस या देशांच्या इतिहासाचा अभ्यास केला. बायरनच्या 'ओशन' या महाकाव्याचे मराठीत 'समुद्र' या शीर्षकाखाली भाषांतर केले. एक उत्तम संस्कृत शिक्षक अशी कीर्तीही त्यांनी संपादन केली. कालांतराने त्यांनी मिरजकर पटवर्धनांची मर्जी संपादन

करून त्यांच्या ऐतिहासिक दफ्तरखान्यात प्रवेशही मिळविला. प्रस्तुत संदर्भात वंग इतिहासकार जदुनाथ सरकार म्हणतात, ''खरेशास्त्रींची मिरजेतील नोकरी आणि त्यांचे त्या गावातील कायमचे वास्तव्य ही सर्व मराठ्यांच्या इतिहासावर प्रेम करणाऱ्यांना मिळालेली एक दैवी देणगीच होती. येथे काम होते आणि ते करण्यास योग्य असा माणूसही होता.''३

मराठ्यांच्या इतिहासाची मांडणी करण्यासाठी पटवर्धनांच्या दफ्तरखान्यात किती मौलिक ऐतिहासिक सामग्री होती याचे वर्णन करण्याची गरज नाही. नानासाहेब पेशव्यांच्या काळापासून (१७४०–१७६१) मराठी सत्ता नेस्तनाबूत होण्यापर्यंतच्या प्रदीर्घ कालखंडात पटवर्धन हे पेशव्यांचे एक निकटवर्ती सरदार होते. नाना फडणिसांच्या कारकिर्दीत पटवर्धन घराणे विशेष नावारूपास आले. पटवर्धन सरदारांनी मराठी सत्तेच्या शेवटच्या पर्वात बऱ्याच युद्धांत भाग घेतला होता आणि विविध सत्तास्थानेही मिळविली होती. पानिपतयुद्धानंतरच्या काळात राजकीयदृष्ट्या मिरज हे एक फार महत्त्वाचे ठिकाण बनले होते. पुण्याच्या दरबारातील पटवर्धनांचे वकील आपल्या धन्याला अथवा नातेवाइकांना पुण्यातील दैनंदिन हालचालींची सविस्तर माहिती पत्ररूपाने पोहोचवीत असत. त्यामुळे मिरजेचा दफ्तरखाना म्हणजे इतिहासाच्या साधनांचा एक मौलिक खजिनाच बनला होता.

दुसऱ्या बाजीरावाचे आणि पटवर्धनांचे स्नेहसंबंध फारसे चांगले नसल्याने आपल्या मिरज, कुरुंदवाड, तासगाव, जमखंडी आणि दक्षिण भारतातील काही अन्य ठाण्यांचे, युद्ध आणि लुटालूट यांपासून रक्षण करण्याच्या उद्देशाने पटवर्धनांनी ब्रिटिशांशी हातमिळवणी केली होती. इंग्रज–मराठे संघर्षातून अशारीतीने आपले अंग काढून घेतल्याने पटवर्धनांची सर्व ठाणी आणि विशेषत: त्यांचा ऐतिहासिक दफ्तरखाना अबाधित राहिला.

मिरजेजवळ मिरजमळा या ठिकाणी असलेल्या दफ्तरखान्यात खरेशास्त्रींनी १८९३ पासून सुमारे पाच ते सात वर्षे अविरत काम करून विविध प्रकारचे अस्सल ऐतिहासिक दस्तऐवज अभ्यासासाठी निवडले. मिरजमळ्यात कागदपत्रांचे सुमारे ३०० रुमाल, कालानुक्रमाने लावलेले आणि सुस्थितीत असलेले जतन करून ठेवले होते. त्या दफ्तरातील खरेशास्त्रींनी सुमारे चार लक्ष अस्सल कागदपत्र अधिक अभ्यासासाठी म्हणून निवडून काढले आणि दरमहा ७ ते ८ रुपये वेतनावर एका मोडी लिपिकाची नेमणूक करून त्या मोडी कागदांचे देवनागरीत लिप्यंतर करून घेतले आणि त्यांपैकी तीस हजार कागद आपल्या 'ऐतिहासिक लेखसंग्रह' (स. १८९७) या इतिहासाला वाहिलेल्या मासिकात प्रसिद्ध केले. मिरजमळ्यातील बहुतेक सर्व कागद त्यांनी वाचून काढले होते, परंतु ५०० वाचलेल्या कागदांतून एकच कागद प्रसिद्धीसाठी निवडला. मिरजेतील कागदपत्रांबरोबरच संदर्भासाठी म्हणून त्यांनी इचलकरंजी संस्थानाचे ऐतिहासिक कागद, वतनदारमंडळींचे दस्तऐवज आणि काही पुण्याच्या पेशवे दफ्तरातील कागदपत्रही अभ्यासले होते. या

खंडाच्या प्रस्तावनांसाठी त्यांनी या संदर्भसाहित्याचा उपयोग केला असावा.

प्रसिद्धीसाठी निवडलेले तीस हजार कागद त्यांनी एकूण बारा खंडांत १९०१-१९२४ या कालखंडात प्रसिद्ध केले. आर्थिक, शारीरिक अडचणींना तोंड देत त्यांनी हे काम तडीस नेले. शेवटच्या १२व्या खंडाचे लेखनकार्य हाती घेतल्यावर आपल्या हातून ते पूर्ण होईल किंवा नाही याची त्यांना काळजी लागली होती. मरणापूर्वी चार दिवस आधी त्यांची प्रकृती तपासण्यास कोल्हापूरचे एक डॉक्टर आले होते. त्यांनी डॉक्टरांना एकच विनंती केली, "तुम्ही सर्व डॉक्टर मिळून मला चार-पाच वर्षे काम करण्याइतपत बरा करा. ईश्वराने तशी सवड दिली तर ऐतिहासिक लेखसंग्रहाची मजल वसईच्या तहापर्यंत (१८०३) पोहोचवीन म्हणतो. माझ्याशिवाय ते काम करणारा दुसरा कोण आहे ?"

हाती घेतलेला बारावा खंड शास्त्रीबुवा पूर्ण करू शकले नाहीत. त्यांचे पुत्र यशवंतराव यांनी तो पुढे पुरा केला. या खंडाच्या प्रस्तावनेत यशवंतराव खरे म्हणतात, "मरणापूर्वी १५ दिवसांची म्हणजे गेल्या २५ मे ची (१९२४) गोष्ट. उठून बसले असता शरीर एका बाजूस कलंडू नये म्हणून आपल्या भोवती त्यांनी गाद्या व तक्के यांचे उंचवटे तयार करविले आणि अशा स्थितीत १० तास बसून 'शिंद्यांचे हिंदुस्थानात प्रयाण' या प्रकरणाची २०० पृष्ठे कॉपी स्वहस्ताने तपासून तयार केली ! कॉपी तयार झाल्यावर ही कॉपी वामनरावांकडे पाठवली. माझ्या हातून एकदाचे 'हे काम पार पडले.' त्यांच्या चेहऱ्यावर जी कर्तव्यपूर्तीची प्रसन्नता दिसत होती, 'योग समाधी लागल्यावर मुखावर दिव्य प्रसन्नता येत असते, असे म्हणतात. तशी ती असावी. आम्हाला दिसलेली प्रसन्नता तीच असेल काय?'[४] १२वा खंड अखेरीस शास्त्रींच्या मृत्यूनंतरच प्रसिद्ध झाला. त्यानंतर उर्वरित निवडक साधनांचे दोन खंड १३ आणि १४ हे त्यांचे पुत्र यशवंतराव खरे यांनी प्रसिद्ध केले.

संशोधनासाठी आवश्यक ती तयारी शास्त्रीबुवांची अगदी भक्कम होती. ऐतिहासिक कागदपत्रांच्या ढिगाऱ्यातून महत्त्वाचे आणि योग्य ते कागद कसे निवडावे, इतर कागदपत्रांशी तुलना करून आपण निवडलेला प्रत्येक कागद कसा महत्त्वाचा आहे ते सिद्ध करावे, निरनिराळ्या कागदांचे परस्परांशी संबंध प्रस्थापित करावे आणि या साऱ्या प्रक्रिया करीत असतानाच खंडाच्या प्रस्तावनेची तयारी कशी करावी याची संपूर्ण योजना त्यांच्या मनाशी तयार असे. इ.स. १७७४ पूर्वीच्या पत्रांच्या तारखा निश्चित करणे हे संशोधकापुढे एक मोठे आव्हान होते. त्या वर्षीच्या पूर्वीच्या पत्रांत तारीख आणि महिना हिंदू अथवा मुस्लिम कालगणनेप्रमाणे लिहिलेला असे, पण वर्षाचा पत्ता नसे. संशोधकाला त्या पत्राचा आशय लक्षात घेऊन ते साल निश्चित करावे लागे. काही वेळा पत्रलेखक तिथी, मास यांचा काहीच उल्लेख करीत नसे. अशा वेळी अन्य मजकुराचा अभ्यास करून कल्पनाशक्ती आणि चिकित्सक बुद्धी यांचा उपयोग करून काही अंदाज बांधावा लागत असे.

पत्राची तारीख एकदा निश्चित झाल्यानंतरची पायरी म्हणजे ती पत्रे कालानुक्रमे आणि विषयानुसार लावणे. आपल्या कुशाग्र बुद्धीने, नित्याच्या निरीक्षणाने आणि सततच्या वाचनाने खरेशास्त्री यांची संशोधनाची बैठक इतकी तयार झाली होती, की आपल्या लिखाणाला दुजोरा देणारा पुरावा अन्य समकालीन साधनांतून कोठे मिळेल याचा अंदाज त्यांना अविलंबे करता येत असे. संशोधकाची ही दृष्टी अंशत: उपजत आणि बऱ्याचशा प्रयत्नाने त्यांना प्राप्त झाली होती. १९०१ साली प्रसिद्ध झालेल्या ऐतिहासिक लेखसंग्रहाच्या प्रस्तावनेत आपली संशोधनपद्धती त्यांनी स्पष्टपणे मांडली आहे.

तसेच पानिपतोत्तर काळाच्या मराठ्यांच्या इतिहासासाठी पटवर्धन दफ्तर किती अधिकृत आणि उपयुक्त आहे याची चर्चादेखील त्यांनी आपल्या पहिल्या खंडाच्या प्रस्तावनेत केली आहे. त्यांच्या मते, पटवर्धन घराण्यातील सुमारे वीस ते पंचवीस पुरुषांनी मराठ्यांच्या दक्षिणेकडील मोहिमांत आपले रक्त सांडले होते. त्यामुळे ज्या सरदारांनी भाग घेतला होता अथवा त्यांचे कारकून यांनी पाठविलेल्या पत्रव्यवहारातून मराठ्यांच्या दक्षिणेकडील मोहिमांचा बराचसा तपशील मिळतो. विशेषत: मराठ्यांनी घातलेले वेढे, मिळविलेली लूटमार, केलेल्या घनघोर लढाया, शत्रूचा पाठलाग, अचानक केलेले हल्ले यासंबंधीची बरीचशी तपशीलवार माहिती मिळते. गोपाळराव आणि परशुरामभाऊ हे दोन पटवर्धन घराण्यातील लढाऊ योद्धे आणि त्यांच्या वेळची असंख्य कागदपत्रे – जो काळ मराठ्यांच्या दृष्टीने अत्यंत कठीण परिस्थितीचा होता, त्यांची माहिती खरेशास्त्रींना उपलब्ध झाली होती. या कागदपत्रांतून मराठेशाहीच्या उत्तरकाळात जी अनेक मान्यवर नेते मंडळी पुढे आली, त्यांची म्हणजे सखारामपंत बापू बोकील, नाना फडणीस, त्रिंबकराव पेठे, महादजी शिंदे, तुकोजी होळकर, भोसले, घोरपडे, गायकवाड या घराण्यांतील पुरुष आणि मराठ्यांचे शत्रू, विशेषत: हैदर अली, निजाम अली इत्यादींचा उल्लेख या पत्रव्यवहारात आढळतो.

खरेशास्त्रींनी प्रसिद्ध केलेली कागदपत्रे प्रामुख्याने राजकीय स्वरूपाची आहेत हे जरी सत्य असले तरी त्यांतील काही पत्रे मराठ्यांच्या सामाजिक–आर्थिक इतिहासासही उपयुक्त ठरणारी आहेत. उदाहरणार्थ, लष्करी चाकरीसाठी दिलेल्या सरंजामासंबंधीचे बेहडे म्हणजे त्यांना नेमून दिलेल्या महसुलासंबंधीच्या हिशेबांचे कागद, जाबिते, म्हणजे महसूलवसुली संबंधीचे नियम, ग्रामपंचायतीचे निवाडे, बाजारभाव, सैनिकांचे निवृत्तिवेतन, शिक्षेचे विविध प्रकार, काशीयात्रेवरील खर्च, इत्यादींसंबंधीचे तपशील अठराव्या शतकाच्या सामाजिक–आर्थिक इतिहासास उपयुक्त अशी माहिती पुरविणारे आहेत.

संशोधनासाठी निवडलेला कागद वाचकाला सहजरीत्या समजेल यासंबंधीची पूर्ण खबरदारी खरेशास्त्रींनी घेतली होती. जुन्या आणि काहीशा दुर्बोध साधनांसंबंधीचा

खुलासा तळटिपांत करून वाचकांची त्यांनी बरीच सोय केली आहे. जुन्या मराठी भाषेत विशेषत: ऐतिहासिक कागदपत्रांत अनेक फार्सी, उर्दू, पोर्तुगीज, कन्नड आणि इंग्रजी शब्द आल्याने ती भाषा काहीशी भेसळ स्वरूपाची झाली आहे. मूळ मराठी शब्द अपभ्रंश स्वरूपात लिहिलेले आहेत, त्यामुळे ती समजून घेणे काहीसे अवघड जाते. जुन्या कागदपत्रांत आलेली व्यक्तिनामे, स्थलनामे ही समजण्यासाठी खरेशास्त्रींनी अनेक नकाशे, स्थलवर्णनाची पुस्तके, जुन्या घराण्यांच्या वंशावळी, शासकीय स्थलवर्णनकोश, वार्तापत्रे, ग्रहपंचांगे, इंग्रजी आणि मराठी भाषांतील संदर्भग्रंथ यांची जमवाजमव केली होती. महाराष्ट्र देशाच्या संपूर्ण आणि भारतदेशाच्या सर्वसामान्य भौगोलिक परिस्थितीचा त्यांनी काळजीपूर्वक अभ्यास केला होता. जुनी कागदपत्रे वाचकांना सादर करण्यासाठी खरेशास्त्रींनी जी एक विशिष्ट लेखनशैली वापरली आहे त्यामुळे ती कागदपत्रे अत्यंत वाचनीय आणि लक्षवेधी वाटतात.

खरेशास्त्री यांच्या ऐतिहासिक लेखसंग्रहाच्या संपादनाचे एक वैशिष्ट्य म्हणजे एका विशिष्ट विषयासंबंधीच्या पत्रसंग्रहाला त्यांनी जोडलेली विस्तृत टिपणे. ही टिपणे म्हणजे वस्तुत: एखाद्या विशिष्ट कालखंडाचा दस्तऐवजाच्या साहाय्याने सादर केलेला इतिहासच आहे. यामागची त्यांची भूमिका अशी की, बहुतेक सर्व वाचक सामान्यत: कागदपत्रांपेक्षा प्रास्ताविक लेखन वाचणेच प्रथम पसंत करतात. लोकांनी तेवढे जरी वाचन केले तरी आपला हेतू साध्य झाल्यासारखे होईल असे खरे मानीत. कारण सामान्य जनमानसात देशभक्तीची भावना जागृत व्हावी, आपल्या देशाच्या वैभवशाली इतिहासाची त्याला माहिती असावी हे एक राष्ट्रीय इतिहासकार या नात्याने आपले आद्यकर्तव्य आहे, अशी त्यांची भूमिका होती. आपल्या वडिलांची इतिहासलेखनामागची ही भूमिका लक्षात घेऊन ऐतिहासिक लेखसंग्रहाच्या खंडांच्या केवळ प्रस्तावना एकत्रित करून त्यांचे दोन स्वतंत्र प्रस्तावना खंड यशवंतराव खरे यांनी (१) मराठी राज्याचा पूर्वार्ध (१७६१-१७७३) सन १९२७, आणि (२) मराठी राज्याचा उत्तरार्ध (१७७३-१७९२) सन १९५२ असे प्रसिद्ध केले. हे दोन खंड म्हणजे मोठ्या रोचक भाषेत मराठेशाहीचा पानिपतोत्तर कालखंडाचा इतिहासग्रंथ असेच म्हणावे लागेल.

इतिहाससंशोधक का. ना. साने यांनी 'बखरी'चे संपादन आणि प्रकाशन यांवर भर दिला होता. परंतु खरेशास्त्री आणि राजवाडे या दोन्ही संशोधकांनी ऐतिहासिक अस्सल साधनांच्या तुलनेने बखरी या दंतकथा किंवा आख्यायिकांसारख्या असल्याने इतिहासनिवेदनासाठी त्यांना त्याज्य ठरविले होते. खरेशास्त्री यांच्या मते मराठ्यांच्या इतिहासांची भक्कम इमारत, अस्सल साधनांच्या पायाभरणीशिवाय उभी करता येणार नाही आणि तसे झाले नाही तर त्या काळाच्या राजकीय आणि सामाजिक जीवनाचे वास्तव रूप आपल्याला दिसणार नाही. ऐतिहासिक घराण्यांचे कागदपत्र जर आपण

वेळीच जमा करून जतन केले नाहीत तर ते आपल्याला नंतर कधीच उपलब्ध होणार नाहीत असे राजवाड्यांप्रमाणेच खरेशास्त्री यांचे मत होते. सुदैवाने खरेशास्त्रींना एकाच जागी, एकाच घराण्याचा इतका प्रचंड खजिना मिळाला की, राजवाड्यांसारखी इतिहासाच्या साधनांच्या संकलनासाठी त्यांना देशभर वणवण, पायपीट करावी लागली नाही.

खरेशास्त्रींनी 'ऐतिहासिक लेखसंग्रह' हे आपले नियतकालिक जून १८९७ मध्ये सुरू केले. त्याची वार्षिक वर्गणी ५ रुपये आणि किरकोळ अंकांची किंमत ३ आणे अशी ठेवली. आपल्या या नियतकालिकातून दरवर्षी सुमारे ५०० पानांचा मजकूर मिळेल असे त्यांनी वाचकांना अभिवचनही दिले होते. दरमहा ३० रु. वेतन मिळविणाऱ्या एका शाळेतील शिक्षकाने उचललेले हे पाऊल मोठ्या धैर्याचे द्योतक होते. हे नियतकालिक केवळ तीन वर्षे चालले, परंतु या ३ वर्षात ऐतिहासिक लेखसंग्रहाचे पहिले तीन खंड प्रसिद्ध झाले. पुढचे तीन खंड प्रसिद्ध करण्यास त्यांना सुमारे १० वर्षे, म्हणजे १९०१-१९११ पर्यंतचा काळ लागला. याचे मुख्य कारण आर्थिक टंचाई आणि दैनंदिन प्रपंचातील समस्या हेच होते. त्यांनी आपल्या आयुष्याची सुमारे ३५ वर्षे इतिहाससंशोधनासाठी वेचली आणि त्यांपैकी २८ वर्षे केवळ ऐतिहासिक लेखसंग्रहाचे १२ खंड (१८९७-१९२४) प्रसिद्ध करण्यात खर्ची पडले.

पटवर्धनांच्या कागदपत्रांचे संपादन-प्रकाशन जरी खरेशास्त्री करीत होते तरी पटवर्धनांनी या कामासाठी त्यांना कसलेही आर्थिक साहाय्य दिले नाही. मिरजमळ्याच्या दफ्तरदाराने त्यांना नाना फडणिसांविषयी मात्र भरपूर माहिती पुरविली आणि त्यातून नाना फडणिसांच्या जीवनकार्यासंबंधीचे दोन मौलिक ग्रंथ 'अधिकार-योग' आणि 'नाना फडणिसांचे चरित्र' - त्यांनी प्रसिद्ध केले. 'दक्षिण मराठा विभाग' (सदर्न मराठा कंट्री) या ब्रिटिश प्रशासकीय संस्थेच्या 'पोलिटिकल एजंट' या अधिकाऱ्याने त्यांच्याकडील कागदपत्र प्रसिद्ध करण्याची त्यांना परवानगी दिली होती. पण त्यासाठी लागणाऱ्या पैशांची तरतूद त्यांना करता आली नाही. आपल्या नियतकालिकाचे वर्गणीदार होण्याची त्यांनी नागरिकांना अनेकवार विनंती केली. एवढेच नव्हे तर त्यांच्या ग्रंथांचे जे समीक्षक होते त्यांनीदेखील जनतेला शास्त्रीबुवांच्या कार्याला आर्थिक साहाय्य करण्याची कळकळीची विनंती केली. ५०० पृष्ठांच्या एका खंडाच्या प्रकाशनाचा खर्च सुमारे १५०० रुपये येत असे. 'ऐतिहासिक लेखसंग्रहाचे' वार्षिक वर्गणीदार सुमारे १०० ते १२५ होते आणि त्यांच्याकडून वर्गणीच्या रूपाने ५०० ते ६०० रुपये इतकी तोकडी रक्कम गोळा होत असे. प्रकाशनासाठी लागणारी उर्वरित रक्कम जमा करण्यासाठी शास्त्रींना आणखी अंदाजे २०० नवे सभासद मिळणे आवश्यक होते. खरेशास्त्रींचे मासिक वेतन ४५ रु. होते व घरी पत्नी आणि चार मुले होती. संशोधन, लेखन या कार्याला पूर्णपणे वाहून घेता यावे

म्हणून शास्त्रींनी स्वेच्छानिवृत्ती घेण्याचे ठरविले. त्यांना मासिक १५ रु. निवृत्तिवेतन मिळू लागले.

अशा या आर्थिक अडचणींच्या काळात त्यांचे एक मित्र श्री. त्र्यंबक सीताराम कारखानीस त्यांच्या मदतीस धावून आले. 'महाराष्ट्र नाटक मंडळी' या नाटक कंपनीचे ते संचालक होते. त्यांनी शास्त्रींना आपल्या कंपनीसाठी नाटके लिहिण्याचा प्रस्ताव त्यांच्यापुढे ठेवला. यातून त्यांना जे मानधन मिळेल त्यातून त्यांच्या संसारखर्चालाही हातभार लागेल आणि त्यांच्या आवडीच्या इतिहासकार्यालाही मदत होईल असे त्यांना सुचविण्यात आले.

खरेशास्त्रींच्या पुढे अर्थार्जनाचा दुसरा पर्यायच नव्हता. त्यांनी एकूण सात नाटके लिहिली. 'गुणोत्कर्ष (१८८५), तारामंडळ (१९१४), कृपणकांचन (संगीत) (१९१७), शिवसंभव (१९१९), उग्रमंगल (१९२२) आणि शेवटचे 'देशकंटक' (संगीत) हे त्यांनी मृत्युशय्येवरून लिहिले आणि ते त्यांच्या पश्चात १९३० साली प्रसिद्ध झाले. एक नाटककार म्हणून खरेशास्त्रींनी चांगलीच मान्यता मिळविली. त्यांचे 'शिवजन्मा'वर आधारित 'शिवसंभव' हे नाटक आजही लोकप्रिय आहे.[५]

लोकमान्य टिळकांना खरेशास्त्रींच्या कार्याचे महत्त्व पुरेपूर समजले होते. अशा प्रकारच्या राष्ट्रीय इतिहासकारांना कोणतीही किंमत देऊन त्यांचे रक्षण करणे ही एक प्रकारे देशभक्तीच आहे असे ते मानीत. आपल्या दैनंदिन राजकीय भरगच्च कामातून कधीकधी वेळ काढून ते भारत इतिहास संशोधक मंडळातील इतिहासविषयक चर्चा ऐकण्यास जात असत आणि प्रसंगी आपली मतेही मांडीत असत. १९१५ च्या मे महिन्यातील भारत इतिहास संशोधक मंडळाच्या एका सभेत केलेल्या भाषणात टिळक म्हणाले होते, ''एखाद्या राष्ट्राची उन्नती व्हावी म्हणून जेव्हा काही लोक प्रयत्न करू लागतात तेव्हा त्यांचे पहिले काम देशाच्या इतिहाससंशोधनाचे असते. फ्रान्स व जर्मनीमध्ये १८व्या शतकात जे प्रसिद्ध लेखक झाले, त्यांपैकी बहुतेकांनी हेच काम केले. तुमचे पूर्वज हुशार होते, स्वातंत्र्यप्रिय होते, त्यास राज्य करिता येत होते, ही गोष्ट जित राष्ट्रास नीट सांगावी लागते. जे काम जेत्याकडून नीटपणे होणे शक्य नाही, त्यांचा 'अँगल ऑफ व्हिजन' पाहण्याची दृष्टी निराळी असते. मराठ्यांच्या उत्कर्षाचे मर्म कशात होते हे न कळल्यामुळे डफच्या पुष्कळ चुका झाल्या आहेत. क्वचित त्याने विपर्यासही केला आहे. बरे इतके करूनही त्या ग्रंथास प्रकाशक मिळण्याची कोण पंचाईत पडली. जेत्यांनी जिंकलेल्या लोकांच्या इतिहासाची, त्यांच्या पूर्वीच्या वैभवाची, आठवणींची काळजी काय म्हणून वाहावी ? आपल्या स्वतःच्या गरजा काय, उणिवा काय, आपण वैभव हरविले याची जाणीव आपणास जशी असते तशी इतरास कोठून असणार ? तात्पर्य, कोणत्याही उदयोन्मुख राष्ट्राला इतिहासाचे संशोधन करणे हे पहिले काम असते.''

प्रस्तुत संदर्भात नी. ज. कीर्तने, न्यायमूर्ती रानडे, का. ना. साने, वासुदेवशास्त्री

खरे, दत्तोपंत पारसनीस, इतिहासाचार्य राजवाडे यांनी केलेल्या कार्याचा गौरवपूर्ण उल्लेख करून टिळक म्हणतात, ''पूर्वजांच्या यशोदुंदुभींचा तुम्हास आदर असेल, तुम्ही तुमच्या पूर्वजांचे रक्तामांसाचे आहात याबद्दल जर त्यांची स्मृती कायम ठेवावी असे तुम्हास वाटत असेल तर सर्व आळस व हलगर्जीपणा टाकून या कार्यास मदत करा... पूर्वजांचे नुसते नाव सांगण्यात काही तात्पर्य नाही. आजकाल प्रत्येक गोष्टीचा पुरावा द्यावा लागतो. तुम्ही जर हा पुरावा न मिळवता नुसत्या गप्पा माराल तर कोणी त्या ऐकणार नाही. पूर्वजांनी राज्य घालविले, तुम्ही जर इतिहास घालविलात तर तुमचे वंशज धर्म घालवतील व महाराष्ट्राचे नाव जाण्याचा– महाराष्ट्र नामशेष होण्याचा प्रसंग येईल. आजवर केलीत इतकी उपेक्षा बस झाली. आता हा हलगर्जीपणा सोडा, या कार्यात मदत करा व तशी करणे प्रत्येक महाराष्ट्रीयाचे कर्तव्य आहे.''[६]

पटवर्धन घराण्याची कागदपत्रे प्रकाशित करण्याच्या महाउद्योगाबद्दल पटवर्धनमंडळींची उदासीनता पाहून इतिहासाचार्य राजवाडे उद्वेगाने म्हणतात, ''वासुदेवशास्त्री खऱ्यांनी आपले घरदार विकून पटवर्धनी दफ्तर छापावे आणि मिरजकर, सांगलीकर, जमखिंडीकर ह्यांनी खुशाल झोपा काढाव्या. शिवाजीमहाराज, दमाजी गायकवाड, परशुरामभाऊ पटवर्धन हे आम्हा संशोधकांचे आजे, पणजे आहेत आणि संस्थानिकांचे कोणी नाहीत असेच म्हणण्याची पाळी आली. संस्थानिकांची व इनामदारांची आपल्या प्रत्यक्ष पूर्वजांसंबंधाने केवढी ही विस्मृति! केवढा हा अध:पात ! ही भरतभूमि पितृपूजेविषयी प्रख्यात आहे. तीत प्रस्तुतकाळी पितरांची अशी बोळवण व्हावी ना ?''

असो. राजे निजले आहेत, जहागीरदार डुलक्या घेत आहेत आणि इनामदार झोपा काढीत आहेत. ते जागे होई तावत्कालपर्यंत, जागे झालेले मध्यम स्थितीतील जे आपण त्यांनी राष्ट्राच्या या पितरांचे स्मरण कायम ठेवले पाहिजे. आपले सामर्थ्य यद्यपि जुजबी आहे, तथापि ह्या पुण्यकर्माच्या प्रीत्यर्थ ते खर्चिले पाहिजे.''[७]

मराठ्यांच्या इतिहासलेखनातील खरेशास्त्रींचे महत्त्वाचे योगदान म्हणजे १८८७ ते १९२४ या कालखंडात त्यांनी प्रसिद्ध केलेले ऐतिहासिक लेखसंग्रहाचे १२ खंड हे होय. या १२ खंडांतून इ. स. १७६० ते १८०० या कालखंडातील मराठ्यांच्या इतिहासास उपयुक्त अशी साधनसामग्री त्यांनी ६४८३ पृष्ठांत ग्रथित केलेली आहे. मराठ्यांच्या दक्षिणेकडील हालचालींविषयी या बहुतेक खंडांतून विपुल प्रमाणात माहिती आलेली आहे. मराठ्यांच्या इतिहासाचा उत्तरार्ध संपूर्णपणे म्हणजे १८१९ पर्यंत लिहिण्याचा त्यांचा मानस होता. परंतु प्रकृतीने साथ न दिल्याने त्यांना इ. स. १८०० पर्यंतच मजल मारता आली. परंतु त्यांची ही इच्छा त्यांचे चिरंजीव यशवंतराव खरे यांनी पूर्ण केली.

मिरजमळ्यात उपलब्ध साधनांच्या साहाय्याने वासुदेवशास्त्रींनी नाना फडणिसांच्या जीवनावर 'नाना फडणिसाचे चरित्र' (१८८२) आणि 'अधिकार योग' (१९०८) हे

दोन महत्त्वपूर्ण ग्रंथ लिहिले. तसेच पटवर्धन घराण्याची हकिकत निवेदन करणारी बाळकृष्ण हरिहर विरचित 'हरिवंशाची बखर' (१९०९) संपादित केली. 'मालोजी आणि शहाजी भोसले' हा प्रदीर्घ निबंध १९०२ साली लिहिला आणि पत्रकार नरसिंह चिंतामण केळकर यांच्या 'मराठे व इंग्रज' या १९१८ साली म्हणजे मराठी सत्तेचा शेवट होऊन एक शतक लोटले त्या निमित्ताने लिहिलेल्या ग्रंथाला एक महत्त्वपूर्ण चिकित्सक अशी प्रस्तावना लिहिली. या प्रस्तावनेत शास्त्रीबुवांनी मराठी सत्तेची अवनती आणि अस्त यांची कारणमीमांसा मोठ्या चिकित्सकपणे केली आहे.

'सत्यकथन' हे इतिहासकाराचे ब्रीद त्यांनी काटेकोरपणे पाळले आणि सत्याचा अपलाप करून धन्याची भलावण करण्यासाठी त्यांनी इतिहासाचे लेखन केले नाही. इचलकरंजीच्या संस्थानाधिपतींनी आपल्या संस्थानचा इतिहास लिहिण्याची त्यांना विनंती केली आणि आपला दफ्तरखाना त्यांना खुला केला. परंतु, हे काम स्वीकारण्यापूर्वी खरेशास्त्रींनी काही अटी घातल्या. ते म्हणाले, ''साधनाच्या अभ्यासातून जे जे सत्य मला आढळेल ते मी मांडेन, एखादी वाईट गोष्ट अथवा निंद्यकृती आढळली तर ती मी लेखनातून वगळणार नाही, माझ्या अनुमानापासून किंचितही ढळणार नाही अथवा तडजोड करणार नाही, मला जे सत्य आणि बिनचूक वाटेल ते मी मुक्तपणे कसलीही भीडभाड न बाळगता मांडेन.''

खरेशास्त्रींच्या या सर्व अटी इचलकरंजीकरांनी आनंदाने स्वीकारल्या आणि आपला दफ्तरखाना त्यांच्या स्वाधीन केला. खरेशास्त्रींनी मोठी मेहनत करून 'इचलकरंजी संस्थानाचा इतिहास व इचलकरंजी दफ्तरातील निवडक पत्रे, यादी इ.' हा ५३० पृष्ठांचा प्रचंड ग्रंथ १९१३ साली प्रसिद्ध केला. प्रस्तुत ग्रंथात इचलकरंजीच्या घोरपडे घराण्याच्या इतिहासाची सुसंगत मांडणी करीत असताना खरेशास्त्रींनी मराठेशाहीतील 'राज्यसंघ' या संस्थेचा उदय आणि अवनती यासंबंधी विस्तृत आणि चिकित्सक लेखन केले आहे.

याखेरीज 'मिरज प्रकरण (१८९८)' आणि 'हैदर अलीवर तिसरी स्वारी' (१९०१) या दोन विषयांवर काही क्रमश: लेखन त्यांनी आपल्या मासिक पत्रातून केले होते. पटवर्धन घराण्याच्या इतिहासाचाच तो एक भाग होता.

इतिहासलेखनात एखाद्याने आधारविरहित, चुकीचे अथवा पूर्वग्रहदूषित विधान केले तर खरेशास्त्री त्याची गय करीत नसत. त्याकाळी ग्रँट डफ लिखित मराठ्यांचा एकमेव संपूर्ण इतिहास उपलब्ध होता. मराठ्यांच्या स्थानिक इतिहासकारांनी १८६८ पासून त्याच्या इतिहासावर टीका करण्यास सुरुवात केली होती. भारत इतिहास संशोधक मंडळाने ग्रँट डफच्या इतिहासातील चुका शोधून त्या दुरुस्त करण्याचा एक उपक्रम हाती घेतला होता आणि ही जबाबदारी मंडळाने प्रामुख्याने खरेशास्त्रींच्याकडे सोपविली होती. कारण एक अत्यंत चिकित्सक आणि विश्लेषणात्मक लेखन करणारा इतिहासकार म्हणून

खरेशास्त्रींचे नाव त्या काळात सर्वांना परिचित झाले होते. समकालीन इतिहास संशोधक, एक ऐतिहासिक सत्यतेचा पुरस्कर्ता, ऐतिहासिक साधनांची विश्वासार्हता काटेकोरपणे तपासून पाहणारा संशोधक आणि इतिहासकार अशी त्यांची ख्याती होती. खरेशास्त्रींनी ही जबाबदारी स्वीकारली आणि मंडळाच्या सभेत १९१६ साली ग्रँट डफच्या इतिहासातील चुकांवर निबंध वाचले. ते संक्षिप्तरूपाने 'केसरी'वृत्त समूहाच्या 'मराठा' या इंग्रजी साप्ताहिकात दोन भागात (३० मे आणि ४ सप्टेंबर १९१६) मध्ये प्रसिद्ध केले. आपल्या निबंधात त्यांनी प्रामुख्याने काही घटनांच्या चुकीच्या तारखा, काही नावे, घटना, ऐतिहासिक व्यक्तींच्या वर्णनातील दोष आणि काही चुकीची विधाने इत्यादी उणिवा दाखवून दिल्या होत्या. यासाठी आपल्या संशोधनात आढळलेल्या नव्या माहितीचा आधार घेतला होता आणि ग्रँट डफचा इतिहास हा खऱ्या अर्थाने इतिहास नसून राजवाडे म्हणतात त्याप्रमाणे ती एक 'मराठ्यांची बखर' आहे असा निष्कर्ष काढला होता.

डफच्या इतिहासातील चुका दाखवीत असताना खरेशास्त्रींनी डफबद्दलची आपली आदराची भावनाही व्यक्त केली आहे. ते म्हणतात, "पाहा ! परकीयांची ज्ञानलालसा केवढी जबरदस्त ! मराठे लोक हे ग्रँट डफ साहेबाचे कोण? पण त्यांचा इतिहास छापून प्रसिद्ध करण्यासाठी इकडची जुनी दफ्तरे वगैरे तर त्यांनी शोधलीच आणि त्याच्या प्रकाशनार्थ लागेल तेवढा खर्च करण्यास देखील त्यांनी मागेपुढे पाहिले नाही !"[९]

१९१४ च्या मनोरंजन मासिकात कोल्हापूरचे प्रा. लठ्ठे यांनी परशुरामभाऊ पटवर्धन यांच्या समाधीसंबंधी एक लेख लिहिला होता. परशुरामभाऊ पटवर्धन यांची सप्टेंबर १७९९ साली पट्टणकुडी येथे करवीरच्या छत्रपतींबरोबर शेवटची लढाई झाली होती. त्यात परशुरामपंत धारातीर्थी पडले. प्रा. लठ्ठे यांनी कदाचित कोल्हापूरच्या छत्रपती शाहूमहाराजांची मर्जी संपादन करण्यासाठी बाळाजी प्रभाकर मोडक यांच्या 'कोल्हापूरचा इतिहास' या ग्रंथाच्या आधारे 'परशुराम पटवर्धन आणि त्यांचा अंत्यविधी या विषयी काही अनैतिहासिक विधाने केली होती. वस्तुत: खरे यांनी यापूर्वीच परशुराम पटवर्धनांच्या या पट्टणकुडीच्या लढाईसंबंधी मोडक यांनी आपल्या पुस्तकात केलेली विधाने अस्सल पुरावे सादर करून खोडून काढली होती. मोडकांनी खरेशास्त्री यांनी दाखवून दिलेले दोष मोठ्या नम्रतेने मान्य करून त्याबद्दल त्यांची माफीही मागितली होती; पण प्रा. लठ्ठे ते मान्य न करता परशुराम पटवर्धनांविषयी आपल्या मताशी चिकटून राहिले. त्यावर खरेशास्त्री यांनी ज्ञानप्रकाश या पुण्याच्या वृत्तपत्रात सहा लेख (नोव्हेंबर-डिसेंबर, १९१४) उत्तरादाखल लिहून प्रा. लठ्ठ्यांच्या विधानातील फोलपणा स्पष्ट केला.[१०]

न. चिं. केळकर यांच्या 'मराठे-इंग्रज' या प्रसिद्ध ग्रंथाला लिहिलेल्या प्रस्तावनेत खरेशास्त्रींनी मराठ्यांच्या अध:पतनाच्या कारणांची मीमांसा करताना असे ठामपणे मांडले आहे की, राजकीय संस्थांच्या साहाय्याने राज्यकारभार करण्याच्या अनुभवाचा अभाव,

शिस्तीचा अभाव, लष्करी पद्धतीत सुधारणांचा अभाव, विस्कळित आणि निष्प्रभ मध्यवर्ती प्रशासन व्यवस्था, मराठी सरदारांचा परस्परांशी सलोख्याच्या संबंधाचा अभाव आणि दीर्घकाळ अस्तित्वात असलेल्या जातिव्यवस्थेने केलेले समाजाचे विभाजन हे मुद्दे प्रामुख्याने मांडले आहेत. याचबरोबर मराठी माणसातील दोष अथवा उणिवांवरही चर्चा करण्यास खरेशास्त्रींनी कमी केले नाही. मराठी माणसाच्या स्वभावातील दोष दाखविताना त्यांनी देशभक्तीचा संपूर्ण अभाव, एक समूह म्हणून एकत्र येऊन कार्य करण्याची अक्षमता, स्वार्थीपणा आणि नेहमी दुसऱ्यांवर अवलंबून राहणे या दोषांचा उल्लेख केला आहे. या साऱ्या दोषांची जाणीव विशेषत: अठराव्या शतकात मोठ्या प्रकर्षाने झाली आणि त्याचे पर्यवसान मराठी सत्ता नेस्तनाबूत होण्यात झाले. एक राष्ट्रीय इतिहासकार म्हणून खरेशास्त्री मराठी माणसाला आपल्यातील या साऱ्या उणिवा, दोष झटकून टाकून नव्या आणि दीर्घकाळ टिकेल अशा स्वराज्याची बांधणी करण्यास सिद्ध होण्याची आवर्जून प्रार्थना करतात.[११]

खरेशास्त्रींचा साहित्यिक प्रवास मोठा मनोरंजक आहे. सर्वप्रथम बालवयात शीघ्र कवी म्हणून कागलकर जहागीरदारांकडून शालजोडी मोठ्या सन्मानपूर्वक मिळविली (१८७२). साताऱ्यास पंडित अनंताचार्य गजेंद्रगडकरांकडे संस्कृतचे पाठ घेत असता फावल्यावेळी साताऱ्यात प्रसिद्ध होणाऱ्या 'महाराष्ट्र-मित्र' या साप्ताहिकात संपादकीय लेख लिहून एक नवा उपक्रम सुरू केला. या कामाबद्दल त्यांना एक भाकरी व वाटीभर आंबील मोबदला म्हणून मिळे. (१८७६). त्यानंतर ते पुण्यास आल्यानंतर त्यांनी शिक्षकी पेशा सुरू केला. याच वेळी त्यांना साने-मोडक-चिपळूणकर यांच्या 'काव्येतिहाससंग्रह' या मासिकात काम करण्याची संधी मिळाली (१८७८). विष्णुशास्त्री चिपळूणकर हे या मासिकाच्या 'संस्कृत काव्य' विभागाचे संपादन करीत असत. त्यांच्या गैरहजेरीत संस्कृतचे शिक्षक म्हणून ज्ञात असलेल्या खरेशास्त्रींच्याकडे संस्कृत काव्यसंपादनाचे काम सोपविले जात असे. पुढे १८८० साली ते लोकमान्य टिळकांच्या शिफारशीनुसार मिरजेस आले आणि मिरजमळ्यातील प्रचंड दस्तऐवज पाहून त्यांनी इतिहाससंशोधनाच्या क्षेत्रात प्रवेश केला आणि त्यातूनच त्यांना इतिहासलेखनाची प्रेरणा मिळाली आणि 'नाना फडणिसांचे चरित्र' हा त्यांचा पहिला ऐतिहासिक ग्रंथ प्रसिद्ध झाला (१८९२).

मिरजमळा दफ्तरात काम करण्याची त्यांना गोडी लागली आणि खरेशास्त्रींनी मिरज हे आपले कायमचे वास्तव्यस्थान बनविले आणि पटवर्धनांच्या इतिहासाचे संशोधन, लेखन हे आपले कार्यक्षेत्र निश्चित केले. आपल्या इतिहासविषयक लेखनाला प्रसिद्धी देण्यासाठी त्यांनी १८९७ सालात 'ऐतिहासिक लेखसंग्रह' हे मासिक काढले परंतु ते अवघ्या तीन वर्षांत बंद पडले. इतिहासलेखनाच्या कामाला पूर्णवेळ देता यावा म्हणून त्यांनी अवघे मासिक १५ रुपये निवृत्तिवेतन स्वीकारून १९१३ साली स्वेच्छानिवृत्ती घेतली.

अशा या आर्थिक टंचाईच्या परिस्थितीत संसार आणि इतिहाससंशोधन, प्रकाशन ही दोन्ही क्षेत्रे सांभाळणे त्यांना कठीण होते आणि त्यामुळे खर्चाची तोंडमिळवणी करण्यासाठी 'नाट्यलेखन थांबवा' ही विनंती नाकारून त्यांना महाराष्ट्र नाटकमंडळींसाठी नाट्यलेखनाचे काम नाइलाजाने स्वीकारावे लागले आणि १८८५ ते १९२४ या काळात त्यांनी एकूण ७ नाटके लिहिली आणि त्या क्षेत्रातही यश आणि धन संपादन केले.[१२]

परंतु ज्या कार्यासाठी आर्थिक झीज सोसून वासुदेवशास्त्रींनी स्वेच्छानिवृत्ती घेतली होती, त्या आपल्या आवडत्या कामाकडे त्यांनी दुर्लक्ष केले नाही. आपल्या हयातीत त्यांनी 'ऐतिहासिक लेखसंग्रहाचे' १२ खंड इ. स. १८९७ ते १९२४ या कालखंडात पूर्ण केले आणि इ. स. १७६० ते १८०० पर्यंतचा मराठ्यांचा इतिहास एकूण ६४८३ पृष्ठांत अभ्यासकांना सादर केला. या १२ खंडांपैकी पहिल्या ४ खंडांची एकूण २००० पाने पहिल्या माधवराव पेशव्यांच्या इतिहासाचे कथन करण्यासाठी खर्ची पडली आहेत. तिसऱ्या पानिपत युद्धात (१७६१) मराठ्यांच्या प्रतिष्ठेला लागलेला कलंक धुऊन काढण्यात थोरल्या माधवराव पेशव्यांनी आपली उभी हयात वेचली होती.

पुढच्या पाच खंडांत (५-९ खंड) महादजी शिंदे आणि नाना फडणीस या मराठेशाहीच्या उत्तरार्धातील दोन आधारस्तंभांच्या इ. स. १७७३ ते १७९८ च्या राजकीय कार्याचे विवेचन केले आहे. या कालखंडातील दोन महत्त्वपूर्ण घटना म्हणजे पहिले इंग्रज-मराठे युद्ध (१७८२) आणि दुसरी निजाम-मराठे यांच्यामधील खर्ड्याची लढाई (१७९५). या दोन्ही युद्धांत मराठ्यांनी विजय संपादन केला होता.

शेवटचे तीन खंड (१० ते १२) म्हणजे मराठी सत्तेच्या अध:पतनाच्या म्हणजे दुसऱ्या बाजीरावाच्या पेशवेपदापासून ते नाना फडणिसाच्या मृत्यूपर्यंतच्या (१७९६ ते १८००) या कालखंडाच्या इतिहासाचा वृत्तान्त असेच म्हणावे लागेल. मराठेशाहीच्या विनाशापर्यंतच्या इतिहासाचे लेखन करण्याची त्यांची आंतरिक इच्छा पूर्ण झाली नाही. पण त्यांचे सुपुत्र यशवंतराव खरे यांनी उर्वरित इतिहास तीन खंडांत प्रसिद्ध करून (१९२६-१९४८) मराठ्यांचा विनाशापर्यंतचा (१८१८) इतिहास सादर करून आपल्या वडिलांचा इतिहासलेखनाचा संकल्प सिद्धीस नेला. अशारीतीने खरेशास्त्रींच्या कुटुंबाने ८४४३ पृष्ठांचा १५ खंडांचा इतिहाससंग्रह भावी अभ्यासकांपुढे ठेवला.

इतिहासलेखनाच्या आपल्या अंगीकृत कार्यात एक क्षणही वाया जाऊ नये या बाबतीत खरेशास्त्री फार काळजी घेत असत. शास्त्रींची राहणी अगदी साधी होती. नेहमी ते जमिनीवर अंथरलेल्या सतरंजीवर मांडी घालून बसत आणि त्यावर तक्या ठेवून त्याचा टेबलासारखा वापर करून लिहीत. रात्री उशिरापर्यंत ते समईच्या मंदप्रकाशात लेखन करीत. याबाबतीत असा एक किस्सा सांगितला जातो, की एकदा घरातल्या समईच्या वाती संपल्या तेव्हा शास्त्रीबुवांनी सतरंजीच्या दशा काढून त्यांचा वातीसारखा उपयोग

करून आपले लेखनकार्य चालू ठेवले.

अशा अनेक समस्यांना तोंड देत त्यांनी आपल्या आवडत्या ऐतिहासिक लेखसंग्रहाचे जे कार्य केले ते भावी पिढीतील दफ्तरखान्यात अभ्यास करणाऱ्या संशोधकांना आणि दस्तऐवजांचे संपादन करणाऱ्या व्यक्तींना आदर्शभूत ठरणारे आहे. आपल्या संग्रहाला त्यांनी लिहिलेल्या प्रस्तावना या वाचकांना अत्यंत उपयुक्त अशा असून त्या कौतुक करावे इतक्या आटोपशीर आणि विषयांतरापासून मुक्त अशा आहेत अशी त्यांची शिफारस प्रसिद्ध वंगइतिहासकार जदुनाथ सरकार यांनी केली आहे.

जीवनातील खरा आनंद हा आपल्या कामात आहे असे खरेशास्त्री मानीत असत आणि अशा आनंदाचा उपभोग घेत असतानाच ११ जून १९२४ रोजी त्यांच्या जीवनाचा आणि त्याबरोबर त्यांच्या ऐतिहासिक कार्याचा शेवट झाला.

खरेशास्त्रींच्या कार्याचे मूल्यमापन करताना इतिहाससंशोधक य. न. केळकर महाराष्ट्रातील एकंदर संशोधनांचा आढावा घेताना म्हणतात, ‘‘महाराष्ट्रात संशोधक आणि सिद्धांती जास्त झाले आहेत. इतिहासकार असे काय ते दोघेच – खरेशास्त्री आणि गो. स. सरदेसाई. त्यांतही पुन्हा ‘खरे चांगले इतिहासकार’ असे ज्यांना यथार्थतेने म्हणता येईल असे एवढे खरेशास्त्रीबुवाच उतरतात.[१३]

साहित्यसम्राट न. चिं. केळकर यांनी खरेशास्त्रींच्या मृत्युलेखात म्हटले आहे, ‘‘पारसनिसांचा संग्रह मौल्यवान व मातबर असेल आणि राजवाडे यांची कल्पनेची भरारी, शीघ्र ग्रहणशक्ती त्यांच्याठिकाणी नसेल तथापि त्यांचे अंगी या उभयतांपेक्षा निकोप अशी विवेचकबुद्धी होती, इतकेच नव्हे तर त्यांच्या ग्रंथप्रसिद्धीमध्ये जी सारासारबुद्धी, प्रमाणबद्धता, शिस्तपद्धत व वाचकांना आपल्याशी समरस करण्याची हातोटी होती ती खरोखरीच अवर्णनीय होय.’’[१४]

इतिहासाचार्य राजवाडे यांनी ‘खरेशास्त्री यांच्यासारखा अवाढव्य माहितीचा माणूस एखाद्या राष्ट्रात वारंवार उपजत नसतो’. ‘‘खरेशास्त्री म्हणजे मराठेशाहीच्या उत्तरार्धाचा चालता बोलता इतिहास’’ या शब्दांत त्यांच्या मराठ्यांच्या इतिहासक्षेत्रातील स्थानाचे वर्णन केले आहे.

रियासतकार सरदेसाई म्हणतात, ‘‘राजवाड्यांव्यतिरिक्त दुसरा विवेचक ग्रंथकार सांगू म्हटले तर कै. खऱ्यांचे नाव पुढे येते. राजवाडे तात्त्विक, पारसनीस व्यावहारिक व खरे सुटसुटीत असे त्यांना म्हणता येईल. मराठ्यांच्या इतिहासाचा सांगाडा राजवाडे यांनी रचून तयार केला, पारसनिसांनी त्यात रक्तामांसाची भर घालून त्याची मूर्ति सुबक दिसेल अशी केली आणि खऱ्यांनी त्याच्या एका भागाची प्राणप्रतिष्ठा केली.’’[१५]

जदुनाथ सरकार यांनी आपल्या ‘हाउस ऑफ शिवाजी’ या ग्रंथात खरेशास्त्रींच्या कार्यावर एक स्वतंत्र प्रकरण लिहिले आहे. आयुष्याचा बराचसा काळ त्यांना दारिद्र्यात

घालवावा लागला, परंतु नशिबाने त्यांना जे दिले नाही त्याची भरपाई त्यांच्या आंतरिक समाधानी वृत्तीने आणि साध्या राहणीने केली. ते अत्यंत स्वाभिमानी वृत्तीचे असल्याने पैसा कोणत्याही गैरमार्गाने मिळविण्याच्या खालच्या पातळीवर ते कधीच उतरले नाहीत. कुशाग्र बुद्धीची देणगी मिळालेल्या या महापुरुषाने परिश्रम करण्यापासून स्वत:ला केव्हाच परावृत्त केले नाही. सभासंमेलने गाजविण्यापेक्षा शांतपणे काम करण्याचे व्रत त्यांनी स्वीकारले. भूतकाळाचा सतत शोध घेत असताना त्यांना वर्तमानकाळाचा कधी विसर पडला नाही, त्या काळातील साहित्य आणि वृत्तपत्रे यांच्याशी त्यांनी सतत संपर्क साधला.

वासुदेवशास्त्री खरे यांची ग्रंथसंपदा

अ) ऐतिहासिक लेखसंग्रह : खंड १ ते १२ रचनाकाल सन १९०१-१९२४. पृष्ठसंख्या १ ते ६८४३.

खंड १ : स. १७६० जानेवारी ते १७६३ मे - नानासाहेब पेशव्यांचे अखेरचे दिवस ते माधवराव पेशवे निजाम संघर्ष पृ. ४६५.

खंड २ : सन १७६३ मे ते १७६४ डिसेंबर. माधवराव पेशवे - निजामबरोबरची राक्षसभुवनची लढाई ते धारवाड किल्ल्याचा वेढा. पृ. ४६७-९४६.

खंड ३ : स. १७६४ डिसेंबर ते १७६९ ऑक्टोबर. माधवरावांची कर्नाटक मोहीम - हैदरअली ते नागपूरकर भोसलेंवर हल्ला. पृष्ठ ९४७-१४२६.

खंड ४ : स. १७६९ ऑक्टोबर ते १७७३ ऑगस्ट. माधवराव पेशवे - अंतिम पर्व ते नारायणराव पेशव्यांचा खून. पृ. १४२७-२०२६.

खंड ५ : स. १७७३ ऑगस्ट ते १७७५ जुलै. बारभाई राजकारण ते तोतयाचे बंड पृष्ठ २०२७-२६२८.

खंड ६ : स. १७७६ ऑगस्ट ते १७७८ एप्रिल. तोतयाच्या बंडाचा बिमोड, कर्नाटक मोहीम, महादजी शिंदे - कोल्हापूरवर स्वारी -कर्नाटक मोहिमेवरून फौजा परत. पृ. २६२९-३२२५.

खंड ७ : स. १७७८ एप्रिल ते १७८४ एप्रिल - मोरोबादादा फडणिसाचे कारस्थान, इंग्रजांशी संबंध, सालबाईचा तह पृष्ठ ३२२६-३८३७.

खंड ८ : स. १७८४ मे ते १७९१ फेब्रुवारी - टिपूसुलतान आणि मराठे, त्रिपक्षीय करार - मराठे, निजाम आणि इंग्रज विरुद्ध टिपू. पृष्ठ ३८३८-४४४५.

खंड ९ : स. १७९१ मार्च ते १७९६ नोव्हेंबर - मराठे इंग्रज कर्नाटकात, महादजी शिंदे उत्तरेहून परत आणि त्यांचे नाना फडणिसांशी मतभेद, महादजी यांचा मृत्यू, खर्ड्याची लढाई, सवाई माधवराव पेशवे यांचा मृत्यू. पटवर्धनांचा पराभव आणि कैद. पृष्ठ ४४४६-५०४३.

खंड १० : स. १७९६ डिसेंबर ते १७९८ डिसेंबर. पेशवे बाजीराव दुसरा आणि त्याचे मराठी राजमंडळाशी संबंध. पृष्ठ ५०४४-५३५५.

खंड ११ : स. १७९८ जून ते १८०० फेब्रुवारी - मागील खंडातील विषय पुढे चालू - चतरसिंगाचे बंड, करवीरकरांशी संघर्ष. पृ. ५३५६-६२४३.

खंड १२ : स. १८०० मार्च ते डिसेंबर - करवीर संघर्ष, नाना फडणिसांचा मृत्यू, दौलतराव शिंदे. पृष्ठ ६२४४-६८४३.

खंड १३ ते १५: सह. संपादक य. ना. खरे. रचनाकाळ १९२६-१९४८ इतिहासकाळ खरे स. १८०१-१८१०. पृष्ठ संख्या १६००

एकूण पृष्ठसंख्या

१ ते १२ खंड पृष्ठसंख्या	६८४३
१३ ते १५ खंड पृष्ठसंख्या	१६००
एकूण	८४४३

संकीर्ण ऐतिहासिक लेखन :

		सन	पृष्ठे
१.	मालोजी-शहाजी	१९२०	४०
२.	अधिकार योग	१९०८	१४०
३.	नाना फडणीस चरित्र	१८९२	२८३
४.	इचलकरंजी संस्थानचा इतिहास	१९१३	५३०
५.	हरिवंशाची बखर (संपादित)	१९०९	१०५
६.	मराठे व इंग्रज (उपोद्घात)	१९१८	३७
७.	मराठी राज्याचा उत्तरार्ध खंड १	१९२७	२८५
		एकूण पृष्ठ	१४२०

काव्ये :

१. यशवंतराव महाकाव्य १८८८ पृ. २४८

२. फुटकळ चुटके (जन्मभूमी, गोपिकाबाईंचा पुत्रशोक, उज्जयिनी १८९०, पृ. ३०)

३. समुद्र, १८८४ पृ. २७

नाटके :

१. गुणोत्कर्ष १८८५ पृ. ९०

२. तारामंडळ १९१४ पृ. १२८

३. चित्रवंचना १९१७ पृ. १३३

४. कृष्णकांचन १९१७ पृ. १४२
५. शिवसंभव १९१९ पृ. १५१
६. उग्रमंगल १९२२ पृ. १२३
७. देशकंटक १९३० पृ. ११८

टिपा आणि संदर्भ

१. ताटके अरविंद, संशोधकसप्तर्षि, पृ. २५, ३९-४०
२. मिरज विद्यार्थि संघ : महाराष्ट्राचे थोर इतिहाससंशोधक, कवि व नाटककार, मिरज विद्यार्थी संघ, मिरज १९५७ य. न. केळकर, स्मृतिदिन व्याख्यान, पृ. ५३.
३. Sarkar. Jadunath : House of Shivaji ५वी आवृत्ती, १९५५ पृ. २०३.
४. य. न. केळकर : पूर्वोक्त, पृ. ७४.
५. भट दा. मो. वासुदेव वामनशास्त्री खरे : चरित्र व ग्रंथपरिचय (पूर्वार्ध आणि उत्तरार्ध) मिरज, १९२९, पृ. १०३.
६. लोकमान्य टिळक-केसरी १८ मे १९१५.
७. राजवाडे वि. का. ऐतिहासिक प्रस्तावना, चित्रशाळा प्रेस, पुणे १९२८, पृ. ४६३.
८. Khare V. V. : Grant Duff's Mistakes The Mahratta, 30th May, 1916 p 183 & 4th September, 1916 p 417, Pune.
९. भट दा. मो. पूर्वोक्त : पृ. २९३, २९८-९९. पहा कुलकर्णी अ. रा. जेम्स कनिंगहॅम ग्रँट डफ, पुणे १९७१, पृ. २३३-३७.
१०. लठ्ठे ए. बी. : परशुरामभाऊ पटवर्धन यांची समाधी, मनोरंजन मासिक पुणे, मे १९१४.
११. कै. वासुदेवशास्त्री खरे : पूर्वोक्त (टीप क्र. २) 'इतिहासडिंडिमाचा घोष' 'मराठे व इंग्रज' या न. चिं. केळकर यांच्या पुस्तकाचा 'उपोद्घात' पृ. ११-४७.
१२. तत्रैव पृ. ५५-६५
१३. तत्रैव पृ. ६६
१४. तत्रैव पृ. ७५-७६
१५. तत्रैव
१६. Sarkar पूर्वोक्त पृ. ३०५.

❑

१०
विश्वनाथ काशिनाथ राजवाडे : व्यक्ती आणि कार्य
(१८६३–१९२६)

विश्वनाथ काशिनाथ राजवाडे हे महाराष्ट्राच्या इतिहासकारांचे अध्वर्यू होते. त्यांचे व्यक्तिमत्त्व बहुरंगी होते. इतिहासाखेरीज समाजशास्त्र, पुराणलिपिशास्त्र, भाषाशास्त्र, व्याकरण, कोशरचना, साहित्य, कोरीव लेख, भूगोल इत्यादी विविध क्षेत्रांतील त्यांची कामगिरी लक्षणीय आहे. रायगड जिल्ह्यातील वरसई या खेडेगावात एका चित्पावन कुटुंबात २४ जुलै १८६३ रोजी त्यांचा जन्म झाला होता. वास्तविक पाहता त्यांचे मूळ आडनाव जोशी होते, परंतु शिवाजीमहाराजांच्या राजवाड्याशी त्या घराण्याचे दीर्घकाळ संबंध निगडित असल्यामुळे लोक त्यांना 'राजवाडे' या उपनावाने ओळखू लागले. अर्थात, आपल्या नावाची ही उपपत्ती राजवाडे यांना मान्य नव्हती. त्यांच्या मते त्यांचे गोत्र 'राजवटा', 'राजवाडे' हा त्याचा अपभ्रंश आहे. कालांतराने राजवाडे कुटुंबाने पुण्याकडे स्थलांतर केले. तेथे त्यांच्या वडिलांनी वकिलीचा व्यवसाय सुरू केला. परंतु, त्यांच्या अकाली निधनामुळे, राजवाडे यांचे पुढील शिक्षण त्यांच्या चुलत्याने केले.

१८८४ साली महाविद्यालयीन शिक्षणासाठी म्हणून पुण्याच्या डेक्कन कॉलेजात नाव नोंदविले असले तरी त्यांनी स्वतंत्रपणे अभ्यास करूनच आपले सर्व शिक्षण पुरे केले होते. अर्थात, डेक्कन कॉलेजमधील त्यांचे वास्तव्य त्यांना अनेकदृष्ट्या लाभदायक ठरले. तेथील समृद्ध ग्रंथालयाचा त्यांनी पुरेपूर फायदा घेतला आणि अर्थशास्त्र, नीतिशास्त्र, राज्यशास्त्र, तत्त्वज्ञान, मानवशास्त्र, धर्मशास्त्र इत्यादी विविध ज्ञानशाखांचा चांगला परिचय करून घेतला. घरच्या आर्थिक अडचणींमुळे त्यांना आपला पदवी परीक्षा अभ्यासक्रम पुरा करण्यास सात वर्षे लागली आणि १८९१ साली त्यांनी बी. ए. ची. पदवी प्राप्त केली. अर्थात, हा सात वर्षांचा दीर्घकाल त्यांनी आपली बौद्धिक आणि शारीरिक क्षमता वाढविण्यासाठी सत्कारणी लावला. पदव्युत्तर अभ्यासक्रमासाठीदेखील त्यांनी आपले नाव नोंदविले होते, पण त्याचा फारसा पाठपुरावा केला नाही.

अर्थार्जनासाठी त्यांनी प्रथम शिक्षकी पेशा पत्करला, पण तो त्यांच्या स्वभावधर्मात बसणारा नव्हता आणि अवघ्या तीन वर्षांत त्यांनी ती नोकरी सोडून दिली. वयाच्या २५व्या वर्षी १८८८ साली त्यांचा विवाह झाला; पण त्यांचा संसार केवळ पाच वर्षे

टिकला. त्यांना दोन अपत्ये – मुलगा आणि मुलगी होती, पण ती दोन्ही जन्मतःच लवकर मरण पावली. १८९३ साली दुसऱ्या बाळंतपणातच त्यांच्या पत्नीचा मृत्यू झाला आणि वयाच्या तिसाव्या वर्षी राजवाडे संसारातून मुक्त झाले आणि त्यांनी आपले उर्वरित आयुष्य ज्ञानसाधना आणि संशोधनासाठी पूर्णपणे वाहून घेतले.

राजवाडे यांच्यावर तरुणपणी, निबंधमालाकार विष्णुशास्त्री चिपळूणकर, काव्येतिहाससंग्रहाचे संपादक का. ना. साने आणि परशुरामपंत गोडबोले यांच्या 'नवनीत' या जुन्या मराठी काव्याच्या संपादित ग्रंथाचा विलक्षण प्रभाव पडला होता, आणि त्यातूनच देशप्रेम, साहित्य आणि संस्कृती, विशेषतः मराठी भाषेविषयीचा जाज्वल्य अभिमान त्यांच्या मनात निर्माण झाला.

प्रस्तुत संदर्भात राजवाडे म्हणतात, ''सतत पंधरा वर्षे बारा आणि बारा चोवीस तास सर्व कामे मी इंग्रजीत करू लागलो. ह्या एवढ्या अवधीत मी मराठी बहुतेक विसरूनच जावयाचो. परंतु दोघा–तिघा गृहस्थांनी मला ह्या विपत्तीतून वाचविले. विष्णुशास्त्री चिपळूणकरांच्या टीकात्मक निबंधांनी इंग्रजीच्या ह्या खग्रासापासून माझा बचाव केला. काव्येतिहास संग्रहकारांच्या ऐतिहासिक पत्रांनी 'स्वदेश' म्हणून काही आहे हे मला कळले व परशुरामतात्या गोडबोले ह्यांनी छापलेल्या काव्यांनी महाराष्ट्र सारस्वताचा अभिमान वाटू लागला. हे तीन ग्रंथ माझ्या दृष्टीस न पडते, तर मी महादेव मोरेश्वर कुंट्यांच्या सारखा इंग्रजी व्याख्याने देण्यास, सुरेंद्रनाथाप्रमाणे बूट पाटलोण घालून देशाभिमानाची पत्रे काढण्यास किंवा सुधारकाप्रमाणे बायकांना झगे नेसविण्याच्या ईर्ष्येला खचित लागलो असतो. सुदैवाने ह्या देशाभिमान्यांच्या प्रयत्नाने माझी अशी विपत्ती झाली नाही.''[१]

डेक्कन कॉलेजात असताना राजवाडे यांनी इंग्रजी भाषेतील अनेक अभिजात ग्रंथांचे वाचन केले होते. त्या ग्रंथांतील समृद्ध ज्ञानाच्या ठेव्याने ते दिपून गेले होते. चिपळूणकरांच्या प्रभावामुळे ते मराठी भाषेचे कैवारी बनले होते. इंग्रजी भाषेतून लेखन न करण्याची त्यांनी प्रतिज्ञा केली होती आणि ती त्यांनी कसोशीने जन्मभर पाळली. तथापि, इंग्रजी भाषेतील प्रचंड ज्ञान मराठीत आले पाहिजे असे त्यांना मनापासून वाटत होते आणि या विचारातूनच अभिजात इंग्रजी ग्रंथांचे भाषांतर करण्याची योजना त्यांनी आखली, प्रस्तुत संदर्भात ते म्हणतात, ''जगतावर जे विचार आज प्रचलित झालेले आहेत, ते सर्व मराठी भाषेत उतरल्यास मात्र लोकांस ते यथास्थित समजतील असे आमचे ठाम मत आहे. हा हेतू सफल करण्याचे मार्ग दोन आहेत; स्वतंत्र लेख लिहिणे हा पहिला व अन्य भाषांतील उत्कृष्ट विचारांचे तर्जुमे मराठीत करणे हा दुसरा. ह्यांपैकी दुसऱ्याचे अवलंबन आम्ही प्रस्तुत स्थळी केले आहे. भाषांतरापासून होणारे अनेक फायदे विशद करून 'भाषांतर' नावाचे नियतकालिक काढण्याचा निर्णय त्यांनी घेतला. युरोप आणि आशिया खंडांतील विचारवंतांचे मानसशास्त्र, नीतिशास्त्र, अर्थशास्त्र, राज्यशास्त्र, तत्त्वज्ञान, इतिहास, कायदा

इत्यादी विषयांवरील जुन्या-नव्या विचारवंतांचे ग्रंथ भाषांतरासाठी निवडले. प्लेटोच्या 'रिपब्लिक' ग्रंथाचे भाषांतर सर्वप्रथम त्यांनी १८९४ साली केले. आर्थिक झळ सोसून त्यांनी 'भाषांतर' मासिक ३७ महिने मोठ्या जिकिरीने चालविले आणि त्यातून प्लेटो, बर्क, थॉमस पेन, प्लुटार्क, जॉन स्टुअर्ट मिल, बेकन, अबुल फझल, फेरिस्ता इत्यादींचे एकूण १५ पूर्ण ग्रंथ आणि ॲरिस्टॉटल, गिबन इत्यादींच्या ८ ग्रंथांचे अपूर्ण भाषांतर प्रसिद्ध केले. पुण्यात प्लेगच्या साथीने जोर केल्याने हे मासिक राजवाड्यांनी बंद केले.[२]

महाविद्यालयीन अभ्यासक्रमातील 'इतिहास' हा विषय त्यांच्या विशेष आवडीचा होता. ब्रिटिशांनी लिहिलेले भारताच्या इतिहासावरील बरेचसे ग्रंथ त्यांनी वाचले होते आणि त्यांचे असे निर्णायक मत झाले होते की, इतर युरोपीय इतिहासकारांच्या तुलनेत भारताच्या इतिहासलेखनास ब्रिटिश लेखक मुळीच पात्र नव्हते. ग्रँट डफच्या मराठ्यांच्या इतिहासाच्या वाचनाने ब्रिटिश इतिहासकारांच्या भारताविषयीच्या अज्ञानाबद्दल त्यांची खात्रीच पटली होती. ग्रँट डफने केलेल्या भयानक चुका, का. ना. साने यांनी प्रसिद्ध केलेल्या ऐतिहासिक साधनांच्या साहाय्याने दुरुस्त करणे आणि इतिहासाची साधने गोळा करण्याच्या दीर्घोद्योगाला स्वतःला वाहून घेण्याचा, आवश्यक त्या प्रस्तावनांसह ती प्रसिद्ध करण्याचा अविरत प्रयत्न करण्याचा त्यांनी दृढनिश्चय केला. १८८८ साली या कार्याचा त्यांनी शुभारंभ केला आणि आयुष्यभर ते हेच काम करीत राहिले.

राजवाड्यांच्या इतिहासक्षेत्रातील योगदानाचा विचार प्रामुख्याने चार अंगांनी करता येईल - (१) निरनिराळ्या ठिकाणी विखुरलेली आणि घराण्यांच्या ताब्यात असलेली ऐतिहासिक कागदपत्रे गोळा करणे, (२) या संग्रहातून महत्त्वाच्या कागदांची निवड करून विस्तृत प्रस्तावनांसह ती प्रसिद्ध करणे, (३)नियतकालिकांतून लहान-मोठे शोधनिबंध, टिपणे लिहून साधनांचा परिचय वाचकांना करून देणे, अथवा वादग्रस्त मुद्दे प्रसिद्ध करून, त्यांवर संबंधित संशोधकांनी व्यक्त केलेल्या विचारांचा खरपूस समाचार घेणे आणि, (४) शेवटचा आणि अत्यंत महत्त्वाचा भाग म्हणजे, युरोपीय अथवा अन्य इतिहासकारांनी प्रकाशित केलेल्या विचारांचा तर्कशुद्ध परामर्श घेऊन विशेषतः १९व्या शतकातील युरोपीय इतिहासकारांच्या मतांचा विचार करून इतिहासाच्या विविध विषयांवरील लेखनाचा विचार करून इतिहाससंशोधन आणि इतिहासलेखनासंबंधीची स्वतःची अशी नवी संशोधनपद्धती तयार करणे.

१. ऐतिहासिक कागदपत्रांचा शोध :

इंग्रजांनी मराठी मुलखाचा ताबा १९व्या शतकाच्या सुरुवातीसच घेतला आणि २०व्या शतकाच्या पहिल्या दोन दशकापर्यंतच्या काळात इतिहाससंशोधकांना मुंबई, पुणे येथील सरकारी दफ्तरखाने बंद केले. त्यामुळे इतिहाससंशोधनाची पायाभरणी

करणाऱ्या का. ना. साने, वासुदेवशास्त्री खरे, पारसनीस, राजवाडे यांना कागदपत्रांचा शोध करण्यासाठी अपार कष्ट सोसावे लागले. विशेषत: या चौघा संशोधकांमध्ये तुलनेने राजवाडे यांची कामगिरी असाध्य नसली तरी अत्यंत जिकिरीची होती. इतरांना त्यांची साधनसामग्री एक अथवा दोन ठिकाणांहून मिळविता आली, पण राजवाड्यांना मात्र सर्व मराठी प्रदेशात आणि प्रसंगी बाहेरच्या प्रांतातदेखील भटकंती करावी लागली होती आणि असे करीत असताना त्यांना अपरंपार कष्ट तर करावे लागलेच, पण प्रसंगी मानहानी सहन करावी लागली आणि अनेक वेळा आर्थिक टंचाईला तोंड द्यावे लागले.

कागदपत्रे गोळा करणे या इतिहाससंशोधनाच्या महत्त्वपूर्ण अंगाकडे राजवाडे यांनी आयुष्यभर विशेष लक्ष पुरविले. आपल्या एका प्रस्तावनेत ते लिहितात, "अफगाणिस्थान, इराण, लिस्बन, पॅरिस, लंडन, ॲमस्टरडॅम या भारताबाहेरील प्रदेशात ऐतिहासिक कागदपत्रे मिळण्याची अधिक शक्यता आहे. ब्रिग्ज, ग्रँट डफ, मॅकन्झी या प्रशासकांनी आपल्याबरोबर भारतातून नेलेल्या साधनांचा शोध खुद्द लंडनमध्येच घ्यायला हवा." भारतात अशा प्रकारचे मराठ्यांच्या इतिहासास उपयुक्त कागद कोठे मिळतील याची सुमारे ११३ स्थळांची यादी त्यांनी तयार केली होती. यात अयोध्या, बनारस, अलिगड, पानिपत, बुंदी, कोटा, ग्वाल्हेर, देवास, धार, महेश्वर, इंदूर, जयपूर, उज्जैन, औरंगाबाद, बीड, भिवंडी, चांदवड, सातारा, तालिकोट, श्रीरंगपट्टण, म्हैसूर, रामदुर्ग, विजापूर, बिदर, हैदराबाद, सुरत, तंजावर, जिंजी इत्यादी विविध ठिकाणांचा प्रामुख्याने उल्लेख केला होता.[३]

वरील यादीतील बहुतेक सर्व स्थळांना विशेषत: महाराष्ट्रातील स्थळांना त्यांनी वारंवार भेटी दिल्या होत्या. १८९० साली एका व्यापाऱ्यांच्या तांड्याबरोबर ते काबूलपर्यंत गेले होते आणि तेथील एका महानुभावांच्या मठात त्यांनी आपला मुक्काम ठोकला होता. आपल्या सुमारे तीन दशकांच्या या भटकंतीत त्यांना मानवी स्वभावाचे विविध नमुने पहावयास मिळाले. हा सारा प्रवास आणि राहणीचा खर्च त्यांना आर्थिकदृष्ट्या झेपणारा नव्हता. असे म्हणतात की, समर्थ रामदासांचे शिष्य जी भक्तांकडून भिक्षा मिळवीत त्याचा काही भाग त्यांना मिळत असे. शिवाय रामदासी शिष्य त्यांना जंगल, दऱ्याखोरी, डोंगरकपारीतील बिकट मार्गांची अचूक माहिती पुरवीत. रामदासी शिष्यांप्रमाणेच गावातील शाळामास्तर, कारकूनमंडळीदेखील त्यांना स्वखुशीने त्यांच्या कार्यात मदत करीत.

कागदपत्रांच्या शोधाचे, राजवाड्यांच्या या कार्याचे समकालीनांनी फारसे कौतुक केल्याचे आढळत नाही. महाराष्ट्राचे प्रसिद्ध ऐतिहासिक कादंबरीकार हरी नारायण आपटे, ज्यांचे वर्णन महाराष्ट्राचा 'वॉल्टर स्कॉट' म्हणून केले जाते. त्यांनी या कार्यासंबंधी आपली नापसंती 'तेलातुपाचे कागद' अशा शब्दांत व्यक्त केली होती. एक साधा 'संग्राहक' अशी त्यांची संभावना सामान्यत: केली जात असे. ज्यांच्याकडे ऐतिहासिक कागदपत्रे

असत ते त्यांच्याकडे संशयाने पाहत आणि इतर लोक त्यांना आपल्या घराण्याची कागदपत्रे दाखविण्यास फारशी उत्सुकता दाखवीत नसत. आपल्या घराण्याच्या इतिहासाबद्दलचा त्यांचा अनादर पाहून राजवाडे यांना अनेकवेळा चीड येत असे. शिक्षकाच्या अल्प वेतनातून आपला संशोधनाचा छंद जोपासणाऱ्या वासुदेवशास्त्री खरे यांच्यासारख्या संशोधकाला सांगलीत मिरजेच्या पटवर्धन सरदारांचे कागदपत्र धुंडाळत असताना, त्यासाठी कसलेही आर्थिक साहाय्य मिळाले नाही. मिरजमळ्यातील पटवर्धनांचे कागदपत्र तपासणे, महत्त्वाच्या कागदांची निवड करणे आणि आपल्या 'ऐतिहासिक लेखसंग्रह' या नियतकालिकांतून ते प्रसिद्ध करण्याचे सर्व सोपस्कार खरेशास्त्री स्वखर्चाने करीत असत. राजवाडे यांना पटवर्धनांच्या या वर्तनाचा सात्त्विक संताप येत असे. प्रस्तुत संदर्भात ते म्हणतात, ''वासुदेवशास्त्री खऱ्यांनी आपले घरदार विकून पटवर्धन दफ्तर छापावे आणि मिरजकर, सांगलीकर, जमखिंडीकर ह्यांनी खुशाल झोपा काढाव्या; शिवाजीमहाराज, दमाजी गायकवाड, परशुरामभाऊ पटवर्धन हे आम्हा संशोधकांचे आजेपणजे आहेत आणि संस्थानिकांचे कोणी नाहीत, असे म्हणण्याची पाळी आली. संस्थानिकांची व इनामदारांची आपल्या प्रत्यक्ष पूर्वजासंबंधाने केवढी ही विस्मृति ! केवढा हा अपराध ! ही भरतभूमी पितृपूजेविषयी प्रख्यात आहे. तीत प्रस्तुतकाळी पितरांची अशी बोळवण व्हावी ना.''[४]

राजेरजवाडे, सरदार, जहागीरदार आणि इतर अनेक जे पूर्वजांच्या कमाईवर मौजमजा करतात, त्यांच्या मनात त्या थोर पुरुषांच्या अथवा घराण्यांच्या इतिहासाची थोडीशीदेखील पर्वा नसावी याची राजवाड्यांना फार खंत वाटत होती. आपल्यासारख्या निर्धन संशोधकांनी, 'भिकारड्यांनी', त्यांची दफ्तरे शोधण्याचा व छापण्याचा प्रयत्न करावा आणि त्यांनी काहीच करू नये, 'निद्रिस्त' असावे हा कोठला न्याय ! ते म्हणतात, ''काय, त्यांचे पूर्वज त्यांचे कोणी नव्हते? पूर्वजांनी संपादिलेल्या जहागिरी व राज्ये भोगण्यास राजी आणि त्यांचे पराक्रम व इतिहास जाणण्यास गैरराजी....''

परंतु या लोकांनी इतिहासाकडे पाठ फिरविली असली तरी आपण तसे वागता कामा नये असे राजवाडे म्हणत. ते मोठ्या कडवटपणाने म्हणतात, ''राजे निजले आहेत, जहागिरदार डुलक्या घेत आहेत. ते जागे होई तावत्काळापर्यंत, जागे झालेले जे आपण, ज्यांनी राष्ट्राच्या या पितरांचे स्मरण कायम ठेविले पाहिजे. आपले सामर्थ्य यद्यपि जुजबी आहे, तत्रापि ह्या पुण्यकर्माच्या प्रीत्यर्थ ते खर्चिले पाहिजे.''[५]

सुप्रसिद्ध वंगइतिहासकार जदुनाथ सरकार, यांनी राजवाड्यांच्या या कागदपत्रांच्या छंदाचे खूप कौतुक केले आहे. ते म्हणतात की, ''आयुष्यभर अगदी निष्ठेने मराठ्यांच्या इतिहासाची साधने गोळा करणारे राजवाडे हे एक सर्वश्रेष्ठ संशोधक होते. त्यांचे सारे विचार, भावना, एकाकीपणा आणि बंधमुक्त जीवन त्यांनी केवळ इतिहासाची साधने

मिळण्याची संभाव्य आणि असंभाव्य स्थळे अविरतपणे धुंडाळण्यासाठी झोकून दिले होते. हे सारे करण्यासाठी त्यांना अत्यंत मोडक्यातोडक्या प्रवाससाधनांचा वापर करावा लागला; यातना, संकटांना तोंड द्यावे लागले; आणि स्थानिक लोकांचा विरोध, तिरस्कार, असहकार सहन करावा लागला. प्रसंगी त्यांची आर्जवे करणे, त्यांना समजावून देणे आणि आवश्यक वाटल्यास त्यांची प्रतारणा करणे या गोष्टीदेखील कराव्या लागत; पण असे असूनही त्यांनी निर्धारित कार्याची पूर्ती केली होती. दक्षिण देशाच्या इतिहाससंशोधनाच्या पद्धतीत त्यांनी क्रांतिकारक बदल घडवून आणले आणि स्वतःच्या कर्तृत्वाने इतरांपुढे एक आदर्श निर्माण केला. ते आम्हा सर्वांचे सर्वश्रेष्ठ असे मार्गदर्शक होते. अत्यंत धाडसी, दीर्घोद्योगी आणि इतिहासाचे धन गोळा करण्याचे आणि व्यापक स्वरूपाचे सतत कार्य करीत राहणारे असे संशोधक होते.''६ एरव्ही राजवाड्यांच्या इतिहासातील काही विचारांशी असहमत असणाऱ्या जदुनाथ सरकारांनी त्यांच्या साधने जमा करण्याच्या कार्याबाबत जी स्तुतिसुमने उधळली आहेत, त्यावरून समकालीनांमध्ये त्यांच्या कार्याविषयी किती आदर होता याची कल्पना येते.

राजवाडे यांनी केलेल्या कागदपत्रांचे संकलन आणि प्रकाशन याचे कौतुक करीत असताना इतिहाससंशोधक प्रा. ग. ह. खरे यांनी त्यांच्या संपादनकार्यातील काही त्रुटी एका लेखाद्वारे दाखवून दिल्या आहेत. त्या अशा –

१. फार्सी भाषेचे ज्ञान नसल्याने द्वैभाषिक कागदपत्रांतील फार्सी मजकुराकडे दुर्लक्ष झाले आहे.

२. साधने कोठून प्राप्त झाली याचे नामनिर्देश न केल्याने संशोधकाला त्यांचा अस्सलपणा पडताळून पाहता येत नाही अथवा अधिक संशोधनासाठी त्या स्थळाला भेट देता येत नाही.

३. सतराव्या शतकातील कागदांच्या सर्व तारखा निश्चित करावयास हव्या होत्या. त्यांनी ज्या तारखा निश्चित केल्या आहेत, त्यांपैकी निम्म्याहून अधिक चुकीच्या आहेत. मुसलमानी तारखांचे रूपांतर हिंदू अथवा ख्रिश्चन कालगणनेत केले नाही.

४. काही कारणामुळे मोडी कागदांच्या नकला अस्सलबरहुकूम उतरल्या नाहीत, त्या मुळाशी रुजू करून घेतल्या नाहीत.

५. राजवाडे स्वतः पुराभिलेखविद्या अथवा शिलालेखांचे जाणकार नसल्याने त्यांच्या संपादनात अनेक चुका राहून गेल्या आहेत. प्रा. खरे यांनी उपस्थित केलेले वरील मुद्दे अर्थपूर्ण असले, तरी राजवाड्यांना ज्या परिस्थितीत आणि आवश्यक त्या साधनांची विशेषतः द्रव्यबळ आणि मनुष्यबळाची कमतरता, अपुरा वेळ

आणि जी धावपळ करावी लागली यांचा विचार करता, राजवाड्यांच्या संपादनातील चुकांकडे सहानुभूतीने पाहणे आणि त्या दुरुस्त करून घेणे आवश्यक आहे.[७]

२. प्रकाशन :

आपल्या संग्रहातील ऐतिहासिक कागदपत्रांचे प्रकाशन त्वरेने करावे याबाबत राजवाडे फार उत्सुक होते. कागदपत्रांच्या शोधात भटकंती करीत असताना, एखादी व्यक्ती कागदपत्रे त्यांच्या हवाली करण्यास तयार नसेल तर त्याच्या घरीच बसून राजवाडे महत्त्वाच्या मोडी कागदांचे मराठीत लिप्यंतर करून घेत. काही वेळा त्यांना हस्तलिखिते विकत घ्यावी लागत आणि त्यांच्या प्रकाशनासाठी मोजावा लागणारा पैसा त्यांच्याकडे क्वचितच असे. 'मराठ्यांच्या इतिहासाची साधने' या नावाची एक ग्रंथमालिका त्यांनी सुरू केली आणि आपल्या हयातीत या मालेतर्फे १८९१ ते १९२६ या कालखंडात एकूण २२ खंड प्रसिद्ध केले. त्यांच्या मृत्यूनंतर धुळ्याच्या राजवाडे इतिहास संशोधन मंडळामार्फत १९४१ ते १९४७ या कालावधीत आणखी ४ साधनग्रंथांची भर घातली. भारत इतिहास संशोधक मंडळ, पुणे या स्वसंस्थापित मंडळाचे त्यागपत्र देऊन आपला ऐतिहासिक दस्तऐवजांचा संग्रह घेऊन ते १९२६ साली धुळ्यास येऊन स्थायिक झाले आणि त्यांच्या मृत्यूनंतर तेथील त्यांच्या चाहत्यांनी त्यांच्या नावे 'राजवाडे संशोधन मंडळा'ची स्थापना १९२८ साली केली.

प्रकाशनाच्या कार्यात त्यांना करावे लागणारे काबाडकष्ट आणि सतत भेडसावणारी आर्थिक अडचण यांचे अत्यंत मर्मभेदी वर्णन त्यांच्याच शब्दांत समजावून घेणे योग्य ठरेल. ते म्हणतात, "शक १८१२ (इ.स. १८९०) पासून अस्सल व विश्वसनीय साधने शोधण्याच्या खटपटीत प्रारंभ करून शक १८२० (स. १८९८) ला साधनांचा पहिला खंड प्रसिद्ध झाला. हा खंड तीनदा छापला गेला. पहिली प्रत पुण्यास श्रीविठ्ठल छापखान्यात १८१९ साली छापली. ती सबंध श्रीविठ्ठल छापखान्याबरोबर अग्नेय स्वाहा झाली. तिचा सर्व खर्च केवळ अंगावर पडला. सुमारे एक हजार रुपयांचे नुकसान झाले. पैकी छपाईचे नुकसान छापखान्याच्या मालकांनी सोसले व कागदाचे नुकसान माझे माझ्या अंगावर राहिले. ते अद्याप तसेच आहे. दुसरी प्रत पाव अष्टमांश सामकराच्या छापखान्यात छापिली; परंतु अशुद्धे फार निघू लागली म्हणून रद्दीच्या भावाने वाण्यास विकली. तिसरी प्रत वाईस भाऊशास्त्री लेल्यांच्या मोदवृत्तात छापिली व प्रथम प्रसिद्ध केली. तिच्या छापणावळीस श्रीमंत बाळासाहेब मिरजकर यांनी चारशे रुपयांची देणगी दिली. बाकी सहाशे-सातशे रुपये खर्च विक्रीतून काढला. हा खंड छापीत असता शोधनाचे काम चालूच होते व अद्यापीही चालू आहे. चौथा खंड चित्रशाळेचे मालक रा. रा. वासुदेवराव

जोशी यांनी आपल्या जबाबदारीवर प्रसिद्ध केला. दुसरा, तिसरा, पाचवा, सहावा व आठवा असे पाच खंड प्रो. विजापूरकर यांनी ग्रंथमालेतून स्वतःच्या खर्चाने छापून काढिले. पैकी ग्रंथकाराच्या मेहनतीचा अल्पस्वल्प मोबदला म्हणून ग्रंथमालाकार प्रत्येक खंडांच्या पन्नास प्रती मला देतात. त्या विकून शोधनाचा व प्रवासाचा खर्च मोठ्या काटकसरीने मी करतो. ह्या पुस्तकविक्रीपासून आजपर्यंत सरासरी सहाशे रुपये प्राप्ती मला झालेली आहे.'' याखेरीज श्रीमंत बाबासाहेब इचलकरंजीकर आणि इतर मित्रांकडून एकूण ५०० रु. आपखुशीने आणि उदारपणाने देणगी म्हणून मिळाले. ह्या स्नेह्यांकडून ६०० रुपये कर्ज काढले. प्रकाशनाच्या कामी ३६०० रुपये खर्च झाला. यापैकी देणग्या व पुस्तकविक्रीच्या रूपाने २१०० रुपये मिळाले आणि १५०० रुपयांचे कर्ज बाकी राहिले. माझे धनको माझ्यावर बहुत प्रेम करीत असल्यामुळे, त्यांच्या अडचणींच्या प्रसंगीही त्यांनी मला फारशी कधी निकड केली नाही, हे खरे आहे, परंतु कर्ज आहे ही कठोर बाब विसरता येत नाही.''

हे एवढेसे काम करायला जर १५०० रु. कर्ज झाले, तर शंभरपट काम अद्याप व्हावयाचे आहे, त्याचे सुमारे दीड लाख रुपये कर्ज होईल व पाच लाख रुपये खर्च लागेल; असा साधा हिशोब दिसतो. कारण सध्या मजजवळ हजार बाराशे अप्रसिद्ध ग्रंथ व सुमारे ४०/५० हजार महत्त्वाची ऐतिहासिक कागदपत्रे जमा झाली आहेत. त्यांपैकी बराच भाग प्रसिद्ध होणे अगत्याचे आहे.''८

ऐतिहासिक कागदपत्रांचे प्रकाशन हे एकट्या व्यक्तीचे काम नाही याची राजवाडे यांना पूर्ण कल्पना होती. या कार्यासाठी तज्ज्ञांचे एक मंडळ निर्माण करावे अथवा युरोपात त्या काळात कार्यरत असलेल्या इतिहास संशोधन-संस्थेसारखी संस्था स्थापन करावी असे विचार त्यांच्या मनात येऊ लागले. साधनांचे संकलन आणि प्रकाशनासाठी एक तज्ज्ञ लोकांची समिती नियुक्त करून तिच्याद्वारे धनिकांकडून देणग्या मिळवाव्यात आणि अशा समितीच्या सल्ल्यानुसार सरकारनेदेखील काही अनुदान द्यावे अशीही सूचना त्यांनी केली होती. अर्थात, सरकारी मदत घेण्याबाबत ते फारसे उत्सुक नव्हते. कारण तसे केल्यास संशोधनप्रकल्पात विनाकारण सरकारी हस्तक्षेप होईल अशी भीती त्यांना वाटत होती. निष्ठावंत कार्यकर्ते अथवा संस्था आणि संशोधन मंडळे यांनी निःपक्षपातीपणाने अशा तऱ्हेचे प्रकाशनाचे काम करावे असे त्यांचे मत होते.९ २०व्या शतकाच्या प्रारंभीच्या काळात त्यांनी हे विचार व्यक्त केले आणि तत्कालीन जर्मन इतिहासकार रँके यांनी स्थापन केलेल्या 'सेमिनार' संस्थेच्या धर्तीवर, आपल्या मित्रांच्या सहकार्याने जून १९१० मध्ये पुण्यात भारत इतिहास संशोधक मंडळाची स्थापना केली.

३. प्रस्तावना, शोधनिबंध आणि टिप्पणे वगैरे :

प्रदीर्घ प्रस्तावनालेखनासाठी राजवाड्यांची विशेष ख्याती आहे. 'मराठ्यांच्या इतिहासाची साधने' या मालेत त्यांनी २२ ग्रंथ प्रकाशित केले, पण त्यापैकी फक्त १, २, ३, ४, ५, ६, ८, ९, १० आणि ११ या खंडांनाच (एकूण १०) प्रस्तावना लिहिल्या. पैकी ५, ९, १०, ११ या खंडांच्या प्रस्तावना त्रोटक आहेत आणि बाकीच्या ६ प्रस्तावना दीर्घ स्वरूपाच्या आहेत. याखेरीज 'राधामाधवविलास चंपू' आणि 'महिकावतीची बखर' या दोन ग्रंथांना त्यांनी लिहिलेल्या विचिकित्सक प्रदीर्घ प्रस्तावनाही अत्यंत उल्लेखनीय आहेत.

या प्रस्तावनांखेरीज राजवाड्यांनी अनेक विषयांवर लहानमोठे लेख आणि टिप्पणे लिहिली आहेत. या सर्व लिखितातून राजवाडे यांचे इतिहासविषयक विचार इतस्तत: विखुरलेले आढळतात.

राजवाड्यांनी 'मराठ्यांच्या इतिहासाची साधने' या मालेतील ग्रंथांना लिहिलेल्या प्रस्तावनांतून नेहमीच त्या ग्रंथांत प्रसिद्ध केलेल्या ऐतिहासिक पत्रांसंबंधीची चर्चा असते असे नाही. त्या पत्रांच्या अनुषंगाने इतिहासाशी संबंधित अशा अनेक विषयांवर केलेली उद्बोधक चर्चा आपणास त्यांत आढळते; अशा या माहितीपूर्ण प्रस्तावनांचा अल्पसा परिचय करून घेणे उपयुक्त ठरेल.

पहिल्या खंडाच्या अंतर्गत १७५० ते १७६१ या काळातील एकूण ३०४ कागदपत्रांचा समावेश केला असून, ती प्रामुख्याने १७६१ सालच्या तिसऱ्या पानिपत युद्धासंबंधी आहेत. १८९८ साली प्रसिद्ध झालेल्या या खंडाच्या ११९ पानी प्रस्तावनेत, या ग्रंथातील पत्रांच्या चिकित्सेबरोबरच, १८२६ साली प्रसिद्ध झालेल्या ग्रँट डफच्या 'मराठ्यांचा इतिहास' या ग्रंथातील त्रुटी, चुका, पक्षपातीपणा आणि विनाधार विधाने यांचा राजवाड्यांनी खरपूस समाचार तर घेतला आहेच, पण त्याचबरोबर मराठ्यांचा इतिहास कसा लिहावा यासंबंधीचे आपले मौलिक विचार मांडले आहेत. 'भौतिक' आणि 'आत्मिक' इतिहासलेखनाच्या संकल्पनांची चर्चा करून, इतिहासलेखनपद्धतीवर मूलभूत चर्चा केली आहे. 'इतिहासलेखनसंबंधीची एक असाधारण प्रस्तावना' या शब्दांत त्या प्रस्तावनेची स्तुती जाणकार मंडळी करतात. मराठ्यांचे इतिहासकार, त्र्यं. शं. शेजवलकर यांनी मात्र राजवाड्यांनी या प्रस्तावनेच्याद्वारे, पानिपत लढाईसंबंधित, एक मराठा कमाविसदार-गोविंदपंत बुंदेले यांच्यावर अन्याय केला आहे असे आपले विरोधी मत नोंदविले आहे.

१९०० साली प्रसिद्ध झालेल्या दुसऱ्या खंडात पेशवे आणि अक्कलकोटचे राजे फतेसिंग भोसले यांच्या १७१४ ते १७६१ या काळात घडलेल्या ठळक प्रसंगांच्या

मित्या (तारखा) दिल्या आहेत. या शकावलीतील प्रसंगांच्या नोंदीतील असंबद्धता आणि चुका दाखवीत असताना ग्रँट डफच्या मराठ्यांच्या इतिहासातील आणखी काही चुकांचा राजवाड्यांनी निर्देश केला आहे. इतिहाससंशोधक जोपर्यंत उपलब्ध अस्सल इतिहाससाधनांचा विचार करीत नाहीत, तोपर्यंत त्यांना ग्रँट डफने लिहिलेला इतिहासच पूर्णपणे मान्य करावा लागेल आणि त्यांना त्यांच्या इतिहासातील चुका किंवा असत्य विधाने लक्षातच येणार नाहीत. डेक्कन कॉलेजातील ज्युनियर वर्गातील नीळकंठ जनार्दन कीर्तने याने १८६८ साली तेथील इतिहास मंडळात वाचलेल्या निबंधात सर्वप्रथम ग्रँट डफच्या इतिहासातील उणिवा दाखविण्याचा अल्पसा प्रयत्न केला होता.

का. ना. साने यांनी आपल्या 'काव्येतिहाससंग्रहात' प्रसिद्ध केलेल्या कागदपत्रांवरूनही या शकावलीतील त्रुटी दिसून येतात. या दोघांची राजवाडे यांनी भरपूर स्तुती केली आहे. कोणत्याही प्रसंगाच्या मितीची नोंद अचूक असली पाहिजे; हे तत्त्व सांगताना राजवाडे लिहितात, "काळ, स्थळ व व्यक्ती या तीन घटकांच्या संमेलनाने ऐतिहासिक प्रसंगांची निष्पत्ती होते. पैकी काळाचा प्रामुख्याने निर्देश करणे कोणत्याही शकावलीचे प्रमुख प्रयोजन असते... मित्यांचा घोटाळा झाला म्हणजे प्रसंगांच्या पौर्वापर्याचा घोटाळा होतो व येथून तेथून सर्व हकीकत चिताड (गिचमिड) होऊन जाते. एक मिती चुकली असता ती चार प्रकारची अडचण करते (१) जेथे ती मिती हवी असते तेथे ती नसते. (२) जेथे ती नको असते तेथे ती येते, (३) जेथे ती चुकून आणलेली असते तेथील खऱ्या प्रसंगाचे उच्चाटन ती करते व (४) जेथून ती आणलेली असते ते स्थळ रिकामे टाकावे लागते किंवा एखाद्या निराळ्याच प्रसंगाने भरून काढावे लागते. येणेप्रमाणे एका मितीच्या अव्यवस्थित मांडणीने हा असा चतुर्विध घोटाळा होतो."[१०]

या प्रस्तावनेचा आणखी एक विशेष म्हणजे यात १८व्या शतकाच्या मराठ्यांच्या इतिहासाची, विशेषत: शाहूंच्या मोगलांच्या कैदेतून सुटका झाल्यानंतरच्या काळाची, दोन वैशिष्ट्ये सांगितली आहेत. ती म्हणजे – (१) मराठ्यांनी मोगलांचे मांडलिकत्व पत्करणे आणि (२) सामंतशाहीची महाराष्ट्रात आणि बृहत्तर महाराष्ट्रात निर्मिती आणि विस्तार.

तिसऱ्या खंडात १७०० ते १७६० या कालखंडातील काही ऐतिहासिक घराण्यांच्या पत्रव्यवहाराची एकूण ५६८ पत्रे आली आहेत. १९०१ साली हा खंड प्रसिद्ध झाला. ९७ पानांच्या या खंडाच्या प्रदीर्घ प्रस्तावनेत पश्चिम किनाऱ्यावरील मराठ्यांचे दर्यासारंग कुलाबकर आंग्रे यांची विस्तृत माहिती, मराठ्यांच्या राजनीतीचे आंतरबाह्य स्वरूप, सामंतशाहीची वाढ, ब्रह्मेंद्रस्वामींचे मराठ्यांच्या राजकारणातील स्थान आणि त्यांनी जमा केलेल्या विविध प्रकारच्या ऐतिहासिक कागदपत्रांचे महत्त्व इत्यादी विषय आले आहेत.

'मराठ्यांच्या इतिहासाची साधने' खंड चार हा प्रथम १९०० साली प्रसिद्ध केला आणि त्याचे पुनर्मुद्रण १९२३ साली झाले. या खंडाची प्रस्तावना ८२ पानी आहे आणि त्यात मराठी बखरीविषयीचे विचार राजवाडे यांनी मांडले आहेत. प्रस्तावनेबरोबरच काही मराठी बखरी आणि अस्सल साधन म्हणून त्यांचे स्थान यावर टीकात्मक परीक्षण यांचा समावेश केला आहे. या प्रस्तावनेत राजवाड्यांनी न्यायमूर्ती रानडे आणि राजारामशास्त्री भागवत यांच्या 'महाराष्ट्रधर्मा'संबंधीची चर्चा करून त्यांना या संकल्पनेचा जो अर्थ अभिप्रेत आहे त्याची मांडणी केली आहे. प्रस्तुत संदर्भात त्यांनी बखरकार आणि ज्यांच्या बखरींच्या आधारे ग्रँट डफ याने आपल्या मराठ्यांच्या इतिहासाची रचना केली आहे त्यांना मराठ्यांच्या इतिहासासंबंधी कसलीही सर्वसाधारण विधाने करायचा अधिकार नाही या आपल्या मताचा राजवाड्यांनी ठामपणे पुनरुच्चार केला आहे.

सहाव्या खंडाची ६२ पानी प्रस्तावना ही इतिहासलेखन, विशेषत: मराठ्यांच्या इतिहासाच्या लेखनाच्या दृष्टीने अत्यंत महत्त्वाची आहे. राजवाड्यांनी हा खंड १९०५ साली प्रसिद्ध केला. पहिला बाजीराव आणि त्याचा पुत्र पेशवा बाळाजी तथा नानासाहेब यांच्या १७२०-१७६१ या कारकिर्दीतील घटनांसंबंधीची ६२४ ऐतिहासिक कागदपत्रे या ग्रंथात संग्रहित केली आहेत. या प्रदीर्घ प्रस्तावनेत राजवाड्यांनी ऐतिहासिक पत्रांच्या नकला करणे आणि त्यांचे प्रकाशन करणे या कामात त्यांना किती अडचणींना तोंड द्यावे लागले, मानवाच्या इतिहासाचे खरे स्वरूप, पाश्चिमात्यांच्या पौर्वात्यांच्या इतिहासविषयक (बहुतेक चुकीच्या) संकल्पना, इतिहासाची शास्त्रशुद्ध लेखनपद्धती, इतिहासाचे स्वरूप, समाजशास्त्र आणि इतिहासाचे तत्त्वज्ञान, विकृत इतिहासलेखन म्हणजे काय? १८१८ पर्यंतचा काळ, तदनंतर १८५७ पर्यंतचा काळ आणि त्यानंतरचा आधुनिक काळ, या तीन कालखंडांत इतिहासलेखनाचा विशेषत: रानडे आणि के. टी. तेलंग यांच्या लेखनात कसा विकास झाला, इतिहासलेखनाची पूर्वतयारी, इतिहासासंबंधी जनमानसात आढळणारी अनास्था, इतिहाससंशोधन मंडळे स्थापण्याची गरज आणि इतर अनेक विषयांची चर्चा या खंडाच्या प्रदीर्घ प्रस्तावनेत आली आहे.

मराठ्यांच्या इतिहासाची साधने खंड ८, १९०३ साली प्रसिद्ध झाला. १६४९ ते १८१७ या जवळजवळ संपूर्ण मराठी रियासतीच्या कालखंडातील १९५ कागदपत्रे या ग्रंथांत समाविष्ट करण्यात आली आहेत. या कागदांची निवड गगनबावडा (कोल्हापूर जिल्हा) येथील पंत अमात्यांच्या दफ्तरातून केली असून त्यात ३६ कागदपत्रे ही शिवकालासंबंधीची आहेत. या खंडाच्या ८२ पानी प्रस्तावनेत प्रथम डेक्कन व्हर्नाक्युलर सोसायटीने, पेशवे दफ्तरातील पेशव्यांच्या रोजनिशीतील निवडक कागदांचा, वाड, मावजी, जोशी, पारसनीस यांनी संपादित केलेल्या १५ खंडांचा खरपूस समाचार घेतला आहे. त्यांच्या मते, ''ऐतिहासिक लेख छापण्याचे बहुतेक सर्व जगन्मान्य नियम या

रोजनिशीने मोडले आहेत. तसेच जुने ऐतिहासिक लेख कसे छापावेत यासंबंधीच्या विस्तृत सूचना दिल्या आहेत."[११]

या खंडातील शिवकालीन ३६ पत्रांचा विचार करताना मोडी लिपीचा उदय आणि विकास, फार्सी भाषेचा मराठी भाषेवर कसा परिणाम झाला आहे याचे सोदाहरण विवेचन, महाराष्ट्रातील स्त्री-पुरुषांच्या नावांत, आडनावांत, प्रदेशांच्या नावांत, संस्कृत, जुने मराठी, फार्सी, द्राविडी आणि इतर भाषांमुळे झालेले बदल इत्यादी विविध विषयांची सांगोपांग चर्चा तसेच शिवकालीन प्रत्येक पत्राचा स्वतंत्रपणे विचार आला असल्याने, आठव्या खंडाची ही अभ्यासपूर्ण प्रस्तावना विशेष महत्त्वाची आहे.

राजवाड्यांच्या ९, १० आणि ११ या खंडांच्या प्रस्तावना अगदीच त्रोटक आहेत. सन १९०६ ते १९१२ या दरम्यान हे खंड प्रसिद्ध झाले आहेत. ९व्या खंडात तंजावरचा शिलालेख छापला आहे. १० आणि ११ या खंडांत पेशवेकालीन पत्रव्यवहार आला आहे. या खंडांच्या प्रस्तावनांतून राजवाड्यांनी ग्रँट डफच्या इतिहासातील आणखी काही चुका, वांशिक इतिहासलेखन, साधनसामग्री गोळा करताना येणाऱ्या अडचणी, संशोधकाची बौद्धिक उपस्थिती (स्मरण), ऐतिहासिक साधनांच्या प्रसिद्धीची सद्य:स्थिती इत्यादी विषयांची पुन्हा एकदा चर्चा केली आहे.

साधनग्रंथांना लिहिलेल्या या दहा प्रस्तावनांखेरीज 'राधामाधवविलास चंपू' आणि 'महिकावतीची बखर' या दोन इतिहासविषयक ग्रंथांना लिहिलेल्या राजवाड्यांच्या प्रदीर्घ प्रस्तावना अत्यंत मौलिक स्वरूपाच्या आहेत.

नाशिकच्या जयराम पिंड्ये रचित 'राधामाधवविलास चंपू' या ऐतिहासिक हस्तलिखित काव्याची प्रत राजवाड्यांना चिंचवड (पुणे) येथील विष्णुपंत रबडे यांच्या घरी मिळाली. जयराम पिंड्ये हा शहाजीकालीन कवी होता. १९२२ साली राजवाड्यांनी २०१ पानांच्या प्रस्तावनेसह हा ग्रंथ प्रसिद्ध केला. या काव्यात प्रामुख्याने शहाजीराजांच्या कर्नाटक प्रांतातील कामगिरीचा आढावा घेण्यात आला आहे. शिवाजीराजांच्या स्वराज्यस्थापनेची पूर्वतयारी शहाजीराजांनी कशी केली, अहमदनगरच्या निजामशाहीत मराठा पक्षाचा उदय कसा झाला, शिवपूर्वकालीन महाराष्ट्राची स्थिती कशी होती आणि मराठा समाजाची खालावलेली अवस्था यांची शास्त्रशुद्ध चिकित्सा राजवाड्यांनी या प्रस्तावनेत केली आहे. समाजशास्त्र आणि मानववंशशास्त्र यांचा अभ्यास करणाऱ्या संशोधकास ही प्रस्तावना अत्यंत उपयुक्त ठरेल.

'महिकावतीची बखर' ही कोकणच्या इतिहासासंबंधीची बखर राजवाड्यांनी १९२४ साली संपादित करून प्रसिद्ध केली. या बखरीस लिहिलेली १२४ पानांची प्रदीर्घ प्रस्तावना, त्यांच्या प्रगल्भ विचारांची निदर्शक अशी अखेरची प्रस्तावना होय. महिकावती म्हणजे माहीम-आजच्या पश्चिम रेल्वेवरचे केळवे-माहीम. या बखरीत

प्रामुख्याने १२ ते १६व्या शतकापर्यंतचा कोकणच्या किनारपट्टीचा इतिहास आला आहे. केशवाचार्य आणि इतरांनी मिळून निरनिराळ्या वेळी या बखरीचे लेखन केले आहे. परंतु, राजवाडे यांनी केशवाचार्यरचित कोकणचा इतिहास सांगणारी पहिली सहा प्रकरणे प्रसिद्ध केली आहेत. यात देवगिरीच्या यादव घराण्यांच्या इतिहासाचा संदर्भ आला आहे. या बखरीच्या प्रस्तावनेत शहाजींच्या चरित्राबरोबरच शिवाजीराजांचे 'स्वराज्य' आणि मध्ययुगीन इतिहासात मराठ्यांना संघटित करणारा 'महाराष्ट्रधर्म' या मार्गदर्शक ठरलेल्या मंत्राची विशेष चर्चा केली आहे. या बखरीच्या रचनाकाळाचा विचार करताना राजवाडे यांनी स्थळ, काल आणि व्यक्ती यासंबंधीचे विवेचन केले आहे. तसेच कोकणवासी समाज आणि त्यांच्या प्रवृत्ती यासंबंधीची शास्त्रशुद्ध चर्चा प्रथमच येथे आली आहे. राजवाडे यांची ही अखेरची प्रस्तावना अत्यंत महत्त्वपूर्ण आहे.

राजवाड्यांनी इतिहासाखेरीज इतर अनेक विषयांवर विपुल प्रमाणात लेखन केले आहे. यात समाजशास्त्र, राज्यशास्त्र, मानववंशशास्त्र, संस्कृत, मराठी वाङ्मय, शिलालेख, भाषाशास्त्र, व्याकरण, कोशरचना या विषयांवरील लेखनाचा समावेश करता येईल. याखेरीज भाषांतर, ग्रंथमाला, विश्ववृत्त, सरस्वती मंदिर, प्राचीप्रभा, राष्ट्रधर्म, चित्रमय जगत, प्रभात, लोकशिक्षण, विद्यासेवक, महाराष्ट्रइतिहास, राष्ट्रोदय इत्यादी नियतकालिकांतून लहान-मोठे लेख वेळोवेळी त्यांनी प्रसिद्ध केले होते. शिवाय 'केसरी'- पुणे; 'संशोधक' - धुळे; भारत इतिहास संशोधक मंडळ, त्रैमासिक - पुणे; इतिहास संग्रह - सातारा; इतिहास आणि ऐतिहासिक - धुळे; सत्कार्योत्तेजक सभा - धुळे इत्यादी नियतकालिकांतून लोकांनी उपस्थित केलेल्या शंकांचे समाधान करण्याच्या निमित्ताने अथवा अन्य लेखकांनी केलेल्या विधानांचा परामर्श घेण्यासाठी राजवाड्यांनी लेखन केले आहे.

त्यांनी लिहिलेल्या संकीर्ण साहित्याचे संकलन, त्यांच्या मरणोत्तर १९२८ ते १९३५ या काळात तीन खंडांत प्रसिद्ध करण्यात आले आहेत. त्यापैकी पहिल्या खंडात त्यांच्या पूर्वी उल्लेखिलेल्या १० प्रस्तावना आणि इतर मिळून त्यांचे निरनिराळ्या विषयांवरील सुमारे ५७ लेख संकलित करण्यात आले आहेत.

राजवाड्यांनी केलेल्या या विविध विषयांवरील लेखनसंभारात ७६ ग्रंथ, ३४३ लेख यांचा समावेश एका अंदाजानुसार केला असून या सर्वांची पृष्ठसंख्या अंदाजे १४६५० इतकी प्रचंड आहे.[१२] अलीकडे राजवाडे संशोधन मंडळाने राजवाड्यांचे 'समग्र साहित्य' पुनर्मुद्रणाचा प्रकल्प हाती घेतला असून त्याचा पहिला भाग एकूण १३ खंडांत प्रसिद्ध केला आहे. मराठ्यांच्या इतिहासाच्या साधनांच्या पूर्वीच्या २२ खंडांचे शिवकाल (५ खंड) आणि पेशवेकाल (१३ खंड) असे दोन विभाग करून त्यांचे १८ खंडांत प्रकाशन करण्याचे काम सुरू केले आहे आणि आजवर त्याचे सहा खंड प्रसिद्ध झाले आहेत.

४. इतिहासलेखनपद्धती :

सहाव्या खंडाच्या प्रस्तावनेत राजवाड्यांनी इतिहास आणि शास्त्रशुद्ध इतिहासलेखनाची पद्धती या विषयाची चर्चा केली असल्याचा उल्लेख मागे आलाच आहे. कॉलेजमध्ये शिकत असतानाच राजवाडे यांनी इतिहास, त्याचे स्वरूप, व्याप्ती आणि त्याची शिस्तबद्ध लेखनपद्धती यासंबंधी पाश्चिमात्य समकालीन इतिहासकारांनी लिहिलेल्या बऱ्याच ग्रंथांचे वाचन-मनन करून आपली मते बनविली होती. इतिहासाचा अभ्यास करीत असतानाच समाजशास्त्र, भाषाशास्त्र, कोशरचनाशास्त्र इत्यादी विषयांचा अभ्यास आणि त्यावर लेखन ते करीत होते. असे काही वेळा म्हटले जाते की, राजवाड्यांनी केवळ 'इतिहास' या एकाच विषयाला संपूर्णपणे वाहून घेतले असते, तर त्यांची गणना जर्मन इतिहासकार लिओपोल्ड रॅन्के (१७९५-१८८०) अथवा थिओडोर मॉमसेन (१८१७-१९०३) यांच्याबरोबर करण्यात आली असती.[१३]

राजवाड्यांनी इतिहासलेखनपद्धतीसंबंधी विस्तृत मांडणी केली नसली, तरी या बाबतीतले त्यांचे योगदान लक्षणीय होते असे मानले पाहिजे. आपल्या विविध लिखाणांच्याद्वारे त्यांनी शास्त्रशुद्ध इतिहासलेखनाची भलावण करून महाराष्ट्रातील भावी संशोधकांना त्याचा अवलंब करण्यात प्रवृत्त केले.

इतिहासाची व्याप्ती आणि लेखनपद्धती याबाबतीत राजवाड्यांच्यावर जर्मन इतिहासकार रँके याच्या विचारांचा प्रभाव पडलेला दिसून येतो.

इतिहासाचा प्रमुख उद्देश भूतकाळात काय घडले आणि कसे घडले यांचा अभ्यास करणे हा होय असे रँकेचे इतिहासाच्या अभ्यासासंबंधीचे मत होते. ऐतिहासिक घटनांचा शोध घेण्यासाठी त्याने शास्त्रशुद्ध तंत्राचा अवलंब केला. साधनांचे परीक्षण करताना दोन निकष लावले पाहिजेत. पहिला, त्याचे समकालीनत्व आणि दुसरा त्या साधनाचा कर्ता किती विश्वासार्ह आहे, त्याची अर्हता आणि त्याचे सामाजिक, राजकीय जीवनातील स्थान असे रँके मानीत असे. कारण एखाद्या घटनेची ऐतिहासिकता ठरविण्यासाठी त्याची अत्यंत आवश्यकता असते. तसेच त्या घटनेचा काळ, स्थल आणि साधनांचे महत्त्व निश्चित करण्यासाठी इतर अनेक साहाय्यकारी आणि पूरक शास्त्रशाखांचा अभ्यास आवश्यक आहे असे रॅन्केचे मत होते. राजवाड्यांच्या इतिहाससंशोधनांवर रँकेच्या वरील विचारांचा प्रभाव पडला होता असे दिसून येते.

ऐतिहासिक साधने जमा करणे, त्यांची छाननी करून निवडक आणि अस्सल साधनांचे संपादन आणि प्रकाशन करणे, इतिहास हा निव्वळ अस्सल साधनांवर आधारित असला पाहिजे, त्यावर साधकबाधक चर्चा होण्यासाठी इतिहासमंडळे स्थापन केली पाहिजेत इत्यादी रँकेच्या विचारसरणीचा राजवाडे यांनी अवलंब केला असल्याचे दिसून येते.

५. राजवाड्यांचे इतिहासाला योगदान :

इतिहासाकडे पाहण्याच्या राजवाडे यांचा दृष्टिकोन फार व्यापक स्वरूपाचा होता. त्यांच्या मते, इतिहासलेखनात केवळ गतकालीन घटनांची कालानुक्रमे नोंद आली पाहिजे असे नाही, तर त्यात समकालीन समाज आणि संस्था यांचेही विवेचन आले पाहिजे. संपूर्ण आणि अधिकृत इतिहासात एखाद्या समाजाच्या जीवनाचे आणि त्याच्या संस्थांचे पूर्वग्रहविरहित असे वर्णन आले पाहिजे. ते म्हणतात, "इतिहास म्हणजे गत राजकारण व राजकारण म्हणजे वर्तमान इतिहास (History is past politics and politics is present history) हे फ्रीमनने सांगितलेले इतिहासाचे लक्षण सर्वस्वी अपूर्ण लक्षण आहे. मानव समाजाच्या चरित्रात राजकारणाखेरीज इतर अनेक व्यवहारांचा समावेश होत असतो. धर्म, आचार, विद्या, व्यापार वगैरे अनेक व्यवहारांच्या घडामोडी राष्ट्रात होत असतात आणि त्यांचा समावेश समाजाच्या चरित्रात करणे अत्यावश्यक असते."[१४] डॉ. श्रीकृष्ण व्यंकटेश पुणतांबेकर यांच्या मते, राजवाडे यांचे हे विचार प्रसिद्ध फ्रेंच इतिहासकार व्हॉल्टेर अथवा रोमचा इतिहासकार गिबन यांच्या विचारांशी मिळतेजुळते असे आहेत. भूतकाळात जे घडले त्याचे चरित्र म्हणजे 'इति-ह-आस' ही इतिहासाची भारतीय व्याख्या राजवाडे यांना अधिक योग्य वाटते. ते म्हणतात, "समाजाच्या चरित्रातील गत गोष्टींची जी हकिकत ती इतिहास होय. मग ती गोष्ट होऊन एक दिवस झालेला असो किंवा हजार वर्षे झालेली असोत. गतकाल हाच तेवढा इतिहासाचा सशास्त्र प्रांत असून वर्तमानकाल केवळ क्षणमात्रावस्थायी असल्यामुळे, वर्णनाचा किंवा हकिकतीचा विषयच होऊ शकत नाही."[१५]

गतकालीन घटनांचा त्या जशा घडल्या तशा सांगणे म्हणजे खऱ्या अर्थाने इतिहासाचे निवेदन करणे असे राजवाडे मानतात. "मानवी इतिहास काळ व स्थळ यांनी बद्ध झालेला आहे. कोणत्याही प्रसंगाचे वर्णन द्यावयाचे म्हटले म्हणजे, त्या प्रसंगांचा परिष्कार विशिष्ट काळावर व विशिष्ट स्थळावर पसरवून दाखविला पाहिजे. प्रसंगांचा परिष्कार काळाने व स्थळाने विशिष्ट कसा झाला आहे हे दाखविताना त्या काळी व त्या स्थळी कोणत्या व्यक्ती प्रामुख्याने पुढे येतात हेही इतिहासकाराला स्वाभाविकपणेच सांगावे लागेल. सारांश, काळ, स्थळ व व्यक्ती या त्रयींची जी सांगड तिलाच प्रसंग व ऐतिहासिक प्रसंग ही संज्ञा देता येते. कोणत्याही बखरीत किंवा इतिहास हे प्रौढ नाव धारण करणाऱ्या ग्रंथात जेथे या त्रयीतील एकाची किंवा सर्वांची गफलत अगर लोप झालेला असतो तेथे ऐतिहासिक प्रसंगांची यथास्थित व सशास्त्र मांडणी झाली नाही असे म्हणावे लागते."[१६]

ऐतिहासिक घटनांचे निवेदन करताना स्पष्टीकरण, भाष्य, अग्रक्रम, स्तुती अथवा निर्भर्त्सना करण्याची काही आवश्यकता नसते. एखादी घटना चांगली किंवा वाईट

यासंबंधीचा मतप्रदर्शनाचा अधिकार हा नीतिशास्त्राचा आहे. थोडक्यात, इतिहास हा एखाद्या कालक्रमानुसार तयार केलेल्या वृत्तांतासारखा असावा. बखरीत कालक्रमाचा लोप झालेला असतो आणि तिची रचना निश्चितपणे आत्मनिष्ठ स्वरूपाची असते; कारण ती एखाद्या व्यक्तीच्या विनंतीनुसार रचलेली असते. तेव्हा इतिहास हा बखरीपेक्षा भिन्न अशा उत्तम पद्धतीने रचलेला ग्रंथ असावा अशी इतिहासासंबंधी राजवाड्यांची कल्पना होती. प्रस्तुत संदर्भात ते म्हणतात, ''सूक्ष्मतेने पहाता, निर्भेळ इतिहास म्हणून ज्याला म्हणता येईल त्याचे काम फक्त झालेल्या प्रसंगांची विश्वसनीय हकीकत देण्याचे आहे. काळाचे पौर्वापर्य लावून व प्रसंगाचे कार्यकारणत्व सिद्ध करून, भूत गोष्टी अशा सातत्याने झाल्या, इतके सांगितले म्हणजे इतिहासाची कामगिरी आटोपली... इतिहास भूतवृत्ताचा विश्वसनीय सारांश देतो, नीतिशास्त्र त्याचे उत्तमाधमत्व ठरविते. इतिहासाचे खरे रूप म्हणतात ते हेच.''[१७]

युरोपीय इतिहासतज्ज्ञांनी इतिहासलेखनाच्या शास्त्रीय पद्धतीचा विचार तीन तत्त्वांच्या आधारे केला आहे. त्या म्हणजे कालानुक्रमिक पद्धती, दैशिक अथवा प्रांतिक पद्धती, आणि तिसरी कौलिक म्हणजे समाजातील विविध कुलांचा विचार करण्याची पद्धती, या होत. या तिन्ही पद्धतीतील गुणदोषांची विस्तृत चर्चा राजवाड्यांनी केली आहे. ''अखिल मानवसमाजाचा इतिहास लिहिण्यास ही कौलिक पद्धतीच उत्तम ठरते. तरीपण या तिन्ही पद्धतींचा इतिहासलेखनात उपयोग करून घ्यावा लागतो.'' इतिहास राजकीय असो, धार्मिक असो किंवा सांपत्तिक असो; विद्या, युद्ध, संस्कृती, वन्यावस्था, अनीती किंवा असद्विचार इत्यादी एकेका कल्पनेचा इतिहास असो किंवा ह्या कल्पना अमलात आणणाऱ्या संस्थायंत्राचा इतिहास असो, तो प्रामाणिकपणे व सशास्त्र लिहिण्याच्या पद्धती सर्व देशांत सर्वकाळी एकच असल्यां पाहिजेत.'' असा निष्कर्ष ते काढतात.[१८]

एखाद्या राष्ट्राचा इतिहास केवळ त्या राष्ट्राच्या नायकाकडून घडविला जातो असे नाही; तर त्यात समाजाचा आणि त्या समाजातील सामान्य जनांचाही सहभाग असतो. इतिहास हा लोकांचा इतिहास असला पाहिजे; केवळ लोकनायक अथवा राजेरजवाडे यांची श्रेयनामावली; अथवा तारखांची आणि निव्वळ घटनांची जंत्री म्हणजे इतिहास नव्हे; इतिहासात लोकांच्या, समाजाच्या धार्मिक, सामाजिक, राजकीय, आर्थिक आणि अन्य घटना यांचे दर्शन घडले पाहिजे असे राजवाडे यांनी ठोसपणे मांडले आहे.[१९]

महाराष्ट्रधर्म : युगधर्म-कालमहिमा :

राजवाडे यांच्या इतिहासविषयक लेखनात 'महाराष्ट्रधर्म' या संकल्पनेचा विचार 'मराठ्यांच्या इतिहासाची साधने' खंड पहिला, या ग्रंथाच्या १८९८ साली लिहिलेल्या

प्रस्तावनेपासून १९२४ साली लिहिलेल्या 'महिकावतीच्या बखरीच्या' प्रस्तावनेपर्यंत सातत्याने आला आहे.

कोणत्याही देशाच्या इतिहासात एखाद्या कालखंडात एखादा विचार प्रबळ स्वरूपाचा अथवा अत्यंत प्रभावी असतो; आणि त्याचा परिणाम त्या देशाच्या समकालीन ऐतिहासिक घटनांवर होत असतो. राजवाडे यांच्या मते, या विचारापासूनच वर्तमान व भावी पिढ्यांना गतकालीन पिढ्यांच्या कर्मसंततीचे ज्ञान होते. देशाच्या इतिहासाच्या घटनांमागे जे विशिष्ट तत्त्व आढळून येते त्यासच पाश्चिमात्य इतिहासकार 'स्पिरिट ऑफ द एज' असे म्हणतात. राजवाड्यांनी या संकल्पनेलाच 'युगधर्म' अथवा 'कालमहिमा' असे म्हटले आहे. त्यालाच इतिहासाचा आत्मा असे इतिहासकार मानतात. मराठ्यांच्या इतिहासाची साधने खंड ४च्या प्रस्तावनेत 'महाराष्ट्रधर्म' हा विचार म्हणजे शिवकाळाचा युगधर्म अथवा त्या युगाचा महाविचार होता असे राजवाड्यांनी म्हटले आहे.[२०]

'महाराष्ट्र धर्म' या संकल्पनेचे विस्तृत विवेचन राजवाडे यांनी मराठ्यांच्या इतिहासातील उदाहरणे देऊन पहिल्या खंडाच्या प्रस्तावनेत केले आहे. पंधरा, सोळा आणि सतराव्या शतकाचा पूर्वार्ध या कालखंडात महाराष्ट्रातील राजकीय, समाजिक आणि आर्थिक विपन्नावस्थेचे वर्णन समर्थ रामदासस्वामींच्या काव्याच्या आधारे राजवाड्यांनी केले आहे. 'तीर्थक्षेत्रे मोडिली, ब्राह्मणस्थाने भ्रष्ट झाली, सकळ पृथ्वी आंदोळली' असे शिवपूर्वकाळातील परिस्थितीचे भेदक वर्णन करून समर्थ म्हणतात की, ''तुम्ही (शिवाजी राजे) झाला म्हणून 'महाराष्ट्रधर्म' काहीतरी राहिला'' आणि राजसत्तेला विनंती करितात की, या महाराष्ट्र धर्माचे रक्षण करण्यासाठी, 'बहुत लोक मेळवावे' एक विचारे भरावे । कष्ट करोनी घसरावे। म्लेच्छावरी । आहे इतके जतन करावे । पुढे आणीक मेळवावे । महाराष्ट्र राज्य करावे जिकडे तिकडे । मराठा तितुका मेळवावा । महाराष्ट्र धर्म वाढवावा । या समर्थवाणीचा आधार घेऊन राजवाडे म्हणतात, 'समर्थांच्या या उक्तीवरून कळून येईल की, सतराव्या शतकाच्या पूर्वार्धात महाराष्ट्रातील विचारी पुरुषांची मने एकाच जबर कल्पनेने भारावून गेली होती. ती कल्पना कोणती, तर महाराष्ट्र धर्माची स्थापना करणे ही. ही कल्पना सफल करण्याचे अवघड काम शिवाजींनी केले. शिवाजींच्या एकंदर चरित्राची गुरुकिल्ली हीच कल्पना होय. ही कल्पना ध्यानात ठेवून मग शिवाजींच्या व त्यांच्या अनुयायांच्या कृत्यांचा विचार करावा म्हणजे त्या काळी महाराष्ट्रात व कर्नाटकात जिकडे तिकडे मराठे निष्कारण धावताना परकीय इतिहासकारांना जे दिसतात, ते मनात काही विशिष्ट हेतू धरून शिस्तवार मोहिमा करीत आहेत असे भासू लागतील. शिवाजीला चोर व त्याच्या अनुयायांना 'गनीम' म्हणून यवनांनी टोपण नावे दिली. त्यांचा वाच्यार्थ घेण्याची जी परकीय इतिहासकारांना खोड लागली आहे ती ते टाकून देतील व देव, धर्म आणि 'स्वराज्य' यांची स्थापना करणाऱ्या पृथ्वीवरील महापुरुषांच्या मालिकेत ह्या पुण्यश्लोक

परमप्रतापी, पुरुषाला आढेवेढे न घेता गोवू लागतील.''[२१]

'महाराष्ट्र धर्माची' राजवाड्यांची व्याख्या हिंदुधर्माहून अधिक व्यापक आहे. त्यांच्या मते, ''महाराष्ट्रेतर प्रांतातील हिंदुधर्म + धर्मस्थापना + गोब्राह्मण प्रतिपाल + स्वराज्य स्थापना + एकीकरण + धुरीकरण म्हणजे महाराष्ट्रातील हिंदुधर्म होतो अशी त्या काळी समजूत होती. ह्याच समजुतीला 'महाराष्ट्र धर्म' म्हणून समर्थांनी संज्ञा दिली आणि त्या धर्माची स्थापना आणि प्रसार करण्याकरिता शिवाजीमहाराज व त्यांचे अनुयायी ह्यांनी प्राणांचा आणि वित्ताचा अपरंपार व्यय केला. महाराष्ट्रेतर हिंदुधर्मास 'सहिष्णु' म्हटल्यास व महाराष्ट्रातील हिंदुधर्मास 'जयिष्णु' म्हटल्यास या दोन्ही धर्मातील भेद उत्कटतेकरून स्पष्ट होईल. दामाजी पंताच्या वेळचा स्तब्ध विठोबा सहिष्णु हिंदुधर्माची मूर्ती आहे व समर्थांचा उड्डाण करणारा मारुती जयिष्णु हिंदुधर्माची पताका आहे.[२२]

१६४६ ते १७९६ हा मराठ्यांच्या इतिहासाचा सुमारे १५० वर्षांचा कालखंड म्हणजे महाराष्ट्रधर्माच्या कल्पनेला साक्षात स्वरूप देण्याच्या हेतूने मराठ्यांनी केलेली हालचाल, असे विधान करून या कल्पनेचा निरनिराळ्या काळीं कसकसा आविष्कार झाला त्याचा साधार आलेख विवेचन क्रमांक २ ते १२ या पहिल्या खंडाच्या प्रस्तावनेत राजवाडे विस्ताराने मांडतात.

'महाराष्ट्र धर्म' या संकल्पनेचा पाठपुरावा राजवाड्यांनी सतत केल्याचे दिसून येते. मल्हार रामराव चिटणीस यांच्या 'सप्तप्रकरणात्मक चरित्र' या बखरीत या 'महाराष्ट्र धर्म शब्दाचा उल्लेख आला आहे.' मल्हार रामराव चिटणीस लिहितात, ''राज्य साधून म्लेंच्छांचे पारिपत्य करून महाराष्ट्र धर्म रक्षणे, तेव्हां ज्यास जसे आपले होतील तसे करणे विपरित दिसल्यास पारिपत्य करणे.'' (बखर पृ. ३२) यांत महाराष्ट्र धर्माची चार अंगे चिटणिसांनी सांगितली आहेत. ती अशी, (१) स्वराज्य स्थापणे, (२) यवनांचे पारिपत्य करणे, (३) मराठ्यांची एकी करणे आणि (४) विरुद्ध दिसतील त्यांचे पारिपत्य करणे.[२३]

ग्रँट डफने आपल्या इतिहासासाठी चिटणिसी बखर वापरली आहे; पण त्याच्या इतिहासाचे लेखन, राजवाड्यांच्या मते प्रामुख्याने भौतिक स्वरूपाचे असल्याने, आत्मिक पद्धतीचा आत्मा म्हणजे 'महाराष्ट्र धर्म' तो त्याच्या लेखनातून निसटला आहे आणि म्हणूनच त्याचा इतिहास राजवाड्यांनी अपुरा आणि त्याज्य ठरविला आहे. आपल्या इतिहासात त्याने प्रामुख्याने मराठ्यांच्या लढायांना महत्त्व दिले आहे. राजवाडे यांच्या मते मराठ्यांच्या लढायांमागे काही संयुक्तिक व समाधानकारक कारणे होती. मराठ्यांच्या हालचाली म्हणजे सैरावैरागती नसून त्यांना काही विशिष्ट धोरण होते. मराठ्यांना काही संस्कृती होती हे अज्ञानामुळे ग्रँटला उमगले नाही. आपला मुद्दा स्पष्ट करण्यासाठी राजवाडे यांनी 'महाराष्ट्रधर्म' या संकल्पनेचा आधार घेतला.

आंग्लकाळात उशिरा रचलेल्या 'शिवदिग्विजय' या बखरीत 'महाराष्ट्रधर्मा'चा उल्लेख आहे. पण त्याचे विवेचन नाही. 'शत्रु हत म्हणजे नष्ट न झाला तरी वृक्युद्ध किंवा चित्याचे युद्ध, महाराष्ट्र धर्मी युक्त केली.'' (शिवदिग्विजय पृ. १७२) चित्याचे युद्ध म्हणजे लांडग्यासारखे युद्ध. याचा अर्थ युद्ध कसे करावे ह्याचाही निर्देश महाराष्ट्र धर्मात होतो, असे अनुमान काढता येईल असे राजवाडे म्हणतात. उदाहरणादाखल 'रायबागीन' या शूर स्त्रीचा उल्लेख बखरकाराने केला आहे. तो म्हणतो, ''रायबागीन सरकार काम नेकीने बजावून राहिली, तिची सेवा कराल तर महाराष्ट्र धर्म तुमचा, नाहीतर ठीक नाही.''[२४]

'महाराष्ट्र धर्म' या संकल्पनेसंबंधी समकालीन विचारवंत न्यायमूर्ती रानडे व प्रोफेसर राजारामशास्त्री भागवत यांच्या मतांचाही राजवाड्यांनी समाचार घेतला आहे. 'धर्म' या शब्दाचे मराठी भाषेत (१) धर्म म्हणजे गुण, (२) धर्म म्हणजे कर्तव्य, (३) धर्म म्हणजे दान आणि (४) धर्म म्हणजे आत्यंतिक दुःखध्वंसाचा मार्ग असे चार अर्थ आहेत, असे सांगून न्यायमूर्ती रानडे आणि प्रोफेसर भागवत अथवा काही इतिहासकार महाराष्ट्र धर्म म्हणजे सनातन धर्माच्या विरुद्ध असा एक धर्मपंथ असावा असा अर्थ लावतात. रामदास आणि बखरकारांची तशी समजूत नव्हती. महाराष्ट्र धर्म म्हणजे सर्व महाराष्ट्राचा, सर्व मराठा समाजाचे कर्तव्य असा रामदासांचा आशय आहे. 'महाराष्ट्र धर्म' हा शब्द शके १५७१ (१६५९ स.) साली रामदासांनी वापरला आहे. रानडे म्हणतात तसे प्रथम संभाजीच्या पत्रात तो आला आहे. (शके १६०३ अथवा सन १६८१) ते बरोबर नाही. शिवाजींच्या वेळी झालेल्या राज्यक्रांतीचे मूळ तत्कालीन धर्मसमजुतीत होते हे मला कबूल आहे, परंतु न्यायमूर्ती रानडे जी धर्मक्रांती म्हणतात तिचा वाचक 'महाराष्ट्र धर्म' हा शब्द नव्हता हे मला मुख्यत: सांगावयाचे आहे.'' असे राजवाडे म्हणतात. सनातन धर्माच्या विरुद्ध भक्तिमार्गाचा उदय होऊन मराठ्यांच्या मनाचा कोतेपणा नाहीसा झाला व तेणेकरून चोहोबाजूने स्वतंत्र होण्याची उत्कट इच्छा मराठ्यांच्या मनात बाणली व मराठ्यांनी स्वराज्य स्थापिले अशी कार्यपरंपरा न्यायमूर्तींनी जोडली आहे. परंतु, ती मुळापासून अशास्त्रीय आहे असे मला वाटते. असे विधान करून राजवाड्यांनी चौथ्या खंडाच्या प्रस्तावनेत भक्तिमार्गाच्या उत्पत्तीचा व प्रगतीचा इतिहास संक्षेपाने दिला आहे.[२५]

संताळ्यांच्या उपदेशामुळेच महाराष्ट्रात नवीन जोम आला म्हणून न्यायमूर्ती रानडे म्हणतात तो खरा प्रकार नसून समर्थांनी काढलेल्या नवीन रामदासी पंथाच्या उपदेशाने तो चमत्कार घडून आलेला आहे. 'समर्थांचिया सेवका वक्र पाहे, असा सर्व भूमंडळी कोण आहे' अशी धमकी देणाऱ्या समर्थांच्याच महोपदेशाचा तो परिणाम होय, असे आपले मत ठोसपणे राजवाडे यांनी मांडले.[२६]

राजारामशास्त्री भागवत यांनी १८९५ साली ब्राह्मणसभेत दिलेल्या व्याख्यानात 'महाराष्ट्र धर्म' हा भगवद्गीतेतील भागवत धर्मावर आधारित आहे, असे आपले मत

मांडले होते – "ज्या महाराष्ट्र धर्मासाठी शिवाजींचा अवतार झाला, तो कर्मठांचा कोता धर्म नव्हे तर ज्ञानेश्वरांनी जीर्णोद्धार केलेला संतांचा विशाल धर्म होय. तो सनातनी संकुचित जातीयवादी व कर्मकांडप्रधान ब्राह्मणी धर्मापेक्षा वेगळा होता." त्यांनी समर्थांनादेखील भागवतधर्मीय बनविले होते. रानडे यांच्या मते भागवतधर्म व रामदासांचा महाराष्ट्र धर्म यांच्यात विरोध नाही. रानडे, भागवतांच्या महाराष्ट्र धर्मात शूद्रातिशूद्र हिंदूंनाच काय पण अविंध मुसलमानांनाही स्थान आहे.[२७]

राजवाड्यांनी या मताचे खंडन चौथ्या खंडाच्या प्रस्तावनेत केले आहे.[२८]

१९१७ साली प्रसिद्ध झालेल्या 'महाराष्ट्र धर्म' या पुस्तकात राजवाड्यांनी महाराष्ट्र धर्माचा अर्थ आणि व्याप्ती यांचे पुन्हा एकदा सविस्तर विवेचन केले आहे. ते म्हणतात, "व्यक्ती, समाज, देव व इतर प्राणिमात्र यांच्या संबंधाने धनात्मक किंवा ऋणात्मक जे जे म्हणून कर्तव्य ते सर्व धर्म होय. महाराष्ट्राची अशी जी कर्तव्ये त्या सर्वांना 'महाराष्ट्र धर्म' ही संज्ञा आहे. महाराष्ट्र धर्म या शब्दाचे दोन अर्थ आहेत. 'मराठा क्षत्रियांचा धर्म' असा पहिला व पुरातन अर्थ आणि महाराष्ट्रातील सर्व आर्यांचा सामान्यधर्म हा दुसरा व अर्वाचीन अर्थ. शिवाजीला उद्देशून समर्थांनी जे पत्र लिहिले त्यात पहिला अर्थ अभिप्रेत आहे आणि दासबोधात दोनही अर्थ विवक्षित आहेत."[२९]

१९२४ साली राजवाड्यांनी 'महिकावतीची बखर' संपादित केली. बखरकार केशवाचार्य याने 'आद्यशक्ती महाराष्ट्रधर्मरक्षिका तुम्हा प्रसन्न असो.' हे आवाहन राजवाड्यांच्या विचारांना पोषकच होते. केशवाचार्याने आचारहीन, कर्तव्यभ्रष्ट झालेल्या मराठी माणसाला 'महाराष्ट्र धर्म' सांगितला. या संपूर्ण बखरीचा रचनाकाल सन १४४८ ते १६७८ असा मानला जातो. यातील दुसऱ्या आणि तिसऱ्या प्रकरणांचा रचनाकाल सन १४४८ असून त्याचा कर्ता केशवाचार्य आहे असे मानले जाते. महाराष्ट्र धर्म या शब्दाचा पुनरुच्चार पुढे समर्थ रामदासांनी १७व्या शतकात केला आणि आधुनिक काळात १९व्या शतकाच्या शेवटी न्यायमूर्ती रानडे आणि राजारामशास्त्री भागवत यांनी केला. महाराष्ट्र धर्म हा देववाचक शब्द नसून कर्तव्यवाचक शब्द आहे असे रानडे–भागवत यांना राजवाड्यांनी पूर्वीच उत्तर दिले होते. महिकावती बखरीने त्यांच्या विधानाला एक प्रकारे पुष्टीच दिली होती. केशवाचार्यांनी महाराष्ट्र धर्म म्हणजे महाराष्ट्रीय लोकांचा अथवा मराठा लोकांचा धर्म आहे असे म्हटले आहे. त्यांच्या मते देशधर्म, जातिधर्म, कुलधर्म, वंशधर्म, देवधर्म या सर्वांचा महाराष्ट्र धर्मात समावेश होतो. सर्व समाजाचा विचार या धर्मात होतो. प्रत्येकास त्याच्या योग्यतेनुसार या धर्मात स्थान आहे.[३०]

राजवाड्यांची 'महाराष्ट्र धर्माची कल्पना' ही 'ब्राह्मणकेंद्रित' आहे अशी त्यांच्यावर टीका केली जाते. राजवाडे महाराष्ट्र धर्माची आणि रामदासांच्या कार्याची व्याप्ती संकुचित करीत आहेत असा त्यांच्यावर आरोप करण्यात येतो. विठ्ठल रामजी शिंदे, रामदासांचा

महाराष्ट्र धर्म हाच मुळी संकुचित व कोता असून भागवतधर्माचे आकाश महाराष्ट्र धर्माच्या मुठीत मावणारे नाही असे विधान करून रानडे आणि भागवत यांनी महाराष्ट्र धर्म आणि भागवत धर्म यांच्यात गल्लत करून भागवत धर्मावर अन्याय केला आहे असे मत व्यक्त करतात. शिंदे यांनी राजवाड्यांच्या विचारांचा अनुल्लेखानेच परामर्श घेतला आहे.[३१]

अर्थात परस्परांच्या महाराष्ट्र धर्माच्या अर्थाविषयी मतभेद असले तरी १६४६ ते १७९६ या महाराष्ट्राच्या इतिहासाच्या कालखंडात मराठी माणसाच्या कर्तृत्वाची प्रेरणा 'महाराष्ट्र धर्म' ही होती या राजवाड्यांच्या मतांशी सहमत होण्यास काही प्रत्यवाय नसावा.

इतिहास आणि समाजशास्त्र :

इतिहास आणि समाजशास्त्र या ज्ञानशाखा परस्परांना साहाय्यक आणि पूरक असल्या तरी इतिहास ही समाजशास्त्राची शाखा आहे असे म्हणता येणार नाही असे राजवाडे मानतात; कारण त्यांची संशोधनक्षेत्रे भिन्न आहेत. मानवी समाजाच्या विविध चळवळींची नोंद इतिहास घेतो. राजवाडे म्हणतात, "वासना-यंत्रणा व साधना किंवा इच्छा-शरीर व कर्म अशी मानवसमाजाच्या चळवळीची त्रिविध परंपरा आहे. ह्या त्रिविध परंपरेची हकिकत देणे म्हणजे इतिहास लिहिणे होय." समाजाचे स्थैर्य आणि त्यात होणारे बदल याची कारणे आणि त्यामागच्या प्रेरणा, त्यांना नियंत्रित करणारी तत्त्वे यांचा अभ्यास हे समाजशास्त्राचे प्रमुख कार्यक्षेत्र होय. राजवाडे म्हणतात, "पृथ्वीवरील निरनिराळ्या नष्ट व हयात समाजांची तुलना करण्याने जी काही सिद्धान्त-परंपरा बनते तिला समाजशास्त्र म्हणतात.[३२] पाश्चिमात्य विचारवंतांच्या मते पूर्वेकडील देशातील समाज हे अचल अथवा स्थिर (Static) असून पाश्चिमात्य समाज तेवढेच प्रगतिशील आहेत. त्यांचे प्रगतीसंबंधीचे हे अनुमान मान्य केले तर त्याचा अर्थ पूर्वेकडील देशांना इतिहासच नाही असा होतो. 'प्रगती' या संकल्पनेचे पुरस्कर्ते असा सिद्धान्त मांडतात की, मनुष्यप्राणी हा त्याच्या नशिबी आलेल्या सामाजिक नीचतम अवस्थेतून उच्चतम अवस्थेप्रत जाण्याचा सतत प्रयत्न करीत असतो.[३३]

'इतिहासाचे तत्त्वज्ञान' या विषयासंबंधीच्या चर्चेत राजवाडे यांना विशेष रस नसला तरी फ्रेंच विचारवंत ऑगस्त कोंत याच्या प्रत्यक्षार्थवादाचा (positivism)प्रभाव त्यांच्या विचारसरणीवर पडलेला दिसून येतो. कोंत याने धर्मशास्त्र आणि तत्त्वमीमांसा (metaphysics) यापासून इतिहासाची फारकत करून इतिहासाला एका स्वतंत्र, पूर्ण विद्याशाखेचे स्थान देण्याचा प्रयत्न केला. अधिकृत ऐतिहासिक घटनांवर आधारित शास्त्रशुद्ध पद्धतीने इतिहासाचा अभ्यास झाला पाहिजे अशा मताचा त्याने पुरस्कार केला.[३४]

इतिहासाचे लेखन वस्तुनिष्ठपणे झाले पाहिजे हा विचार राजवाड्यांना मान्य होता. मराठी बखरींचा इतिहासाच्या दृष्टिकोनातून विचार करताना राजवाडे मराठ्यांच्या

इतिहासाची साधने खंड ४ मध्ये म्हणतात, ''पूर्वग्रहाने आविष्ट होऊन किंवा मनोदेवतेचे प्राबल्य होऊन पूर्वीचे दोष झाकण्याकरिता किंवा राष्ट्रीय अभिरुचीला पसंत पडावे ह्या इच्छेने किंवा परकीय लोकांच्या मताला मान देण्याच्या खोडीने, ऐतिहासिक प्रामाण्याची कसोटी दूषित होण्याचा संभव असतो. ही कसोटी जितकी शुद्ध ठेवता येईल तितका ऐतिहासिक सत्यतेचा उद्‌गम जास्त होईल.''[३५]

प्रस्तुत संदर्भात पाश्चिमात्य इतिहासकारांच्या मतांचा परामर्श ते सहाव्या खंडाच्या प्रस्तावनेत घेतात.[३६] मानवी समाज हा रानटी अवस्थेतून क्रमाक्रमाने सुधारणेच्या अवस्थेपर्यंत पोहोचला हा सिद्धान्त राजवाड्यांना मान्य नाही. ते म्हणतात, ''अखिल मनुष्य समाज एकेकाळी रानटी अवस्थेत होता व पुढे आस्ते आस्ते तो संस्कृत होत चालला, हा समज टाकून देणे भाग आहे आणि इतिहासाला माहीत असणाऱ्या ह्या दहा-पंधरा हजार वर्षांत मनुष्य समाज कोठे ना कोठे तरी सुसंस्कृत असलेला आढळतो व ह्या सुसंस्कृत समाजाच्या बरोबरीला येण्याचा प्रयत्न पृथ्वीवरील इतर रानटी समाज एकापाठीमागून एक करीत आहेत असा सिद्धान्त ग्रहण करणे अपरिहार्य होते.''

''युरोपियन इतिहासकारांचा दुसरा एक अर्धवट ग्रह असा की, कोणताही मनुष्यसमाज अनंतकाळ राहू शकणार नाही.'' राजवाडे यांच्या मते हा विचार निराधार आहे. ''पृथ्वीच्या पाठीवर पूर्वप्रलयकाळापासून वर्तमानकाळापर्यंत अव्याहत टिकलेले काही मनुष्यसमाज आहेत असे कबूल करावे लागेल.'' असे ते म्हणतात.

तसेच युरोपातील प्राचीन आणि आधुनिक समाज यांची निर्मिती ही एका समान वंशावरून झाली आहे हे केवळ भाषेतील साधर्म्यावर आधारित पाश्चिमात्य इतिहासकारांचे मतदेखील पूर्वग्रहदूषित आहे, असे राजवाडे मानतात.

या जगात जे उत्तम मानवी समाज अस्तित्वात आहेत त्यांच्याशी युरोपीय समाजाचा बादरायणी संबंध जोडण्याच्या पाश्चिमात्य इतिहासकारांच्या या अनिष्ट प्रवृत्तीचा राजवाड्यांनी खरपूस समाचार घेतला आहे. ''सारांश सत्यापेक्षा स्वजातिगौरवाकडे या लोकांचे लक्ष विशेष असते. हा दोष कोणत्याही देशातील निर्लेप इतिहासकारांनी टाळला पाहिजे.'' असे राजवाडे यांनी आपले मत व्यक्त केले आहे.

या चार प्रमुख दोषांबरोबरच युरोपीय इतिहासकारांच्या आणखी एका दोषावर राजवाडे यांनी बोट ठेवले आहे. भविष्यकालासंबंधी विचार करणे हे इतिहासाच्या कक्षेत बसत नाही हे मान्य करूनही हे इतिहासकार अशी भाकिते अधूनमधून करीत असतात. आपल्या समाजाचे श्रेष्ठत्व सिद्ध करण्यासाठी, युरोपीय लोक, आपण सारी पृथ्वी पादाक्रांत करणारे, इतर समाज त्यांच्यापुढे नामशेष होणार अशी अवास्तव भाकिते करीत असतात. यासंबंधी राजवाडे म्हणतात, ''इतिहासकारांनी ह्या विशिष्ट भाकीत करण्याच्या हावेपासून अलग राहिल्याविना, निर्भेळ सत्य निष्फळ होणे अत्यंत दुरापास्त आहे. विशिष्ट भाकिते

म्हणजे आपल्याला संमत असे पूर्वग्रहच होत.''

युरोपीय इतिहासकारांच्या लेखनात वरील सर्व पूर्वग्रह अथवा त्रुटी असल्याने राजवाडे अशा इतिहासकारांचे लेखन विपर्यस्त म्हणून त्याज्य मानतात.

मानवाच्या इतिहासाचे स्वरूप कसे असावे याचा विचार केल्यानंतर, राजवाडे सशास्त्र इतिहासलेखनाची पद्धती कशी असावी या प्रश्नाकडे वळतात. मानवी समाजाची प्रगती सर्वत्र सारखीच झाली आहे असे दिसत नाही. प्रत्येक समाजाच्या इतिहासात चढ-उतार, अचल अशा अवस्था येत असतात. या अवस्थांचा विचार करण्याच्या ऐतिहासिक तत्त्वज्ञानाच्या दोन पद्धतींचा अवलंब युरोपीय इतिहासकारांनी केला आहे. एक अनुनयपद्धती किंवा इंग्रजीत जिला A posteriori अथवा inductive method म्हणतात आणि दुसरी निर्णयपद्धती किंवा A priori अथवा deductive method या होत. अनुनयन पद्धती हजारो ऐतिहासिक प्रसंगांची विवेचक पद्धतीने छाननी करून सदर प्रसंगांची कार्यकारणपरंपरा शोधीत सामान्य कारणापर्यंत येऊन ठेपते. स्पेन्सर, हक्सूले, कोंत इत्यादी भौतिक शास्त्रज्ञ हे अनुनयन पद्धतीचे पुरस्कर्ते होत. निर्णयपद्धती, तत्त्वज्ञांनी स्वतंत्ररीतीने कल्पिलेल्या सर्वसामान्य आदिकरणाचा स्वीकार करून त्याचा परिष्कार मानवसमाजाच्या चरित्रातील प्रसंगसमूहावर व प्रत्येक प्रसंगावर कसा झाला आहे ते दाखविण्याची ईर्ष्या बाळगते. प्लेटो, क्यांट, हेगेल हे या पद्धतीचे पुरस्कर्ते असून त्यांच्या विचारांचाच पगडा समाजाच्या चरित्रावर फार झालेला आहे असे राजवाडे मानतात. अनुनयन पद्धती ज्ञातापासून-अज्ञाताकडे जाण्यास मदत करते त्यामुळे समाजाची प्रगती कशी कशी होत गेली ते समजते. निर्णयपद्धती अज्ञातापासून-ज्ञाताकडे जाण्यास मदत करते, त्यामुळे समाजाचे स्थैर्य समजावून घेण्यास ती उपयुक्त ठरते. ऐतिहासिक घटना समजावून घेण्यास अनुनयनपद्धती विशेष उपयुक्त असली तरी निर्णयपद्धतीचा आवश्यकतेनुसार वापर करणे योग्य ठरेल असे राजवाडे यांचे मत आहे. ते म्हणतात, ''निर्णायक पद्धती समाजाच्या स्थैर्याला पोषक आहे व अनुनयनपद्धती समाजाच्या गतीला अनुमोदक आहे. कोणत्याही जिवंत समाजात या दोन्ही पद्धतींचा कमी-जास्त मानाने अंश सापडतो. सारांश, जोपर्यंत अज्ञेय सृष्टी अस्तित्वात आहे व तिला ज्ञेय करून देण्याचा प्रयत्न चालू राहील तोपर्यंत ह्या दोन्ही पद्धतींचा अवलंब समाजात जारीने चालू राहील. इतके मात्र ध्यानात ठेवले पाहिजे की, अनुनायक पद्धतीचा अवलंब करणारे समाजशास्त्रज्ञ होत व निर्णायक पद्धतीचा अवलंब करणारे केवळ काल्पनिक तत्त्वज्ञ होत. पहिले पायाकडून अज्ञेय शिखराकडे जात आहेत व दुसरे काल्पनिक शिखराकडून पायाकडे येत आहेत. व्यावहारिक सत्य पहिल्यांच्या बाजूला आहे व तात्त्विक सत्य दुसर्‍यांच्या पक्षाला आहे. दोघांचाही हेतू सत्याचा पाठलाग करण्याचा आहे. बहुश: सत्याची पारध या अधऊर्ध्व गतीतील भेटीत संपण्याचा संभव आहे.''३७

इतिहासाचे स्वरूप आणि व्याप्ती यासंबंधीचे राजवाडे यांचे विचार क्रमश: विकसित होत होते.

ग्रँट डफच्या मराठ्यांच्या इतिहासावर टीका करीत असताना पहिल्या खंडाच्या प्रस्तावनेत (१८९८) राजवाडे म्हणतात, "कोणत्याही संस्कृत राष्ट्राच्या चरित्राचा सांगोपांग विचार करावयाचा म्हटला म्हणजे तो अनेक दृष्टींनी केला पाहिजे. धर्म, नीति, विद्या, समाज, व्यापार, कृषी, कलाकौशल्य, कायदेकानू, राजकारण व तत्सिद्ध्यर्थ केलेल्या अंत:स्थ व बहिस्थ खटपटी इतक्या सर्वांच्या प्रगतीचा किंवा विगतीचा कालक्रमाने यथास्थित, बांधेसूद पद्धतवार व सप्रमाण विचार केला जाऊन तो पुन: 'आत्मिक' व 'भौतिक'रीत्या झाला म्हणजे राष्ट्राचे चरित्र समग्र कळले असे होते. "धर्म, नीती, विद्या, राजकारण इत्यादी राष्ट्राच्या चरित्राची अंगे कार्याच्या रूपाने फलित झालेली पाहून त्या फलित रूपांचे पद्धतवार वर्णन करणे" या प्रकाराला राजवाडे भौतिक पद्धती म्हणतात; आणि "या फलित कार्याची कारणे म्हणून त्यांचा विचार करणे" यास ते आत्मिक पद्धती म्हणतात. "राष्ट्राच्या राजकीय गतिस्थितींचा भौतिक व आत्मिकदृष्ट्या जो विचार त्यासच राष्ट्राचा राजकीय इतिहास म्हणतात" असे इतिहासाचे स्वरूप आणि व्याप्ती यासंबंधीचे आपले विचार राजवाड्यांनी मांडले आहेत. घटना आणि प्रसंग यांचे वर्णन म्हणजे इतिहास नसून, त्यांच्या मागची कारणपरंपरा आणि परस्परसंबंध यांचे विवेचनही त्यात अभिप्रेत असते.[३८]

राजवाड्यांनी आपल्या सहाव्या खंडाच्या प्रस्तावनेत (१९०५) वरील विषयाचा अधिक विस्तृतपणे विचार केला असून, सूक्ष्मतेने पाहता, निर्भेळ इतिहास म्हणून ज्याला म्हणता येईल, त्याचे काम फक्त झालेल्या प्रसंगांची विश्वसनीय हकीकत देण्याचे आहे, असा इतिहासाच्या हेतूबद्दल आपला निष्कर्ष मांडला आहे.[३९]

राजवाडे म्हणतात की, "खरा इतिहास कोणत्याही काळी व कोणत्याही देशात एकाच स्वरूपाचा असतो. इतिहास लिहिण्याची जी पद्धती युरोपात सशास्त्र समजली जाते, तीच पद्धत हिंदुस्थानात तितकीच सशास्त्र समजली जाते. इतिहास राजकीय असो, धार्मिक असो, सामाजिक असो किंवा सांपत्तिक असो; विद्या, युद्ध, संस्कृती, वन्यावस्था, अनीती किंवा असद्‌विचार इत्यादी (एकेका) कल्पनांचा इतिहास असो; तो प्रामाणिकपणे व सशास्त्र लिहिण्याच्या पद्धती सर्व देशांत सर्व काली एकच असल्या पाहिजेत. प्रामाणिकपणा व सशास्त्र पद्धती हे दोन, इतिहासाचे केवळ प्राण होत. त्यातल्या त्यात एकवेळ अशास्त्रता निभावून नेता येईल. कारण तिच्यामुळे विषयाची फार झाली तर व्यवस्थित मांडणी व्हावयाची नाही. परंतु, अप्रामाणिकपणा इतिहासप्रणयनाला सर्वस्वी घातक होय.... असल्या अप्रामाणिक इतिहासांनाच इतिहासविकृती अशी संज्ञा आहे... मतिभ्रंश करणे हा विकृत इतिहासाचा मुख्य मतलब असतो. हे इतिहास लिहिणाऱ्याला

लांच्छनास्पद व वाचणाऱ्याला लज्जास्पद होत.''

असे विकृत इतिहासलेखन टाळण्यासाठी राजवाडे एक उपाय सुचवितात, आणि तो म्हणजे, ''सशास्त्रपद्धतीने प्रामाणिक इतिहास स्वभाषेत स्वदेशातील तज्ज्ञांनी लिहिला पाहिजे. परदेशातील लोक स्वेतर देशाचा इतिहास नि:पक्षपातबुद्धीने लिहितील ही गोष्ट अनेक कारणास्तव अशक्य असते.'' एखादा ऐतिहासिक प्रसंग अथवा घटना आपली विचारप्रणाली, स्वमत, स्वदेश, राजकीय सत्ता यांच्या पुष्ट्यर्थ विपर्यस्त स्वरूपात मांडणे हा एक प्रकारे अप्रामाणिकपणाच अथवा विकृत इतिहासाचाच प्रकार आहे. भारताच्या इतिहासाची मांडणी अशा रीतीने करून वाचकांचा बुद्धिभेद करणाऱ्या युरोपीय इतिहासकारांवर म्हणूनच राजवाडे घणाघाती हल्ला करतात. राजवाड्यांनी निरनिराळ्या मतांचा विचार करून सशास्त्र लेखन पद्धती आणि ऐतिहासिक घटनांशी प्रामाणिकपणा या दोन्हींमध्ये संतुलन साधण्याच्या मताचा पुरस्कार केला आहे; कारण या दोन्ही पद्धती इतिहासाला पूर्णत्व देण्यास परस्परपूरक अशा आहेत या मताचे ते पुरस्कर्ते होते. ''प्रसारक वर्गातील कित्येक इतिहास विशिष्ट मतांचा किंवा संस्थांच्या पक्षापाताने मुद्दाम लिहिलेले असतात; स्वदेश, स्वधर्म, स्वभाषा व स्वसंस्कृती सर्व जगात श्रेष्ठ आहेत व परदेश, परधर्म वगैरे कनिष्ठ आहेत, असे प्रतिपादन करण्याची असल्या इतिहासाची प्रतिज्ञा असते.'' म्हणून राजवाडे अशा 'प्रसारक वर्गातील' इतिहास त्याज्य मानतात.[४०]

महाराष्ट्राचा इतिहास :

परदेशी इतिहासात आढळणाऱ्या दोषांचे आणि त्रुटींचे दिग्दर्शन केल्यानंतर महाराष्ट्राच्या 'खऱ्या इतिहासा'च्या स्वरूपाकडे राजवाडे वळतात. राजवाडे यांच्यावर नेहमी असा आरोप केला जातो की, ते केवळ साधनांचे 'संग्राहक' होते 'इतिहासकार' नव्हते. मराठ्यांच्या इतिहासाची साधने खंड-१ या ग्रंथाला त्यांनी लिहिलेली प्रस्तावना लक्षात घेऊन काहीजण त्यांना 'इतिहासाचार्य' मानत असले तरी त्यांचा मूळ पिंड हा भाषाशास्त्रज्ञाचा होता. भाषाशास्त्र, व्याकरण, कोशशास्त्र आणि इतिहास या अनुक्रमाने त्यांची संशोधनाची प्रमुख क्षेत्रे होती; परंतु त्यांच्या 'मराठ्यांच्या इतिहासाची' साधने या मालेतील खंड ४, ६ आणि ८ या प्रस्तावनांचा आधार घेऊन त्यांना 'इतिहासकार' ठरविणे योग्य होणार नाही असे काही समीक्षकांचे मत आहे. त्यांच्या या गाजलेल्या प्रस्तावना म्हणजे त्यांची इतिहाससंबंधीची टिप्पणे असून, ती कोणत्याही सखोल संशोधनावर आधारित नाहीत. पानिपत (खंड १) आणि ब्रह्मेंद्रस्वामी (खंड ३) ही दोन प्रकरणे सोडल्यास त्यांनी कोणत्याही इतर ऐतिहासिक घटनेसंबंधी पद्धतशीर चर्चा केली नाही, इत्यादी मुद्दे त्यांचे समीक्षक पुढे करतात. त्यांनी पुढाकार घेऊन १९१० साली स्थापन केलेल्या भारत इतिहास संशोधक मंडळाचा १९१७ साली त्याग करून ते पुणे

सोडून धुळ्यास गेले, कारण त्यांना त्या सुमारास 'इतिहास' या विषयात काही फारसा रस उरला नव्हता आणि समाजशास्त्र, कोशरचनाशास्त्र या विषयात ते अधिक गुंतले होते. ज्ञानकोशकार डॉ. श्रीधर व्यंकटेश केतकर, या राजवाड्यांच्या समकालीन व्यक्तीने वरील विचार व्यक्त केले आहेत. राजवाडे यांची जीवनपद्धती या आपल्या लेखात (विद्यासेवक, जानेवारी १९२७) डॉ. केतकर म्हणतात, "राजवाडे हे आपल्या आयुष्याकडे इतिहाससंशोधक ह्या नात्याने पाहत नसून संस्कृतिविकास प्रवर्तक ह्या नात्याने पाहत होते आणि त्यांची खरी किंमत ओळखणाऱ्याने त्यांच्या आयुष्याचे ह्या दृष्टीने अवगमन केले पाहिजे."[४१]

राजवाडे स्वत:ला इतिहासकार मानत नसत. इतिहासाची अधिकृत अस्सल साधने स्वत:च्या भाष्यासह प्रसिद्ध करणे एवढीच त्यांची महत्त्वाकांक्षा होती. आपल्या 'साधन' खंडाच्या वाचकांना ते आवर्जून सांगतात की, त्यांनी ही साधने म्हणजे इतिहास असे मानू नये. आपल्या ऐतिहासिक पत्रांच्या वाचकांना ते स्पष्टपणे बजावतात की, "ज्यांच्या वाचनाने स्वदेशप्रीति उत्पन्न होते, ज्यांच्या निदिध्यासाने राष्ट्राचा उद्धार होतो, ती ही पत्रे नसून, ह्या पत्रांपासून उत्पन्न झालेला जो इतिहास तो होय. इतिहासापासून मिळणारे फळ ऐतिहासिक पत्रापासून कदापि मिळणार नाही."

साधनसामग्री गोळा करण्यात आणि इतर अनेक विषयांच्या संशोधनात व्यग्र असल्याने राजवाडे यांना या साधनांचा अभ्यास करून महाराष्ट्राच्या एखाद्या खंडाचा सुसंगत इतिहास लिहिण्यास सवड मिळाली नाही. अर्थात, त्यांना आणखी काही वेळ मिळाला असता तरी तो त्यांनी साधने गोळा करण्याच्या कामीच खर्च केला असता. पहिले चार खंड प्रकाशित झालेले पाहून, वाचून प्रभावित झालेल्या वाचकांना उद्देशून ते लिहितात, "मला तर अद्याप शंभरदीडशे खंडे छापावयाची आहेत. तेव्हा शेवटपर्यंत तग धरणारा, स्तुतिनिंदेला न जुमानणारा, लोकांच्या औदासीन्याला भीक न घालणारा, बोद्धमत्सराने दूषित न होणारा असा वाचकसमूह जवळ केल्यावाचून तरणोपाय नाही."[४२]

कागदपत्रांचे संकलन, निवड आणि संपादन, प्रकाशन आणि शेवटी वेळ मिळाल्यास इतिहासलेखन अशी आपल्या कार्याची दिशा राजवाड्यांनी ठरविली होती.

महाराष्ट्राच्या इतिहासाच्या लेखनाबाबत राजवाडे बरेच उदासीन होते. विकृत इतिहासापासून होणारे दुष्परिणाम जर टाळावयाचे असतील तर सशास्त्र पद्धतीने प्रामाणिक इतिहास स्वभाषेत स्वदेशातील तज्ज्ञांनी लिहिला पाहिजे. इतिहास व विशेषत: स्वेतिहास लोकप्रिय करण्याकडे राष्ट्रातील विचारवंत पुढाऱ्यांची स्वाभाविक व अत्युत्कट इच्छा असली पाहिजे असे राजवाडे मानीत. आंग्लविद्याविभूषित अशी बरीच मंडळी महाराष्ट्रात १९व्या शतकात निर्माण झाली, परंतु, स्वदेशाच्या इतिहासाचा नाव घेण्यासारखा एकही ग्रंथ त्यांच्या हातून लिहिला गेला नाही. १७८० पासून १८२२ पर्यंतच्या इतिहास,

समाजशास्त्र किंवा ऐतिहासिक तत्त्वज्ञान यावर नाव घेण्यासारखा एकही ग्रंथ मराठीत किंवा महाराष्ट्रात निर्माण झाला नाही. लक्ष्मणराव चिपळोणकर व रा. रा. गोविंदराव सरदेसाई यांनी शिवकालीन इतिहास लिहिले आहेत; परंतु स्वतंत्र साधनांच्या अभावामुळे ते नाना प्रकारांनी व्यंग आहेत. शिवाय या दोघा लेखकांनी लिहावयाला घेतलेल्या काळाचे मर्म जसे जाणावे तसे जाणले नाही. चिपळोणकरांनी केवळ डफच्या बखरीचा मराठीत उतारा केला आहे; व डफ जे मराठ्यांचे दोष काढतो ते गुण भासविण्याचा अभिमानी प्रयत्न केला आहे. सरदेसाईंनी ब्राह्मणांना व पेशव्यांना निराधार नावे ठेवण्याचा प्रयत्न करून, ज्याची खाल्ली पोळी त्याची टाळी वाजविण्याचा अप्रस्तुत उद्योग केलेला आहे. तत्कालीन समाजस्थितीचे पृथक्करण दोघातून एकानेही केलेले नाही.... डॉ. भांडारकरांच्या दख्खनच्या टिपणवजा निबंधावरून काही राजांची यादी देण्यापलीकडे ह्या इतिहासात जास्त काही एक दिले नाही... यद्यपि स्वतंत्र साधने अद्यापि प्रसिद्ध व्हावयाची आहेत, तत्रापि इतर जी आनुषंगिक शेकडो साधने मुसलमानांच्या व शिवाजींच्या तत्कालीन काळासंबंधाने उपलब्ध आहेत त्यांचा यथास्थित परामर्श घेतला असता, सध्यादेखील तत्कालीन समाजचरित्र व त्याची कार्यकारणपरंपरा समाधानकारक तऱ्हेने सजविता येण्यासारखी आहे. परंतु, इतका खटाटोप करण्यास दहा-वीस वर्षे एकनिष्ठपणे सतत खपले पाहिजे. हे परिश्रम न केल्यामुळे सरदेसाईंची मराठी रियासत शास्त्रीयदृष्ट्या फारशी उपयोगाची नाही. सरदेसाईंच्यापेक्षा रानड्यांनी इंग्रजीत रचिलेला शिवाजींचा इतिहास अधिक योग्यतेचा आहे. कारण, त्यात शिवकालीन समाजाची पूर्वकारणपरंपरा देण्याचा प्रयत्न केला आहे. मराठ्यांच्या समाजचरित्राला अव्याहत कारणपरंपरा आहे, हा सिद्धान्त त्यांच्या ग्रंथाने कायमचा प्रस्थापित केला आहे, ह्यात संशय नाही. 'मराठ्यांच्या इतिहासातील काही टिपणे' हा तेलंगांचा निबंधही समाजशास्त्राच्या तयारीचा पूर्वसूचक आहे. नावाजण्यासारखे हे दोन लेख गेल्या बेचाळीस वर्षात इतिहासावर महाराष्ट्रात झाले आहेत; अशा तऱ्हेचे परखड विचार राजवाड्यांनी ६व्या खंडाच्या प्रस्तावनेत मांडले आहेत.

राजवाडे यांच्या मते, मराठ्यांच्या इतिहासावर आजवर झालेले काम, व्हावयाच्या राहिलेल्या कामाच्या मानाने अत्यंत असमाधानकारक आहे. महाराष्ट्राची इतिहासपरंपरा सुमारे ३००० वर्षांची आहे. या काळाचा इतिहास बऱ्याच युरोपियनांनी व काही मराठ्यांनी संशोधिला आहे. या काळाचा शोध आपण मराठ्यांच्या हातून अतोनात जास्त व्हावयाला हवा. त्याशिवाय आपली ऋणमुक्तता होणार नाही.[४३]

महाराष्ट्राच्या इतिहासाचा 'नऊ सदरांतील संशोधनाचा पट' राजवाड्यांनी आपल्या लेखातून मांडला आहे. यात राजकीय, लष्करी व आरमारी, आर्थिक, वाङ्मयीन, धार्मिक, देवधार्मिक, सामाजिक, शास्त्रीय व कलिक (कलाविषयक) यांचा

अंतर्भाव करून ते म्हणतात, यांपैकी काही सदरांत थोडेफार संशोधन झाले आहे. ''बाकी पन्नास पाऊणशे सदरे कोरी ठणठणीत आहेत.'' या संशोधनाच्या कार्यात मिरज येथील वासुदेवशास्त्री खरे, साताऱ्यातील पारसनीस यांची संशोधनपीठे वैयक्तिक स्वरूपाची आहेत, तर धुळे येथील सत्कार्योत्तेजक सभेचा उद्योग अंशत: सामुदायिक आहे आणि पुणे येथील संशोधनपीठ पूर्णपणे सामुदायिक असून त्यात परंपरा चालू राहण्याचा मार्ग आहे, असे महाराष्ट्रातील संशोधनपीठांत चाललेल्या कार्याचे स्वरूप राजवाड्यांनी विशद केले आहे. पुण्याच्या पीठांची 'आकांक्षा व उमेद ऐतिहासिक संशोधनाच्या एकूणएक शाखांचा परामर्श घेण्याची आहे. परंतु आकांक्षेप्रमाणे व मूळच्या उमेदीप्रमाणे ह्या पीठात अद्याप उद्योग नाही. तो जर होईल तर हे पीठ महाराष्ट्राला भूषणावह होईल.' वासुदेवशास्त्री खरे आणि पारसनीस यांची संशोधनपीठे वैयक्तिक स्वरूपाची असल्याने त्याला मर्यादा होत्या. धुळ्याच्या पीठाला जर संपूर्ण सामुदायिक रूप आले तर तेथील कार्याची परंपरा राहील. पुण्याचे भारत इतिहास संशोधक मंडळ ही तर त्यांचीच निर्मिती होती; पण काही कारणाने त्यांना ते सोडावे लागले. पुण्याच्या पीठासंबंधी ते आशावादी असले तरी, ''ह्या पीठांच्या वर्तमान गुण-दोषांचे विवरण एका स्वतंत्र लेखात करण्यासारखे आहे.''असे राजवाडे म्हणतात. अर्थात, तो लेख त्यांच्या हातून लिहिला गेल्याचे दिसत नाही. ''थोडक्यात, ह्या चार पीठांची ही अशी कमी-जास्त असमाधानकारक स्थिती आहे.... मिरज, सातारा, धुळे येथील पीठांनी सामुदायिक रूप धारण केल्याने आणि पुणे येथील पीठाने व्यवस्थितपणे व हिशोबीपणाने प्रयत्न केल्याने हे कार्य साधणार आहे.'' असा राजवाड्यांनी आशावाद व्यक्त केला आहे.

इतिहासाच्या साधनसामग्रीचे संकलन करणे, संशोधन करणे, यासाठी नागपूर, वऱ्हाड, ग्वाल्हेर, इंदूर, बडोदे, मुंबई, बेळगाव, बंगळूर, तंजावर, बीड, पैठण, नगर, पंढरपूर व विजापूर इतक्या स्थळीं इतिहास संशोधन मंडळे निर्माण झाली पाहिजेत. यासाठी मनुष्यबळाची आवश्यकता आहे. पदवीधर लोक या व्यवसायात पडतील अशा योजना केल्या पाहिजेत; संग्राहक व संशोधक असे दोन्ही प्रकारचे इसम या विषयाकडे आकर्षिले पाहिजेत. संशोधनशिक्षणाचे वर्ग काढणे आवश्यक आहे, कारण, ''मूलतत्त्वपारंगत इसम मंडळात आल्याशिवाय मंडळाच्या शास्त्रीय दर्जाला शोभा येणार नाही.'' इत्यादी विचार राजवाडे यांनी आवर्जून मांडले आहेत.

इतिहाससंशोधनावर पडलेली 'भयंकर आपत्ती' टाळण्यासाठी मराठ्यांची मराठी युनिव्हर्सिटी पुण्यास जेव्हा निघेल तेव्हा हा बूट (संशोधनाचा) तेथे आला तर सिद्धीस नेता येईल. वास्तविक राजवाडे यांनी हा लेख लिहिला तेव्हा मुंबई विद्यापीठाची स्थापना होऊन अर्धशतकाहून अधिक काळ लोटला होता. परंतु, ''मुंबई युनिव्हर्सिटी अधिकारी व व्यापारी, इंग्रज, पारशी, मुसलमान इत्यादी महाराष्ट्रीयेतर इसमांच्याच बहुतेक लगामी

असल्यामुळे असल्या सेमिनार्स त्या युनिव्हर्सिटीत निघण्याची आशा फार विरळ दिसते.... मराठ्यांच्या सर्वशाखीन अध्ययनाची चतुरंग सोय व्हावी, हे एकच एक कारण पुण्यास मराठी युनिव्हर्सिटी स्थापन करण्यास पुरेसे आहे.'' असे राजवाड्यांनी केलेले विचारमंथन त्यांच्या दूरदर्शीपणाचे आणि मराठ्यांच्या इतिहासाच्या तळमळीचे निदर्शक असे मोठे सूचक उद्गार आहेत.

महाराष्ट्राच्या इतिहासाला पोषक असे वातावरण केव्हा निर्माण होईल याचादेखील राजवाड्यांनी विचार केला होता ते म्हणतात, ''येथील सरकारचे ब्युरोक्राटिक रूप बदलून त्याची लेजिस्लेटिव्ह व एक्झिक्युटिव्ह रचना जेव्हा लोकाधीन होईल, तेव्हा मायेची माणसे अधिकारारूढ होऊन आम्हा संशोधकांचे पांग फिटले तर फिटतील.'', ''येथील पुढाऱ्यांच्या हाती राजसत्ता, कोणत्या का चमत्काराने होईना, अंशत: जरी गेली तरी इतिहाससंशोधनाच्या कार्याचा बोरोक्राटोसारखा त्यांना विसर पडणार नाही. तात्पर्य, इतिहाससंशोधन घ्या किंवा इतर कोणतेही शास्त्रसंशोधन घ्या, त्याची जोपासना होण्यास देशात मायेचे व जिव्हाळ्याचे होमरूल होण्याची आवश्यकता नितांत भासमान होते.''

महाराष्ट्राच्या इतिहासासंबंधीचे वर वर्णिलेले सारे विचार 'मराठ्यांच्या इतिहासाच्या संशोधनाची सद्य:स्थिती' या १९१८ साली लिहिलेल्या आपल्या लेखात राजवाडे यांनी सविस्तरपणे मांडले आहेत.[४४]

महाराष्ट्राचा सर्वांगीण इतिहास कसा असावा याचा पूर्ण आराखडा राजवाड्यांनी तयार केला होता. कालानुक्रमाने १६४६ पूर्वकालापासून १९व्या शतकात महाराष्ट्राचा जो अध:पात झाला त्याची आठ विभागांत मांडणी करावी अशी त्यांची योजना होती. यात शिवपूर्वकाल (१६४६ पर्यंत), स्वराज्यासाठी संघर्ष (१६४६-१६८०), स्वातंत्र्यलढा पर्व (१६८०-१७०७), हिंदुपदपातशाहीची स्थापना (१७०७-१७३१), ब्राह्मणपदपातशाही (१७३१-१७६१), ब्राह्मण पदपातशाही (१७६१-१७९६), मराठी साम्राज्याचा अस्त (१७९६-१८१८) आणि शेवटी महाराष्ट्राच्या अधोगतीचा कालखंड (१८१८-१८९८) यांचा समावेश करण्यात आला होता.[४५]

१५व्या शतकात प्रथम पुढे आलेल्या 'महाराष्ट्र धर्म' या संकल्पनेचा शिवाजीराजांचे समकालीन समर्थ रामदास स्वामींनी मराठ्यांची संघटना उभी करण्याच्या कामी वापर केला. 'महाराष्ट्र धर्म' ही संकल्पना म्हणजे त्या काळचा 'युगधर्म' असे राजवाडे मानीत होते. महाराष्ट्र धर्म या संकल्पनेत, लोकांचे धर्माचरण, जाती, वंश, दैवते आणि सामान्यत: महाराष्ट्रातील परंपरा इ. चा समावेश करता येईल असे राजवाडे मानीत.[४६]

राजवाडे यांनी त्यांना अभिप्रेत असलेला महाराष्ट्राचा संपूर्ण इतिहास जरी रचला नसला तरी अनेक फुटकळ ऐतिहासिक चर्चात्मक लेखांतून तो हेतू साध्य करण्याचा प्रयत्न केला होता असे दिसून येते. त्यांच्या इतिहासविषयक लिखाणात, शहाजींच्या

चरित्राची आखणी, महाराष्ट्राचा वसाहतकाळ, शिवाजीराजांचे घराणे, शिवकालीन समाज, शिवाजीराजांची स्वराज्याविषयीची कल्पना, शिवकालीन ऐतिहासिक लेखनाची पद्धती, पत्रव्यवहार विशेषत: हिशेबाचे व्यवहार कसे ठेवावेत यासंबंधीची 'मेस्तके', मध्ययुगातील दुष्काळ, शाहूछत्रपती, पहिला बाजीराव, कान्होजी आंग्रे आणि इतर अनेक छोट्या– मोठ्या घटनांवर बराच प्रकाश टाकला आहे.४७

जगाच्या इतिहासाच्या संदर्भात मराठ्यांच्या इतिहासाचे विश्लेषण करून, भारताच्या इतिहासाची पुढील वाटचाल कशी असेल यासंबंधी राजवाडे यांनी आपले विचार एके ठिकाणी मांडले आहेत, ते त्यांच्या प्रगल्भ बुद्धिमत्तेची साक्ष देणारे आहेत. देशाचा इतिहास 'रियासती'च्या माध्यमातून मराठीत मांडणारे इतिहासकार गो. स. सरदेसाई यांनी १९०९ साली राजवाडे यांना एक पत्र लिहून ब्रिटिश रियासतीची मांडणी कशी करावी यासंबंधी मार्गदर्शन करावे, अशी विनंती एका इंग्रजी पत्राद्वारे केली होती. या पत्राबरोबरच त्यांनी आपल्या 'मुसलमानी रियासती'चे दोन खंडही अभिप्रायार्थ पाठविले होते. तेव्हा 'ब्रिटिश रियासत' आणि 'मुसलमानी रियासत' या दोन्ही परकीय राजवटींचा साकल्याने विचार करून राजवाडे यांनी ब्रिटिशांची राजवट केव्हा संपेल यासंबंधी जे विचार मांडले आहेत ते त्यांच्या कुशाग्र बुद्धीचे आणि तौलनिक अभ्यासपद्धतीचे द्योतक आहेत.

इंग्रज-मराठे यांचे संबंध जाणून घेण्यासाठी प्रथम एचिसनचे तहनामे इत्यादी ग्रंथांचे परिशीलन करावे म्हणजे १७२५ पासूनच्या काळाचे यथार्थ ज्ञान होईल. ''रामचंद्रपंत अमात्यांच्या टोपीकरांना जागा देऊन बद्धमूल होऊ देऊ नये. दिल्यास उखडून टाकण्यास पंचाईत पडते.'' या राजनीतीची जाणीव करून देऊन, ब्रह्मेंद्रस्वामींचे चरित्र, फॉरेस्टचे संपादित ग्रंथ, निबंधमालेतील मुक्तेश्वरावरील लेख, वासुदेवशास्त्री खरे यांचे ऐतिहासिक लेखसंग्रह, मराठ्यांच्या इतिहासाची साधने इत्यादी ग्रंथांचे वाचन करावे असे सुचविले आहे. ब्रिटिशांनी खालच्या वर्गातील लोकांना लष्करी शिक्षण दिले, आणि त्यांचा वापर भारतीयांच्या विरुद्ध केला. मद्रास, बंगाल आणि उत्तरेकडील इतर सत्ता ब्रिटिशांना शरण गेल्या होत्या आणि संपूर्ण भारताचे संरक्षण करण्याची जबाबदारी केवळ मराठ्यांच्यावर येऊन पडली होती. ब्रिटिशांनी वस्तुत: मराठ्यांच्याकडून भारतदेश जिंकून घेतला. येथपर्यंत ब्रिटिशांच्या प्राथमिक हालचालीचे वर्णन केल्यानंतर १८१८–१८५८ या काळात ब्रिटिशांनी आपली सत्ता कशी दृढ केली, स्थानिक संस्थानिकांना आपले अंकित कसे केले, विश्वविद्यालयीन शिक्षणाची मुहूर्तमेढ कशी रोवली आणि भारतीय तरुणांना नोकरीचे आमिष दाखवून त्यांचा बुद्धिभेद कसा केला, सामाजिक सुधारणांच्या धोरणामुळे प्रभावित झालेल्या तरुण पिढीवर ब्रिटिश राजवटीचे भलेबुरे परिणाम कसे झाले इत्यादी विषयांचे विवेचन करावे असे राजवाड्यांनी सुचविले आहे.

१८७७ नंतरच्या काळात ब्रिटिश सत्तेला आव्हान देण्यास सुरुवात झाली. १८८५ साली राष्ट्रीय काँग्रेसची स्थापना झाली, साम्राज्यशाहीची पकड वाढली, वासुदेव बळवंत फडक्यांनी त्याविरुद्ध संघर्ष सुरू केला, प्रक्षुब्ध जनतेला शांत करण्यासाठी लॉर्ड रिपनने स्थानिक पातळीवर कारभाराच्या सुधारणा केल्या, १९०५ पासून स्वातंत्र्यलढा सुरू झाला. तो केव्हा आणि कसा संपेल हे कोणाला सांगता येणार नाही.

भारतातील परिस्थितीचे वर्णन करीत असताना १७६०–१८१४ या काळात फ्रान्स, अमेरिकेतील वसाहती येथे काय घडत होते; पेशवे, टिपू, शिंदे यांच्या हालचाली कशा चालल्या होत्या आणि भारतात वर्चस्व मिळविण्यासाठी फ्रेंचांचे कसे निकराचे प्रयत्न चालले होते याचा विचार करावा. तसेच १८०० ते १८८० या कालखंडातील इंग्लंडचे रशिया आणि अफगाणिस्थानातील राजकारण १८७३–१९०७ या काळातील जर्मनीत बिस्मार्कने योजिलेल्या वसाहतींच्या साम्राज्याचे धोरण आणि १८९०–१९०७ या कालखंडात जपानचा झालेला उदय आणि त्याने रशिया आणि चीन यांना पराभूत करून वसाहतीच्या साम्राज्याची केलेली घोषणा इत्यादी जागतिक घडामोडींचा विचार करावा असे सुचविले आहे.

ही सर्व पार्श्वभूमी घेणे का आवश्यक आहे तर त्यामुळे २०व्या शतकाच्या सुरुवातीस जगाच्या इतिहासात इंग्लंडचे स्थान काय होते हे समजण्यास मदत होणार होती. इंग्लंडप्रमाणेच आता जर्मनी, जपान, अमेरिका, फ्रान्स इत्यादी देशांनादेखील साम्राज्यशाहीची हाव सुटली होती आणि ही सर्व राष्ट्रे इंग्लंडचे शत्रू बनली होती. याखेरीज इंग्लंडला आयर्लंड, भारत, ऑस्ट्रेलिया, कॅनडा या स्ववर्चस्वाखालील विभागांतूनही विरोध होऊ लागल्याने तो देश दुबळा बनत चालला होता.

या सर्व १८–१९व्या आणि विसाव्या शतकाच्या प्रारंभीच्या घटनांचा आढावा घेऊन राजवाड्यांनी निष्कर्ष काढला आहे की १९५० साली भारतावरील ब्रिटिश रियासतीचा शेवट होईल. राजवाड्यांनी ही भविष्यवाणी इतिहासाने सिद्ध करून दाखविली आहे. १९४७ साली भारत देश स्वतंत्र झाला आणि १९५० साली भारताने आपली संघराज्याची घटना अस्तित्वात आणली.[४८]

राजवाडे यांच्या या कार्याचा आढावा घेतल्यानंतर राजवाडे हे केवळ ऐतिहासिक साधनांचे संग्राहक होते, इतिहासकारास लागणारी आवश्यक ती अर्हता त्यांच्यात नव्हती असे म्हणणे अज्ञानमूलक ठरेल. राजवाडे यांनी केवळ इतिहासलेखनाच्या कार्यास आपल्याला वाहून घेतले असते तर त्यांची गणना लिओपोल्ड रँके, अथवा थिओडोर थॉमसेन या जर्मन इतिहासकारांच्या रांगेत आपल्याला करावी लागली असती असे प्रा. पुणतांबेकर म्हणतात त्यात बराच सत्यांश आहे.[४९]

राजवाड्यांची लेखनशैली :

राजवाडे यांचे इतिहासविषयक साहित्य किती विपुल प्रमाणात होते याची कल्पना या लेखाच्या परिशिष्टावरून येईल. हे लेखन प्रभावी करण्यासाठी राजवाडे यांनी एका विशिष्ट लेखनशैलीचा अवलंब केला होता. प्रसिद्ध इतिहाससंशोधक कै. द. वि. आपटे यांच्या एका अप्रकाशित लेखात समकालीन इतिहाससंशोधक का. ना. साने, द. ब. पारसनीस, आबा चांदोरकर आणि साहित्यिक वि. ल. भावे यांच्याहून राजवाडे यांची लेखनशैली कशी भिन्न होती याचे मोठे मार्मिक वर्णन केले आहे. ते म्हणतात, "ऐतिहासिक विवेचनाच्या सर्व शाखा, उपशाखांचे विवरण कसे करावे याचे कित्ते राजवाडे यांनी घालून दिले. त्यांच्या लिखाणात शब्दांची झालर नाही, भाषेचे अवडंबर नाही. त्यांचे बोलणे तुटक व थोडेफार दुसऱ्याबद्दल तुच्छतादर्शक, अक्षर सुवाच्य, लिखाणात खाडाखोड, फिरवाफिरव नाही; विचारही तसेच, संदिग्धता नाही, अनिश्चय नाही; शब्द, वाक्य, परिच्छेद सारे नियमबद्ध आणि रेखीव, विनोद, भाषासौष्ठव नाही, सर्व लिखाणांतून खणखणीत आवाज."

छोटी पण मुद्देसूद व सिद्धान्तवजा वाक्ये हा त्यांच्या लेखनशैलीचा विशेष होता. उदाहरणार्थ, आपल्या एका लेखात राजवाडे म्हणतात, "दामाजीपंतांच्या वेळेचा स्तब्ध विठोबा सहिष्णुधर्माची मूर्ती आहे व समर्थांचा उड्डाण करणारा मारुती जयेष्णु हिंदुधर्माची पताका आहे." या एका वाक्यातून त्यांनी वारकरी व रामदासी सांप्रदायांतील फरक दाखविला आहे. तसेच बखरी आणि ऐतिहासिक कागदपत्रातील फरक विशद करताना "एक अस्सल चिटोरे सर्व बखरींच्या बहुमताला हाणून पाडण्यास पुरेसे आहे." हे त्यांचे उद्‌गार किती समर्पक आहेत याची प्रचिती संशोधकांना हरघडी येत असते. प्रमाणबद्ध आणि सूत्रमय वाक्ये राजवाड्यांच्या लिखाणात सर्वत्र विखुरलेली आढळतात.

राजवाडे यांच्या लेखनशैलीचा समारोप करताना द. वि. आपटे म्हणतात, "त्यांना शब्दांची वाण कधीच भासली नाही. त्यांचे लिहिणे सुरुवातीस लांबलचक असे वाटे. विशेषत: खंड ५, ६, ८ यांच्या प्रस्तावना ओबडधोबड व क्वचित भाषांतरवजा वाटतात.[५०] पण पुढे मात्र त्यांच्या लिखाणात सफाई आलेली दिसते."

राजवाड्यांचे टीकाकार :

कागदपत्रे गोळा करणे आणि ती प्रसिद्ध करण्याचे व्रत राजवाड्यांनी अंगीकारले होते. 'प्रथम साधने' मग 'सिद्ध ग्रंथ' हे त्यांच्या कार्याचे सूत्र होते. "काव्येतिहासाची साधने, शरीरसामर्थ्य असेल तोपर्यंत जमविण्याची व ती अस्सलबरहुकूम प्रसिद्ध करण्याची एकच आकांक्षा आम्ही बाळगली आहे. त्याच्यावर मखलाशी करण्याचे बडे काम भावी मंडळीकरिता खुले ठेविले आहे." असे त्यांनी म्हटले आहे.[५१]

राजवाडे यांच्या संकलनाच्या उद्योगासंबंधी मराठ्यांचे एक प्रतिभावान इतिहासकार त्र्यंबक शंकर शेजवलकर म्हणतात की, राजवाडे यांनी मोठे कष्ट करून कागदपत्र जमविले, पण त्यांनी वेळोवेळी केलेल्या भाष्यामुळे महाराष्ट्र समाजावर उपकार झाले की अपकार असा प्रश्न निर्माण करून ते पुढे म्हणतात, ''इतिहासाचे कार्य सत्य निर्णय असे असताना, सत्य निर्णय करताना राजवाड्यांचे प्रतिपादन भ्रांतिकर नव्हे तर सत्यापासून फारच दूर गेलेले आढळते.''५२

राजवाडे हे देशभक्त इतिहासकार होते. १८८५ साली स्थापन झालेल्या राष्ट्रीय सभेची काँग्रेसची-ध्येयधोरणे हे शिवछत्रपतींच्या स्वराज्याच्या कल्पनेशी-ध्येयधोरणांशी सुसंगत आहेत अशी त्यांची धारणा होती. शेजवलकरांना मात्र ही त्यांची देशभक्ती ही सत्य इतिहासकथनास विरोधक आहे असे वाटते. ते म्हणतात, ''पूर्वीचे इतिहासकार देशभक्त असल्यामुळे त्यांच्या इतिहासविषयक लेखनात आणि मांडणीत वैगुण्य निर्माण झाले आहे. कारण कोणताही लेखक सर्व वाङ्मय वाचून अभ्यासास प्रवृत्त झाला नव्हता. हाताशी आलेले चार कागद वाचून त्यावर ते लेखन करीत. या सिद्धांताला राजवाडेही अपवाद नव्हते. त्यांनी अनेक चुका केल्या आहेत. प्रतिभावान लेखनाचे दुष्परिणाम बहुतकाळ समाजाला बाधतात. या प्रतिभावान कार्यकर्त्यामुळे महाराष्ट्रेतिहास चुकीच्या पायावर व गृहीत कृत्यावर उभारण्यात आला आहे. हा डोलारा फार दिवस टिकणार नाही.''

राजवाड्यांनी 'मराठ्यांच्या इतिहासाची साधने' खंड १ याला जी विवेचनात्मक प्रस्तावना लिहिली आहे ती वाचून ग्रंथमालाकार प्रा. विष्णु गोविंद विजापूरकर यांनी ''राजवाडे हे एक अमोलिक नवरत्न आमच्यात निपजले आहे असे वाटल्याविना राहत नाही.'' असे धन्योद्गार काढले आहेत. परंतु, या प्रस्तावनेत पानिपत युद्धाच्या वेळी, गोविंदपंत बुंदेले या कमाविसदाराने केलेल्या हलगर्जीपणावर राजवाड्यांनी केलेली टीका शेजवलकरांना असमर्थनीय आणि इतिहासाच्या विवेचनाचा चुकीचा पाया घालणारी आहे असे वाटते.

राजवाडे हे देशभक्त इतिहासकार असले तरी इतिहाससंशोधनाच्या शास्त्रीय पद्धतीची त्यांची बैठक पक्की होती. मात्र, ''राजवाड्यांनी आपल्या लेखनाने जनमानसात खोटी देशभक्ती निर्माण केली. चुका कबूल न करण्याचा हट्टीपणा आणि विचारात एककल्लीपणा हा त्यांचा स्वभावविशेष होता. राजवाड्यांची विचारसरणी विद्यापीठातून शिकवली जावी ही अत्यंत देशहानिकारक गोष्ट आहे,'' असे शेजवलकरांना वाटत होते. शेजवलकरांचे हे कडवट विचार अपवादात्मक मानले पाहिजेत. सत्याच्या निकषावर ते दीर्घकाळ टिकणारे नाहीत.५३

राजवाड्यांच्या विविध क्षेत्रातील प्रचंड कार्याचे आजवर अनेक तज्ज्ञांनी गुणगानच

केले आहे. मार्क्सवादी विचारवंत श्रीपाद अमृत डांगे यांच्या मते, मार्क्सच्या दृष्टिकोनातून इतिहासाची शास्त्रशुद्ध मांडणी करणाऱ्यांना राजवाड्यांच्या लिखाणाचा आधार घेतल्यावाचून तसे लेखन करता येणार नाही. राजवाड्यांच्यावर टीकास्त्र सोडणारे 'कोदंडाचा टणत्कार' या ग्रंथाचे लेखक प्रबोधनकार ठाकरे म्हणतात, "श्री राजवाड्यांचे 'खंड' जर बाहेर पडले नसते तर महाराष्ट्रेतिहासाच्या क्षेत्रात खरोखरच 'सर्व अंधार' पडला असता. राजवाड्यांची ही कामगिरी बहुमोल आहे. इतकेच नव्हे तर दुसरा राजवाडे प्रसवायला आणखी एकदोन शतकांचीही तपश्चर्या अपुरी पडेल असे आमचे प्रांजळ मत आहे."

इतिहाससंशोधक द. वि. आपटे म्हणतात, "त्यांनी महाराष्ट्राच्या इतिहासाचे गुरुस्थान महाराष्ट्रात आहे याची जाणीव उत्पन्न केली." आचार्य शं. द. जावडेकर यांनी राजवाड्यांच्या ऐतिहासिक कार्याचे समालोचन करताना म्हटले आहे, "राजवाड्यांनी मराठ्यांच्या इतिहासावर सुसंगत असा स्वतंत्र ग्रंथ लिहिला नाही किंवा तत्त्वज्ञानावरही स्वतंत्र ग्रंथ लिहिला नाही. त्यांचे स्फुट लेख आणि प्रस्तावना हीच त्यांची महाराष्ट्राला महत्त्वाची देणगी आहे.

मराठी भाषेचे जाज्वल्य अभिमानी राजवाडे यांनी इंग्रजीतून लेखन केले असते तर अ-मराठी भाषिकांना त्यांच्या ज्ञानाचा लाभ झाला असता आणि त्यांची कीर्ती दिगंत झाली असती असे म्हटले जाते. "पण हा महाभ्रम आहे. राजवाड्यांनी कीर्तीची पर्वा न करता आमच्या अजाण देशबंधूंची कदर करून मराठीत लिखाण लिहिले. त्याऐवजी त्यांनी इंग्रजीत रचना केली असती तर ... 'तातडीची भिंत पायाविण रचली' असे म्हणावे लागले असते." असे विनोबा भावे यांनी म्हटले आहे.[५४]

ऐतिहासिक कागदपत्रांच्या भक्कम पायावरच इतिहासाची पक्की इमारत उभी केली जाते, इतिहासासंबंधीचे तुमचे भाष्य काही असले तरी ते केवळ कल्पनेवर आधारलेले नसावे, आपल्या पायाखालची जमीन निसटती नसावी, यासाठी सर्व विधाने साधनांवर आधारित असली पाहिजेत या मूलभूत तत्त्वांचा राजवाडे यांनी जोरदार पुरस्कार केला. राजवाडे यांच्या विचारसरणीचा विसर निदान महाराष्ट्राच्या इतिहासकारांना तरी पडता कामा नये. इतिहासाचे एक समीक्षक प्राध्यापक श्री. व्यं. पुणतांबेकर यांच्या शब्दात सांगायचे तर "राजवाडे हे अद्वितीय, श्रेष्ठ, बिनतोडीचे, अकुंठित बुद्धीचे एक महान इतिहासाचार्य - संशोधक, तत्त्वविवेचक व विचारप्रवर्तक आपल्या देशात होऊन गेले."[५५]

समारोप :

राजवाडे यांचे जे काही आत्मपर लेख उपलब्ध आहेत त्यांवरून इतिहाससंशोधक व्हावयाचे असे महाविद्यालयीन शिक्षण घेत असतानाच आपल्या मनाशी त्यांनी निश्चित केले होते आणि त्या दृष्टीने त्यांनी वाटचाल सुरू केली होती असे दिसून येते. डेक्कन

कॉलेजात असताना त्यांनी तेथील प्रचंड ग्रंथसंग्रहालयाचा उपयोग करून विविध मतांची आणि लेखनप्रवाहांची ओळख करून घेतली. आपल्या नियोजित अभ्यासाच्या क्षेत्रात ज्या पाश्चिमात्य विद्वानांनी लेखन केले होते त्यांच्या मौलिक ग्रंथांचे ज्ञान मराठीत आणण्यासाठी त्यांनी 'भाषांतर' मासिकाची योजना आखली आणि ती अंशत: सफल केली आणि स्वत: ज्ञानसंपन्न होत असताना आपल्या मराठी बांधवांनाही सुबुद्ध करण्याचा प्रयत्न केला.

राजवाडे यांचे इतिहासविषयक विचार कसे विकसित होत गेले, याची कल्पना त्यांच्या लेखनावरून स्पष्ट होते. पाश्चिमात्य देशातील विचारवंतांच्या लेखनाचा अभ्यास करून, भारतीय परंपरा आणि पाश्चिमात्य विचारसरणी यांचा मेळ साधून इतिहासलेखन पद्धतीच्या क्षेत्रात आपले असे वैशिष्ट्यपूर्ण स्थान त्यांनी निर्माण केले आणि एकप्रकारे इतिहासलेखन पद्धतीत क्रांती घडवून आणली.

राजवाड्यांनी 'मराठ्यांच्या इतिहासाची साधने' या मालेतील काही खंडांना आणि इतरत्र ज्या दीर्घ प्रस्तावना लिहिल्या आहेत त्यांचा कालानुक्रमे अभ्यास केल्यास त्यांचे इतिहासाच्या कार्यासंबंधीचे विचार कसे विकसित होत गेले याचा प्रत्यय येतो.

भारतीयांनी इतिहासाची केलेली व्याख्या प्रारंभीच्या काळात प्रमाण मानून गतकालीन घटना त्या जशा घडल्या तशा सांगणे म्हणजे इतिहासाचे निवेदन करणे असे राजवाडे मानीत होते. काल, स्थल व व्यक्ती या त्रयींची सांगड घालून इतिहासाचे निवेदन करावे असे त्यांचे मत होते. परंतु, ऐतिहासिक घटनांचा विचार करताना समकालीन युगधर्माचा (Spirit of the Age) ऐतिहासिक प्रसंगावर होणाऱ्या परिणामांचाही विचार केला पाहिजे, हा विचारही त्यांना पटला होता. ग्रँट डफच्या मराठ्यांच्या इतिहासावर टीका करताना राजवाड्यांनी, भौतिक आणि आत्मिक इतिहासलेखन पद्धतींचा सिद्धान्त मांडला आहे. त्यांना असे करीत असताना गतकालाचे वर्णन करणे या इतिहासाच्या कार्याबद्दलच्या आपल्या मताला थोडीशी मुरड घालून, ऐतिहासिक घटनांच्या कारणपरंपरेचा शोध घेणे आणि त्यासंबंधी चर्चा करून त्या घटनांचा अर्थ लावणे हे देखील इतिहासाचे कार्य आहे असा विचार राजवाड्यांनी मांडला आहे. पाश्चिमात्यांचा प्रगती सिद्धांत त्यांना पूर्णत: मान्य नाही. ऐतिहासिक घटनांमागे काही ठराविक कारणपरंपरा, क्रम असून त्यामुळे प्रगत देशांच्या इतिहासात प्रगती अथवा अधोगती दिसते हे तत्त्व राजवाड्यांना मान्य नाही. संस्थांची व संस्कृतींची वाढ एकाच व समान कालमानाने होते असे मानणे योग्य होणार नाही, त्यांच्या वर्धनाचा व जीवनाचा क्रम कमी-अधिक असतो ही इतिहासातील नवीन विचारसरणी राजवाड्यांना मान्य होणारी आहे. अर्थात, या विषयावर राजवाड्यांनी फार सखोलपणे आपल्या लेखनात विचार केलेला दिसत नाही.

महाराष्ट्राच्या इतिहासलेखनापूर्वी जास्तीत जास्त प्रमाणभूत साधनांचा संग्रह,

छाननी आणि प्रकाशन करण्याचे व्रत राजवाड्यांनी स्वीकारले होते. या कार्याला प्राधान्य देऊन इतिहासलेखन कार्याला त्यांनी दुय्यम स्थान दिले होते; पण केवळ या कारणावरून त्यांच्या कार्याला कमी लेखणे अथवा इतिहासलेखनाला आवश्यक ते गुण त्यांच्यापाशी नव्हते असे मानणे म्हणजे त्यांच्यावर अन्याय करण्यासारखे आहे. प्रस्तुत संदर्भात प्राध्यापक श्री. व्यं. पुणतांबेकर यांनी मांडलेले मत अत्यंत समर्पक आहे. ते म्हणतात, ''राजवाडे यांनी केवळ इतिहासलेखन हेच आपले कार्यक्षेत्र निवडले असते तर त्यांचे योगदान जर्मन इतिहासकार लिओपोल्ड व्हॉन रँके (१७९५-१८८६) अथवा थिओडर थॉमसेन (१८१७-१९०३) यांच्या तोडीचे झाले असते.

परिशिष्ट

राजवाडे वाङ्मयसूची

मराठ्यांच्या इतिहासाची साधने : एकूण खंड २२
मरणोत्तर खंड ४ : एकूण - २६

खंड क्र.	कालखंड	कागदपत्रे संख्या	पृष्ठे	प्रकाशन, स्थल, काल
१	१७५०-१७६१	३०४	५४० प्रस्ता-१२७	वाई, १८९८
२	१७१४-१७६१	शकावली	१९७, प्रस्ता-३४	कोल्हापूर, १९००
३	१७००-१७६०	५६०	६२३, प्रस्ता-९७	कोल्हापूर, १९०१
४	१८ वे शतक	बखरी	४२३, प्रस्ता-१३३	पुणे, १९००; १९२३
५	१७९५-१७९८	२४२	२१०	कोल्हापूर, १९०२
६	१८ वे शतक	६२४	७७८, प्रस्ता-९८	कोल्हापूर, १९०५
७	१८ वे शतक	४७०	४४०	मुंबई, १९०४
८	१६४५-१८१७	१९५	३५७, प्रस्ता-१२७	कोल्हापूर, १९०३
९	तंजावरचा शिलालेख	-	१०४	धुळे, १९०६
१०	१७६१-१८१७	६६५	५०८, प्रस्ता-९	पुणे, १९०९
११	१६९१-१७६०	११०	९५, प्रस्ता-९	पुणे, १९०९
१२	रघुनाथराव, बाजीराव	३८०	२३९	पुणे, १९१२
१३	थोरले माधवराव	१६५	१८६	पुणे, १९१८
१४	खाजगीवाले दफ्तर	८२	६६	पुणे, १९१८
१५	शिवकालीन घराणी	४५३	४८८	धुळे, १९१२
१६	'' ''	८६	८७	धुळे, १९१२

१७	” ”	४४	५४	मुंबई, १९१३
१८	” ”	६४	९७	मुंबई, १९१४
१९	१७७९-१७८४	१४०	१४०	मुंबई, १९१४
२०	शिवकालीन घराणी	२९०	४३६	पुणे, १९१५
२१	शिवकालीन घराणी	३१४	३६०	धुळे, १९१८
२१	शिवकालीन घराणी उत्तरार्ध	७५	१३६	धुळे, १९१६
२२	१७९२-९३	२४७	१३९	मुंबई, १९१७
२३	खानदेश घराणी	१०१	१३४	धुळे, १९४७
२४	कराड-गिरजे (संपा. भा. वा. भट)	२८६	१७२	धुळे, १९४६
२५	गोखले पत्रव्यवहार (संपा. कृ. वा. पुरंदरे शं. ना. जोशी)	२६५	२२५	धुळे, १९४१
२६	भांबोरकर-भोसले संपा. भि. बा. भोसले	१९२	३०५	धुळे १९४६

भारत इतिहास संशोधक मंडळ, पुणे या संस्थेने खंड १ ते ८, १० ते १२, १५ ते १९ यांची स्थळसूची १९१७ साली प्रसिद्ध केली आहे. पृष्ठसंख्या १९१७. संपा. गो. का. चांदोरकर आणि मित्रमंडळ.

संपादित ग्रंथ

१. राधामाधवविलास चंपू-कवी-जयराम पिंडे, राजवाडे, प्रस्तावना २०१ पाने, पृ. २८७, पुणे १९२२.

२. महिकावती (माहीम) ची बखर, कर्ते - केशवाचार्य आणि इतर, प्रस्तावना पृ. ११०, पाने २२५, पुणे, १९२४.

इतर इतिहासविषयक लेखन

१. राजवाडे लेखसंग्रह – खंड १, ऐतिहासिक प्रस्तावना, पृ. ४७१ + ३३, पुणे १९२८.

२. राजवाडे लेखसंग्रह – खंड २, संकीर्ण निबंध : संख्या २५, पृ. ३००, पुणे, १९३२.

३. राजवाडे लेखसंग्रह भाग – ३, संकीर्ण निबंध : संख्या ३२, पृ. २९०, पुणे १९३५.

४. भारतीय विवाहसंस्थांचा इतिहास, प्रस्तावना, श्रीपाद अमृत डांगे, पुणे १९७६.

टिपा आणि संदर्भ

१. मॉडर्न बुक डेपो प्रकाशन, (सं.) राजवाडे दर्शन, पुणे १९६५, पृ. १४ जदुनाथ सरकार, हाउस ऑफ शिवाजी, ३री आवृत्ती, कलकत्ता, १९५५. राजवाडे आणि सरकार जेव्हा एकमेकांना प्रथम भेटले तेव्हा त्यांनी सरकारांना इंग्रजीत न लिहिता बंगालीत लिहिण्याचा सल्ला दिला. तेव्हा त्या उभयतांना एका दक्षिणी ब्राह्मण मित्राने, राजवाडे यांना विचारले, ''सरकारनी जर बंगालीत लिखाण केले असते तर त्याचे वाचन तुम्ही कसे केले असते.'' यावर राजवाडे यांनी काही उत्तर दिले नाही. पृ. २८२.

२. राजवाडे दर्शन पृ. २४–३३.

३. राजवाडे, ऐतिहासिक प्रस्तावना, पुणे १९२८, पृ. ६–७.

४. भट भा. वा., इतिहासाचार्य वि. का. राजवाडे यांचे चरित्र व राजवाड्यांच्या दोन तपांचा विद्वत्सहवास, धुळे, १९४६, पृ. १७८.
   – खानोलकर गं. दे., अर्वाचीन मराठी वाङ्मय सेवक खंड ५, पुणे १९६५, पृ. १०४–१०७
   – काळे दि. वि., मराठी साहित्य दर्शन खंड १५, वि. का. राजवाडे, पुणे, १९६४, पृ. ३६–४३.
   – राजवाडे, ऐतिहासिक प्रस्तावना, १९२८, पृ. ४६३.

५. ऐतिहासिक प्रस्तावना, १९२८, पृ. ४४९

६. सरकार, House of Shivaji १९५५, पृ. २७६–७७.

७. सेन, एस. पी. (सं.) हिस्टोरियन्स अँड हिस्टोरिऑग्राफी ऑफ मॉडर्न इंडिया, कलकत्ता, १९७३, पृ. २०२–२०४.

८. ऐतिहासिक प्रस्तावना, १९२८, पृ. ३६२–३६४.

९. तत्रैव, पृ. ३६५–६६.

१०. तत्रैव, पृ. १२१.

११. तत्रैव, पृ. ३४८–३५२.

१२. काळे दि. वि. १९६४, पृ. ८ आणि १४३–१५६.

१३. राजवाडे संशोधन मंडळ, ऐतिहासिक चर्चा खंड १६, धुळे, १९४७, पृ. २२०.

१४. ऐतिहासिक प्रस्तावना, १९२८, पृ. ३०६-७.

१५. तत्रैव पृ. ३०७.

१६. जोशी लक्ष्मणशास्त्री (सं.) राजवाडे लेखसंग्रह, पृ. ३०.

१७. ऐतिहासिक प्रस्तावना १९२८, पृ. ३१७-३१८.

१८. तत्रैव, १९४७, पृ. ३४४-३४५.

१९. तत्रैव पृ. २३०-२३३.

२०. शहा मु. ब. (सं.) इतिहासाचार्य वि. का. राजवाडे समग्र साहित्य खंड १०, धुळे १९९८, पृ. २६५.

२१. तत्रैव पृ. ३२.

२२. तत्रैव पृ. ३३.

२३. तत्रैव पृ. २७०.

२४. तत्रैव पृ. २७१

२५. तत्रैव पृ. २६७-७१

२६. तत्रैव पृ. २६९

२७. तत्रैव (प्रास्ताविक) पृ. २७

२८. तत्रैव पृ. २६७-६८

२९. जोशी प्र. न. राजवाडे विचार दर्शन व्हीनस, पुणे, १९६५, पृ. ५०

३०. तत्रैव पृ. ५१

३१. शहा मु. ब. पूर्वोक्त, प्रस्तावना - सदानंद मोरे, पृ. ३६-३७

३२. राजवाडे, ऐतिहासिक प्रस्तावना, १९२८, पृ. ३२८-३२९

३३. ऐतिहासिक चर्चा, १९४७, पृ. २३७

३४. कंटक मा. रा. (सं.) राजवाडे अँड हिज थॉट्स, भा. इ. सं. मंडळ, पुणे १९९०, पृ. २५-२७

३५. ऐतिहासिक प्रस्तावना, १९२८, पृ. २९८

३६. तत्रैव पृ. ३१२-३१६

३७. तत्रैव पृ. ३३९-३४५

३८. तत्रैव पृ. २७-३५

३९. तत्रैव पृ. ३१७

४०. तत्रैव पृ. ३४४-३४७

४१. खानोलकर गं. दे., अर्वाचीन मराठी वाङ्मय सेवक खंड ६, पुणे, १९६३, पृ. १०९, ११३

४२. ऐतिहासिक प्रस्तावना, १९२८, पृ. ३०२

४३. तत्रैव पृ. ३४५-४७, ३५७-५८

४४. काळे दि. वि., पूर्वोक्त १९६४, पृ. ३६-३५

४५. ऐतिहासिक प्रस्तावना, १९२८, पृ. १०४-१०५

४६. जोशी प्र. न., पूर्वोक्त पुणे, १९६, पृ. ४७-५१

४७. शहा मु. ब. (सं.) इतिहासाचार्य राजवाडे, समग्र साहित्य खंड ११-इतिहास व इतिहासविषयक लेख, धुळे, १९९८

४८. भट, भा. वा. १९४६, पृ. ५५०-११

४९. तत्रैव पृ. ३१८

५०. शहा मु. ब. १९९८, पूर्वोक्त प्रस्तावना, अ. रा. कुलकर्णी, पृ. ५७-५९

५१. राजवाडे लेखनसंग्रह, भाग ३, १९३५, पृ. ५७

५२. मोटे ह. वि. (सं.) शेजवलकर निवडक लेखसंग्रह मुंबई-१, १९७७, 'महाराष्ट्राच्या इतिहासाची आबाळ' पृ. १७७-१८१

५३. शहा, मु. ब. (सं.) पूर्वोक्त १९९८, पृ. ६३

५४. तत्रैव पृ. ६३-६४, ब्राह्मण पत्रिका इस्लामपूर, राजवाडे तिलांजली अंक (१९२६) आणि राजवाडे संशोधन मंडळ, धुळे, 'सुवर्ण महोत्सव स्मरणिका' १९७७ या नियतकालिकांतून हे उतारे उद्धृत केले आहेत.

५५. तत्रैव पृ. ७१.

❑

११

दत्तात्रय बळवंत पारसनीस

(१८७०-१९२६)

रावबहादूर दत्तात्रय बळवंत पारसनीस हे आरंभीच्या साने, वासुदेवशास्त्री खरे, वि. का. राजवाडे या महाराष्ट्राच्या इतिहाससंशोधकांचे समकालीन असे एक थोर संशोधक होते. इतिहास या विषयावर विविध प्रकारे लेखन करून महाराष्ट्राच्या इतिहासात त्यांनी मौलिक भर घातली आहे. त्यांच्या कार्याचे मूल्यमापन करताना वंग इतिहासकार जदुनाथ सरकार यांनी मोठे गौरवोद्गार काढले आहेत. ते म्हणतात, "इतिहाससंशोधनाची पहिली आणि अगदी अनिवार्य आवश्यकता म्हणजे अस्सल दस्तऐवजांची उपलब्धता. ऐतिहासिक राजपत्रे आणि इतर साधने यांचा संग्रह करणारी इतिहासप्रेमी व्यक्ती आपल्या कार्याने संशोधकाला तर मदत करतेच, पण त्याचबरोबर इतरत्र विखुरलेल्या कागदपत्रांचे एकत्रीकरण करून आणि त्यांचे विनाशापासून संरक्षण करून उगवत्या पिढीतील संशोधकांवर फार मोठे उपकार करते. तसेच कागदांचा संग्रह करीत असताना त्यातील महत्त्वाचे कागद त्या व्यक्तीने प्रसिद्ध केले तर त्यामुळे स्थानिक अभ्यासकांचा तर फायदा होतोच, पण त्या साधनांचा मोठ्या प्रमाणावर प्रसार झाल्यामुळे त्याचा कदाचित जगातील अनेक संशोधकांना लाभ उठविता येतो. "मराठ्यांच्या इतिहासाच्या जिज्ञासूंचे फार मोठे उपकारकर्ते" या शब्दांत जदुनाथ सरकारांनी रावबहादूर पारसनिसांच्या कार्याचा गौरव केला आहे. पारसनिसांनी केवळ स्वत:साठी अस्सल साधने जमविली नाहीत तर संशोधकांना अनेक प्रकारे मदत केली. पुण्याच्या अभिलेखागारातील पेशव्यांची कागदपत्रे न्यायमूर्ती महादेव गोविंद रानडे यांच्या सौजन्याने पारसनिसांना पाहावयास मिळाली आणि काही इंग्रज अधिकाऱ्यांच्या मदतीने त्यांनी भारतीय संस्थानिकांची कागदपत्रेही मिळविली. त्यांचा संग्रह केला, ती व्यवस्थित लावून ठेवली आणि त्यांचे संपादन करून ती प्रसिद्धही केली. त्यामुळे मराठ्यांच्या इतिहासाच्या अभ्यासकांची फार मोठी सोय झाली.[१]

सातारा जिल्ह्यातील बोरगाव या खेडेगावात २७ नोव्हेंबर १८७० रोजी एका मध्यमवर्गीय ब्राह्मण कुटुंबात पारसनिसांचा जन्म झाला. त्यांचे शिक्षण बेताचेच झाले होते. मुंबई विद्यापीठाची शालान्त परीक्षादेखील ते पूर्ण करू शकले नव्हते. परंतु, अगदी लहानपणापासूनच त्यांनी मराठी साहित्य आणि मराठ्यांचा इतिहास या विषयात रस

घेण्यास सुरुवात केली होती. वयाच्या १७व्या वर्षी त्यांनी कृष्णाजी नारायण आठल्ये (१८५२-१९२७) या 'केरळ कोकिळ' या मासिकाच्या संपादकाचे अनुकरण करून 'महाराष्ट्र कोकिळ' नावाचे एक मासिक पत्र १८८७ साली सुरू केले होते. या १६ पानी मासिकात इतिहासप्रसिद्ध व्यक्तींची शब्दचित्रे आणि सर्वसामान्य लोकांना आवडतील अशा प्रासंगिक गोष्टी, आख्यायिका यांचा समावेश केला जात असे. या मासिकाची वार्षिक वर्गणी एक रुपया होती आणि त्याचे सुमारे २००० वर्गणीदार होते. परंतु, पुरेशा भांडवलाअभावी त्यांना हा उपक्रम १८९२ साली बंद करावा लागला. परंतु इतिहास आणि साहित्य या विषयांत रस घेणाऱ्या वाचकांचे लक्ष या मासिकाने वेधून घेतले होते. अर्थात याआधी साने, खरेशास्त्री, राजवाडे या संशोधकांनी लोकांमध्ये जी वाचनाची आवड निर्माण केली होती, तिचा पारसनिसांना बराच फायदा झाला. पारसनिसांनी 'झाशीची महाराणी लक्ष्मीबाईचे चरित्र' हा आपला पहिला ग्रंथ १८९४ साली प्रसिद्ध केला आणि तो वाचकांच्या पसंतीस तर उतरलाच, पण केसरीचे संपादक लोकमान्य टिळक यांनीदेखील आपल्या मुखपत्रातून त्याची मुक्तकंठाने स्तुती केली. त्यामुळे पारसनीस सामान्य जनतेचे लोकप्रिय लेखक बनले. अर्थात, या लोकप्रियतेमुळे त्यांनी कागदपत्रांचे संकलन, ऐतिहासिक हस्तलिखितांचे, कागदपत्रांचे आणि चर्चांचे, टिप्पणांचे प्रकाशन आणि तत्सम कार्य करण्याच्या आपल्या आवडत्या छंदाला त्यांनी मुरड घातली नाही.

समकालीन प्रसिद्ध मराठी कादंबरीकार हरी नारायण आपटे (१८६४-१९१९) यांच्या सहकार्याने त्यांनी 'भारतवर्ष' नावाचे नियतकालिक १८९६ साली सुरू करून आपल्या अंगीकृत कार्याची मुहूर्तमेढ रोवली. परंतु 'भारतवर्ष' मासिक हा प्रयत्न काही कारणांमुळे फारसा यशस्वी झाला नाही आणि एका वर्षातच हे मासिक बंद करावे लागले. परंतु, या छोट्या कालावधीत पारसनिसांनी काही बखरी, ऐतिहासिक दस्तऐवज, वंशावळी, कैफियती आणि मराठ्यांच्या इतिहासासंबंधीची माहिती प्रसिद्ध करण्याची कौतुकास्पद कामगिरी केली होती.

'भारतवर्षा'च्या प्रथम अंकात त्यांनी आपल्या कार्यक्रमाची, उद्देशांची रूपरेखा वाचकांना सादर केली होती. यामध्ये त्यांनी सर्वप्रथम ऐतिहासिक साधनांचे संकलन, संग्रह करण्याचे महत्त्व प्रामुख्याने विशद केले होते आणि इतिहासलेखनाला दुसरा क्रम दिला होता. प्रस्तुत संदर्भात त्यांनी का. ना. साने, वासुदेवशास्त्री खरे, वि. का. राजवाडे या आपल्या पूर्वसूरींनी घालून दिलेल्या मार्गाचे अनुकरण करून "कोणी भावी 'भारताचा कार्लाइल (इतिहासकार)' जो या मराठ्यांच्या इतिहासाच्या सुकलेल्या हाडांच्या सापळ्यात रक्तमांस आणि विश्वसनीयता यांचा पुरवठा करून त्यावर वस्त्रप्रावरणे घालेल" अशी उमेद व्यक्त केली आहे.[२]

'भारतवर्ष' मासिक १८९७ साली बंद पडल्यावर 'इतिहाससंग्रह' ही आपली

प्रसिद्ध मासिकमाला सुरू करण्यासाठी पारसनिसांना सुमारे आठ वर्षांचा दीर्घकाळ कंठावा लागला. १९०८ साली ‘इतिहाससंग्रह’ या नियतकालिकाची स्थापना करून पुढील आठ वर्षांत म्हणजे १९१६ सालापर्यंत त्यांनी विविध प्रकारची ऐतिहासिक माहिती पुरविली. साने यांचा ‘काव्येतिहास संग्रह’, वासुदेवशास्त्री खरे यांचा ‘ऐतिहासिक लेखसंग्रह’ आणि वि. का. राजवाडे यांचे ‘मराठ्यांच्या इतिहासाची साधने’ या इतिहासाला वाहिलेल्या मालिकाप्रमाणेच ‘इतिहाससंग्रह’ या पारसनिसांच्या मालिकेने विसाव्या शतकाच्या प्रारंभीच्या काळात मराठ्यांच्या इतिहासाच्या साधनसामग्रीत फार मौलिक स्वरूपाची भर घातली. ‘इतिहाससंग्रहात’ प्रसिद्ध झालेले महत्त्वाचे विषय असे होते – ‘जुने ऐतिहासिक वाद, ३ भाग, ऐतिहासिक टिपणे, ७ भाग, संकीर्ण ऐतिहासिक लेख, २ भाग, याखेरीज राजवाड्यांच्या ‘मराठ्यांच्या इतिहासाच्या साधनांचे १६, १७, १८, १९ आणि २२ हे पाच खंड, महेश्वर दरबारची बातमीपत्रे, २ खंड, महापुरुष ब्रह्मेंद्र स्वामी धावडशीकर, चरित्र व पत्रव्यवहार, महादजी शिंदे ऊर्फ पाटीलबाबा यांचा अस्सल पत्रव्यवहार महादजी शिंदे यांजकडील राजकारणे, होळकर दरबारातील हिंगण्यांची वकिली इत्यादी मराठ्यांच्या इतिहासाशी संबंधित सुमारे सहा हजार ऐतिहासिक दस्तऐवज या ‘इतिहास संग्रहातून’ पारसनिसांनी संकलित केला आहे. या प्रकरणाच्या शेवटी त्यांच्या ग्रंथसंपदेची जी यादी दिली आहे त्यावरून ऐतिहासिक साधनसामग्री जमा करणे, त्याच्यावर संपादकीय संस्कार करून ते प्रसिद्ध करणे आणि असे करीत असताना अनेक अडचणींना सामोरे जाणे आणि समकालीनांच्या टीकेची तमा न करता एवढे प्रकाशन करणे यासाठी पारसनिसांनी केलेल्या परिश्रमांचे इतिहासाच्या अभ्यासकांनी कौतुकच केले पाहिजे.

पारसनीस हे फार धूर्त आणि चतुर होते. आपल्या ध्येयपूर्तीसाठी दक्षिण भारतातील अनेक संस्थानिकांशी त्यांनी मैत्रीचे संबंध जोडले होते. संस्थानिकांना आवश्यक ती त्यांच्या संस्थानच्या इतिहासाची माहिती ते मोठ्या तत्परतेने पुरवीत. ‘इतिहाससंग्रह’ सुरू करण्यापूर्वीच्या काळात त्यांना काही विशेष काम नव्हते. त्याकाळात ते कोल्हापूरचे छत्रपती राजर्षि शाहूमहाराज यांच्यासमवेत इंग्लंडचा राजा, सातवा एडवर्ड यांच्या राज्यारोहणसमारंभासाठी गेले होते. या संधीचा फायदा घेऊन मुंबई इलाख्याच्या सेवेतून निवृत्त झालेल्या इंग्रज अधिकाऱ्यांच्या गाठीभेटी घेण्यास त्यांनी प्रारंभ केला आणि त्यांच्याकडून पुण्याच्या पेशवे दफ्तरात काम करण्यासाठी शिफारसपत्रे मिळविली. तसेच डलहौसी, हेन्री लॉरेन्स, निकोलसन, लॉर्ड एलिनबरो, हार्डिंग्ज आणि इतर ब्रिटिश अधिकाऱ्यांच्या काही खाजगी पत्रव्यवहाराच्या फायलीही मिळविल्या.

मराठी राज्याच्या उत्तरार्धातील एक प्रमुख मुत्सद्दी म्हणून नाना फडणीस या पेशव्यांच्या कारभाऱ्याची ब्रिटिशांनीदेखील स्तुती केली आहे. पामर हा ब्रिटिश रेसिडेंट म्हणतो, ‘‘नाना फडणीस म्हणजे मराठी राज्याचा ‘शहाणपणा’ अथवा ‘नेमस्तपणा’

याचे प्रतीक होय.'' मराठ्यांचा इतिहासकार ग्रँट डफ म्हणतो, ''मराठा राष्ट्राने निर्माण केलेला नाना फडणीस हा शेवटचा कुशाग्र बुद्धीचा, तेजस्वी मुत्सद्दी होय.'' या नाना फडणिसाचा खाजगी पत्रव्यवहार, सातारा जिल्ह्यातील, वाई तालुक्यातील कृष्णा नदीच्या तीरावरील मेणवली या गावी होता. नाना फडणिसावर शेवटच्या पेशव्याची, दुसऱ्या बाजीरावाची गैरमर्जी झाल्याने त्याला कारभारीपदावरून दूर केले होते. नानाच्या जेव्हा हे लक्षात आले तेव्हा त्याने आपला महत्त्वाचा राजकीय पत्रव्यवहार 'मेणवली' या आपल्या गावी नेला होता. परंतु, १८०० साली त्याचा मृत्यू झाला आणि त्याच्या वारसदारांनी त्याकडे पूर्ण दुर्लक्ष केले. पारसनीस यांना या 'मेणवली' दफ्तराची आणि त्यातील महत्त्वपूर्ण ऐतिहासिक कागदपत्रांची पूर्वकल्पना होती. त्यामुळे युक्तिप्रयुक्तीने विविध मार्गांचा अवलंब करून त्यांनी ते सारे दफ्तर हस्तगत केले आणि नानाच्या वंशजांनी त्याची विल्हेवाट लावण्यापूर्वी आणि त्या दफ्तराचा संपूर्ण नाश होण्यापूर्वी ते सुरक्षितपणे जतन करून ठेवले. या संग्रहातून महत्त्वाचे दस्तऐवज निवडून त्यांनी ते आपल्या 'इतिहाससंग्रहातून' क्रमशः प्रसिद्ध करण्यास प्रारंभ केला.

१८४८ साली ब्रिटिशांनी 'सातारा राज्य' खालसा केले, त्यामुळे सातारकरांच्या वाड्यातील सरकारी कागदपत्रांचे काय करावयाचे यासंबंधी गोंधळाची परिस्थिती निर्माण झाली होती. सातारा राजाच्या संग्रहात शिवकालापासूनचे अनेक महत्त्वाचे ऐतिहासिक कागदपत्र, जुनी चित्रे, नाणी, विविध प्रकारच्या वस्तू आणि इतर अनेक गोष्टी यांचा भरणा होता. ग्रँट डफने आपल्या इतिहासासाठी या संग्रहातील अस्सल साधनांचा पुरेपूर उपयोग करून घेतला होता.[३] परंतु राजाच्या वंशजांना हा ऐतिहासिक वारसा कसा जतन करावयाचा, त्याची देखभाल कशी करावयाची हा मोठा प्रश्न होता. शिवाय राज्य खालसा झाल्यामुळे त्यांना पैशांचीही निकड होती. पारसनिसांना जेव्हा सातारकर आपला ऐतिहासिक खजिना निकालात काढणार असल्याची बातमी समजली तेव्हा ते फार अस्वस्थ झाले. परंतु त्यांच्याकडे द्रव्य नव्हते, कोणाचे पाठबळ नव्हते, हा संग्रह कोणा अपात्र व्यक्तीच्या हाती पडून त्याची अयोग्यरीत्या विल्हेवाट लागू नये यासाठी हवा असलेला जनतेचा पाठिंबाही त्यांना नव्हता. त्यांच्या या अवस्थेचे वर्णन करताना जदुनाथ सरकार म्हणतात, ''परंतु त्यांच्या मनाने आणि बुद्धीने इतिहासाची ही साधने मिळविण्याचा सतत ध्यास घेतला होता आणि प्रचंड सहनशीलता आणि हरहुन्नरीपणा दाखवून त्यांनी या संग्रहाचा बराचसा भाग, मुंबईचे धनिक पु. वि. मावजी यांच्या आर्थिक साहाय्याने मिळविला.''[४]

ऐतिहासिक साधने जमा करण्याचा छंदच पारसनिसांना लागला होता. ग्वाल्हेरचे शिंदे आणि इंदूरचे होळकर यांच्या घराण्यातील कागदपत्रांनी त्यांचे लक्ष वेधून घेतले. राजवाडे यांनी आपल्या लेखाद्वारे या संस्थानिकांना त्यांच्या पदरी असलेल्या कागदपत्रांचे महत्त्व पटवून देणे आणि ती जमा करणे किती कठीण काम आहे याची कल्पना दिली होती.

पारसनीस हे आशावादी आणि प्रयत्नवादी होते. त्यांनी प्रथम पूर्वीच्या इंदूर संस्थानच्या अधिकाऱ्यांची भेट घेतली, पण त्यांनी त्यांची कागदपत्रांची मागणी काही जुजबी कारणे सांगून धुडकावून लावली. तेव्हा त्यांनी इंदूरच्या अधिकाऱ्यांवर वरून दबाव आणण्याचा निश्चय केला. लंडनच्या वास्तव्यात १९०२ साली त्यांना भेटलेल्या एका निवृत्त अधिकाऱ्याच्या मदतीने भारत सरकारकडे त्यांनी आपली मागणी पोहोचविली. या प्रयत्नांचा योग्य तो परिणाम झाला आणि त्यांना इंदूर संस्थानची कागदपत्रे तपासण्याची परवानगी मिळाली. परंतु, पारसनीस याबाबतीत काहीसे दुर्दैवी ठरले. पारसनीस इंदूरला पोहोचण्यापूर्वीच तेथील राजवाड्याला अचानक अग्नी लागून तेथील सर्व कागदपत्रे जळून नष्ट झाले.

ग्वाल्हेरच्या संस्थानिकांकडून महादजी शिंद्यांचे कागदपत्र मिळविण्यात त्यांना यश प्राप्त झाले आणि ते त्यांनी 'इतिहाससंग्रहातून' क्रमशः प्रसिद्ध केले. या साधनांचे एकूण पाच खंड प्रसिद्ध झाले.[५]

ऐतिहासिक वस्तुसंग्रहालय :

ऐतिहासिक वस्तुसंग्रहालयाचे पारसनिसांना फार मोठे आकर्षण होते. कदाचित आपल्या १९०२ सालच्या इंग्लंडच्या भेटीत त्यांना ब्रिटिश म्युझियम, इंडिया ऑफिस लायब्ररी आणि अशाच इतर संस्था पहावयास मिळाल्या होत्या. त्यामुळे ते प्रभावित झाले असावेत. 'इतिहाससंग्रह' मासिक हे स्वतःच्या पायावर उभे झाल्यानंतर त्यांनी सातारा येथे एक ऐतिहासिक वस्तू संग्रहालय स्थापन करण्याचा प्रकल्प हाती घेतला. या कामासाठी त्यांनी तत्कालीन मुंबई सरकारकडे, 'भारताच्या इतिहासाच्या कार्यासाठी' आर्थिक साहाय्य करण्याची विनंती केली. ४ डिसेंबर १९१२ रोजी सरकारला सादर केलेल्या विनंतिपत्रात त्यांनी संशोधकांना एकत्रित संदर्भ ग्रंथ आणि ऐतिहासिक वस्तू मिळत नसल्याने किती त्रास होतो याची कल्पना देऊन अशा एखाद्या वास्तूची गरज कशी आहे हे पटवून देण्याचा प्रयत्न केला होता. प्रस्तुत संदर्भात आपले स्वतःचे अनुभव मांडले होते. शेवटी त्यांनी सरकारला अशी कळकळीची विनंती केली होती की, जन्मभर आपण जी ऐतिहासिक सामग्री मिळविली ती एका छत्राखाली सुरक्षित राहील आणि ती अभ्यासकांना उपलब्ध होईल याची जबाबदारी सरकारने स्वीकारावी.

मुंबई सरकारने या विनंतीअर्जाचा सहानुभूतीपूर्वक विचार करून १९१४ साली एका ठरावाद्वारे पारसनिसांना आर्थिक साहाय्य देण्याचा निश्चय केला. परंतु, याच सुमारास पहिल्या महायुद्धाचा भडका उडाल्याने त्या ठरावाची कार्यवाही होण्यास विलंब लागला. नंतरच्या काळात १९१४ साली घेतलेल्या निर्णयात अंशतः बदल करून 'कागदपत्रे' आणि 'ऐतिहासिक वास्तू' यासाठी दोन स्वतंत्र इमारती बांधाव्यात असा निर्णय सरकारने

घेतला. ऐतिहासिक कागदपत्रांसाठी बांधावयाच्या इमारतीची संपूर्ण जबाबदारी सरकारने स्वीकारली आणि ते काम पूर्ण केले. मुंबई सरकारचे तत्कालीन गव्हर्नर सर लेस्ली विल्सन यांनी ३ नोव्हेंबर १९२५ रोजी या वास्तूचे उद्घाटन केले.[६] या संग्रहालयात पारसनिसांनी मिळविलेले २० हजार मराठी कागदपत्र, ५ हजार इंग्रजी पत्रव्यवहार आणि सुमारे ३ हजार युरोपीय भाषांतील, १७व्या आणि १८व्या शतकातील इतिहासासंबंधीच्या पुस्तकांची प्रतिष्ठापना करण्यात आली.

पेशवा माधवराव पहिले, रघुनाथराव, नाना फडणीस, सखारामबापू बोकील, हरीपंत फडके, महादजी शिंदे, परशुरामभाऊ पटवर्धन आणि पानिपतोत्तर काळातील इतर व्यक्तीसंबंधीचे पारसनिसांनी विकत घेतलेले अथवा मिळविलेले कागदपत्र या संग्रहालयात ठेवण्यात आले होते. याखेरीज पारसनिसांनी लंडनच्या आपल्या वास्तव्यात संपादन केलेले मद्रासचा गव्हर्नर मॅकर्टने (१७८०–८५) यांच्याकडील १७२० ते १८१८ या कालखंडावर प्रकाश टाकणारे सुमारे ५ हजार कागद या संग्रहात होते. कालांतराने या संग्रहालयातील बरेचसे कागद मुंबई सरकारने विकत घेऊन ते १९३९ साली डेक्कन कॉलेजची पुनर्रचना झाल्यावर मराठ्यांच्या इतिहासाच्या अभ्यासासाठी त्या संस्थेकडे जतन करण्यास दिले. उर्वरित भाग पारसनिसांकडेच राहिला आणि नंतर तो डॉ. बाबासाहेब आंबेडकर मराठवाडा विद्यापीठ, औरंगाबाद या संस्थेने पारसनिसांच्या वंशजांकडून खरेदी केला. या उर्वरित संग्रहात प्रामुख्याने काही ऐतिहासिक चित्रे, नाणी, कलेच्या वस्तू, जुनी हत्यारे, बाजीराव, शाहू महाराज, राजारामांचे पुत्र शिवाजीराजे, महादजी शिंदे, नाना फडणीस आणि इतर व्यक्तींची चित्रे आहेत. हा भाग साताऱ्याच्या नव्या ऐतिहासिक वास्तूकडे दिला नव्हता. पारसनिसांच्या १९२६ साली झालेल्या निधनामुळे तो त्यांच्या वारसाकडे राहिला होता. त्यामुळे त्यांना तो स्वतंत्रपणे विकता आला.[७]

वास्तविक पारसनीस काही सरकारी सेवेत नव्हते. परंतु, त्यांनी केलेल्या इतिहासाच्या कार्याची दखल घेऊन मुंबई सरकारने त्यांना १९२२ पासून दरमहा ३०० रुपये निवृत्तिवेतन मंजूर केले होते आणि त्यांच्या मृत्यूनंतर एक विशेष बाब म्हणून त्यांचे पुत्र अमृतराव यांना सालिना २४०० रुपये आर्थिक साहाय्य देण्याचे मान्य केले. सरकारी शाळा आणि संस्था यांना 'इतिहाससंग्रहा'चे वर्गणीदार बनवून सरकारने एक प्रकारे पारसनिसांच्या कार्याला हातभार लावला होता.

पारसनीस आणि पेशवेदफ्तर :

पारसनिसांच्या कार्याची सरकारने चांगलीच दखल घेतली होती. न्यायमूर्ती म. गो. रानडे यांनी सर्वप्रथम त्यांना पुण्याच्या पेशवे दफ्तरात प्रवेश मिळवून दिला. पेशवे दफ्तरातील एक अधिकारी गणेश चिमणाजी वाड यांनी पेशवे दफ्तरातील निवडक

कागदपत्रांचे काही खंड प्रकाशनासाठी तयार केले होते. पुण्याच्या डेक्कन व्हर्नाक्युलर ट्रान्सलेशन सोसायटीने ग. चि. वाड यांनी तयार केलेले खंड छापून प्रसिद्ध करण्याची तयारी दर्शविली.[८] वाड यांनी सरकारकडून या खंडांच्या प्रसिद्धीकरणाची परवानगी मिळविली होती. डे. व्ह. सोसायटीने पहिले सहा खंड प्रथम छापण्याची तयारी दर्शविली. या सहा खंडांची पृष्ठसंख्या ५३०० इतकी होती. दादासाहेब करंदीकर, सहस्रबुद्धे आणि पारसनीस या तीन सातारकरांच्या सहकार्याने सहस्रकर प्रेसने १९०२-३, डे. व्ह. सोसायटीसाठी ते प्रसिद्ध केले आणि ९वा खंड १९११ साली प्रसिद्ध झाला. या ९ खंडांपैकी पहिले ३ खंड पारसनीस आणि वाड यांच्या संयुक्त नावाने प्रसिद्ध झाले. या तीन खंडांत प्रामुख्याने छत्रपती शाहूमहाराज आणि बाळाजी बाजीराव पेशवे यांच्या संबंधीचे कागद आहेत. बाकी ६ खंडांच्या संपादनासाठी वाड यांना का. बा. मराठे (खंड ४, ६, ८) बा. पू. जोशी (खंड ५, ७) आणि का. ना. साने (खंड ९) यांचे सहकार्य लाभले. या खंडांना 'रोजनिशी' असे म्हणत. या रोजनिशींचे महत्त्व विशद करताना न्यायमूर्ती रानडे म्हणतात, "महाराष्ट्राच्या इतिहासाच्या अत्यंत महत्त्वाच्या घटनांच्या कालखंडाच्या इतिहासलेखनाच्या कामी अत्यंत उपयुक्त अशी माहिती या रोजनिशींमधून मिळते."[९]

"या सरकारी रोजनिशीचे लेखन पेशवे दफ्तरातील ज्याला त्या काळात 'फड' म्हणत असत, जबाबदार अधिकाऱ्यांच्याकडून वेळोवेळी झाले आहे. त्यात काही दोष असले तरी त्याहून अधिक चांगले ऐतिहासिक साहित्य आज उपलब्ध नसल्याने, त्या रोजनिशींचे महत्त्व विशेष आहे. गेल्या शतकातील लोकांच्या वास्तव हालचाली, त्यांच्या आशा-आकांक्षा आणि भयचिंता, त्यांची बलस्थाने, त्याचबरोबर त्यांची दुर्बलता इत्यादी मानवी जीवनातील घटनांवर प्रकाश टाकणारी अशी माहिती आपल्याला मिळते. तसेच आपल्याला आवश्यक ती माहिती देण्याच्या आणि मार्गदर्शन करण्याच्या दृष्टीने केवळ युद्धाच्या जयापजयांच्या हकिकती, राजघराण्यात होणारे बदल, राज्यक्रांती, ज्यांच्या बद्दलच्या माहितीने आपले इतिहासाचे खंड भरलेले असतात त्यापेक्षा अधिक मोलाची महिती आपल्याला या रोजनिशीतून मिळते.[१०]

डे. व्ह. सोसायटीने रोजनिशीचे पहिले ९ खंड छापले आणि काम थांबविले. परंतु पारसनिसांनी मुंबईचे धनिक पुरुषोत्तम विश्राम मावजी यांच्या सहकार्याने आणखी सहा खंड प्रसिद्ध केले आणि ग. चि. वाड यांनी तयार केलेल्या ३२ खंडांपैकी रोजनिशींचे एकूण १५ खंड प्रसिद्ध करून ते अभ्यासकांना उपलब्ध करून दिले. पारसनिसांनी तत्कालीन ब्रिटिश सरकारचा विश्वास संपादन करून कागदपत्रांच्या संशोधनासाठी आवश्यक ती सर्व सरकारी मदत मिळविली.[११]

भारत सरकारने 'ऐतिहासिक कागदपत्रांचा आयोग' (हिस्टॉरिकल रेकॉर्ड्स

कमिशन) या संस्थेची स्थापना १९१९ मध्ये केली. ऐतिहासिक कागदपत्रांची व्यवस्था लावून ते अभ्यासकांना उपलब्ध करून देणे, त्यासाठी योग्य त्या सोयी निर्माण करणे इत्यादी कामांसाठी या आयोगाची नियुक्ती केली होती. अभिलेखागारांचा एक महत्त्वाचा प्रकल्प म्हणजे त्यांच्या संग्रही असलेल्या कागदपत्रांच्या आवश्यक त्या तपशिलासह याद्या तयार करणे. याला फेरिस्ते (हँडलिस्ट) म्हणत. आयोगाने आपल्या १९२१ सालच्या वार्षिक बैठकीत पुण्याच्या पेशवे दफ्तरातील कागदपत्रांच्या अशा याद्या तयार करण्याचा एक प्रस्ताव मंजूर केला. पेशवे दफ्तर ज्याला एलिइनेशन ऑफिस म्हणत – त्याची देखभाल करण्याचे काम मुंबई इलाख्याच्या मध्य विभागाच्या आयुक्ताकडे सोपविले होते. त्यावेळचे आयुक्त एल. जे. माउंटफोर्ड यांनी मुंबई सरकारच्या सर्वसाधारण विभागाच्या एका पत्राद्वारे असे कळविले होते की, ''रावबहादूर द. ब. पारसनीस, जे भारताच्या इतिहासाचे खरेखुरे अभ्यासक असल्याची सरकारला जाणीव आहे, त्यांच्याशी चर्चा केली आहे. त्यांनी हे काम–कागदपत्रांचे फेरिस्ते करण्याचे मान्य केले आहे. परंतु, त्यांच्या मते हा विषय अत्यंत महत्त्वाचा असल्याने आणि त्यासाठी अनेक संवेदनशील बाबींचा विचार करावा लागणार असल्याने हे काम हाती घेण्यापूर्वी मला त्यांना भेटून काही चर्चा करावयाची आहे.[१२] अर्थात, त्या दोघांची भेट झाली किंवा नाही, अथवा झाली असल्यास त्यात काय घडले यासंबंधीचा तपशील उपलब्ध नाही. परंतु, या कामातील अडचणी लक्षात घेऊन भारत सरकारने ही योजना स्थगित केली. अर्थात, या योजनेनुसार पेशवे दफ्तराने जे फेरिस्ते तयार केले होते ते आजही संशोधकांना फार उपयुक्त ठरले आहेत आणि त्यांच्या साहाय्याने आवश्यक त्या कागदपत्रांचे 'रुमाल' संशोधकांना उपलब्ध करून घेणे सोईचे झाले आहे.

किंकेड आणि पारसनीस : मराठ्यांचा इतिहास

सी. ए. किंकेड (१८७०–१९५४) हे एक ब्रिटिश सनदी अधिकारी होते. सरकारी सेवेतील त्यांचा बराचसा काळ महाराष्ट्रात गेल्यामुळे त्यांना मराठ्यांच्या इतिहासाबद्दल विशेष आकर्षण निर्माण झाले होते. मराठ्यांचे आजवर लिहिलेले इंग्रजी भाषेतील इतिहास फारसे समाधानकारक नाहीत असे त्यांना वाटत होते. ग्रँट डफचा 'मराठ्यांचा इतिहास' हा ग्रंथही त्यांच्या मते फारसा समाधानकारक नव्हता. त्यामुळे आपल्या प्रशासकीय अनुभवाचा उपयोग करून मराठ्यांचा इतिहास नव्याने लिहावा असे त्यांच्या मनाने घेतले. या कामासाठी कोणीतरी मराठी इतिहासकार यांच्या सहकार्याने हे काम करावे असे त्यांना वाटत होते. त्या काळात ब्रिटिश सरकारच्या संपर्कात असलेल्या रावबहादूर पारसनीस यांची मदत घ्यावी, असे त्यांनी मनाशी योजून त्यांच्याशी बोलणी सुरू केली. पारसनिसांनी जेव्हा त्यांच्या विनंतीचा स्वीकार केला तेव्हा १६ सप्टेंबर

१९१३च्या पारसनिसांना लिहिलेल्या पत्रात ते म्हणतात, ''तुम्ही मोठ्या उदारपणे मला जे सहकार्य देण्याचे मान्य केले आहे त्यामुळे मला माझी योजना सादर करण्याचे धैर्य होत आहे. इतिहासलेखन करताना अर्थात मी आपण जी मदत कराल त्याचा कृतज्ञतापूर्वक उल्लेख करीन आणि मी एकतर माझा हा इतिहासग्रंथ आपणास अर्पण करीन अथवा ग्रंथावर माझ्या नावाबरोबर तुमच्या नावाचाही सहलेखक म्हणून उल्लेख करीन. यापैकी तुम्हाला कोणता पर्याय पसंत असेल त्याचा मी स्वीकार करीन.''[१३]

नंतरच्या काळात पारसनीस आणि किंकेड यांच्यात जो पत्रव्यवहार झाला त्यावरून पारसनिसांनी किंकेड यांना त्यांच्या लेखनात कशा प्रकारचे साहाय्य केले याची कल्पना येते. पारसनिसांनी अनेक मराठी साधने एकत्र करून शंकर केशव महाबळेश्वरकर या उत्तम इंग्रजी जाणणाऱ्या व्यक्तीकडून त्या साधनांचे इंग्रजीत भाषांतर करून घेतले व ती सामग्री किंकेडला पुरविली. तसेच प्रकाशित मराठी साधने जमा करण्याच्या कामी किंकेडला महत्त्वपूर्ण सहकार्य केले. इतिहासलेखनाचे हे काम पूर्ण करण्यास किंकेडला सुमारे ११ वर्षे द्यावी लागली आणि अशा रीतीने सिद्ध झालेला हा इतिहास ३ खंडांत १९१८ ते १९२५ या कालखंडात प्रसिद्ध झाला.

उभय लेखकांनी काम करण्याची एक निश्चित पद्धती ठरविली होती. प्रथम किंकेड एका प्रकरणाचा कच्चा मसुदा तयार करीत असे. पारसनीस त्यांचे वाचन करून त्यात आवश्यक त्या दुरुस्त्या करीत आणि आपल्या सूचना आणि अभिप्रायासह तो भाग किंकेडकडे पाठवीत. अनेक वेळा उभयतांच्या एक-दोन दीर्घ बैठकीत प्रकरणांचे वाचन करून ती संमत करीत. अशा या बैठकींत प्रामुख्याने पारसनिसांनी केलेल्या पूर्वसूचनांचा विचार केला जाई आणि त्यानंतर आवश्यक त्या सुधारणा करून मसुदा पक्का केला जात असे.[१४]

किंकेड अनेक वेळा रियासतकार सरदेसाईंना पत्र लिहून काही माहिती पुरविण्याची विनंती करीत अथवा काही घटनांसंबंधी खुलासा करून घेत; अशा या पत्रामुळे सरदेसाईंच्या मनात पारसनिसांचा किंकेडच्या इतिहासाच्या योजनेत काय भाग होता याबद्दल (त्यांच्या मनात) शंका निर्माण झाली. किंकेड आणि त्यांच्यामध्ये १९२१ ते १९३२ या कालखंडात झालेल्या पत्रव्यवहारावरून सरदेसाईंनी असा निष्कर्ष काढला आहे की, ''न्यायमूर्ती किंकेडच्या साह्याने मराठ्यांचा इतिहास प्रसिद्ध करण्याचे काम त्यांनी (पारसनिसांनी) स्वीकारीले, ग्रंथावर नाव दोघांचे आहे, पण त्यातील माहितीत किंवा मांडणीत पारसनिसांची खोचदार वृत्ती उतरली नाही; का तें भगवान जाणे'' सरदेसाईंच्या मते, पारसनिसांना किंकेडच्या इतिहासलेखनात सामील होण्यात काही वैयक्तिक स्वार्थ होता. ग्रँट डफ अथवा इतिहासकारांनी लिहिलेल्या इतिहासापेक्षा काहीसा वेगळा, सुसंबद्ध असा इतिहास लिहिण्यास किंकेडला मदत करावी हा त्यांचा हेतू नसावा असे सरदेसाईंना वाटते.

१९१७च्या सुमारास पारसनिसांची आर्थिक परिस्थिती बिकट झाली होती, म्हणून आपण पुरवू त्या साधनांना किंकेडकडून चांगली मदत मिळेल म्हणून ते त्याच्याशी वाटाघाटी करीत होते असेही सरदेसाई म्हणतात.[१५]

अर्थात, किंकेडने पारसनिसांनी त्याच्या इतिहासलेखनात केलेल्या साहाय्याचा कोठेही आणि केव्हाही इन्कार केला नाही. उलट त्याने उदार अंत:करणाने केलेल्या अपार मदतीने भारावून जाऊन त्याने स्वखुशीने पारसनिसांना आपल्याबरोबर सहलेखक बनविले होते. मराठ्यांच्या इतिहासाचा तिसरा आणि शेवटचा खंड तयार करीत असताना त्याने अगदी मोकळेपणाने कबुली दिली होती की, इतिहासावर प्रभुत्व असलेल्या पारसनिसांसारख्या जाणकार माणसाकडून आपल्याला जी मदत मिळाली ती अन्य कोणाकडूनही मिळू शकली नसती.[१६]

मूल्यमापन :

इतिहासाचार्य वि. का. राजवाडे यांनी पारसनिसांनी केलेल्या मेणवली दफ्तराच्या प्रकाशनाबद्दल आणि पुरुषोत्तम विश्राम मावजी या धनिकाच्या साहाय्याने पेशवे दफ्तरातील निवडक कागदपत्रांच्या प्रकाशनाबद्दल मन:पूर्वक आभार मानले आहेत. आपल्या 'मराठ्यांच्या इतिहासाची साधने' खंड ११च्या प्रस्तावनेत ते म्हणतात, ''उदाहरणार्थ, रा. पारसनीस यांचीच गोष्ट घ्या. शेट पुरुषोत्तम विश्राम मावजी या भाटिया गृहस्थाच्या साहाय्याने रा. पारसनीस यांनी 'इतिहाससंग्रह' नामक ऐतिहासिक मासिक पुस्तकाच्या द्वारा नानांचे दफ्तर प्रसिद्ध करण्याचा उपक्रम केला आहे. मावजी शेट यांना हिंदुस्थानच्या इतिहासाचा उत्कट अभिमान असून मराठ्यांच्या इतिहासाशी तर त्यांचे इतके विलक्षण तादात्म्य झालेले आहे की, महाराष्ट्र वीरपुरुष जो शिवाजी त्यांच्या चरित्राचा त्यांनी केवळ निदिध्यास धरला आहे. घरी, दारी, स्वप्नात व जागृतीत ते शिवाजीइतकी दुसऱ्या कोणत्याच वस्तूची भक्ती करीत नाहीत. अशा नि:सीम देशभक्ताचे साहाय्य रा. पारसनीस यास मिळाले आहे.''[१७]

असे असले तरी, राजवाडे हे एक चिकित्सक संशोधक असल्याने त्यांनी पारसनिसांच्या लिखाणातील त्रुटी दाखविण्याचेही काम केले आहे. उदाहरणार्थ, जंजिऱ्यासंबंधी त्यांनी दिलेली माहिती, अस्सल पुरावा, कालगणना यांच्याशी सुसंगत नसल्याने राजवाडे यांनी ती माहिती एखाद्या बखरीसारखी आहे म्हणून त्याज्य ठरविली आहे.[१८]

इतिहासात कालगणनेला किती महत्त्वाचे स्थान असते याबद्दल पारसनिसांचे अज्ञान काही घटनांची उदाहरणे देऊन राजवाडे यांनी ते वाचकांच्या निदर्शनास आणले आहे. वसईचा वेढा आणि त्यानंतर झालेला पोर्तुगीज-मराठे यांच्यामधील तह यांचा

काल ठरविण्यात पारसनिसांनी प्रस्तुत संदर्भात ग्रँट डफने जी चूक केली आहे तीच पारसनिसांनीही केली आहे. ते म्हणतात, ''तात्पर्य ग्रँट डफ व पारसनीस या दोघांना कालाचे महत्त्व बिलकुल कळत नाहीं असे दिसते... इंग्रज लेखक चुकला म्हणून आपणही गबाळपणे चुकावे हे केव्हाही फायद्याचे नाही.''[१९]

पारसनिसांच्या 'महापुरुष ब्रह्मेंद्रस्वामी धाबडशीकर : चरित्र व पत्रव्यवहार' या प्रचंड ग्रंथावर राजवाडे यांनी मराठ्यांच्या इतिहासाची साधने खंड ३च्या प्रस्तावनेत कडाडून हल्ला केला आहे. ब्रह्मेंद्रस्वामींचे खरे स्वरूप देण्याचा 'खटाटोप' करून पारसनिसांना ते ओळखता न आल्यामुळे किंवा ते ओळखण्याचा प्रयत्न न केल्यामुळे 'महापुरुष' म्हणून त्यांच्या कार्याचे जे अवास्तव वर्णन केले आहे हे राजवाड्यांनी मोठ्या विस्ताराने दाखवून दिले आहे. राजवाडे यांनी म्हटले आहे की, पारसनिसांनी छापलेल्या पत्रव्यवहारांपैकी बऱ्याच पत्रांना तारखा दिल्या नाहीत, कित्येक पत्रांच्या तारखा चुकलेल्या आहेत व कित्येक पत्रांवरील टिपा ऐतिहासिक माहितीला धरून नाहीत. चुकीच्या तारखांचा तपशीलही त्यांनी दिला आहे. एवढे दोष दाखवून दिल्यानंतर पारसनिसांना आणि त्या निमित्ताने ऐतिहासिक कागदपत्रांच्या सर्व संपादकांना मित्रत्वाचा सल्ला देताना राजवाडे म्हणतात, ''ऐतिहासिक पत्रव्यवहार शुद्ध व अस्सल बरहुकूम छापून व त्यातील पुराव्याला धरून जर रा. पारसनीस लिहितील तर त्यांचे लिहिणे उपयोगाचे होईल. ऐतिहासिक पत्रव्यवहार नुसता अस्सल बरहुकूम जरी त्यांनी छापला व चरित्रे, प्रस्तावना, टिपा वगैरे भानगडीत ते पडले नाहीत, तरीदेखील त्यांच्या हातून मोठेच काम साधल्यासारखे होईल. परंतु हा सुविचार पसंत न पडून ते जर आपला उद्योग सध्या चालवीत आहेत त्याच धर्तीवर पुढे चालवितील व महाराष्ट्रातील टीकाकार त्यांच्या लिहिण्याचा, इतिहासाचा प्रेमाने जयजयकार करतील, तर वर्तमान व भावी पिढ्यांची दिशाभूल केल्याच्या श्रेयाला ते धनी होतील.''[२०]

मस्तानी व बाजीराव यांच्यासंबंधी 'इतिहाससंग्रहात' छापलेल्या चार पत्रांचा 'केसरी' वृत्तपत्रात एका लेखाद्वारे खरपूस समाचार घेतला होता (स. १९०९). पारसनिसांच्या संशोधनातील कच्चे दुवे राजवाड्यांनी स्पष्टपणे दाखवून देऊन म्हटले आहे की संशोधकाने आपापल्या विवेचक शक्तीचा वापर करावयाचा. निव्वळ सांगोपांगीच्या गप्पांवर विश्वास ठेवावयाचा नाही. अस्सल दस्तऐवजातील मजकुरांचा वाटेल तो धेडगुजरी अर्थ बखर पाहून करावयाचा नाही. हे तीन नियम जर पारसनीस नियमाने पाळतील तर तोंडघशी पडून ते आपले हासे करून घेणार नाहीत.''[२१]

राजवाडे यांनी पारसनिसांवर इतकी स्पष्टपणे टीका केली असली तरी पारसनिसांनी राजवाड्यांसंबंधी कसलेही अनादराचे उद्गार काढले नाहीत. या उलट, आपल्या 'इतिहाससंग्रहा'तून त्यांच्या मराठ्यांच्या इतिहासाचे १६, १७, १८, १९ असे चार खंड

प्रसिद्ध केले.

जदुनाथ सरकार यांनीदेखील राजवाड्यांच्याप्रमाणे पारसनिसांची मुक्त कंठाने स्तुती केली आहे. पारसनीस म्हणजे मराठ्यांच्या इतिहासाच्या सर्व अभ्यासकांचे 'उपकारकर्ते' असे सरकार त्यांना मानत असत. सरकारी दस्तऐवजांचे विशेषत: मेणवली येथील नाना फडणविसांच्या कागदपत्रांचे संग्राहक, त्यांचे संपादक आणि प्रकाशक या नात्याने संशोधकांची निश्चितपणेच फार मौलिक स्वरूपाची सेवा केली आहे असे सरकार म्हणतात. २२

परंतु, आपले शिक्षण केवळ शालेय स्तरावर सोडून देऊन त्यांनी पत्रकारितेचा मार्ग स्वीकारला याबद्दल जदुनाथांनी आपली नापसंती व्यक्त केली आहे. त्यांनी आपले विद्यालयीन शिक्षण पूर्ण केले असते तर संशोधकाला आवश्यक असलेल्या माहितीच्या विविध साधनांचे उत्तम ज्ञान त्यांना झाले असते. त्यांच्या मनाचा विकास अधिक मोठ्या प्रमाणावर झाला असता, एक लेखक म्हणून त्यांना अधिक आत्मविश्वास संपादन करता आला असता आणि अधिक पांडित्यपूर्ण असे स्वत:चे लेखन प्रसिद्ध करून आपल्या टीकाकारांसमोर ते मोठ्या धिटाईने उभे राहिले असते; ते जगले आणि निधन पावले ते एक कागदपत्रांचे संग्राहक आणि प्रकाशक म्हणून. त्यांनी प्रसिद्ध केलेले कागदपत्र इतर इतिहास-संशोधकांना मौलिक वाटत असले तरी एक इतिहासकार अथवा विश्वासार्ह संपादक म्हणून ते ओळखले जात नाहीत असे त्यांच्याबद्दल म्हणावे लागते असे जदुनाथांनी म्हटले आहे.

ते पुढे म्हणतात, ''मराठी भाषेतील एक लेखक म्हणून त्यांच्या प्रकाशित साहित्यावरूनच पारसनिसांना लोक ओळखतील. त्यांचे प्रकाशित साहित्य हीच त्यांची इतिहासाला मोठी देणगी होय.''२३

पारसनिसांनी संपादित आणि प्रसिद्ध केलेल्या महादजी शिंद्यांच्या कागदपत्रांचे परीक्षण करताना त्यांना फार्सी भाषेचे आणि मोगलांच्या इतिहासाचे ज्ञान नसल्याने त्यांच्या संपादनाच्या कामात गंभीर स्वरूपाच्या चुका झाल्या आहेत तेव्हा अभ्यासकांनी त्याची दखल घ्यावी असे ते सुचवितात.२४

पारसनिसांसंबंधीचे जदुनाथ सरकारांचे विचार आपण मान्य केले तरी त्यांच्या आर्थिक अडचणींची जी चर्चा केली आहे ती फारशी स्वागतार्ह नाही.२५ सरकारांचे परममित्र रियासतकार सरदेसाई यांनी पारसनिसांच्या शिंदेशाहीच्या कागदपत्रांचे संपादन आणि ऐतिहासिक संग्रहालयाची सातारा येथे केलेली स्थापना याबाबतीत जदुनाथांना साथ दिली आहे. परंतु, त्यांनी उपस्थित केलेल्या प्रश्नामुळे मराठ्यांच्या इतिहासाला पारसनिसांनी जे योगदान दिले आहे त्याची किंमत कमी होत नाही. अमृतराव या पारसनिसांच्या पुत्राने जतन करून ठेवलेला त्यांचा पत्रव्यवहार सरकार आणि सरदेसाईंनी पाहिला असता तर

त्यांच्या मृत्यूनंतर त्यांनी केलेल्या टीकात्मक लेखनाची धार काहीशी कमी झाली असती.

पारसनिसांच्या चारित्र्यासंबंधी सरकार सरदेसाईंनी केलेल्या टीकेबद्दल राजवाडे यांचे शिष्य महामहोपाध्याय दत्तो वामन पोतदार यांनी आपली नापसंती व्यक्त केली आहे.

पारसनिसांचा मित्रपरिवार मोठा होता. त्यांना शत्रू असे फारसे कोणी नव्हते. लोकमान्य टिळक, ऐतिहासिक कादंबरीकार हरी नारायण आपटे या समकालीन श्रेष्ठ व्यक्तींची मर्जी त्यांनी संपादन केली होती. तसेच समकालीन इतिहास-संशोधक का. ना. साने, वासुदेवशास्त्री खरे, इतिहासाचार्य वि. का. राजवाडे, जदुनाथ सरकार, रियासतकार सरदेसाई हे त्यांचे मित्रही होते आणि प्रसंगी टीकाकारही होते.

आरंभीच्या इतिहाससंशोधनाच्या कार्यात ज्यांनी महत्त्वपूर्ण कामगिरी बजावली त्यांत पारसनिसांना अव्वल दर्जाचे स्थान दिले जात नाही. राजवाड्यांसारखा शास्त्रशुद्ध दृष्टिकोन अथवा चिकित्सक बुद्धी त्यांच्याकडे नव्हती अथवा वासुदेवशास्त्री खरे यांनी आपल्या ऐतिहासिक लेखनसंग्रहाच्या खंडांना ज्या विश्लेषणात्मक प्रस्तावना लिहून संपादकीय कौशल्याचे जे दर्शन घडविले आहे तसे कौशल्य पारसनिसांच्या ग्रंथांत आढळत नाही, हे खरे आहे! आपल्या संशोधनासाठी साधनसामग्री जमविण्यासाठी खरेशास्त्री अथवा राजवाडे यांच्यासारखे कष्ट त्यांना उपसावे लागले नाहीत. सरकारी अधिकारी, संस्थानिक, मावजींसारखे धनिक, लोकमान्य टिळक, न्यायमूर्ती रानडे आणि इतर श्रेष्ठींचे त्यांना मिळालेले आशीर्वाद या साऱ्यांचा उपयोग त्यांना ऐतिहासिक कागदपत्रांचा संग्रह करण्यात आणि ते प्रसिद्ध करण्याच्या कामी फार मोठ्या प्रमाणात झाला. खरेशास्त्री आणि राजवाडे यांना मात्र यासाठी अथक प्रयत्न करावे लागले.

आपण जे ऐतिहासिक साहित्य जमा करू ते लोकांच्या, अभ्यासकांच्या निदर्शनास आणले पाहिजे या राजवाड्यांच्या भूमिकेपासून प्रेरणा घेऊन पारसनिसांनी अधिकाधिक ऐतिहासिक साधनसामग्री प्रसिद्ध करण्याचे प्रयत्न केले. नव्याने प्रस्थापित झालेल्या सरकारी ऐतिहासिक दस्तऐवज आयोग या संस्थेचा जास्तीत जास्त फायदा उठवून १९२१ ते १९२५ या काळात त्यांनी ऐतिहासिक साधनसामग्रीविषयी अनेक शोधनिबंध आयोगाला सादर केले. मुंबईच्या 'एशियाटिक सोसायटी'च्या शताब्दीच्या निमित्ताने १९०५ साली प्रसिद्ध झालेल्या संस्थेच्या मुखपत्रात त्यांनी इतिहासविभागात मराठ्यांच्या इतिहासासंबंधीचे लेखन या विषयावर एक चिकित्सक दीर्घ निबंध सादर केला. थोडक्यात, मिळालेली एकही संधी न दवडता मराठ्यांच्या इतिहासाच्या साधनसामग्रीच्या प्रचंड ठेव्याकडे विद्वानांचे लक्ष वेधण्याचे प्रयत्न केले.

थोडक्यात, असे म्हणता येईल की, २०व्या शतकात महाराष्ट्रात इतिहासाच्या संशोधनाला जी चालना मिळाली त्याचे सारे श्रेय साने, खरे, राजवाडे आणि पारसनीस या चार आधारस्तंभांना दिले पाहिजे. अर्थात, या चार महर्षींपैकी एकानेही संपूर्ण मराठ्यांचा

इतिहास लिहिला नाही हे जरी खरे असले तरी त्यामागची त्यांची भूमिका आपण समजावून घेतली पाहिजे. इतिहासलेखनापूर्वी अस्सल साधनांचा संग्रह करणे, तो ठेवा जतन करणे या प्रक्रियेला प्राधान्य दिले पाहिजे अशी त्यांची विचारसरणी होती. मराठ्यांच्या भावी इतिहासकारासाठी योग्य ती पार्श्वभूमी निर्माण करण्यातच त्यांनी धन्यता मानली.

टिपा आणि संदर्भ

१. जदुनाथ सरकार – 'हाउस ऑफ शिवाजी'. कलकत्ता, एम. सी. सरकार, ३री आवृत्ती, १९५५ पृ. ३०६

२. 'भारतवर्ष', पुणे द. ब. पारसनीस संपादित एक मासिक अंक १, १८९६ पृ. १–८ आपल्या प्रस्तावनेत भारताच्या इतिहाससंबंधी एका इंग्रजाचे मत नोंदविले आहे.

"Of history, properly speaking she has nothing except the dry bones which some Indian Carlyle may yet clothe with the flesh and blood of authenticity." पृ. २

३. कुलकर्णी अ. रा. – जेम्स कनिंगहॅम ग्रँट डफ पुणे, पुणे विद्यापीठ, १९७१ पृ. १३१–१३४.

४. सरकार, पूर्वोक्त, पृ. ३१०.

५. १९१५च्या इतिहाससंग्रह या इतिहासविषयाच्या मासिकात प्रसिद्ध 'महादजी शिंदे'संबंधी पहा. सरकार, 'हाउस ऑफ शिवाजी' पूर्वोक्त पृ. ३१९–३२४.

६. मुंबई सरकारने साताऱ्याच्या ऐतिहासिक वस्तुसंग्रहालयासाठी अग्नीपासून सुरक्षित अशी एक इमारत उभी केली. त्यासाठी १,४७,४११ रुपये खर्च आला. त्या खेरीज १५००० रुपये ती सुसज्ज करण्यासाठी खर्च केले. यात जमिनीच्या किमतीचा अंतर्भाव नाही.

७. सरकार, पूर्वोक्त पृ. ३१०.

८. गणेश चिमणाजी वाड हे न्यायमूर्ती म. गो. रानडे, लोकमान्य बाळ गंगाधर टिळक आणि प्रसिद्ध मराठी कादंबरीकार हरी नारायण आपटे यांचे समकालीन. डेक्कन कॉलेज पुणे, येथून बी. ए. ची परीक्षा १८७८ साली पास होऊन मुंबई सरकारच्या सेवेत १८७८ साली 'मामलेदार' म्हणून रुजू झाले. कालांतराने पुणे मध्यविभागाच्या कमिशनरच्या कार्यालयात साहाय्यक कमिशनर या हुद्द्यावर त्यांची बदली झाली आणि त्यांची पुण्याच्या एलिइनेशन ऑफिस अथवा पेशवे दफ्तर (विद्यमान पुणे अभिलेखागार) येथे बदली झाली. पूर्वी हे कार्यालय, मुंबई

सरकारी महसूल विभागाच्या नियंत्रणाखाली होते. अभ्यासकांच्या मागणीमुळे सरकारने पेशव्यांचे काही ऐतिहासिक महत्त्वाचे कागद प्रसिद्ध करण्याची योजना १८८६ साली तयार करण्याचे ठरविले आणि हे काम श्री. ग. चि. वाड यांच्याकडे सुपूर्द केले. 'रोजकीर्द' अथवा 'दैनंदिन व्यवहाराचे कागद' या मराठ्यांच्या सरकारच्या दफ्तरातील कागदांची निवड करून वाडांनी ३२ खंड प्रसिद्धीसाठी सिद्ध केले. त्यांनाच पेशव्यांची 'रोजकीर्द' अथवा 'डायरी' म्हणतात. पुण्याच्या डेक्कन व्हर्नाक्युलर सोसायटीने (स्थापना १८९४) न्यायमूर्ती रानड्यांच्या साहाय्याने या 'रोजकिर्दी'च्या प्रकाशनाची परवानगी मुंबई सरकारकडे मागितली. या रोजकिर्दीच्या १५ खंडांपैकी ९ खंडांच्या संपादनकार्यात पारसनिसांचा सहभाग होता (१९०३-१९१७). या माहितीसाठी खालील लेखनाचे आधार घेतले आहेत. ग. चि. वाड यांच्या काही आठवणी हे पुस्तक त्यांच्या कन्या पार्वतीबाई महादेव परांजपे, पुणे यांनी लोकसंग्रह मुद्रणालयातर्फे १९६२ साली प्रसिद्ध केले. तसेच न्यायमूर्ती रानडे आणि के. टी. तेलंग यांचे ग्रंथ-मुंबई विद्यापीठ, मुंबई, १९६१, यांचा आधार घेतला आहे.

९. म. गो. रानडे पूर्वोक्त पृ. १७४-७४

१०. तत्रैव पृ. १७४

११. मुंबई सरकार, जनरल डिपार्टमेंट ठराव नं. ४२५ ता. १७ ऑक्टोबर १९२१ आणि कमिशनर पुणे यांचे पारसनिसांना पत्र ३० नोव्हेंबर १९२१ (स्टेट अर्काइव्ह्ज, मुंबई)

१२. नं. ९१४, स. १९२१. एल. एस. माउंट फोर्ड आय. सी. एस. कमिशनर मध्य विभाग यांचे मुंबई सरकार, जनरल डिपार्टमेंटच्या सचिवास पत्र ता. १५-१९ डिसेंबर १९२१.

१३. अरुण टिकेकर 'द किंकेड्स', न्यू दिल्ली, प्रोमिला प्रकाशन १९९२, पृ. ८८

१४. तत्रैव पृ. १०१ तसेच वरील पुस्तकाचे प्रकरण ३, पृ. ८४-१२१ अधिक माहितीसाठी पहावे.

१५. सरदेसाई गो. स. माझी संसारयात्रा, मुंबई, ढवळे प्रकाशन, १९५९ पृ. १४८-५३.

१६. टिकेकर पूर्वोक्त पृ. ८७-८ अरविंद ताटके, संशोधकसप्तर्षी, इनामदार पुणे १९६२, पृ. ९६.

१७. राजवाडे वि. का. ऐतिहासिक प्रस्तावना, चित्रशाळा प्रेस, पुणे १९२८, पृ. ४५५

१८. तत्रैव पृ. १६६-६७

१९. तत्रैव पृ. १७३-७४

२०. तत्रैव पृ. १९३-६
२१. मु. ब. शहा (सं.) इतिहासाचार्य वि. का. राजवाडे समग्र साहित्य खंड ११, धुळे १९९८ पृ. ३४६
२२. सरकार, पूर्वोक्त, पृ. ३०६-३०९
२३. तत्रैव पृ. ३०८
२४. तत्रैव पृ. ३२१
२५. तत्रैव पृ. ३१३-१८

पारसनिसांची ग्रंथसंपदा

(अ) मासिके (संपादक)

१. महाराष्ट्र कोकिळ (१८८७-१८९२) वार्षिक पृ. १६ वर्गणी १ रुपया
२. भारतवर्ष (ह. ना. आपटे- सहसंपादक) (१८९८-१९००) एकूण प्रकाशित खंड २४, वार्षिक वर्गणी ४२ रुपये.
३. इतिहाससंग्रह (१९०८-१९१६) एकूण प्रकाशित खंड ८७ वार्षिक वर्गणी ४ रुपये.

(ब) पेशवे दफ्तरातील कागदपत्र (संपादक) रावबहादूर गणेश चिमणाजी वाड, नेटिव्ह असिस्टंट टू द कमिशनर, मध्य विभाग, यांनी साताऱ्याचे राजे आणि पेशव्यांच्या रोजनिशी यांमधून निवडलेले कागद

वाड आणि पारसनीस (संपादक)

खंड १ शाहू छत्रपती, पुणे १९०५

खंड २ बाळाजी बाजीराव पेशवा भाग १ पुणे १९०३

खंड ३ बाळाजी बाजीराव पेशवा भाग २ पुणे १९०५

पारसनीस आणि मावजी (संपादक)

खंड १० दक्षिणेतील सरदारांच्या कैफियती पुणे १९०८

खंड ११ सनदापत्रातील माहिती पुणे, १९१३

खंड १२ तह व करारमदार, पुणे १९१४

खांड १३ वतनपत्रे, निवाडापत्रे, पुणे १९०९

पारसनीस (एकट्याने संपादित केलेले खंड)

खंड १४ पेशवे दफ्तरातील सनदापत्रांतील माहिती, पुणे १९१७

खंड १५ फौज सरंजामाची माहिती पुणे १९१५

(क) मेणवली दफ्तरातील कागदपत्रांचे संपादन

१. वाक्यपुष्पांजली : अथवा राष्ट्रीय सभेसंबंधी स्वदेशबांधवांस प्रेमपूर्वक चार शब्द १८८९ पृ. ५१
२. भारत कीर्तिध्वज : १८९२च्या अलाहाबादच्या काँग्रेस सभेचे वर्णन १८९१ पृ. ५६
३. कीर्तिमंदिर १८९० पृ. ४७
४. दिल्ली अथवा इंद्रप्रस्थ १९०२ पृ. ९८
५. अयोध्येचे नबाब १८९९ पृ. १५४
६. गोविंदपंत बुंदेल्यांची कैफियत (सं.) १८९७ पृ. २१
७. श्रीमंत महाराज शिंदे सरकार शकावली १९११ पृ. ३९
८. दिल्ली येथील मराठ्यांची राजकारणे
   भाग १, १९१३, पृ. ३२२
   भाग २, १९१४, पृ. २०१
९. महादजी शिंदे ऊर्फ पाटीलबाबा यांचा अस्सल पत्रव्यवहार
   भाग १ पृ. १४४, भाग २ पृ. १३२
१०. महादजी शिंदे याजकडील राजकारण
   भाग ३ पृ. १९८, भाग ४ पृ. ९८, भाग ५ पृ. २१७
११. महेश्वर दरबाराची बातमीपत्रे
   भाग १, १९१० पृ. २४५, भाग २, १९११ पृ. २७२
१२. होळकर दरबारातील हिंगण्यांची वकिली १९११ पृ. ३८
१३. मुसलमानी अमदानीतील मराठे सरकार, १९२९ पृ. ७८
१४. मराठ्यांचे आरमार, १९०४ पृ. ७०
१५. मराठ्यांचे पराक्रम १८९५ पृ. २७६
१६. सवाई माधवराव पेशव्यांचा दरबार आणि त्यावेळचे पहिले इंग्रज रेसिडेंट सर चार्लस् मॅलेट पृ. १०६
१७. मुधोळ संस्थानचे घोरपडे जहागीरदार, पृ. १२
१८. झाशी संस्थानच्या महाराणी लक्ष्मीबाईसाहेब यांचे चरित्र, १८९४, पृ. ४१६
१९. महाराणी बायजाबाईसाहेब शिंदे यांचे चरित्र, १९०२ पृ. १५६
२०. महापुरुष ब्रह्मेंद्रस्वामी धावडशीकर चरित्र व पत्रव्यवहार १९०० पृ. ४७३

(ड) इंग्रजी पुस्तके आणि लेख

१. ए हिस्ट्री ऑफ द मराठा पीपल (सी.ए.किंकेड समवेत) ३ खंड १९१८–१९२५
२. नोट्स ऑन सातारा
३. महाबळेश्वर
४. सांगली स्टेट
५. पन्हाळा
६. पूना इन बायगॉन डेज

इंग्रजी लेख

1. "A Note on Marathi Historical Records and their publication", Proceedings of the Historical Records commission (HRC) Bombay Session, January 1921 vol. III, P 51-60
2. 'Original correspondence between the English and the Marathas' HRC, Calcutta 1923 Vol. P P. 91-99
3. 'A note on the Maratha Records relating to the History of South India,' HRC, Madras, Jan- 1924 Vol. VI P.P. 57-74
4. A note on the Peshwas Records and their historical value with a few extracts from Chitnis letters HRC, Pune, Jan. 1925 Vol VII P.P. 35-50
5. 'The Maratha Ambassadors at the Court of Delhi and their correspondence', HRC, Lahore, November, 1925, Vol. VIII P- 159-66
6. 'Maratha Historical Literature' (Read before the History section on 19th January 1905 in connection with the centenary of the Bombay branch of the Royal Asiatic Society. Published JBBRAS Vol. XXII Art XIII P. 168-178.)

❑

१२

आधुनिक काळातील मराठ्यांचा इतिहास भारतीय दृष्टिकोन

भारताला इतिहासलेखनाची कला ही पाश्चिमात्यांकडून मिळालेली देणगी होय आणि भारतीयांना विशेषत: हिंदूंना १९व्या शतकाच्या आरंभापर्यंत ही कला अवगत नव्हती असे म्हटले जाते. अर्थात, हे अर्धसत्य आहे. कारण भूतकाळातील घडामोडी लिहिण्याची स्वत:ची अशी एक पद्धत भारतीय वापरत होते. त्यांना शास्त्रीय पद्धतीने लेखन कसे करावे हे मात्र येत नव्हते. तुर्क, मुघल आणि पाश्चिमात्य सत्तांचे भारतात आगमन होण्यापूर्वी भारतीयांनी त्यांची एक इतिहास लिहिण्याची पद्धत विकसित केली होती. महाराष्ट्रात १५व्या शतकाच्या नंतर इतिहासलेखनाची प्रथा सुरू झाली. हे लेखन प्रादेशिक भाषा आणि संस्कृतमध्ये केले गेले.

हिंदूंनी इतिहास किंवा भूतकालीन घटनांना पाचवा वेद मानले आहे आणि परंपरेनुसार त्याची व्याख्या केली आहे ती अशी – भूतकाळातील घटना, प्रसंग घडामोडी यांची गोष्टीरूपात (कथायुक्त) केलेली मांडणी म्हणजे इतिहास. या गोष्टींमधून धर्म (वागावे कसे?), अर्थ (संपत्ती), काम (इच्छा) आणि मोक्ष (मुक्ती) या माणसाच्या आयुष्यातील चार अंतिम ध्येयांकडे कसे जायचे याचे मार्ग सुचविलेले असतात.[१]

हिंदूंचे इतिहासासंबंधीचे विचार आपल्या पुराणांत आढळतात. पुराणांत भारताच्या प्राचीन इतिहासाकडे पाहण्याचा एक विशाल दृष्टिकोन ज्याला 'वैश्विक दृष्टिकोन' म्हणता येईल, तो मिळतो. राज्याचा उगमापासून विश्वाच्या निर्मितीपर्यंतचा यात विचार केला जातो. या इतिहासात अगदी प्रारंभीच्या राजापासून आणि प्राचीन राजघराण्यापासून ते इ.स. चौथ्या शतकाच्या प्रारंभापर्यंतचा वृत्तान्त येतो.[२]

मध्ययुगीन काळात मात्र ही वैश्विक इतिहासलेखनाची प्रथा खंडित झाली. त्याचे मुख्य कारण म्हणजे परकीयांनी केलेल्या स्वाऱ्यांमुळे भारत या खंडप्राय देशाचे तुकडे झाले. वेगवेगळी स्वतंत्र राज्ये उदयास आली आणि इतिहास हा समकालीन किंवा एकाच वेळचा विषय बनला. तरीसुद्धा कितीतरी मूळ ठिकाणी राज्य करणाऱ्या राज्यकर्त्यांनी इतिहासलेखन करताना पौराणिक कलाकृती व अवशेषांचा संबंध लावत इतिहास लिहिला.

या दृष्टीने, सर्वात पहिला प्रयत्न म्हणजे १२व्या शतकातील कल्हणाने लिहिलेला 'राजतरंगिणी' हा ग्रंथ होय. भारतातील प्रादेशिक इतिहासाचे वर्णन करणारा 'राजतरंगिणी' हा सर्वात उत्तम, ज्ञात ग्रंथ आहे. भारतातील काश्मीर हे एकच राज्य असे होते की, ज्या ठिकाणी इतिहासलेखनाची प्रथा मुस्लिमकाळाच्या आधीपासून अस्तित्वात होती. जरी त्या काळी काश्मीर सोडून इतर ठिकाणी इतिहासलेखन होत नव्हते तरीसुद्धा मध्ययुगीन भारताच्या हिंदू कालखंडातील सुशिक्षित लोकांनी कल्हणाच्या इतिहासलेखनाची कला अवगत केली होती.

काश्मीरच्या हर्ष राजाच्या चंपक या सरदाराचा कल्हण हा मुलगा होता. कल्हणाने काश्मीरबद्दलच्या अनेक दंतकथा ऐकल्या होत्या. या दंतकथांपासूनचा काश्मीरचा संक्षिप्त इतिहास लिहिण्याचे कल्हणाच्या मनात होते. पूर्वी लिहिलेली इतिहासाची ११ पुस्तके कल्हणाने वाचली. त्याचबरोबर शिलालेख, सनदापत्रे, आज्ञापत्रे, नाणी, जुनी कागदपत्रे, जुन्या वास्तू अशा कितीतरी गोष्टींचा अभ्यास केला. या सर्वांचा उल्लेख स्वत: कल्हणाने आपल्या पुस्तकात केला आहे. म्हणूनच कल्हणाचा 'राजतरंगिणी' हा काश्मीरच्या इतिहासाचा एक असाधारण ग्रंथ असे मानता येईल. यामध्ये पौराणिक पद्धतीने काश्मीरच्या उगमापासून कल्हणाने त्याच्या काळापर्यंतचा इतिहास लिहिला आहे; अशा तऱ्हेने भारतीय इतिहासलेखनाची सुरुवात कल्हणाच्या ग्रंथाने झाली असे म्हणता येईल. कल्हणाने इतिहासकाराची इतिहास लिहिण्यामागची प्रेरणा काय असावी हेही नमूद केले आहे. त्यातून असे लक्षात येते की, कल्हणाला ऐतिहासिक साधनांचा योग्य प्रकारे कसा उपयोग करावा हे माहीत होते आणि पूर्वी त्या विषयावर झालेल्या लिखाणाचा बारकाईने अभ्यास करण्याचे महत्त्व त्याने ओळखले होते. तसेच कागदपत्रांबरोबर इतर संबंधित गोष्टीही तपासण्याचे महत्त्व त्याला कळले होते. कल्हणाच्या मते, ''खऱ्या इतिहासकाराची पहिली आवश्यक गोष्ट म्हणजे त्याने आपले मन अलिप्त ठेवले पाहिजे. कोणाची एकाची बाजू घेता कामा नये. तसेच कोणाबद्दलही पूर्वग्रहदूषित मत करून घेऊ नये. इतिहासकाराने न्यायाधीशाची भूमिका बजवावी. त्याने ऐतिहासिक प्रसंग रेखाटताना राग, द्वेष या भावना मनात बाळगू नयेत आणि अशा तऱ्हेने लेखन करणारा लेखकच कौतुकास पात्र ठरतो.'' थोडक्यात, ऐतिहासिक वस्तुनिष्ठता या विचाराची कल्हणाला पूर्ण जाणीव होती असे म्हणता येईल.

मराठ्यांचे इतिहासलेखन :

मध्ययुगीन कालखंडात मराठ्यांच्या सत्तेचा उदय झाला. या घटनेने स्थानिक भाषा मराठी आणि संस्कृतमध्ये ऐतिहासिक लेखन करण्यास प्रेरणा मिळाली. त्यामध्ये मराठ्यांच्या इतिहासाकडे पाहण्याचा भारतीय दृष्टिकोन व्यक्त झाला आहे. १६व्या आणि

१७व्या शतकात मराठी स्वराज्याचे जनक शिवाजीराजे भोसले यांची राजकीय कारकीर्द हा इतिहासाचा विषय होता. त्यामुळे साहजिकच महाराष्ट्रात वेगवेगळ्या प्रकारचे ऐतिहासिक लेखन केले गेले. त्याचबरोबर येथे इतिहासलेखनाची नवी प्रथा निर्माण झाली. महाराष्ट्रात ऐतिहासिक लेखन कसे प्रगत होत गेले हे जाणून घेण्यासाठी संस्कृत आणि मराठी भाषांत झालेल्या ऐतिहासिक लिखाणाचा थोडक्यात आढावा घ्यावा लागेल.

अ) मराठा इतिहासलेखन : संस्कृत

मराठ्यांच्या इतिहासलेखनाच्या प्राचीन इतिहासाचे संदर्भ संस्कृत भाषेत सापडतात. अर्थात, मराठीच्या तुलनेने संस्कृत लिखाण बरेच कमी झालेले आहे.सुरुवातीच्या काळात मराठा इतिहासलेखनाचा पाया घालण्याचे महत्त्वाचे काम कवींद्र परमानंद आणि जयराम पिण्डये या दोघांनी केले आहे. म्हणूनच या दोन्ही संस्कृत लेखकांची विशेष माहिती करून घेणे आवश्यक आहे. मराठाइतिहास लेखनाचे काम इतरही काही संस्कृत पंडितांनी केले आहे. त्यांपैकी गागाभट्ट, निश्चलपुरी, रघुनाथपंत हणमंते, केशव पंडित आणि काही दक्षिण भारतीय लेखकांनी मराठ्यांच्या इतिहासातील काही घटना, प्रसंग यासंबंधी लिखाण केले आहे. या सर्वांचे लेखन साधनग्रंथ म्हणून उपयुक्त आहे; कारण या लिखाणाच्या आधारे मराठ्यांच्या इतिहासाची रचना करता आली.

परमानंद कवीची फारच थोडी विश्वसनीय माहिती आहे. परमानंद हा शिवाजीराजांचा राजकवी होता. त्याने शिवाजीराजांच्या जीवनावर महाकाव्य लिहिले, ते 'अनुपुराण सूर्यवंश' या नावाने ! परंतु 'शिवभारत' म्हणूनच ते प्रसिद्ध आहे. उपलब्ध पुराव्यानुसार असे दिसते की, अहमदनगर जिल्ह्यातील नेवासे येथे राहणाऱ्या गोविंदभटांचा, परमानंद हा मुलगा होता; कारण शिवभारताच्या प्रत्येक अध्यायाच्या शेवटी परमानंदाने स्वत:ला 'निधिवासकर' असे म्हणवून घेतलेले आहे. परमानंद हा देशस्थ ब्राह्मण होता आणि त्याचे मूळचे नाव आनंद होते. राजकवी किंवा कवींद्र ही पदवी मिळाल्यावर त्याचे आनंद नाव बदलून परमानंद असे झाले. १६६४ मध्ये राजापूर येथे एक धर्मसभा झाली होती. त्या सभेतील निर्णयामध्ये एका ठिकाणी परमानंदाविषयीचे आधीचे संदर्भ सापडतात. त्यामध्ये वाराणसी येथील इतर विद्वानांबरोबर परमानंद धर्मसभेला उपस्थित होता, असा उल्लेख आहे.[५] १६६६ मध्ये शिवाजीराजाने औरंगजेबाची आग्र्यामध्ये भेट घेतली होती. त्यासंबंधीच्या राजस्थानी कागदपत्रांत परमानंद कवी त्या काळात राजस्थानात होता, असा उल्लेख आढळतो. राजस्थानी वार्तापत्रात असे म्हटले आहे की, ''शिवाजीच्या पदरी एक कवी होता त्याला 'कवीश्वर' ही पदवी बहाल केलेली होती. या कवीश्वरला शिवाजीने एक नर आणि मादी हत्तीची जोडी, एक हजार रुपये रोख आणि पोषाख भेट

दिला.''[६]

पन्हाळा किल्ला काबीज करण्याच्या मोहिमेपूर्वी (१६७३) शिवाजीराजा पोलादपूरच्या परमानंद बाबा या संतपुरुषाला भेटला होता, तोच हा शिवभारताचा कवी कवींद्र परमानंद होय.[७] पर्णालपर्वतग्रहणाख्यान या संस्कृत काव्याचा कवी जयराम पिण्डये याने वरील विधानाला दुजोरा दिला आहे. या ऐतिहासिक पुराव्यांवरून परमानंद कवी शिवाजीराजांच्या समकालीन होता हे अनुमान सिद्ध होते. तथापि, १६७४ मध्ये रायगडावर संपन्न झालेल्या शिवराज्याभिषेकाच्या समारंभाला उपस्थित राहिलेल्या विद्वान ब्राह्मणांच्या यादीत परमानंदाचा उल्लेख आढळत नाही. याचा अर्थ, त्यावेळी परमानंद फार वृद्ध झाला असावा किंवा जिवंत नसावा.[८]

परमानंदाच्या 'अनुपुराण सूर्यवंश' या महाकाव्याच्या पहिल्या अध्यायाच्या शेवटी दिलेल्या माहितीवरून असे लक्षात येते की, परमानंदाने शेकडो किंवा हजारो चरण लिहिण्याचा संकल्प केला होता. ते लिहिताना परमानंदाने कवी कालिदासाच्या रघुवंशाचे अनुकरण केलेले होते. काळाच्या ओघात ह्या काव्याचे तमिळ भाषेत 'शिवभारत' या नावाने भाषांतर झाले. मराठी विद्वानांनीही हेच नाव मान्य केले आणि तेव्हापासून या महाकाव्याचे 'शिवभारत' हेच नाव रूढ झाले.[९]

सध्या उपलब्ध 'शिवभारतात' फक्त ३१ पूर्ण अध्याय आहेत आणि ९ ओळींचा ३२वा अध्याय आहे. यामध्ये मालोजी भोसले यांच्यापासून ते १६६१ च्या शृंगारपूर (प्रभावळी) काबीज करण्यापर्यंतच्या इतिहासाचे वर्णन वाचायला मिळते.

परमानंद कवी वाराणसीतअसताना तेथील विद्वान मंडळी परमानंदांकडे गेली आणि त्यांनी परमानंदांना चतुर राजा शिवाजींच्या पराक्रमाच्या, कीर्तीच्या गोष्टी सांगण्याची विनंती केली. तेव्हा राजा शिवाजीने त्याच्या घराण्याचा इतिहास संकलित करण्याची कामगिरी माझ्यावर कशी सोपविली आहे ते त्याने त्या विद्वानांना सांगितले. शिवाजीराजांच्या आजोबांपासूनच्या म्हणजेच मालोजीरावांच्यापासूनच्या इतिहासाचे वर्णन आहे. परमानंदाने पुढे असेही सांगितले आहे की, आपली कुलदेवता एकवीरा देवीने या महत्त्वाच्या कामासाठी आशीर्वाद दिला. देवी म्हणाली, "कवीश्वरा, काळजी करू नकोस. मी तुझ्या पाठीशी आहे, राजाने तुला हे काम करायला सांगितले आहे, याचाच अर्थ तो मी दाखविलेला मार्ग अनुसरत आहे.''[१०] त्यानंतर कवींद्र-परमानंदाने विद्वान पंडितांना विनंती केली की, राजाने स्वत: आज्ञा केल्याप्रमाणे मी रचलेल्या या 'अनुपुराणा'चे ध्यानपूर्वक श्रवण करावे.[११]

वंग इतिहासकार जदुनाथ सरकारांनी मात्र इतिहासाच्या दृष्टीने 'शिवभारत' त्याज्य ठरविले आहे. त्यांच्या मते दरबारातल्या भाटाचे हे अतिस्तुतिपर काव्य आहे, याचकाने लिहिलेली ही वाङ्मयीन कलाकृती आहे, अशा शब्दांत त्या काव्याची निर्भर्त्सना केली

आहे. हे काव्य एक अव्वल दर्जाचे समकालीन व्यक्तीने लिहिलेले इतिहासाचे साधन आहे असे मानणारे इतिहासकार अज्ञानी आहेत असेच म्हणावे लागेल असे त्यांचे मत आहे.[१२]

परमानंद कवीने उत्साहाच्या भरात शिवाजींची वारेमाप स्तुती केली आहे. तसेच आपल्या काव्यातील नायकाचे व्यक्ती म्हणून आणि त्याच्या कामगिरीचे अतिरंजित चित्र रंगविलेले आहे ही गोष्ट नाकारता येणार नाही. तरीसुद्धा समकालीन साधन म्हणून त्याला नक्कीच महत्त्व आहे आणि म्हणूनच ते जसे आहे तसे त्याचे मूल्य ठरविणे गरजेचे आहे.

परमानंदांच्या 'परमानंदकाव्यम्' या दुसऱ्या काव्याचे त्याचा मुलगा देवदत्त आणि नातू गोविंद-दुसरा यांनी संकलन केले आहे. 'शिवभारत' काव्याची पुरवणी असेच त्याला म्हणता येईल. यामध्ये संभाजींच्या कारकिर्दीचे वर्णन केलेले आहे. शिवाजींच्या मृत्यूनंतर मराठी राज्याच्या सिंहासनावर बसण्याच्या अधिकाराबाबत, एकापाठोपाठ एक घडलेल्या घटनांचे वर्णन या काव्यात विशेषत्वाने आढळते. या काव्याची रचना प्राचीन पुराणासारखी अतिशयोक्तपूर्ण शैलीत केली आहे असेच म्हणावे लागेल. प्राचीन पुराणात शिवशंकर, कलियुगाचा नायक 'कली', याला पृथ्वीवरील घटना समजावून सांगत आहे अशी कल्पना केली आहे. त्याच पद्धतीचा येथे अवलंब केला आहे. संभाजीची बाजू घेऊन हे काव्य लिहिल्यासारखे वाटते. त्यात वडिलांच्या आज्ञा मोडून संभाजीने केलेल्या कृत्यांचे समर्थन केलेले आहे. या काव्याने संभाजीवर पडलेला शाक्तपंथाचा प्रभाव आणि त्या काळातील महाराष्ट्रातील धार्मिक आणि सामाजिक परिस्थितीवर प्रकाश टाकलेला आहे.[१३]

पुण्याच्या भारत इतिहास संशोधक मंडळाच्या (भाइसंमं) ग्रंथसंग्रहात नाशिकच्या पंचाक्षरी कुटुंबाने दिलेले 'शिवकाव्यम्' नावाचे एक संस्कृत हस्तलिखित आहे. ते बहुधा समकालीन कवी संकर्षण सकळकळे याने रचलले असावे. इतिहासाचे एक साधन म्हणून त्याचे संशोधकांनी परीक्षण करावे म्हणून १९७४ साली मंडळीने ते प्रसिद्ध केले.[१४]

या काव्याच्या सध्याच्या हस्तलिखितात २ ते १७ सर्ग आहेत. अंदाजे ११६० चरण आहेत. या कवीची ओळख अजूनही अनिश्चित आहे. परमानंदांच्या महाकाव्यासारखे काव्य लिहिण्याचा त्याचा मूळ हेतू असावा; कारण काही अध्यायांच्या शेवटी तसा उल्लेख त्याने केलेला आहे. कदाचित त्यामागे शिवाजींची विनंती असू शकेल, असे वाटते. या अपुऱ्या हस्तलिखितात फारच थोडी ऐतिहासिक माहिती वाचायला मिळते. जावळीचा चंद्रराव मोरे, अफझलखानाशी झालेली लढाई, आदिलशाही सेनापती आणि कोकणातील कल्याण-भिवंडी मोहीम या विशिष्ट घटनांवरील इतिहास आणि देवगिरीचा रजपूत राजा कर्ण आणि शिवाजींचे राजकीय संबंध यांचे या काव्यात उल्लेख आढळतात.

सकळकळे याचे 'शिवकाव्यम्'सारखे अजून एक हस्तलिखित 'शिव नृपाळमहाकाव्य' पुण्याच्या भांडारकर प्राच्यविद्या संशोधन संस्थेच्या संग्रहात आहे. यामध्ये

२ ते १६ सर्ग असून त्यात ११७९ श्लोक आहेत. हे महाकाव्य प्रकाशित करण्याच्या दृष्टीने संस्थेने त्यावर संस्करण केले आहे. या दोन्ही हस्तलिखितांचा आणि समकालीन इतर साधनांचा तौलनिक अभ्यास केल्यावर त्या कवीची ओळख पटण्यास मदत होईल. त्याचबरोबर अजूनही चांगल्या स्थितीत असलेल्या त्या कागदपत्रांचा अस्सलपणा सिद्ध करता येईल.

मराठ्यांच्या इतिहासाचे वर्णन करणारा 'श्री शिवकाव्यम्' हा अजून एक संस्कृत ग्रंथ आहे. तो १८२१ मध्ये पुरुषोत्तम पंडितजी यांनी लिहिला. १८८४ मध्ये का. ना. साने यांच्या काव्येतिहाससंग्रहात तो पहिल्यांदा प्रसिद्ध झाला. 'शिवकाव्यम्' याच नावाखाली कोल्हापूरच्या वासुदेव भास्कर भावे यांनी १८८७ साली त्याचे मराठी भाषांतर केले. बरीच वर्षे ते अभ्यासकांना उपलब्ध झाले नाही म्हणून भारत-इतिहास संशोधक मंडळाने १९४३ मध्ये ते पुनर्मुद्रित केले. या काव्यात मराठ्यांच्या इतिहासाच्या बहुतेक सगळ्या कालखंडांचे वर्णन केलेले आहे. १८१८मध्ये ब्रिटिशांनी दुसऱ्या बाजीराव पेशव्याचे राज्य बरखास्त केले या घटनेने या काव्याचा शेवट केलेला आहे. ग्रंथातील बहुतेक माहिती ही आख्यायिकांच्या स्वरूपात दिलेली आहे. त्यामुळेच या ग्रंथाच्या अस्सलपणाविषयी शंका येते.[१५]

जेव्हा विजापूर राज्याच्या कर्नाटक सुभ्याचा शहाजींकडे कारभार होता तेव्हा अनेक कुटुंबे स्थलांतर करून ती कर्नाटकात स्थायिक झाली. शहाजीचा दुसरा मुलगा एकोजी याने दक्षिणेत मराठ्यांचे छोटे राज्य प्रस्थापित केले होते. तंजावर ही या राज्याची राजधानी होती. एकोजीने अनेक विद्वान लोकांना आपल्या राज्यात राजाश्रय दिला होता. या पंडितांनी १८व्या शतकात कर्नाटकातील भोसले कुटुंबीयांवर काही संस्कृत ग्रंथ लिहिले. उदा. व्यंकटेश्वराची भोसलावंशावळी, अय्यावलीचे 'सहेंद्रविलास', नळ लिखित 'चंपू धर्म विजय', अनंत नारायणाचे 'सरफोजी चरित्र' आणि गंगधराने लिहिलेली अजून एक 'भोसलावंशावळी' इ.[१६]

या काळातला अजून एक संस्कृत कवी म्हणजे जयराम पिंडे हा होय ! महाराष्ट्रातील नाशिक जिल्ह्यातील वणी सप्तशृंगीच्या समोरील मार्कंड्याच्या डोंगराखाली एका खेडेगावात जयरामचा जन्म झाला. कर्नाटकात शहाजी भोसल्यांच्या दरबारात तो रुजू झाला आणि त्यानंतर शहाजींचा मुलगा एकोजी किंवा व्यंकोजीच्या कारकिर्दीतही तो त्याच्या सेवेत राहिला. शहाजीनंतर तंजावरच्या मराठा राज्याचा कारभार एकोजीकडे आला होता. जयराम पिण्डयेने दोन महत्त्वाचे ऐतिहासिक ग्रंथ लिहिले. एक 'राधामाधवविलास चंपू' आणि दुसरा 'पर्णालपर्वत-ग्रहणाख्यान'. जयराम भाषशास्त्रज्ञ होता. त्याला बारा भारतीय भाषा येत होत्या, असे सांगितले जाते. त्याने लिहिलेल्या 'राधामाधवविलास चंपू'च्या अकरा भागांपैकी पहिल्या पाच भागांमध्ये राधा आणि कृष्ण यांच्या प्रेमक्रीडेचे वर्णन

केलेले आहे, तर उरलेल्या भागात कर्नाटकातील शहाजींच्या कारकिर्दीसंबंधीचे वर्णन आहे. शहाजींचा जन्म भोसले कुळात झाला. भोसले घराणे हे सूर्यवंशी सिसोदे राजपुतांचे वंशज होते. त्यामुळे विधिवत् भारताचे राज्यकर्तेपद आपल्याकडे असल्याचे ते आवर्जून सांगत. परमानंदांच्या शिवभारतातही असाच उल्लेख आढळतो.[१७]

जयराम पिण्डये यांच्या 'पर्णालपर्वत-ग्रहणाख्यान' या काव्याच्या शीर्षकावरूनच लक्षात येते की, त्यामध्ये १६७३ मध्ये शिवाजींनी पन्हाळा किल्ला काबीज केला याचे वर्णन केलेले आहे. पन्हाळा किल्ला आदिलशहाच्या ताब्यात होता. शिवाजींनी लष्करी डावपेचांची पुनर्बांधणी कशी केली होती, तसेच भोसले राजघराण्याचे रीतीरिवाज आणि पद्धती यांची माहितीही या काव्यातून मिळते.

वर वर्णन केलेल्या काही संस्कृत ग्रंथांबरोबर इतर समकालीन संस्कृत ग्रंथांचाही येथे उल्लेख केला पाहिजे; कारण विविध कारणांसाठी, हे ग्रंथ मराठ्यांच्या इतिहासाचा विश्वासार्ह पुरावा म्हणून गृहीत धरता येतात. त्यामधील एक म्हणजे रघुनाथपंत हणमंते यांचा 'राजव्यवहारकोश'. या कोशात मुसलमानी राजवटीत प्रशासनांच्या विविध खात्यांत जे फार्सी शब्द आले होते ते काढून समानअर्थी संस्कृत/मराठी शब्दांची योजना केली आहे आणि दुसरा ग्रंथ म्हणजे व्यंकटाध्वरी या कन्नड भाषापंडिताचा 'विश्वगुणादर्श चंपू' नावाचा ग्रंथ होय. यात त्याने मध्ययुगीन महाराष्ट्रात ब्राह्मण, मराठा आणि इतर जातीच्या लोकांचा सामाजिक दर्जा काय होता याचे सविस्तर वर्णन केलेले आहे. हा ग्रंथ त्याकाळचा सामाजिक इतिहास समजावून घेण्यासाठी उपयोगी आहे.

१६७४ मध्ये शिवाजीराजांचा राज्याभिषेक सोहळा संपन्न झाला. या राज्याभिषेकसमारंभाच्या निमित्ताने गागाभट्टांनी 'राज्याभिषेकप्रयोग' आणि 'शिवार्कोदय' हे दोन संस्कृत ग्रंथ लिहिले आहेत. राज्याभिषेक समारंभाचे ऐतिहासिक महत्त्व समजून घेण्यासाठी हे ग्रंथ उपयुक्त आहेत.

केशव पंडित या विद्वानाने 'दंडनीतिप्रकरणम्' आणि 'राजारामचरितम्' हे दोन ग्रंथ लिहिले. या ग्रंथातून शिवाजीच्या काळी वेगवेगळ्या गुन्ह्यांसाठी न्यायशास्त्राच्या प्रचलित पद्धती कोणत्या होत्या हे लक्षात येते. तसेच १६८९ मध्ये राजारामांनी रायगडाहून जिंजीला प्रयाण केले तेव्हा या प्रवासात त्याला अनेक अडचणींशी सामना करावा लागला. त्या प्रवासाची विस्तृत हकिकत 'राजारामचरितम्' या संस्कृत काव्यात दिलेली आहे.[१८]

मराठी इतिहासलेखन :

शिवाजींचे एक चरित्रकार आणि मध्ययुगीन भारताचे एक विख्यात इतिहासकार जदुनाथ सरकार यांच्या मते, "१७व्या शतकातील मराठा ही जमात विविध राज्यांत पसरलेली एक गरीब आणि रांगडी जमात होती आणि लोकगीते व धार्मिक साहित्य

याखेरीज अन्य प्रकारचे साहित्य त्यांच्या मुलखात नव्हते."[१९]

परंतु त्यांचे हे विधान वस्तुस्थितीला धरून नाही. जदुनाथ सरकारांचा महाराष्ट्राचा अभ्यास मुख्यत्वेकरून शिवाजींपुरताच मर्यादित असल्यामुळे त्यापूर्वी मराठी साहित्यात झालेल्या लेखनाकडे त्यांनी विशेष लक्ष दिले नाही. त्यातल्या त्यात मराठीतून झालेल्या इतिहासलेखनाकडे तर अजिबात नाही. त्यामुळे त्यांचे मराठ्यांविषयी व्यक्त केलेले मत शेवटपर्यंत बदलले नाही. मध्ययुगीन कालखंडात झालेल्या इतिहासलेखनाचा थोडक्यात आढावा घेतला तरी भारतीय इतिहासाच्या मध्ययुगीन काळात महाराष्ट्रामध्ये इतिहासलेखनाची अतिशय संपन्न परंपरा होती, ही गोष्ट सिद्ध होते. तत्कालीन ऐतिहासिक लेखनात महत्त्वाच्या घटनांचे वर्णन, बखरी, वंशावळी, कैफियती, पोवाडे, महत्त्वाच्या ऐतिहासिक घराण्यांच्या किंवा नायकांच्या पराक्रमांच्या हकिकती, संतांची चरित्रे इत्यादींचा समावेश होतो. बरीच साधने ही अर्धवट किंवा अपुरी असतात. त्यापैकी बखरीमध्ये राजकीय इतिहास किंवा एखाद्या वीरपुरुषाच्या किंवा घराण्याच्या पराक्रमाचे वर्णन केलेले असते. तसेच महत्त्वाच्या राजकीय घडामोडींच्या हकिकती सांगितलेल्या असतात. बखरीमुळे त्या त्या भागातील प्रदेशाचा आणि लोकांचा इतिहास समजून घेण्यास मदत होते.

अरबी शब्द 'खबर' यापासून बखर हा शब्द निर्माण झाला आहे. त्याचा शब्दश: अर्थ बातमी किंवा हकिकत असा आहे. स्थानिक इतिहासापासून ते प्राचीन काळातील भारताच्या वैश्विक इतिहासापर्यंतच्या कालखंडावरील ऐतिहासिक लेखनाचा अर्थ बखर या मराठी शब्दांत सामावलेला आहे.[२०]

बखर हा एक साहित्यप्रकार आहे हे खरेच! तरीसुद्धा ऐतिहासिक पत्रव्यवहार किंवा सर्वसाधारण साहित्यापेक्षा बऱ्याच बाबतीत बखरीमध्ये वेगळेपण आहे. बखरीचे लेखन यादवकाळाचा उत्तरार्ध आणि ब्रिटिश राजवटीचा पूर्वार्ध या दरम्यान झालेले आहे. बहुतांशी बखरलेखन हे पूर्णपणे गद्यात आणि मोडी लिपीत आढळते. आपल्या पूर्वजांच्या पराक्रमांच्या गोष्टी माहिती करून घेण्यासाठी तसेच त्यातून प्रेरणा घेण्यासाठी राजकीय पुरुषांच्या आज्ञेवरून बखरींचे लिखाण झालेले दिसते.[२१] तरीसुद्धा 'शास्त्रशुद्ध इतिहास' म्हणून बखरींना ग्राह्य धरता येत नाही. बखरकाराचे इतिहासाचे ज्ञान मर्यादित असते. तसेच विशिष्ट प्रकारच्या वाचकांच्या गरजा पुरविणे एवढाच बखरीचा हेतू असल्याने वीरपुरुषांचे व्यक्तिमत्त्व फुलविण्याकडे त्यांचा कल असतो. बखरी लिहिताना कोणत्याही ऐतिहासिक कागदपत्रांचा संदर्भ न घेता केवळ स्मरणशक्तीच्या आधारे त्या लिहिल्या गेल्या आहेत. त्यामुळे त्यांमध्ये क्रमवारीने घटना किंवा त्याबद्दलची कारणे आणि परंपरा याबद्दलची चर्चा अशा गोष्टी येणे दुरापास्त आहे. इतिहासाचार्य वि. का. राजवाडे यांच्या मते, "एक अस्सल चिटोरे सर्व बखरींच्या बहुमताला हाणून पाडण्यास बस्स आहे."[२२]

या देशात मुसलमानी राजवट आली तेव्हापासून मराठीत बखर लिहिण्याचा प्रघात पडला. या बखरींचा मुख्य विषय ‘राजकीय इतिहास’ हा होता. त्यामुळे सर्वंकष इतिहासाची सर्वसाधारण संकल्पना बदलून तिचे स्वरूप समकालीन माहिती, असे झाले. बखरकारांवर मुसलमानांच्या ‘तवारिकां’चा जरी परिणाम झाला होता तरीसुद्धा त्यांनी परंपरेनुसार ऐतिहासिक घटना लिहिण्याची पद्धत पूर्णपणे सोडून दिली नाही. बखरलेखक काही वेळा लिखाणाच्या सुरुवातीला कृत, त्रेता, द्वापार आणि चौथे चालू कलियुग अशा पद्धतीने चार युगांचा उल्लेख करी. नंतर तो, ज्या राजघराण्याची बखर लिहिण्याची त्याच्यावर कामगिरी सोपविली असेल त्याचा कलियुगातील कालखंड निश्चित करत असे.

१५६६ ते १८१८ या काळात २५० बखरी लिहिल्या गेल्या, असा राजवाड्यांचा अंदाज आहे. उपलब्ध बखरींमध्ये शालिवाहनाची बखर (शालिवाहनाचा काळ ख्रि.पू. २२० ते २१८) सर्वात जुनी बखर असल्याचे मानले जाते. या मूळ बखरीतील भाषा खूप जुनी असावी. शालिवाहनाच्या बखरीनंतर यादवकालीन दोन बखरी येतात. एक महानुभाव बखर आणि दुसरी हेमांडपंतांची बखर. एकूण बखरींच्या संख्येचा दिलेला अंदाज जरा जास्तच वाटतो; कारण राजवाड्यांनी बखर वाङ्मयात सर्व प्रकारच्या ऐतिहासिक लिखाणाचा समावेश केलेला आहे.[२३]

तथापि, बखरीची मूलभूत लक्षणे पूर्ण करणारी आज उपलब्ध असलेल्या ऐतिहासिक बखरीची संख्या फार मोठी नाही आणि त्यापैकी सुमारे ६० बखरी आजवर प्रसिद्ध झाल्या आहेत. शास्त्रशुद्ध इतिहासलेखन या दृष्टीने बखरींना राजवाडे मान्यता देत नाहीत. कारण बखरकारांनी ऐतिहासिक लेखनपद्धतीच्या मूलभूत गोष्टींकडे दुर्लक्ष केले होते; तरी पण बखरकारांनी त्यांना माहिती असलेल्या सर्व गोष्टी बखरीत दिल्या. जाणूनबुजून कोणतीही माहिती लपविली नाही. त्यामुळे बखरकारांच्या खरेपणाबद्दल राजवाडे कोणतीही शंका घेत नाहीत.[२४]

विषयानुरूप बखरींची वर्गवारी पुढीलप्रमाणे करता येते.

(१) चरित्रात्मक-शिवाजी, शाहू, पेशवे इ. (२) आत्मचरित्रपर-नाना फडणीस, गंगाधर शास्त्री पटवर्धन, बापू कान्हो आणि अशाच महत्त्वाच्या व्यक्ती. (३) घराण्यांच्या बखरी, पेशव्यांची बखर, कायस्थ प्रभूंची बखर, भोसलवंशचरितम्, नागपूरकर भोसले अशा काही बखरी. (४) इतिहासातील महत्त्वाच्या कलाटणी देणाऱ्या प्रसंगांच्या वर्णनात्मक बखरी, पानिपतची लढाई, खर्ड्याची लढाई, वसईचा तह आणि अशा प्रकारच्या महत्त्वाच्या ऐतिहासिक घटना. (५) कैफियती – बखरकारांनी आपल्या काही महत्त्वाच्या ऐतिहासिक प्रसंगांमध्ये धन्याने कसे धोरण स्वीकारले, त्याचे समर्थन करण्यासाठी बखरी लिहिल्या. उदा. होळकरांची थैली (१७६१), भाऊसाहेबाची कैफियत (१७६२), होळकरांची कैफियत (१९२७), गोविंदपंत बुंदेले कैफियत (१८४१) इ. (६) पौराणिक

बखरी – 'इतिहास' सोडून इतर विषयांवरील बखरी उदाहरणार्थ, समर्थांची बखर–लेखक–हनुमंत स्वामी.

कालखंडानुसारही बखरीची वर्गवारी करता येते. उदाहरणार्थ, शिवाजीपूर्वकाळ शिवाजींचा काळ, पेशवा कालखंड.[२५]

शिवाजींच्या आधीच्या काळासंबंधी लिहिलेल्या बखरींची संख्या खूप कमी आहे, परंतु याच काळात आपल्या माणसांचा इतिहास लिहिण्याची प्रथा सुरू झाली. या काळासंबंधीचे लिखाण केलेली सर्वात महत्त्वाची बखर म्हणजे 'महिकावतीची बखर'. सध्याचे माहिम (मुंबईतील एक बंदर) याचे मूळ नाव महिकावती आणि 'महिकावतीची बखर' म्हणजे थोडक्यात कोकणाच्या प्राचीन इतिहासाचे वर्णन होय. महिकावतीच्या बखरीत संपूर्ण इतिहास आढळत नाही. तसेच या बखरीनंतर पुढच्या काळात ज्या बखरी लिहिल्या गेल्या त्यांच्यात बखरवाङ्मयाची जी वैशिष्ट्ये आढळतात ती या बखरीत सापडत नाहीत. परंतु, महिकावती बखरीच्या लेखकाने त्याच्या काळातील समाजाच्या ऐतिहासिक नोंदी करण्याचा अतिशय प्रामाणिक प्रयत्न केलेला आहे.[२६] स्वराज्याची स्थापना करताना 'महाराष्ट्र धर्म' या घोषवाक्याचा वारंवार उच्चार केला जाई. मराठी लोकांची मने चेतविण्यासाठी, त्यांना एकत्र आणण्यासाठी, भूमातेच्या संरक्षणासाठी आणि महाराष्ट्राची संस्कृती जपण्यासाठी या घोषवाक्याचा उपयोग केला जाई. 'महाराष्ट्र धर्म' ही संज्ञा सर्वप्रथम महिकावतीच्या बखरीत वापरली गेली होती. महिकावतीच्या बखरीत कोकणावर राज्य केलेल्या सात राजघराण्यांच्या इतिहासाची हकिकत लिहिलेली आहे. इ.स.११३८ ते १५व्या शतकाची अखेर म्हणजेच पोर्तुगिजांच्या आगमनापर्यंतचा इतिहास सर्वप्रथम या बखरीत दिलेला आहे. या बखरीची अनेक वैशिष्ट्ये आहेत. त्यांपैकी एक म्हणजे, यातील ऐतिहासिक घटनांची कालक्रमानुसार मांडणी केलेली आहे. दुसरे वैशिष्ट्य म्हणजे राजकर्त्यांच्या राजकीय उलाढालींबरोबर राज्याचे प्रशासन, भूभागाची मोजमापे, सैनिकी व्यवस्था, राजघराण्यातील खानदानी व्यक्ती, त्या भागातले किल्ले, नद्या इ. विषयींची थोडक्यात माहिती या बखरीत दिलेली आहे. राजवाड्यांच्या मते, समकालीन मुस्लिम इतिहासलेखनाशी या बखरीची तुलना करताना, बखरीमधील बऱ्याचशा ऐतिहासिक घटनांच्या हकिकतींमध्ये सुसंगती आढळते. या घटना घडून गेल्यानंतर साधारणपणे ३०० वर्षांनी त्या लिहिलेल्या आहेत; म्हणूनच महिकावतीच्या बखरीला इतिहासकारांनी विशेष महत्त्व दिलेले आहे.[२७]

१७व्या शतकात मराठ्यांच्या सत्तेचा पाया बळकट झाल्यावर मराठ्यांच्या इतिहासावर अनेक बखरी लिहिल्या गेल्या. या काळातील सर्व राजकीय घडामोडींमध्ये 'शिवाजी' हा केंद्रबिंदू होता. त्यामुळे साहजिकच मराठ्यांचे वर्चस्व असलेल्या स्वराज्यात जास्तीत जास्त बखरी या शिवाजीराजावर लिहिल्या गेल्या. १७व्या आणि १९व्या

शतकांच्या दरम्यान शिवाजीवर सात बखरी लिहिल्या गेल्या. राजवाडे यांनी त्यांची यादी दिलेली आहे.[२८] शिवाजीचा समकालीन कृष्णाजी अनंत सभासदाने १६९४-१६९७च्या दरम्यान 'शिवछत्रपतींचे चरित्र' ही बखर लिहिली. त्यानंतर शिवाजीचा समकालीन दत्ताजी त्रिमल वाकनिस याने लिहिलेली ९१ कलमी बखर ही आहे. बहुधा ही बखर १६८५ मध्ये लिहिली असावी आणि १७१३च्या अगोदर हे मात्र नक्की ![२९] शिवाजीवरच्या इतर बखरी खालीलप्रमाणे आहेत.

१७६०-६१च्या दरम्यान लिहिलेली 'चित्रगुप्ताची बखर' ही सभासद बखरीचे विस्तारित रूप आहे. १८१० मध्ये मल्हार रामराव चिटणिसाने चिटणिसी बखर लिहिली. ही बखर ग्रँट डफ, जदुनाथ सरकार इ. इतिहासकारांनी निरुपयोगी ठरवली आहे. परंतु, काही इतिहासकारांनी मात्र तिचा खूप उपयोग केला. उरलेल्या बखरींपैकी शिवदिग्विजय (१८१८), शिवप्रताप (१८२९) आणि शेडगावकर बखर (१८५४) या तीन बखरी इतिहासकारांनी बनावट म्हणून अमान्य केल्या. शिवाजींच्या घराण्यातील व्यक्तींवर चिटणीस कुटुंबातील व्यक्तींनी १९व्या शतकात बखरी लिहिल्या. त्यामध्ये संभाजी, राजाराम आणि शाहू यांची चरित्रे आहेत.

शिवाजी आणि त्याचे वंशज यांच्यासंबंधी लिहिलेल्या या बखरींत मुख्यत्वे जुने धर्मग्रंथ, पुराणांची परंपरा, दंतकथा आणि पिढ्यानूपिढ्या मिळत गेलेली मौखिक माहिती यांचा उपयोग केला आहे. शिवाजी आणि शिवकालाचा इतिहास निवेदन करताना मर्यादित स्वरूपात ऐतिहासिक दस्तऐवज वापरले आहेत. त्यामुळे शास्त्रशुद्ध संशोधनाचे, नियमांचे ते पालन करू शकत नसले तरीदेखील ऐतिहासिक वाङ्मयाचा एक भाग आणि त्यातील काही उपयुक्त माहितीमुळे ते लेखन महत्त्वाचे आहे.

पेशवेकाळात मराठ्यांच्या राज्याचा विस्तार उत्तर आणि दक्षिण भारतात झाला आणि त्यामुळे स्वाभाविकच बऱ्याच बखरींची निर्मिती झाली आणि त्यामधून अठराव्या आणि १९व्या शतकाच्या पूर्वार्धातील प्रत्येक राज्यकर्त्याची, त्यांचे मंत्रिमंडळ, सरदार, लष्करी मोहिमा यांची माहिती या बखरीतून आढळते.

या बखरींतून काही निर्णायक स्वरूपाच्या इतिहासाला कलाटणी देणाऱ्या घटनांवर विशेष प्रकाश टाकला आहे.

याचे उदाहरण म्हणजे १७६१चे तिसरे पानिपतचे युद्ध. मराठ्यांच्या सत्तेचे भविष्य ठरविण्यास कारणीभूत झालेल्या या महत्त्वपूर्ण घटनेबद्दल नंतरच्या दोन ते वीस वर्षांच्या काळात पाच समकालीन बखरी लिहिल्या गेल्या. यात रघुनाथ यादव यांची 'पानिपत बखर', 'भाऊसाहेबांची बखर', 'श्रीमंत भाऊसाहेब यांची कैफियत', अवधचा नबाब शुजा उद्दौला याच्या पदरी असलेला काशीराज पंडित या मराठी पंडिताने फार्सी भाषेत लिहिलेली 'पानिपतची बखर', 'होळकरांची थैली' आणि मल्हारराव होळकराने

पानिपताच्या रणांगणातून माघार का घेतली याची हकिकत सांगणारी 'होळकरांची कैफियत' यांचा उल्लेख करता येईल. या सर्व बखरी पानिपत युद्धाची सत्य माहिती देणारा इतिहास निवेदन करण्यास अत्यंत उपयुक्त आहेत.[३०]

इतिहासकारांनी बखर वाङ्मयाकडे केवळ 'गप्पा' किंवा 'बाता' (पोकळ बडबड) या दृष्टीने पाहिले तरीसुद्धा बहुतेक सर्व इतिहासकारांनी आपल्या मराठ्यांच्या इतिहासलेखनात त्यांचा उपयोग करून घेतला. ग्रँट डफच्या बऱ्याच आधी स्कॉट वेअरिंगने मराठ्यांचा इतिहास लिहिला. वेअरिंगने प्रौढी मिरविण्याच्या मुस्लिम इतिहासकारांच्या तवारिकांपेक्षा मराठी बखरींना अधिक पसंती दर्शविली आहे. वेअरिंगने १८१० मध्ये नोंदविलेल्या मतानुसार मराठा इतिहासकार (काहींना हे नामाभिधान मान्य नसेल) साध्या, सरळ, सुबोध शैलीत लिहितात. घडून गेलेल्या घटनांचे निवेदन ते पोकळ, काल्पनिक भाषेत अथवा बोजड वाक्प्रयोगांत करीत नाहीत. जय-पराजय यांचे वर्णन संक्षेपाने केले जाते. बखर लिहिताना पुढचा (पराजयाचा) भाग घाईघाईने उरकला असेल तर, आधीच्या (जयाच्या) भागातील अनावश्यक तपशील गाळून तेच ते पाल्हाळीकरण केले जात नाही. गुण-दोषांच्या परीक्षणात ते कोणाचीही बाजू घेत नाहीत किंवा त्याचा विपर्यास करत नाहीत.[३१]

भारतीय इतिहासलेखनात बखर वाङ्मयाचे स्थान काय याचा ऊहापोह करताना टोरोन्टो विद्यापीठाचे प्रो. ए. के. वॉर्डर लिहितात, ''चिटणीस आणि इतर बखरकारांच्या बखरींवरून प्राचीन भारतीय इतिहासलेखनाच्या पूर्वापार चालत आलेल्या चौकटीत मराठ्यांचे राज्यकर्ते आणि विचारवंतांच्या इतिहासाच्या कल्पना समजण्यास आपल्याला मदत होते (बहुतेक लिखाण १८व्या शतकाच्या उत्तरार्धात झालेले आहे. कदाचित या काळातील कूट प्रश्न मांडण्याचा त्यामागे हेतू असावा.) पूर्वजांनी ज्या गोष्टी गृहीत धरल्या होत्या त्याचाच हिस्सा म्हणून पुराण आणि मध्ययुगीन घराण्याच्या इतिहासाला थेट जोडलेल्या या बखरी आहेत.''

प्रो. वॉर्डर यांनी मराठा इतिहासलेखनाच्या सुरुवातीच्या प्रयत्नांबद्दल अजून एक महत्त्वाचा मुद्दा येथे मांडला आहे. त्यांच्या मते, ''तत्त्वप्रणालीच्या दृष्टिकोनातून आत्तापर्यंत फारच थोडा अभ्यास झालेला आहे. वेगवेगळ्या मुद्द्यांवर उपस्थित केलेले प्रश्न एवढ्याच मर्यादित दृष्टीने त्यांच्याकडे पाहिले गेले आहे.''

मराठ्यांच्या प्रारंभीच्या इतिहासलेखनासंबंधी एक महत्त्वाचा विचार ते मांडतात. ते म्हणतात, ''आजवर तात्त्विक प्रणालीतून त्यांचा अभ्यास करण्याचे फारसे प्रयत्न झाले नाहीत. 'घटनांच्या खाणी' अशीच त्या ग्रंथांची गणना केली जाते. १८व्या आणि १९व्या शतकात भारतीयांचा इतिहासाकडे पाहण्याचा काय दृष्टिकोन होता याच्या चिकित्सक अभ्यासाची गरज आहे असे ते म्हणतात.''[३२]

टिपा आणि संदर्भ

१. Philips C. H. (Ed.) Historians of India, Pakistan & Ceylon, London, 1961, P.15
धर्मार्थकाममोक्षणामुपदेशसमन्वितं/पूर्ववृत्तं कथायुक्तमितिहासं प्रचक्षते ।।१ ।।
आपटे, व्ही. एस. (संपा.) संस्कृत-इंग्लिश डिक्शनरी, दिल्ली १९६५.

२. Warder, A. K. - An Introduction to Indian Historiography, Popular, Bombay, 1972, P. 157.

३. Philips C. H. (पूर्वोक्त) - P. 57-65 See "The Kashmir Chronicle" by A. L. Basham.

४. तत्रैव P. 21 - See " Ideas of History in Sanskrit Literature" by R. C. Majumdar, P. 20-24.

५. दिवेकर, स. म. (संपा.) श्री शिवभारत, पुणे १९२७ उपोद्घात, पृ. १४-१५.

६. Sarkar Jadunath, Ed. Shivaji's Visit to Aurangzeb at Agra. Calcutta, 1963, Introduction, P. 40, Letter No. 28, P. 52.

७. सरदेसाई, गो. स. (संपा.) - 'परमानंदकाव्यम्' गायकवाड ओरिएन्टल सेरीज, बडोदा, १९५२, पृ. १३.

८. पगडी, सेतुमाधवराव - शिवचरित्र : एक अभ्यास. कोल्हापूर, १९७१, पृ. १९४.

९. दिवेकर स. म. पूर्वोक्त पृ. १०, वॉर्डर पूर्वोक्त पृ. १४२.

१०. शिवभारत पूर्वोक्त सर्ग १: ३१-३२.

११. तत्रैव सर्ग १: ३६-४१.

१२. Sarkar - Shivaji and His Times, 6th Ed. Calcutta, 1961, P- 394.

१३. Warder पूर्वोक्त P. 144-146 For details see Jadunath Sarkar's House of Shivaji, Edn 3. Calcutta, 1953, P. 322-333 See also. सरदेसाई गो. स. प्रस्तावना पृ. १-१७.

१४. गोस्वामी रा. पां. (सं.) - शिवकाव्य, भा. इ. सं. मं. पुणे १९७४.

१५. भावे वा. भा. - श्री. शिवकाव्य, भा. इ. सं. मं. पुणे १९४३, अधिक माहितीसाठी या ग्रंथातील द. वि. आपटे यांची प्रस्तावना पहावी.

१६. Warder - पूर्वोक्त, पृ. १४७.

१७. तत्रैव, पृ. १४२.

१८. Kulkarni, A. R. - Maharashtra in the Age of Shivaji - Edn. 2 (Rev.), Pune, 2002, P. 8-9.

१९. Sarkar J. पूर्वोक्त Shivaji पृ. ४४५.

२०. Warder A. K. पूर्वोक्त पृ. १४८.

२१. जोशी शं. ना. (सं.) – सभासद बखर, पुणे, १९६०, प्रस्तावना पृ. १७ पहा. र. वि. हेरवाडकर (सं.) मराठी बखर, आवृत्ती २, पुणे १९७३, पृ. १०–११.

२२. राजवाडे वि. का. – ऐतिहासिक प्रस्तावना, पुणे १२८, पृ. २९७.

२३. तत्रैव पृ. ३४९

२४. तत्रैव पृ. ३०१

२५. हेरवाडकर, र. वि. पूर्वोक्त पृ. १०–१९ आणि पृ. ३१४–३२०.

२६. तत्रैव पृ. ९३

२७. राजवाडे वि. का. ऐतिहासिक प्रस्तावना पूर्वोक्त, पृ. ७१–७३.

२८. तत्रैव पृ. २१४–२२०.

२९. कुलकर्णी, अ. रा. पूर्वोक्त पृ. १०.

३०. शेजवलकर, त्र्यं. शं. पानिपत, पुणे १९४६, पृ. १०४–१४१.

३१. Kantak, M. R. (Ed.) - Rajwade and his Thoughts, Pune, 1990, P. 90.

३२. Warder A. K. पूर्वोक्त P. 151.

❏

१३
न्यायमूर्ती महादेव गोविंद रानडे
(१८४२-१९०१)

न्यायमूर्ती म. गो. रानडे यांना आधुनिक मराठा इतिहासलेखनाचे जनक मानले जाते, आणि ते समर्पकच आहे. १८२६ मध्ये ग्रॅन्ट डफचे 'हिस्ट्री ऑफ दि मराठाज' हे पुस्तक प्रसिद्ध झाले आणि इतर युरोपियन लेखकांच्या इतिहास-लेखनाप्रमाणे, मुंबई इलाख्याच्या शाळेच्या अभ्यासक्रमात या पुस्तकाची वर्णी लागली. ईस्ट इंडिया कंपनीचा एक लष्करी अधिकारी, कॅप्टन डेव्हिड कॅपेन (१७९३-१८६९) याने १८२९ मध्ये ग्रॅन्ट डफच्या इतिहासाचे मराठीत भाषांतर केले होते. त्यासाठी त्याने बाबा साने या मराठी गृहस्थांची मदत घेतली होती. त्याचबरोबर पुण्यातील इंग्रजी शाळेतील डी. ए. इजदेल या शिक्षकाने ग्रॅन्ट डफच्या पुस्तकाचा सारांश संभाषणाच्या रूपात १८४० मध्ये प्रसिद्ध केला. या इंग्रजी शाळेचे व्यवस्थापक कॅप्टन कॅन्डी हे होते. कालांतराने या इंग्रजी शाळेचा बुद्धिमान विद्यार्थी, कुशाबा लिमये यांनी या सारांशाचे 'महाराष्ट्र देशाचे वर्णन आणि इतिहास यांचा प्रश्नोत्तरावलीरूप ग्रंथ' या शीर्षकाखाली पुण्यातल्या विश्रामबाग वाड्यातील सरकारी छापखान्यात हे पुस्तक छापले. १८४० ते १८६८ या काळात या ७५ पानी पुस्तकाच्या अकरा आवृत्त्या निघाल्या.

१८५७ चे बंड आणि १८८५ मध्ये झालेली इंडियन नॅशनल काँग्रेसची स्थापना या दोन घटनांमुळे भारतातील राजकीय परिस्थितीत खूपच फरक पडला होता. परिणामी तरुण पिढीत भूतकाळाविषयीची जागरूकता निर्माण झाली. प्रस्तुत संदर्भात मराठ्यांच्या इतिहासाविषयी बोलावयाचे झाले तर १८६८ साली नी. ज. कीर्तने यांनी ग्रँट डफच्या इतिहासावर टीका करून भारतीय दृष्टिकोनातून मराठ्यांचा इतिहास लिहिण्याची गरज व्यक्त केली होती, याचा उल्लेख मागे आलाच आहे. परंतु, असा इतिहास लिहिण्यासाठी लागणारी अस्सल साधने, कागदपत्रे सरकारच्या पुराभिलेख खात्यात, मोहोरबंद करून त्याला टाळा ठोकला होता. भारतीय अभ्यासकांना ती वापरण्यास बंदी होती. ब्रिटिशांच्या या संकुचित धोरणाला विरोध करण्याच्या दृष्टीने, भारतीय विद्वानांनी ऐतिहासिक घराण्यांकडून कागदपत्रे जमविण्यास सुरुवात केली. हा उल्लेख पुरातत्त्व चळवळीच्या प्रकरणात आलेला आहे. तथापि, काही काळपर्यंत तरी संशोधकांची अशी समजूत झाली

होती की, आवश्यक तितकी ऐतिहासिक साधनसामग्री जमा न झाल्याने इतिहासलेखनाची योग्य वेळ अद्याप आली नाही. परंतु, १९ व्या शतकाच्या शेवटच्या दशकात खूप साधने जमा होईपर्यंत न थांबता, विकृत, अपुरा आणि एकांगी लिहिलेल्या मराठ्यांच्या इतिहासाच्या बदली नवा इतिहास लिहिला गेला पाहिजे असा काही विद्वानांनी विचार केला. अर्थात, युरोपियन विशेषत: ग्रँट डफच्या इतिहासाला उत्तर देण्याचे मुख्य प्रयोजन त्यामागे होते. न्यायमूर्ती रानड्यांनी याबाबतीत पुढाकार घेतला आणि मराठ्यांचे खरे रूप सर्वांसमोर आणण्यासाठी 'राईज ऑफ दि मराठा पॉवर' हा एक अभिजात ग्रंथ लिहिण्यात ते गढून गेले.

इतिहासलेखनाची प्रेरणा :

शालेय वयातच रानड्यांना शिवाजी आणि मराठ्यांबद्दल आकर्षण निर्माण झाले होते. शाळेत असताना त्यांनी एक निबंध लिहिला होता. निबंधाचे नाव होते. 'सिव्हिल ॲडमिनिस्ट्रेशन ऑफ शिवाजी'. त्यात त्यांनी शिवाजीच्या काळातील प्रशासनव्यवस्थेशी ब्रिटिशांच्या व्यवस्थेची तुलना केली होती आणि शिवाजीची शासनव्यवस्था ब्रिटिशांच्या व्यवस्थेपेक्षा अधिक चांगली असल्याचा निष्कर्ष काढला होता. शाळेचे मुख्याध्यापक अलेक्झांडर ग्रॅन्ट अर्थातच रानड्यांच्या या निबंधावर नाराज झाले आणि त्यांनी त्यांच्या उद्धटपणाबद्दल त्यांची हजेरी घेऊन, त्यांना शिक्षा म्हणून त्यांची शिष्यवृत्ती सहा महिन्यांसाठी स्थगित करण्यात आली. बहुधा या सर्वात पहिल्या शिक्षेने, रानड्यांना स्वत:वर नियंत्रण ठेवण्याचा धडा मिळाला आणि तो त्यांनी आयुष्यभर आचरणात आणला.[१]

१८५९ मध्ये रानड्यांनी मुंबई विद्यापीठाची मॅट्रिकची परीक्षा दिली; त्यात त्यांनी 'दि राईज ॲण्ड प्रोग्रेस ऑफ मराठा पॉवर' हा दुसरा निबंध लिहिला. त्या वेळी ते इतिहासावरची इंग्रजी पुस्तके वाचत होते. या क्रमिक पुस्तकांमुळे साहजिकच त्यांचा दृष्टिकोन बदलला होता. तरीसुद्धा आपल्या देशाचा इतिहास लिहिण्याची संधी मिळाल्याबद्दल त्यांना खूप आनंद झाला होता व त्यांना ते काम आनंददायक वाटत होते. रानड्यांच्या निबंधावरून असे वाटत होते की, त्यांनी अप्रत्यक्षपणे का होईना पण युरोपियन इतिहासकारांनी मराठ्यांविरुद्ध केलेला लुटमारीचा आरोप मान्य केला होता; कारण त्यांनी आपल्या निबंधाचा समारोप, 'अशा रीतीने लुटारूंनी हे साम्राज्य निर्माण केले आणि त्याला बळकटीदेखील लुटमारीनेच आणली' अशा शब्दांत केला होता.[२]

रानड्यांनी हा निबंध जेव्हा लिहिला तेव्हा ते केवळ १७ वर्षांचे असतील. परंतु, या निबंधाच्या प्रारंभी त्यांनी मारलेले शेरे आणि नंतर व्यक्त केलेले विचार यावरून त्यांची परिपक्वता आणि त्यांच्यातील सुप्तगुणांची कल्पना येते. हा विषय दीर्घकालापासून त्यांच्या विचाराधीन होता असे वाटते. मुंबई सरकारच्या शिक्षणाधिकाऱ्याने रानड्यांच्या

निबंधाची आपल्या खात्याच्या वार्षिक अहवालात खूप स्तुती केली आणि पूर्वी ब्रिटिश प्रशासनपद्धतीवर टीका केल्याबद्दल ज्यांनी त्यांची निंदा केली होती, त्यांनी त्यांच्या गुणांची तारीफ करण्यात कुचराई केली नाही.

१८६२-६३ सालच्या रानड्यांच्या अभ्यासाच्या प्रगतिपुस्तकावर, एलफिन्स्टन कॉलेजचे प्राध्यापक अलेक्झांडर ग्रॅन्ट हे बेहद्द खूष झाले आणि त्यांनी असा शेरा मारला, ''गेल्या वर्षी महादेव गोविंद याने केलेल्या आपल्या कामाचा लक्षणीय अहवाल मी आपल्या निदर्शनास आणू इच्छितो. हा अहवाल म्हणजे एका उच्च दर्जाच्या गुणवत्तेच्या हिंदू विद्यार्थ्याच्या प्रयत्नांचा आणि कामगिरीचा निदर्शक आहे.''[३]

१८६४ मध्ये रानडे एलफिन्स्टन कॉलेजचे फेलो झाले आणि फेलोशिपचा एक भाग म्हणून त्यांना शाळेच्या खालच्या वर्गांना शिकवावे लागत होते. या उमेदवारीच्या काळात त्यांनी इतिहासाची आणि अर्थशास्त्राची खूप पुस्तके वाचली. हे दोन्ही विषय त्यांच्या आवडीचे होते आणि इतिहासाचा शिक्षक होण्यासाठी लागणाऱ्या तयारीचा तो एक भाग होता. रानड्यांनी एलफिन्स्टन कॉलेजच्या ग्रंथालयाचा पुरेपूर उपयोग करून घेतला. नेमलेल्या क्रमिक पुस्तकांशिवाय त्यांनी जेम्स मिल, एलफिन्स्टन, फेरिश्ताचे 'हिस्ट्री ऑफ दि डेक्कन' चे भाषांतर आणि अरनॉल्ड, मेरिव्हेल, टॅसिटस, नेबूर, केटली आणि रोमन इतिहासासाठी गिबन अशा सर्व लेखकांचे साहित्य वाचले. १८६४-६६ या वर्षांसाठी रानड्यांना फ्रेंच राज्यक्रांतीचा इतिहास शिकविण्यास सांगितले गेले. त्यासाठी त्यांनी बकल, टॉक्युव्हिले, कार्लाइल, ॲलिसन थेर, ला मार्टिन आणि इतर अनेकांची पुस्तके वाचली. इतिहासाचा शिक्षक म्हणून स्वतःला परिपूर्ण करण्यासाठी रानड्यांनी मॅकॉले, ॲडम स्मिथ, एडमंड बर्क, मॅकिन्टॉश आणि इतर अभ्यासकांचे लिखाण वाचले. रानड्यांनी या विद्वान विचारवंतांचे विचार वर्गातील विद्यार्थ्यांपर्यंत पोहोचविण्याचे प्रयत्न केले. वरिष्ठांनी दिलेली कोणतीही नवीन कामे रानडे स्वीकारीत असत. कुठल्याही कामाला ते 'नकार' देत नसत. एकदा रानड्यांना गिबनच्या इतिहासातील ४४ वे प्रकरण शिकविण्यास सांगितले गेले. रोमन कायद्याच्या संबंधित तो विषय होता. नव्या विषयाची तयारी करताना रानड्यांना लक्षात आले की, ४४वे प्रकरण नीट समजून घ्यायचे असेल तर 'न्यायशास्त्र' या विषयाचा आधी अभ्यास करायला हवा. म्हणूनच लॉ कॉलेजमध्ये जाऊन ते 'न्यायशास्त्र' विषयाच्या तासांना जाऊन बसले त्यामुळे त्यांना रोमन कायद्याची पार्श्वभूमी समजून घेता आली.

अशा तऱ्हेने व्यक्तिमत्त्व जडणघडणीच्या काळात रानड्यांच्या मनात इतिहासलेखनाची निश्चित दिशा तयार झाली असावी. हिंदुस्थानचा संक्षिप्त इतिहास या पुस्तकाबद्दल आपले मत काय? असे रानड्यांना विचारले असता, त्यांनी आपले परखड मत नोंदविले, ''एखाद्या विषयावरील अधिकारी लेखकांची पुस्तके न वाचता, त्या

विषयावर लिखाण केले तर, तो लेखक कधीही प्रसिद्धी मिळवू शकत नाही.'' ते पुढे म्हणतात, लेखकाला जोपर्यंत भूतकाळाचे यथार्थ चित्र समजणार नाही तोपर्यंत कारण आणि परिणाम या सिद्धांतावर आधारित घटना आणि अनौपचारिक छोट्या घटना, ज्यांच्या कायम स्वरूपाच्या काहीच खुणा राहणार नाहीत, यांच्यामधील फरक त्याला स्पष्टपणे करता येणार नाही.[४]

रानडे ज्ञानदानाचे काम अतिशय मेहनतीने व मनापासून करत होते. परंतु, ते जेवढे कष्ट घेत होते, त्याप्रमाणात त्यांना विद्यार्थ्यांकडून प्रतिसाद मिळत नव्हता, हे लक्षात आल्यावर रानडे थोडेसे निराश झाले. ही गोष्ट त्यांनी शाळेच्या वार्षिक अहवालात (१८६५-६६) नमूद केलेली आहे.[५]

रानड्यांना शिवाजीराजांबद्दल खूप आदर होता. परंतु, त्याची भरमसाट स्तुती करणाऱ्यांचे लिखाण त्यांना पसंत नव्हते. 'साताऱ्याचे भोसले' या पुस्तकाच्या परिक्षणांत ते लिहितात, ''शेवटी, इतिहासकालीन व्यक्तींचे मूल्यमापन अमूर्त स्वरूपांत करणे इष्ट नाही. व्यक्ती आणि घटना यांचा विचार करीत असताना संकटमय काळात अडकलेल्या लोकांची विशिष्ट परिस्थिती आपण लक्षात घेतली पाहिजे; अशा सहानुभूतिपूर्वक (अथवा योग्य) निकषांवरून मूल्यमापन केले तर, ज्या वंशाचा तो प्रतिनिधी होता त्याचा तो एक आदर्श नमुना होता असे म्हणता येईल.''[६]

अशा तऱ्हेने मराठ्यांच्या वास्तव इतिहासाच्या कल्पना रानड्यांच्या मनात तयार होत होत्या. त्यासाठी त्यांनी स्वत:ची अशी अभ्यासाची पद्धत विकसित केली होती.

इतिहासलेखनाचा आराखडा :

१८६६ मध्ये रानड्यांनी मराठी भाषांतरकार म्हणून सरकारी नोकरी पत्करली. कालांतराने त्यांची न्यायखात्यात नेमणूक झाली. १८९३ मध्ये रानडे बॉम्बे हायकोर्टचे न्यायमूर्ती या अत्युच्च पदावर पोचले. नोकरीमध्ये रानड्यांना, खूपच काम करावे लागे. त्याचबरोबर सामाजिक प्रश्नांमध्येही ते विशेष लक्ष देऊन काम करत. त्यामुळे फारच थोडा मोकळा वेळ त्यांना मिळे. तरीसुद्धा मिळालेल्या फुरसतीच्या वेळात ते इतिहाससंबंधी छोटे-मोठे लेख लिहीत. अर्थात, शिवाजी आणि त्यांचा कालखंड यावरच मुख्यत्वेकरून त्यांचे लिखाण चाले. १८९१ मध्ये त्यांनी मराठ्यांचा विस्तृत इतिहास लिहिण्याचे ठरविले. त्यासंबंधी एक निश्चित आराखडा तयार केला आणि त्यासाठी बाळाजी प्रभाकर मोडक, नीळकंठ जनार्दन कीर्तने, काशिनाथ नारायण साने इ. मित्रांची एक अनौपचारिक बैठक बोलावली.[७] न्यायमूर्ती का. त्र्यं. तेलंग यांचा मराठ्यांचा इतिहास लिहिण्यात प्रत्यक्ष सहभाग नव्हता. तरीसुद्धा त्यांनी रानड्यांसाठी मराठी बखरीवर विचारप्रवर्तक लेख लिहिला. 'ग्लीनिंग्ज फ्रॉम द मराठा क्रॉनिकल्स' असे या लेखाचे नाव होते.[८] तेलंग

यांच्या या लेखावर रानड्यांनी लिहिले, ''स्थानिक इतिहासकारांनी आपल्या देशाचा इतिहास कोणत्या प्रेरणेने लिहावा याचे प्रतिनिधित्व करणारा तेलंगांचा हा लेख आहे.'' [९]

१८९३ मध्ये तेलंगांचे अचानक निधन झाले. रानड्यांना हा फार मोठा आघात होता कारण मराठ्यांच्या इतिहासावरील लिखाण बारकाईने पाहण्यासाठी रानडे, तेलंगांवर अवलंबून होते.

वेगवेगळ्या कारणांनी रानड्यांचा हा इतिहास लिहिण्याचा संकल्प मागे पडला. मध्यंतरीच्या काळात लाँगमन आणि कंपनी या प्रकाशकाने 'इपॉक्स ऑफ इंडियन हिस्ट्री', या इतिहासमालेमध्ये मराठा कालखंडावर एक खंड लिहिण्याचे रानड्यांना सांगितले. या इतिहासमालेत आर. सी. दत्त यांनी प्राचीन भारतावर लिखाण केले. परंतु, तेलंग आणि रानडे या दोघांनाही या इतिहासमालेसाठी लिहायला जमले नाही. मुसलमान आणि मराठ्यांवर प्रकाशकांना खंड काढायचे होते. त्यासाठी त्यांनी इतिहासाच्या अभ्यासकांकडे विचारणाही केली होती. परंतु, या विद्वान मंडळींकडून प्रतिसाद न मिळाल्याने ती योजना बारगळली.

त्यानंतर रानड्यांनी स्वत:साठी इतिहासलेखनाचे काम आखून घेतले आणि त्यानुसार १८९४ ते १९०० च्या काळात मराठ्यांच्या इतिहासावर बारा निबंध लिहिले. १९०० मध्ये या बारा निबंधांचे संकलन करून 'राइज ऑफ दि मराठा पॉवर' या नावाखाली ग्रंथ प्रकाशित केला. त्यानंतर रानड्यांनी 'इन्ट्रोडक्शन टू दि पेशवाज् डायरीज' आणि 'करन्सीज् अ‍ॅन्ड मिंट्स अंडर दि मराठा रूल' हे दोन प्रदीर्घ निबंध लिहिले.[१०]

'राइज ऑफ दि मराठा पॉवर' या ग्रंथाची जन्मकथा :

हा ग्रंथ म्हणजे रानड्यांनी वेळोवेळी केलेल्या १२ निबंधांचे संकलन आहे. यातील पहिली दोन प्रकरणे – 'दि इम्पॉर्टन्स ऑफ मराठा हिस्ट्री' आणि 'हाऊ दि ग्राऊंड वॉज प्रिपेअर्ड' ही १८९४ च्या पुण्याच्या वसंत व्याख्यानमालेत दिलेल्या व्याख्यानांवर आधारित आहेत. त्याच वर्षी मुंबईच्या हिंदू क्लबच्या सभासदांसाठी तिसऱ्या प्रकरणातील मध्यवर्ती कल्पना रानड्यांनी मांडली होती. त्यातूनच 'हाऊ दि सीड वॉज सोन' हे प्रकरण लिहिले गेले. १८९५ मध्ये मुंबईच्या रॉयल एशियाटिक सोसायटीमध्ये रानड्यांनी 'शिवाजी अ‍ॅज अ सिव्हिल रूलर' हा निबंध वाचला. तो या ग्रंथात सातवा लेख आहे. 'जिंजी' किंवा 'दि वॉर ऑफ इनडिपेंडन्स' हा लेख प्रथम १८९६ च्या मद्रास रिव्ह्यू या नियतकालिकात छापला होता आणि नंतर या ग्रंथात त्याचा ९ वे प्रकरण म्हणून समावेश झाला. ग्रंथातील प्रकरण ८ वे म्हणजेच 'सेंट्स अ‍ॅण्ड प्रॉफेट्स ऑफ महाराष्ट्र' हा लेख, आधी १८९५ च्या सार्वजनिक सभेच्या 'सार्वजनिक सभा क्वार्टरली'मध्ये प्रकाशित झाला होता. १८९०

मधील वसंत व्याख्यानमालेमध्ये बार्शीच्या रामचंद्र मोरेश्वर साने या विद्वान गृहस्थांनी एक व्याख्यान दिले होते. रानड्यांनी ते ऐकले आणि त्यातून स्फूर्ती घेऊन 'मराठाज् इन दि सदर्न इण्डिया' (प्रकरण १२ वे) हा निबंध लिहिला. उर्वरित पाच प्रकरणे, 'हाऊ द सीड थ्राइव्हड' (प्र. ४), 'द ट्री ब्लॉसम्स' (प्र. ५), द ट्री बेअर्स फ्रूट (६), 'हाऊ ऑर्डर वॉज ब्रॉट ऑफ केऑस' (प्र. १०) आणि 'चौथ आणि सरदेशमुखी' (प्र. ११) ही या ग्रंथातील प्रकरणे अशीच वेळोवेळी लिहिलेली होती.

या ग्रंथाच्या अगदी सुरुवातीच्या प्रकरणांत रानड्यांनी मराठ्यांच्या इतिहासाच्या प्रमुख लक्षणांची चर्चा केली असून त्यात मराठा राजमंडळाचा उदय आणि अस्त याची हकिकत आणि तिचे चिरस्वरूपी नैतिक मूल्य कसे आहे याचे विवेचन केले आहे. त्यांनी असे ठामपणे मांडले आहे की, अनेकवेळा असे गृहीत धरले जाते की, ब्रिटिश राज्यकर्ते या देशावर येण्यापूर्वी येथे मुसलमानांची सत्ता होती, पण हे विधान बरोबर नसून, येथे स्थानिक लोकांची सत्ता होती; कारण त्यांनी अगदी यशस्वीरीत्या मुसलमान सत्तेचे जोखड झुगारून दिले होते.[११] ग्रँट डफनेदेखील आपल्या इतिहासाच्या प्रस्तावनेच्या सुरुवातीच्या वाक्यांतच म्हटले आहे की, भारताची सत्ता बळकावण्यापूर्वी मराठे हेच आमचे नजीकचे प्रतिस्पर्धी होते. [१२] तरीसुद्धा काही आधुनिक इतिहासकार या मताला दुजोरा देत नाहीत.

ग्रंथाच्या प्रास्ताविकातच मराठ्यांचा इतिहास समजावून घेण्याबद्दलचा रानड्यांचा संपूर्ण दृष्टिकोन व्यक्त होतो. रानड्यांच्या मते, "मराठ्यांची सत्ता उदयाला आली, ही काही एका माणसाच्या कामामुळे नाही किंवा काही नशीबवान माणसांच्या यशामुळे नाही... तसेच एखाद्याच्या वैयक्तिक साहसामुळे ही गोष्ट साध्य होऊ शकलेली नाही; तर ही घटना घडली याचे मुख्य कारण म्हणजे भाषा, धर्म, जात आणि साहित्य या समान धाग्यांनी एकमेकांशी घट्ट बांधलेल्या समाजाने एकत्रित येऊन केलेली क्रांतिकारक घटना आहे. त्याचबरोबर सर्वांसाठी स्वतंत्र राजकीय अस्तित्वाने मिळविलेले ऐक्य आहे." मराठ्यांची सत्ता प्रस्थापित करण्याच्या कामी लोकांच्या सहभागाचा मुद्दा अधिक स्पष्ट करतांना रानडे म्हणतात की, मराठी मुलखांत राज्यक्रांती प्रथम झाली आणि ती काही अंशी येथील लोकांना जागृत करणाऱ्या धार्मिक आणि सामाजिक चळवळीमुळे झाली.[१३]

त्यानंतर त्यांनी 'राजमंडळ' या मराठ्यांच्या संस्थेचा संदर्भ दिला आहे. 'राजमंडळ' हा संघराज्यपद्धती निर्मितीचा एक प्रयोग होता. या प्रयोगामुळे मराठी राष्ट्र अधिक काळ टिकून राहिले, अधिक बलवान बनत गेले, परंतु शेवटी अंतर्गत तणावामुळे त्याचा अध:पात झाला. ते पुढे अशी सूचना करतात की, भारताच्या महाराणीच्या साम्राज्यशाही सत्तेत या मराठ्यांच्या प्रयोगाचे पुनर्जीवन व्हावे.[१४]

मराठ्यांच्या इतिहासाचे महत्त्व या प्रकरणाने रानडे यांनी त्या अभ्यासाचे नैतिक महत्त्व विशद केले आणि या ग्रंथांच्या पुढील प्रकरणांतून हाच मुद्दा कमी–अधिक प्रमाणात मांडला.

मराठ्यांची सत्ता उदयास येण्यास भौगोलिक परिस्थिती, देशाचा प्राचीन इतिहास, धार्मिक उन्नयन अशा गोष्टी कारणीभूत ठरल्या. परंतु, ३०० वर्षांच्या मुसलमानी राजवटीत त्यांच्या अंगी जी लढण्याची शिस्त बाणली होती, ती प्रामुख्याने उपयोगी ठरली असे म्हणावे लागेल. (रानडे ग्रंथ प्रकरण ३) शिवाजी आणि त्यांच्या अनुयायांनी स्वराज्याचे बीज कसे रुजविले आणि अत्यंत कष्टाने त्याची उत्तम निगा राखल्याने रोपट्याला सुमधुर फळे कशी आली, या गोष्टीही रानड्यांनी आपल्या लिखाणात विस्ताराने सांगितल्या आहेत. त्यानंतर त्यांनी शिवाजी– एक राज्यकर्ता म्हणून त्यांच्या कामगिरीचे मूल्यमापन केले आहे आणि त्यातून ब्रिटिशांच्या आधिपत्याखाली असलेल्या व्यवस्थेपेक्षा शिवाजीच्या काळात असलेली राज्यव्यवस्था सर्वस्वी वेगळी नव्हती, ही गोष्ट ते वाचकांच्या नजरेस आणून देतात. (रानडे ग्रंथ प्रकरण ३, ४)

मराठी संत आणि प्रेषित यांनी महाराष्ट्रामधील राजकीय, सामाजिक आणि धार्मिक उठावाला फार मोठा हातभार लावला, हा रानड्यांचा एक अत्यंत आवडीचा सिद्धान्त होता. मध्ययुगीन युरोपांत जी 'सुधारणा चळवळ' झाली तिच्याशी महाराष्ट्रातील उठावाची तुलना रानडे करतात. युरोपात पोपशाहीला कडाडून विरोध झाला, तसाच विरोध महाराष्ट्रातील धार्मिक चळवळीने मध्ययुगीन समाजावरील पुरोहितशाहीच्या वर्चस्वाला केला.[१५] 'महाराष्ट्रधर्म' या विचारांचीही त्यांनी दखल घेतली आहे. मराठी लोकांना एकत्र आणण्यासाठी हा विचार महत्त्वाचा असून संत रामदास यांनी त्याचा सर्वत्र जोरदार प्रसार केला असे ते म्हणतात. (प्रकरण ८)

शिवाजीराजांच्या निधनानंतर (१६८०) मराठ्यांच्या सत्तेवर सार्वभौम सत्ताधीशांनी आक्रमणे केली होती. या स्वराज्यरक्षणार्थ दिलेल्या लढ्याला रानड्यांनी 'स्वातंत्र्य युद्ध' असे म्हटले आहे. याविषयी ग्रंथामध्ये रानड्यांनी सविस्तर चर्चा केली आहे. मराठ्यांच्या इतिहासातील हा सर्वात धामधुमीचा आणि अनेक घटनांनी भरलेला काळ होता. त्याचा परिणाम म्हणजे मराठ्यांच्या राज्यात सुव्यवस्था येण्याच्या दृष्टीने मराठ्यांची सत्ता एका छत्राखाली येण्यासाठी १८ व्या शतकाच्या सुरुवातीला शाहूंचे नेतृत्व उदयाला आले. (प्रकरण ९–१०)

रानड्यांनी मराठा आणि ब्रिटिश राज्यपद्धती यामध्ये कोणत्या गोष्टीत साधर्म्य होते, हे पाहण्याचा सतत प्रयत्न केला. मराठ्यांची 'चौथ' पद्धती आणि वेल्सूलीच्या 'तैनाती फौजे'ची व्यवस्था यांमध्ये रानड्यांनी काही साम्यस्थळे शोधली (प्रकरण ११ वे). दक्षिणेकडील बेलारी, तंजावर, उत्तर अर्काट ह्या सत्तांशी मराठ्यांचा शिवाजीच्या

काळापासून संबंध आला होता. रानड्यांनी त्याचा अभ्यास केला आणि तेथील मराठ्यांच्या कामगिरीबद्दल संक्षिप्तरूपाने १२ व्या प्रकरणात लिखाण केले.

रानड्यांनी लिहिलेले इतर ऐतिहासिक लेखन :

१)इन्ट्रोडक्शन टू पेशवाज् डायरीज- पुण्यातील पेशवे दफ्तर पाहायला मिळावे म्हणून १८८३-८४ पासून रानडे आणि तेलंग प्रयत्नात होते. परंतु, सरकार त्यांना दाद देत नव्हते. फक्त १८९० आणि १८९५ मध्ये सरकारकडून त्यांना आवश्यक ती परवानगी मिळू शकली. मधल्या काळात सरकारी नोकरीत असलेल्या गणेश चिमणाजी वाड यांना मुंबई सरकारने प्रसिद्ध करण्यासाठी कागदपत्रे निवडण्यास सांगितले होते. निवडलेल्या कागदपत्रांतून ३२ खंड प्रसिद्ध झाले असते. परंतु, प्रत्यक्षात फक्त १५ च खंड प्रकाशित झाले. त्यासाठी द. ब. पारसनीस, पु. वि. मावजी आणि इतर इतिहासकारांची मदत घेण्यात आली. हे खंड प्रसिद्ध करताना सरकारने काही अटी घातल्या होत्या. या नियमानुसार काम करण्याची जबाबदारी पुण्याच्या डेक्कन व्हर्नक्युलर सोसायटीने घेतली होती. या सोसायटीचे रानडे अध्यक्ष होते. त्या नात्याने पहिल्या खंडासाठी प्रस्तावना रानड्यांनी तयार केली होती. परंतु, मुंबई सरकारने सोसायटीला कळविले की कै. न्यायमूर्ती रानडे यांनी तयार केलेली प्रस्तावना ही 'रोजनिशी' सोबत प्रसिद्ध करू नये. हवे तर ती स्वतंत्रपणे सोसायटीने छापावी (१ मे १९०१). प्रस्तुत संदर्भात सरकारचा युक्तिवाद असा होता की, 'पेशव्यांच्या रोजनिशीसाठी तयार केलेल्या रानड्यांचा निबंध खरे तर मराठ्यांच्या राज्याची प्रशंसा करण्यासाठी लिहिलेला आहे. लेखकाने जागोजागी आपली वैयक्तिक मते व्यक्त केली आहेत. त्यामुळे तो एकांगी झालेला आहे. [१६] रानड्यांची प्रस्तावना त्यांच्या निधनानंतर स्वतंत्रपणे छापली गेली.

१८९७-९८ मध्ये रानड्यांना दैनंदिन कामातून थोडीशी फुरसत मिळाली. या काळाचा उपयोग त्यांनी रोजनिशांचे हस्तलिखित वाचण्यास केला. या रोजनिशांमध्ये शाहू ते बाजीराव दुसरा यांचा कालखंड आला आहे. या निवडक उताऱ्यांचा काळजीपूर्वक अभ्यास करून, त्यांनी त्यात आलेल्या विविध विषयांची वर्गवारी त्यांच्यासंबंधी, ऐतिहासिक दस्तऐवजांच्या आधारे उपयुक्त माहिती दिली.यात आलेले विषय साधारणपणे असे होते : मराठी सत्तेतील घटनात्मक बदल, जाति वर्चस्व, सैन्यदल, नाविकदल, गडदुर्ग, सरकारी कर्ज, महसूल व्यवस्था, सूट, सवलती, कमाविसी पद्धती, इजारा अथवा महसुलांची मक्तेदारी, महसुली विभाग, मजुरीचे दर, वस्तूंच्या किमती, तगाई, सार्वजनिक कामे, वेठबिगार, कर-मीठ, अबकारी, नौका, जकात इत्यादी कर प्रकार, न्याय-व्यवस्था, सनदी दावे, कर्जाचे दावे, वतनाचे खटले, फौजदारी, खून-दरोडे, लूटमार, व्यभिचार, गुलामी, भूतबाधा, खोटी साक्ष, गोहत्या आणि इतर गुन्हे, सरकारी कैदी, पोलिस,

कोतवाली, टांकसाळ, औषधोपचार, लष्करी निवृत्ती वेतन, धर्मादाय, बहुनामानाचे किताब, व्यापार, अंधश्रद्धा- इत्यादी विविध विषय रानड्यांनी पेशव्यांच्या रोजनिशीला लिहिलेल्या प्रस्तावनेत उदाहरणांसह आणले आहेत.[१७]

२) मराठ्यांच्या सत्तेतील चलनव्यवस्था आणि टाकसाळी :

रानड्यांनी मराठ्यांच्या राज्यातील चलनव्यवस्था आणि टाकसाळी यांविषयी एक निबंध रॉयल आशियाटिक सोसायटीत सादर केला आणि १८९४ मध्ये रॉयल आशियाटिक सोसायटीच्या नियतकालिकात तो प्रसिद्ध झाला. या निबंधामध्ये रानड्यांनी मराठ्यांच्या राज्यात आणि दक्षिण भारतात आर्थिक व्यवहारासाठी वापरण्यात येणाऱ्या नाण्यांची आणि ती तयार करणाऱ्या टाकसाळीची थोडक्यात माहिती दिली आहे. १८९८ मध्ये ब्रिटिश पार्लमेंटने फाउलर कमिशन नेमले होते आणि भारतीय चलनासंबंधी सरकारला शिफारशी करण्याचे काम हे कमिशन करणार होते. या निमित्ताने रानड्यांनी हा निबंध तयार केला होता. रानड्यांचा इतिहासाचा खूपच अभ्यास असल्याने त्यांनी या देशाला सोन्याची नाणी अथवा सुवर्णावर आधारित चलनव्यवस्था नवीन नाही असे सांगण्याच्या हेतूने हे लेखन केले. रानड्यांना या विषयावर निबंध तयार करावासा का वाटला? कोणत्या परिस्थितीमुळे रानडे या विषयावर लेखन करण्यास उद्युक्त झाले ? हे जाणून घेणे आवश्यक आहे.

१८१८ मध्ये ईस्ट इंडिया कंपनीने भारताच्या प्रशासनव्यवस्थेवर कब्जा मिळविला. तेव्हा भारताची चलनव्यवस्था गोंधळाच्या परिस्थितीत होती. वेगवेगळ्या वजनाची, आकाराची आणि जाडीची ९९४ हून अधिक सोन्या-चांदीची तऱ्हेतऱ्हेची नाणी वापरात होती. १९ व्या शतकाच्या सुरुवातीला एकट्या मुंबई इलाख्यात ३८ सोन्याची आणि १२७ चांदीची नाणी प्रचलित होती. तोपर्यंत 'एक टाकसाळ एक नाणं' हा नियम तयार झाला नव्हता. त्यामुळे ज्या कोणाला सोने किंवा चांदीपासून नाणी तयार करायची इच्छा असेल त्याला मराठे परवाना देत होते.[१८]

पुरवठा आणि मागणी यानुसार सोने आणि चांदी यांच्या किमतीत बाजारात सतत चढ-उतार होत असे. त्यामुळे सरकारला सोन्याची सरकारी किंमत आणि बाजारातील किंमत यांचे प्रमाण नक्की करणे फार कठीण जात होते. हा प्रश्न सोडविण्यासाठी ब्रिटिश सरकारने अनेक समित्यांची नेमणूक केली होती. १८९८ मधील फाउलर समिती ही त्यांतलीच एक होय.

जेव्हा रानड्यांना सरकारच्या भारतीय चलनासंबंधीच्या प्रश्नांची जाणीव झाली तेव्हा त्यांनी इतिहासात त्याचे उत्तर शोधण्याचे प्रयत्न सुरू केले. राज्यकर्ते नाण्यांचा व्यवहार कसा हाताळत होते? विशेषत: टाकसाळी सुरू करणे आणि त्यांच्यावर नियंत्रण

ठेवणे हा प्रश्न कसा सोडवला जात होता. ह्याचा त्यांनी अभ्यास केला. त्याबाबतीत ते लिहितात, ''जेव्हा एखाद्या प्रश्नाबद्दल आपल्याला विद्यमान स्थितीत मार्गदर्शन हवे असते. तेव्हा ज्यांनीं पूर्वी हा प्रश्न कसा हाताळला ? ते पाहणे आवश्यक असते. त्या दोन्हीचा तौलनिक अभ्यास केल्याने वर्तमानस्थितींत त्या प्रश्नाची उकल करण्यास सोपे जाते''.[१९]

मोगल आणि मराठ्यांच्या चलनव्यवस्थेचा अभ्यास केल्यावर रानड्यांनी खालील निष्कर्ष मांडले.–

१. ज्या वेळी एकमेकांशी संपर्क साधणे अवघड होते आणि सत्ता विभागलेली होती तेव्हा व्यवहारासाठी तऱ्हेतऱ्हेची नाणी आवश्यक ठरत असावीत.
२. सरकारने रूढ केलेल्या कर आकारणीमुळे चलनातही विविधता होती.
३. 'भारत हा अतिशय गरीब देश होता, त्यामुळे तेथे सोन्याची नाणी चलनात नव्हती' असे विधान अगदी सरधोपटपणे केले जाई. परंतु इतिहास नीट तपासून पाहिला तर असे आढळून येते की, भारतात सोन्याची नाणी चलनात होती आणि त्यांची सहजपणे देवाणघेवाण होत होती आणि चांदीच्या नाण्याशी त्यांचा संबंध लावून, सोन्याच्या नाण्यांच्या किमती केल्या जात नव्हत्या. हा इतिहासाने आपल्याला महत्त्वाचा धडा शिकवला आहे. [२०]

१८१८ च्या आधी म्हणजे ब्रिटिशांच्या सत्तेआधी भारतात नाणेपद्धती कशी होती हे आपल्या लेखातून रानड्यांनी ब्रिटिशांच्या नजरेस आणून दिले आणि भारतीयांच्या सोन्याच्या चलनाच्या मागणीची भलावण केली.[२१]

इतिहासाचा हेतू :

आपल्या इतिहासाच्या अभ्यासक मित्रांच्या सहकार्याने मराठ्यांचा विस्तृत इतिहास लिहिण्याची रानड्यांची योजना बारगळली तेव्हा त्यांनी ती सोडून दिली आणि मराठ्यांच्या इतिहासातील काही विषय निवडून त्यावर निबंध लिहिण्याचे ठरविले. असे करण्यात आगामी इतिहास संशोधकांना मार्गदर्शन करण्याचा रानड्यांचा हेतू होता. ते लिहितात, ''आपल्या देशांतील संशोधकांनी खूप कष्ट घेऊन कागदपत्रांची छाननी करून सविस्तर ऐतिहासिक वृत्तांत, करून ठेवले आहेत. योग्य वेळ साधून या सर्व कागदपत्रांची पद्धतशीर मांडणी केली पाहिजे. परंतु मराठ्यांच्या इतिहासातील या प्रकरणांना जो वेळ नेमून दिला आहे, त्यात अशा कामाची महत्त्वाकांक्षा बाळगणे शक्य होणार नाही. माझा उद्देश भारतीयांच्या दृष्टिकोनातून या इतिहासाची प्रमुख वैशिष्ट्ये सादर करणे आणि या इतिहासातील नैतिक स्वारस्य आणि कोणते राजकीय धडे घ्यावयाचे यासंबंधी अवमूल्यन करणारे जे अनेक गैरसमज प्रसृत आहेत त्यांचे निराकरण करणे, एवढ्यापुरताच मर्यादित आहे आणि त्याहून अधिक म्हणजे विजेत्या ब्रिटिश सत्तेच्या प्रतिनिधींच्या मनात त्यांच्या

पराजित शत्रूच्या भवितव्याबद्दल सहानुभूतीची भावना निर्माण करणे हादेखील उद्देश आहे.''[२२]

मराठ्यांच्या इतिहासाच्या हेतूसंबंधी आणि आपल्या 'मराठी सत्तेचा उत्कर्ष' या ग्रंथात केलेल्या विधानावरून, १९ व्या शतकातील राजाराम मोहन रॉय (१७७४-१८३३), गोपाळ हरी देशमुख (लोकहितवादी) (१८२३-९२), गोपाळ कृष्ण गोखले (१८६६-१९१५) या आणि इतर विचारवंतांनी मांडलेल्या 'ब्रिटिश राज्य म्हणजे दैवी वरदान' या विचारांशी रानडे सहमत होते असे दिसून येते. लोकहितवादी हे तर राजवाड्यांचे समकालीन. त्यांनी आपल्या 'शतपत्रां'तील अनेक पत्रांतून विविध कारणांसाठी ब्रिटिश राजवटीचे समर्थनच केले होते.[२३] विशेषत: १८४८-४९ साली मराठी सत्तेचा शेवटचा अंश म्हणजे सातारा राज्य जेव्हा १८४८ साली ब्रिटिशांनी खालसा केले, त्या सुमारास लोकहितवादींनी लिहिलेल्या पत्रांतून हे समर्थन जोरदारपणे केले आहे.

मराठ्यांच्या राजमंडळाच्या गुण-दोषांची चर्चा करतांना रानड्यांनी आशा व्यक्त केली आहे की, हे विद्यमान राजमंडळ जरी अपयशी झाले असले तरी ब्रिटिशांच्या सत्तेमुळे, भविष्यकाळात, संघराज्याची संकल्पना भारतात विकसित होईल आणि भारताची रचना राष्ट्रीयत्वाच्या तत्त्वाप्रमाणे होईल आणि त्या विभागांना एका समान तत्त्वाने भारताचे सार्वभौमत्व महाराणीच्या साम्राज्यशाहीशी जोडले जाईल.[२४] मंत्रिमंडळ अथवा गव्हर्नर जनरलचे सल्लागार मंडळ या ब्रिटिशांच्या प्रशासनसंस्थांची तुलना मराठ्यांचे अष्टप्रधान मंडळ तसेच वेलस्लीची तैनाती फौज आणि मराठ्यांची चौथ, सरदेशमुखी या पद्धती, अथवा युरोपांतील धर्मसुधारणा चळवळ आणि महाराष्ट्रातील संत आणि प्रेषितांची कामगिरी यांमध्ये सतत साम्य शोधण्याचा प्रयत्न रानडे यांनी केला आहे.

त्यामुळे अशा तऱ्हेचा एक समज निर्माण झाला की, रानडे आपल्या इतिहासलेखनाद्वारे ब्रिटिशांचा अनुनय करण्याचा प्रयत्न करीत आहेत. पाश्चिमात्य शिक्षणाचा प्रभाव आणि त्यांचा उदारमतवादाकडे असलेला कल ध्यानात घेता कदाचित त्यांनी 'तुझ्या शत्रूला माफ कर' या धोरणाचा अवलंब केला असावा.

रानडे यांनी आपल्या लेखनातून, भारताचे भवितव्य इंग्लंडशी जोडणारे 'दैवी वरदान' या सिद्धांताचा कोठेही आवर्जून प्रचार केला आहे किंवा त्याला पाठिंबा दिला आहे असे दिसत नाही हे खरे आहे. त्यांना 'ब्रिटिशांची सुव्यवस्थेवरील निष्ठा' आणि नियंत्रित सत्ता याचे कौतुक वाटत होते आणि त्यांना असा विश्वास वाटत होता की, 'ब्रिटिशांची शिस्त भारताची अनेक बाबतीत पुनर्रचना करेल. अशा रीतीने अप्रत्यक्षरीत्या ब्रिटिशांच्या भारतातील आगमनामागे दैव आहे', असे सुचविले होते. रानड्यांच्या विचारांची समीक्षा करतांना, ज्या काळात आणि परिस्थितीत रानडे हा निबंध आणि इतर लेखन करीत होते, तसेच त्यांचा सुधारणाकार्यक्रमांतील सहभाग या गोष्टी ध्यानात घेतल्या पाहिजेत.[२५]

येथे एक गोष्ट लक्षात घेतली पाहिजे की, जे लोक ब्रिटिश सत्तेचे गुणगान गात होते त्यांना ब्रिटिशांचे राज्य कायम रहावे असे वाटत नव्हते. परंतु, ब्रिटिशांची सुव्यवस्था आणि शिस्त आपल्या राज्यकर्त्यांनी सरकार चालविताना अवश्य अमलात आणावी, किंबहुना त्यांनी त्यांचा कित्ता गिरवावा. कारण हिंदू आणि मुस्लिमांच्या राज्यात भारतातील शासनव्यवस्था अगदी वाईट पद्धतीने पोखरली गेली होती. रानड्यांचा आयुष्याकडे बघण्याचा दृष्टिकोन उदारमतवादी असल्यामुळे त्यांनी ब्रिटिशांच्या घटनात्मक पद्धती आत्मसात करून शांतपणे ब्रिटिशांची सत्ता उलथून टाकावी अशी स्वत:ची बाजू सहजपणे मांडली होती.

ग्रॅन्ट डफच्या इतिहासाचे खंडन करणे अथवा त्याच्या कल्पनांना उत्तर देणे हा रानड्यांच्या इतिहासलेखनाचा हेतू नव्हता, तर भारताच्या इतिहासात मराठ्यांचे स्थान किंवा भूमिका काय होती हे सर्वांना चांगल्या पद्धतीने समजण्यासाठी त्यांना वातावरणनिर्मिती करायची होती, असे आग्रहाने म्हटले जाते. मराठ्यांची सत्ता उदयास आली त्यासाठी महाराष्ट्रातील लोकांचे अफाट कष्ट कारणीभूत झाले होते, त्याचबरोबर मराठी सत्तेचा संस्थापक हा लुटारू राज्याचा सरदार नव्हता तर तो आम जनतेचा नेता होता या गोष्टींवर रानड्यांचा विशेष भर असे. ही एकच गोष्ट आपल्याला रानड्यांची देशभक्तीची भावना आणि ऐतिहासिक लिखाणामागची तळमळ समजून घेण्यास पुरेशी आहे.

रानड्यांच्या लिखाणातून उपस्थित झालेले प्रश्न :

डॉ. रिचर्ड पी. टकर या अमेरिकन संशोधकाने आपल्या एम. जी. रानडे – 'द हिस्टोरियन अॅज ए लिबरल नॅशनॅलिस्ट' या प्रबंधात, रानड्यांनी आपल्या इतिहास विषयावरील लेखनातून जे प्रश्न उपस्थित केले आहेत त्यांची ढोबळमानाने चर्चा केली आहे. 'मराठ्यांच्या इतिहासलेखनांत' रानड्यांनी ज्या एका वेगळ्या भूमिकेतून भर घातली आहे त्याचे मूल्यमापन डॉ. टकर यांनी आपल्या प्रबंधात केले आहे. रानड्यांच्या 'राइज ऑफ द मराठा पॉवर' या अभिजात ग्रंथाबद्दल डॉ. टकर म्हणतात की, हा ग्रंथ म्हणजे त्यांचे मराठ्यांच्या इतिहासासंबंधीचे अंतिम आणि पूर्णविचारांती व्यक्त केलेले मत आहे. रानडे हे काही मुख्यत: इतिहासकार नव्हते, ते एक राजकारणी आणि प्रशासक होते आणि त्यांचा वरील ग्रंथ म्हणजे १८९० साली जे संघर्ष अथवा मतभेद झाले, त्याचे एक स्पष्टपणे मांडलेले मत होते; आणि तो एक मराठ्यांची अस्मिता आणि स्वभाव यासंबंधी केलेला तत्त्वचिंतनपर निबंध आहे. रानड्यांनी ज्या काळात हा ग्रंथ लिहिला तो त्या काळातील महाराष्ट्रातील राजकीय परिस्थितीचे विश्लेषण, विशेषत: उदारमतवादी राष्ट्रवाद आणि त्याचा, त्यांच्या मराठ्यांच्या इतिहासाच्या काही विशिष्ट भागावर पडलेल्या प्रभावाच्या संदर्भात आहे.[२६]

डॉ. टकर यांच्या मते, रानड्यांनी आपल्या लिखाणातून उपस्थित केलेला एक महत्त्वाचा प्रश्न म्हणजे समाजाला आवश्यक तो जोश कशामुळे निर्माण झाला होता- थोर नेत्यांमुळे, अथवा त्यांच्या स्वयंप्रेरणेने? रानड्यांच्या मते, शिवाजी अथवा अन्य कोणी नेत्यांपेक्षा संपूर्ण समाजातील क्रियाशीलता अथवा सहभाग हा महाराष्ट्रातील उठावाला कारणीभूत झाला होता; कारण हा मराठी समाज, एक भाषा, एक वंश, एक धर्म आणि एक साहित्य यांनी बांधला गेला होता आणि याला बळकटी आणण्यासाठी त्यांना एक समान राजकीय अस्तित्व हवे होते. रानडे हे मराठ्यांच्यातील तणावाला दुय्यम लेखून त्यांच्या ऐक्याला अग्रस्थान देतात. परंतु, मराठी लोकांच्या अस्मितेचा शोध घेतांना रानड्यांना महाराष्ट्रातील दोन समस्यांना सामोरे जावे लागते. एक हिंदू-मुसलमान संबंध आणि ब्राह्मण आणि ब्राह्मणेतर यांच्यामधील संबंध.[२७]

डॉ. टकर यांच्या मते, रानडे यांनी मुसलमानांची भारतीय समाजातील सहिष्णू भूमिका स्वीकारून तो प्रश्न सोडविला. आपला ग्रंथ म्हणजे एक मुसलमानविरोधाचा दस्तऐवज ठरावा असे त्यांना वाटत नव्हते. त्यांच्या मते, दक्षिणेतील मुसलमान हे सहिष्णू आणि समतोल वृत्तीचे असून ते कट्टर सुन्नी, सनातनी औरंगजेबासारखे नाहीत. मराठी माणसांच्या मनात इस्लाम धर्माची प्रतिमा ही औरंगजेबाच्या वागण्यामुळे निर्माण झाली होती. महाराष्ट्रांत सामाजिक शांतता ही, हिंदू आणि मुसलमान संत कवींच्या कार्यामुळे निर्माण झाली होती. ते म्हणतात, 'राजकारणांत कदाचित जातीयवाद असेल पण आध्यात्मिक जीवनांत तो निश्चितपणे नव्हता.'[२८]

मराठ्यांच्या इतिहासातील १६५९ च्या अफजलखान घटनेने काही इतिहासकारांची मने चेतविली गेली. या प्रसंगात अफजलखानाचा वध झाला की दगा देऊन खून करण्यात आला किंवा शिवाजीराजाने स्वसंरक्षणासाठी हे कृत्य केले? दुसऱ्या शब्दांत असे म्हणता येईल का की, पहिला वार कोणी केला?

सर्व युरोपियन लेखकांनी या घटनेत शिवाजीराजाला दोषी ठरवले. कारण, त्यांनी फार्सी ग्रंथातील माहितीचा आधार घेतला होता. रानड्यांना शिवाजीराजांबद्दल फारच सहानुभूती होती, हे सर्वश्रुतच आहे, त्यामुळे त्यांना हा आरोप अमान्य होता. त्यामुळे सर्वात पहिल्यांदा कोणी हल्ला केला ही गोष्ट समजणे अशक्य असल्याने, दोघेही या प्रसंगाशी दोन हात करण्यास तयार होते, असे रानड्यांनी लिहिले आहे. त्यावर ह्याला 'नैतिक सापेक्षवाद' म्हणतात. अशी डॉ. टकर यांनी टिप्पणी केली आहे.

वस्तुत: रानड्यांनी असा युक्तिवाद केला आहे की इतिहास केवळ इतिहास म्हणून आणि लोकांना प्रेरणा देणारी त्याची कार्यक्षमता या दृष्टिकोनातून अभ्यासला जाऊ शकतो, तो मतभेदांचा आणि भांडणाचा आणखी एक विषय बनू नये.[२९] रानड्यांची ही विचारसरणी त्यांच्या उदारमतवादी धोरणाशी सुसंगत होती.

अफजल विषयावरील वादंग पुढे जदुनाथ सरकारांनी काही प्रमाणात समाधानकारकरीत्या सोडविले.[३०]

त्यानंतर डॉ. टकर यांनी राजवाड्यांनी भेडसावणारी दुसरी समस्या म्हणजे ब्राह्मण आणि ब्राह्मणेतर यांच्यातील संबंधांबाबतचा मुद्दा हा होय. मराठी समाजात वेगवेगळ्या जाती असल्या तरी त्या गुण्यागोविंदाने नांदतात, असा दीर्घकाळ समज होता. शिवाजीराजाच्या चरित्रकाराची जात कोणती? असा कुणीही प्रश्न उपस्थित केला नव्हता. परंतु, महाराष्ट्रात ब्राह्मण-ब्राह्मणेतर चळवळ रुजू लागली. तेव्हा, शिवाजीवर केलेल्या लेखनाचे ब्राह्मणांच्या नजरेतून शिवाजी आणि ब्राह्मणेतरांनी केलेले शिवाजीवरचे लिखाण असे वर्गीकरण होऊ लागले.

सत्यशोधक समाजाचे संस्थापक महात्मा जोतीराव फुले यांनी आपल्या संस्थेच्या मार्फत समाजावर वर्चस्व गाजवणाऱ्या उच्च वर्गविरोधात नेहमीच टीका केली. त्यांच्या या भावना त्यांनी 'शिवाजीराजाचा पोवाडा' या प्रसिद्ध काव्यात व्यक्त केल्या आहेत. यामध्ये त्यांनी शिवाजी राजा हा कष्टकऱ्यांचा, शेतकऱ्यांचा म्हणजेच बहुजन समाजाचा प्रेरणादायी नेता होता असे शिवाजीबद्दल त्यांनी मत व्यक्त केले आहे.[३१]

जातीने चित्तपावन ब्राह्मण, प्रार्थना समाजाचा मुख्य आणि समाजसुधारक असलेल्या रानड्यांनी समाजात कुठल्याही एका जातीचे वर्चस्व असते, ही गोष्ट मानली नाही. १८९३ मध्ये रानड्यांना बॉम्बे हायकोर्टाचे सभासदत्व मिळाले. त्याबद्दल मुंबईच्या सनातनी ब्राह्मण सभेने त्यांचा सत्कारसमारंभ आयोजित केला. हे उच्चपद म्हणजे ब्रिटिशांनी ब्राह्मणांच्या गुणांना दिलेली एक प्रकारची मान्यताच होय, असे प्रतिपादन आयोजकांनी केले. त्या वेळी त्याला रानड्यांनी लगेच उत्तर दिले. ते म्हणाले, ''शिक्षण, धर्माचरण आणि सार्वजनिक सेवा हे गुण म्हणजे केवळ ब्राह्मणांची मक्तेदारी नाही, ते मिळविण्यासाठी कठोर परिश्रम करावे लागतात. केवळ योगायोगाने एखाद्या जातीत जन्म झाल्याने नव्हे. पेशव्यांच्या रोजनिशीला लिहिलेल्या प्रसिद्ध प्रस्तावनेत त्यांनी १८ व्या शतकातील आपल्याच जातीतील ब्राह्मण राजकीय नेत्यांनी ब्राह्मण लोकांवर पद्धतशीरपणे उपकार करून इतरांवर अन्याय केल्यामुळे मोठ्या प्रयासाने संपादन केलेले सामाजिक ऐक्य नष्ट केले, असे मत मांडले आहे.[३२]

या उपखंडात मराठ्यांचे स्थान काय आहे? हा अजून एक प्रश्न डॉ. टकर उपस्थित करतात. त्यांना प्रादेशिक राष्ट्राचे निर्माते म्हणून की संपूर्ण भारताच्या राष्ट्रीयत्वाचे प्रवर्तक म्हणून भारतीय उपखंडातील त्यांचे स्थान ठरविता येईल?[३३] याबरोबरच अजून एक प्रश्न उपस्थित होतो. तो म्हणजे शिवाजींच्या राज्यव्यवस्थेचे स्वरूप काय होते? सर्वसत्ताधीश होते की लष्करी राज्य तसेच त्याचा संस्थापक, शिवाजी आयुष्यभर जहागीरदाराचा मुलगा राहिला की स्वत: एक जहागीरदार म्हणून राहिला?

येथे एक गोष्ट लक्षात घेतली पाहिजे की, युरोपियन आणि भारतीय अशा दोन्ही इतिहासकारांनी मराठ्यांच्या इतिहासाला अगदीच कमी प्रतीची वागणूक दिली (स्कॉट वेअरिंग, स्प्रेंगेल आणि ग्रॅन्ट डफ या युरोपियन इतिहासकारांचा अपवाद वगळता). मोगलांचा पाडाव आणि भारतातील ब्रिटिशांचा उदय या दोन घटनांच्यामध्ये मराठ्यांचा इतिहास घडलेला आहे, असे मानले जाते. परंतु, भारतीय इतिहासकारांमधील रानड्यांनी मराठ्यांच्या इतिहासाला स्वतंत्र स्थान दिले आणि असे ठोसपणे सांगितले की, ब्रिटिशांनी मुसलमानांकडून भारताची सत्ता हस्तगत केली असे जे वारंवार सांगितले जाते ते खरे नसून त्यांनी ही सत्ता मराठ्यांचा युद्धांत पराभव करून जिंकून घेतली.

१६७४ मध्ये शिवाजीराजाने राज्याभिषेक करून घेऊन स्वत:ला मराठ्यांच्या राज्याचा 'छत्रपती' असे जाहीर केले. त्यानंतर एक राजकीय धोरणाचा भाग म्हणून शिवाजीराजाने दक्षिणेकडे राज्यविस्तार करण्याचे ठरविले. त्याने मराठ्यांच्या राज्याला जोडणारा प्रदेश काबीज केला आणि दक्षिणेकडे जिंजीपर्यंतचा मुलूख जिंकला. एक सार्वभौम राजा या नात्याने त्याने भागानगर राज्याबरोबर तसेच काही मराठा स्वतंत्र सरदारांबरोबर तहनामे केले आणि विजापूरचा पठाण राजा, त्याची मित्र राज्ये आणि मोगल यांच्याविरुद्ध युद्ध पुकारले. बारीक-सारीक सत्ताधीश, ज्यांना त्याचा रोष ओढवून घ्यावयाचा नव्हता, त्यांच्याकडून चौथ गोळा करण्यास तो विसरला नाही.

शिवाजीराजाने आपल्या पूर्वजांप्रमाणे १६७४ मध्ये 'राजशक' हे नवे संवत्सर सुरू केले आणि मर्यादित संख्येने का होईना, पण सोन्याची नाणी चलनात आणली. त्यांना 'शिवराई होन' असे म्हटले जाई; अशा रीतीने सार्वभौमत्वाच्या संबंधात असलेले सर्वसाधारण सर्व नीतिनियम त्याने पूर्ण केले.

मराठ्यांची सत्ता सर्वदूर पसरविण्याची शिवाजीराजाने सुरू केलेली परंपरा, १८ व्या शतकात छत्रपती शाहूंच्या आधिपत्याखाली पेशव्यांनीही चालूच ठेवली; अशा तऱ्हेने या उपखंडात मराठ्यांची सत्ता वरचढ झाली. उत्तरेला पंजाबपासून दक्षिणेकडे त्रिचनापल्ली आणि पश्चिमेला गुजरात ते पूर्वेकडे बंगाल आणि ओरिसा अशा सर्व प्रदेशांवर प्रत्यक्ष किंवा अप्रत्यक्षपणे मराठी सत्ता प्रस्थापित झाली. त्या काळच्या इतिहासलेखकांनी शिवाजीराजांचे सार्वभौमत्व मान्य केले होते, पण काही आधुनिक युरोपियन इतिहासकारांनी शिवाजी हा राज्यकर्ता होता आणि मराठा राज्यव्यवस्थेचा राजा होता हे ऐतिहासिक सत्य नाकारले आहे. शिवाजीने स्वराज्याचा पाया बळकट करण्यासाठी कष्ट घेऊन त्याला स्थिरता प्राप्त करून दिली, त्याचबरोबर मराठ्यांची सत्ता भावी काळात सर्वदूर पसरविण्याचा सुलभ मार्गही दाखविला.

रानड्यांच्या विचारांमधील संदिग्धता डॉ. टकर यांनी दाखवून दिली; कारण प्रादेशिकता विरुद्ध राष्ट्रीय या समस्येतून बाहेर पडण्यासाठी रानड्यांना अनेक अडचणींना

तोंड द्यावे लागले.[३५] या बाबतीत रानडे लिहितात, 'शिवाजीराजाने भारतभर आपले साम्राज्य उभे करून त्यावर आपली सत्ता गाजवावी अशी अभिलाषा बाळगली नव्हती. आपल्या माणसांना स्वातंत्र्य मिळवून देण्यासाठी शिवाजीराजाने खूप कष्ट घेतले. त्यांना एकत्रित करून एक राष्ट्र उभे केले. या माणसांना स्वत:च्या बचावासाठी आणि स्वत:च्या मतांसाठी हक्काने आग्रही राहण्यासाठी सामर्थ्य दिले'.

परंतु इतर सर्व सत्ता नेस्तनाबूत करण्याचा त्याने कधीच विचार केला नाही. या विचाराच्या पुष्ट्यर्थ रानड्यांना वाटत होते की, भक्ती सांप्रदायाने राष्ट्राला अधिक माणुसकी दिली आहे आणि त्याचबरोबर परस्परांतील सहिष्णुतेमुळे आपण एकत्र राहू शकतो हे त्यांनी दाखवून दिले आहे.[३६]

परंतु, वस्तुस्थिती मात्र या विचारांना पोषक नव्हती. शिवाजींचा राज्याभिषेक, कर्नाटक मोहीम आणि काही प्रदेशांवर मिळविलेला विजय, या घटनांमधून शिवाजी राजाचे राज्यविस्ताराचे धोरण स्पष्ट होते. शिवाजी राजा हा एक व्यवहारचतुर राज्यकर्ता होता आणि राज्यकर्ता म्हणून आपली कर्तव्ये पार पाडताना त्याने संतांचे, प्रेषितांचे तत्त्वज्ञान आचरणात आणले आणि म्हणून शिवाजीराजाच्या धोरणाचा डॉ. टकर यांनी जो अर्थ लावला आहे तो मान्य होण्यासारखा नाही. कदाचित त्यांना मिळालेल्या मर्यादित साधनांच्या आधारे त्यांना अशा तऱ्हेचे विधान करावे लागले असेल.

अशीरीतीने मराठी सत्तेला एक संपूर्ण भारताची सत्ता बनविण्याची प्रक्रिया शिवकालापासूनच सुरू झाली होती असे म्हणता येईल.

रानड्यांनी आपल्या ग्रंथात जे वेगवेगळे मुद्दे उपस्थित केले होते, त्यांचा ऊहापोह करताना, शेवटी डॉ. टकर निष्कर्ष काढतात की, 'राइज ऑफ दि मराठा पॉवर' हा सर्वोत्कृष्ट ग्रंथ म्हणजे रानड्यांचे तीस वर्षांचे विचारमंथन आहे. त्यांना उदारमतवादी ऐतिहासिक विचारसरणीच्या लोकांशी चर्चा करण्याची संधी मिळाली. रानड्यांचे उदारमतवादी धोरण त्यांच्या इतिहासासह सर्व लिखाणात, व्यापून राहिलेले दिसते. इतरांना महाराष्ट्राच्या इतिहासाचा राष्ट्रीय दृष्टिकोन पटवून देण्याची गरज रानड्यांना वाटत होती. मोठा आवाज उठविणाऱ्या नंतरच्या पिढीच्या लेखकांच्या तुलनेत, रानड्यांचा 'राईज ऑफ दि मराठा पॉवर' हा ग्रंथ, म्हणजे समतोलपणा आणि संयम यांचा एक आदर्श राजकीय दस्तऐवज असाच त्याचा उल्लेख करावा लागेल.

शाळेत असताना, रानड्यांनी शिवाजीराजावर एक निबंध लिहिला होता आणि त्यावरून शाळेचे मुख्याध्यापक सर अलेक्झांडर ग्रॅन्ट यांचा राग आढ़वून घेतला होता. हा उल्लेख मागे आलेला आहे. नंतर त्यांनी मराठ्यांच्या सत्तेसंबंधी आपल्या परीक्षेसाठी एक निबंध लिहिला (१८५९) त्याची वारेमाप स्तुती झाली.

त्यांच्या 'राइज ऑफ दि मराठा पॉवर' या ग्रंथालाही डायरेक्टर ऑफ पब्लिक

इन्स्ट्रक्शन ऑफ बॉम्बे प्रेसिडेन्सी (१९०१) च्या अहवालात अशीच प्रतिक्रिया व्यक्त केली होती.[३८]

डेक्कन कॉलेजचे प्राचार्य आणि इतिहासाचे उत्साही अभ्यासक एच्. जी. रॉउलिन्सन यांनी मात्र रानड्यांच्या पुस्तकावर टीका केली होती. ते लिहितात, 'कै. न्यायमूर्तीरानड्यांचा अभ्यासपूर्ण निबंध – 'राइज ऑफ दि मराठा पॉवर' (१९००) यामध्ये लेखकाने शिवाजीचे गुण आणि यश याबद्दल अतिशयोक्तीने लिहिल्यामुळे, त्या निबंधाची मांडणी बिघडली आहे.'[३९]

एच्. जी. रॉउलिन्सनच्या कठोर प्रतिक्रियेवरून एक गोष्ट लक्षात येते की, त्यांना रानड्यांच्या लिखाणाचा मूळ हेतू लक्षातच आलेला नाही; कारण रानड्यांनी मराठ्यांचा उदय ही वैयक्तिक नाही तर पूर्ण समाजाची चळवळ मानली होती. रानड्यांनी मराठ्यांच्या इतिहासातील शिवाजींच्या भूमिकेबद्दल लिहिताना जास्तीत जास्त समतोल राखला होता.

रानड्यांनी लिहिलेल्या शिवाजींच्या संक्षिप्त इतिहासाचे मोल इतिहासकार वि. का. राजवाडे यांनी जाणले होते. राजवाडे म्हणतात, 'रानड्यांनी इंग्रजीत रचलेला शिवाजीचा इतिहास अधिक योग्यतेचा आहे; कारण त्यात शिवकालीन समाजाची पूर्वकारणपरंपरा देण्याचा प्रयत्न केला आहे. समाजाच्या चरित्रातील शेकडो बाबी प्रामाणिकपणे देणे कोणाही मेहनती विद्वानाला शक्य आहे. परंतु, शेकडो बाबी सामान्य नियमांच्या म्हणजे कारणाच्या सूत्रांत गोवून सुसंगत पद्धतीने वाचकांपुढे मांडण्यास व्यापक बुद्धी व उच्च अधिकार लागतात. रानड्यांनी महाराष्ट्र समाज चरित्राच्या नवीन शेकडो बाबी संशोधून काढल्या अशातला प्रकार नाही. ज्या बाबी ग्रँट डफादी मंडळींनी व मराठी बखरकारांनी चुकल्या माकल्या नमूद करून ठेवल्या होत्या त्यांना संतचरित्रातील स्थूल बाबींची जोड देऊन रानड्यांनी मनात शिवपूर्वकालीन व शिवकालीन समाजचरित्राचा पट तयार केला आणि युरोपियन इतिहासाच्या विस्तृत व व्यापक वाचनाने सुचलेल्या सामान्य कारणांच्या धोरणाने त्या बाबींना आधारभूत काही नियमित कारणपरंपरा असावी असा सिद्धांत बसविला. ग्रॅन्ट डफ मराठ्यांच्या समाजचरित्राला काही नियम नाहीत असे जे म्हणत असे ते रानड्यांनी बऱ्याच अंशांनी खोडून काढले.[४०]

रानड्यांच्या लेखनाविषयी राजवाडे म्हणतात की, ह्या सामान्य सिद्धांताच्या पलीकडे जाऊन विशेष कारणांचे कथन करण्याच्या कामी रानड्यांच्या इतिहासात बरीच भ्रामक विधाने नमूद केली गेली आहेत. संतांची परीक्षा रानड्यांना व्यवस्थित करता आली नाही, हे आपण वारंवार सिद्ध करीत आलो आहे. मराठी संत हे सनातन धर्माच्या विरुद्ध होते हे रानड्यांचे मत राजवाड्यांना मान्य नव्हते.[४१]

राजवाडे पुढे म्हणतात की, रानड्यांना महाराष्ट्र धर्माची व्याख्याही व्यवस्थित करता आली नाही; महाराष्ट्र धर्माच्या संकल्पनेमुळे धर्मक्रांती झाली, हा रानड्यांचा

निष्कर्षही ते अमान्य करतात. धर्मश्रद्धा आणि धर्मक्रांती यांची सांगड घालणे बरोबर नाही.

शिवकालीन धर्मश्रद्धांचे स्वरूप रानड्यांनी वर्णन केले आहे त्यापेक्षा अगदी भिन्न होते. राजवाडे पुढे म्हणतात की, सनातन धर्माच्या विरोधात भक्ती सांप्रदायाचा उदय झाल्यामुळे मराठ्यांनी आपले सारे दुर्गुण झटकून टाकले आणि स्वतंत्र होण्यासाठी त्यांनी आपल्या मनाची तयारी केली आणि त्यातूनच शेवटी मराठी सत्ता उदयास आली, ही रानड्यांनी मांडलेली कारणपरंपरा अशास्त्रीय आहे.[४२]

तथापि, येथे हे नमूद केले पाहिजे की, राजवाड्यांनी प्रारंभीच्या काळात मराठी संतकवींवर जी टीका केली, ती फार काळ टिकली नाही. आपल्या नंतरच्या लेखनात त्यांनी संतांच्या कार्याचे महत्त्व ओळखले आणि एकप्रकारे रानडे यांच्या मताला दुजोराच दिला.

मराठ्यांच्या इतिहासांत विशेष रस दाखविणाऱ्या प्रारंभीच्या इतिहासकारांत जदुनाथ सरकार आणि सुरेंद्रनाथ सेन यांचा उल्लेख करावा लागेल; पण आश्चर्याची गोष्ट म्हणजे मराठ्यांच्या इतिहासलेखनाच्या, संशोधनाच्या कामात मराठ्यांची खूप स्तुती करणाऱ्या जदुनाथांनी, न्यायमूर्ती रानडे यांच्या लेखनाकडे केवळ दुर्लक्षच केले आहे असे नाही, पण एके ठिकाणी त्यांनी त्यांच्यावर उपरोधिक टीका केली आहे. ते म्हणतात, 'जुन्या पिढीतील न्यायमूर्ती रानड्यांच्यासारखे मराठी विद्वान अनधिकृत बखरी, औपचारिक इतिहास आणि नंतरच्या काळात लिहिलेले वृत्तान्त यांवर विश्वास ठेवतात.'[४३] येथे सांगितले पाहिजे की, जदुनाथ सरकार जरी बखरीवर टीका करीत असले तरी आपल्या 'शिवाजी आणि शिवकाल' या त्यांच्या ग्रंथात त्यांनी सभासद बखरींचा जागोजागी भरपूर उपयोग केला आहे.

राजवाड्यांनीदेखील बखरींकडे प्रारंभी दुर्लक्ष केले असले तरी नंतर त्यांनी अशी कबुली दिली आहे की, बखरी आणि इतर वृत्तान्त यांची दखल घेतली नाही तर मराठ्यांचा इतिहास अपुरा राहील; कारण बखरी आणि हकिकती यांच्याद्वारे आपल्या इतिहासाकडे पाहण्याचा वांशिक दृष्टिकोन स्पष्ट होतो. जदुनाथांनी शिवचरित्रासंबंधी फार मोठे काम केले आहे पण त्यांनी रानड्यांच्या 'राइज ऑफ दि मराठा पॉवर' या अभिजात ऐतिहासिक ग्रंथाचा चुकूनसुद्धा नामोल्लेख केला नाही.

सुरेंद्रनाथ सेन या बंगाली इतिहासकाराने मात्र बखरी आणि ऐतिहासिक दस्तऐवज यांचा सखोल अभ्यास केला होता. आपल्या 'अॅडमिनिस्ट्रेटिव्ह सिस्टिम ऑफ द मराठाज्' या ग्रंथात रानड्यांच्या इतिहासाच्या योगदानाची स्तुती करताना ते म्हणतात, ''महाराष्ट्रात जन्मलेले आणि पाश्चिमात्य पद्धतीने शिक्षण घेतलेले रानडे यांच्याठायी इतिहासकाराला अत्यावश्यक असे तीन गुण होते. ते म्हणजे, त्यांना आपल्या प्रदेशाची भाषा आणि चालीरीती यांचे उत्तम ज्ञान होते, पाश्चिमात्य इतिहासलेखन पद्धती त्यांना उत्तम प्रकारे

अवगत झाली होती आणि त्यांना त्याकाळी उपलब्ध असलेली ऐतिहासिक साधनसामग्री सहजपणे मिळू शकत होती. त्यांच्या अंगी इतिहासाची सहजप्रेरणा असल्याने इतिहासलेखनाचा धोपटमार्ग जाणीवपूर्वक सोडून त्यांनी स्वत:चा असा एक नवा मार्ग स्वीकारला.''

एखादा नवा दस्तऐवज पुढे आणला अथवा एखादी आजवर ज्ञात नसलेली नवी घटना उजेडात आणली, यामुळे त्यांची कीर्ती झालेली आहे असे नाही, तर आपल्या लोकांच्या इतिहासाची खात्रीलायक पायावर मांडणी करून त्यावर त्यांनी योग्य ते भाष्य केले, यामुळे त्यांचे आजही स्मरण होते. आधुनिक काळातील संशोधनामुळे त्यांचे काही निष्कर्ष आज मान्य होणार नाहीत; पण इतिहासाकडे पाहण्याचा एक नवा दृष्टिकोन अभ्यासकांना दिल्याचे श्रेय त्यांना निश्चितपणे द्यावे लागेल.४४

दत्तात्रय विष्णु आपटे (१८८१-१९४३) या मराठ्यांच्या मान्यवर इतिहासकाराने रानड्यांच्या इतिहासलेखनातील गुण-दोषांची एका लेखाद्वारे चर्चा केली आहे.४५ 'ब्रिटिशांनी भारत देश जिंकला तो मराठ्यांचा पराभव करून मुसलमानांचा पराभव करून नव्हे.' हे रानड्यांचे मत म्हणजे मराठ्यांच्या इतिहासाला दिलेले मोठे योगदान होय, असे आपटे मानतात. ते पुढे म्हणतात की, मराठ्यांच्या या चित्तवेधक इतिहासाच्या अभ्यासाची गरज त्यांनी ठामपणे मांडली. आपल्या सुमारे १५० वर्षांच्या राजवटीत विविध प्रकारांनी मराठ्यांनी अनेक अडचणींवर मात केली आणि एक धाडसी नेत्याचे आणि मुत्सद्द्यांचे पथक मराठ्यांच्या सत्तेचे रक्षण करण्यासाठी निर्माण केले.

बाळाजी विश्वनाथ, या पहिल्या पेशव्यांच्या कारकिर्दीचाही त्यांनी गौरव केला आहे. या पेशव्याने सर्व मराठे सरदारांना एकत्र करून, मराठी सत्ता भारताच्या उपखंडांत सर्वत्र पसरविण्यासाठी एका राजमंडळाची निर्मिती केली.४६

मराठी सत्तेच्या अध:पतनाचे रानड्यांनी आपल्या पेशवा रोजनिशीच्या प्रस्तावनेत केलेल्या विवेचनाशी आपटे सहमत नाहीत. शिवाजीराजाने जी पद्धती रूढ केली होती, तिचा मराठी लोकांनी जेव्हा त्याग केला तेव्हापासूनच मराठा सत्तेच्या ऱ्हासाला सुरुवात झाली, या रानड्यांच्या आरोपाचे आपट्यांनी खंडन करण्याचा प्रयत्न केला आहे. आपट्यांनी आपल्या या विधानाला दुजोरा देण्यासाठी इतर गोष्टीही कारणीभूत असल्याचे दाखवून दिले. अष्टप्रधान मंडळाचे विघटन, जातिभेद, वारसाहक्काने नोकरीची पद्धती, कचेरीत भाडोत्री शिपाई, कौटुंबिक कलहातील वाढ आणि इतर मुख्य बाबी मराठा सत्तेच्या ऱ्हासास जबाबदार ठरल्या.

रानड्यांचा युक्तिवाद आपट्यांनी खोडून काढला, त्यासाठी त्यांनी नव्याने सापडलेल्या कागदपत्रांच्या आधारे जे नवीन संशोधन झाले, त्याची मदत घेतली. खरे तर रानड्यांनी तपशीलवार इतिहास लिहिण्याचा काही दावा केला नव्हता. त्यांनी त्यांच्या

मनातील कल्पना, विचार मांडले होते. त्यातून काही संशोधनात्मक काम व्हावे, असे त्यांना वाटत होते. त्यामुळे, आपट्यांच्या टीकेमुळे रानड्यांच्या विचारांचे महत्त्व कोणत्याही प्रकारे अजिबात कमी होत नाही; कारण रानड्यांचे विचार यापूर्वी कोणीही व्यक्त केलेले नव्हते. उलट, त्यामुळे संशोधकांना, विद्वानांना नवीन दालन उघडून मिळाले.

रानड्यांना शिवाजीराजांचे खूपच कौतुक होते, यात शंका नाही. शिवाजी हा नेपोलियनसारखा थोर संघटक आणि सनदी संस्थांचा निर्माता होता, असे रानड्यांचे मत होते. १८९६ मध्ये लोकमान्य टिळकांनी जो शिवजयंती उत्सव सुरू केला, त्याच्याशी रानड्यांचा संबंध लावणे योग्य ठरणार नाही; कारण या दोन्ही ज्येष्ठ व्यक्तींची कितीतरी राजकीय आणि सामाजिक प्रश्नांबाबत भिन्न मते होती, हे सर्वश्रुत आहे.[४७] त्यामुळे 'शिवाजी पंथ' रानड्यांपासून सुरू झाला, असे म्हणणे चूक आहे.[४८]

रानडे हे अशा रीतीने इतिहासलेखकांच्या इतिहासांत एक 'आख्यायिका' (legend) बनून राहिले. त्यांच्या लेखनाचे अनेक प्रथितयश इतिहासकारांनी जे मूल्यमापन केले आहे, त्यावरून भविष्यकालीन इतिहासलेखनावर त्यांचा किती प्रभाव पडला होता याची कल्पना येते. परंतु, भावी इतिहासकारांच्या मार्गदर्शनार्थ रानड्यांनी ज्या सूचना केल्या होत्या त्याची पुढच्या पिढीने फारशी दखल घेतली नाही, असे म्हणावे लागते.

प्रस्तुत संदर्भात रानडे म्हणतात, 'दि सिलेक्शन्स फ्रॉम पेशवाज डायरीज'मध्ये १०० वर्षांपेक्षा जास्त कालखंडातील कागदपत्रे आहेत (१७०८-१८१६-१७). त्यामध्ये अनेक अतिशय महत्त्वाची कागदपत्रे आहेत. त्यांच्यावरून महाराष्ट्रातील लोकांच्या खऱ्या इतिहासाची बांधणी करता येईल. आपल्या सर्वसाधारण बखरी आणि ग्रॅन्ट डफसारख्या इंग्रजी इतिहासकाराने केलेल्या लेखनात मुख्यत: राजकीय घडामोडींचे वर्णन आलेले आहे. त्यात त्या काळातले लोक, त्यांची परिस्थिती, त्यांचे राहणीमान, त्यांनी करून घेतलेली प्रगती, पर्यायाने झालेला सामाजिक उत्कर्ष... या विषयांवर काहीही माहिती मिळत नाही... तसेच सरकारचा कारभार कसा चालत होता, याबाबतही या इतिहासकारांनी स्पष्टपणे लिहिलेले नाही... त्यानंतर रानड्यांनी या पत्रांचे किती महत्त्व आहे, याची विस्ताराने चर्चा केली आहे. त्यांच्यामते युद्ध आणि विजयाच्या गाथा, सत्तेतील बदल आणि क्रांती यांच्या वर्णनांपेक्षा या पत्रातील माहितीचे मोल कितीतरी वरचढ आहे.[४९]

सरतेशेवटी, ऐतिहासिक माहितीच्या आधारे आपल्या अपयशाच्या कारणांचा रानड्यांनी विचारविनिमय केला आहे. त्यात ते म्हणतात, 'बाहेरच्या घटकांचा आपल्यावर परिणाम होण्याच्या कितीतरी आधीच, पेशवाई थाटाचे, ऐषआरामाचे आयुष्य ओळखण्यात आपल्याला अपयश आले होते.'[५०]

रानड्यांनी आपल्या लिखाणातून इतिहासाचा, आधुनिक काळाशी असलेला अन्योन्यसंबंध दाखविण्यावर भर दिला आणि त्यांच्यामते हाच इतिहासलेखनाचा मुख्य उद्देश असतो.

टिपा आणि संदर्भ

१. न. र. फाटक - न्यायमूर्ती महादेव गोविंद रानडे, नीलकंठ प्रकाशन, पुणे - २, दु. आ., पृ. १५

२. तत्रैव पृ. १६, ''आपल्या राष्ट्राच्या उदयाचा आणि प्रगतीचा इतिहास लिहिण्यास जेव्हा आपण बसतो तेव्हा होणारा अत्यानंद आणि सुख (अर्थात, आपल्या राष्ट्राची पूर्वसत्ता आणि वैभव आता राहिले नसल्याने आणि त्या देशाला नव्या मालकामुळे आपल्या पुत्रांची ओळख राहिली नसल्याने हा आनंद काहीसा दुःखमिश्रित असला तरी) अत्यंत श्रेष्ठ दर्जाचा असतो. ज्या दुर्घटनांमुळे आपला सर्वनाश जलद गतीने झाला, मनाचा कोतेपणा आणि परस्परांतील भांडणे की ज्यामुळे देशाचा अध:पात लौकर घडून आला यासंबंधी 'मानवद्वेषाला' व्यथित होऊन विचार करावा लागेल. भयानक रोगराई आणि संपूर्ण विनाशाने वेढलेल्या देशात एका मित्रत्वाच्या आणि देशभक्तांच्या भावनेने प्रेरित झालेल्या मनाला, संपत्ती, मान, स्वातंत्र्य उपभोगणाऱ्या आपल्या गतकालीन देशातील शुद्ध हवेत काही क्षण तरी एक श्वास घ्यावासा वाटेल. 'जेव्हा मन अशा विचाराने भरलेले आणि अशा सुखाने धडधडत असेल, (अर्थात जर ते स्वतंत्र आणि वेदनाविरहित असेल) तेव्हा मी निबंध लिहावयास बसेन' ... अशा रीतीने मराठी राष्ट्राचा उदय झाला. एक लुटारूंची टोळी (जर शिवाजीने जे काही केले त्याला लूटमार मानले तर) ज्याचे नेतृत्व एका यशस्वी नेत्याने केले, तिने या मोठ्या साम्राज्याची पायाभरणी केली. गरुडासारखी दृष्टी असलेल्या औरंगजेबाच्या हुकूमशाहीत छोटेसे यश मिळविण्यासाठी शिवाजीला लूटमार करण्याशिवाय दुसरा काही पर्यायच नव्हता.''

३. तत्रैव पृ. १५-१७

४. तत्रैव पृ. ४५

५. तत्रैव पृ. ३९. वर्गातील बहुतांश विद्यार्थी हस्तपुस्तक वाचून समाधानी होत, ही गोष्ट मला आवडली नाही. मी विद्यार्थी आणि शिक्षक या दोन्ही नात्यांनी स्वानुभवावरून सांगतो की, एखाद्या कालखंडाचा इतिहास वाचताना, त्या विषयातील तज्ज्ञाने लिहिलेले लेखन वाचताना कमी वेळात आणि कमी शक्ती खर्च करून कायमचा फायदा होतो. शिवाय आनंदही मिळतो. हा फायदा रूक्ष

पद्धतीने आणि केवळ अभ्यासाची उजळणी या हेतूने तयार केलेली लहान पुस्तिका ५-६ वेळा वाचूनही मिळत नाही.

६. तत्रैव पृ. ४६.

७. बा. प्र. मोडक (१८४७-१९०६) कोल्हापूरच्या राजाराम हायस्कूलमध्ये सायन्सचे शिक्षक होते. त्यांनी कोल्हापूरचा आणि इतर पश्चिमेकडील मराठा राज्यांचा मराठीतून इतिहास लिहिला.

नी. ज. कीर्तने (१८४४-१८९६) डेक्कन कॉलेजचे विद्यार्थी ग्रँट डफच्या इतिहासावर टीका (१८६८) संपा. 'मल्हार रामराव चिटणीस' यांचे सप्त प्रकरणात्मक शिवचरित्र. न्यायमूर्ती रानड्यांना कागदपत्रे जमविण्यास मदत केली. देवास संस्थानचे दिवाण होते.

का. ना. साने (१८५१-१९२७) अनेक मराठी बखरींचे संपादन. 'काव्येतिहास संग्रह' (१८७८-९०) या इतिहास आणि साहित्य विषयातील संशोधन प्रसिद्ध करणाऱ्या मासिकाचे संपादक.

८. काशिनाथ त्र्यंबक तेलंग (१८५०-९३) कायदेपंडित, हायकोर्टाचे न्यायाधीश प्राच्यविद्यापंडित, इंडियन काँग्रेसशी संबंधित, मृत्यूपूर्वी एक वर्ष आधी त्यांनी डेक्कन कॉलेज युनियनसमोर १७ सप्टें. १८९२ रोजी 'ग्लीनिंग्ज फ्रॉम मराठा क्रॉनिकल्स' शोधनिबंध सादर केला (पाहा. म. गो. रानडे यांचे राईज ऑफ दी मराठा पॉवर आणि के. टी. तेलंग यांचे 'ग्लीनिंग्ज फ्रॉम मराठा क्रॉनिकल्स' (यापुढे उल्लेख आर. एम्. पी), बॉम्बे युनिव्हर्सिटी एडिशन, बॉम्बे, १९६१, पृ. १३६-१७२ आर. एम्. पी. ची पहिली आवृत्ती १९०० मध्ये कॅक्स्टन प्रिंटिंग वर्क्स, मुंबई यांनी छापली आणि मेसर्स पुनावळेकर आणि कंपनी, गिरगाव, बॉम्बे यांनी प्रकाशित केली. त्याची नवीन आवृत्ती गव्हर्न्मेंट ऑफ इंडिया पब्लिकेशन डिव्हिजनने, १९६६ मध्ये छापली.

९. आर. एम्. पी. प्रस्तावना II

१०. 'राइज ऑफ दी मराठा पॉवर' पृ. १७३-२२६ बॉम्बे युनिव्हर्सिटी एडिशनमध्ये दोन्ही निबंधांचा समावेश केलेला आहे. 'इन्ट्रोडक्शन टू पेशवाज डायरीज'च्या संपादकांच्या टिपणीकडे विशेष लक्ष देण्याची गरज.

११. आर. एम्. पी. पृ. २

१२. ग्रॅन्ट डफ - 'ए हिस्ट्री ऑफ दि मराठाज' संपा. एस्. एम्. एडवर्ड्स आ. ६ वी, ऑ. युनि. प्रेस, १९२१, पृ. XXXVI, अवश्य पहा- जी. डब्ल्यू. स्टिव्हन्स - 'इंडिया ऑफ येस्टर इयर्स' (१८९९) पुनर्मुद्रण १९८४-

स्टीव्हन्सने पुण्याला भेट दिली तेव्हा ब्रिटिश अधिकारी प्लेग कमिशनर रँड आणि

लेफ्टनंट आयर्स्ट यांच्या जून १८९७ च्या वधाच्या प्रकरणा-संदर्भात 'बंडखोर' पुण्याचा अभ्यास करताना तो म्हणतो, ''शंभर वर्षांपेक्षा कमी वर्षांपूर्वी आपण किती उच्च स्थानावर होतो आणि आपल्याला तेथून कोणी इतक्या खालच्या स्थानावर खेचले, याचा मराठ्यांना कधीच विसर पडला नाही. इतरांपेक्षा त्यांचे अधिक नुकसान झाले होते. इतरांच्या बाबतीत आम्ही (ब्रिटिश) म्हणजे केवळ एक मालक जाऊन दुसरा मालक आला एवढाच फरक होता, पण मराठ्यांच्या बाबतीत त्यांना आम्ही मालकी पदावरून हटवून गुलाम बनविले. आम्ही हिंदुस्थान जिंकून घेतला, तो मराठे, शीख आणि हिंदूच्यापासून, मुसलमानांपासून नव्हे. इतर सत्ता आम्हाला शरण आल्या, अथवा आम्ही त्यांना त्यांच्या परकीय धन्यापासून जिंकून घेतले. पण मराठे मात्र युद्धांत आपले सर्वस्व गमावून बसले. (प्रकरण २९ पृ. २७१-७२ India of yester years, 1984).

१३. आर. एम्. पी. पृ. ३-५

१४. तत्रैव पृ. ८

१५. रानडे लिहितात, ''पश्चिम युरोपातील सुधारणाचळवळीचा इतिहास आणि त्याच वेळी महाराष्ट्रात संत, ज्ञानी, पुरुष यांचे जीवन, शिकवण आणि साहित्य यांतून व्यक्त होत असलेला संघर्ष या दोन्ही गोष्टी विलक्षण मिळत्या-जुळत्या होत्या. आर. एम्. पी., पृ. ८१

१६. Kulkarni, A. R. (Ed.) History in Practice, Books & Books, New Delhi, 1993, P. 132.'

१७. जी. एस्. घुर्ये आणि आर. पी. पटवर्धन यांनी विश्लेषणात्मक संपादकीय निरीक्षणे नोंदविली आहेत. यांमध्ये त्या क्षेत्रातील रानड्यांचे दृष्टिकोन आणि आधुनिक संशोधन यांमध्ये तुलना केली आहे. त्याकडे विशेष लक्ष द्यायला हवे. पाहा. आर. एम्. पी. पृ. २०६-१५

वाड आणि त्यांच्या सहकाऱ्यांनी पेशवा डायरीचे संपादन केले. त्या कामावर वि. का. राजवाडे यांनी काही आक्षेप घेतले. त्यांच्या मते, पेशवा डायरीतील कागदपत्रे सनावळीप्रमाणे व्यवस्थित लावलेली नव्हती. तसेच त्याला जोडलेली पारिभाषिक शब्दांची यादी ही सदोष होती. थोडक्यात, ऐतिहासिक कागदपत्रे संपादित करण्यासाठी जगभर मान्य झालेल्या पद्धतीनुसार हे काम झालेले नव्हते. डायरीच्या संपादकांनी पद्धतशीर काम केले नाही. असे म्हटले जाते की, डायरीच्या संपादनाच्या कामात कागदपत्रांच्या वर्गीकरणाचे काम रानड्यांच्या सूचनांनुसार करण्यात आले होते आणि ऐतिहासिक कागदपत्रे व्यवस्थित वर्गवारी करून लावणे आणि छापणे यासंबंधी रानड्यांनी त्यांना सूचना दिल्या होत्या, यावर

राजवाड्यांच्या विश्वास बसला नव्हता.

पहा. वि. का. राजवाडे ऐतिहासिक प्रस्तावना, चित्रशाळा प्रेस, पुणे १९२८, पृ. ३७२

१८. Kulkarni, A. R. Maharashtra In the Age of Shivaji, Pune, 1969, P. 235

१९. आर. एम्. पी. पृ. २१६

२०. तत्रैव पृ. २२५-२६

२१. फाउलर कमिटीने अशी शिफारस केली की, भारताच्या चलन- व्यवस्थेसंबंधीचा अंतिम उद्देश म्हणजे तेथे प्रभावी स्वरूपाची आणि अनिर्बंधि सुवर्णाच्या आयात- निर्यातीवर आधारित अशी सुवर्ण नाणे-पद्धती चलनात आणणे आणि ते साध्य करण्यासाठी आवश्यक ते मार्ग आणि पद्धती या संबंधीच्या सूचना दिल्या (पहा. जठार आणि जठार, Indian Economics oup, 1957. पृ. २८१) फॉउलर कमिटीच्या या शिफारसी ब्रिटिश सरकारने स्वीकारल्या नाहीत. तथापि, प्रत्यक्षात भारतात जी चलनपद्धती सुरू केली ती सुवर्ण नाणे पद्धती नव्हती, पण ती सुवर्ण-विनिमय पद्धती (Gold Exchange Standard) या नावाने ओळखली जाऊ लागली. (पहा. Bipin Chandra 'The Rise and Growth of Economic Nationalism In India', New Delhi, ppA. 1969, p 277)

२२. आर. एम्. पी. प्रस्तावना पृ. १

२३. टिकेकर, श्री. रा. संपा. 'लोकहितवादींची शतपत्रे', उषा प्रकाशन, औंध १९४०. पहा पत्र क्र. १२, ३१, ३८, ४६, ५४, ८९, ९४ इ.

२४. आर. एम्. पी. पृ. ८

२५. Nanda, B. R. Gokhale : The Indian Moderates and the British Raj, Oxford Univ. Press. Delhi, 1977, P. 22

रानड्यांच्या 'मिसलेनियस रायटिंग्ज ऑफ रानडे' वर आधारित नंदा लिहितात, ''ब्रिटिश राज्यकर्त्यांच्या दबावाचा परिणाम होऊन बरीच वर्षे बेहोशीत राहिलेली भारतीय जनता जागी होत होती. सामाजिक, आर्थिक आणि राजकीय अशा तिन्ही आघाड्यांवर बदल घडून येत होते.'' त्यामुळे पश्चिमेकडील विकसित राष्ट्रांच्या बरोबरीला भारत देश येत होता. या पुनर्बांधणीच्या कामात रानड्यांना इतिहासात, परमेश्वराचा मार्गदर्शक हात दिसत होता.

भारत आणि इंग्लंड यांचे भवितव्य जोडण्याचा या 'दैवी वरदान' सिद्धांतावरील विश्वास वाचून आज आपल्याला हसू येईल. परंतु, आंग्ल भाषा विभूषित अशा १९ व्या शतकाच्या मध्यकालांतील व्यक्तीला, ब्रिटिश साम्राज्यवाद आज

आपल्याला जसा दिसतो, तसा त्यांना भयानक वाटत नव्हता. पृ. २६.

२६. Kulkarni, A. R. Ed. History in Practice Books & Books, New Delhi, 1993, P. 36-53
पहा. Richard Tucker, Ranade and the Roots of Indian Nationalism, Bombay, 1972

२७. तत्रैव, पृ. ३७, ४०-४१

२८. तत्रैव, पृ. ४३

२९. तत्रैव पृ. ४९

३०. Sarkar Jadunath, Shivaji and His Times, Calcutta, 6th ed, 1952, P.72-74 - लिहून ठेवलेल्या पुराव्यांच्या आधारे तसेच इतर शक्यता गृहीत धरून, असे म्हणता येईल की, अफझलखानाने पहिला ठोसा मारला आणि ज्याला बर्क म्हणतो तसा शिवाजीच्या हातून प्रतिकारासाठी वध झाला होता. हिऱ्याने हिरा कापावा असा हा प्रकार होता.

३१. शाहिरांचे छत्रपती शिवाजी महाराज, छत्रपती शिवाजी महाराज स्मारक समिती, मुंबई, १९८८, पृ. ३१-४६

३२. कुलकर्णी ए. आर. पूर्वोक्त पृ. ४५-४६

३३. तत्रैव पृ. ५०

३४. या मुद्द्यावरील सविस्तर चर्चेसाठी शिवकालीन महाराष्ट्र, अ. रा. कुलकर्णी, राजहंस प्रकाशन, पुणे आ. २, १९९७, पृ. १७४-१९६

३५. कुलकर्णी, तत्रैव, पृ. ५१

३६. तत्रैव, पृ. ५०

३७. तत्रैव पृ. ५१-५२

३८. S. P. Sen (Ed.) Historians and Historiography In Modern India, Calcutta, 1973 P 178.
अहवालांत म्हटले आहे, ''या पुस्तकापैकी (जी सरकारकडे मान्यतेसाठी आलेली होती.) अत्यंत मौलिक ग्रंथ म्हणजे कैलासवासी न्यायमूर्ती रानडे यांचा 'राइज ऑफ द मराठा पॉवर' हा होय; अशा प्रकारचे इतिहासलेखन करण्याच्या कामांतील रानडे यांची क्षमता सर्वजण मान्य करतीलच. त्यामुळे प्रस्तुत ग्रंथ हा त्यातील विशाल दृष्टिकोन, संक्षिप्त आणि व्यवस्थित रचना आणि उत्तम व्यवहारज्ञान इत्यादी गुणांनी लक्षणीय ठरला आहे हे सांगण्याची गरज नाही. या ग्रंथाचा अलौकिक लेखक आज आपल्यांतून निघून गेला आहे, पण त्यांचा हा ग्रंथ, त्यांचे इंग्रजी भाषेवरील प्रभुत्व, ऐतिहासिक सत्यशोधनाची प्रेरणा आणि या मुंबई इलाख्यातील

लोकांच्या विशेष आवडीच्या इतिहासाच्या कालखंडाची त्यांनी नि:पक्षपातीपणे आणि सहानुभूतिपूर्वक केलेली मांडणी या गुणांनी युक्त असलेला हा ग्रंथ त्यांची आठवण म्हणून मागे राहिला आहे.''

३९. Rawlinson, H. G., Shivaji the Maratha, His Life and Times Oxford, 1915, Introduction, p. 9.

४०. राजवाडे वि. का. ऐतिहासिक प्रस्तावना, पृ. ३५८-५९

४१. तत्रैव, पृ. ४१९

४२. तत्रैव, पृ. २८४-८५

४३. Sen. S. P P. 178

४४. Sen, S. N. Administratvie System of the Marathas, Calcutta, Edn.3, 1976, Introduction, P.12-13

मराठ्यांच्या इतिहासात संतांच्या आणि प्रेषितांच्या सहभागाच्या मुद्द्यांवर पूर्वीच्या इतिहासकारांची मते, रानड्यांच्या मतांपेक्षा भिन्न होती. रियासतकार सरदेसाईंनी रानड्यांच्या या मतांना दुजोरा दिला होता. परंतु, धार्मिक पुनरुज्जीवनामुळे राजकीय क्रांती आधी झाली हे रानड्यांचे मत मात्र रियासतकारांना अमान्य होते.

एस्. पी. सेन पूर्वोक्त पृ. १८१

परंतु, प्रो. एन्. एस्. ताकाखाव यांनी त्यांच्या 'दि लाईफ ऑफ शिवाजी महाराज' (मुंबई १९२१) या प्रसिद्ध इंग्रजी पुस्तकात म्हटले आहे की, रानड्यांनी संतांविषयी जे काही लिहिले आहे, त्याला कुठलाही मूलाधार नाही. त्यामुळे त्यांच्या ऐतिहासिक संशोधनाला तो विचार काहीसा बाधक ठरला आहे. त्यांना बहुधा 'महाराष्ट्र धर्म' याचा अर्थ लक्षात आला नसावा.

संतांना अभिप्रेत नसलेल्या कल्पना रानड्यांनी त्यांच्यावर लादलेल्या आहेत.

संदर्भ- एस्. पी. सेन, पृ. १८०-१८१

ग्रॅन्ट डफच्या 'हिस्ट्री ऑफ दि महाराष्ट्र' (ऑक्सफर्ड युनिव्हर्सिटी प्रेस, आ. ६. १९२१) चे समर्थ संपादन एस्. एम्. एडवर्ड्स यांनी याबाबतीत समर्पक टीका केलेली आहे.

भक्ती संप्रदायाचा मराठी संतांच्या उपदेशाचा मराठी जनतेवर झालेल्या प्रभावाचे जरा अधिकच वर्णन करण्याची प्रवृत्ती लेखकांमध्ये दिसून येते, असा अभिप्राय देण्याचे साहस एखाद्याला करावेसे वाटेल... संतकवींचे वाङ्मय आणि भक्ती सांप्रदायाचे लेखकाचे लेखन हे सारे महाराष्ट्रातील सामान्य जनतेपर्यंत पोहोचले, अथवा त्यांच्यावर मोठा प्रभाव पडला याबद्दल शंकाच आहे. येथे एक मुद्दा मांडणे आवश्यक आहे की, संतांनी जेव्हा हे लेखन केले, त्या वेळी सामान्य

जनतेवर पडलेला प्रभाव, आज आपण मानतो तितका मोठा नसावा आणि मराठी सत्तेच्या प्रारंभीच्या काळापर्यंत लोकजागृती करण्याइतकी त्यात ताकद राहिली नसावी. प्रस्तावना PP IXIII-IXXV

४५. आपटे द. वि. – ' रानडे यांचा मराठ्यांच्या इतिहासाविषयी विचार– लेखनसंग्रहातून प्रसिद्ध. संपा– आपटे स्मारक मंडळ, पुणे ए. व्ही. प्रकाशन पुणे. १९४५ पृ. १३-२४

४६. मराठी राजमंडळाची स्थापना ही बाळाजी विश्वनाथाची, शिवाजी राजा–नंतरची महत्त्वपूर्ण कामगिरी म्हणता येईल असे रानड्यांचे मत होते. (आर. एम्. पी. पूर्वोक्त पृ. ११६)

४७. B. R. Nanda, पूर्वोक्त पृ. ८३

४८. Sumit Sarkar, Modern India (1855-1947) Machmillan 1983 रानड्यांचे इतिहासविषयक लेखन, एक प्रकारे हे 'शिवाजी पंथ' स्थापण्यास कारणीभूत झाले आणि तोच पुढे १८९६ साली टिळकांनी उचलून धरला. तथापि, ''१७व्या शतकातील भक्ती संप्रदायातील संतांच्या प्रेरणेने जातिभेदावर मात करणारे महाराष्ट्रात जे परिवर्तन झाले, ते एक प्रकारे युरोपातील धर्मसुधारणेच्या चळवळीसारखेच आहे, असे चित्र रानड्यांनी रेखाटले आहे.'' पृ. ८३

४९. आर. एम्. पी. पूर्वोक्त, पृ. १७३-४

५०. तत्रैव पृ. २०५

❏

१४
गोविंद सखाराम सरदेसाई
(१८६५-१९५९)

रियासतकार म्हणून प्रसिद्ध पावलेले गोविंद सखाराम सरदेसाई यांचा जन्म रत्नागिरी जिल्ह्यातील हसोल या गावी १७ मे, १८६५ या दिवशी झाला. मराठी आणि इंग्रजी भाषेत, मराठ्यांचा सलग आणि सविस्तर इतिहास लिहिणारे, सरदेसाई हे पहिले भारतीय होते.[१]

इ.स.१८८८ मध्ये सरदेसाई यांनी एल्फिन्स्टन कॉलेजमधून बी.ए.ची पदवी घेतली आणि पुढच्याच वर्षी म्हणजे १८८९ मध्ये बडोदा स्टेट सर्व्हिसचे संस्थानिक महाराज सयाजीराव गायकवाड (१८६३-१९३८) यांच्याकडे ट्यूटर म्हणून काम सुरू केले. त्यांच्या या नोकरीत त्यांनी अनेक प्रकारची कामे केली. १९२५ मध्ये ते निवृत्त झाले.

वेगवेगळ्या विषयांवरची पुस्तके, पत्रे निवडायची आणि महाराजांना ती वाचून दाखवायची हे काम त्यांना करावे लागत असे. युवराज फत्तेसिंहराव किंवा राजघराण्यातील इतर मंडळी यांना शिकविण्यासाठी त्यांना वेगवेगळ्या विषयाची टिपणे काढावी लागत. 'मास्टर साहेब' म्हणून त्यांना दरबारी मंडळी ओळखीत. याशिवाय महाराजांचा व्यक्तिगत मदतनीस म्हणूनही सरदेसाई काम पाहत. या कामामुळे त्यांना महाराजांबरोबर युरोप व इतर देशात परदेशवाऱ्या करायला मिळाल्या. या प्रवासामुळे त्यांच्या विचारात प्रगल्भता आली आणि कितीतरी लोकांना भेटायला मिळाल्यामुळे त्यांच्या व्यक्तिमत्त्वातही खूप फरक पडला.

सयाजीराव गायकवाड हे ज्ञानी राज्यकर्ते होते. त्यामुळे त्यांनी नेहमीच शिक्षणाला प्राधान्य दिले आणि विद्वानांचा कायम आदर राखला. महाराजांच्या या गुणवैशिष्ट्यांमुळे सरदेसाई यांना फार फायदा झाला. महाराजांसाठी 'ट्यूटर' म्हणून काम करताना सरदेसाईंनी मॅकियाव्हिली यांच्या 'द प्रिन्स' (१८९०) आणि प्रो. सीले यांच्या 'एक्सपान्शन ऑफ इंग्लंड' (१८९३) या ग्रंथांचे भाषांतर केले. हे दोन्ही ग्रंथ 'ब्रिटिश साम्राज्यवाद्यांचे बायबल' म्हणून मानले जात. सरदेसाईंनी आपले सर्व आयुष्य ऐतिहासिक ग्रंथांचे लेखन आणि संपादन करण्यात घालविले.

महाराष्ट्रातील राजघराण्यांमध्ये, त्यांच्या पुढच्या तरुण पिढीला, घराण्याच्या

पूर्वजांचा इतिहास शिकविण्याचा प्रघात होता. बडोद्याच्या महाराजांनी, सयाजीरावांनीही ही प्रथा चालू ठेवली होती. राजवाड्यातील राजपुत्र आणि राजकन्या यांच्या शिक्षणासाठी राजवाड्यात स्वतंत्र शाळा होती आणि त्याचे प्रमुख मास्तर सरदेसाई होते. सयाजीरावांचे सुपुत्र फत्तेसिंह आणि कुटुंबातील इतर व्यक्तींना इतिहास हा विषय सरदेसाई शिकवीत. जवळजवळ चोवीस वर्षे सरदेसाईंनी हे काम केले. त्यांच्या आयुष्यातील हा सर्जनशीलतेचा काळ होता. अतिशय मेहनती आणि स्वयंशिस्तीचे सरदेसाई, राजपुत्राला शिकविण्यासाठी इतिहासाची टिपणे काढत. या टिपणांच्या आधारानेच मुसलमानी, मराठा आणि ब्रिटिश रियासतीच्या संस्मरणीय कृतींचा जन्म झाला. या तिन्ही रियासतींमध्ये इ.स. १००० ते १८५७ एवढ्या मोठ्या कालखंडाचा इतिहास लिहिला गेला आहे. सरदेसाईंच्या ऐतिहासिक लिखाणाचा थोडक्यात आढावा घेताना, मराठ्यांचा सविस्तर इतिहास आणि भारताचा सर्वसाधारण इतिहास लिहिताना, सरदेसाईंनी घेतलेले डोंगराएवढे कष्ट आणि या विषयाबद्दल त्यांची असलेली खरी तळमळ आपल्या लक्षात येईल.

ऐतिहासिक लेखन :

राजघराण्यातल्या विद्यार्थ्यांना मराठ्यांचा इतिहास शिकविण्याची जबाबदारी सरदेसाईंवर होती. तथापि, त्यांनी असा विचार केला असावा की, इतिहासात मराठ्यांची नक्की काय भूमिका होती अथवा स्थान होते हे समजण्यासाठी भारतातील हिंदू, मुस्लिम आणि ब्रिटिश राज्यकारभाराच्या पद्धतींची माहिती असणे आवश्यक होते; त्यासाठी त्यांनी भारताचा पूर्ण इतिहास लिहिण्याचा सर्वसाधारण आराखडा चार भागांत तयार केला : (१) प्राचीन इतिहास – ख्रि. पू. ४००० ते इ. स. १००० (२) मुसलमानी रियासत – इ.स. १०००–१८०३ (३) मराठी रियासत – इ.स. १६००–१८१८ (४) ब्रिटिश रियासत – इ.स. १८०३–१८५७. हे सर्व भाग हिंदुस्थानचा अर्वाचीन इतिहास या एका शीर्षकाखाली घेण्यात आले. कालांतराने पहिला भाग – प्राचीन इतिहासाचा – वगळण्यात आला.

अशा तऱ्हेने लिखाणाची योजना तयार करून, त्याप्रमाणे १८९२ नंतर सरदेसाईंनी प्रत्यक्ष कामास सुरुवात केली असावी. १८९८ मध्ये मुसलमानी रियासत दोन भागांत प्रसिद्ध झाली. (१) मुसलमानी सुलतानशाही (२) मोगल पातशाही.

पहिल्या खंडात इस्लाम धर्माच्या उदयापासून (इ.स. ६३२) ते मोगलांच्या आगमनापर्यंतचा म्हणजेच १५२६ पर्यंतचा इतिहास आलेला आहे. या खंडात हिंदुस्थानच्या इतिहासातील मुसलमानी अमलाखालील मोगलपूर्वकाळ किंवा सल्तनत काळातील मुस्लिमांच्या कारकिर्दीचा आढावा घेण्यात आला आहे. तसेच गुजरात, बहामनी राज्य आणि त्याचे भाग आणि विजयनगर– साम्राज्य यांचा थोडक्यात इतिहास

लिहिलेला आहे. याशिवाय या खंडात मेवाड, जयपूर आणि जोधपूर राज्यातील रजपुतांचाही थोडक्यात परामर्श घेण्यात आला आहे. तसेच या कालखंडातील प्रशासकीय आणि सांस्कृतिक परिस्थितीचे सिंहावलोकन करण्यात आले आहे.

मोगल पातशाही या दुसऱ्या खंडात बाबरपासून ते शहाआलम जो १८०३ मध्ये ईस्ट इंडिया कंपनीला शरण गेला, येथपर्यंतच्या इतिहासाचा समावेश आहे. मुख्यत्वेकरून राजकीय इतिहासलेखनावर जरी भर असला तरी, आधीच्या खंडाप्रमाणेच सरदेसाईंनी इतिहासाच्या इतर बाजूंवर दृष्टिक्षेप टाकलेला आहे. लक्षात घेण्याजोगी अजून एक गोष्ट म्हणजे सरदेसाईंनी या खंडात त्या काळात हिंदुस्थानात आलेल्या परकीय प्रवाशांचाही वृतान्त दिलेला आहे. टेरी, बर्नियर, थिव्हेनॉट, फ्रायर, हॅमिल्टन आणि इतर प्रवाशांनी त्यांच्या प्रवासवर्णनामध्ये मोगल इतिहासाच्या विविध बाजूंवर प्रकाश टाकला आहे.

या दोन खंडांमध्ये जवळजवळ ८०० वर्षांचा इतिहास ९०० पृष्ठांमध्ये लिहिलेला आहे. १८९८ मध्ये सर्वप्रथम प्रकाशित झालेले, हे अमूल्य लेखन सरदेसाईंनी वयाच्या केवळ ३५ व्या वर्षी केले. म्हणूनच मुसलमानी रियासतीचे दोन खंड ही खरोखर अद्वितीय कामगिरी आहे असे मानले पाहिजे. मुसलमानी रियासतीच्या दोन्ही खंडांच्या शेवटी जोडलेल्या संदर्भसूचीवर एक नजर टाकली तरी, सरदेसाईंनी हे लेखन करताना, केवढा अभ्यास केला, किती अफाट कष्ट घेतले, याचा अंदाज येतो. या कालखंडावर इतिहासलेखन केलेल्या अल्बेरूनी, लेनपूल, रशबुक विल्यमस्, होल्डन एर्स्किन, मॅलेसन, आइन-इ-अकबरी, बेनीप्रसाद, टॉड आणि इतर अनेक लेखकांचे सरदेसाईंनी ग्रंथ वाचले. त्यांचा अभ्यास केला.

या विषयावर १८९८ साली मराठीत प्रकाशित झालेला हा पहिलाच ग्रंथ असल्याने त्याची खूप प्रशंसा झाली; पण त्याचबरोबर या ग्रंथातील काही भाग मुसलमान समाजाच्या भावना दुखविणारा आहे म्हणून या ग्रंथावर बंदी घालावी अशा सूचनाही काहींनी केल्या. असे असले तरी, काही किरकोळ सुधारणा करून १८९८ ते १९९३ च्या दरम्यान या रियासतींचे पाच वेळा पुनर्मुद्रण करण्यात आले. ज्या काळात सरदेसाई काम करत होते, तो काळ लक्षात घेता, सरदेसाईंनी फार मोठे यश संपादन केले, असेच म्हणावे लागेल.[२]

मराठी रियासत :

मुसलमानी रियासतीला सुरुवातीलाच मिळालेला उत्तम प्रतिसाद पाहून, सरदेसाई मराठ्यांचा संपूर्ण इतिहास लिहिण्यास आणि प्रकाशित करण्यास उद्युक्त झाले. सरदेसाईंनी मराठ्यांच्या उदयापासून अस्तापर्यंतचा इतिहास हा 'मराठी रियासत' या नावाने प्रसिद्ध केला. रियासतीचे पहिले आठ खंड १९०२ ते १९३२ या काळात प्रकाशित झाले. ते मुख्यत: खालील भागात विभागले होते.

अ) पूर्वार्ध (पहिला भाग) (१ खंड)

ब) मध्य विभाग (मधला भाग) (४ खंड)

क) उत्तर विभाग (शेवटचा) (३ खंड)

सरदेसाई १९२५ मध्ये बडोदा संस्थानाच्या नोकरीतून निवृत्त झाल्यावर त्यांनी रियासतींचा उत्तर विभाग लिहिला आणि प्रसिद्ध केला.

मराठी रियासतींबरोबरच त्यांनी मराठ्यांच्या इतिहासातील कर्तृत्वाने तळपलेल्या व्यक्तींची चरित्रे लिहिली. (१) शहाजीराजे, (२) शककर्ता शिवाजी, (३) उग्रप्रकृती संभाजी, ४) स्थिरबुद्धी राजाराम, (५) पुण्यश्लोक शाहू – यामध्ये चार भाग असून त्यात पहिला पेशवा बाळाजी विश्वनाथ, बाजीराव, बाळाजी बाजीराव दोन भाग, पेशवा माधवराव आणि शेवटी नारायणराव आणि दुर्दैवी दुसऱ्या बाजीरावाचे वडील– रघुनाथराव. दुसऱ्या बाजीरावाने शेवटी मराठी सत्ता ब्रिटिशांच्या स्वाधीन केली.[४]

का. ना. साने (१८५१-१९२७), वासुदेवशास्त्री खरे (१८५८-१९२४), वि. का. राजवाडे (१८६३-१९२६), द. ब. पारसनीस (१८७०-१९२६) या इतिहाससंशोधकांनी इतिहासाचे अनेक साधनग्रंथ उजेडात आणले. सरदेसाईंनी आपल्या लेखनासाठी या सर्व ग्रंथांचा बारकाईने अभ्यास केला. तसेच पेशवे दप्तरातील निवडलेल्या कागदपत्रांचा त्यांनी लिखाणासाठी उपयोग केला. १९२९ ते १९३४ या काळात पेशवे दफ्तरातील निवडक कागदपत्रांचे त्यांनी संपादन केले. मराठ्यांच्या इतिहासावरील युरोपियन अभ्यासकांनी इंग्रजी भाषेत लिहिलेल्या ग्रंथांचाही सरदेसाईंनी अभ्यास केला. त्यांत रॉबर्ट ऑर्म, स्कॉट वेअरिंग, ग्रॅन्ट डफ, एलफिन्स्टन इत्यादी युरोपियन अभ्यासकांनी मराठ्यांच्या इतिहासावर इंग्रजीत ग्रंथ लिहिले. या ग्रंथांचाही सरदेसाईंनी अभ्यास केला. अशा तऱ्हेने सखोल, चौफेर वाचन करून सरदेसाईंनी मराठ्यांचा इतिहास लिहिण्याचे मोठे काम हाती घेतले. उपलब्ध असलेल्या सर्व साधनग्रंथांवरून त्यांनी मराठ्यांचा उदय, विकास, ऱ्हास आणि अस्त, अशा टप्प्यांमध्ये लेखन पूर्ण केले.

मराठी रियासतीबद्दल सरदेसाई म्हणतात, ''आधुनिक मराठी राज्याचा उदय आणि अस्ताचा सुसंबद्ध आणि विवेचक अभ्यास करण्यासाठी मी विखुरलेला, विस्कळित आणि तारीख-वाराची नोंद नसलेला प्रचंड ऐतिहासिक माहितीचा साठा एकत्रित करण्याचा प्रयत्न केला. त्यासाठी त्या काळातील भाषेत व्यक्त केलेले विचार यांचा ताळमेळ इतर भाषांमध्ये उपलब्ध असलेल्या ऐतिहासिक साधनग्रंथांशी केला.[५]

सरदेसाईंनी १९३२ साली मराठी रियासतीचा शेवटचा भाग– उत्तर विभाग– खंड ३ (१७९५-१८४८) पूर्ण केला आणि 'शेवटचा निरोप' या शीर्षकाखाली म्हटले आहे की, ''हा शेवटचा भाग वाचकांचे हाती देऊन मराठी रियासतीचे काम आता पुरे झाले हे कळविण्यास मला संतोष वाटतो... बाजीरावी वृत्तीचा समूळ उच्छेद राष्ट्रांतून

होईल तेव्हाच त्यास शिवकालीन प्रतिष्ठा प्राप्त होईल, हे माझ्या आजपर्यंतच्या अभ्यासाचे सार मी वाचकांची रजा घेताना त्यांस सादर करू इच्छितो.''

ब्रिटिश रियासत :

भारतीय इतिहास लिहिण्यासाठी सरदेसाईंनी एक आदर्श आराखडा तयार केला होता. त्यानुसार 'ब्रिटिश रियासत' हा शेवटचा भाग होता. ब्रिटिश रियासतीचे दोन खंड आहेत. त्यांतील पहिल्या खंडामध्ये पोर्तुगीज, डच आणि युरोपियन लोकांनी भारताचा व्यापार ताब्यात घेण्यासाठी जे प्रयत्न केले त्यांची माहिती आणि ईस्ट इंडिया कंपनीचा उदय आणि प्लासीच्या लढाईपर्यंत तिच्या कारवाया (१६००-१७५७) येथपर्यंतचा इतिहास येतो.

दुसऱ्या खंडात ईस्ट इंडिया कंपनीचा भारताच्या राजकारणातील १७५७ ते १८५७ पर्यंतचा हस्तक्षेप आणि प्रस्थापित केलेले आपले वर्चस्व आणि त्यामुळे उद्‌भवलेला १८५७ चा उठाव की ज्याचे पर्यवसान कंपनी सरकारच्या प्रशासनाच्या शेवटात झाले आणि इंग्लंडची सम्राज्ञी व्हिक्टोरिया राणीने जाहीरनामा काढून १८५७ सालापासून भारत देश ब्रिटिश साम्राज्याची एक 'वसाहत' बनविला. (१७५७-१८५८)

सरदेसाईंना जे लिहायचे होते, त्याची सखोल माहिती घेण्यासाठी त्यांनी प्रयत्नांची पराकाष्ठा केली. आपल्याला उपलब्ध असलेले बहुतेक इंग्रजी ग्रंथ त्यांनी वाचले. डॅनव्हर्सचा 'हिस्ट्री ऑफ पोर्तुगीज इन इंडिया', सर आल्फ्रेडचा 'ब्रिटिश डोमिनिअन इन इंडिया', मॅलेसन्सचा 'हिस्ट्री ऑफ दि फ्रेंच इन इंडिया', 'के'चा 'ॲडमिनिस्ट्रेशन ऑफ दि ईस्ट इंडिया कंपनी', गिबनचे 'हिस्ट्री ऑफ कॉमर्स इन युरोप' ही काही पुस्तकांची नावे उदाहरणादाखल दिली आहेत. ब्रिटिश रियासतीचा पहिला खंड १९२३ मध्ये प्रकाशित झाला. दुसरा खंड १९३९ मध्ये तयार झाला. दोन्ही खंडांमध्ये भारतातील ईस्ट इंडिया कंपनीचा इतिहास वाचायला मिळतो. दोन्ही खंड मिळून पृष्ठसंख्या जवळजवळ ११०० एवढी आहे. त्यात २५० वर्षांचा (१६००-१८५८) इतिहास सरदेसाईंनी सोप्या शैलीत विशद केला आहे.[७]

अशा तऱ्हेने आपल्या ९४ वर्षांच्या दीर्घायुष्यात, सरदेसाईंनी ३४ वर्षांत, ८५० वर्षांचा भारतीय इतिहास, ६००० छापील पृष्ठांत लिहून अद्वितीय आणि चिरस्वरूपाची कामगिरी केलेली आहे.[८]

नानासाहेब पेशव्यांचे चरित्र :

बडोद्याच्या 'भारत गौरव ग्रंथमाला'च्या संपादकांनी भारताचे राज्यकर्ते नावाची एक ग्रंथमाला प्रकाशित केली होती. या ग्रंथमालेच्या धर्तीवर त्यांना भारतातील कर्तृत्ववान व्यक्तींची चरित्रे लिहावयाची होती. त्यासाठी त्यांनी सरदेसाईंना बाळाजी

बाजीरावाचे (१७२१-१७६१) म्हणजेच तिसऱ्या पेशव्यावर चरित्र लिहिण्याची विनंती केली.[९]

सरदेसाईंनी चरित्र लिहिण्याचे मान्य केले; कारण बाळाजी बाजीराव ऊर्फ नानासाहेब पेशवे यांच्या कारकिर्दीवर, व्यक्तिमत्त्वावर प्रकाश टाकणारी पुष्कळ कागदपत्रे उपलब्ध होती. रियासतींच्या खंडांमध्ये, सरदेसाईंनी या अगोदरच नानासाहेब पेशव्यांवर दोन खंडांमध्ये लिहिलेले होते. त्यामुळे हे चरित्र लिहिण्यात त्यांना नवे असे काहीच नव्हते. तरीसुद्धा या चरित्रात्मक ग्रंथाचे एक मोठे वेगळेच वैशिष्ट्य होते; कारण सरदेसाईंनी स्वत: लिहिलेल्या पुस्तकाचे संपादन करण्याचे काम तरुण इतिहासाच्या अभ्यासकावर त्र्यं. शं. शेजवलकरांवर सोपविले. तसेच या ग्रंथाला प्रास्ताविकही शेजवलकरांकडून लिहून घेतले. शेजवलकरांचा पेशव्यांबद्दलचा दृष्टिकोन सरदेसाईंच्या अगदी विरुद्ध होता आणि ही गोष्ट सरदेसाईंना चांगली माहिती होती. सरदेसाईंची अशी धारणा होती की, या मतमतांतरामुळे, लोकांना स्वत:ची मते मांडावीशी वाटतील, ऐतिहासिक लेखन करण्यास लोक प्रवृत्त होण्यास याचा चांगला उपयोग होईल; म्हणून सरदेसाईंनी शेजवलकरांनी लिहिलेल्या टीकात्मक प्रस्तावनेचा पुस्तकामध्ये मुद्दाम समावेश केला. स्तुती आणि टीका या दोन्ही गोष्टींचा स्वीकार करण्याची बुद्धीची आणि मनाची अपूर्व अशी समतोल वृत्ती सरदेसाईंकडे होती, याचे हे बोलके उदाहरण आहे.

या प्रस्तावनेत शेजवलकरांनी उपस्थित केलेल्या मुद्द्यांचा ऊहापोह, इतर टीकाकारांबरोबर पुढे आलेला आहे.

मेन करंट्स ऑफ मराठा हिस्ट्री :

सर जदुनाथ सरकार आणि गो. स. सरदेसाई या ज्येष्ठ इतिहाससंशोधकांची मैत्री अतूट होती. जदुनाथ सरकारांमुळे, भारतातील आणि परदेशातील अमराठी भाषिकांना सरदेसाईंसारख्या मराठी विद्वानाचा परिचय झाला. सरदेसाईंनी लिहिलेले पहिल्या बाजीराव पेशव्यांचे चरित्र वाचल्यावर, हे चरित्र, इतरांसाठी इंग्रजीत लिहावे, असा आग्रह सरकारांनी केला. त्याचबरोबर पुस्तकातील काही भागांचे इंग्रजीत भाषांतर केले आणि लेखकाला तोशीस न पडू देता, ते कलकत्त्यात छापले. सरकारांनी सरदेसाईंना पत्रात लिहिले, ''अगदी भारतातही इंग्रजीतून इतिहासलेखनाला खूप वाव आहे आणि तुमचे उत्कृष्ट लिखाण तर सर्व प्रांतांपर्यंत पोहोचले पाहिजे.''[१०]

सरकारांचा पाटणा विद्यापीठाशी जवळचा संबंध होता. त्याचा उपयोग करून त्या विद्यापीठात त्यांनी सरदेसाईंची व्याख्याने आयोजित केली. त्यांनी सरदेसाईंना पत्र पाठवून ६–७ व्याख्यानांच्या व्याख्यानमालेसाठी तयारी करण्याचे कळविले. ही व्याख्याने इंग्रजीत द्यायची होती. मराठ्यांच्या इतिहासातील काही महत्त्वाचे विषय आणि व्यक्ती

तसेच इतिहास विषयाच्या संशोधनामध्ये मराठी अभ्यासकांनी केलेल्या प्रगतीचा आढावा असे व्याख्यानाचे दोन मुख्य विषय होते.

सरदेसाईंनी खूप कसून तयारी केली आणि पाटणा विद्यापीठात सात व्याख्याने दिली. महाराष्ट्र धर्म, महाराष्ट्रातील इतिहाससंशोधनाचा आढावा, उत्तरेत मराठ्यांच्या साम्राज्याचा विस्तार, मराठ्यांच्या इतिहासातील शेवटच्या पर्वातील दोन ज्येष्ठ मुत्सद्दी, राजकारणपटूंमधील नाना फडणीस आणि महादजी शिंदे यांच्यातील संबंध आणि मराठ्यांच्या सत्तेचा ऱ्हास आणि शेवट हे विषय त्यांनी निवडले होते; अशा तऱ्हेने सरदेसाईंनी मराठ्यांच्या कालखंडातील महत्त्वाच्या घटनांचा इतिहास संक्षिप्तरूपात ऐकविला आणि मराठ्यांच्या इतिहासातील महत्त्वाच्या आणि विवादात्मक प्रश्नांवर स्वत:ची मते मांडली. कलकत्यातील (कोलकात्यातील) आघाडीच्या प्रकाशकाने ही व्याख्याने 'मेन करंट्स ऑफ मराठा हिस्ट्री' या नावाने त्याच वर्षी ग्रंथरूपात प्रकाशित केली.

सरदेसाईंनी आपल्या प्रास्ताविकात या व्याख्यांनाचा हेतू स्पष्ट केला. मराठी साधनग्रंथ आणि कागदपत्रांवरून मराठ्यांच्या इतिहासातील काही घटनांसंबंधी नवे पुरावे मिळाले. त्यांच्या आधारे मराठी भाषा अवगत नसलेल्या लोकांना मराठ्यांच्या इतिहासाचा परिचय व्हावा हा त्यांचा हेतू होता. त्यांनी सुरुवातीलाच एक गोष्ट सर्वांसमोर स्पष्ट केली की, मराठ्यांच्या राजकीय धोरणांची उद्दिष्टे आणि हेतू काय होते, तसेच त्यांनी काय मिळविले आणि काय गमावले? त्याचा भारताला काय फायदा किंवा तोटा झाला आणि संपूर्ण भारताच्या इतिहासात त्याला काय स्थान आहे, हे मांडण्याचा प्रयत्न या व्याख्यानमालेद्वारे केला आहे.

आपल्या देशाचा भूतकाळ हा आपला सामाईक ठेवा आहे. त्याचे आपण सर्व समान सहभागी आहोत. इतिहास हा अखिल राष्ट्राच्या हिताचा विषय असल्याने, त्याच्या मांडणीसाठी महाराष्ट्र आणि या देशांतील अन्य भाग यांचे परस्परांशी सहकार्य करण्याचे प्रयत्न झाले पाहिजेत अशी आपली इच्छा त्यांनी या व्याख्यानांद्वारे मांडली.[११]

आपल्या या सात व्याख्यानांतून सरदेसाईंनी अभ्यासकांना अशी कळकळीची विनंती केली की, त्यांनी मराठ्यांचा इतिहास हा एका प्रदेशाचा इतिहास नसून तो या भारत उपखंडाचा इतिहास आहे, या विशाल दृष्टिकोनातून त्याचा अभ्यास करावा.

या पुस्तकाची दुसरी आवृत्ती सात वर्षांनी (१९३३) निघाली. त्यात सरदेसाईंना पुणे दप्तरात सापडलेल्या अनेक कागदपत्रांचा उपयोग करता आला. कारण, तेव्हा सरदेसाई पेशवे दप्तरातून कागदपत्रे निवडण्याच्या योजनेचे मुख्य संपादक होते. मुंबई सरकारने ऐतिहासिक कागदपत्रे प्रकाशित करण्याची योजना हाती घेतली होती. दुसऱ्या आवृत्तीच्या प्रस्तावनेत आपल्या व्याख्यानांचा मूळ उद्देश पुन्हा पुन्हा सांगताना सरदेसाई म्हणतात,

की, "ज्यांना मराठी भाषेतील अस्सल साधने स्वत: वाचता येत नाहीत, अशा अभ्यासकांना आपल्या इतिहासामुळे पाहण्याचा मराठ्यांचा दृष्टिकोन समजावा या हेतूने हे इतिहासाचे विवेचन केले आहे." मूळ पुस्तकाचा ढाचा न बदलता, त्यांनी मजकुरात काही बदल केले. तसेच नव्या मजकुराची भर घातली. त्यांनी मराठ्यांची केवळ तरफदारी न करता वस्तुनिष्ठपणे मराठ्यांचा इतिहास वाचकांसमोर ठेवण्याचा प्रयत्न केला.[१२]

मराठ्यांचा नवा इतिहास :

'मेन करंट्स ऑफ मराठा हिस्ट्री'च्या पहिल्या आवृत्तीच्या प्रस्तावनेत सर जदुनाथ सरकार म्हणतात, "महाराष्ट्राबाहेरच्या वाचकांना इंग्रजी भाषेमध्ये मराठ्यांचा इतिहास वाचण्याला हवा आहे आणि ही वाचकांची संख्या बरीच मोठी आहे.' जदुनाथ सरकारांच्या या विधानांची सरदेसाईंनी दखल घेतली आणि मराठ्यांचा इतिहास इंग्रजी भाषेत लिहिण्याचे ठरविले. ते म्हणतात, "हे लेखन म्हणजे केवळ मराठी रियासतीचे भाषांतर नव्हते तर, त्यात नवीन साधनांचा उपयोग केलेला आहे. 'न्यू हिस्ट्री ऑफ द मराठाज्'चे तीन खंड १९४६ ते १९४८ च्या दरम्यान प्रसिद्ध झाले. या खंडाची जवळजवळ १५०० पृष्ठे आहेत आणि त्या वेळी सरदेसाई ८३ वर्षांचे होते."[१३]

सरदेसाईंचे ग्रंथ इंग्रजीत भाषांतरित व्हावे, अशी जदुनाथ सरकारांची फार इच्छा होती. १९१५ मध्ये मराठी रियासतीच्या नव्या आवृत्तीचा पहिला खंड प्रसिद्ध झाला. त्यानंतर एक वर्षाने म्हणजेच १९१६ मध्ये सरकारांनी सरदेसाईंना लिहिलेल्या एका पत्रात ते म्हणतात, "तुमच्या नव्याने प्रसिद्ध झालेल्या रियासतींच्या पहिल्या खंडाचे इंग्रजीत भाषांतर व्हायला हवे. मराठीतील ग्रंथाची एकूण ७१९ पाने आहेत. त्यांपैकी ज्या भागात राजवाड्यांनी मांडलेल्या काही शब्दांच्या आश्चर्यकारक व्युत्पत्ती आणि तुम्ही व्यक्त केलेली मते, वगळल्यास आणि दख्खनच्या प्राचीन इतिहासाचा आणि मोगल साम्राज्याच्या सर्वसाधारण इतिहासाचा मोठ्या प्रमाणावर संक्षेप केल्यास.... कारण हे सारे निश्चितपणे संकलन आहे हे सारे केल्यास पृष्ठसंख्या बरीच कमी होईल. नंतरचा पुस्तकाचा भाग हा एक मौलिक इतिहासग्रंथ होईल."[१४]

सरकारांनी सुचविलेल्या मार्गदर्शक सूचनांचा विचार करून, सरदेसाईंनी 'न्यू हिस्ट्री ऑफ द मराठाज्'चे लेखन केले असावे. १९३४ मध्ये सरदेसायांनी पेशवा दफ्तराच्या संपादनाचे काम पूर्ण केले आणि त्यांना स्वत: लेखन करण्यासाठी थोडा अवधी मिळाला. अर्थात, त्या वेळी ते जदुनाथ सरकारांना 'पूना रेसिडेन्सी कॉरस्पॉन्डन्स'च्या कागदपत्रांची निवड करण्यात मदत करत होते. या पत्रव्यवहाराचे १४ खंड १९३६ ते १९५८ या कालावधीत प्रसिद्ध करण्यात आले. इथपर्यंतच्या वाटचालीत सरदेसाईंचे मराठ्यांच्या इतिहासासंबंधीचे विचार खूपच प्रगल्भ झाले होते; कारण त्यांनी असंख्य मूळ मराठी

कागदपत्रांचा सखोल अभ्यास केला होता. तसेच जदुनाथ सरकार आणि त्यांचे शिष्य यांसारख्या नामवंत इतिहासकारांशी त्यांचा स्नेहसंबंध आला होता. पहिल्या महायुद्धाने भारतीयांच्या स्वातंत्र्ययुद्धाला निराळीच गतिमानता प्राप्त झाली होती. स्वातंत्र्यवीरांना त्यांच्या भव्य इतिहासाची जाणीव करून देण्याचे काम इतिहासकारही आपल्या परीने करीत होते.

ब्रिटिशांना शरण गेलेल्यांमध्ये मराठ्यांचा सर्वांत शेवटचा क्रमांक होता. त्यामुळेच त्यांच्या भूतकाळातील स्वातंत्र्याच्या आठवणी ताज्या होत्या. सरदेसाईंना वाटत होते की, मराठ्यांचा इतिहास हा एखाद्या प्रदेशाचा, समूहाचा प्रेमाने वाढविलेला खाजगी ठेवा नव्हता, तर ते सर्व भारतभर भारतीयांना प्रेरणा देणारे, शहाणपण शिकविणारे आणि सावध करणारे साधन ठरावे.[१५] या मनात घोळणाऱ्या विचारांनी सरदेसाईंना 'न्यू हिस्ट्री ऑफ द मराठाज्' हा ग्रंथ लिहिण्यास उद्युक्त केले. स्वातंत्र्य सेनानींना या इतिहासाने प्रेरणा मिळावी, हाही त्यांचा एक उद्देश होता.

'न्यू हिस्ट्री'च्या पहिल्या खंडाच्या प्रस्तावनेत, हा ग्रंथ इंग्रजी भाषेत का लिहिला याची कारणे सरदेसाईंनी योग्य पद्धतीने पटवून दिली आहेत. पहिली गोष्ट म्हणजे १८२६ मध्ये ग्रॅन्ट डफचा 'मराठा हिस्ट्री' हा ग्रंथ प्रकाशित झाल्यावर खूप मोठ्या प्रमाणात ऐतिहासिक कागदपत्रे, पुरावे उपलब्ध झाले. भारतात इतिहाससंशोधनाच्या पद्धतशीर अभ्यासात प्रगती झाली होती. तसेच सामाजिक बदलाची मुळे खोलपर्यंत रुजू लागल्याने नवीन दृष्टिकोन तयार होऊ लागला होता. त्यामुळे आपला इतिहास, पुन्हा नव्याने लिहिणे अत्यावश्यक ठरले होते.

आपल्या विधानाच्या पुष्ट्यर्थ सरदेसाईंनी जर्मन विचारवंत गटे याचे मत दिले आहे. तो म्हणतो, ''वेळोवेळी इतिहासाचे पुनर्लेखन होणे आवश्यक आहे. याचे कारण केवळ नवे पुरावे पुढे येतात एवढेच नव्हे, तर घटनेच्या नव्या बाजू आपल्या दृष्टिपथात येतात, तसेच एखाद्या युगाच्या प्रगतीचा शिल्पकार आपल्याला भूतकाळाकडे कशा नव्या दृष्टिकोनांतून पहावे आणि आपले मत बनवावे याचे मार्गदर्शन करतो यासाठीही इतिहासाचे वारंवार पुनर्लेखन आवश्यक असते.''

दुसरी गोष्ट म्हणजे, सरदेसाईंच्या मते, आपल्या माणसांचा इतिहास लिहिण्यासाठी, त्याच मातीत जन्मलेली व्यक्ती सर्वांत योग्य असते. आपल्या या मताचे समर्थन करण्यासाठी ते प्रो. गोल्डन स्मिथ यांचा संदर्भ देतात. प्रो. स्मिथ यांच्या निरीक्षणानुसार, ''प्रत्येक देश आपला इतिहास उत्तम पद्धतीने लिहितो– कारण त्याला आपली भूमी, तेथील आपल्या संस्था, घडलेल्या घटनांसंबंधीचे सापेक्ष महत्त्व, देशातील महान व्यक्तींचे स्वभावविशेष यांची सखोल माहिती असते. प्रत्येक राष्ट्राचे वैशिष्ट्यपूर्ण दृष्टिकोन असतात, त्याचे पूर्वग्रह असतात, स्वाभिमान असतो, या सर्व

बाबींकडे वस्तुनिष्ठपणे अथवा आवश्यक असेल तर विरोधकांची मते लक्षात घेऊन, त्यामध्ये सुधारणा करणे गरजेचे असते.''

तिसरे कारण सरदेसाईंनी मांडले, ते म्हणजे, वि. का. राजवाडे यांच्यासारख्या इतिहासकाराने टोकाच्या जाज्वल्य देशाभिमानाने अनेकांना आपले विचार किंवा मते मांडण्यासाठी इंग्रजी भाषेचा उपयोग करण्यापासून दूर ठेवले. या वृत्तीमुळे भारतभरच्या अनेक इतिहाससंशोधकांना आणि इतिहासाचा अभ्यास करणाऱ्या विद्यार्थ्यांना मराठ्यांचा इतिहास अभ्यासता आला नाही. परिणामी उच्च शिक्षणासाठी या विषयाचा अभ्यास विद्यार्थी करू शकले नाहीत. तसेच विद्यापीठात त्याचा सर्वांगाने अभ्यास झाला नाही, आणि त्यामुळे या विषयाच्या निर्दोष अभ्यासाला गती मिळाली नाही.

सरदेसाईंनीही राजवाड्यांचे अनुकरण केले असते तर, सरदेसाई म्हणतात, ''माझी मातृभाषा इतरांना अपरिचित असल्यामुळे, माझे काम-संशोधन, राजवाड्यांप्रमाणेच जगाला अपरिचित राहिले असते.''[१६]

'न्यू हिस्ट्री' हा ग्रंथ म्हणजे मराठी रियासतींचे संक्षिप्तरूपातील भाषांतर आहे, असा सर्वसाधारण समज आहे. सरदेसाईंना ही गोष्ट अमान्य आहे. ते जोरदारपणे त्याचे खंडन करून म्हणतात, ''मराठ्यांचा इतिहास इंग्रजी भाषेत आणण्याचा हा पहिला प्रयत्न आहे. त्यात नव्याने संशोधन करून काढलेले निष्कर्ष एकत्रित करून दिलेले आहेत.''[१७]

मराठ्यांविषयीचे खरे चित्र मांडण्याची सरदेसाईंची तळमळ होती; कारण मराठ्यांच्या प्रतिस्पर्ध्यांनी आणि शत्रूंनी त्यांचे अयोग्य मूल्यमापन केलेले आहे त्यामुळे मराठ्यांचे राज्य असताना आणि पतन झाल्यावरच्या काळाचे काळेकुट्ट चित्र रंगविले गेले होते. जणू काही मराठ्यांपाशी एकही चांगला गुण नव्हता, असेच इतरांना वाटावे अशी परिस्थिती होती; म्हणूनच सरदेसाईंनी मराठ्यांची खरी 'कैफियत' लिहिली आणि पक्षपात न करणाऱ्या, समतोल दृष्टीने पाहणाऱ्या लोकांसमोर ठेवली.[१८]

मराठी भाषेतील इतिहास इंग्रजीत आणण्याची बहुमोल कामगिरी सरदेसाईंनी केली. अर्थात, त्यासाठी जदुनाथ सरकारांनी केलेले प्रयत्न तितकेच महत्त्वाचे आहेत.

सरदेसाईंना स्वतःच्या इंग्रजी भाषेच्या ज्ञानाबद्दलच्या मर्यादांची जाणीव होती; म्हणून त्यांनी एकदा सरकारांना इंग्रजी शब्दसंपत्ती कशी वाढवावी आणि इंग्रजी लेखनाची चांगली शैली कशी आत्मसात करावी, याबद्दल मार्गदर्शन करण्याची विनंती केली. त्यासंबंधी ते लिहितात, ''इंग्रजीत लेखन करताना योग्य शब्द निवडण्यात मला अडचणी येतात त्यामुळे लिहिताना माझा खूप गोंधळ होतो.''[१९]

सरकारांनी सरदेसाईंना लगेचच पत्र पाठवून इंग्रजीत चांगले लेखन करण्याचे तीन मार्ग सुचविले- १) एक म्हणजे रोज सकाळी साधे परंतु उत्तम इंग्रजी गद्यलेखन मोठ्याने अर्धा तास वाचावे. २) सामान्य लेखकांच्या लिखाणातून फक्त खऱ्या गोष्टी निवडाव्या.

३) स्वत: लिहीत असताना मधून मधून थांबून, वाचून पुन्हा पुन्हा तपासावे, दुरुस्त्या करात्व्यात.

सरकारांनी सरदेसाईंच्या लिखाणाबद्दल असेही म्हटले आहे की, "तुम्ही खूप पाल्हाळिक लिहिता. त्यामुळे तुमच्या लेखनशैलीवर परिणाम होण्याची शक्यता आहे. तुम्ही मुद्देसूद लिहिण्याचा प्रयत्न करावा. त्यासाठी शब्दांची अचूक निवड करावी."

उत्तम इंग्रजी लेखन करण्यासाठी सरकारांनी सरदेसाईंना अजून काही गोष्टींचे पथ्य पाळण्यास सांगितले. उत्तम भाषाशैलीचे लेखन म्हणजे केवळ योग्य वाक्प्रचारांची, अर्थपूर्ण शब्दांची निवड एवढेच पुरेसे नसते तर विवेकबुद्धीने अतिशय परिणामकारक रीतीने सर्व मजकुरांची मांडणी करावी लागते. तुम्हाला जे काही वाचकांसमोर मांडायचे आहे, आग्रहाने सांगायचे आहे, त्याची व्यवस्थित रचना करावी लागते. तसेच कोणता मजकूर किती विस्तृत किंवा किती थोडक्यात लिहायचा याचा मेळ बसवावा लागतो. लिखाण करताना सर्वात खरी अडचण कोणत्या घटना, कोणत्या हकिकती गाळायच्या आणि कोणत्या लिहायच्या हे ठरविताना येते; कारण आपण प्रत्येक घटना लिहू शकत नाही, काही गाळाव्या लागतात. खरे तर बऱ्याच गाळाव्या लागतात.

१९४४ च्या एप्रिल महिन्यात सरकार, सरदेसाईंकडे कामशेतला आले होते. त्या वेळी त्यांनी सरदेसाईंच्या 'न्यू हिस्ट्री'चे तीनही खंडांचे हस्तलिखित तपासले. दोघांनी मिळून त्यावर चर्चा केली. सरदेसाईंच्या पत्रव्यवहारावरून असे लक्षात येते की, न्यू हिस्ट्रीच्या हस्तलिखितात दोन इतिहाससंशोधकांच्या मतानुसार बदल केले गेले. पहिले वि. गो. दिघे, ज्यांनी सुरुवातीच्या प्राथमिक अवस्थेतील लिखाणात सुधारणा सुचविल्या आणि जदुनाथ सरकार, यांनी संपूर्ण हस्तलिखित निर्दोष करण्याचा प्रयत्न केला.[२०]

सरकारांनी 'न्यू हिस्ट्री'चे सर्व खंड प्रकाशित करण्याचीही जबाबदारी उचलली. त्यांनी बडोदा संस्थानचे दिवाण, सर कृष्णम्माचारी यांना बडोदा सरकारने न्यू हिस्ट्रीच्या खंडांच्या छपाईसाठी पैसे द्यावेत, अशी विनंती केली (प्रकाशन खर्चाचा अंदाज ६५०० रु. एवढा होता.) सरदेसाईंनी सर सयाजीराव गायकवाड यांच्याकडे हयातभर नोकरी केली होती, म्हणून सर सयाजीराव गायकवाडांच्या स्मृतिप्रीत्यर्थ बडोदा सरकारने हे ग्रंथ छापावेत अशी सरकारांची इच्छा होती. कृष्णम्माचारी यांनी सरकारांची विनंती मान्य केली. परंतु, मधल्या काळात त्यांनी बडोदा संस्थानच्या नोकरीचा राजीनामा दिला, त्यामुळे हा प्रस्ताव प्रत्यक्षात येऊ शकला नाही.

अर्थात सरकारांनी न्यू हिस्ट्रीच्या छपाईसाठी भांडवल उभे करण्याचे प्रयत्न चालूच ठेवले. त्यांनी सीतामाऊ येथील त्यांचे शिष्य राजकुमार रघुवीर सिंह यांना पत्र लिहिले, "जर बडोदा सरकारकडून अर्थसहाय्य मिळणार नसेल तर ८० वर्षे वयाच्या या पक्व फळाने केलेले हे परिश्रम, कष्ट असेच नाश पावून जाऊ द्यायचे का?" सरकारांनी अजून

कोणाला तरी ३,००० रु. आगाऊ रक्कम प्रेसला देण्यास सांगितले आणि पुस्तकविक्रीतून पैसे येईपर्यंत थांबायला सांगितले; जर पुस्तक खपले नाही तर, ही आगाऊ रक्कम देणगी म्हणून नाही तर ४-५ वर्षांसाठी घेतलेले कर्ज समजले जाईल[२१] असा करार केला होता.

रियासतकारांनी 'न्यू हिस्ट्री'च्या तिसऱ्या आणि शेवटच्या खंडाला 'महाराष्ट्रावर सूर्यास्त (१७९२-१८४८)' असे शीर्षक दिले आहे. जदुनाथ सरकारांनी या शीर्षकाला आपला विरोध दर्शविला आहे आणि 'नव्या युगाची पहाट' हे या खंडाला शीर्षक सुचविले आहे. ते म्हणतात, ''तुम्ही ज्याला 'सूर्यास्त' म्हणता, त्याने एका राज्याचा आणि समाजाचा जो गाभा अगदी पूर्णपणे सडलेला होता त्याला दूर करून नवी दिशा दाखविली.[२२] डिसेंबर १८०२ मध्ये (जेव्हा वसईचा तह झाला आणि इंग्रजांनी मराठेशाहीत प्रवेश केला) जर ब्रिटिशांनी हस्तक्षेप केला नसता तर नैसर्गिकरीत्या अथवा परिस्थितीनुरूप त्या राज्याचा आणि समाजाचा शेवट झाला असता. तुम्ही तुमचा भूतकाळ आठवत, कुढत बसू नका. तो मृतवत, कधीही परत न येणारा भूतकाळ विसरून पुढे, वर्तमानाकडे पाहा. वर्तमानातील संधी सोडू नका. धावत्या आधुनिक जगातील प्रगती आणि विचारांमध्ये मिसळून जा. मराठ्यांच्या इतिहासाचे निर्विकारपणे यथार्थ दर्शन घेतले की, वरील गोष्टी आपल्याला शिकायला मिळतात.''[२३]

बडोदा संस्थानच्या गायकवाड घराण्यातील व्यक्तींचे शिक्षक या नात्याने सरदेसाईंनी आपली कारकीर्द सुरू केली. बडोदा संस्थानचे महाराज सयाजीराव गायकवाडांनी, सरदेसाईंना ऐतिहासिक संशोधनाला आणि लेखनाला प्रोत्साहन दिले. मात्र, निवृत्तीच्या वेळी सरदेसाईंचे आणि या संस्थानाचे संबंध निवृत्तिवेतनावरून ताणले गेले. सरदेसाईंनी ३३ वर्षांपेक्षा अधिक काळ नोकरी केली होती. तरीसुद्धा काहीतरी जुजबी कारणांवरून त्यांचे निवृत्तिवेतन थांबविले गेले होते; कालांतराने त्यांच्यावरील आरोपांची शहानिशा होऊन ते निर्दोष असल्याचे सिद्ध झाले आणि सयाजीरावांचा नातू महाराज प्रतापसिंह याने त्यांचे निवृत्तिवेतन सुरू केले आणि पुन्हा एकदा त्यांचे संबंध पूर्वीसारखे जिव्हाळ्याचे झाले.

ऐतिहासिक लिखाणासाठी महाराजांनी देऊ केलेली मदत आणि प्रोत्साहनाचा सरदेसाईंना कधीही विसर पडला नाही. त्याबद्दल कृतज्ञता दाखविताना सरदेसाईंनी 'न्यू हिस्ट्री ऑफ द मराठाज्' या ग्रंथाचे तीनही खंड बडोद्याच्या महाराजांना (१८७५-१९३९) अर्पण केले. अर्पणपत्रिकेत ते म्हणतात, ''ज्यांच्या सेवेत मी माझी हयात घालविली आणि ज्यांनी माझी तरुण पाउले, इतिहासाच्या रम्य वाटेकडे नेली त्यांना सादर अर्पण.''

संपादक : गो. स. सरदेसाई

अ) मराठी कागदपत्रे - पेशवे दप्तरांतील निवडक कागदपत्रे :

१८१८ मध्ये मराठ्यांचा मुलूख ब्रिटिशांनी पादाक्रांत केला आणि पेशव्यांची ऐतिहासिक पुराव्याची कागदपत्रे ब्रिटिशांच्या ताब्यात गेली. सर्वप्रथम मुळात पेशवे दप्तरात एकूण १३००० रुमाल होते. १७२९ ते १८१७ या ८८ वर्षांच्या काळातील ही पेशव्यांची कागदपत्रे होती. हळूहळू इतर कागदपत्रेही यामध्ये जमा होत गेली आणि रुमालांची संख्या १३,००० वरून ३४,९७२ पर्यंत गेली. यापैकी २७,३३२ रुमाल मराठी, ७४८२ रुमाल इंग्रजी, २९ रुमाल फार्सी आणि १२९ रुमाल गुजराती भाषेत होते. यांतील बहुतेक कागदपत्रे जमिनीचे मालकीहक्क, भूधारणा, महसुलाचे हस्तांतरण, प्रशासकीय आणि इतर गोष्टींशी संबंधित होते. ब्रिटिशांच्या प्रशासनात या कार्यालयाला इनामासंबंधी तपास करून मालकी हक्कासंबंधी निवाडा देणारे किंवा एलिएनेशन ऑफिस (अन्य संक्रमण) असे म्हटले जाई. आता ते पुणे अर्काइव्ह्ज म्हणून ओळखले जाते.[२४]

हा कागदपत्रांचा खजिना अभ्यासकांना, विद्वानांना बघायला मिळत नव्हता. कमिशनर ऑफ सेंट्रल डिव्हिजनच्या अखत्यारीत ही कागदपत्रे होती. त्यामुळे त्यांच्या परवानगीशिवाय कोणालाही तेथे प्रवेश नव्हता. १९१९ मध्ये हिस्टॉरिकल रेकॉर्ड्स कमिशनची स्थापना झाली आणि इतिहासकार, इतिहाससंशोधक यांना पेशवे दप्तरात प्रवेश देण्याची बंधने काही प्रमाणात शिथिल करण्यात आली. याची फलश्रुती म्हणजे या कमिशनचे एक सभासद जदुनाथ सरकार यांनी गो. स. सरदेसाईंच्या सहकार्याने एक योजना तयार केली. पेशवे दप्तरात जतन केलेली मराठी, इंग्रजी आणि फार्सी भाषेतील दस्तऐवजांची निवड करून ते प्रकाशित करण्याची ही योजना होती. सरकारांनी ही योजना मुंबई सरकारकडे मान्यतेसाठी पाठविली. महत्प्रयत्नानंतर १९२९ मध्ये मराठी दप्तरे तपासण्याचा निर्णय झाला आणि जी कागदपत्रे ऐतिहासिकदृष्ट्या महत्त्वाची असतील ती मुंबई सरकारने छापावीत असे ठरले.

या योजनेचे मुख्य संपादक म्हणून सरदेसाईंची नियुक्ती करण्यात आली आणि त्यांना मदतीसाठी दहा साहाय्यक देण्यात आले. परंतु, प्रत्यक्षात सहा साहाय्यकच मिळाले. या साहाय्यकांना प्रशिक्षण देण्याचे आणि मार्गदर्शन करण्याचे काम सरदेसाईंकडे सोपविण्यात आले. तीन वर्षांसाठी प्रत्येक वर्षाला १०,००० रुपये या योजनेसाठी मंजूर करण्यात आले. परंतु, ही योजना जवळजवळ पूर्ण होत आली असतानाच सरकारने चौथ्या वर्षासाठी पैशांची काहीही तरतूद केली नाही. एवढेच नाही तर २९ फेब्रुवारीच्या आत जर लोकांकडून वर्गणी गोळा करून शेवटच्या वर्षांच्या खर्चाची तोंडमिळवणी न केल्यास हे काम सोडून देण्यात येत आहे आणि कर्मचाऱ्यांना २९ फेब्रुवारीपासून कामावर न येण्याची नोटीस दिलेली आहे अशा प्रकारचे पत्र जदुनाथ सरकारांना पाठविले.[२५]

सरकार आणि सरदेसाईंनी हे आव्हान स्वीकारले आणि दक्षिणेत अनेक ठिकाणी हिंडून मराठा सरदारांना ते भेटले; लोकांना या कामाची माहिती दिली आणि तातडीने पैसे

देण्याची विनंती केली; अशा तऱ्हेने त्यांनी १२,००० रु. गोळा केले आणि ४ थ्या वर्षाच्या खर्चाची गरज भागवली.

सरदेसाईंबरोबर प्रो. कृ. पां. कुलकर्णी, डॉ. वि. गो. दिघे, वा. सी. बेंद्रे, मा. वि. गुजर, य. न. केळकर ही विद्वान मंडळी काम करत होती. त्यांनी या कामासाठी खूप मेहनत घेतली आणि २७३३२ मराठी रुमालांमधून अनेक मोडी लिपीतील मराठी कागदपत्रे निवडली. त्यांची यादी तयार केली आणि देवनागरीत त्यांचे लिप्यंतर केले. नंतर त्या कागदांची वेगवेगळ्या विषयानुरूप वर्गवारी केली आणि ४५ खंडांमध्ये त्यांची व्यवस्थित बांधणी केली. या कागदपत्रांमध्ये प्रत्येक पेशव्याची खाजगी पत्रे, उदगीर, पानिपत येथील मराठ्यांच्या लढाया, मराठ्यांचे प्रशासकीय कामकाज, शाहू आणि त्याच्या पेशव्यांचे खाजगी आयुष्य, साताऱ्याचे राजे, मराठा सरदार, ऐतिहासिक महत्त्वाची घराणी, त्या काळातील सामाजिक परिस्थिती आणि इतर अनेक गोष्टींचा समावेश आहे. अर्थात, हे अगदी थोडे विषय येथे दिलेले आहेत. त्यावरून आपल्या लक्षात येते की, संपादकांनी मराठ्यांच्या इतिहासासंबंधीची कागदपत्रांची निवड करताना केवढ्या मोठ्या प्रमाणात आराखडा आखून घेतला होता आणि त्यातूनच मराठ्यांच्या इतिहासाच्या कितीतरी बाजूंचा समावेश केलेला आहे. अर्थात, हे अवघड काम करताना संपादकांना पुणे दप्तर अक्षरशः पिंजून काढावे लागले असेल; कारण कागदपत्रांची निवड करताना, त्यांच्याशी संबंधित बऱ्याच कागदपत्रांची छाननी त्यांना करणे भाग पडले असावे.

प्रत्येक छापील कागदपत्राची तारीख नक्की करण्याचे काम खूप काळजीपूर्वक करण्यात आले. वाचकांना मार्गदर्शक ठरावे म्हणून प्रत्येक कागदातील मजकुराचा १ ते २ ओळीत इंग्रजीत सारांश देण्यात आला आहे. तसेच काही खंडांसाठी आवश्यकता भासल्याने प्रस्तावनाही जोडण्यात आल्या. पहिले काही खंड सूचीशिवाय छापले गेले. सरदेसाईंनी या खंडांसाठी सूची तयार केल्या आणि त्याचा स्वतंत्र खंड १९३३ मध्ये प्रसिद्ध केला.

या मराठी कागदपत्रांच्या ४५ खंडांची अंदाजे पृष्ठसंख्या ७८०० एवढी आहे. त्यात मराठ्यांच्या इतिहासाच्या १७०७ ते १८४८ या कालखंडातील ८६५० पत्रे आहेत. हे खंड अभ्यासकांना आणि संस्थांना अतिशय माफक किमतीत विकले. दोन आणे (३ पेन्स) पासून ६ रु. १५ आणे (११ शि. ६ पेन्स) एवढी त्यांची किंमत लावलेली होती. १९२९ ते १९३४ या काळात अनेक अडथळ्यांना सामोरे जात हे सर्व ४५ खंड तयार करून प्रकाशित केले गेले. सरदेसाईंच्या या डोंगराएवढ्या कामाची जदुनाथ सरकारांनी मॉमसेनच्या रोमन हिस्ट्रीच्या कामाशी तुलना केली आहे. विविध रुमालांतील अनेक कागदपत्रांमधून थोडेच निवडले आणि प्रसिद्ध केलेले आहेत. अभ्यासकांना त्यांचा उपयोग व्हावा म्हणून उरलेले सर्व अप्रकाशित साहित्य, संशोधनासाठी योग्य

तऱ्हेने वेगवेगळे करून त्यांची पुनर्मांडणी केली आहे आणि ते पुणे दप्तर येथे जतन करून ठेवलेले आहेत.

जेव्हा सरदेसाई या कागदपत्रांच्या निवडीच्या योजनेत काम करू लागले त्या वेळी पुण्यातील विद्वानांनी त्यांच्या शिक्षणाबद्दल शंका व्यक्त केली आणि मुंबईच्या कायदे मंडळात या कामात मदत करणाऱ्या सर्व व्यक्तींची जात, शिक्षण याविषयी प्रश्न उपस्थित केले.[२७]

पेशवे दप्तरातील काम शेवटच्या टप्प्यात आले तेव्हा सरदेसाई अगदी थकून गेले होते. आपली ही व्यथा सरदेसाईंनी जदुनाथांना लिहिलेल्या एका पत्रात व्यक्त केली होती. त्या पत्राला उत्तर देताना जदुनाथ लिहितात, ''हा थकवा म्हातारपणामुळे अथवा शारीरिक श्रमामुळे आलेला नाही. पुण्याच्या पेशवे दफ्तरात आपण सतत चार वर्षे जे परिश्रम केलेत त्याची ही स्वाभाविक प्रतिक्रिया आहे असे मला वाटते. तसेच मत्सरी प्रतिस्पर्धी आणि अज्ञानी, भोळसर आणि वृत्तपत्रांतील उलट-सुलट येणाऱ्या बातम्यांवर विश्वास ठेवणारी सामान्य जनता यांच्यामुळे मनाची एकाग्रता ढळते आणि आपल्या कामांत अनेक अडथळे येतात आणि यामुळेही आपल्याला थकवा येतो; परंतु तुमची कामावरची अढळ निष्ठा, शुद्ध हेतू आणि तुमच्यातील शिस्तबद्ध काम करण्याची उपजत देणगी या गुणांच्या जोरावर तुम्हाला हे प्रचंड काम संपविता आले आणि आता त्यासाठी तुम्हाला त्याची किंमत मोजावीच लागेल. मनाने एकरूप होऊन जे काम केले जाते त्याचा कैफ आपल्याला बाहेरचे अडथळे, शारीरिक श्रम एवढेच काय पण वियोगाचे दुःखसुद्धा विसरायला लावतो.[२८]

ब) पूना रेसिडेन्सी कॉरसूपॉन्डन्स (पू.रे.कॉ.) :

मराठी खंडांचे काम पूर्ण झाल्यावर सरदेसाई अजून एका योजनेत काम करू लागले. 'पूना रेसिडेन्सी कॉरसपॉन्डन्स' नावाच्या या योजनेचे प्रमुख जदुनाथ सरकार होते. १९३६ ते १९५८ या काळात त्याचे १४ खंड प्रकाशित झाले. त्यांपैकी पाच खंडांचे संपादन सरदेसाईंनी केले.[२९] सरदेसाई आणि सरकार या दोन्ही संपादकांनी या कामासाठी कोणत्याही प्रकारचे मानधन किंवा प्रवासखर्च मागितले नाहीत, असे मुंबई सरकारने मुद्दाम नमूद केले आहे.

पूना रेसिडेन्सी कॉरसूपॉन्डन्सचे ग्रंथ मुख्यत: अमराठी भाषिकांसाठी प्रसिद्ध केले गेले. भारतातील मराठ्यांच्या हालचालींचा इतिहास सविस्तर आणि चिकित्सक नजरेतून विशेषत: जो मराठीतही उपलब्ध नव्हता, तो 'पूना रेसिडेन्सी कॉरसूपॉन्डन्स'मधून (पू.रे.कॉ.) तून देण्याचा हेतू होता.

पू.रे.कॉ.चे महत्त्व ठामपणे मांडताना जदुनाथ सरकार म्हणतात, ''मराठी भाषेतील

कागदपत्रांपेक्षा इंग्रजी कागदपत्रे अधिक उपयुक्त आहेत याचे कारण मराठी कागदपत्रांतील दोन प्रमुख उणिवा या इंग्रजी साधनांनी भरून काढलेल्या आहेत. इंग्रजांची गुप्तहेर व्यवस्था मराठ्यांच्या व्यवस्थेपेक्षा अधिक अचूक आणि चौफेर पसरलेली होती आणि दुसरे कारण ब्रिटिश अधिकारी आपल्या खलित्यांतून भारतीय राजकारणाचा विस्तृत वृत्तान्त देतात आणि त्याचबरोबर राजकीय व्यक्तींचे स्वभावविशेष आणि त्यांची धोरणे यांचा सखोल आणि चिकित्सक वृत्तान्त देतात. या उलट, मराठी पत्रव्यवहार केवळ प्रत्यक्षात काय घडले त्याची त्रोटक भाषेत माहिती पुरवितो. त्यामुळे एखाद्या घटनेच्या मूळ कारणापर्यंत जाता येते आणि भारतीय राजकारणांतील चळवळींचा शोध घेता येतो, जे आपल्याला फार्सी अथवा मराठी साधनांतून शक्य होत नाही.''[३०]

सरदेसाईंनी मॅलेट, पामर, क्लोज आणि एलफिन्स्टन या इंग्रज राजदूतांच्या पत्रव्यवहाराच्या खंडांना, प्रत्येकाचे थोडक्यात चरित्र देऊन मराठी सत्तेच्या शेवटच्या पर्वात म्हणजे १७८६ ते १८१८ या काळात या राजदूतांचे पुणे दरबाराशी आलेल्या संबंधांची चर्चा केली आहे. अशा तऱ्हेने मराठी दप्तरांचे ४५ खंड आणि इंग्रजी कागदपत्राचे पाच खंड एवढी ग्रंथसंपदा निर्माण करून सरदेसाईंनी मराठ्यांच्या इतिहासाच्या अभ्यासात आणि संशोधनात मोलाची भर घातली आहे.

क) महादजी शिंदे आणि इतर कागदपत्रे :

१८ व्या शतकाच्या शेवटच्या पंचवीस वर्षांत भारतीय राजकारणाच्या रंगभूमीवर महादजी शिंदे आणि नाना फडणीस या दोन मराठा मुत्सद्द्यांनी सत्ता गाजविली. तथापि, पेशवे दप्तराचे काम करत असताना सरकार आणि सरदेसाई या दोघांच्याही लक्षात आले की, महादजी शिंदे आणि नाना फडणीस या दोघांमधील, विशेषत: १७७६ नंतरचा महत्त्वाचा पत्रव्यवहार सापडत नाही. हा पत्रव्यवहार नाना फडणिसाने त्याच्या खाजगी दप्तरात ठेवला होता आणि त्याच्या निधनानंतर म्हणजे इ.स. १८०० नंतर नानाच्या बायकोने तो सर्व संग्रह सातारा जिल्ह्यातील वाई गावाजवळच्या मेणवली या खेड्यात हलवला होता. त्यामुळे मेणवली दप्तर हे पुणे दप्तरात सापडणे शक्य नव्हते.

अर्थात, रावबहादूर द. ब. पारसनीस यांना मेणवली दप्तराचा शोध घेण्यात यश मिळाले आणि त्यातील काही कागदपत्रे त्यांच्या ऐतिहासिक विविध विषयसंग्रह किंवा 'इतिहास संग्रहात' प्रसिद्ध केली. परंतु, त्यात महादजी शिंद्यांची कागदपत्रे नव्हती.

मोगलांचे अभ्यासक जदुनाथ सरकार यांना त्यांच्या 'दि फॉल ऑफ दि मुघल एम्पायर' या ग्रंथाच्या कामासाठी महादजीची कागदपत्रे पाहण्यात विशेष रस होता. परंतु, पारसनीसांनी ग्वाल्हेरच्या शिंदे घराण्याशी महादजी-नाना फडणीस पत्रव्यवहार प्रसिद्ध करण्यासंबंधी एक करार केला होता, त्याची कुठेही वाच्यता होऊ दिली नाही. त्यानुसार

पारसनीसांनी पाच खंडांची मुद्रणप्रत करून घेतली. परंतु ग्वाल्हेर दरबारच्या काही अटी ते पूर्ण करू न शकल्याने हे खंड प्रकाशित होऊ शकले नाहीत. सरकारांनी पारसनिसांना समजावले.[३१] आणि ग्वाल्हेर दरबारला, सरदेसाईंच्या संपादनाखाली हे खंड पुनर्मुद्रित करण्याची विनंती केली. सरकारांच्या मते, कागदपत्रांचे संपादन, पारसनिसांनी दिलेल्या तारखांची दुरुस्ती, काही ठिकाणी वाचनात झालेल्या चुका आणि सर्व कागदांची काटेकोरपणे कालक्रमानुसार मांडणी ही सर्व कामे करण्यासाठी सरदेसाई ही एकमेव योग्य व्यक्ती होती.

पूर्वी एकदा छापलेली आणि नव्याने शोधलेली सर्व कागदपत्रांची व्यवस्थित मांडणी करून 'महादजी शिंदे ह्यांची कागदपत्रे' (१९३७) असा एक खंड प्रसिद्ध करण्यात आला. अठराव्या शतकातील शेवटच्या २५ वर्षांवरील मराठ्यांच्या इतिहासावर प्रकाश टाकणारी एकूण ६०८ महत्त्वाची पत्रे या खंडात आहेत.[३२]

मुंबई सरकारच्या आर्थिक मदतीने रावबहादूर पारसनिसांनी साताऱ्याला एक ऐतिहासिक संग्रहालय उभे केले. सरदेसाईंनी अतिशय परिश्रमपूर्वक सातारा संग्रहालयातील पत्रे एकत्रित केली. त्यात काही मेणवली दप्तरातील पत्रेही होती आणि ही पत्रे दोन खंडांमध्ये संपादित केली. पहिल्या खंडात २५८ तर दुसऱ्या खंडात ४२४ पत्रे आहेत. हे दोन्ही खंड १९४० मध्ये सातारा इतिहास संशोधक मंडळाच्या वतीने प्रसिद्ध करण्यात आले.

ड) कोटा दप्तर :

महादजी शिंद्यांच्या पत्रांचा शोध सरकार आयुष्यभर घेत राहिले. १७६४-६५ पासून महादजी शिंद्यांचा उत्तरेतील रजपुतांच्या राजकारणाशी संबंध होता. तेव्हा त्याने कोटाच्या संस्थानिकांकडे खंडणीसाठी पहिल्यांदा हल्ला केला. गुळगळे नावाच्या सारस्वत ब्राह्मणाची कमाविसदार म्हणून नेमणूक केली होती. कोटाच्या संस्थानिकांकडून खंडणी गोळा करण्याचे त्याच्याकडे काम होते. ग्वाल्हेरचे मराठा सरदार आनंदराव भाऊसाहेब फाळके यांनी संपादित केलेल्या शिंदेशाहीच्या इतिहासाची साधने या ग्रंथाच्या पहिल्या दोन खंडांमध्ये कोटा संस्थानच्या गुळगुळे दप्तरात महादजी शिंद्यांची अनेक खाजगी पत्रे आहेत, ही गोष्ट सरकारांच्या लक्षात आली आणि त्यांनी कोटाच्या सरदार गुळगुळे परिवाराशी मैत्री वाढविण्यास सुरुवात केली. परंतु, गुळगुळे दप्तराचे गो. स. सरदेसाई यांनी संपादन करावे, या प्रस्तावाला सरदार आनंदराव फाळके हरकत घेतील, अशी सरकारांना भीती वाटत होती; म्हणून आपल्या एका विद्यार्थ्याच्या/शिष्याच्या रघुवीर सिंह याच्या मार्फत सरकारांनी सरदार फाळक्यांशी जवळीक साधली. सितामाऊ येथील राठोड महाराजांचे राजकुमार रघुवीर सिंह यांना गुळगुळे दप्तरातील शिंदे पत्रांची टंकलिखित

प्रत मिळविण्याची विनंती केली. यात गो. स. सरदेसाई यांच्या नावाचा कोठे उल्लेख केला नाही.

गुळगुळे कुटुंबाचे वारसदार चंद्रकात गुळगुळे, काही काळ आनंदराव फाळक्यांच्या प्रभावाखाली होते. अखेरीस त्यांनी त्यांच्या टंकलिखित प्रती सरदेसाईंकडे संपादनासाठी सुपूर्त करण्याचे ठरविले.[३३] जेव्हा गुळगुळे पत्रांच्या प्रती सरकारांनी पाहिल्या तेव्हा त्यांनी राजकुमारला पत्र पाठवून ही कागदपत्रे खूपच उपयुक्त आहेत आणि मराठ्यांच्या इतिहासात त्यामुळे मोलाची भर पडेल. इतिहाससंशोधक वा. वा. खरे यांनी (१८५८-१९२४) पटवर्धन दप्तरातील मूळ मराठी नोंदी 'ऐतिहासिक लेखसंग्रहा'च्या खंडांमध्ये प्रसिद्ध केल्या होत्या. या नोंदींपेक्षाही गुळगुळे दप्तरातील नोंदी अधिक मौल्यवान होत्या,[३४] असेही पत्रात नमूद केले.

सरकारांच्या अथक प्रयत्नांना यश आले आणि गुळगुळे दप्तराच्या टंकलिखित प्रती त्यांना मिळाल्या. त्यांचे संपादन करण्याचे काम सरकारांनी सरदेसाईंवर सोपविले. सरदेसाईंनी काम सुरू केले. काम जसजसे पूर्ण होण्याच्या मार्गावर येऊ लागले, तसतशी त्याच्या छपाईची चिंता सरकारांना भेडसावू लागली. छपाईचा अर्धा खर्च राजकुमाराने उचलला तर ग्रंथ छापण्याचे धाडस करण्यासाठी प्रकाशकाचे मन वळविता येईल, असा एक प्रस्ताव सरकारांनी मांडला. सरकारांना दुसरी एक काळजी होती ती त्यांच्या मित्राच्या वयाची. ते लिहितात, ''सरदेसाई (८२ व्या वर्षात पदार्पण करणारे) आणि मी (७६ वर्षांचा) हा इहलोक सोडून जाण्यापूर्वी हाती घेतलेले काम पूर्ण झालेले पाहण्याची माझी इच्छा आहे.''[३५]

मुंबई सरकारने गुळगुळ्यांच्या वारसदारांशी छपाईसंबंधी वाटाघाटी कराव्या असे सरकारांनी सुचवून पाहिले. परंतु, त्याचा काही उपयोग झाला नाही. १९५१ च्या भारतीय इतिहास परिषदेच्या जयपूर सत्राचे अध्यक्ष म्हणून सरदेसाईंची निवड झाली होती. सरकारांना वाटले, संधी मिळाल्यास सरदेसाई गुळगुळे दप्तराच्या प्रकाशनासंबंधी आनंदाने दोन शब्द बोलतील. कारण मराठ्यांच्या इतिहासापैकी गुळगळे कागदपत्र या एकाच संग्रहाचे प्रकाशन/छपाई व्हायचे राहिले होते. अर्थात, ही गोष्ट विद्वानांना नामंजूर होती.[३६]

इकडे गुळगुळ्यांशी छपाईसंबंधी वाटाघाटी चालू होत्या. सरदेसाई दिरंगाई होऊ नये म्हणून शांतपणे गुळगुळे दप्तरातील कागदपत्रे कालक्रमाने लावण्याचे काम करत होते.[३७]

कोटा दप्तरात एकूण २३ रुमाल आहेत, एकूण ४४०७ पत्रांपैकी १७५६ पत्रे सरदेसाईंनी छापण्यासाठी निवडली. परंतु, दुर्दैवाने या दप्तरातील एकही खंड पाहण्याचे भाग्य दोन्ही वृद्ध इतिहासकारांना मिळाले नाही. १० मे १९५८ सरदेसाईंच्या ९२ व्या वाढदिवसादिवशी सरकारांनी त्यांना पत्रातून दिलासा दिला. ते लिहितात, ''माझी तब्येत

जर अशीच ठाकठीक राहिली, आणि तुमचे डोळे आणि मेंदू कार्य करू शकत नसले तरी हे खंड छापून आल्याचे मी पाहीन. माझ्यावर भरवंसा ठेवा.''[३८] परंतु असे घडणार नव्हते. बहुदा सरकारांचे पत्र सरदेसाईंना पोहोचण्यापूर्वीच सरकार हे जग सोडून गेले होते. (१९ मे १९५८) त्या वेळी सरदेसाईंनाही बरे नव्हतेच. सरकारांनंतर १९ महिन्यांनी म्हणजेच २९ नोव्हें. १९५९ या दिवशी सरदेसाईंचा मृत्यू झाला. कोटा दप्तराच्या प्रसिद्धीसाठी १९३५ पासून हे दोन्ही इतिहासकार झगडत होते. त्यांच्या मृत्यूमुळे त्या विषयावर कायमचा पडदा पडला.

या संपादनाच्या मोठ्या कामांबरोबरच सरदेसाईंनी का. ना. साने यांच्या काव्येतिहाससंग्रहातील काही कागदपत्रांचे संपादन केले (१९३०). त्याचबरोबर 'जिनिऑलॉजीज ऑफ हिस्टॉरिकल फॅमिलीज', (१९५७). 'शिवाजी सोव्हेनिअर' (१९२७) आणि गायकवाड ओरिएन्टल सेरीज, बडोद्याच्या वतीने 'परमानन्दकाव्यम्' १९५२ साली प्रसिद्ध केले.[३९]

इतिहासकाराची जडणघडण :

वसाहतवादाच्या वर्चस्वाला विरोध दर्शविणाऱ्या भावनेने सर्व वातावरण भारून गेले होते, त्याकाळात सरदेसाईंचा जन्म झाला. इंडियन नॅशनल काँग्रेसने ब्रिटिश राज्यकर्त्यांविरुद्ध स्वातंत्र्य चळवळीचे शिंग फुंकले होते. १८८५ मध्ये मुंबईत इंडियन नॅशनल काँग्रेसची पहिली बैठक बोलावली गेली.

ऐतिहासिक कागदपत्रे, खलिते, पुरावे सरकारच्या ताब्यात होती. राष्ट्रकैवारी, मराठा इतिहासकार, इतिहाससंशोधक यांना पुराभिलेख- विभागामध्ये प्रवेश मिळत नव्हता. त्यावर काही बंधने होती. या अन्यायाविरुद्ध या बैठकीत आवाज उठविला गेला होता. तेव्हा सरदेसाईंनी विद्यार्थी स्वयंसेवक होऊन ही बैठक पाहिली होती.

आपण या देशाचे राजे होतो, हा नजीकचा भूतकाळ मराठा विसरू शकत नव्हते. कारण १९ व्या शतकाच्या सुरुवातीला ब्रिटिशांनी मराठ्यांचे स्वातंत्र्य हिरावून घेतले होते.

मागे उल्लेख केल्यानुसार सरदेसाईंना बडोदा संस्थानच्या नोकरीत इतिहासाच्या अभ्यासासाठी आवश्यक ते उत्तेजन मिळाले. अर्थात, राजघराण्यातील कुटुंबीयांना, व्यक्तींना इतिहास शिकविण्याचे त्यांचे मुख्य काम होते.

सरदेसाईंना इतिहासकार होण्यासाठी कोणीही शिक्षण दिले नाही तर त्यांनी स्वत:च स्वत:ला इतिहासकार म्हणून घडविले. १९०७ ते १९५८ या पन्नास वर्षातील सरकार आणि सरदेसाई या दोन इतिहासकारांमधील पत्रव्यवहार पाहिला असता, सरदेसाईंनी इतिहासाच्या अभ्यासासाठी घेतलेल्या अथक प्रयत्नांची कल्पना येते. ऐतिहासिक घटनांसाठी तारीख नक्की करताना खात्री करून घेणे, जास्तीच्या अवांतर वाचनासाठी

विचारणा करणे, काही ठिकाणांची निश्चित जागा विचारणे, मराठी कागदपत्रांमधून मिळविलेली माहिती आणि इतर भाषेमधील समकालीन साधनांमधील माहिती त्यांचा ताळमेळ जमविणे इ. अनेक प्रश्नांची उत्तरे ते स्वप्रयत्नांनी मिळवत. सरदेसाईंनी लिहिलेल्या ग्रंथांना जोडलेल्या संदर्भग्रंथांची यादी वाचताना याचा प्रत्यय येतो. त्याचबरोबर त्यांच्या 'माझी संसारयात्रा' या अत्मचरित्राचे लिखाण करताना ज्या ज्या लोकांशी सल्लामसलत केली, त्याचे उल्लेख वाचायला मिळतात तेव्हा स्वत:ला इतिहासकार आणि इतिहाससंशोधक म्हणून तयार करताना, त्यांनी घेतलेल्या कष्टांची कल्पना येते.[४०]

इतिहासाचे लेखन करीत असतानाच सरदेसाईंनी खऱ्या अर्थाने इतिहास- लेखनाची स्वत:ची अशी एक पद्धत आणि तत्त्वज्ञानाची तयारी केली होती. अर्थात, त्यांनी इतिहासाच्या वैज्ञानिक दृष्टिकोनावर लिहिल्या गेलेल्या दोन पुस्तकांचा उल्लेख केलेला आहे. एक फ्रेडरिक हॅरिसनचे 'मीनिंग ऑफ हिस्ट्री' आणि जी. जे. रेनियर यांचे 'हिस्ट्री इट्स परपज आणि मेथड' म्हणजे इतिहासलेखनाचा उद्देश आणि पद्धती मात्र ही पुस्तके बहुधा त्यांनी आपल्या आयुष्याच्या उत्तरार्धात वाचली असावीत.[४१]

रेनीयरचे 'इल्युमिनेटिंग लिटिल बुक' वाचून त्यांना खूप समाधान वाटले; कारण त्याचे विचार आणि सरदेसाईंच्या अंतर्मनाला जे जाणवत होते, यामध्ये त्यांना खूप साम्य आढळले.[४२] ऐतिहासिक लिखाण करताना सरदेसाईंनी भारतीय आणि विदेशी अशा दोन्ही प्रसिद्ध इतिहासकारांच्या लिखाणाचा अभ्यास केला. ज्येष्ठ व्यक्तींशी केलेल्या चर्चा, त्यांच्याशी केलेला पत्रव्यवहार आणि टीकाकारांची मते अशा सर्व गोष्टींमधून सरदेसाईंनी स्वत:ची इतिहासलेखनाची पद्धत आणि शैली विकसित केली.

रोमन साम्राज्याचा महान इतिहासकार गिबन याच्या आत्मचरित्राचा सरदेसाईंवर विलक्षण प्रभाव पडला होता. नाजूक प्रकृती, आजूबाजूचे प्रतिकूल वातावरण असे असूनही गिबनने २० वर्षांच्या अथक प्रयत्नांनी १५०० वर्षांचा इतिहास लिहिला हे वाचून रियासतकार थक्क झाले. गिबनने जो रोमन साम्राज्याचा उदय आणि ऱ्हास विस्ताराने लिहिला, त्यात काही उणिवाही होत्या. केवळ ५७ वर्ष जगलेल्या गिबनचा ग्रंथ, अभिजात वाङ्मय म्हणून इंग्लिश माणसांच्या अनेक पिढ्या वाचत आलेल्या आहेत. हीच गोष्ट मर्यादित स्वरूपात, मराठी वाचकांमध्ये सरदेसाईंच्या लिखाणाने मिळविलेल्या लोकप्रियतेबद्दल म्हणता येईल.

इतिहासकाराने आपल्या मतांवर कधीही ठाम असू नये, हे तत्त्व सरदेसाईंनी आयुष्यभर पाळले. आधी मनात धरलेल्या कल्पित कल्पनांच्या आधारावर त्याने इतिहाससंशोधनाकडे पाहू नये; जर नव्या घटना किंवा जुन्या मानलेल्या गोष्टींसंबंधी पटण्यासारखे खुलासे, दाखवून दिले गेले तर इतिहासकाराने आपल्या मतामध्ये बदल करावेत. याबाबतीत त्यांनी स्वत:च उदाहरण दिले. पटतील असे पुरावे न मिळाल्याने,

१९२० मध्ये प्रसिद्ध झालेल्या रियासतीत सरदेसाईंनी पहिल्या बाजीराव पेशव्याच्या कारकिर्दीला फारसे महत्त्व दिले नव्हते. त्यामुळे पहिल्या बाजीरावासंबंधीच्या सरदेसाईंच्या लिखाणातील उणिवांवर जाहीरपणे टीका झाली. 'सिलेक्शन्स फ्रॉम दि पेशवा दप्तर'चे काम करत असताना सरदेसाईंना पहिल्या बाजीरावाविषयी खूपच नवे पुरावे मिळाले. त्यावरून त्यांचे पहिल्या बाजीरावाविषयीचे मत बदलले. या नव्या खात्रीलायक माहितीच्या आधारे, रियासतीच्या पुढच्या आवृत्त्यांमध्ये त्यांनी पहिल्या बाजीरावाचा 'लढवय्या पेशवा' असा नवीन उल्लेख केला.[४३]

सरदेसाईंनी जात किंवा धर्म यांचा कुठलाही प्रभाव आपल्या लेखनावर पडू दिलेला नाही. नाना फडणीस आणि महादजी शिंदे यांच्या इतिहासातील स्थान काय होते याचे विश्लेषण करताना, त्यांनी आपल्याच ब्राह्मण जातीचा म्हणून नाना फडणिसाची अवास्तव स्तुती केली नाही किंवा जातीने मराठा म्हणून महादजी शिंदेला कमी लेखले नाही. त्यांनी आपल्या लिखाणात वस्तुनिष्ठता आणि नि:पक्षपातीपणा यांनाच महत्त्व दिले. मुशीर हुसेन किडवाई नावाचे एक राष्ट्रवादी मुसलमान होते. त्यांनी १९१० मध्ये 'पॅन इस्लामिझम' नावाची छोटी पुस्तिका प्रकाशित केली होती. सरदेसाईंनी किडवाईंना त्याच्या पुस्तकातील काही लिखाणासंबंधी स्पष्टीकरण विचारले, तेव्हा किडवाईंनी अतिशय मोकळेपणाने, स्पष्टपणे सरदेसाईंना उत्तरे दिली आणि कडव्या मुसलमानी धर्माच्या लोकांपेक्षा भारतीय मुस्लिमांचा दृष्टिकोन किती वेगळा होता, हेही सांगितले. किडवाईंशी संबंध प्रस्थापित केल्यास, हिंदू-मुस्लिम ऐक्यास मदत होईल असा विचार करून त्यांनी किडवाईंना पत्र लिहिले होते आणि त्यांच्या 'जनरल हिस्ट्री' या ग्रंथात केलेली युरोप-अमेरिका यांच्या इतिहासाची मीमांसा आपल्याला मार्मिक आणि मार्गदर्शक वाटली असे कळविले आणि त्याचबरोबर 'आपल्या जगाच्या इतिहासात बुद्ध धर्माचे, हिंदुस्थानचे नाव देखील नाही याबद्दल टोचून लिहिले होते. तसेच त्यांना 'इतिहास (जगाचा)' म्हणजे वस्तुत: युरोपीय राष्ट्रांचा इतिहासच होय' या फ्रीमनच्या मताशी आपण सहमत आहात का? असेही विचारले होते. सरदेसाईंच्या पत्राला फिलिफ मायर्स यांनी सिनसिनाटी (अमेरिका) हून १२ मार्च १९२१ च्या पत्राने कळविले की, "मी फ्रीमनच्या मताशी मुळीच सहमत नाही आणि जगाच्या इतिहासात पूर्वेकडील देशांचा अंतर्भाव आपण अधिक विस्ताराने करावयास हवा होता आणि भविष्यकाळात भारत, चीन, जपान हे देश जगाच्या इतिहासात मानाचे स्थान मिळवतील" असा आशावाद व्यक्त केला होता. "पहिल्या महायुद्धाने जगाला असे दाखवून दिले आहे की, सारी मानवजात एक आहे आणि त्यामुळे नव्या आंतरराष्ट्रीयत्वाची सुरुवात झाली हे आपण अगदी योग्यरीत्या दाखवून दिले आहे."[४५] यावरून सरदेसाईंना 'युरोप केंद्रित' इतिहास लेखनाची मतप्रणाली मान्य नव्हती आणि वैश्विक इतिहासाचे ते पुरस्कर्ते होते हे स्पष्टपणे दिसते.

न्यायमूर्ती म. गो. रानडे हे सरदेसाईंचे स्फूर्तिस्थान होते. १८९९ मध्ये मुंबईत ते दोघे भेटले आणि जवळजवळ तीन तास दोघांनी मराठ्यांच्या इतिहासावर चर्चा केली. तेव्हा संस्कृत भाषेत पाणिनीच्या अष्टाध्यायीला जे स्थान आहे ते मराठा इतिहासामध्ये रानड्यांच्या 'दि राईज ऑफ द मराठा पॉवर'ला आहे, असे सरदेसाईंना वाटले.

चिं. वि. वैद्य, राजारामशास्त्री भागवत, द. ब. पारसनीस, त्र्यं. शं. शेजवलकर इ. समकालीन इतिहासाच्या अभ्यासकांशी, विद्वानांशी, सरदेसाईंचा कितीतरी वर्षे पत्रव्यवहार होता. या सर्वांबद्दल सरदेसाईंनी आपली मते मांडलेली आहेत. त्यांच्या मते चिं. वि. वैद्यांनी खूप लिहिले, परंतु त्यांच्या लिखाणाला खोली नव्हती. त्यांनी रियासतींचे परीक्षण केले, परंतु एकही मूलभूत सूचना केली नाही. त्यांनी 'शिवाजी' हा ग्रंथ (१९३१ मध्ये) लिहिला. परंतु, सर जदुनाथ सरकाराच्या शिवाजीशी त्याची बरोबरी होऊ शकत नाही आणि आता तर ते कोणाला माहीतही नाहीत.[४७]

सी. ए. किंकेड यांनी द. ब. पारसनिसांच्या सहकार्याने मराठ्यांच्या इतिहासावर तीन खंड लिहिले (१९१८-१९२५). सरदेसाईंशी किंकेडनी नेहमीच पत्रव्यवहार करून बरीच मदत मिळविली. किंकेड यांना सरदेसाईंच्या रियासती आणि इतर लेखनाचे खूप कौतुक होते.[४८]

सरदेसाई १९५१ साली वयाच्या ८६ व्या वर्षी जयपूर येथे भरलेल्या भारतीय इतिहास परिषदेचे अध्यक्ष झाले. आपल्या अध्यक्षीय भाषणात त्यांनी आपले इतिहासविषयक विचार मांडले. त्यांच्या मते सत्य इतिहास म्हणजे इतिहासाच्या प्रामाणिक अभ्यासकांनी सुसंस्कृत मानवी समाजांची निवेदन केलेली हकीकत होय. इतिहासकार कसा असावा, याबद्दलही त्यांनी आपल्या अपेक्षा व्यक्त केल्या आहेत. पुढच्या पिढीने आपले इतिहास- कथन मान्य करावे, त्याला जनमानसात कायमचे स्थान प्राप्त व्हावे असे जर इतिहासकारांना वाटत असेल, तर सर्वप्रथम त्यांनी बौद्धिक प्रामाणिकपणा दाखविला पाहिजे, त्यांनी लोकांची फसवणूक करता कामा नये. एखाद्या सामाजिक कार्यासाठी एकत्र आलेल्या व्यक्तीच्या वैयक्तिक कार्याचा सर्वमान्य आढावा म्हणजे इतिहास होय. इतिहासलेखनाची त्या काळापर्यंत जमविलेल्या पुराव्याच्या आधारे वारंवार छाननी केली जाते; पण त्याहून महत्त्वाचे म्हणजे एक बुद्धिजीवी कार्यकर्ता या नात्याने हा विषय हाताळताना त्याच्या प्रामाणिकपणाचीही परीक्षा घेतली जाते.[४९]

२० व्या शतकाच्या पूर्वार्धात सरदेसाईंनी आपल्या अध्यक्षीय भाषणात बौद्धिक कार्याच्या देवघेवीचा एक विभाग स्थापन करून त्यामार्फत संबंधित अभ्यासकांना इतिहासाच्या क्षेत्रांतील नवीन संशोधनाची माहिती पुरवावी, असा एक लक्षणीय विचार मांडला होता. भारतीय इतिहास परिषदेने एक निवडक आणि चिकित्सक परीक्षायुक्त अशी एक ग्रंथनामसूची पुरवावी. या सूचीत केवळ सर्व पुस्तकांची नावे न देता, अत्यंत

महत्त्वाच्या ग्रंथांची नोंद घ्यावी अथवा शिफारस करावी. नव्या पिढीला आपण काही मुक्तपणे नव्या ज्ञानाचे योगदान करतो आहोत अशी सकारात्मक भूमिका आपण घेतली पाहिजे असेही त्यांनी सुचविले होते.

इतिहासाच्या दरबारात एखाद्या राष्ट्राची अथवा वंशाची परीक्षा केवळ त्याने किती लष्करी पराक्रम केले यावरून होत नाही, तर त्या राष्ट्राने अथवा तेथील लोकांनी मानवजातीसाठी, मानवजातीच्या वैचारिक विकासासाठी सुखवृद्धीसाठी आणि मानवजातीच्या ताकदीसाठी अथवा नव्याने जन्माला येणाऱ्या पिढीच्या सांत्वनासाठी काय केले यावरून होत असते. इतिहासाची ही एक अविनाशी देणगी आहे. खरा इतिहासकार हा वांशिक पूर्वग्रह, प्रादेशिक अभिमान, धार्मिक दुराग्रह या साऱ्या विकारांवर मात करून सत्य इतिहासाचे दर्शन घडवितो.[५०]

मराठ्यांचा इतिहास लिहिण्यामागची सरदेसाईंची प्रेरणा :

'रियासती' आणि 'न्यू हिस्ट्री ऑफ द मराठाज्' या ग्रंथांना लिहिलेल्या प्रस्तावना आणि मुख्यत्वेकरून त्यांचा जदुनाथ सरकारांशी झालेला पत्रव्यवहार यामधून सरदेसाईंनी मराठ्यांच्या इतिहासाचे महत्त्व, ते लिहिण्याचा उद्देश, भूमिका, हेतू आणि विचार व्यक्त होतात. इतिहासकार जे. एल्. मोटले याचे 'दि राईज ऑफ दि डच रिपब्लिक' (१८५६) या ग्रंथाच्या वाचनाने सरदेसाई फार प्रभावित झाले होते. 'न्यू हिस्ट्री ऑफ द मराठाज' खंड १ च्या प्रस्तावनेत ते म्हणतात की, 'द हिस्ट्री ऑफ द राईज ऑफ द डच रिपब्लिक' या ग्रंथाच्या लेखकांच्या मतांमुळे आपल्याला प्रेरणा मिळाली.[५१]

''एका देशाच्या महान व्यक्तीच्या प्रेरणेने हतबल करणाऱ्या हुकूमशाहीच्या विरुद्ध उभे राहणाऱ्या एका धाडसी राष्ट्राचे भव्य दर्शन हे पिढ्यान्‌पिढ्या जनतेच्या हृदयाला प्रभावित करीत राहते.'' ग्रंथकाराच्या या एका वाक्याने सरदेसाईंना मराठी सत्तेच्या उदयाची कहाणी सांगण्याची प्रेरणा मिळाली. मोटलेचा हा ग्रंथ वाचत असताना डच आणि मराठे यांच्या इतिहासांतील काही समान गोष्टींची सरदेसाईंनी आपल्या मनात नोंद केली असणार.

दुसऱ्या महायुद्धाच्या काळात, भारतातील स्वातंत्र्यचळवळीने फार जोर धरला होता. ते पाहून सरदेसाईंना वाटले की, मराठ्यांनी स्वातंत्र्यासाठी, स्वराज्यासाठी जो लढा दिला, त्या लढ्याचा इतिहास आपल्या देशाला माहिती व्हायला हवा. किंबहुना, त्याची आताच देशाला विशेष गरज आहे.

सरदेसाईंचा इतिहासाकडे बघण्याचा दृष्टिकोन अतिशय वास्तववादी होता. काळाची गरज ओळखून इतिहास लिहावा, हा नियम त्यांना मान्य होता. सद्य:स्थितीला काय राजनीती आखावी, हे ठरविण्यासाठी प्रत्येक देशाला, त्याचा इतिहास माहिती असण्याची गरज असते. इतिहासामुळे अनेक वादविवाद निर्माण होतात. त्याचबरोबर

इतिहास योग्य पद्धतीने समजून घेतला तरच हे वादविवाद मिटू शकतात. इतिहासात पूर्णपणे सत्य कधीही नसते. त्यावेळच्या गरजेनुसार इतिहास लिहिला जातो. भारताचा आरंभाचा इतिहास हा प्रशासकांनी, राज्यकारभार चालविणाऱ्यांनी लिहिला. हा इतिहास लिहिताना नवीन येणाऱ्या ब्रिटिश राजवटीबद्दल जनतेचे अनुकूल मत तयार व्हावे हा निश्चित हेतू त्यांच्या मनात होता.

इतिहासाचा मुख्य हेतू, आपल्या अपयशाची कारणे शोधणे आणि ती दूर करण्याचा प्रयत्न करणे हा असतो. तसेच फिनिक्स पक्ष्याप्रमाणे पुन्हा नव्याने आकाशात भरारी घ्यायची असते. इतिहासकार वि. का. राजवाडे आयुष्यभर इतिहासाच्या साधनसामग्रीचा शोध घेत राहिले. त्यांचे असे म्हणणे होते की, मराठ्यांच्या इतिहास लिहिण्यासाठी अद्याप योग्य वेळ आली नाही. या राजवाड्यांच्या मताशी सरदेसाई सहमत नव्हते. सर्व साधने जमविल्यावर इतिहास लिहावा, हे सरदेसाईंना अमान्य होते; कारण इतिहासाची साधने, कागदपत्रे जमविणे हे कधीही न संपणारे काम होते. त्यांच्या मते, इतिहास हा इतर विषयांप्रमाणेच हळूहळू वाढणारा विषय आहे. संशोधन आणि इतिहासलेखन या दोन्ही गोष्टी, न थांबता सतत चालू राहिल्या पाहिजेत. ५२

'मराठ्यांचा इतिहास' हा काही काळापासून प्रेमाने वाढविलेली एखाद्या भागाची किंवा समाजाची आता संपत्ती राहिलेली नाही; तर तो आता प्रेरणा, शहाणपणा आणि अखंड सावधानता या तीन महत्त्वाच्या गोष्टी अखिल भारतीयांना सांगणारा इतिहास बनला आहे. इतिहासाचा वर्तमानाशी काही संबंध असेल तर सरदेसाईंच्या मते, शिवाजी, पहिला बाजीराव, महादजी शिंदे आणि इतरांच्या आयुष्यातील घटना, काही संदेश पुढच्या पिढ्यांना पोहोचवितात; त्या नेहमी मनात ठेवल्याने आधुनिक भारतातील व्यक्ती जास्त सुजाण होतील.

आधुनिक काळाशी मराठ्यांच्या इतिहासाचा संबंध अथवा त्याचे महत्त्व ठामपणे मांडताना सरदेसाई म्हणतात, ''आधुनिक काळाच्या हितासाठी भूतकालापासून शहाणपणा शिकणे, राष्ट्राच्या भरभराटीच्या काळात, ऱ्हासाच्या दिशेने नेणाऱ्या अदृश्य रूपाने वावरत असणाऱ्या संकटापासून सावध राहण्याचा इशारा देणे, तसेच संकटकाळामध्ये राष्ट्राला धैर्यशाली बनण्यासाठी प्रेरणा देणे आणि पुन्हा सावरण्यासाठी उत्तेजित करणे हे जर इतिहासाच्या अभ्यासाचे प्रमुख हेतू असतील, तर मराठ्यांनी अल्पावधीत केलेल्या महत्त्वपूर्ण कार्याकडे भारत देशाला दुर्लक्ष करता येणार नाही.'' ते पुढे म्हणतात की, ''मराठ्यांनी केलेल्या चुका लक्षात घेतल्या तरी, स्वराज्य संपादण्यासाठी त्यांनी आपल्या प्रदेशातील लोकांना एकजुटीचं महत्त्व आणि परस्परसहकार्य या गुणांचे संवर्धन करण्याची प्रेरणा दिली हे सत्य आहे.''५३

मराठ्यांच्या इतिहासाच्या मांडणीत सरदेसाईंच्यावर न्यायमूर्ती रानड्यांच्या

विचारसरणींचा प्रभाव पडलेला दिसून येतो. सरदेसाईंच्या विचारसरणीशी काहीजण सहमत होणार नाहीत, परंतु त्यांनी आपल्या आवडीच्या विषयांत स्वत:ला सर्वस्वी झोकून दिले होते, याबद्दल मात्र कोणाचे दुमत होणार नाही.

सरदेसाईंनी मराठ्यांच्या इतिहासाचा अभ्यास करणे, लेखन करणे हेच आपले जीवितकार्य मानले होते; कारण त्यांच्या मते, जणू काही मराठ्यांमध्ये एकही चांगला गुण नाही असे मानून, मराठ्यांच्या प्रतिस्पर्ध्यांनी मराठ्यांविषयी अतिशय काळेकुट्ट चित्र रंगविले होते. मराठ्यांच्या उत्कर्षाच्या आणि ऱ्हासाच्या काळात त्यांचे चुकीचे मूल्यमापन केले गेले. म्हणूनच सरदेसाईंनी मराठ्यांची खरी अस्सल कैफियत आपल्या लिखाणातून नि:पक्षपाती लोकांसमोर मांडली. एखाद्या प्रशिक्षित आणि रचनात्मक दृष्टी असलेल्या खऱ्या इतिहासकाराकडून मराठ्यांच्या इतिहासाचे शास्त्रशुद्ध संशोधन व्हावे अशी भावना सरदेसाई व्यक्त करतात.[५४]

कामशेत बैठक :

खऱ्या इतिहासकाराच्या सृजनशील दृष्टीचा प्रसार करण्यासाठी सरदेसाईंनी त्यांच्या इतिहासकार मित्रांची मदत घेण्याचे ठरविले. त्यासाठी त्यांनी समविचारी, समान मनोवृत्तीच्या विद्वानांनी वरचेवर भेटण्यासाठी आपल्या कामशेतच्या घरी एक व्यासपीठ निर्माण केले आणि त्याला 'कामशेत बैठक' असे नाव देण्यात आले.[५५]

१९३८ मध्ये सरदेसाईंनी दसऱ्याच्या निमित्ताने काही इतिहासकार, विद्वान लेखक आणि विद्यार्थ्यांना कामशेतला येण्याचे निमंत्रण दिले. ते एक प्रकारचे अनौपचारिक संमेलनच होते. जदुनाथ सरकारांनी त्याला 'कामशेत बैठक' असे नाव दिले. सरकारांनी या बैठकीचे अध्यक्षपद भूषविले. सर्वांनी मिळून गप्पा माराव्या, चर्चा कराव्या, सगळा वेळ आपल्या आवडत्या विषयावर बोलण्यात मजेत घालवावा अशी त्यामागची कल्पना होती. या बैठकीत फार मोठ्या व्यापक अशा कोणत्याही महत्वाकांक्षी योजना आखल्या जाणार नव्हत्या. मोजक्याच विषयांवर चर्चा होणार होती. ज्यांना चिकाटीने काही काम करायची इच्छा होती, त्यांच्यासाठी काही कामे सुचवावी आणि उत्साही, नवशिक्या तरुणांना प्रोत्साहन मिळावे आणि जुन्या, कर्मठ विचारांच्या इतिहासकारांपासून दूर करावे हा हेतू होता.[५६] (येथे पुण्यातील इतिहासकारांचा संदर्भ ओघानेच येतो.)

सर्व संबंधितांना आमंत्रणे पाठविली. परंतु, त्र्यं. शं. शेजवलकर, दत्तो वामन पोतदार, द. वि. आपटे, न. चिं. केळकर या पुण्यातील इतिहासकारांनी एक सभा घेतली आणि कामशेत परिषद ही काही लोकांनी ठरविली आहे आणि त्यामुळे भारत इतिहास संशोधक मंडळासारख्या मान्यवर संस्थेने आपला प्रतिनिधी या परिषदेला पाठवू नये असा एकमताने निर्णय घेतला.[५७]

कामशेत येथील आश्रमरूपी घरात 'इतिहास तपस्वी' सरदेसाई शांतपणे काम करत होते. त्यांना अनेक प्रतिस्पर्धी आणि टीकाकार होते. इतिहासकार आणि ऐतिहासिक साधनांचे संपादक अशा दुहेरी वैयक्तिक टीकेला सरदेसाईंना तोंड द्यावे लागले. अर्थात, या टीकेमुळे सरदेसाईंच्या इतिहासलेखनाच्या आणि संशोधनाच्या व्यासंगात कुठलाही अडथळा आला नाही. या संदर्भात ते सरकारांना लिहितात, "या जगात, दुष्टकृत्ये करणाऱ्यांना आपण अडवू शकत नाही. आपल्याला त्यांना तोंड द्यावेच लागते. म्हणून मी त्यांचे नशीब त्यांच्याबरोबर, असे मानतो. त्यांच्या वाईट वागणुकीचे परिणाम ते भोगतील अथवा भोगणार नाहीत. त्यात मी लक्ष घालत नाही. मी माझे काम योग्य पद्धतीने केले तरच मी समाधानी असेन."[५८]

१९१० मध्ये वि. का. राजवाडे यांनी पुण्यात भारत इतिहास संशोधक मंडळाची स्थापना केली. पुण्यातील इतिहासकार या मंडळाचे सभासद होते. कालांतराने अंतर्गत मतभेदांमुळे राजवाडे मंडळातून बाहेर पडले. सरकार आणि सरदेसाई हे दोघेही मंडळाचे आजीव सदस्य होते. परंतु, मराठ्यांच्या इतिहासाचे जाणकार म्हणून त्यांना मंडळाची मान्यता नव्हती. मराठी ऐतिहासिक साधने मोडी लिपीत होती. सरकारांना मोडी लिपी येत नसल्यामुळे त्यांना वगळले गेले होते. तर सरदेसाई हे इतिहासकार नसून संकलनकार आहेत आणि त्यांच्या रियासती हे इतिहासलेखन नसून केवळ गोष्टीची पुस्तके आहेत, असे मंडळाच्या सदस्यांचे मत असल्यामुळे, त्यांनाही महत्त्व दिले नाही.

सरकार आणि सरदेसाई मराठ्यांच्या इतिहासाच्या प्रगतीसाठी एकत्र आले, तसेच भारत सरकारने जदुनाथ सरकार यांची 'हिस्टॉरिकल रेकॉर्डस्' कमिशनवर मानद सदस्य म्हणून नेमणूक केली. पुण्यातील पुरातत्त्वविभागातील पेशवे दप्तर छापण्याची शक्यता अजमावून पाहण्याची जबाबदारी सरकारांवर सोपविली होती. दप्तरांची पाहणी केल्यावर सरकारांनी त्यांच्या विश्वासातील माणूस म्हणजेच गो. स. सरदेसाई यांची पेशवे दप्तराच्या निवडीसाठी संपादक म्हणून नेमणूक करावी, असे सरकारला सुचविले. अर्थात, त्यामुळे पुण्यातील इतिहासकारांकडे दुर्लक्ष झाले. भारत इतिहास संशोधक मंडळातील सदस्यांचा अहंकार दुखावला गेल्याने त्यांनी या कामाविरुद्ध मोहीम सुरू केली. ऐतिहासिक साधनांच्या निवडीची पद्धत, मदतनिसांच्या निवडीमधील जातिवाद, संपादकाची शैक्षणिक पात्रता, कागदपत्रांचे संकलन आणि छपाईची पद्धत अशा अनेक मुद्द्यांविरुद्ध निषेध व्यक्त केला. एवढेच नाही तर विधानपरिषदेतील काही सदस्यांचे मन वळवून त्यांना परिषदेच्या बैठकीत वरील मुद्दे उपस्थित करण्यास सांगितले.

तथापि, ब्रिटिश प्रशासकांनी हा प्रश्न अत्यंत ठामपणे हाताळला आणि विधान परिषदेच्या बैठकीत या प्रश्नावर काहीही गदारोळ झाला नाही. मात्र, एवढ्या साध्या विषयावर ज्यांनी मोठा गलका केला होता त्यांच्या क्षुद्र मनोवृत्तीचे दर्शन झाले. या सर्व

प्रसंगावर जदुनाथ सरकारांनी अतिशय नेमकी प्रतिक्रिया व्यक्त केली. त्यांच्या मते, "रस्त्यावरील कुत्री जरी भुंकली तरी तांडा मार्गक्रमण करीत राहतो."

सरदेसाईंच्या पेशवे दप्तराच्या संपादनाच्या कामाचे सरकारांनी कौतुक केले. त्यांनी सरदेसाईंना पत्रात लिहिले, ''तुमचे स्वतःचे विद्यापीठ आणि इतर सर्व विद्यापीठांना जेथे मराठ्यांचा इतिहास शिकविला जातो, त्यांनी तुमच्या कामाची चांगली दखल घेऊन तुम्हाला डी. लिट् ही मानाची पदवी बहाल करायला हवी. युरोपमध्ये खऱ्या विद्वानाचा निश्चितपणे आणि त्वरित सन्मान केला जातो परंतु आपल्याकडे व्यवस्थापक मंडळाच्या आणि इतिहास मंडळाच्या निम्म्या सदस्यांनी सोईस्करपणे आणि आनंदाने सध्याच्या इतिहाससंशोधनाकडे आणि मराठ्यांच्या इतिहासाच्या संशोधकांकडे दुर्लक्ष केलेले आहे आणि उरलेल्या अर्ध्याजणांना तुमच्या यशाची असूया वाटते त्यामुळे तुमची विद्वता जाहीर न होण्याच्या प्रयत्नांची एकही संधी ते दवडणार नाहीत.''६०

एक गोष्ट येथे लक्षात घेतली पाहिजे की, पुणे विद्यापीठाने (स्थापना १९४८–४९) मराठ्यांच्या इतिहासकार म्हणून सरदेसाईंनी केलेल्या अद्वितीय कामगिरीचे मोल ओळखले आणि १९५५ मध्ये त्यांना डी. लिट् ही अत्युच्च पदवी बहाल केली. हा सरदेसाईंचा मोठा विजय होता; कारण, ज्या पुण्यातील इतिहासकारांनी त्यांची थट्टा केली होती, त्यांना मुद्दाम दुर्लक्षिले होते, ते या गौरवसोहळ्यात सहभागी झाले आणि या भूमीच्या सुपुत्राच्या सन्मानाचे ते साक्षीदार झाले.

प्रसिद्ध बंगाली मराठा इतिहासकार डॉ. सुरेंद्रनाथ सेन यांच्यावर जदुनाथ सरकारांनी नेहमीच टीका केली होती. त्यामुळे पेशवे दप्तराचे संपादक या नात्याने सरदेसाईंनी केलेल्या कामाचे त्यांनी मनापासून अजिबात कौतुक केले नाही. १९४४ च्या इंडियन हिस्ट्री काँग्रेसचे ते अध्यक्ष होते. आपल्या अध्यक्षीय भाषणात सेन यांनी सरदेसाईंच्या कामावर जाहीर टीका केली. त्यांच्या मते सरदेसाईंचे पेशवे दप्तराचे काम म्हणजे ''एक खाचखळगा आणि अडथळा' यासारखे आहे. कारण, ते निष्काळजीपणे तयार केलेले छापील ग्रंथ आहेत. जर पुरातत्त्वविभागाने ही कागदपत्रे प्रकाशित केली नसती तर बरे झाले असते. इतिहासाच्या नव्याने अभ्यास करणाऱ्यांनी हस्तलिखिताच्या रूपातच त्यांचा उपयोग केला असता.''६१

डॉ. सेन यांनी अतिशय कठोरपणे सरदेसाईंवर टीकास्त्र सोडले. सरदेसाईंना पेशवे दप्तरातील कागदपत्रांमधील त्रुटींची विशेषतः चुकीच्या तारखांची माहिती होती आणि आपल्या चुका त्यांनी प्रामाणिकपणे दुरुस्त करून १९४४ मध्ये सरकारला त्या सादरही केल्या. इतिहाससंशोधक आणि विद्यार्थ्यांनी मात्र सरदेसाईंच्या ह्या प्रचंड कामाचे स्वागतच केले. कारण, मराठ्यांच्या इतिहासाचे नवीन संशोधन करण्यासाठी सरदेसाईंचे

पेशवे दप्तर मार्गदर्शक तर होतेच शिवाय उत्तेजन देणारेही होते.

सरदेसाईंच्या लेखनाचे परीक्षण :

सरदेसाईंच्या रियासती आणि 'न्यू हिस्ट्री ऑफ द मराठाज्' या ग्रंथसंपदेसंबंधी दोन प्रकारचे परीक्षक आणि टीकाकार आढळतात. गंमतीचा भाग म्हणजे बहुतेक मराठी टीकाकार सरदेसाईंच्या लेखनातील चुका शोधण्यात गढले होते, तर अमराठी इतिहासकार सरदेसाईंच्या मराठ्यांच्या इतिहासलेखनाचे खूप कौतुक करीत होते.

मराठा इतिहासाचे एक संशोधक आणि पेशवे दप्तराच्या कामातील सरदेसाईंचे साहाय्यक य. न. केळकर यांनी पुण्याच्या प्रसिद्ध 'केसरी' वृत्तपत्रांत १९३०-३२ या काळात आठ लेखांची टीका मालिका लिहिली. या लेखमालिकेच्या द्वारे केळकरांनी रियासतींमधील अनेक त्रुटी आणि चुकीची विधाने दाखवून दिली आणि मराठ्यांच्या इतिहासकाराचे दोष उघडकीस आणण्याचा प्रयत्न केला. तथापि, इतरांप्रमाणे केळकरांनी, सरदेसाईंना 'संकलनकार' ठरविले नाही. सरदेसाईंनी घेतलेल्या कष्टांची प्रशंसा केली. कारण, सरदेसाईंशिवाय इतर कोणीही अशा प्रकारचे प्रयत्न त्याआधी केलेले नव्हते. केळकरांनी संशोधकाइतकाच संकलनकारही महत्त्वाचा असतो, हे मान्य केले.

तरीसुद्धा केळकरांनी सरदेसाईंच्या लिखाणातील अनेक दोष दाखविले. केळकरांच्या मते, द्विरुक्ती, लेखनातील विस्कळितपणा, गरज नसताना अवतरणांचा अतिरेक, विसंगती दर्शविणारी विधाने आणि कितीतरी इतर चुका सरदेसाईंच्या संपूर्ण लेखनात होत्या.[६२]

ज्येष्ठ इतिहास संशोधक वासुदेवशास्त्री खरे यांनी आपल्या 'ऐतिहासिक लेखसंग्रहाच्या' खंडांना लिहिलेल्या प्रस्तावनांद्वारे पानिपतच्या युद्धानंतरचा मराठ्यांचा इतिहास थोडक्यात मांडला आहे. त्या संदर्भात काही टीकाकार त्यांना उपरोधाने 'सारांशकार' असे म्हणत असत. य. न. केळकरांनी सरदेसाईंचे लेखन म्हणजे खरेशास्त्रींच्या 'सारांशां'चे 'सारांश' अशी टीका केली आहे. सरदेसाईंनी मात्र या आरोपांचे खंडन केले आहे आणि खरेशास्त्रींच्या लेखनाच्या उंचीच्या जवळपासही आपले लेखन नाही अशी कबुली दिली आहे.[६३]

केळकरांच्या मते, सरदेसाईंच्या रियासतींमधून साध्या, सोप्या भाषेत, संपूर्ण इतिहास प्रथमच लिहिला गेला. सर्वसामान्य वाचक मराठ्यांचा खरा इतिहास म्हणूनच हे लेखन गृहीत धरतील. केळकरांनी पुढे असेही म्हटले आहे की, जोपर्यंत एखादी अभ्यासू, संशोधक व्यक्ती पुढे येऊन मराठ्यांचा निर्दोष इतिहास लिहीत नाही, तोपर्यंत रियासतीतील चुका, आक्षेप, दोष, शंका शोधून काढल्या जाणार. सरदेसाईंनी आयुष्यभर दुसऱ्यांनी लिहिलेले लिखाण गोळा केले ते संगतवार जोडले आणि

इतिहासलेखन केले.[६४]

केळकरांच्या दृष्टीने सरदेसाईंचे इतिहासलेखन सुसंगत, विश्वासार्ह आणि समतोल राखून लिहिलेले नसल्यामुळे कोणीही त्याचे लेखन अधिकृत मानणार नाही. तरीसुद्धा सरदेसाईंच्या अथक प्रयत्नांचे, अविश्रांत कष्ट घेण्याच्या वृत्तीचे केळकर कौतुक करतात. सरदेसाईंनी प्रचंड ऐतिहासिक माहिती मिळविली. परंतु, त्याची मांडणी व्यवस्थित न झाल्यामुळे, ते खऱ्या अर्थाने 'इतिहासलेखन' नसून 'माहितीसंकलन' झाले आहे. अर्थात, खरा इतिहास समजून घेण्याचे एक साधन म्हणून हे संकलन उपयोगी आहे. केळकर पुढे स्पष्टपणे म्हणतात की, सरदेसाईंच्या चाहत्यांच्या मते, त्यांनी मराठ्यांच्या इतिहासाचे मंदिर उभे केले आहे, पण सरदेसाईंच्या रियासती म्हणजे, कुठलेही संस्कार न केलेले कच्च्या लेखनाचे संकलन आहे, ते जणू काही एखाद्या बांधकाम कंत्राटदाराच्या मालाचे गोदाम आहे असे वाटते. एवढे म्हणून केळकर थांबत नाहीत तर पुढे जाऊन ते असेही म्हणतात की, सरदेसाईंनी खूप बारीकसारीक ऐतिहासिक माहिती गोळा केली. बहुधा एखादा गिबन पुढे येईल आणि मराठ्यांच्या शास्त्रशुद्ध इतिहास लिहिण्याचे काम पूर्ण करेल अशी त्यांची अपेक्षा असावी.[६५]

सरदेसाई केळकरांच्या या वर्तमानपत्रातील जहाल टीकेला कुठल्याही प्रकारे उत्तर देण्याच्या भानगडीत पडले नाहीत. ते फक्त एवढेच म्हणाले की, या अतिशय हीन अभिरुचीने लिहिलेल्या लेखमालेने मला वैयक्तिक असा काहीही लाभ झाला नाही. उलट सभ्यतेच्या मर्यादा ओलांडून लिहिलेल्या या लेखनाने, विषयाची मात्र खूप हानी झाली आहे.

डेक्कन कॉलेजमधील प्रोफेसर त्र्यं. शं. शेजवलकर यांनी 'जर्नल ऑफ दि बॉम्बे युनिव्हर्सिटी' मध्ये 'न्यू हिस्ट्री ऑफ द मराठाज्' या ग्रंथाचे परीक्षण लिहिले आहे. सरदेसाईंच्या मते, शेजवलकर हे एक तीक्ष्ण बुद्धिमत्तेचे तरुण होते, परंतु त्यांचा स्वभाव अत्यंत निराशावादी आणि विक्षिप्त होता. तरीसुद्धा सरदेसाईंनी त्यांच्याशी संबंध जोडले[६६] आणि शेजवलकरांचे पेशव्यांच्या विरुद्ध असलेले विचार माहीत असूनही त्यांनी आपल्या 'नानासाहेब पेशव्यांचे चरित्र' या पुस्तकासाठी प्रस्तावना लिहिण्यास सांगितली.

या पुस्तकाबद्दल शेजवलकर लिहितात, "सरदेसाईंनी आपल्या पूर्वीच्या लेखनात, नवीन संदर्भांची भर घातली. परंतु, मूळ लेखनाचा ढाचा बदलायला हवा होता; म्हणूनच न्यू हिस्ट्री हा ग्रंथ म्हणजे जुन्या लिखाणाला फक्त इंग्रजी पेहराव चढविला आहे आणि तो ग्रंथरूपात सहानुभूती दाखविणाऱ्या वाचकांसमोर ठेवला आहे. त्यामुळे सरदेसाईंच्या या 'न्यू हिस्ट्री ऑफ द मराठाज्' या ग्रंथाला ऐतिहासिक टीकेच्या कठोर कसोट्या आम्हाला वापरता येत नाहीत."[६७]

शेजवलकर म्हणतात की, सरदेसाईंनी मराठ्यांच्या इतिहासाच्या विविध टप्प्यांचे

सूक्ष्म संशोधन केलेले नाही. ते इतरांच्या संशोधनाचे केवळ प्रवक्ते राहिलेले आहेत. त्यामुळे ते दुसऱ्याच्या विचारांचे मुखत्यार बनले. पुणे शाखेच्या विरोधी असलेल्या जदुनाथ सरकारांचा येथे शेजवलकरांनी अप्रत्यक्षरीत्या संदर्भ दिला आहे.

शेजवलकरांनी आपल्या लेखाच्या शेवटी अगदी खरमरीत शेरा मारला होता. "सरदेसाईंचे लिखाण हे सर्वांना मार्गदर्शक ठरणारे असले तरी त्यांचे काम म्हणजे कालक्रमानुसार आणि प्रकरणानुसार आखणी केलेली किरकोळ एक मराठ्यांच्या इतिहासाच्या साधनांची मार्गदर्शिका आहे. मराठ्यांच्या इतिहासाचा इतिहासकार म्हणून सर्वांनी त्यांची प्रशंसा केली आहे. (या ठिकाणी शेजवलकरांना जदुनाथ सरकारांचे नाव घ्यायचे होते कारण सरकारांनी सरदेसाईंना ज्येष्ठ मराठा इतिहासकार म्हणून गौरविले होते. सरकारांच्या मताशी ए. सी. बॅनर्जी आणि इतर विद्वानही सहमत होते.) त्यामुळे सरदेसाई स्वत:ला चांगला अभ्यासू इतिहासकार असे मानू लागले... त्यांचे काम म्हणजे, कापा आणि चिकटवा या प्रकारचे इतिहासलेखन आहे, तो खरा इतिहास अजिबात नाही याचे उत्कृष्ट उदाहरण आहे. कॉलिंगवूडच्या म्हणण्याप्रमाणे लेखक आपल्यावरील दोषारोपांची गंभीरपणे दखल घेत नाही; कारण अशा प्रकारचा समग्र इतिहास फक्त आत्ताच लिहिला गेलेला आहे आणि तो एकमेव इतिहास अस्तित्वात आहे आणि इतिहासाचे वाचक आजही हाच इतिहास वाचतात आणि अद्याप जे लोक इतिहासाचे लेखन करतात त्यांचे लेखनही याच धर्तीचे असते."

मराठ्यांच्या इतिहासलेखनासंबंधी सरदेसाईंचा शब्द शेवटचा खरा असे मानणाऱ्या वाचकांना शेजवलकर इशारा देतात की, 'वाचकांना हे माहिती पाहिजे की, सरदेसाई हे आधी पेशाने 'ट्यूटर' होते, त्यासाठी त्यांनी त्यांना जे सांगायचे आहे ते सोप्या, सुबोध शैलीत सांगण्याची स्वत:ची पद्धत तयार केली.' सरदेसाईंना इतिहासाच्या घटनाधिष्ठित अभ्यासाची पक्की बैठक नसल्यामुळे त्यांनी 'इतिहास म्हणजे रोजच्या रोज घडणाऱ्या घटनांचा ओघ' अशा पद्धतीने इतिहासलेखनाची मांडणी केली, हा शेजवलकरांचा सरदेसाईंवर मुख्य आरोप होता. शेजवलकर म्हणतात, "सरदेसाईंचा 'न्यू हिस्ट्री ऑफ द मराठाज्' हा ग्रंथ म्हणजे पोलादी चौकटीशिवाय असलेल्या इमारतीसारखा किंवा कणा नसलेल्या शरीरासारखा आहे."

सरतेशेवटी शेजवलकरांनी काही चांगली मतेही मांडली आहेत. "या ग्रंथाच्या लेखनात जरी गंभीर दोष असले तरी, जोपर्यंत एखादा अभ्यासू इतिहासकार नव्याने निर्दोष इतिहास लिहीत नाही तोपर्यंत महाराष्ट्राच्या बाहेरील लोकांना मराठ्यांची संपूर्ण हकीगत दीर्घकाळपर्यंत या ग्रंथातून वाचायला मिळेल."

सरदेसाईंनी लिहिलेल्या बाळाजी बाजीराव किंवा नानासाहेब पेशवा (१७४०-१७६१) यांच्या मराठी चरित्राचे परीक्षणही शेजवलकरांनी त्याच पद्धतीने केले.

त्यांनी नानासाहेबांबद्दल अनेक प्रश्न उपस्थित केले. नानासाहेब मुत्सद्दी होते का? शिवाजीमहाराजांशी त्यांची तुलना होऊ शकते का? जगाच्या इतिहासात त्यांचे स्थान काय? जेव्हा इंग्रजांनी भारतात पाय रोवायला सुरुवात केली तेव्हा त्यांना अटकाव करण्याइतपत नानांचे कर्तृत्व होते का? त्यांना काळाचे महत्त्व समजत होते का? इ. संपूर्ण परीक्षणात शेजवलकरांचा नकारात्मक सूर व्यक्त झाला होता. पेशव्यांबद्दलचे त्यांचे पूर्वग्रहदूषित मत त्यात प्रतिबिंबित झाले होते.[६९]

सरदेसाईंच्या लेखनाबद्दल २२ मार्च १९४९ च्या 'टाइम्स ऑफ इंडिया'मध्ये एक निनावी परीक्षण छापले होते. त्यात असे म्हटले होते, "समकालीन मराठी, इंग्रजी आणि इतर भाषांतील इतिहासलेखनात, सरदेसाईंचे काम सर्वोत्कृष्ट आहे. त्यांच्या लेखनातून मराठ्यांच्या राजकारणाचे जास्त चांगले चित्र पाहायला मिळते आणि अनेक गैरसमजुती नाहीशा होण्यास मदत होते."

अलाहाबादहून प्रसिद्ध होणाऱ्या 'संडे लीडर'च्या २३ जानेवारी १९४९ च्या अंकात श्री. एल. बी. गोखले यांनी न्यू हिस्ट्रीच्या खंड २ आणि ३ वर लिहिलेला लेख आहे. या लेखात श्री. गोखले यांनी मराठ्यांचा यथायोग्य इतिहास लिहिल्याबद्दल सरदेसाईंचे अभिनंदन केले आहे; कारण ब्रिटिशांच्या अमदानीत मराठ्यांचे अतिशय वाईट किंवा काळे चित्र रंगविले गेले होते. एवढेच काय पण लुटारूंच्या जातीतील अशी मराठ्यांची निर्भर्त्सना करण्यापर्यंत मजल गेली होती.

'न्यू हिस्ट्री'च्या तिसऱ्या खंडाच्या प्रकाशनाच्या निमित्ताने मुंबईहून प्रसिद्ध होणऱ्या 'इव्हिनिंग न्यूज ऑफ इंडिया'ने सरदेसाईंवर लेख लिहिला होता. सरदेसाईंची इंग्रजी आणि मराठी या दोन्ही भाषांतील पुस्तके माहितीपूर्ण, वाचताना आनंद देणारी आणि समजायला सोपी आहेत. कुठलेही पूर्वग्रह किंवा प्रतिकूल मते यामध्ये व्यक्त केलेली नाहीत. असे नेहमी म्हटले जाते की, महाराष्ट्रातील विद्वानांनी केलेले चांगले काम त्यांना पूर्वग्रहदोषी ठरवून त्याचा स्वीकार केला जात नाही.

१४ ऑक्टोबर १९४८ या दिवशी झालेल्या या प्रकाशनसमारंभाचे अध्यक्ष दत्तो वामन पोतदार होते. सर्व वक्त्यांनी सरदेसाईंच्या अथक परिश्रमांचे आणि चिकाटीचे कौतुक केले.

मराठ्यांच्या कालखंडाचा अभ्यास करणाऱ्या एका विद्यार्थ्याने 'फ्रेश लाइट ऑन मराठा हिस्ट्री' या शीर्षकाखाली एक लेख लिहिला. त्याला सरदेसाईंच्या लेखनातील एक उणीव प्रकर्षाने जाणवली. त्याच्या मते, राजकीय आणि युद्धाच्या प्रसंगांनी त्यांचे लेखन संपूर्णपणे भरलेले आहे आणि त्यात इतर घटनांकडे जवळजवळ दुर्लक्ष झाले आहे; असे असले तरी या ग्रंथाचे स्वागत करायला हवे. त्यातील मर्यादा आणि त्रुटी लक्षात घेऊनही, हे ग्रंथ म्हणजे अक्षर वाङ्मय आहे. आपल्या इतिहासात मराठ्यांच्या

कालखंडाशी संबंधित असलेल्या या ऐतिहासिक लेखनाने मोलाची भर घातली आहे.[७०]

मराठ्यांच्या इतिहासाचे एक विद्वान संशोधक श्री. यशवंत राजाराम गुप्ते यांनी न्यू हिस्ट्रीच्या पहिल्या खंडाचे परीक्षण केले. सरदेसाईंच्या या कामाचे महत्त्व विशद करण्यासाठी यांनी तीन लेखांक लिहिले. अर्थात, ग्रंथातील काही भागाविषयी त्यांनी विरोध दर्शविला. विशेषत: मराठ्यांच्या स्वातंत्र्ययुद्धाच्या कालखंडासंबंधी (१६८९-१७०७) लिहिताना शिवाजीमहाराजांच्या वृत्तांताचा हेतू आणि राजारामांच्या कामगिरीची चर्चा याविषयीचे सरदेसाईंचे विचार गुप्त्यांना अमान्य होते.[७१]

सरदेसाईंना मिळालेले बहुमान :

सरदेसाईंना त्यांच्या कामगिरीबद्दल फक्त टीकाच ऐकायला मिळाली नाही, तर काही बहुमानही मिळाले.

शेकडो वाचकांनी सरदेसाईंना पत्ररूपाने रियासतींच्या पसंतीची पावती पाठविली. कायदेमंडळाचा अंतर्गत हल्ला आणि पुण्याच्या इतिहासकारांनी घेतलेले कडक आक्षेप, पेशवे दप्तराच्या कामासाठी सरदेसाईंची नेमणूक झाल्यावर त्यांच्या पात्रतेबद्दल घेतलेल्या शंका या सर्व अडथळ्यांमधून सरदेसाईंनी ज्या धैर्याने, प्रामाणिकपणे आणि श्रद्धेने काम केले, त्याबद्दल बॉम्बे गव्हर्मेंटने सरदेसाईंची स्तुती केली. जदुनाथ सरकारांच्या आदेशानुसार, सरकारने १९३२ मध्ये सरदेसाईंना 'रावसाहेब' ही पदवी दिली तर १९३७ मध्ये 'रावबहादूर' हा अत्युच्च किताब बहाल केला.[७२]

काही किरकोळ कारणांमुळे, 'रावसाहेब' ही पदवी देण्याच्या कार्यक्रमाला सरदेसाई उपस्थित राहिले नाहीत. कार्यक्रमांमध्ये मुंबईचे गव्हर्नर सरदेसाईंचे अभिनंदन करून, ''आपण अजून वरच्या दर्जाच्या पदवीच्या योग्यतेचे आहात आणि मला आशा आहे की, नजीकच्या काळात, ती आपल्याकडे सन्मानाने चालून येईल.'' असे भाषणात म्हणाले.

१९३३ ते ३७ या काळात मुंबई इलाख्याचा ब्रेबॉर्न हा गव्हर्नर होता. त्याने १९३४ मध्ये पेशवे दप्तराला स्वत: भेट दिली आणि सरदेसाईंच्या कामाची माहिती करून घेतली. १० मे १९३७ रोजी लॉर्ड ब्रेबॉर्नने सरदेसाईंना पत्र लिहिले. त्यात ''राज्याभिषेकाच्या वेळी, देण्यात येणाऱ्या पुरस्कारांच्या यादीत आपले नाव पाहताना मला आनंद होतो आहे. व्हाइसरॉयच्या हस्ते आपला जो सन्मान होणार आहे, त्याबद्दल मी आपले अभिनंदन करतो.'' अशा तऱ्हेने भारत सरकारने पूर्वी दिलेल्या वचनानुसार १९३७ मध्ये सरदेसाईंना 'रावबहादूर' ही मानाची उच्च पदवी बहाल केली.[७३] १९५७ मध्ये स्वतंत्र भारताच्या राष्ट्रपतींकडून सरदेसाईंना 'पद्मभूषण' या पदवीने गौरविण्यात आले.[७४]

राजघराण्यांनी सरदेसाईंचा सन्मान केला. साताऱ्याच्या छत्रपतींनी सरदेसाईंना

मानाची साडेतीन वस्त्रे देऊन बहुमान केला.[७५] त्यासाठी २ जानेवारी १९३४ या दिवशी एक भव्य समारंभ साताऱ्यात झाला. तीन दिवस तो चालला होता. जदुनाथ सरकार सपत्नीक कार्यक्रमाला हजर होते. ७० वर्षांच्या सरदेसाईंना छत्रपती शिवाजीमहाराजांच्या वंशजांकडून बहुमान स्वीकारताना मनस्वी आनंद झाला.

ज्या ठिकाणी सरदेसाईंनी आपल्या आयुष्याची उमेदीची वर्षे घालविली त्या बडोदा संस्थानानेही सरदेसाईंचा उत्तम गौरव केला. या गौरवसोहळ्यात सयाजीराव गायकवाडांच्या विधवा पत्नी, महाराणी चिमणाबाई, प्रतापसिंह गायकवाडांच्या पत्नी महाराणी शांतीदेवी यांच्यासह बडोदेकर नागरिक उत्साहाने, आनंदाने सहभागी झाले होते. ते पाहून सरदेसाई भावनाविवश झाले. त्याबद्दल ते लिहितात, "माझ्यासारख्या सामान्य माणसाबद्दल बडोद्यामध्ये एवढी आपुलकी आहे, याची मला खरोखरच कल्पना नव्हती."[७६] बडोदा स्वागत समितीकडून काहीही भेट घेण्याची सरदेसाईंची इच्छा नव्हती. महाराणी चिमणाबाईंनी दिलेला ५,००० रुपयांचा धनादेश धुळ्याच्या राजवाडे संशोधन मंडळाला पाठविण्यासाठी समितीला विनंती केली. आणि उरलेले पैसे, ज्यांच्याकडून घेतले होते त्यांना परत करावे असे संयोजकांना सांगितले. परंतु समितीने ते अमान्य केले. समितीने सरदेसाईंना १,००० रुपये किमतीची चांदीची पेटी भेटीदाखल दिली आणि उरलेल्या पैशांचा विनियोग सरदेसाईंच्या सल्ल्याने इतिहासाच्या अभ्यासासाठी करण्याचे ठरले. २ मार्च १९४७ या दिवशी झालेल्या या समारंभाचे अध्यक्षपद बडोद्याच्या महाराणी शांतीदेवींनी भूषविले होते.

भोर संस्थानचे प्रमुख पंतसचिव यांनी १९५२ मध्ये सरदेसाईंचा महावस्त्रे देऊन सन्मान केला.

वेगवेगळ्या संशोधनसंस्थांनीही सरदेसाईंचा सन्मान केला. १९३५ मध्ये रायगड स्मारक मंडळाने शिवाजी महाराजांची पुण्यतिथी साजरी करण्याचे ठरविले. सरदेसाईंच्या ७१ व्या वाढदिवसाचे निमित्त साधून मंडळाने त्यांना या कार्यक्रमाचे अध्यक्षपद दिले. हे मंडळ भारत इतिहास संशोधक मंडळाची संस्था असल्याने पुण्याचे इतिहासकार दत्तो वामन पोतदार, द. वि. आपटे आणि इतर सहभागी झाले होते. अर्थात, सरदेसाईंना जेवढा साताऱ्याचा समारंभ आवडला तेवढा पुण्याचा समारंभ आवडला नाही; कारण त्यांच्या मते पुण्याच्या कार्यक्रमात औपचारिकपणा तर साताऱ्यात उत्स्फूर्तता होती.[७७] धुळ्याच्या राजवाडे संशोधन मंडळाच्या स्थापनेपासून (१९१५) सरदेसाई आणि सरकार यांचा मंडळाशी संबंध होता. १९ जानेवारी १९४६ या दिवशी मंडळाने सरदेसाईंच्या सन्मानार्थ एका कार्यक्रमाचे आयोजन केले आणि सरदेसाईंना 'इतिहास मार्तंड' (शब्दशः अर्थ – इतिहासाचा सूर्य) ही पदवी दिली. बॉम्बे हायकोर्टाचे मुख्य न्यायाधीश सर लिओनार्ड स्टोन हे या कार्यक्रमाचे अध्यक्ष होते. योगायोगाने राजवाड्यांनी सरदेसाईंना पूर्वी एका

पत्रात इतिहासमार्तंड हे विशेषण लिहिले होते.[७८]

धुळ्याचा समारंभ जदुनाथ सरकारांना खूप आवडला. राजकुमार रघुवीरसिंह या आपल्या शिष्योत्तमाला ते लिहितात, ''धुळ्याच्या राजवाडे संशोधन मंडळाने सरदेसाईंचा सत्कार केल्याची बातमी फार आल्हादकारक आहे. खरोखर सरदेसाईंचा सन्मान करून मंडळाने स्वत:लाच सन्मानित करून घेतले आहे. मराठ्यांचा इतिहास आणि त्यावर काम करणारे विद्यमान इतिहासकार यांची जाणीव मुंबई विद्यापीठात कोणाला नाही हे यावरून स्पष्ट होते.''[७९]

जदुनाथ सरकारांना आपल्या जिवलग मित्राचा अगदी वेगळ्या पद्धतीने सन्मान करायचा होता. १९३७ पासूनच त्याविषयी ते गंभीरपणे विचार करत होते. सरदेसाईंचा सन्मान करण्यासाठी विख्यात विद्वानांनी लिहिलेल्या लेखांचा खंड सरदेसाईंना अर्पण करायचा अशी योजना सरकारांनी आखली. त्यासाठी एक समिती स्थापन केली. श्री. भास्करराव जाधव या समितीचे अध्यक्ष आणि त्यांच्याबरोबर सरकार आणि सरदेसाई यांचे मित्र श्री. रा. टिकेकर होते. सरकारांनी इंग्रजीत 'सरदेसाई कॉमेमोरेशन व्हॉल्युम' आणि मराठीत 'सरदेसाई स्मृतिग्रंथ' असे दोन खंड तयार करण्याचे ठरविले. भारतातल्या विद्यासंपन्न विद्वानांची यादी तयार केली आणि त्यांना ग्रंथासाठी लिहायला सांगितले. ज्या लेखात अव्वलदर्जाचे अस्सल लिखाण होते, त्यांचाच समावेश ग्रंथात करावा अशी सरकारांनी, टिकेकारांना सूचना दिली होती.[८०] भावी पिढ्यांनीही हे अमूल्य ग्रंथ म्हणून अभ्यासावेत, अशी सरकारांची इच्छा होती. ''रेल्वे स्टेशनवरील पुस्तकांच्या दुकानातील कादंबऱ्यांप्रमाणे काही काळाने भिरकावून देण्याच्या दर्जाचे हे ग्रंथ होऊ नयेत. विद्वत्तेच्या जगात, संख्येपेक्षा गुणवत्ता जास्त महत्त्वाची असते.''

सरदेसाईंना हे ग्रंथ एका विशेष समारंभाचे आयोजन करून सन्मानपूर्वक अर्पण करण्याचा सरकारांनी कार्यक्रम आखला. रँगलर परांजपे, मुंबई विद्यापीठाचे श्री. चंदावरकर, बॅरिस्टर जयकर यांच्यापैकी एक अध्यक्ष करण्याचे ठरविले; जर त्यांच्यापैकी कोणीही येऊ शकणार नसेल तर सरकारांनी औंधच्या पंतप्रतिनिधींचे नाव सुचविले. 'विद्वतेचे शिखर त्याचबरोबर दीर्घकाळचा कनवाळू मित्र' असे पंतप्रतिनिधींबद्दल सरकारांचे मत होते.

पुण्याचे इतिहासकार पोतदार, शेजवलकर इ. आणि ए. आर. गुर्जर, गुंजाळ, सरदार मुजुमदार यांनी कायदे मंडळात सरदेसाईंची निर्भर्त्सना केली म्हणून या सर्व मंडळींना कार्यक्रमाचे आमंत्रण देऊ नये, असे सरकारांनी सुचविले. तसेच देणगी गोळा करण्यास ते फारसे उत्सुक नव्हते. विशेषत: बडोद्याच्या महाराजांकडून पैसे घेण्यास तर त्यांचा विरोध होता. सरकार लिहितात, ''जगात पैसा हाच प्रमुख मानला जात नाही आणि त्यात नानांसारख्या (सरदेसाई) व्यक्तीच्या आयुष्यात तर त्याला सर्वात खालचे स्थान आहे.

स्वाभिमान ही अशी गोष्ट आहे, जी तुम्ही विसरला आहात.'' हे स्मृतिग्रंथ एका मोठ्या किंवा दोन मध्यम आकाराच्या चंदनाच्या पेटीत घालून द्यावेत. ही पेटी फांद्या आणि पाने यांनी कलात्मकतेने सुशोभित केलेली असावी, असे सरकारांचे म्हणणे होते कारण ज्या माणसाने आयुष्यभर 'साधी राहणी आणि उच्च विचारसरणी' या तत्त्वांचा अंगीकार केला होता, त्याला सोने किंवा चांदीची पेटी दिली तर ती विसंगती ठरणार होती.

सरकारांच्या मते, सरदेसाईंना त्यांच्या मित्रांनी इंग्रजी आणि काही संस्कृत इतिहासाची किंवा चरित्रग्रंथ भेट द्यावेत. हे ग्रंथ भारताशी संबंधित असायला हवेत असे नाही. सरदेसाईंना कोणते ग्रंथ भेट द्यावेत, हे सुचविणारी एक यादी सरकारांनी स्वत: तयार केली. सरकारांनी समारंभाचा संपूर्ण कार्यक्रम आखला. त्यात मराठी स्वागतगीतापासून शेवटच्या गीतापर्यंत आणि शेवटी चहा आणि अल्पोपाहार अशी व्यवस्थित क्रमवारी होती.[८१]

दोन्ही खंड अगदी वेळेवर तयार झाले आणि १ ऑक्टोबर १९३८ या दिवशी मुंबईच्या सेंट झेवियर कॉलेजमध्ये बॅरिस्टर एम.आर. जयकर यांच्या हस्ते त्यांचे प्रकाशन झाले. जदुनाथ सरकार, राजकुमार रघुवीर सिंह, डॉ. कानुनगो, पंडित जयचंद्र विद्यालंकार यांनी समारंभात सरदेसाईंच्या कामाबद्दल गौरवपर भाषणे केली.

महाराष्ट्र साहित्य परिषदेने, मराठी साहित्य संमेलनाच्या अध्यक्षपदासाठी सरदेसाईंचे नाव सुचविले. परंतु, एकदा स्वातंत्र्यवीर वि. दा. सावरकर यांचे नाव आल्याने, सरदेसाईंची निवड झाली नाही; तर दुसऱ्यांदा अहमदनगर येथील साहित्य संमेलनाच्या अध्यक्षपदासाठी त्यांची निवड झाली, परंतु साहित्य परिषदेच्या अध्यक्षनिवडीची पद्धत न आवडल्याने त्यांनी अध्यक्ष होण्यास 'नकार' दिला. त्यामुळे निवडयादीतील दुसऱ्या क्रमांकावरचे दत्तो वामन पोतदार हे सरदेसाईंच्या ऐवजी नगरच्या साहित्य संमेलनाचे अध्यक्ष झाले.[८२]

१९५१ मध्ये नव्याने स्थापन झालेल्या पुणे विद्यापीठाने डॉ. सरदेसाईंना, धोंडो केशव कर्वे आणि होमी मोदी यांच्या समवेत डी.लिट ही मानाची पदवी बहाल केली. या पदवीदान समारंभाचे अध्यक्ष कुलगुरू बॅरिस्टर एम.आर.जयकर होते. त्याचवर्षी जयपूर येथे भरणाऱ्या इंडियन हिस्ट्री काँग्रेसचे अध्यक्ष म्हणून त्यांची निवड झाली; अशा तऱ्हेने इतिहासकारांच्या राष्ट्रीय संस्थेने सरदेसाईंची अध्यक्ष पदासाठी निवड केल्याने त्यांचा विशेष बहुमान झाला.

सरदेसाई आणि सरकार : जीवाभावाची मैत्री :

इतिहासाचा व्यासंग हा सरदेसाई आणि सरकार यांच्या मैत्रीचा समान धागा होता. यापूर्वी त्याबद्दल बरेच लिहिले गेले आहे. १९०४ मध्ये सरकारांनी सरदेसाईंना पहिले वैयक्तिक पत्र पाठविले आणि तेव्हापासून पुढची ५४ वर्षे म्हणजेच जदुनाथ सरकारांच्या मृत्यूपर्यंत (१९५८) दोघांची मैत्री अखंड राहिली. दोघांनी आपले सत्त्व (तेज) जपत,

एकमेकांशी आदराची भावना ठेवल्याने (इतिहासकारांच्या जगतात, अशी मैत्री एकमेवा–द्वितीय मानावी लागेल) त्या दोघांमधील पत्रांची संख्या खूपच आहे. त्यात वैयक्तिक गोष्टींबद्दलही वाचायला मिळते. त्याचबरोबर मध्ययुगीन भारतातील ऐतिहासिक घटनांसंबंधीही बरीच माहिती मिळते. ऐतिहासिक घटनांच्या तारखा निश्चित करणे, त्यांच्या जागा शोधणे एखाद्या घटनेसंबंधी कोणता साधनग्रंथ किंवा कागदपत्रे वापरावीत, एखाद्या घटनेबद्दल शंका उपस्थित करणे किंवा शंका निरसन करणे, अशा कितीतरी विषयांवर पत्रांमधून लिहिलेले असे. व्यक्तिगत पत्रांमध्ये आयुष्यातल्या सुखदुःखांच्या गोष्टींचा उल्लेख असे. काही वेळा एकमेकांना दिलासा दिलेला असे तर काही वेळा टीकाटिप्पणीसुद्धा केलेली असे.

हरिराम गुप्ता यांनी ही पत्रे संपादित केलेली आहेत. ते लिहितात, "तो काळ लक्षात घेता, त्या दोघांच्या पत्रव्यवहारातील सातत्य, आवाका आणि कालावधी आपल्याला खूप काही शिकवून जातो."[८३]

या पत्रांचा दीर्घकाळ, सातत्य आणि विषयांची विविधता, ज्यात प्रचंड ज्ञान आणि हळुवारपणा, दृढ विश्वास आणि दोन स्वावलंबी संशोधकांच्या कर्तृत्वाचा संग्रह आहे तो अत्यंत मौलिक आहे.

सरदेसाईंना ज्येष्ठ इतिहासकार बनविण्यात सरकारांचा फार मोठा वाटा आहे, हे मान्य करावे लागेल. सरदेसाईंच्या इतिहासाच्या अभ्यासाला चांगले वळण लावण्यात सरकारांची फार मदत झाली. सरदेसाईंना त्यांचे मराठी सहकारी इतिहासकार न मानता केवळ 'संकलनकार' मानत होते. परंतु, सरकारांनी मात्र त्यांची ज्येष्ठ इतिहासकार म्हणून जनमानसात प्रतिमा तयार करण्यात कोणतीही कसूरबाकी ठेवली नाही. त्यांनी सरदेसाईंना हरतऱ्हेने मदत केली. त्यांना संदर्भासाठी पुस्तके पुरविली, लिखाणात सूचना केल्या, काही मुद्द्यांवर मार्गदर्शन केले. 'न्यू हिस्ट्रीचे' हस्तलिखित तपासून दिले, ग्रंथप्रकाशनासाठी निधी उपलब्ध करून दिला, विद्वान मंडळी आणि सरकारकडून त्यांच्या कामाला मान्यता मिळवून दिली; अशा कितीतरी गोष्टींसाठी ते नेहमीच सरदेसाईंच्या पाठीशी उभे राहिले.

सरदेसाईसुद्धा जमेल तेवढी मदत जदुनाथ सरकारांना करीत. 'हिस्ट्री ऑफ औरंगजेब' आणि 'फॉल ऑफ मुघल एम्पायर' या ग्रंथांसाठी, मराठी साधनग्रंथांची माहिती सरदेसाईंनी त्यांना दिली. त्यांच्या कामशेत किंवा दार्जिलिंग येथे होणाऱ्या वार्षिक बैठकांमुळे इतिहासाच्या अभ्यासाला, संशोधनाला चालना मिळे. मोगलांच्या इतिहासाशी संबंधित महाराष्ट्रातील विविध ठिकाणांना सरदेसाईंमुळे, सरकारांना भेटी देणे शक्य झाले. तसेच त्या त्या भागाची माहिती मिळवता आली; अशा तऱ्हेने दोघांनी एकमेकांना केलेल्या मदतीमुळे, मध्यमयुगीन कालखंडाच्या विशेषतः १७ व्या आणि १८ व्या शतकाच्या

इतिहाससंशोधनामध्ये मोलाची भर पडली. सरदेसाई परस्परांच्या पत्रव्यवहाराबद्दल सरकारांना लिहितात, ''तुम्ही मला पाठविलेली सर्व पत्रे मी काळजीपूर्वक जतन केली आहेत; कारण ती फार मौल्यवान आहेत. या पत्रांमधून गेल्या ३० वर्षांच्या ऐतिहासिक संशोधनाची संपूर्ण माहिती नमूद केली गेली आहे. तुम्हीसुद्धा निश्चितच माझी पत्रे व्यवस्थित ठेवली असतील. हे दोन्ही पत्रसंग्रह एकत्र केले तर भावी संशोधकांना मार्गदर्शन करणारा ग्रंथ मिळेल.''[८४]

समारोप :

सरदेसाईंनी आपण इतिहासकार आहोत, हे सिद्ध करण्याचा आव आणला नाही. त्यांनी मराठी आणि इंग्रजी भाषांत भारताचा संपूर्ण इतिहास लिहिला, त्याचा त्यांना रास्त अभिमान होता. त्याचबरोबर स्वत:च्या कामगिरीबद्दल त्यांच्या मनात नम्र भाव होता, जो त्यांनी न्यू हिस्ट्रीच्या तिसऱ्या खंडातील (१९४८) समारोपामध्ये व्यक्त केलेला आहे.

'न्यू हिस्ट्री' या शीर्षकाबद्दल ते वाचकांना सांगतात, ''हे शीर्षक दिले आहे म्हणून मराठ्यांच्या इतिहासावर हा ग्रंथ निश्चित प्रमाणित अधिकाराच्या दर्जाचा दावा करतो आहे, असे कोणीही मानू नये.'' मराठ्यांच्या इतिहास लिहिलेल्या या ग्रंथाचा हेतू सरदेसाईंनी मुद्दाम सांगितला आहे. त्यांच्या मते, ''माझ्यासारख्या महाराष्ट्राच्या सामान्य पुत्राने जो विचार केला आणि त्याला जे वाटले ते त्याने कनवाळू वाचकांना मोकळ्या मनाने सांगितले आहे आणि एवढाच त्याचा माफक नम्र हेतू आहे. त्याच्या मागच्या ४० वर्षांच्या आयुष्यात ऐतिहासिक विषयावर जे मनन, चिंतन केले ते येथे मांडले आहे. माझ्या ग्रंथसंपदेची यादी जरी लांबलचक असली तरी मी इतिहासाचा विद्वान नाही, किंवा रीतसर शिक्षण घेऊन तयार झालेला इतिहासकार नाही. मी फक्त एक इतिहासाची उत्सुकता बाळगणारा आणि त्यावर अथक काम करणारा आहे; हा माझा शेवटचा ग्रंथ मानावा.[८५]

अधिकारपदावर असणाऱ्यांना सरदेसाईंनी नेहमीच मान दिला आणि त्यांच्याशी ते निष्ठापूर्वक राहिले. परंतु, स्वाभिमानाचा प्रश्न उद्‌भवला तेव्हा त्यांनी मुळीच तडजोड केली नाही. बडोदा संस्थानाचा सेवक म्हणून त्यांनी कायम सयाजीरावांच्या प्रती स्वामिनिष्ठा राखली. परंतु, जेव्हा सयाजीरावांनी त्यांना आपले चरित्र लिहिण्यास सांगितले, तेव्हा त्यांनी नम्रपणे नकार दिला. सरदेसाई हे सयाजीरावांचे पगारी नोकर होते त्यामुळे मालकाच्या कारकिर्दीचे योग्य मूल्यमापन आपल्या हातून होणार नाही, असे त्यांना वाटले. या कारणाबरोबर एखाद्या व्यक्तीच्या आयुष्याचे खरे मूल्यमापन, त्याच्या मृत्यूनंतरच करता येते, असे सरदेसाईंचे आग्रही मत होते. त्याचबरोबर सरदेसाईंनी महाराजांची पत्रे, इतर कागदपत्रे संकलित करण्याची तयारी दर्शविली. हा पत्रव्यवहाराचा दस्तऐवज ग्रंथाच्या

रूपात प्रकाशित केला तर भविष्यात महाराजांचे चरित्र लिहिणाऱ्याला त्याचा खूप उपयोग होईल, हेही त्यांनी महाराजांना सांगितले. त्याचा परिणाम म्हणजे, महाराज सरदेसाईंवर नाराज झाले. म्हणून सरदेसाईंनी स्वेच्छानिवृत्तीची इच्छा महाराजांपाशी व्यक्त केली. परंतु, सयाजीराव त्याही गोष्टीला तयार नव्हते. ते सरदेसाईंना म्हणाले, "तुम्ही मला सोडून जाऊ शकत नाही. तुम्हाला माझ्या राजवाड्यातच मृत्यू आला पाहिजे." या सर्व घटनांमुळे सरदेसाईंना बडोदा संस्थानात राहण्यात अजिबात स्वारस्य उरले नाही. त्यांनी १९२५ मध्ये संस्थानाच्या नोकरीचा राजीनामा दिला. महाराजांनी तो स्वीकारला. परंतु, सरदेसाईंच्या पेन्शनच्या रकमेतील ६०% रक्कम कमी करण्याचा आदेश दिला.[८६] एवढे सगळे रामायण होऊनही स्वामीनिष्ठ सरदेसाईंनी 'द न्यू हिस्ट्री' हा ग्रंथ जो सरदेसाईंच्या आयुष्याचा अमूल्य ठेवा होता, तो त्यांनी केवळ महाराजांना कृतज्ञतापूर्वक अर्पण केला.

पेशवे दप्तराचे काम करत असताना, त्याच्या १४ व्या खंडाचे शीर्षक काय असावे, यासंबंधी मध्यवर्ती विभागाचे आयुक्त आणि संपादक या नात्याने सरदेसाई यांचे काही मतभेद होते, असे दिसते. संपादकांनी 'मराठा कॉनक्वेस्ट्स इन दि नॉर्थ' किंवा 'एक्सपान्शन ऑफ दि मराठा एम्पायर इन दि नॉर्थ' अशी दोन शीर्षके या खंडाला सुचविली होती. परंतु, पुरातत्त्व विभागाचे मुख्य म्हणून आयुक्तांनी 'दि इन्कर्शन्स ऑफ दि मराठाज् इनटू दि नॉर्थ ऑर नॉर्दर्न इंडिया' हे नाव सुचविले.

सरदेसाईंना नावातला मूलभूत बदल मान्य नव्हता. तसेच इतिहासाचा आशय सांगण्यामध्ये आयुक्तांनी केलेली लुडबुड पाहून सरदेसाईंना राग आला. संपादक म्हणून असलेले कामाचे स्वातंत्र्य सोडून देण्याची त्यांची तयारी नव्हती. त्यांनी सरकारला पत्र लिहिले, "पुरातत्त्व खात्यातील असलेल्या कागदपत्रांविषयीची कोणतीही अधिकृत माहिती मी जाहीर करता कामा नये ही गोष्ट एका बाजूला तर दुसऱ्या बाजूला ऐतिहासिक संशोधनात रस असलेल्या भारतातील उत्सुक जनतेसाठी मी काही कर्तव्ये पूर्ण करायला हवी आहेत... या ठिकाणी संशोधनाचे काम करण्याचे मी मान्य केले असले, तरी मला जे योग्य वाटते आहे, ते सांगण्याचे माझे व्यक्तिस्वातंत्र्य मी गमावणार नाही."[८७] मुंबई सरकारने सरदेसाईंचे म्हणणे मान्य केले आणि १४ व्या खंडाला 'मराठा कॉन्क्वेस्ट इन दि नॉर्थ' हे नाव देण्यात आले.

जदुनाथ सरकारांचा मराठ्यांच्या इतिहासाच्या अभ्यासाचा अधिकार नेहमीच जास्त आहे हे सरदेसाईंनी पूर्णपणे मानले होते. आपल्या परम मित्रावर त्यांची निष्ठा होती, त्याचबरोबर वेळोवेळी ते सरकारांबद्दल कृतज्ञताही व्यक्त करत. संपूर्ण मराठा इतिहासातील मोठ्या भागाची सरकारांनी पुनर्रचना केली, हे कबूल करण्यात सरदेसाईंनी कधीही मागेपुढे पाहिले नाही. ते लिहितात, "राजवाडे आणि इतरांनी जरी मराठ्यांच्या इतिहासावर काम केले असले तरी, तुम्ही पैशाने आणि कष्टाने मराठा इतिहासासाठी जो त्याग केला

आहे, त्यामुळेच मराठा इतिहासलेखनाची एवढी प्रगती होऊ शकली आहे, अन्यथा ही गोष्ट अवघड होती.''[८८] सरदेसाईंच्या मते, सरकारांनी १९४६ मध्ये लिहिलेला 'शिवाजी' हा ग्रंथ त्या विषयातील शेवटचा शब्द मानावा लागेल. त्या ग्रंथाची व्याप्ती एवढी आहे की, पांडित्य आणि अलौकिक बुद्धिमत्तेचा तो अक्षर स्मारकग्रंथ आहे.[८९] सरदेसाई अत्यंत मोकळेपणाने मान्य करतात की, जदुनाथ सरकारांसारख्या सूर्यासमोर मी काजवा आहे, असेही म्हणू शकत नाही.[९०]

सरदेसाईंनी त्यांच्या आयुष्यात जे साध्य केले त्याची मनमोकळी प्रशंसा करताना सरकार म्हणतात, ''माणसाचं आयुष्य सार्थकी कसं लागलं हे पाहताना तो किती आयुष्य जगला, त्याने किती पैसा जमा केला आणि मौजमजा केली, त्याची मोठ्याने जाहीरपणे प्रशंसा केली यांनी मोजमाप करता येत नाही, तर त्याने आपल्या आयुष्यात जी चिरकाल टिकणारी कामगिरी केली त्याने करावी लागते. या दृष्टिकोनातून पाहिल्यास गोविंद सखाराम सरदेसाई यांनी जे आयुष्य घालविले ते निरर्थक होते असे म्हणता येणार नाही.''[९१]

टिपा आणि संदर्भ

१. महाराष्ट्रातील रत्नागिरी जिल्ह्यातील मावळंगे या खेड्यातील म्हणून सरदेसाई हे मावळणकर या नावानेही ओळखले जात. गोविंदराव सरदेसाई यांचा जन्म १७ मे, १८६५. लक्ष्मीबाई कीर्तने यांच्याशी २९ फेब्रु. १८८४ या दिवशी विवाह; दोन मुलगे, श्यामकांत (१८९९-१९२५) आणि श्रीवत्सलांच्छन (१९०३-१९१५) १९२५ मध्ये निवृत्त होऊन पुणे जिल्ह्यातील कामशेत येथे वास्तव्य. १९४३ मध्ये पत्नीचे निधन. पुढची १६ वर्षे एकाकी जीवन. निधन-२९ फेब्रु. १९५९, निधनासमयी वय ९४.

२. मुसलमानी रियासत- भाग १ व २- १८९८-१९५८-५९ या काळातील चार आवृत्त्या त्यांनी पाहिल्या. ५ वी आवृत्ती १९९३ मध्ये पॉप्युलर प्रकाशनने पुनर्मुद्रित केली.

३. मराठी रियासत, पूर्व विभाग १७०७ पर्यंत (१९०१-१९८५) मध्य विभाग ४ खंड (१७०७-७७४), (१९२०-१९२५), उत्तर विभाग (१७७४-१८४८), (१९२९-१९३२) हे रियासतीचे तीन विभाग, ८ खंडांमध्ये पॉप्युलर प्रकाशन, मुंबई, संपादक स. मा. गर्गे, १९८८-१९९२ या काळात प्रकाशित केले. नव्या आवृत्तीचे प्रमुख प्रवर्तक बडोद्याचे ले. कर्नल फत्तेसिंहराव गायकवाड इतिहासाच्या विद्यार्थ्यांसाठी रियासतीचा खूप उपयोग होईल, या हेतूने रियासती नव्याने छापल्या गेल्या.

४. ही चरित्रात्मक वर्णने १९३५-१९५८ मध्ये प्रसिद्ध झाली.
५. सरदेसाई, गो. स. : न्यू हिस्ट्री ऑफ द मराठाज् खंड १, प्रस्तावना पृ. ७ (संक्षेप एन. एल. एम.)
६. सरदेसाई, गो. स. : उत्तर विभाग खंड ३, १९३२, शेवट.
७. ब्रिटिश रियासत, खंड १ व २, खंड १ (१६००-१७५७), १९२३, खंड २ (१७५७-१८४८), १९३९ दोन्ही खंडांची दुसरी आवृत्ती, पॉप्युलर प्रकाशन, मुंबई १९९३.
८. सरदेसाई गो. स. एन्. एच्. एम्. खं. ३, प्रास्ताविक
९. सरदेसाई गो. स.- नानासाहेब पेशव्यांचे चरित्र, प्रस्तावना : त्र्यं. शं. शेजवलकर, बॉम्बे, १९२६
१०. अप्रकाशित श्री. रा. टिकेकर ग्रंथसंग्रहातून, सरकार यांचे पत्र, दि. २१ ऑगस्ट, १९२५.
११. सरदेसाई, गो. स. – मेन करंट्स ऑफ मराठा हिस्ट्री, कलकत्ता १९२६, आ. १ ली, प्रास्ताविक.
१२. सरदेसाई गो. स.- आ. २री, १९३३, प्रस्तावना.
१३. सरदेसाईंनी मृत्यूपूर्वी दोन वर्षे आधी म्हणजेच १९५७ मध्ये आकाशवाणीवरून भाषण केले होते. त्यात ते म्हणाले, "मी माझ्या वाचकांसाठी मराठ्यांचा संपूर्ण आणि अद्ययावत इतिहास मराठी आणि इंग्रजी या दोन्ही भाषांमध्ये लिहू शकलो, ही माझ्या आयुष्यातील सर्वात समाधानाची गोष्ट आहे. आता मी माझ्या शेवटच्या प्रवासाला सिद्ध झालो आहे." श्री. अरविंद ताटके यांच्या 'संशोधक सप्तर्षी', पुणे १९६२, पृ. ७०
१४. गुप्ता एच्. आर. (संपा.) लाइट अॅण्ड लेटर्स ऑफ सर जदुनाथ सरकार, खंड १, पंजाब विद्यापीठ, १९५८ (टीप- यानंतर वरील पुस्तकाचा संदर्भ गुप्ता, खंड १ असा असेल) पृ. १३५-१३६, दि. ९ ऑ. १९१६
१५. सरदेसाई जी. एस.- प्रस्तावना पृ. ५ न्यू हिस्ट्री ऑफ द मराठाज् (संक्षेप सरदेसाई खंड)
१६. पृ. ७ द. वि. आपटे- मराठ्यांच्या इतिहासाचे नामवंत संशोधक सरदेसाईंनी इंग्रजीत मराठ्यांचा इतिहास लिहिण्यामागची जी कारणे दिली, ती आपट्यांना मान्य झाली नाहीत. ते विचारतात, "मराठ्यांचा इतिहास देदिप्यमान थोर होता, हे लोकांना पटवून देण्यासाठी तो इंग्रजीत लिहायचा का? आणि जर लोकांकडून असे प्रशस्तिपत्र मिळाले नाही, तर तो तेवढ्या दर्जाचा नव्हता असे मानायचे का? दत्तोपंत आपटे लेखसंग्रह पुणे १९४५, पृ. २४."

गुप्ता एच. आर., लाईफ ॲण्ड लेटर्स ऑफ जदुनाथ सरकार खंड १ (संक्षेप गुप्ता)

सरदेसाई जी. एस न्यू हिस्ट्री ऑफ द मराठाज् खंड १-३ (संक्षेप सरदेसाई) खंड पृ. ५

१७. सरदेसाई खंड १ प्रस्तावना पृ. ८.

१८. तत्रैव पृ. ८.

१९. गुप्ता खंड १ पृ. ३३५ ता. २२.१.१९४३.

२०. तत्रैव पृ. २३३, २९.१.१९४३.

२१. व्ही. जी. खोबरेकर आणि एस. आर. टिकेकर (सं.) मेकिंग ऑफ द प्रिन्सली हिस्टोरियन, मुंबई खंड ३, पृ. १६० ता. २८ मे १९७७ (संक्षेप प्रिन्स).

२२. पहिल्या खंडाचे शीर्षक 'शिवाजी ॲण्ड हिज लाइफ' (१६००-१७००) मुंबई १९४६, दुसऱ्या खंडाचे शीर्षक 'द एक्सपान्शन ऑफ मराठा पॉवर' (१७०७-१७७२), मुंबई १९४८.
तिसऱ्या खंडाचे शीर्षक 'सनसेट ओव्हर महाराष्ट्र', मुंबई १९४८.

२३. सरदेसाई : ३ पृ. ५२२

२४. अधिक माहितीसाठी गो. स. सरदेसाईंनी १९३३ मध्ये संकलित केलेले 'Hand book to the Records in the Alienation Office, Poona' पाहावे. पाहा जदुनाथ सरकार यांची प्रस्तावना पा. १-१२, मराठी भाषांतर हरी रामचंद्र गुरुजी आणि विश्वनाथ गोविंद दिघे, मुंबई १९३४.

२५. सरदेसाई कॉमेमोरेशन व्हॉल्युम - 'S. R. Tikekar (Ed.) Sardesai Commemoration Volume' एस. आर टिकेकर (सं.) मुंबई १९३८ पृ. २९९ (संक्षेप कॉमेमोरेशन)

२६. कमी कालावधीत ४५ खंड प्रकाशित झाल्याबद्दल जदुनाथ सरकार लिहितात, "एवढे प्रचंड काम पूर्ण झालेले पाहून मला मॉमसेनच्या मार्गदर्शनाखाली प्रकाशित झालेल्या रोमन इतिहासावरील सर्व साधनांची आठवण झाली. महाराष्ट्राच्या या सुपुत्राने म्हणजे झोकून देऊन केलेले कष्ट आणि जास्तीत जास्त अचूक काम यांची ही एक भक्कम वास्तूच उभी केली आहे असे म्हणावे लागेल."

२७. Proceedings of the Legislative Council, 1930 G. N. Mujumdar, S. R. Bole, N. E. Narale, N. R. Gunjal पहा : टिकेकर, 'सरकार आणि सरदेसाई' पूर्वोक्त पृ. ३९ आणि रियासतकार सरदेसाई, पृ. ३०-३९

२८. Gupta H. R. (संक्षेप गुप्ता- पृ. १६८ ता. २७.३.१९३५)

२९. Poona Residency Correspondence Volumes edited by Sardesai

under the general title, Poona Affairs-
Vol.2 - Malet's Embassy (1786-1792) 1936
Vol.6 - Palmer's Embassy (1797-1801) 1939
Vol.7 - Col. Close's Embassy (1801-1810) 1940
Vol.12 - Elphinstone's Embassy Part I (1811-1815) 1950
Vol.13 - Elphinstone's Embassy Part II (1816-1818), 1958

३०. Poona Residency Correspondence- Vol. 1 - Introduction p. IV

३१. Sarkar J. N. House of Shivaji, Calcutta, Edn. 3, 1955, p. 318-321.

३२. सरदेसाई, गो. स. – महादजी शिंदे यांची कागदपत्रे, ग्वाल्हेर, १९३७, प्रस्तावना जदुनाथ सरकार पृ. १–१० सरदेसाईंचे मनोगत पृ. १३–१६

३३. प्रिन्स p. 149, dt. 22.2.1943.

३४. प्रिन्स p. 158, dt. 28.5.1944.

३५. प्रिन्स p. 192, dt. 3.3.1946.

३६. प्रिन्स p. 252, dt. 4.7.1951.

३७. प्रिन्स p. 264, dt. 29.10.1953.

३८. सरदेसाई खंड ३ III p.IX-X

३९. त्यांच्या सर्व ग्रंथसंपदेसाठी या लेखाचे परिशिष्ट पहावे.

४०. सरदेसाई, गो. स. – माझी संसारयात्रा, ढवळे, मुंबई, १९५६, पृ. १३७–१७६

४१. तत्रैव पृ. १६९

४२. Indian History Congress Proceedings (IHCP) 1951, p. 3 ३ इंडियन हिस्ट्री काँग्रेस प्रोसीडिंग्ज, १९५१, पृ. ३.

४३. माझी संसार यात्रा पृ. १३८

४४. तत्रैव पृ. १६३–१६४ किडवाई गांधीजींचे शिष्य होते. त्यांनी सरदेसाईंना लिहिले, ''भारतातील मुस्लिम लोक, अयोग्य लोकांच्या तावडीत सापडले आहेत. त्यांचे नेते हे आंधळे तरी आहेत किंवा ते दुष्ट खलनायक तरी आहेत. माझा धर्म आणि माझा धर्माभिमान या दोन्ही गोष्टी अपमानित होताना पहाताना मला खूप वेदना होतात. माझ्या भारताबद्दल आदराच्या भावना आहेत त्यामुळे एवढा स्वार्थत्याग मी सहन करू शकत नाही.'' (१० सप्टें. १९१०)

४५. तत्रैव पृ. १६४–१६५ – १९ व्या शतकातील ब्रिटिश इतिहासकार, फ्रीमन ई. ए. The Norman Conquest आणि 'Methods of Historical Study' चा लेखक प्राचीन जगाचा इतिहासकार अथेन्स ते रोम मध्यवर्ती कल्पनाइतिहासाचे ऐक्य – ग्रीसपासून मध्ययुगीन आणि प्रगत युरोपापर्यंत सलग म्हणजेच आधुनिक युरोप वीरांची पूजा करणारा आणि प्रचारक. Gooch, G. P. History and Historians of the 19th Century, Longmans, London, 1961, p. 323-328.

४६. माझी संसारयात्रा पृ. १४५.

४७. तत्रैव पृ. १५९-१६०

४८. तत्रैव १४७-१५४ सरदेसाईंच्या रियासतींसंबंधी किंकेड लिहितो, "मराठी भाषेतील हे एकमेव असे लेखन आहे की, ज्यांत भाषासौष्ठव आणि खास शैली विपुल प्रमाणात आढळते आणि त्याचबरोबर ऐतिहासिक घटनांची शास्त्रशुद्ध मांडणी आणि वाचनीयताही व्यक्त होते. (२३.११.१९२१) सरदेसाईंच्या इंग्रजी भाषेबद्दल तो म्हणतो, "तुमचे इंग्रजी लेखन हे तुमच्या मराठीपेक्षा मुळीच कमी प्रतीचे नाही ही बाब खरोखर आश्चर्यकारक आणि त्याहून अधिक कौतुकास्पद आहे." (६.२.१९२७)

४९. इंडियन हिस्टॉरिकल रेकॉर्डस कमिशन वर्ष १९५१ पृ. ४

५०. तत्रैव पा. १२.

५१. जे. एल. मोटले - अमेरिकेच्या संयुक्त संस्थानांचा १९ व्या शतकातील इतिहासकार डच गणराज्याचा इतिहास लिहिण्याकडे आपण कसे वळलो हे सांगतात, "सुरुवातीला इतिहास लिहिण्याचे माझ्या मनात नव्हते; पण नंतर मी विषयासाठी आराखडा तयार केला. माझ्या विषयाने मला गुंतवून ठेवले, मी अधिकाधिक त्यात रस घेऊ लागलो. खोलवर अभ्यास करू लागलो. विषयाची निवड म्हणजे उस्तादाचं कसब होते." मोटलेचे लेखन बेल्जियम, हॉलंड आणि जर्मनीतील पुरातत्त्व विभागातल्या कागदपत्रांवरून केले होते. गुच पृ. ३८९.

५२. 'लोकशिक्षण' मराठी नियतकालिक-सरदेसाईंचा लेख 'राष्ट्रीय इतिहास, अर्थ, व्याप्ती आणि भूमिका', डिसें. १९३२

५३. सरदेसाई १, प्रस्तावना पृ. ५.

५४. तत्रैव पृ. ५, ६

५५. इंद्रायणी नदीच्या काठी, कामशेत हे खेडेगाव वसलेले आहे. पुण्यापासून उत्तर-पश्चिम दिशेला ४८ कि.मी. लांब आहे. सरकार लिहितात, "खेड्यातली शांतता लाभलेले, एकान्तस्थान चहूबाजूंनी टेकड्यांनी घेरलेले, किनाऱ्याला ओढ्याचे पाणी, निरोगी, ताकद देणारे समशीतोष्ण हवामान, असे वातावरण लाभलेल्या सरदेसाईंच्या घराला 'आश्रम' म्हणणे योग्य ठरते." टिकेकर (सं) 'कामेमोरेशन' पूर्वोक्त पृ. २९७. या ठिकाणी सरदेसाईंचे त्यांच्या मृत्यूपर्यंत, १९५९ पर्यंत वास्तव्य होते.

५६. गुप्ता खंड १ पा. ३१८ ता. ३१ जुलै, १९३८

५७. पाहा भारत इतिहास संशोधक मंडळ त्रैमासिक खंड १, जुलै १९३८, पृ. ४१-४२

५८. गुप्ता खंड १, p. 289 dt. 1.5.1930

५९. टिकेकर श्री. रा. 'सरकार आणि सरदेसाई', पॉप्युलर प्रकाशन मुंबई, पृ. ४२, ४४-४५.

६०. गुप्ता १ पृ. १७६ ता. १ मे १९३९

६१. इंडियन हिस्ट्री काँग्रेस १९५२, पृ. ४ सरदेसाई आपल्या अध्यक्षीय भाषणात म्हणतात, "सुरेंद्रनाथ सेन यांनी संपादकाचे नाव न घेता तसेच पेशवे दप्तराचा असा उल्लेख न करता इंडियन हिस्ट्री काँग्रेस (मद्रास १९४४) मध्ये केलेल्या अध्यक्षीय भाषणात, संपादकावर व पेशवे दप्तरावर टीका केली." सरदेसाईंनी आपल्या अध्यक्षीय भाषणात ही टीका उद्धृत केली. "काही वर्षांपूर्वी प्रांतिक शासनाच्या कृपादृष्टीने, चाळीस खंडांची देशी पुराव्यांची मालिका प्रकाशित झाली. संपादकांनी हे काम घाईघाईने उरकले. त्यामुळे या सर्व खंडांची छपाई आणि मांडणीवर खूप परिणाम झाला. तसेच त्यात सर्व प्रकारची अपुरी आणि चुकीची माहिती आलेली आहे. या अपुरेपणामुळे एका समर्थ विद्वानाचे हे लेखन म्हणजे 'खाचखळगे आणि अडथळे' आहे असे सांगून ते निरुपयोगी ठरवून रद्द केले आहे. या कागदपत्रांची भाषा, लिपी आणि सर्वसाधारण वैशिष्ट्ये माहिती असलेल्या जाणत्या इतिहासकाराला, अपुरे चुकीचे वाचन आणि कालगणना, सदोष भाषांतर, अपुरी प्रस्तावना, हे दोष सहजपणे लक्षात येतील. सामान्य वाचकाला ते खटकणार नाही, पण एखाद्या ज्ञानी संशोधकाला खटकेल. काही नवशिके हे ग्रंथ चाळत असतील आणि त्यांच्या गरजा भागविणारी अथवा आवश्यक माहिती देणारी अस्सल साधने वगळलेली नसतील अशी अपेक्षा आहे. अस्सल साधने प्रकाशित न करणे हेच हिताचे आहे. त्यामुळे नवे संशोधक मूळ साधनाकडे जातील, अन्यथा मुखपृष्ठावर ज्या व्यक्तीच्या नावाचा उल्लेख केला आहे त्याच्याबद्दल कसलीही शंका न बाळगता पूर्ण विश्वासाने विसंबून राहतील." पृ. १७-१८ अध्यक्षीय भाषण (या ठिकाणी प्रांतिक शासन म्हणजे मुंबई सरकार, संपादक म्हणजे गो. स. सरदेसाई आणि जाणता समर्थ संशोधक म्हणजे पुण्यातील इतिहासकारांपैकी बहुधा द. वा. पोतदार यांचा अप्रत्यक्षपणे उल्लेख केला असावा.) डॉ. सुरेंद्रनाथ सेन यांनी पुण्यातील इतिहासकारांशी गुप्तपणे हातमिळवणी करून सरदेसाईंच्या मराठा इतिहासातील योगदानाला कमी लेखण्याचे ठरविले होते, असा सरकारांना बराच आधीपासून संशय आला होता. त्यांनी सरदेसाईंना पत्रात लिहिले, "तुम्ही आता (डॉ. सुरेंद्रनाथ सेन) त्यांचा खरा रंग पाहिलात ना?

त्यांचे मराठी भाषेचे जुजबी ज्ञान आणि मराठीतील अगदी थोडी छापील पत्रे यावरून त्यांनी तुमचे मेन करंट्स या ग्रंथावर बंदी येईल असे गृहीत धरले आहे आणि याचे कारण काय? तर आपण (पोतदार) या मंडळींच्या चांगुलपणात राहण्यासाठी मुंबईच्या सर्वसाधारण माणसांनाही त्यांचे मराठी आणि इंग्रजी भाषांमधील हास्यास्पद, चुकीचे भाषांतर माहिती आहे. त्यामुळे विद्वानांच्या जगात त्यांच्या थट्टामस्करीचीच भर पडेल.'' पूर्वोक्त गुप्ता, खंड १, पृ. १५२, ता. २२.४.१९३० प्रकाशित केलेल्या पत्रांमधून सेन आणि पोतदारांची नावे वगळली आहेत. परंतु, मूळ पत्रांमध्ये या नावाचा उल्लेख आहे. हे हस्तलिखित श्री. रा. टिकेकरांच्या खासगी संग्रहात आहे.

६२. केळकर य. न., भूतावर भ्रमण, पुणे, १९४०, पृ. ८६-८८
६३. संसारयात्रा पृ. २६६ पूर्वोक्त
६४. केळकर य. न., पृ. २६०
६५. तत्रैव पृ. २६४
६६. संसारयात्रा पृ. १६२
६७. जर्नल ऑफ बॉम्बे युनिव्हर्सिटी जुलै १९४९.
६८. पहा ग. ह. खरे निवडक लेख 'मराठे अटकेपार गेले का?' पुणे, १९७२, पृ. १४९-१५७.
६९. सरदेसाई गो. स. नानासाहेब पेशवे ह्यांचे चरित्र, मुंबई १९२६ पाहा प्रस्तावना त्र्यं. शं. शेजवलकर
७०. Hindustan Review May-June 1949, P. 307-308
७१. महाराष्ट्र मासिक, एप्रिल १९४६, पृ. ११७-११८ मराठी वर्तमानपत्रात, य. रा. गुप्ते यांचे आलेले विचार, द. न. दर्शने यांनी संकलित करून महाराष्ट्र मध्ये छापले.
७२. संसारयात्रा पृ. १७२-१७५
७३. १९३२ मध्ये सरदेसाईंचे नाव आधी रावबहादूर या पदवीसाठी सुचविले गेले होते. परंतु, त्या वर्षातील रावबहादूर या पदवीसाठी असलेली ठराविक संख्या पूर्ण झाली होती; म्हणून १९३२ मध्ये सरदेसाईंना जरा कमी दर्जाचा 'रावसाहेब' हा किताब देण्यात आला. सरदेसाई हा किताब नाकारणार होते. परंतु पुढच्या वर्षी सरदेसाईंच्या बाबतीत झालेली चूक आम्ही सुधारू असे आश्वासन शासनाने जदुनाथ सरकारांना दिले. ही गोष्ट सरकारांनी सरदेसाईंना सांगितली आणि सरदेसाईंनी पदवी नाकारू नये, यासाठी मन वळविले; कारण कदाचित सरदेसाईंच्या या कृतीने, पेशवा दप्तराच्या कामावर परिणाम होण्याचा संभव होता. - संसारयात्रा पृ. १८१-१८४

७४. गुप्ता खंड १ पृ. २२४ ता. ५ नो. १९४० रात्र.
७५. साडेतीन वस्त्रे– सत्कारमूर्तीसाठी/विशेष व्यक्तीच्या सत्कारासाठी उंची कापडाचे साडेतीन भाग देणे. त्यामध्ये एक सिल्कचे धोतर, एक शेला, एक पागोटे आणि अर्धे किनकत (रंगीबेरंगी उत्तम कापडाचा पट्टा)
७६. गुप्ता खंड १ पृ. ३५१ ता. २१.३.४७
७७. संसारयात्रा पृ. १८६–१८८
७८. तत्रैव पृ. १९६–१९९
७९. प्रिन्स पृ. १९१ दि. २८.१.१९४६
८०. पांडुरंग पिसुर्लेकर, एच. जी. रॉलिन्सन, श्रीनिवासचारी, इ. थॉमसन, एच. आर. गुप्ता, सी. दा. किन्केड, आर. एन. सॉलॅटोर, वि. गो. दिघे, क्कान्गो, एन. के. सिन्हा, ए. एल. श्रीवास्तव, एस. एम. कत्रे, पी. के. गोडे, डॉ. बालकृष्ण, एस. एन. सेन, नीलकंठ शास्त्री, बागची इ. विद्वान पंडितांना आमंत्रण होते.
८१. या कार्यक्रमाचा सविस्तर वृत्तान्त Private files of S. R. Tikekar, Ed. यांमधून घेतला आहे. तसेच ३० जाने. १९३८, २६ फेब्रु. १९३८ या काळातील अप्रकाशित पत्रांचाही त्यात समावेश आहे.
८२. संसारयात्रा पूर्वोक्त पृ. २०३
८३. Gupta, H. R. (e.) Life and letters of Sir Jadunath Sarkar Punjab Univ., Chandigad, 1958, p. 370 यामध्ये सरकारांची ६२५ पत्रे आणि सरदेसाईंच्या ७०० पत्रांचा समावेश आहे. पहा Introduction p. 14-15
८४. तत्रैव पृ. ३३६ ता. ४.५.१९४३.
८५. सरदेसाई खंड ३ प्रस्तावना पृ. ५
८६. संसारयात्रा पूर्वोक्त पृ. १०७–११२
८७. कुलकर्णी ए. आर. हिस्ट्री इन प्रॅक्टिस, बुक्स अॅण्ड बुक्स, न्यू दिल्ली, १९९३ पृ. १४६
८८. गुप्ता १ पूर्वोक्त पृ. ३४८, ३५३
८९. तत्रैव पृ. ३४८ ता. १५.६.१९४६
९०. तत्रैव पृ. ३५२ ता. २९.९.१९४७
९१. कामेमोरेशन व्हॉल्युम पूर्वोक्त पृ. ३०४.

रियासतकार – गो. स. सरदेसाई यांची ग्रंथसंपदा

इंग्रजी :

अ) १. मेन करंट्स ऑफ मराठा हिस्ट्री आ. १ ली – १९२६ २री सुधारित आ. २–

१९३३, आ. ३-१९४९

२. न्यू हिस्ट्री ऑफ द मराठाज्—

खंड १- शिवाजी अँड हिज लाइफ (१६००-१७०७) आ. १-१९४६,
आ. २-१९५७, आ. ३-१९७१

खंड २- द एक्स्पान्शन ऑफ दि मराठा पॉवर (१७०७-१७७२)
आ. १-१९४८, आ. २-१९५८

खंड ३- सनसेट ओव्हर महाराष्ट्र (१७७२-१८४८) आ. १-१९४८,
आ. २-१९६८, मुन्शिराम मनोहरलाल, नवी दिल्ली १९८६ मध्ये या सर्व
खंडांचे पुनर्मुद्रण झाले.

ब) संपादित ग्रंथ (इंग्रजी)

१. शिवाजी सोविनियर– ए कलेक्शन ऑफ आर्टिकल्स इन इंग्लिश, मराठी, गुजराती,
हिंदी
ए सोविनियर ऑफ द शिवाजी ट्रायसेन्टेनरी सेलिब्रेशन्स १९२७

क) पूना रेसिडेन्सि कॉरस्पॉन्डन्स–

खंड २- (१७८६-१७४७), १९३६

खंड ६- (१७४७-१८०१), १९३९

खंड ७- (१८०१-१८१०), १९४०

खंड १२- (१८११-१८१५), १९५०

खंड १३- (१८१६-१८१८), १९५८

मराठी :

हिंदुस्थानचा अर्वाचीन इतिहास भाग १ व २

भाग १- १) मुसलमानी रियासत– खंड १ व २

खंड १- सुलतान घराणी (१५२६ पर्यंत) आ. १-१८९८, आ. २-१९१०,
आ. ३-१९२७, आ. ४-१९५९, आ. ५-१९९३

खंड २- मोगल बादशाही (१५२६-१८०३.)
आ. १-१८९८, आ. २-१९१०, आ. ३-१९२८, आ. ४-१९५८,
आ. ५-१९९३

पाचवी आवृत्ती पॉप्युलर प्रकाशन, मुंबई यांनी प्रकाशित केली.(१९९३)

भाग २ - (२) तीन भाग

१. पूर्व विभाग (१), मध्य विभाग (२), उत्तर विभाग (३)

मराठी रियासत खंड १-८-तीन भागात विभागलेले

१. पूर्व विभाग-खंड १

२. मध्य विभाग-खंड ४

३. उत्तर विभाग-खंड ३

पूर्व विभाग - खंड १ (१७०७ पर्यंत), १९२०, १९२१

मध्य विभाग - खंड १ (१७०७-१७४०), १९२०, १९२५

खंड २ (१७४०-१७५०), १९२१

खंड ३ (१७५०-१७६१), १९२२

खंड ४ (१७६१-१७७४), १९२५

उत्तर विभाग - खंड १ (१७७४-१७८३), १९२९

खंड २ (१७८४-१७९५), १९२९

खंड ३ (१७९५-१८४८), १९३२

(या सर्व आठ खंडांचे संपादन स. मा. गर्गे यांनी केले आणि पॉप्युलर प्रकाशन, मुंबई यांनी १९८८-१९९२ या काळात प्रकाशित केले.)

भाग ३ – ब्रिटिश रियासत खंड १ व २

खंड १ (१६००-१७५७), १९२३

खंड २ (१७५७-१८५८), १९३९

(दोन्ही खंडांचे पुनर्मुद्रण पॉप्युलर प्रकाशन, मुंबई यांनी १९९३ मध्ये केले.)

भाग ४ - १९३५-१९५४ या काळात पूर्व विभाग आणि मध्य विभाग संपूर्णपणे चरित्रात्मक भाग म्हणून एकत्रित केले आणि त्याचे एकूण ११ खंड झाले.

१. शहाजीराजे, १९३५

२. शककर्ता शिवाजी, १९३५

३. उग्रप्रकृति संभाजी, १९३५

४. स्थिरबुद्धी राजाराम, १९३६

५. पेशवा बाळाजी विश्वनाथ, १९४२

६. पुण्यश्लोक शाहू

७. पेशवा बाळाजीराव भाग १, १९४४

८. पेशवा बाळाजीराव भाग २, १९५३

९. निग्राहक माधवराव, १९५४

१०. अपेशी नारायणराव, १९५८

११. दुराग्रही रघुनाथराव, १९५८

संपादित ग्रंथ

१. निवडक पेशवे दप्तर १ ते ४५ खंड १९३०-१९३४ (Selections from the Peshwa Daftar)

२. ऐतिहासिक पत्रव्यवहार – कृ. पां. कुलकर्णी व या. मा. काळे यांच्यासह १९३३.

३. ऐतिहासिक पत्रबोध (१५९६-१८१९), १९३९ आणि १९६२

४. ऐतिहासिक वंशावळी, १९५७

५. सातारा इतिहास संशोधक मंडळ, ऐतिहासिक लेखमाला, १९४० (सहकार्याने)

६. महादजी शिंदे यांची कागदपत्रे, १९३७

७. काव्येतिहाससंग्रहातील ऐतिहासिक पत्रे, यादी वगैरे, १९३०

८. रा. रा. महाराज सयाजीराव गायकवाड निवडक पत्रे खंड १ (१८८६-१९०१), बडोदा, १९२३.

९. परमानन्दकाव्यम् (संस्कृत) गायकवाड ओरिएन्टल सेरीज, १९५२

❑

१५

सर जदुनाथ सरकार (१८७०-१९५८)
मध्ययुगीन भारताचे इतिहासकार

सर जदुनाथ सरकार (१) हे मूलत: भारतीय इतिहासातील 'मोगल काळाचे' इतिहासकार होते. त्यांनी प्रामुख्याने औरंगजेब आणि नंतरच्या मोगलांचा इतिहास लिहिला. कलकत्ता विद्यापीठाच्या 'प्रेमचंद रॉयचंद फेलोशिप'चे सरकारी मानकरी होते. या अतिशय मानाच्या फेलोशिपमुळे त्यांचा इतिहास-संशोधन या क्षेत्राशी संबंध आला. तसेच त्या फेलोशिपसाठी ठरविलेल्या नियमांचा एक भाग म्हणून सरकारांनी १९०१ मध्ये 'इंडिया ऑफ औरंगजेब, इट्स टोपोग्राफी, स्टॅटिस्टिक्स अॅण्ड रोड्स' हा अभ्यासपूर्ण ग्रंथ तयार केला.

औरंगजेबावरच्या या सुरुवातीच्या संशोधनात्मक कामामुळे जदुनाथ सरकारांची मोगल इतिहासाच्या संशोधनक्षेत्राशी ओळख झाली आणि नंतर तर मोगलांच्या इतिहासाचे संशोधन हेच त्यांचे जीवितकार्य ठरले. सरकारांनी मोगलांचे भारतावर राज्य होते, त्या कालखंडाच्या शेवटच्या पर्वाचा इतिहास आणि इतर संबंधित विषयांवर सातत्याने संशोधन करून लेखन केले; असे करीत असताना मराठ्यांच्या इतिहासाचाही परिचय करून घेणे त्यांना अपरिहार्य होते.[२]

१७ व्या शतकाचा उत्तरार्ध दोन विलक्षण व्यक्तिमत्त्वांच्या कारकिर्दीने गाजला. या व्यक्ती म्हणजे मोगल सम्राट औरंगजेब आणि नव्याने अस्तित्वात आलेल्या मराठी सत्तेचा राजा, छत्रपती शिवाजी! औरंगजेबाचा मराठी राज्यावर डोळा होता. बलाढ्य औरंगजेबाचे हे फार मोठे आव्हान शिवाजीमहाराजांनी स्वीकारले आणि त्याला धुळीस मिळविले. त्याचा परिणाम म्हणजे मोगल साम्राज्य एकसंध न राहता, त्याचे अनेक तुकडे झाले. मोगल साम्राज्याचा ऱ्हास आणि औरंगजेब या दोन ऐतिहासिक विषयांचे अभ्यासक आणि संशोधक जदुनाथ सरकार यांना मराठ्यांच्या इतिहासाकडे दुर्लक्ष करणे शक्य नव्हते; त्यामुळे त्यांनी मराठ्यांच्या इतिहासाची सर्वसाधारण तर 'शिवकालाची' विशेषत्वाने दखल घेतली. या अभ्यासामुळे त्यांना त्यांच्या संशोधनाचे यथार्थदर्शन घडविता आले. अशा तऱ्हेने जदुनाथ सरकारांचा शिवाजी आणि त्याचे वारसदार, मराठ्यांच्या सत्तेचा

शेवट या इतिहासाच्या संशोधनामध्ये प्रवेश झाला.

मराठ्यांच्या इतिहासावर जदुनाथ सरकारांनी दोन प्रमुख ग्रंथ लिहिले. त्यांपैकी पहिला 'शिवाजी ॲण्ड हिज टाइम्स' हा ग्रंथ १९१९ मध्ये प्रकाशित झाला. १९५२ पर्यंत मूळच्या ग्रंथात अनेक नवीन संदर्भांची भर पडली आणि तो पुन्हा पाच वेळा छापला गेला. 'हाउस ऑफ शिवाजी' या दुसऱ्या ग्रंथाच्या १९४० ते १९५५ या काळात तीन आवृत्या निघाल्या. त्याचबरोबर मराठ्यांच्या इतिहासावरील साधनग्रंथ छापण्यातही सरकार प्रत्यक्ष किंवा अप्रत्यक्ष कारणीभूत झाले होते. रियासतकार सरदेसाई यांच्यावरील प्रकरणात त्यासंबंधी सविस्तर लिहिलेले आहे. सरकारांनी राज्यसरकार आणि संशोधनसंस्थांना साधनग्रंथ छापण्याची गरज नेटाने पटवून दिली. या त्यांच्या महत्त्वपूर्ण कामगिरीमुळे मराठ्यांच्या इतिहासाच्या संशोधनाला चालना मिळाली आणि हा इतिहास राष्ट्रीय स्तरापर्यंत जाऊन पोहोचण्यास खूप मदत झाली.

जेव्हा उत्तरेकडील मोगलांचा अभ्यास करण्यासाठी जदुनाथ सरकार फार्सी आणि इतर युरोपियन साधने धुंडाळीत होते, तेव्हा महाराष्ट्रातील संशोधक गो. स. सरदेसाई भारतीय इतिहासाचा मध्ययुगीन आणि आधुनिक कालखंडाचा इतिहास मराठी भाषेत लिहिण्यासाठी अक्षरशः झगडत होते.

या दोन समकालीन अभ्यासू विद्वानांची भेट होण्यास बराच काळ जावा लागला. एकदा योगायोगाने जदुनाथ सरकार आणि गोपाळराव देवधरांची (१८४९-१९३५) भेट झाली. राजकीय पुढारी गोपाळ कृष्ण गोखले यांनी स्थापन केलेल्या सर्व्हंट्स ऑफ इंडिया सोसायटीचे गोपाळराव देवधर सदस्य होते. त्यांची आणि जदुनाथ सरकारांची १९०४ मध्ये पाटण्याच्या 'खुदाबक्ष लायब्ररीत' भेट झाली. गप्पा मारता मारता जदुनाथ सरकारांनी त्यांच्या औरंगजेबासंबंधीच्या अभ्यासासाठी महाराष्ट्रातून कोणाची मदत मिळेल का? असे देवधरांना विचारले. तेव्हा क्षणाचाही विलंब न करता, देवधरांनी गो. स. सरदेसाईंचे नाव सरकारांना सुचविले. अस्सल मराठी साधनग्रंथांची मदत करणाऱ्या मराठी इतिहास अभ्यासकाची जदुनाथ सरकारांना गरज होती, तर सरदेसाई फार्सी कागदपत्रे उपलब्ध करून देणाऱ्या व्यक्तीच्या शोधात होते. "अशा तऱ्हेने सरकार आणि सरदेसाई हे एकमेकांच्या कामासाठी पूरक ठरू शकणार होते. त्या दोघांमध्ये ५० वर्षांपेक्षा अधिक काळ सतत पत्रव्यवहार चालू होता. त्यांच्यांतील प्रचंड पत्रव्यवहारावरून दोघांमधील अतूट जीवाभावाच्या मैत्रीची कल्पना येते. असे म्हटले जाते की, भारताच्या इतिहासात, एकाच क्षेत्रात एवढ्या व्यासंगाने आणि आत्मीयतेने जोडीने काम करणाऱ्या दोन श्रेष्ठ इतिहासकारांचे हे पहिले आणि एकमेव उदाहरण आहे."[३]

जदुनाथ सरकारांनी मराठ्यांच्या इतिहासात मोलाची भर घातली, ही गोष्ट सरदेसाई आणि सरकारांचे विद्यार्थी सितामाऊचे राजकुमार रघुवीरसिंह यांच्याशी झालेल्या

पत्रव्यवहारावरून दिसून येते.[४] सरकार आणि सरदेसाई एकमेकांना पत्रांतून त्यांना माहिती असलेल्या साधनग्रंथांची माहिती देत; तसेच काही कागदपत्रांबद्दल खात्री करून घेत. ज्या ऐतिहासिक कागदपत्रांबद्दल पुराव्यासंबंधी वेगवेगळी मते व्यक्त झालेली असत त्याबद्दलची शहानिशा ते एकमेकांना विचारून करून घेत. विशिष्ट ऐतिहासिक घटनांच्या तारखा निश्चित करणे, ऐतिहासिक ठिकाणांचा शोध घेणे, माहिती करून घेणे, काही ऐतिहासिक विधाने, कागदपत्रे यांचे अर्थ लावणे, खुलासे करणे त्याचबरोबर मोगल आणि मराठ्यांच्या इतिहासाचे संशोधन करण्यासाठी ऐतिहासिक कागदपत्रांचे संकलन, संपादन आणि प्रकाशन आणि इतर कितीतरी विषयांवर ते एकमेकांना पत्रांतून लिहीत. पत्रांतून ते दोघे वैयक्तिक आणि व्यावसायिक आयुष्यातील आनंदाचे आणि दुःखाचे प्रसंगही कळवीत असत. त्याचबरोबर इतिहासाच्या संशोधनाची, अभ्यासाची पद्धत, त्यातील अडचणी याविषयीच्या सूचना आणि मार्गदर्शनही इतिहाससंशोधकांना आणि अभ्यासकांना या पत्रांमधून वाचायला मिळते.[५]

जदुनाथ सरकारांनी आपला शिष्य सितामाऊचे राजकुमार रघुवीरसिंह यांना पदव्युत्तर प्रबंध लिहिताना काय वाचावे, कसे लिहावे याबद्दल अनेक उपयुक्त सूचना पत्रांतून केलेल्या आहेत. ही पत्रे म्हणजे गुरु-शिष्याच्या अद्वितीय नात्याचे उत्कृष्ट नमुने आहेत.[६]

शिवाजी अॅण्ड हिज टाइम्स :

जदुनाथ सरकारांनी औरंगजेबाचा सखोल अभ्यास सुरू केला आणि त्यात त्यांना खूप गोडी निर्माण झाली. औरंगजेबाची दक्षिणेकडील प्रांतांबद्दलच्या राजनीतीसंबंधी लिहिताना साहजिकच सरकारांना शिवाजींचा अभ्यास करावा लागला आणि त्यांना शिवाजींबद्दल विशेष आस्था वाटू लागली. कारण, औरंगजेबाला दक्षिणेकडील कारभाराचे धोरण राबविताना, शिवाजीने प्रचंड दहशत निर्माण केली होती.[७] ज्या महाराष्ट्राच्या भूमीत मराठ्यांच्या साम्राज्याचा संस्थापक शिवाजी जन्मला होता, त्या ठिकाणचा भूप्रदेश आणि तेथील माणसं यांचे संशोधन करण्यास सरकारांनी सुरुवात केली.[८]

'हिस्ट्री ऑफ औरंगजेब' या ग्रंथाच्या चौथ्या खंडाचे (१६४५-१६८९) लिखाण करताना, सरकारांना शिवाजी आणि त्याच्या मुलांच्या राजकीय कारवायांचा आढावा घ्यावाच लागला. त्यासाठी त्यांनी या चौथ्या खंडात मराठ्यांविषयी २३९ पृष्ठांची चार प्रकरणे लिहिली. त्याचबरोबर पाचव्या खंडात एक छोटे प्रकरणही लिहिले. त्याची मध्यवर्ती कल्पना 'दखखनचे दुखणे' ही होती.[९]

शिवाजींच्या आधिपत्याखाली मराठ्यांच्या सत्तेचा उदय होण्याची कोणती कारणे होती, याचे विश्लेषण करताना, जदुनाथ सरकार शिवाजींचे चाहते बनले. ते लिहितात, "...मराठ्यांमध्ये स्वतःच्या भूमीबद्दल, देशाबद्दल प्रेम निर्माण करण्याची महत्त्वपूर्ण

कामगिरी शिवाजीराजाने केली. त्याने लोकांची मने चेतवली. त्यांच्यात स्वराज्याचे स्वप्न रुजविले; अशा प्रकारचे धैर्य, ताकद आधुनिक काळातील कोणत्याही हिंदूने दाखविली नाही.'' ते पुढे म्हणतात, ''आधुनिक काळातील हिंदूंना जेवढा उत्कर्ष करून घेता येईल तेवढा करून घेण्याची शिकवण शिवाजीराजाने दिली.''

अर्थात, औरंगजेबाच्या एवढ्या विस्तृत अभ्यासात शिवाजी आणि त्याच्या कालखंडाविषयीच्या त्रोटक लिखाणाने सरकारांचे समाधान झाले नाही. औरंगजेबासंबंधीच्या चौथ्या खंडाच्या लिखाणाची तयारी करत असतानाच, सरकारांनी शिवाजीवरही संशोधन चालू ठेवले असावे. त्यामुळे 'औरंगजेब' खंड ४ आणि 'शिवाजी ॲण्ड हिज टाइम्स' हे दोन्ही ग्रंथ सरकारांनी १९१९ मध्ये प्रसिद्ध केले.

संशोधन पद्धती :

भारतीय विद्वानांमध्ये जदुनाथ सरकार अग्रेसर राहिले. त्यांनी मध्ययुगीन भारतीय इतिहासाच्या शास्त्रशुद्ध संशोधनाचा पाया घातला. ऐतिहासिक पुरावे, संदर्भ यांची खात्री करून घेणे आणि त्यांचे एकमेकांशी संबंध जोडण्याबाबत सरकारांचा फार आग्रह असे. पिढ्यान्‌पिढ्या जो इतिहास- वाचला जाईल, असा इतिहास लिहिला जावा, असा सरकारांचा इतिहास-लेखनाबद्दलचा दृष्टिकोन होता. सरकार आणि सरदेसाई यांच्या पत्रव्यवहारातून ऐतिहासिक माहिती गोळा करण्याचे हेतू, इतिहासकाराची कामे, ऐतिहासिक पुरावे, संदर्भ यांचा योग्य अर्थ लावण्यातील अडचणी अशा कितीतरी गोष्टींची चर्चा होत असे.[१०]

इतिहासाच्या साधनांमधून, ज्या ऐतिहासिक स्थळांचे संदर्भ मिळत, ते हुडकून काढण्याकडे सरकारांचा कटाक्ष असे. आवश्यकता वाटेल, अशा ठिकाणी ते स्वत: जाऊन समक्ष भेट देत. या निमित्ताने सरकारांची महाराष्ट्रात खूप भ्रमंती झाली. त्याबद्दल ते लिहितात, ''महाराष्ट्र हे माझे दुसरे घर आहे. मी सुमारे चाळीस किंवा त्याच्यापेक्षा जास्त वेळा महाराष्ट्रात येऊन गेलो आणि तेथील छोटी खेडी आणि किल्ल्यांना भेटी दिल्या आहेत. ही ठिकाणे रेल्वे किंवा बसमार्गापासून दूर असल्याने, महाराष्ट्रात माझे खूपच हिंडणे झाले.''[११]

काही ऐतिहासिक ठिकाणांची शहानिशा करून घेण्याच्या दृष्टीने सरदेसाईंना लिहिलेल्या पत्रांमध्ये कितीतरी असे संदर्भ आढळतात. मोठे प्रमाणमान वापरून काढलेल्या सर्वेक्षण नकाशांवरून सरकारांनी मोगल आणि मराठ्यांच्या इतिहासाशी संबंधित असलेली ठिकाणे शोधून काढली.[१२]

सरकारांनी त्यांच्या संशोधनाशी संबंधित असलेल्या पुरातत्त्व विभागाचे जमतील तेवढे संग्रह धुंडाळले. त्यासाठी बऱ्याच वेळा त्यांना स्वत:च्या खिशातले पैसे खर्च

करावे लागत; तर काही वेळा मित्रांकडून किंवा शासनाकडून ते संबंधित कागदपत्रे मिळवत. हिस्टॉरिकल रेकॉर्ड्स कमिशनवर सरकारांची सभासद म्हणून नेमणूक झाली होती. त्याचा उपयोग करून, सरकारांनी प्रांतिक पुरातत्त्वविभाग किंवा संशोधनकेंद्रे यांमध्ये जतन करून ठेवलेली ऐतिहासिक कागदपत्रे मिळविली आणि जेव्हा जेव्हा शक्य झाले तेव्हा ती प्रसिद्धही केली. या दृष्टीने सरकारांनी, रियासतकार सरदेसाई यांच्या मदतीने महाराष्ट्र पुरातत्त्व विभागातील मराठी, इंग्रजी आणि फार्सी कागदपत्रे प्रसिद्ध करण्यासाठी घेतलेले प्रयत्न अत्यंत प्रशंसनीय आहेत.

मराठ्यांच्या इतिहासासाठी साधने

जदुनाथ सरकारांची 'शिवाजी अॅण्ड हिज टाइम्स' हा ग्रंथ म्हणजे अद्वितीय असे काम आहे. या ग्रंथाच्या प्रत्येक आवृत्तीच्या वेळी ते सतत चर्चा करून, नवीन साधने शोधून ती नव्या आवृत्तीत समावेश करताना, त्यांचे महत्त्व समजावून घेत होते. या संदर्भात सरकारांनी १९१९ नंतरच्या 'शिवाजी'च्या आवृत्त्यांसाठी लिहिलेल्या प्रस्तावना बारकाईने वाचायला हव्यात. या प्रस्तावनांमधून सरकारांचा नवीन साधनांकडे बघण्याचा दृष्टिकोन आणि त्यांचे मोल ठरविताना त्यांनी वापरलेल्या पद्धती जास्त चांगल्या समजण्यास मदत होते.

'शिवाजी' या ग्रंथाच्या पहिल्या आवृत्तीत, सरकारांनी आपले पुस्तक ग्रॅन्ट डफच्या 'हिस्ट्री ऑफ दि मराठाज्' पेक्षा कसं वेगळं आहे, हे पटवून देण्याचा प्रयत्न केला आहे; कारण १८२६ मध्ये प्रसिद्ध झालेले ग्रॅन्ट डफचे हे मराठ्यांच्या इतिहासावरचे त्या वेळी एकमेव अधिकृत पुस्तक होते. जदुनाथ सरकारांनी आपल्या पुस्तकाच्या प्रस्तावनेत मुद्दाम नमूद केले आहे की, ग्रॅन्ट डफला खाफीखानशिवाय इतर कुठल्याही फार्सी साधनांची माहिती नव्हती. तसेच शिवाजीच्या जन्मानंतर १८३ वर्षांनी लिहिलेल्या, चिकित्सा न केलेल्या, मुद्दाम चुका केलेल्या, चिटणीस बखरीवर खूपच विसंबून राहिलेल्या ग्रॅन्ट डफने मराठ्यांचा इतिहास लिहिला. सरकारांनी पुढे असेही आग्रहाने म्हटले आहे की, शिवाजींचे चरित्र लिहिताना, शिवाजींच्या समकालीन कृष्णाजी अनंत सभासदांच्या बखरींचा त्यांनी विशेष उपयोग केला. त्याचबरोबर पुणे आणि सातारा येथील कागदपत्रे आणि ज्यांचे पाठभेद आणि आवश्यक ते संदर्भ देऊन संपादित केलेल्या अनेक बखरी इत्यादी साधनांचा त्यांनी आपल्या शिवचरित्रासाठी उपयोग केला होता. ते पुढे म्हणतात की, इंग्रज आणि डच यांच्या कंपन्यांच्या कागदपत्रांचा सूक्ष्मपणे अभ्यास करून प्रत्येक महत्त्वाची माहिती काही न वगळता आपण गोळा केली आणि तिचा वापर केला.

सध्याच्या उपलब्ध माहितीमध्ये सरकारांनी इतर दोन किरकोळ बाबींची भर घातली आहे. ती खालीलप्रमाणे –

१) उल्लेख केलेल्या सर्व ठिकाणांच्या जागा नक्की केल्या.

२) ग्रॅन्ट डफच्या सनावळींमधील अनेक त्रुटी सुधारण्यासाठी समग्र सनावळी तयार केली.

'शिवाजी' ग्रंथाच्या आवृत्त्या :

शिवाजीची पहिली आवृत्ती १९१९ मध्ये तर ५ वी आवृत्ती १९५२ मध्ये सरकारांच्या हयातीत निघाली. या सर्व आवृत्त्यांसाठी सरकार सतत नवीन साधने शोधत होते आणि त्यांचा समावेश पुढच्या आवृत्तीत करत होते. प्रस्तावना लिहिणे, नवीन माहितीची भर घालणे, संबंधित प्रकरणांना पुरवणी जोडणे, साधनांची चिकित्सक सूची तयार करणे, सनावळीची दुरुस्ती करणे अशा कितीतरी गोष्टींची नव्या आवृत्तीत भर पडत होती. यावरून सरकार किती मनापासून इतिहासाचा अभ्यास करत होते याची प्रचिती येते. त्याचबरोबर शिवाजींसारखा महान नेता आणि त्याचा कालखंड, त्याची कारकीर्द याविषयीची अधिकाधिक अचूक माहिती लोकांपर्यंत पोहोचविण्याचा त्यांचा प्रयत्न असे.

सरकारांच्या 'शिवाजी' ग्रंथाने विद्वानांचे लक्ष वेधून घेतले होते. एका वर्षातच, म्हणजेच जून १९२० मध्ये सरकारांना या ग्रंथाची पृष्ठसंख्या वाढविलेली आवृत्ती प्रकाशित करावी लागली. या आवृत्तीत सरकारांनी 'जावळीचे मोरे प्रकरण' (१६५६) आणि 'अफजलखानाचा प्रसंग' (१६५९) या दोन घटनांची खूप सखोल चिकित्सा केली आहे. त्यात त्यांनी मराठी साधनांच्या स्वरूपाविषयी सविस्तर चर्चा केली. सरकारांनी इंग्लिश, फार्सी आणि मराठी या तीनही भाषांतील पुराव्यांचा तौलनिक अभ्यास करून पुरावे देण्याचा प्रयत्न केला. इंग्रज आणि मराठे यांच्यातील सर्वात पहिल्या लढाईची सरकारांनीच पहिल्यांदा माहिती दिली. औरंगजेबाने 'जिझिया कर' पुन्हा अमलात आणला. त्याला निषेध करणारे पत्र शिवाजींनी औरंगजेबाला लिहिले होते. १६४८, १६५५, १६६० आणि १६७४-७५ या वर्षांमध्ये शिवाजीराजाने आपले वर्चस्व कसे सिद्ध केले, त्याचा वृत्तान्त सरकारांनी शिवाजीच्या पुढच्या आवृत्त्यांत दिला आहे. त्याचबरोबर शिवाजींचे व्यक्तिचित्रण करणारे एक मोठे टिपण लिहिले. शिवाय सरकारांनी ब्रिटिश म्युझियममधून शिवाजींचे सर्वात विश्वासार्ह असे काढलेले चित्र मिळविले.[१४]

१९२९ मध्ये म्हणजेच नऊ वर्षांनी 'शिवाजी'ची तिसरी आवृत्ती प्रसिद्ध झाली. सरकारांनी त्यात नवीन माहिती घालून जवळजवळ पुन्हा नव्याने या आवृत्तीचे लेखन केले. तिसऱ्या आवृत्तीबद्दल सरकार म्हणतात, ''या आवृत्तीतील अर्ध्याहून अधिक लेखन हे संपूर्णपणे पुन्हा लिहिले आहे. इतर ठिकाणींसुद्धा जुनी विधाने, जुनी निरीक्षणे, नव्याने झालेल्या संशोधनानुसार बदलली आहेत. त्यामुळे ही आवृत्ती म्हणजे खरं तर नवेच पुस्तक म्हणायला हवे.''

पहिल्या दोन आवृत्तींपेक्षा तिसऱ्या आवृत्तीत खालील गोष्टींचा फरक आहे. (१) १९ व्या शतकात लिहिल्या गेलेल्या शिवाजीचे सप्तप्रकरणात्मक चरित्र (चिटणीस बखर), शिवदिग्विजय (नंदुरबारकर बखर), तंजावरचा बृहदीश्वरचा शिलालेख इत्यादी. (२) १८ व्या शतकाच्या उत्तरार्धातील निवडक साधनांचा सावधगिरीने केलेला उपयोग. उदाहरणार्थ, मलकारे–वाकनीस यांची ९१ कलमी बखर आणि त्याच्या इतर हस्तलिखित प्रती. (३) फ्रेंच आणि पोर्तुगीज समकालीन साधनांचा सर्वप्रथम उपयोग केलेला आहे. (४) समकालीन म्हणून मानलेली चार काढलेली चित्रे यांचा समावेश केला आहे.

नव्या आवृत्तीत नव्याने उपलब्ध झालेल्या साधनांचा उपयोग करून जुन्या साधनांचा पुन्हा तपशीलवार अभ्यास केला आहे, असे सरकार आग्रहाने सांगतात. ग्रंथातील संपूर्ण वृत्तांतातील अनेक छोटे छोटे बदल, दुरुस्त्या करून त्यांत विशिष्ट व्यक्ती आणि प्रसंगांबद्दलची आपली मते त्यांनी व्यक्त केली आहेत.

या आवृत्तीतील साधनांची सरकारांनी तीन गटांत वर्गवारी केली आहे ती अशी :–

(१) समकालीन फ्रेंच आणि पोर्तुगीज साधने, (२) शकावली आणि (३) फार्सी साधने. ग्रँन्ट डफने इतिहास लिहिताना फक्त खाफीखानच्या साधनांचा उपयोग केला. परंतु, सरकारांनी इतर फार्सी इतिहासकारांच्या लेखनाचा उपयोग करून सध्याच्या माहितीमधील कितीतरी त्रुटी भरून काढल्या आहेत; अशा तऱ्हेने ग्रँन्ट डफने शिवाजींची कारकीर्द चुकीच्या संदर्भांनी लिहिली होती, हे सरकारांनी सिद्ध केले.[१५]

या आवृत्तीचे एक वैशिष्ट्य म्हणजे शिवकालाच्या अभ्यासास उपयुक्त साधनग्रंथांची तपशीलवार सूची यात सरकारांनी दिली आहे. त्यावरून बखरी, शकावली, १९ व्या शतकात लिहिले गेलेले नवीन पुरावे, पोवाडे, महाकाव्ये आणि युरोपियन साधनांचे मूल्य या सर्व इतिहाससाहित्याची छाननी केली गेली. त्याचबरोबर भारतीय आणि परकीय भाषांमधील उपलब्ध साधनांची सविस्तर माहिती या सूचीत दिलेली आहे.[१६]

'शिवाजी आणि शिवकाल' या ग्रंथाची चौथी आवृत्ती, बऱ्याच दीर्घकाळाने १९ वर्षांनी, १९४८ मध्ये प्रसिद्ध झाली. सरकारांनी मधल्या काळात अनेक नव्या साधनांचा अभ्यास केला. यांत प्रामुख्याने १९३९ नंतर उपलब्ध झालेली साधने विशेषत: शिवचरित्राच्या दृष्टीने अत्यंत महत्त्वाचा जयपूरचा दफ्तरखाना, पोर्तुगीज साधने आणि शिवजन्मतिथीच्या त्रिशतसांवत्सरिक उत्सवाच्या निमित्ताने, शिवजन्मतिथीसंबंधी असलेल्या दोन भिन्न मतप्रणालींच्या संशोधकांनी उपलब्ध करून दिलेली माहिती यांचा उपयोग सरकारांना करता आला.

१९३० साली, ९१ कलमी बखरींच्या अनेक हस्तलिखित प्रती उपलब्ध झाल्या होत्या. त्यांचा सरकारांनी चिकित्सकपणे अभ्यास करून आवश्यकतेनुसार त्यांचा चांगला वापर केला.[१७]

‘शिवाजी आणि शिवकाल’ची पाचवी आवृत्ती, सरकारांच्या हयातीत निघाली (१९५२). या आवृत्तीत त्यांनी शिवाजी राजाच्या आरमाराची संपूर्ण माहिती दिलेली आहे. अफजलखानाने स्वत:ला बहादूर म्हणून सिद्ध करण्यासाठी शिवाजीराजाला मारण्याचा पहिला प्रयत्न केला. शिवाजीच्या मृत्यूपूर्वी आणि नंतर मराठ्यांच्या दरबारात झालेले वारसाहक्काचे तंटे शिवाजी आणि त्याचा सावत्रभाऊ व्यंकोजी यांच्यात झालेले मतभेद, अशा कितीतरी गोष्टींबद्दलची माहिती ५ व्या आवृत्तीत आली आहे. शिवभारतकार परमानंद यांचे एक अपूर्ण काव्य ‘परमानन्दकाव्यम्’ या रियासतकार सरदेसाई यांनी १९५२ साली संपादित केलेल्या संस्कृत काव्याचा आणि गोमांतकाचे ज्येष्ठ इतिहाससंशोधक पांडुरंग सखाराम पिसुर्लेकर यांनी नव्याने प्रकाशित केलेल्या पोर्तुगीज साधनांचा वापर सरकारांनी या आपल्या शेवटच्या आवृत्तीत केला आहे.[१८]

शिवचरित्राची रूपरेखा :

सरकार आणि सरदेसाई यांच्या पत्रव्यवहारातून असे लक्षात येते की, सरकारांनी शिवाजींवर पुस्तक लिहिण्याचा मसुदा तयार केला होता. अर्थात पत्राची नक्की तारीख किंवा ठिकाण यांचा उल्लेख नसला तरी, अंतर्गत पुराव्यावरून असे लक्षात येते की, ‘शिवाजी’ या ग्रंथाच्या तिसऱ्या आवृत्तीनंतर साधारणपणे १९२९ च्या आसपास सरकारांनी सरदेसाईंना पत्र लिहिले असावे.[१९] सरदेसाईंच्या आदेशानुसार, सरकारांनी त्यांना ही माहिती पुरवली का? ही गोष्ट कोणालाच माहिती नाही. याविषयीचा संदर्भ पत्रव्यवहारात सापडत नाही किंवा सरकारांनी स्वत:हूनच सरदेसाईंच्या ‘शककर्ता शिवाजी’ या मराठी रियासतीच्या दुसऱ्या खंडाशी संबंधित काही सुधारणा करण्यासाठी हा आराखडा तयार केला असावा. ‘शिवाजी’च्या दुसऱ्या आवृत्तीसाठी (१९२०) मराठी साधनांचा तपास करताना, सरकारांनी सरदेसाईंच्या मराठी रियासतीच्या पहिल्या खंडाच्या दुसऱ्या आवृत्तीवर भाष्य केले आहे. ते म्हणतात, “हे अतिशय कष्टाने आणि यथायोग्य संकलन केलेले आहे. हे पुस्तक साधनांचे मार्गदर्शक असले तरीही मराठी सोडून इतर मूळ साधनांची माहिती यात मिळत नाही.”[२०]

‘शिवचरित्राची रूपरेषा’ या पत्राचा उद्देश काहीही असो, परंतु ‘शिवाजी आणि शिवकाल’ या विषयाचा अभ्यास करण्याचा त्यांचा दृष्टिकोन काय होता, याची कल्पना यावरून येते. ही रूपरेषा ऐतिहासिक पार्श्वभूमी आणि मराठ्यांच्या किंवा एकूण हिंदू समाजाच्या अंधारवत भासणाऱ्या भविष्यकाळापासून सुरुवात होते आणि अशा या कठीण परिस्थितीतून समाजाचा उद्धार करणारा ‘शिवाजी’ सारखा एक थोर पुरुष कसा जन्माला येतो आणि नूतन राज्याची उभारणी करतो, सैन्याची जमवाजमव करतो यांतच त्या राजाचे मोठेपण सामावलेले आहे हा विचार मांडला आहे. थोडक्यात, सरकारांच्या मते हिंदू

समाजातला 'शिवाजी राजा' हा शेवटचा असामान्य रचनात्मक कार्यकर्ता होता असे होते. शिवाजीराजाच्या सनदी आणि लष्करी संघटनेचा गौरवपूर्ण उल्लेख करून त्यांच्या धार्मिक धोरणाविषयी समर्पक मत व्यक्त केले आहे. ते म्हणतात, "त्या काळातील शिवाजीची धार्मिक सहिष्णुता आश्चर्यकारक होती. भारतीयत्वाची शक्यता आणि चिरंतनता ही जेव्हा सर्वांना समान हक्क, योग्य कार्यक्षेत्र आणि मेहरबानीचा अभाव या गुणांवरच अवलंबून असत."

'जीवनातील प्रगती प्रत्येकाला आपल्या अंगच्या गुणांमुळे साधता येते.' या तत्त्वाचा फ्रान्सच्या १७८९ च्या राज्यक्रांतीने उद्घोष केला. आधुनिक राष्ट्राचा हा मूलमंत्र असला पाहिजे. शिवाजीराजाला या तत्त्वाची जाणीव अडीचशे वर्षांपूर्वीच झाली होती.[२२]

सरकार आणि शिवजयंती महोत्सव :

जेव्हा जदुनाथ सरकार शिवाजींच्या चरित्रलेखनासाठी जमवाजमव करत होते, तेव्हा-१८९५ मध्ये लोकमान्य टिळकांनी शिवजयंती हा सार्वजनिक उत्सव सुरू केला होता. ब्रिटिशांविरुद्ध जनमत तयार करण्याचे एक शस्त्र म्हणून त्याचा उपयोग लोकमान्य करून घेणार होते. सुरुवातीच्या काळात शिवजयंती फक्त महाराष्ट्रात साजरी होत होती. परंतु, २०व्या शतकाच्या पहिल्या दशकात शिवजयंतीचा उत्सव बंगालमध्ये पोहोचला आणि १९०५- मध्ये जेव्हा लॉर्ड कर्झनने बंगालच्या फाळणीचा प्रस्ताव आणला तेव्हा बंगालमध्ये शिवजयंती उत्सव लोकप्रिय झाला होता. बंगालमध्ये शिवजयंतीची सुरुवात करण्याचे श्रेय सखाराम गणेश देऊस्कर (१८६९-१९१२) यांना जाते. देऊस्कर जन्माने महाराष्ट्रीयन परंतु बंगालमध्ये स्थायिक झाले होते. त्यांनी बंगालमधील नियतकालिकांमध्ये इंग्रजी व मराठी भाषेत मराठ्यांविषयी लेख लिहिले होते. देऊस्कर टिळकांचे अनुयायी होते त्यामुळे त्यांनी १९०२ मध्ये बंगालमध्ये शिवजयंती साजरी करण्यात पुढाकार घेतला. १९०६ मध्ये टिळक बंगालमधील शिवजयंतीसाठी मुद्दाम गेले होते. त्यामुळे बंगालची फाळणी करण्याच्या ब्रिटिशांच्या धोरणाविरुद्ध जनतेचे मत तयार करण्यात बंगाली पुढाऱ्यांना खूप मदत झाली.[२३]

जदुनाथ सरकारांनी शिवाजीराजाचा 'राष्ट्रपुरुष' म्हणून गौरव केला. इतिहासकार या नात्याने सामान्य लोकांमध्ये शिवाजींविषयीच्या दंतकथांचा प्रसार होऊ नये, असे सरकारांना वाटत होते. तसेच ऐतिहासिक कागदपत्रांच्या आधारे शिवाजींसंबंधी काल्पनिक कथा रचल्या जाऊ नयेत, अशीही त्यांची तळमळ होती. म्हणून त्यांनी 'शिवाजी' ग्रंथाच्या पहिल्या आवृत्तीच्या प्रस्तावनेत, 'शिवाजींच्या संबंधातील प्रत्येक घटना-प्रसंगाविषयी मग ती लहान असो वा मोठी त्यासाठी ऐतिहासिक सत्याच्या दृष्टीने त्यांची शहानिशा करण्यासाठी निर्दोष पुराव्याचा आधार घेतला आहे. तसेच इतर शक्यतांचीही चर्चा

केली आहे.' असे म्हटले आहे. १७ व्या शतकाच्या दख्खनचा इतिहास अनेक धाग्यादोऱ्यांनी विणला गेला आहे. त्यातील मराठा हा फक्त एक धागा आहे. त्यामुळे आपला हा ग्रंथ म्हणजे केवळ शिवाजींचे चरित्र नसून, त्यात मोगल साम्राज, विजापूर आणि गोवळकोंडा या तीनही समकालीन मुस्लिम साम्राज्याचा इतिहास आला आहे असे सरकार मानत होते[२४] आणि म्हणूनच सरकारांनी या ग्रंथाला 'शिवाजी ॲण्ड हिज टाइम्स' असे नाव दिले आहे आणि त्या विषयाशी संबंधित सर्व भाषांमधील साधने तपासली आहेत.

शिवाजीमहाराजांच्या इतिहासाची साधने : मराठी साधने

"शिवाजी आणि संभाजींच्या काळातील खऱ्या अर्थाने ऐतिहासिक स्वरूपाची समकालीन साधने मराठी सोडून इंग्रजी, फार्सी, पोर्तुगीज आणि राजस्थानी भाषांत उपलब्ध आहेत." असे जदुनाथ सरकारांनी शिवाजी ग्रंथाच्या १९१९ ते १९५२ या काळात प्रसिद्ध केलेल्या सर्व आवृत्त्यांमध्ये म्हटले आहे.[२५]

सरकारांचे मराठी साधनांविषयीचे असमाधान त्यांनी 'शिवाजी'च्या आवृत्त्यांना जोडलेल्या सूचीसह टिपांमध्ये प्रांजळपणे व्यक्त केले आहे. मराठ्यांच्या सत्तेच्या शेवटच्या टप्प्यात विशेषत: १६७१ ते १६८९ या काळात ते लढायांमध्ये गुंतलेले होते, त्यामुळे त्यांचा लिखाणाशी कमी संबंध आला, हे कारण देऊन ते समाधान करून घेतात. त्या काळात कोणतेही पद्धतशीर साहित्य निर्माण झाले नाही. चरित्र किंवा इतिहासवर्णने लिहिली गेली नाहीत. सरकारी कागदपत्रांसंबंधी असे म्हणता येईल की कदाचित ती असू शकतील परंतु स्वातंत्र्ययुद्धाच्या काळात (१६८९-१७०७) मोगलांनी मराठ्यांचे किल्ले आणि शहरे काबीज केली होती, तेव्हा ती कागदपत्रे नष्ट केली असावीत.[२६]

१६९७ मध्ये जिंजी येथे शिवाजींच्या समकालीन कृष्णाजी अनंत सभासद याने बखररूपाने शिवचरित्र, राजाराममहाराजांसाठी लिहिले. या बखरीवर मत व्यक्त करताना सरकार म्हणतात, "उतारवयातील एका माणसाने, त्याला आठवेल तसे लिहिलेले आहे. त्याला कोणतीही सरकारी कागदपत्रे किंवा माहितीचा आधार मिळालेला नव्हता. त्यामुळे अचूकतेच्या बाबतीत, ही बखर तिसऱ्या क्रमांकाची आहे तर अधिकृतपणाबद्दल ती अजूनच खालच्या दर्जाची आहे."[२७]

जदुनाथ सरकारांनी इंग्रजी, पोर्तुगीज, फार्सी आणि राजस्थानी कागदपत्रांची वाखाणणी केली आहे. इंग्रजी पुरावे सर्वात अस्सल आहेत, कारण ही कागदपत्रे मूळ रूपात जतन केली आहेत. त्यांत नंतर कुठलाही मजकूर घुसडलेला नाही. पोर्तुगीज कागदपत्रे ही त्यांच्या मर्यादित क्षेत्रांत पहिल्या प्रतीची, अस्सल आहेत. त्याचबरोबर त्यांचे शिवाजी आणि त्याचे शेजारी यांच्याशी असलेले संबंधही बरोबर आहेत.

सरकारांच्या मते फार्सी आणि राजस्थानी साधने ही सर्वात जास्त अस्सल आहेत; तसेच शिवाजींच्या इतिहासासाठी फार महत्त्वाची आहेत... एक तर ती समकालीन आहेत आणि नंतर त्यांच्यात कुठलेही फेरफार केले गेलेले नाहीत... या साधनांच्या लेखकांनी अचूक माहिती लिहिली आहे. कारण ते स्वत: त्या ऐतिहासिक प्रसंगांचे साक्षीदार होते, त्यामुळे जे डोळ्याने पाहिले, ते त्यांनी लिहिले असावे; मात्र मराठी, हिंदी आणि संस्कृत लेखकांचे लेखन हे सर्वसाधारणपणे अतिसंवेदनशील आहे.[२८]

मराठी बखरीतील वर दाखविलेल्या उणिवांच्या संदर्भात सरकार म्हणतात, "एखादी घटना घडल्यानंतर काही दीर्घ कालाने त्या घटनांची नोंद बखरीत केली जाते आणि त्यात बऱ्याच दंतकथा अथवा खोट्या चालीरीती यांचा समावेश केला जातो. त्यामुळे समकालीन फार्सी अथवा इंग्रजी साधनांच्या तुलनेने ती मराठी बखरीतील माहिती अचूक नसते. मराठी साधनांना प्राधान्य देणे हे देशभक्तीचे लक्षण असले, तरी त्यांना प्रामाणिक इतिहास मानता येणार नाही." थोडक्यात, ते पुढे म्हणतात, "त्यांचे (बखरीचे) गप्पागोष्टींसारखे निवेदन आणि लेखनाचा सामान्य दर्जा यांमुळे ते सारे लेखन म्हणजे आधुनिक विचारसरणीचा एक निरुपयोगी संग्रह असेच म्हणावे लागेल. कोणत्याही निकषाने त्या लेखनाला 'इतिहास' म्हणता येणार नाही."[२९]

'सभासद बखर' ही शिवाजीचा इतिहास सांगणारी सर्वात उपयोगी आणि मौल्यवान बखर असे सरकार मानतात. तसेच मराठीतील एकमेव माहितीचे साधन म्हणूनही सभासद बखरीला मान्यता देतात.[३०]

१९३० मध्ये प्रसिद्ध झालेली ९१ कलमी बखरही जदुनाथ सरकारांच्या मते काही प्रमाणात महत्त्वाची आहे. परंतु, 'शिवाजी' ग्रंथाच्या तिसऱ्या आवृत्तीत (१९२८-२९) सरकार या बखरीचा उपयोग करू शकले नाहीत; कारण ही बखर अस्तित्वात असल्याचे त्यांना पूर्वी माहिती नव्हते. चिटणीस बखरीपेक्षा (१८१०) या बखरीत दंतकथांचे प्रमाण कमी आहे म्हणूनच ही बखर लक्ष देण्याजोगी आहे, असे सरकारांचे म्हणणे होते.[३१]

सरकारांनी बहुतेक सर्व मराठी बखरी अमान्य केल्या. कारण बऱ्याचशा बखरी या सभासद बखरीतून फक्त उतरवून काढल्या होत्या. त्यात मधूनमधून संस्कृत सुभाषिते, अद्भुत घटना इ. कितीतरी इतर गोष्टी ज्यांना इतिहासलेखन म्हणून मान्यता नव्हती त्या घुसडल्या होत्या. चिटणीस बखरसुद्धा शिवाजींच्या मृत्यूनंतर १३० वर्षांनी लिहिली गेली, परंतु सभासद बखरीतल्या खऱ्या घटना त्यात घेतल्या आहेत. सरकारांनी 'शिवदिग्विजय'ला कडाडून विरोध केला (सरदेसाईंबरोबरच्या पत्रव्यवहारात याविषयी अनेक संदर्भ सापडतात.) पां. रा. नंदुरबारकर आणि ल. का. दांडेकर यांनी 'शिवदिग्विजय' ही बखर संपादित केली (बडोदा १९३९). 'शिवदिग्विजय'चा लेखक शिवाजींचा सचिव बाळाजी आवजी चिटणीस यांचा मुलगा खंडो बल्लाळ (१७१५) हा होता.

सरकारांनी या बखरीतील कालक्रमविपर्यास, अनेक ठिकाणी झालेले विषयांतर आणि आलंकारिक भाषेची अनावश्यक जोड असे कितीतरी दोष दाखवून दिले आहेत.[३२]

शकावली :

महाराष्ट्रातील सरदार घराण्यांमध्ये महत्त्वाच्या ऐतिहासिक घटनांच्या नोंदी ठेवण्याची पद्धत होती. या घटनांशी त्यांचा थेट संबंध असला किंवा नसला तरी त्या नोंदवून ठेवल्या जात. या प्रकारच्या लिखाणाला 'शकावली' असे म्हणतात. या शकावलीमध्ये कुटुंबातील जे लोक संबंधित असतील त्यांचा उल्लेख करून ते प्रसंग, तारीखवार लिहिले जात. या शकावली, घराण्याचा स्वाभिमान आणि दिवाणी दावे याविषयी काही तंटे उद्भवले तर घ्यावयाचा व्यावहारिक दृष्टिकोन या दोन कारणांसाठी सांभाळून ठेवल्या जात. काही वेळा या शकावलींची प्राचीन रोमन कुटुंबाच्या शकावलींची तुलना केली जाते.[३३]

विविध शकावलींपैकी 'जेधे शकावली'मध्ये १७ व्या शतकातील अनेक घटना दिलेल्या आहेत. शिवाजीच्या काळातील राजकीय इतिहासाची सुसंगत मांडणी जेधे शकावलीवरून करता येते. पुणे जिल्ह्यातील भोर तालुक्यातील कारी येथील जेधे घराण्याने शिवाजी महाराजांच्या स्वराज्यउभारणीच्या कामात, मराठ्यांना उद्युक्त करण्यात महत्त्वाची कामगिरी बजावली.[३४]

शिवापूरकर देशपांडे, गदाधर प्रल्हाद, शाहूंचे प्रतिनिधी, घोडेगावकर (सहाकलमी शकावली) अशा कितीतरी शकावल्या लिहिल्या गेल्या. या सर्व मराठा घराण्यांचा १७ व्या आणि १८ व्या शतकातील महाराष्ट्राच्या राजकीय जीवनात सक्रिय सहभाग होता.[३५]

जदुनाथ सरकारांचे सुरुवातीच्या इतिहाससंशोधनाच्या अभ्यासात, जेधे शकावलीबद्दल फारच अनुकूल मत होते. ते लिहितात, "शिवाजी आणि त्यांचे पूर्वज यांच्याबद्दलची मौलिक आणि खरी समकालीन माहिती जेधे शकावलीत सापडते. प्रत्येक घटनेची निश्चित तारीख या शकावलीत दिलेली आहे. १९१६ मध्ये जेधे शकावली प्रसिद्ध झालेली असल्यामुळे, मुद्दाम ती केली असल्याची शक्यता नाही. त्यात काही प्रसंगांच्या चुका आहेत, त्या इंग्लिश आणि फार्सी साधनांच्या मदतीने शोधता येणे शक्य आहे. या चुका लेखनिकाच्या हातून झालेल्या आहेत, मुद्दाम तयार केलेल्या नाहीत. त्यात काही बरोबर तारखा दिलेल्या आहेत, ज्या कोणाही बनावट कागदपत्रे तयार करणाऱ्या माणसाला माहिती असण्याची शक्यता नाही."[३६]

सरकारांनी जेधे शकावलीची जरी भलावण केली असली तरी 'शिवाजी'मध्ये तिचा उपयोग नाखुशीने केलेला दिसतो. विशेषत: अफझलखानाच्या प्रकरणानंतरचे प्रसंग वर्णन करताना ती फारच कमी वापरली आहे. सरकारांनी संपूर्ण जेधे शकावलीचे इंग्रजीत भाषांतर करून त्याचा सरदेसाईंनी संपादित केलेल्या 'शिवाजी सोव्हेनिअर'मध्ये

समावेश केलेला आहे. त्यामुळे अमराठी इतिहास संशोधकांना जेधे शकावलीचा उपयोग करणे शक्य झाले आहे.[३७]

सरकारांनी 'शिवाजी' ग्रंथातील तारखा निश्चित करण्यासाठी इंग्लिश आणि फार्सी साधनांचा अधिक उपयोग केला. त्यासाठी जेधे शकावलीचा त्यांना चांगल्या प्रकारे उपयोग करून घेता असता असे मत इतिहासकार द. वि. आपटे यांनी 'शिवाजी' ग्रंथाचे परीक्षण करताना मांडले. तसेच हिंदू पंचांगाच्या तारखा ख्रिश्चन कॅलेंडरमध्ये बदलताना, सरकारांना त्रासाचे झाले असावे, असेही आपट्यांनी नमूद केले आहे, यावर प्रतिक्रिया देताना सरकार म्हणतात, "शकावलीमध्ये दिलेल्या तारखा या दक्षिणेतील हिंदू-चांद्रसौर पंचांगाच्या तारखांनुसार आहेत, त्यामुळे त्यांचे इंग्रजी कॅलेंडरमध्ये अचूक रूपांतर करणे कठीण जाते; म्हणूनच बहुधा सरकारांनी अफजलखानाच्या प्रकरणानंतर 'शिवाजी' ग्रंथात जेधे शकावलीचा उपयोग करण्याचे टाळले असावे.[३८]

शिवाजींच्या जन्मतारखेसंबंधीचे मतभेद :

शिवाजींच्या जन्मदिवसाची तारीख निश्चित करण्याचा मुद्दा, महाराष्ट्रातील इतिहासकारांमध्ये वादग्रस्त ठरला. जुन्या इतिहासकारांनी वैशाख शुद्ध द्वितीया, शके १५४९ ही तारीख ग्राह्य ठरवली. नव्या इतिहासकारांनी फाल्गुन वद्य तृतीया, शके १५५१ म्हणजेच १९ फेब्रु. १६३० ही शिवजन्माची तारीख नक्की केली. इ. स. १६२७ हे वर्ष निश्चित करताना जुन्या इतिहासकारांनी चिटणिसी बखरीचा आधार घेतला. नव्या इतिहासकारांनी नव्याने शोधलेल्या संदर्भग्रंथांचा साकल्याने विचार करून इ.स. १६३० हेच शिवाजींच्या जन्माचे वर्ष असल्याचे ठामपणे मांडले. त्यांनी त्यासाठी जेधे शकावली, तंजावरचा कोरीव लेख जो बृहदीश्वर शिलालेख या नावाने ओळखला जातो, परमानंदांचे शिवभारत या समकालीन साधनांचा तौलनिक अभ्यास केला.[३९]

'जेधे शकावली' आणि परमानंदांचे 'शिवभारत' या दोन्ही साधनांच्या खरेपणाबद्दल सरकारांना शंका होती. त्यांच्या मते ही दोन्ही साधने अज्ञानी लोकांनी, अस्सल पुराण्याची ऐतिहासिक साधने म्हणून मानली आहेत. परंतु वस्तुत: 'शिवभारत' हे एक दरबारातील खुषमस्कऱ्याने लिहिलेले स्तुतिपर काव्य आहे, ही एक साहित्यिक याचना असून, ती किळस यावी इतकी लांबलचक रचली आहे आणि या बाबतीत आपल्या आश्रयदात्याची अतिशयोक्तपूर्ण स्तुती करणाऱ्या अबुलफज्ल यालादेखील मागे टाकणारी आहे, त्यामुळे परमानंदांचे शिवकाव्य हे अस्सल साधन म्हणून कवडीमोलाचे आहे, इत्यादी कारणांमुळे 'शिवभारत' त्याज्य ठरवून जदुनाथ सरकार जुनी जन्मतिथी म्हणजे सन १६२७ यालाच मान्यता देतात.[४०]

एका गोष्टीचे मात्र राहून राहून फारच आश्चर्य वाटते, ते म्हणजे जदुनाथ सरकारांनी

'चिटणीस बखर' ही अमान्य केली होती. परंतु, शिवाजींच्या जन्माची तारीख नक्की करताना, याच बखरीचा आधार घेतला आणि याबद्दल त्यांनी सरदेसाईंना पत्रातून आपले म्हणणे पटवून दिले आहे.[४१]

मराठी साधने :

जदुनाथ सरकारांच्या मते मराठी कागदपत्रे योग्य ती छाननी केल्याशिवाय स्वीकारू नयेत, फक्त ज्या कागदपत्रांविषयी अजिबात शंका वाटत नसेल तेवढीच मान्य करावीत. इतिहासकार वि. का. राजवाडे यांनी राजकीय आणि खाजगी अशी दोन्ही प्रकारची साधने प्रसिद्ध केली त्याबद्दल सरकार म्हणतात, ''जोपर्यंत या साधनांचा खरेपणा सिद्ध होत नाही, तोपर्यंत ती वापरू नयेत.'' ते पुढे म्हणतात, ''वि. का. राजवाडे आणि इतरांनी मराठ्यांच्या इतिहासाची साधने संपादित केली. त्यांतील खंड ८ आणि १५-२४ यांमध्ये थोडीशी राजकीय पत्रे आणि भरपूर खाजगी (कायद्याच्या व्यवहारासंबंधीची) कागदपत्रे तसेच शिवाजी आणि त्यांच्या कालखंडाविषयीचे दस्तऐवज आहेत. त्यांतील काही कागद इनाम कमिशन आणि इतर न्यायसंस्था यांची दिशाभूल करण्यासाठी बनावट तयार केले आहेत. काही कागदपत्रे तर घराण्याची प्रतिष्ठा राखण्यासाठी मुद्दाम बनवून घेतलेली आढळतात.''[४२]

भारत इतिहास संशोधक मंडळ, पुणे यांनी त्यांच्या वार्षिक अंकात आणि इतर प्रकाशनांमध्ये जी कागदपत्रे प्रसिद्ध केली आहेत, त्यांचे वरच्या-प्रमाणेच वर्गीकरण केलेले आहे आणि त्यामुळे आपल्या 'शिवाजी' या ग्रंथात ही कागदपत्रे जदुनाथ सरकारांनी वापरलेली नाहीत. रामचंद्रपंत अमात्य या शिवाजीराजांच्या समकालीन मुत्सद्द्याने लिहिलेला 'आज्ञापत्र' हा खरा दस्तऐवज नाही आणि त्यामुळे शिवाजीराजांच्या 'राजनीती'वर तो खरा प्रकाश टाकू शकत नाही. त्याचबरोबर तंजावरचा मराठीतील शिलालेख सरकारांच्या मते, ''शहाजी आणि शिवाजी यांच्याबद्दल खोटा इतिहास रचून, तंजावरच्या भोसले घराण्याची (धाकटी पाती) प्रतिष्ठा वाढविण्यासाठी हा शिलालेख लिहिला गेला असल्यामुळे तो अगदीच निरुपयोगी आहे,'' असे सरकारांचे मत आहे. (डिसें. १८०३ मध्ये दुसरे सरफोजी राजे, यांच्या कारकिर्दीत (१८१७-१८३२) तंजावरच्या बृहदीश्वरच्या देवळात हा शिलालेख कोरला आहे. शिलालेखात एकूण २६५२ ओळी आहेत. (राजवाड्यांच्या 'मराठ्यांच्या इतिहासाची साधने खंड ९ (१९०६)'मध्ये हा शिलालेख छापला आहे).[४३] या शिलालेखात बखरीचे सर्व फायदे-तोटे आढळतात. परंतु, हा शिलालेख परमानंदकवींच्या शिवभारतावर आधारित असल्यामुळे मराठी इतिहासकारांनी शहाजी आणि शिवाजींचा इतिहास रचण्यासाठी तो उपयुक्त ठरविला. परंतु, 'बखर' आणि 'शिवभारत' ही दोन्ही साधने इतिहास समजण्याच्या दृष्टीने निरुपयोगी

असल्यामुळे सरकारांनी ती पूर्णपणे त्याज्य ठरविली आहेत.

थोडक्यात असे म्हणता येईल की, सरकारांनी मराठी बखरी, छापलेली मराठी कागदपत्रे, तंजावरचा शिलालेख आणि परमानंदांचे 'शिवभारत' ही 'शिवाजी आणि त्याचा काळ' याचा इतिहास सांगणारी खरी इतिहाससाधने मानली नाहीत. यावरून शिवाजींचा इतिहास सांगणारी अस्सल कागदपत्रे फक्त फार्सी, राजस्थानी आणि युरोपियन भाषांत असून, मराठीत ती उपलब्ध नाहीत, असा सरकारांनी निष्कर्ष काढला आहे.

सरकारांच्या शिवाजी ग्रंथाबद्दल महाराष्ट्रातील प्रतिक्रिया

जदुनाथ सरकारांनी शिवाजीमहाराजांच्या आयुष्याचे यथार्थ दर्शन भारतातील आणि भारताबाहेरच्या अमराठी वाचकांना 'शिवाजी' या इंग्रजी ग्रंथातून घडविले, ही गोष्ट कोणीही अमान्य करणार नाही. महाराष्ट्रामध्ये सरकारांच्या 'शिवाजी' ग्रंथाबद्दल संमिश्र प्रतिक्रिया झाल्या. सरदेसाईंनी सरकारांना एका पत्रात लिहिले, ''तुमच्या अभ्यासूवृत्तीने आणि बुद्धिमत्तेने शिवाजींचे चिरंतन स्मारक तुम्ही या ग्रंथातून उभे केले आहे. त्यामुळे शिवाजींच्या अभ्यासाबद्दलचा तुमचा शब्द शेवटचा मानला जावा, अशी माझी इच्छा आहे.''[४४] (१५ जून १९४६)

सरकारांनी १९१९ ते १९५२ या काळात शिवाजींबद्दल खूप संशोधन केले. या ३३ वर्षांत त्यांनी मराठी साधनांना नेहमीच कमी लेखले, याविषयी मुख्यत: पुण्यातील इतिहासकारांनी आक्षेप घेतला. महाराष्ट्रामध्ये छत्रपती शिवाजीमहाराजांना 'ऐतिहासिक आदरणीय व्यक्ती' म्हणून मानाचे स्थान आहे आणि म्हणूनच, सरकारांच्या 'शिवाजी'च्या आधीच्या आवृत्तीत शिवाजीच्या 'शिवा' अशा उल्लेखाबद्दल मराठी माणसांनी निषेध व्यक्त केला.[४५]

सरकारांच्या मराठी भाषेच्या ज्ञानाबद्दल विशेषत: मोडी लिपीत लिहिलेल्या ऐतिहासिक कागदपत्रांबद्दल पुण्याच्या इतिहासकारांनी शंका व्यक्त केली होती, तर सरदेसाईंनी मात्र, 'सरकारांचे मराठीचे ज्ञान सखोल आणि अचूक' असल्याचे शिफारसपत्र दिले होते.[४६] मराठीतील विद्वान इतिहासकार म. म. प्रा. दत्तो वामन पोतदार यांच्या मते, सरकारांना अगदी कामापुरते मराठी येत होते. तरीसुद्धा त्यांनी मराठी साहित्याचा सखोल अभ्यास केला नाही त्यामुळे त्यांचा इतिहासाचा अभ्यास कायमच एकतर्फी झाला. मोडी लिपीतील मूळ मराठी कागदपत्रे सरकार वाचू शकत नव्हते त्यामुळे त्यांची मराठी कागदपत्रांविषयीची 'बनावट' किंवा 'खरी' ही मते योग्य छाननी केल्याशिवाय मान्य करू शकत नाही.[४७]

दुसरे मराठी इतिहासकार द. वि. आपटे यांनी एक नवीन मुद्दा उपस्थित केला आहे. त्यांच्या मते, जर सरकारांना समकालीन मराठी कागदपत्रे ही शिवाजींच्या

कारकिर्दीचे विवेचन करण्यासाठी मान्य नव्हती, तर त्यांनी राजवाड्यांप्रमाणे, शिवाजींचा खरा आणि प्रामाणिक इतिहास लिहिण्याची योग्य वेळ यायची आहे, असे जाहीर करायचे होते; तसेच सरकार जर स्वत:ला प्रामाणिक इतिहासकार म्हणवून घेतात तर त्यांनी शिवाजी आणि त्यांच्या काळाविषयी लिहिण्याचा उपक्रम हाती घ्यायला नको होता. शिवाजींचा इतिहास लिहिताना सरकार पूर्णपणे फार्सी आणि इंग्लिश साधनांवर विसंबून राहिले म्हणून मराठी विद्वानांनी सरकारांना 'ग्रॅन्ट डफचा आधुनिक अवतार' असे मानले.[४८]

जदुनाथ सरकारांनी मराठी कागदपत्रे आणि त्यांचे लेखक यांच्यावर अनुदारपणे टीका केलेली आहे. त्यांनी मराठी लेखकांना 'अतिसंवेदनाक्षम' असे संबोधले आहे. त्यांच्या दृष्टीने मराठी लेखकांनी लिखाणासाठी योग्य ती तयारी केलेली नसल्याने, ते एकवेळ तलवार चालवू शकतील परंतु लेखणी चालविणे त्यांना जमणार नाही, तसेच त्यांना राजकारणात कोणतेही स्थान नव्हते, ही मते पटण्यासारखी नाहीत. कारण, बखरी लिहिणाऱ्या लेखकांना समकालीन साहित्याची चांगली जाण होती आणि त्यांनी बखर लिहिण्याची त्यांची स्वत:ची अशी एक शैली तयार केली होती. त्यांनी राजकारभारात सभासद, चिटणीस, बातमीदार इत्यादी हुद्द्यांच्या जागा भूषविल्या होत्या. शकावलीत तारखा व्यवस्थित दिलेल्या असत. त्यामुळे इतर साधनांचा अस्सलपणा ठरविण्यासाठी त्यांचा उपयोग होई. एवढेच नाही तर, स्कॉट वेअरिंग (१८१०) सारख्या इंग्लिश इतिहासकाराला फार्सी तवारिकांपेक्षा मराठी बखरी या जास्त विश्वासार्ह वाटल्या.[४९]

काही बाबतीत बखरीमध्ये नक्कीच उणिवा आहेत, परंतु मराठ्यांच्या आपल्या इतिहासासंबंधीचा दृष्टिकोन त्यातून दिसून येतो म्हणूनच बखरींकडे पूर्णपणे दुर्लक्ष करून चालणार नाही. खरे तर वास्तवात ज्या मराठी इतिहासकारांनी बखर वाङ्मयाला केवळ गप्पाटप्पा मारणाऱ्या म्हणून निरुपयोगी ठरविले, त्यांनीच आपला हेतू साध्य करताना, ज्या ठिकाणी त्या उपयोगी पडतील, तेथे त्यांचा वापर केला. ग्रॅन्ट डफ आणि सरकार हे इतिहासकारसुद्धा याला अपवाद नाहीत.

जदुनाथ सरकारांचे चिटणीस बखरीबद्दल 'चिकित्सा करण्यास अयोग्य आणि मुद्दामच चुकीची लिहिलेली' असे मत होते. चिटणीस बखरीपेक्षा सभासद बखर ही अधिक ग्राह्य असे मानणाऱ्या सरकारांना १६४९ मध्ये आदिलशहाच्या कैदेतून शहाजींच्या सुटकेचा इतिहास लिहिताना चिटणीस आणि शिवदिग्विजय या दोन्ही बखरींचा आधार घेण्याचा मोह आवरलेला नाही.[५०]

त्याचबरोबर बखरीच्या आधारे जदुनाथ सरकारांनी काही ऐतिहासिक पुरावे नसलेली, निराधार विधाने केलेली आहेत. उदाहरणार्थ, आपल्या पत्नीचे– जिजाबाईचे वय होऊ लागले म्हणून शहाजींनी तुकाबाई या तरुण आणि सुंदर स्त्रीशी विवाह केला.

येथे एक गोष्ट लक्षात घेतली पाहिजे की, कोणत्याही मराठी शकावलीत शहाजींचे जिजाबाईंवरील प्रेम कमी झाले अशा प्रकारे लिहिलेले आढळत नाही. हे लिखाण म्हणजे सरकारांचा केवळ कल्पनाविलास मानावा लागेल.[५१]

सरकारांना कोणत्याही काल्पनिक कथांचा, इतिहासलेखनात उपयोग करायला आवडत नसे. परंतु, प्रसंगोपात्त अशा कथांचा उपयोग करण्याचा मोह त्यांना आवरता आलेला नाही. उदाहरणार्थ, १६७० मध्ये मोगलांच्या ताब्यातील कोंडाणा किल्ला सर करण्यासाठी तानाजी मालुसरेने आपले प्राण गमावले. तानाजी मालुसऱ्यांसारख्या निधड्या छातीच्या मावळ्यामुळे किल्ला जिंकता आला या भावनेने शिवाजींनी या किल्ल्याचे नवे नाव 'सिंहगड' असे ठेवले. तथापि, १६६३ मध्ये शिवाजींनी लिहिलेल्या एका अस्सल मराठी पत्रात कोंडाण्याचा सिंहगड असा उल्लेख एकदा नाही तर चार वेळा केल्याचा पुरावा मिळतो.[५२]

तेव्हा सरकारांनी या दंतकथेचा वापर मुक्तपणे केला आहे असेच म्हणावे लागेल.

गो. स. सरदेसाई यांची प्रतिक्रिया :

जदुनाथ सरकारांच्या 'शिवाजी' वर मराठा आणि 'केसरी' या वर्तमानपत्रांनी आणि द. वि. आपटे यांच्यासारख्या इतिहासकाराने कठोरपणे टीकेची झोड उठविली. जदुनाथ सरकारांवर एवढे रागविण्याचे कारण काय? हा प्रश्न सरदेसाईंच्या पुढे पडला. त्याचबरोबर सरदेसाई, सरकारांची बाजू घेतात आणि सरकारांच्या लिखाणाला आवर घालत नाहीत, अशीही टीका सरदेसाईंना ऐकून घ्यावी लागत होती.

यावर आपले मत नोंदविताना सरदेसाई सरकारांना लिहितात, फार्सी आणि इतर परदेशी साधने शोधली नसती तर अजूनसुद्धा शिवाजींचा खरा इतिहास आपल्याला समजला नसता. तुम्ही शिवाजींची कीर्ती जगात पसरविलीत. महाराष्ट्रातील इतिहासकार काहीही म्हणोत, पण अफझलखानानंतरचा जो सर्व इतिहास तुम्ही लिहिला आहे, ती सर्वस्वी तुमची निर्मिती आहे. (२१.२.१९२७)[५३]

सरदेसाईंनी आपली व्यक्तिगत कृतज्ञता आणि पुण्यातील इतिहासकारांविषयीचे स्वत:चे मत, एका पत्रातून सरकारांना कळविले होते.[५४]

कालांतराने जेव्हा पुण्यातील इतिहासकारांना, जदुनाथ सरकारांच्या ऐतिहासिक कामगिरीचे महत्त्व लक्षात आले तेव्हा त्यांनी सरकारांना भारत इतिहास संशोधक मंडळाचे सन्माननीय सभासदत्व देण्याचे ठरविले. परंतु सरकारांनी मात्र ते नम्रतापूर्वक नाकारले.[५५]

एकदा पुण्यातील इतिहासकारांनी जदुनाथ सरकारांच्या 'शिवाजी'ला उत्तर देण्याच्या हेतूने, इंग्रजीतून शिवाजीचे चरित्र लिहिण्याचा घाट घातला. जेव्हा सरदेसाईंच्या कानावर ही गोष्ट आली, तेव्हा त्यांनी सरकारांना तातडीने पत्र लिहिले. त्या पत्रात,

पुण्यातील इतिहासकारांचा हा विचार म्हणजे निरर्थक उद्योग असणार आहे, असे सरदेसाईंनी लिहिले होते.[५६]

चिं. वि. वैद्य यांचा 'शिवाजी' :

१९३१ मध्ये भारत इतिहास संशोधक मंडळाचे सदस्य चिंतामण विनायक वैद्य यांनी शिवाजींचे इंग्रजीत चरित्र लिहिले. पुस्तकाचे नाव होते, 'शिवाजी दि फाउंडर ऑफ मराठा स्वराज्य'. हे पुस्तक लिहिण्यामागची कल्पना स्पष्ट करताना वैद्य प्रस्तावनेत लिहितात, ''शिवाजीच्या चाहत्याने लिहिलेले असले, तरी शिवाजींचे दोष दाखविताना किंवा स्तुती करताना न्यायाधीशाच्या भूमिकेतून मनाचा समतोल राखण्याचा प्रयत्न केला आहे. मला वाटते की, एखाद्याचे चरित्र हे त्याची प्रशंसा करणाऱ्याने आणि त्याच्याच मुलखात असणाऱ्या देशबंधूने लिहिले पाहिजे; कारण अशी व्यक्ती आपोआपच त्याच्या चरित्रनायकाच्या हेतूंचा, त्याला अनुकूल असा दृष्टिकोन ठेवते. चरित्रनायकाची वर्तणूक आणि राजकीय कारकीर्द यांचे मूल्यमापन करताना लेखकाने निःपक्षपातीपणाची वृत्ती ठेवायलाच हवी.''[५७]

भारत इतिहास संशोधक मंडळाने चिं. वि. वैद्यांच्या पुस्तकाला पाठिंबा दिला खरा, परंतु मंडळाचे चिटणीस दत्तो वामन पोतदार यांनी पुस्तकाची शिफारस करताना म्हटले आहे की, हे पुस्तक छत्रपती शिवाजीमहाराजांच्या आयुष्याबद्दल सर्वसमावेशक माहिती देणारे किंवा खुलासेवार स्पष्टीकरण देणारे झालेले नाही.[५८]

जदुनाथ सरकारांनी या पुस्तकाची अजिबात दखल घेतली नाही. सरदेसाईंनी त्यांना वैद्यांच्या पुस्तकाची प्रत पाठवून देतो, असे पत्रात लिहिले. त्याला सरकारांनी उत्तर लिहिले, ''तुम्ही मला चिं. वि. वैद्यांचे शिवाजींचे चरित्र पाठवू शकता आणि मी तुम्हाला पुराव्यासहित त्यातील ठळक चुकांची यादी, पुस्तकाबरोबर पाठवून देऊ शकेन.''[५९]

चिं. वि. वैद्यांचे शिवाजींचे चरित्र अगदी सामान्य ठरल्याने त्याची दुसरी आवृत्ती निघू शकली नाही.

जदुनाथ सरकारांवरील आरोप :

१) पुण्यातील इतिहासकारांनी जदुनाथ सरकार हे इतिहाससंशोधक नसून फक्त इतिहासकार आहेत असे मानले होते. सरकारांनी जयपूर आणि इतर पुराभिलेख विभागांतून ऐतिहासिक कागदपत्रे शोधली होती. ही कागदपत्रे जहांगीर, शहाजहान आणि औरंगजेब यांच्याशी संबंधित होती. त्यासंबंधीचा शोधनिबंध सरकारांच्या मित्राने 'इंडियन हिस्टॉरीकल क्वार्टरली' या त्रैमासिकात (सप्टेंबर १९३४) प्रसिद्ध केला होता. सरकारांनी त्यांच्या

ऐतिहासिक कामात या कागदपत्रांचा उपयोग केला होता. परंतु, कितीतरी कागदपत्रे तशीच राहिली होती; जर सरकारांनी ही सर्व कागदपत्रे संपादित करून, प्रकाशित केली असती, तर आगामी ऐतिहासिक संशोधनासाठी त्याचा फार चांगला उपयोग झाला असता. त्याचबरोबर त्यांना स्वत:चे इतिहासलेख तपासून पाहणे या कागपत्रांमुळे शक्य झाले असते. सरकारांनी प्रकाशित झालेल्या मराठी कागदपत्रांकडेही फारसे लक्ष दिले नाही. त्याचबरोबर एकाच विषयावरची फार्सी व इतर कागदपत्रे आणि मराठी कागदपत्रांचा एकमेकांशी पडताळा करून पाहण्याचेही सरकारांनी प्रयत्न केले नाहीत.[६०]

२) काही विद्वानांच्या मते, सरकारांच्या 'शिवाजी'मुळे भारतातील काही भागातील इतिहासकारांचे शिवाजींविषयी प्रतिकूल मत तयार झाले किंवा एकूण मराठ्यांविषयी गैरसमजुती निर्माण झाल्या.

३) सुलतानपूरचे वकील आणि अलिगड विद्यापीठाचे संशोधक विद्वान श्री. सय्यद तफाजुल दाऊद सईद खान यांनी १९३५ मध्ये 'दि रियल शिवाजी' नावाचे पुस्तक लिहिले.

खान यांचा प्रस्तुत ग्रंथ म्हणजे स्वातंत्र्यपूर्वकालातील जातीय वैमनस्याचे दर्शन घडविणारा एक प्रातिनिधिक नमुना आहे असे म्हणावे लागेल. त्यांचे म्हणणे असे की, शिवाजीराजांविषयी आपण आपली मते केवळ जदुनाथ सरकारांचे लिखाण वाचून बनविली आहेत आणि त्यांनी आपला प्रबंध सरकारांच्या विचारांशी सहमत असणाऱ्या वाचकांच्या अभिप्रायार्थ सादर केला आहे. मराठी संशोधकांचे लेखन हे विश्वासार्ह नाही, कारण त्यासाठी त्यांनी वापरलेली साधने ही अस्सल स्वरूपाची नाहीत, हे सरकारांचे मत खान यांनी मान्य केले आहे. ते म्हणतात, ''मराठी इतिहासकार आणि आम्ही यांच्या विचारसरणीत दोन ध्रुवांमधील अंतराइतके अंतर आहे.'' (पृ. ४५) आपले निष्कर्ष हे प्रामुख्याने सरकारांच्या लेखनावर आधारित आहेत हे ते मान्य करतात. ते म्हणतात, ''माझे लेखन म्हणजे वस्तुत: सरकारांच्या लेखनाचा तर्कशुद्ध उपसिद्धान्तच आहे. त्यामुळे सरकारांनी जे निष्कर्ष आपल्या लिखाणावरून काढावयास हवे होते ते मी माझ्या लिखाणाद्वारे मांडत आहे.''(पृ. १२) सईदखान यांचा मुख्य आक्षेप हा होता की, शिवाजी ही अशी व्यक्ती नव्हती की, हिंदूंनी त्यांची पूजा करावी आणि दुसरी गोष्ट म्हणजे महाराष्ट्रातील विद्वान हे फक्त कागदपत्रे धुंडाळण्याचे काम करण्यात गुंतलेले आहेत. हे काम कधीही न संपणारे आणि निरर्थक आहे तसेच ती कागदपत्रे धोकादायक आहेत. (पृ. ४४)

या पुस्तकावरची सरकारांची प्रतिक्रिया लक्षात घेण्याजोगी आहे. ते सरदेसाईंना पत्रात लिहितात, ''अलिगड विद्यापीठाच्या पदवीधर व्यक्तीने लिहिलेल्या 'दि ट्रु शिवाजी'

या पुस्तकाची प्रत मी तुम्हाला दाखवायला घेऊन येईन. तिरस्कार वाटावा, असे हे पुस्तक आहे. या ग्रंथावरून द्वेषभावना आणि अज्ञान कोणत्या थरापर्यंत जाऊ शकते याची कल्पना येते. माझ्या मते सावरकर आणि राजवाडे यांनीसुद्धा केवळ हिंदुपतपात-शाहीसंबंधीच्या ज्या दुरभिमानी घोषणा केल्या त्याची एक स्वाभाविक प्रतिक्रिया या ग्रंथातून पुढे आली आहे. (२०.१०.१९३६)

कालांतराने लोकांच्या प्रक्षोभक प्रतिक्रिया आल्यामुळे सरकारने या पुस्तकावर बंदी घातली.[६१]

दुसरे मुस्लिम इतिहासकार झहीर उद्दिन फारूकी यांनी 'औरंगजेब ॲण्ड हिज टाइम्स' (१९३५) हे पुस्तक लिहिले. त्यांना सरकारांची औरंगजेबाबद्दलची मते मान्य नव्हती. परंतु सरकारांनी शिवाजींबद्दल जे लिखाण केले, विशेषतः मराठी साधनांविषयी जे विचार मांडले त्याविषयी आपली सहमती व्यक्त केली.[६२]

थोडक्यात, अमराठी विद्वानांनी आपल्या संशोधनात जदुनाथ सरकारांची मराठी साधनांविषयीची मते अक्षरशः डोळे झाकून अनुसरली असे म्हणावे लागेल.

जदुनाथ सरकारांबद्दल सरदेसाईंची मते :

जदुनाथ सरकारांच्या 'शिवाजी'वर मराठी विद्वानांनी केलेली कठोर टीका सरदेसाईंना मान्य नव्हती. सरदेसाईंच्या मते सरकारांचे शिवाजींवरील लिखाण म्हणजे, त्या विषयावरचा शेवटचा शब्द होता. ते म्हणतात, ''मराठ्यांचा इतिहास लिहिण्याची तुमची कामगिरी अतिउत्तम आहे, ...त्यातील काही प्रकरणे तर बावन्नकशी सोन्याइतकी वजनदार आहे. यापूर्वी मी इतक्या उच्च प्रतीचे, जास्त संयुक्तिक आणि वैचारिक जाण असलेले लेखन वाचलेले नाही. (८.७.१९३४)''

दुसऱ्या एका पत्रात सरदेसाई लिहितात, ''मराठ्यांच्या इतिहासाच्या बहुतांश भागाचे तुम्ही पुनर्लिखाण केले आहे, असे मला नेहमीच वाटले आहे. राजवाडे आणि इतरांनी जरी मराठ्यांच्या इतिहासावर काम केले असले तरी, तुम्ही आयुष्यभर या कामासाठी द्रव्य खर्च केले नसते आणि अपार कष्ट उपसले नसते तर मराठ्यांच्या इतिहासलेखनात इतकी प्रगती झाली नसती.''(१९ सप्टें. १९४१)(६३)

मराठा इतिहासामधील सरकारांच्या सहभागाविषयी सारांशाने सांगताना सरदेसाई लिहितात, ''सरकारांनी मराठ्यांच्या इतिहास स्थिर बुद्धीने आणि निःपक्षपातीपणे लिहिला आहे. त्यामध्ये पराकोटीची सचोटी आणि बुद्धीचे आणि नीतीचे तेज प्रतिबिंबित होते. त्याचबरोबर १८ व्या शतकातील अपूर्ण राहिलेल्या राजकीय प्रारब्धाबद्दल नव्याने उभारी देताना, या शूर देशाची कानउघडणीसुद्धा केलेली आहे.''[६४]

इतर इतिहासकारांकडून सरकारांच्या कामाचे मूल्यमापन :

१९२६ मध्ये रॉयल एशियाटिक सोसायटीने सरकारांना त्यांच्या 'शिवाजी ॲण्ड हिज टाइम्स' या ग्रंथाबद्दल सर जेम्स कॅम्बेल सुवर्णपदक बहाल केले होते. व्ही. ए. स्मिथसह अनेक ब्रिटिश इतिहासकारांनी सरकारांच्या 'शिवाजी'चे एक खूपच श्रेष्ठ ग्रंथ म्हणून स्वागत केले आहे. व्ही. ए. स्मिथ या इतिहासकाराने शिवाजीची 'लुटारूचा सरदार' अशी निर्भर्त्सना केली होती. सरकारांच्या शिवाजीबद्दल स्मिथ लिहितात, "ऐतिहासिक पुराव्यांवरून सदसद्विवेकबुद्धिनुरुप लिहिलेले... निर्भय आणि चिथावणी देणारे पुस्तक, मनापासून केलेला अभ्यास." हेन्री बेव्हरिज या ज्येष्ठ साक्षेपी इतिहासकाराने जदुनाथ सरकारांना बंगाली गिबन म्हणून गौरविले. त्याच्यामते सरकारांची सगळी पुस्तके चांगली आहेत, परंतु सर्वात उत्तम मात्र 'शिवाजी ॲण्ड हिज टाइम्स्' आहे.[६५]

सर रिचर्ड टेम्पल यांनीही सरकारांच्या लिखाणाचे कौतुक केले. ते लिहितात, "सरकारांनी केलेला हा नवीन ऐतिहासिक अभ्यास योग्य वेळी प्रकाशात आला आहे. हे पुस्तक म्हणजे खरोखर योग्य पद्धतीने आणि उत्तम परिणाम साधणारे ऐतिहासिक लेखन आहे."[६६]

सरकारांचे एक शिष्य के. आर. कानुनगो यांच्या मते, "सरकारांनी या पुस्तकाने संपूर्ण उपखंडातील प्रत्येक देशभक्ताच्या मनात शिवाजींची खरी प्रतिष्ठा पुर्नप्रस्थापित करण्याचे मोठे काम केले आहे."[६७]

मराठ्यांच्या इतिहासाच्या इतर अभ्यासकांबद्दल सरकारांचा दृष्टिकोन :

१) एम्. सी. स्प्रेंगल (१७४६–१८०३) : मराठ्यांच्या इतिहासाचा अभ्यास करणारा पहिला जर्मन इतिहासकार, त्याच्या पुस्तकाबद्दल सरकारांनी सरदेसाईंना लिहिलेल्या पत्रातून आपली प्रतिक्रिया व्यक्त केली. "पहिल्या इंग्रज–मराठे युद्धात पुष्कळ खप व्हावा म्हणून तयार केलेल्या सवंग इंग्रजी पुस्तिकांचे, या लेखकाने केवळ भाषांतर केलेले आहे. त्यामुळे हे पुस्तक अगदी निरुपयोगी आहे. लेखकाने मूळ साधने पाहिलीही नाहीत. राजवाड्यांच्या पहिल्या खंडावर लिहिलेल्या फ्रेंच बोधवाक्याचे 'ऐतिहासिक कागदपत्रांशिवाय इतिहास लिहिला जाऊ शकत नाही.' याचे येथे स्मरण होते. [६८] (१५ सप्टें. १९४४).

२) डॉ. बालकृष्ण : सरकारांनी डॉ. बालकृष्णांनी लिहिलेले 'शिवाजी दि ग्रेट' हे पुस्तक वाचले, तेव्हा त्यांच्या मनात 'मुधोळची फर्माने'बद्दल काही शंका उपस्थित झाल्या. शहाजींचा इतिहास लिहिताना डॉ. बालकृष्णांनी मुधोळ फर्मानांचा उपयोग केला होता; म्हणून त्यांनी सरदेसाईंना त्याबद्दल चौकशी करायला सांगितले. ते लिहितात,

“बालकृष्णांचे लिखाण कितपत बरोबर आहे, मुधोळच्या राजाने बाळगलेल्या इच्छा किती प्रमाणात त्यांनी मान्य केल्या आहेत याची मला शंका वाटते. यात काही फसवणूक असेल तर ती लवकरात लवकर उघडकीस आणली पाहिजे. अन्यथा, ते सर्व लिखाण बरोबर आहे असे समजले जाईल आणि प्रतिवाद न करता हा इतिहास पुण्याच्या आवाज उठविण्याऱ्या इतिहासकारांबरोबरच बाहेरच्या इतिहासकारांसमोर येईल.”[६९] (२५.६.१९५२)

३) किंकेड सी. ए. : किंकेड यांनी द. ब. पारसनीस यांच्याबरोबर मराठ्यांच्या इतिहासाचे तीन खंड लिहिले. जदुनाथ सरकारांनी त्यावर मत व्यक्त केले. ते म्हणतात, “किंकेडच्या या तीन खंडांनी चांगल्या पुस्तकांचा खप कमी करण्यात यश मिळविले.”[७०] (सरदेसाईंना पत्र १९.६.४६)

हाउस ऑफ शिवाजी :

मराठ्यांच्या इतिहासात जदुनाथ सरकारांच्या अजून एका ग्रंथाने मोलाची भर घातली. या ग्रंथाचे नाव ‘हाउस ऑफ शिवाजी’ आणि तो १९४० मध्ये प्रकाशित झाला. १९४८ मध्ये या ग्रंथाची दुसरी आवृत्ती प्रसिद्ध झाली, त्यात काही प्रकरणांमध्ये किरकोळ भर घातली, तसेच काही मजकुरात दुरुस्ती केली. प्रकरणांची थोडी रचना बदलली होती. ‘हाउस ऑफ शिवाजी’ची तिसरी आणि शेवटची आवृत्ती १९५५ मध्ये निघाली. या आवृत्तीत नवी प्रकरणे आणि नव्याने संशोधित झालेल्या माहितीचा सरकारांनी समावेश केला. पहिल्या दोन आवृत्तींपेक्षा या आवृत्तीची पृष्ठसंख्याही बरीच वाढली. या आवृत्तीबद्दल सरकार लिहितात, “मला उपलब्ध झालेले सर्व कागदपत्र या आवृत्तीत मी घातले आहेत. मलिक अंबर वर नवीन प्रकरण लिहिले आहे. त्याचबरोबर इतिहाससंशोधनाची वाट दाखविणारे चार श्रेष्ठ इतिहाससंशोधक राजवाडे, साने, खरे आणि पारसनीस यांच्या चरित्रांचाही यात समावेश केलेला आहे.”[७१] सरकारांच्या मते, ‘स्टडीज इन मुघल इंडिया’ या आपल्या ग्रंथाला पूरक असा हा ग्रंथ आहे.

मोगलांचा इतिहास आणि शिवाजींवरचे दोन खंड एवढ्या सरकारांच्या लेखनाने मराठ्यांचा सर्व इतिहास लिहून झाला. मराठ्यांच्या उदयापासून ते अस्ताच्या सुरुवातीपर्यंत म्हणजेच १८०३ मधील वसईच्या तहापर्यंतचा इतिहास या सरकारांच्या ग्रंथसंपदेत आलेला आहे; म्हणूनच सरदेसाईंच्या मते भारतीय उपखंडाच्या इतिहासात, मराठ्यांच्या इतिहासाला स्वतंत्र शाखा म्हणून अधिष्ठान देण्याची कामगिरी सरकारांनी केली आहे.

जदुनाथ सरकारांनी मराठ्यांच्या साम्राज्याचा ऱ्हास आणि अस्त होण्यास कारणीभूत ठरलेल्या अनेक गोष्टींचे फार बारकाईने विश्लेषण केले आहे. ‘फॉल ऑफ दि मुघल एम्पायर’ या ग्रंथाचे शेवटचे प्रकरण लिहिताना, त्यांनी सरदेसाईंना पत्र लिहिले.

त्यात ते म्हणतात, ''या प्रकरणाचा खरा विषय हा 'मराठा स्वराज्याचा ऱ्हास' हा आहे.'' ते पुढे लिहितात, ''मी हे लिखाण शाईने केले नसून, माझ्या अंत:करणातील रक्ताने केले आहे, असे मी म्हणू शकतो. राज्यकर्त्यांचा मूर्खपणा आणि दुर्गुण, त्यांचे भ्याड सेनापती, त्यांच्या मंत्र्यांची स्वार्थी, बेइमानी अशा या कहाणीने भारताच्या प्रत्येक सच्च्या पुत्राची शरमेने मान खाली जाते.'' (१५.५.१९५० रात्री)[७३] हे पत्र म्हणजे मराठ्यांच्या इतिहासात सरकार किती भावनिक गुंतले होते, याचा बोलका पुरावा आहे. 'फॉल ऑफ दि मुघल एम्पायर' मध्ये मोगलांच्या ऱ्हासाची जी कारणे सरकारांनी दिली आहेत, तीच कारणे 'फॉल ऑफ दि मराठा पॉवर' मध्ये मराठ्यांच्या शेवटाला कारणीभूत ठरली, असे सरकारांचे म्हणणे होते. त्यांनी शिवाजींच्या कर्तृत्वाचे गुणगान केले त्याचवेळी शिवाजींना राष्ट्रीय तेजाचे आणि प्रगतीचे राज्य निर्माण करण्यात का अपयश आले, त्याचे स्पष्टीकरणही सरकार करतात. सरकार लिहितात, ''शिवाजी आणि पहिल्या बाजीरावाच्या विजयगाथांनी हिंदूंच्या सनातनी वागणुकीला झुकते माप मिळाले. जातिभेद, रोजचे विधीवत शुद्ध देवधर्म यावर विशेष जोर देऊन बोलले जाऊ लागले. त्यामुळे आधीच्या गरीब आणि राजकारणाबद्दल उदासीन असलेल्या मराठा समाजाचा एकसंधपणा आणि साधेपणा यांना तडा गेला. त्यामुळे शिवाजींच्या राजकीय यशाचा पाया डळमळीत झाला. शिवाजींची हिंदू स्वराज्याची कल्पना सनातनी विचारांवर आधारित होती आणि त्यातच त्याचे अपयशाचे बीज रुजले गेले होते.''[७४]

सरकारांच्या मते मराठ्यांना उदारमतवादी समाजाची निर्मिती करण्यात अपयश आल्याने त्यांच्या राजकीय सत्तेचा शेवट होणे अनिवार्य होते. मराठ्यांनी आपल्या राज्याच्या आर्थिक विकासाकडे दुर्लक्ष केले. त्यामुळे राज्याच्या आर्थिक गरजा भागविण्यासाठी त्यांना सतत युद्धाचा मार्ग स्वीकारावा लागला. मराठी राज्य म्हणजे ज्यांचे जीवन आणि विकास हे केवळ युद्धावर अवलंबून असलेले 'लष्करी राज्य' बनले; यात आणखी एका कारणाची भर पडली. ते म्हणजे ते सतत डावपेच आणि कारस्थाने यांवर अवलंबून राहिले आणि इतरांशी केलेल्या तहांशी ते प्रामाणिकपणे दृढ राहिले नाहीत.''[७५]

मराठ्यांची हुकमत नाहीशी होण्यास वरील कारणे कारणीभूत ठरली. विशेषत: आर्थिक प्रगतीकडे झालेले दुर्लक्ष, यामुळे मराठा राज्य हे लढाया करणारे राज्य झाले. या कारणांमुळे १८ व्या शतकात मराठ्यांच्या सत्तेचा ऱ्हास झाला असे सर्वसाधारणपणे म्हणता येईल. परंतु, शिवाजींच्या काळासाठी ही कारणे देता येणार नाहीत. जदुनाथ सरकारांनी तर शिवाजींना केवळ मराठ्यांच्या राज्याचा निर्माता असे न मानता तो एक मध्ययुगीन भारताचा सर्वश्रेष्ठ बुद्धिमान रचनाकार राजा होता असे म्हटले आहे.[७६]

मराठ्यांच्या कालखंडाच्या समकालीन किंवा त्याच्या जवळपासच्या काळातील

मराठी साधनांचा सखोल अभ्यास करून पुन्हा नव्याने काही खुलासे केले तर मराठ्यांच्या विशेषत: शिवकालावर केलेल्या आरोपांचे निराकरण करण्यास नक्कीच मदत होऊ शकेल. मराठी राज्याचा पाया भक्कम नव्हता, या राज्याकडे आवश्यक ती विकासाची साधने नव्हती अथवा हे राज्य म्हणजे केवळ एक युद्ध राष्ट्र होते, हे सारे आरोप अलीकडे उपलब्ध झालेल्या साधनांच्या साहाय्याने निराधार आहेत असे म्हणता येईल.[७७]

जदुनाथ सरकार हे पक्षपाती इतिहासकार होते का?

मराठ्यांच्या राजसत्तेचे जदुनाथ सरकारांनी हे एवढे गुण-दोषांसहित मूल्यमापन केले असले तरी आणि मराठ्यांविषयी त्यांची काही पूर्वग्रहदूषित मते असली तरीसुद्धा सरकारांना पक्षपाती इतिहासकार म्हणण्याचे कोणालाही धाडस होणार नाही. ऐतिहासिक संशोधनात वस्तुनिष्ठता ही गोष्ट निश्चितच आदर्शवत आहे. परंतु, असा आदर्श इतिहासकार मिळणे ही गोष्ट दुरापास्त आहे. येथे प्रश्न असा आहे की, इतिहासकाराचा पक्षपातीपणा योग्य प्रकारचा आहे का, हे शोधायला हवे. तसेच इतिहासकाराच्या या विचारसरणीमुळे, इतिहासाच्या शास्त्रशुद्ध अभ्यासाच्या पद्धतीला काही तडा जातो का याचाही विचार केला पाहिजे.

जदुनाथ सरकारांचे एक इतिहासकार म्हणून आपले मत देताना डॉ. कानुनगो म्हणतात, ''शिवाजींबद्दल पक्षपातीपणा आणि प्रेमळपणा सरकारांच्या लिखाणात काही प्रमाणात दिसतो. परंतु, हा पक्षपातीपणा योग्य दृष्टिकोनातून आहे. औरंगजेबाचे आक्रमक, क्रूर, धर्मवेड आणि असहिष्णुता याविरुद्ध समकालीन धर्म आणि सन्मानाचे संरक्षण करण्याच्या भावनांचा प्रतिध्वनी सरकारांच्या लिखाणातून उमटला. 'फॉल ऑफ दि मुघल एम्पायर' मध्ये सरकारांनी मराठ्यांविरुद्ध विशेषत: राज्यकर्त्या चित्पावन ब्राह्मणांविरुद्ध बाजू मांडली. ज्या ज्या ठिकाणी वाखाणणी करण्याजोग्या घटना, मर्दुमकी आणि तारीफ करणारे प्रसंग सरकारांना इतिहासकाराच्या नजरेतून दिसले त्यांची सरकारांनी बाजू घेतली. या पार्श्वभूमीवर अब्दाली आणि नसीर-उदौला या दोघांची सरकारांनी खूप वाहवा आणि प्रशंसा केली आहे. तिसऱ्या पानिपत युद्धानंतरच्या दु:खात, सरकार सहभागी झाले नाहीत कारण सरकारांना पेशवा आणि अब्दाली या दोघांपैकी कोणा एकाची बाजू घ्यावयाची नव्हती.''

प्रस्तुत संदर्भात डॉ. कानुनगो असा निष्कर्ष काढतात की, एका निष्ठावंत इतिहासकाराच्या अंगी असावेत ते सर्व गुण सरकारांच्या लिखाणात दिसून येतात. त्यामुळे सत्याला बाध येणार नाहीत अशा सर्व मानवी मूल्यांचा ते आदर करतात. १९ व्या शतकात रँके या जर्मन इतिहासकाराला जे स्थान होते तसेच आजकाल, भारताचा एक सर्वश्रेष्ठ इतिहासकार म्हणून जदुनाथ सरकार यांना मानले जाते.''[७८]

टिपा आणि संदर्भ

१. कायस्थ जमीनदार कुटुंबात बांग्लादेशातील करचमारिआ खेड्यात १० डिसें. १८७० मध्ये जन्म. प्रेमचंद रायचंद शिष्यवृत्ती १८९७, कादंबिनी चौधरींबरोबर विवाह-१८९३, ३ मुले आणि ७ कन्या- १८९३-१९२६ या काळात कलकत्ता, बनारस, कटक, पाटना येथील महाविद्यालयांमध्ये अध्यापन. कुलगुरू, कलकत्ता विद्यापीठ- १९२६-२८, 'नाइट' (सरदार) या पदवीने सन्मानित- १९२९, मृत्यू- १९ मे १९५८.

२) सरकारांची महत्त्वाची ग्रंथसंपदा –

अ) मोगलांचा इतिहास :

१. Anecdotes of Aurangzeb and historical essays, 1912.
२. Studies in Mughal India, 1919.
३. History of Aurangzeb, 5 vols. 1912-1924
४. Mughal administration, 1920
५. A short History of Aurangzeb, 1930
६. Studies in Aurangzeb's reign, 1933
७. Fall of the Mughal Empire-4vols. 1932-1950
८. Nasir-i-Alamgir, Ed. & Tr. in English, 1949
९. Later Mughals विल्यम आयर्विन अपुरे पुस्तक संपा. आणि तीन प्रकरणांचा समावेश – १९२२
१०. Ain-i-Akbari-vol. II & III Tr. in English – कर्नल एच्.एस्.जॅरेट सुधारित- ज. सरकार १९४८ आणि १९४९

(ब) मराठा इतिहास –

१. Shivaji and his Times - April, 1919 2nd edn-June, 1920, 3rd cdn - Dec. 1928 (संक्षेप – शिवाजी)
3rd edn-Feb. 1948, 4th edn-Dec. 1952, 5th edn. Feb.1961. पुनर्मुद्रण – 1973 Longman.
२. House of Shivaji-May, 1940, 1st edn - May 1948, 2nd edn-April, 1955, पुनर्मुद्रित आवृत्ती 1973-Longman
३. Shivaji - A study in Leadership सोलापूर येथे दिलेले व्याख्यान, १९३०
४. Shivaji's visit to Aurangzeb at Agra -Tr. of Dingal Letters, Pune, 1963

(क) संपादित ग्रंथ :

१. English Records of Maratha History : Poona Residency Correspondence with G. S. Sardesai.

१. Vol. I - Mahadji Scindia and North Indian Affairs (1785-1794), 1936

२. Vol. VIII-Daulatrao Scindhia and North Indian Affairs, (1794-1799), 1936

३. Vol. XIV - Scindhia's Affais (1810-18), 1951

(ड) Persian Records of Maratha History

१. Vol. I-Delhi Affairs (1761-88), 1953

२. Vol. II-Scindia as regent of Delhi-1787 & 1789-91, 1959 Pub. by Maharashtra State Archives.

३. Nuskha-i-Dilkasha : Eng. tr. by J. Sarkar, 1972 Govt. of Maharashtra.

ड. खालील फार्सी कागदपत्रे जदुनाथ सरकारांनी भाषांतरित करून Maharashtra State Archives, Bulletins मध्ये प्रसिद्ध केली.

No.2 - Ibrat Nama by Faqir Khair Uddin.

No.5 - Tarik-i-Shah Alam by Munna Lal.

जदुनाथ सरकारांच्या मध्ययुगीन इतिहासावरच्या अभ्यासाचे महत्त्व जाणून घेण्यासाठी खालील ग्रंथ पहावेत. –

A) Banarjee, A. C., Jadunath Sarkar Sahitya Academy, N. Delhi, 1989, P. 86-90.

B) Pawar, Kiran, Sir Jadunath Sarkar A Profile in Historiography, N. Dellhi, 1985, P. 194-199.

C) Gupta, H. R. Ed. Life and Letters of Sir Jadunath Sarkar vol. I Chandigarh, 1956, P. 108-124

३. Gupta op. cit. P. 13

४. Khobrekar, V. G. Making of a Princely Historian Tikekar, S. R., Ed. Maharashtra State, Bombay, 1975. (यानंतर फक्त Prince असा उल्लेख असेल)

५. ह्या पत्रव्यवहाराबद्दल सरदेसाई सरकारांना लिहितात, ''तुम्ही मला लिहिलेली सर्व पत्रे, मी काळजीपूर्वक जतन केली आहेत. ती खूपच अमूल्य आहेत; कारण गेल्या ३० वर्षांच्या महाराष्ट्रातील इतिहाससंशोधनाची सगळी माहिती त्यात आलेली आहे. तुम्हीसुद्धा माझी पत्रे नक्कीच नीट ठेवली असतील. आपल्या

दोघांच्या पत्रांमधून पुढच्या पिढीच्या इतिहाससंशोधकांना मार्गदर्शन मिळेल. यातील निवडक पत्रे जर प्रसिद्ध केली तर आपल्याला संशोधनात आलेल्या अडचणी कोणत्या होत्या आणि त्या कशा सोडविल्या, हे समजू शकेल." (४.५.१९४३) गुप्ता, ३३६.op. cit p. 336.

६. Prince op. cit p. 12, 13

७. राजकीय विरोधाभासामुळे औरंगजेबाच्या सत्तेबद्दल भारतीय इतिहास शिकणाऱ्या विद्यार्थ्यांना जेवढे कुतूहल वाटत होते, तेवढेच राजकीय तत्त्वज्ञान शिकणाऱ्या विद्यार्थ्यांना वाटत होते. जदुनाथ सरकारांचे मत On Maratha Historiography, टिकेकर श्री. रा., मुंबई, १९६४, पृ. ४.

८. 'शिवाजी' पृ. १-१३

९. खालील चार प्रकरणे-

1)	Rise of the Maratha power-	p. 27
2)	Shivaji (1660-1669)	p. 30
3)	Shivaji (1670- 1680)	p. 30
4)	Reign of Shambhuji	p. 65

Banerjee, A. C. Jadunath Sarkar 1989 op. cit p. 34-35.

१०. चिरंतन टिकेल असा इतिहास लिहिण्यासाठी केवळ परिश्रम (नकलाकाराचे परिश्रम) कागदपत्रे, पुरावे गोळा करण्याची गरज नसते तर सर्व प्रकारचे वाचन (फक्त विशेष अभ्यासापुरते एवढे मर्यादित नाही), सखोल विचार करण्याची क्षमता, जवळच्या आणि लांबच्या गोष्टींचे धागेदोरे जोडणं, भारतीय आणि परकीय (तौलनिक अभ्यास आणि सहिष्णू विवेचन या दृष्टीने) आणि काहीसे वाढते वय...

...आणि घशातून खाली उतरणाऱ्या अन्नाचे पचन आणि त्यातील पाचकद्रव्ये काढून घेण्याचे काम करणाऱ्या जठराचे जे काम तेच खऱ्या इतिहासकाराचे काम असते. (गुप्ता, पूर्वोक्त पृ. १६९ सरकार-सरदेसाई २७ मार्च, १९३३)

जेव्हा एखादा इतिहासकार, एखादा पुराव्यातील उतारा अवतरण- चिन्हात देतो, तेव्हा त्यातला प्रत्येक शब्द न शब्द प्रामाणिकपणे दिला पाहिजे, पण आपल्या विधानाच्या पुष्ट्यर्थ त्याने जर त्यांत काही फेरबदल केला, तर त्याच्यावर अप्रामाणिकपणाचा आरोप केला पाहिजे. (गुप्ता तत्रैव पृ. २५९ सरकार-सरदेसाई ता. ३ सप्टेंबर १९४७)

"ज्या साधनाबद्दल संशय घेतला जात नाही त्याच्या आधारे सत्यशोधन करणे यांत मला विशेष रस असतो आणि माझ्या पुस्तकातील एखादे विधान, जर नंतर

सापडलेल्या अथवा प्रसिद्ध झालेल्या पुराव्याच्या आधारे खोडून काढले, तर त्याबद्दल मला वाईट वाटेल इतका गर्विष्ठ मी नाही; कारण अशा सतत मिळणाऱ्या नवीन माहितीचा आपण स्वीकार केला नाही तर मानवाच्या ज्ञानात भर पडणे अशक्यप्राय होईल.''

(गुप्ता तत्रैव, पृ. २५९ सरकार-सरदेसाई २५.८.१९४३)

'लेखकाच्या व्यक्तिमत्त्वाप्रमाणे विवेचनात मतभेद होणे स्वाभाविक आहे, पण ज्या घटनांवरून निष्कर्ष काढले आहेत, त्या घटना संशयातीत असल्या पाहिजेत, (अर्थात, अद्ययावत संशोधनाने त्यांची साधना सिद्ध झाली असेल तर), तो केवळ अंदाज असता कामा नये. शिवाय ते विवेचन, एखाद्या नि:पक्षपाती वाचकाची खात्री पटवून देणारा असला पाहिजे.' (गुप्ता तत्रैव पृ. २५२ सरकार-सरदेसाई १९ जून, १९४३)

११. Sarkar, House of Shivaji, op. cit p. 334

१२. Gupta, op, cit p. 20 and its and p. 21.

१३. Sarkar, Jadunath. Shivaji and His Times-2nd edn. Calcutta, 1920 preface to 1st edn. April, 1919, p. 5-2

१४. Shivaji, 1920 op cit p. 7-8

१५. Shivaji 3rd ed. 1928, preface p. III-V

१६. Ibid p. 406-418

१७. Shivaji, 1973 p. IV-V

१८. Ibid p. VI

१९. Gupta, op. cit p.454

२१. हा निष्कर्ष 'शिवाजी' आणि 'हाउस ऑफ शिवाजी'च्या पुढच्या आवृत्त्यांमध्ये पुन्हा दिलेला आहे. पाहा शिवाजी ५ वी आवृत्ती १९५२, पृ. ३८८, हाउस ऑफ शिवाजी ३ री आवृत्ती, पृ. ११५.

२२. Gupta, op. cit p. 188

२३. Samarth Anil, Shivaji and the Indian National Movement. Bombay, 1975, p. 63-70

२४. Shivaji, 1920 op cit p. 7

२५. Shivaji, 1952 ed p. 391

२६. Shivaji, 1928 3rd ed . p. 407

२७. सभासद बखरीबद्दलचे हे मत जवळजवळ सर्वच म्हणजे २ च्या ते ५ व्या आवृत्तीत वारंवार व्यक्त केले आहे.

Shivaji, 1920 2nd edn . p. 446
Shivaji 1952 ed. p. 392

२८. Shivaji op.cit 1973, p.395
अमराठी साधनांच्या लेखकांबद्दल सरकार म्हणतात, "मराठी बखरकारांपेक्षा त्यांचे लेखक हे अधिक बुद्धिमान वर्गातले असते... काही दुर्लक्षित, सुमार बुद्धीच्या लेखकांनी प्रसंगानुरूप केलेल्या लेखनाला 'बखर' म्हटले जाते. हे लेखन हुषार प्रधानाने किंवा बुद्धिमान लेखकाने केलेले नसते." २ री आवृत्ती १९२०, पृ. ४४६, ४४८. ३ री आवृत्ती १९२८, पृ. ४१२

२९. Shivaji - 1920, p. 447

३०. Ibid p. 449 - 450

३१. बडोद्याच्या वि. स. वाकसकर यांनी १९३० मध्ये या बखरीची पहिली आवृत्ती काढली. ही बखर मुळात द. ब. पारसनीसांचे 'भारतवर्ष', वि. का. राजवाडे यांचे 'प्रभात' आणि का. ना. साने यांचे 'काव्येतिहास संग्रह' यांत प्रसिद्ध झाली होती. या तीनही बखरींबरोबर फ्रीझेलने १९०६ मध्ये इंग्रजीत भाषांतरित केलेली 'रायरी बखर' या नावाने ओळखली गेलेली आणि तारीख-ई-शिवाजी हे फार्सी हस्तलिखित सरकारांनी भाषांतर केलेले १९०७ च्या मॉडर्न रिव्हूत प्रसिद्ध झालेले, अशा सर्व वेगवेगळ्या बखरींमधून संपादित केलेली वाकसकरांची ही ९१ कलमी बखर आहे.

३२. Shivaji , 1952, p. 391- 392

३३. Patwardhan, R. P. and Rawlinson, H .G. Ed. Source Book of Maratha History, Calcutta, Reprint, 1978, p. 31-32

३४. Kulkarni, A. R., Ed. Jedhe Shakavali and Karina, pune, 1999 see Introduction p. 11- 36

३५. आपटे, द. वि. आणि दिवेकर, एस्. एम्. संपा. - शिवचरित्रप्रदीप, पुणे - १९२५, पृ. ५०-७०.

३६. JNS Shivaji 1920 Ed . p. 452, Source Book op cit , p. 31

३७. Sardesai, G.S, (Ed) - Shivaji Souvenir, Mumbai, 1928 Pp. 1-14

३८. दिवेकर स. म. आणि आपटे द. वि., परमानंद शिवभारत, १९२७, पृ. ५६

३९. सरदेसाई जदुनाथ सरकारांना लिहितात, "पुण्यातील इतिहासकारांनी शिवाजींच्या जन्माचे १६३० हेच वर्ष बरोबर आहे, हे पटवून देण्याच्या उत्साहात बराच गोंधळ घातला आहे. श्री. आपटे यांची एकट्याचीच या विषयावर ८०० छापील पाने आहेत. शिवभारत, शिवचरित्रप्रदीप, शिवचरित्रसाहित्य, इ. ग्रंथांत आणि

वर्तमानपत्रांत उलटसुलट चर्चा येतच आहेत; अशा तऱ्हेचे एवढे साहित्य शिवजन्मतिथीवर वाचल्यावर, नक्की कोणती तारीख असा कोणालाही गोंधळात टाकणारा प्रश्न पडू शकतो. मला खात्री आहे की, तुम्हीच याचा योग्य तो निर्णय देऊन, या प्रश्नावर कायमचा पडदा टाकाल.'' (१५.११.१९२८.) Gupta op cit p. 283-84

४०. Shivaji, 1952 ed. p. 394

४१. ''दिवसेंदिवस माझी अशी खात्री पटत चालली आहे की, शिवाजीची १६३० जन्म /वर्ष/तिथी मुद्दाम तयार केली आहे. (१२ जून १९२७)'' Gupta, op cit p. 278

४२. Shivaji , 1928 3rd ed . p. 414

४३. Shivaji, 1928 3rd ed . p. 414

४४. Gupta, op. cit p. 348 (15 June 1946)

४५. याबाबतीत एकदा सरदेसाईंनी जदुनाथ सरकारांना विनंती केली. मी तुम्हाला एक व्यक्तिगत सल्ला देऊ इच्छितो. तुम्ही 'शिवाजी'ची नवी आवृत्ती छापाल तेव्हा त्यात 'शिवा'च्या ऐवजी 'शिवाजी' असा बदल करून घ्यावा; कारण शिवाजीला शिवा ही अपमानास्पद संज्ञा आहे. (२१ फेब्रु. १९२७) Gupta, op cit p. 277

४६. Ibid p. 23

४७. पोतदार, द. वा. ओळख, पुणे, १९६१, पृ. ४५-५३

४८. आपटे द. वि. शिवभारताची प्रस्तावना, पूर्वोक्त पृ. ५२.

४९. त्यांचे मराठा इतिहासकार (काहींना हा शब्दप्रयोग आवडणार नाही) साध्या, सरळ आणि सोप्या शैलीत लिहितात... जय आणि पराजय दोन्हीही घटना थोडक्यात देतात. ते पक्षपातीपणाचा खास प्रयत्न करीत नाहीत किंवा कोणाची दिशाभूल करीत नाहीत. परंतु, ते नक्कीच सनावळी आणि ऐतिहासिक विवेचन यांमध्ये खूप कमी पडतात.
"History of the Marathas" by Edward Scott Waring, London, 1810 preface p.IX-X Quoted in Kulkarni, A. R., जेम्स कनिंगहॅम ग्रँट डफ, पुणे, १९७१ पृ. १२६-७.

५०. 'शिवाजी' १९२० दुसरी आवृत्ती, पृ. ४१. 'शिवदिग्विजय' ही बखर म्हणजे आधुनिक कायस्थ प्रभूने कोण्या गप्पिष्ट वयस्कर माणसाने सांगितलेल्या अनेक गोष्टी मिसळून तयार केलेली बखर आहे. हा कर्ता संस्कृत भाषेचा जाणकार आहे, पण त्याला 'तवारिका' माहिती नाही. 'शिवाजीराजाचे सर्वात श्रेष्ठ, अत्यंत स्वामिनिष्ठ आणि मदतनीस' असा कायस्थ जातीचा गौरव करण्याकरिता या

बखरीची रचना केली आहे; अशा प्रकारचा प्रचार मला व्यथित करतो. ''(सरकार-सरदेसाई ता. १९.८.१९४७ गुप्ता पूर्वोक्त पृ. २३८)'' येथे एक गोष्ट लक्षात घेतली पाहिजे की, सरकार हे 'जेधे करीना' दस्तऐवजाचा अधिक आधार घेतात. 'शिवभारत' त्यांच्या मते अस्सल पुरावा नाही, तो ग्रंथ महत्त्वाचा नाही असे ते मानतात. द. वि. आपटे यांनी आपल्या 'शिवभारत' ग्रंथाच्या प्रस्तावनेत हे दाखवून दिले आहे की, रणदुल्लाखान हा शहाजीराजांच्या सुटकेला कारणीभूत झाला होता, हे बरोबर नाही कारण १६४९ मध्ये तो जिवंत नव्हता. (शिवभारत, पूर्वोक्त प्रस्तावना पृ. ५२)

५१. JNS Shivaji 2nd ed. p. 15, 3rd ed. p. 23, 5th ed. p. 19.द. वि. आपटे शिवभारत प्रस्तावना पृ. ५३.

James Mill, History of India vol, II (1826 ed.) p 358 येथे असेच विधान केले आहे.

५२. Shivaji 1952 ed. p. 166

आपटे द. वि. शिवभारत प्रस्तावना पृ. ५४

५३. Gupta, op. cit. p. 277

५४. ''शिवाजींच्या कालखंडाचा अभ्यास ही गोष्ट आता मला अगदी जवळची झाली आहे. मी शिवाजीबद्दल पुन्हा लिहू शकतो. त्यासाठी पुण्यातील इतिहासकारांची कणभरही मदत मला लागणार नाही. त्यांच्या पराकोटीच्या दृष्टिकोनामुळे विद्यापीठात आणि सरकारशी वाटाघाटी करण्यात इतिहासाच्या अभ्यासाचा वेग कमी झाला आहे. ते इतर संशोधकांचा खूपच द्वेष करतात. परिणामी त्यांच्या या छंदामुळे सर्व कामाचा सत्यानाश होतो. परंतु आता मात्र त्यांचे सगळे बिंग उघड पडले आहे.'' (१४.४.१९२७) Gupta, op. cit. p. 277-78

जदुनाथ सरकारांनी महाराष्ट्रात इतिहास हा विषय शिकविण्यासंबंधी एक कच्चा मसुदा तयार केला. त्यात डेक्कन कॉलेजमध्ये इतिहासाचे प्रोफेसर निवडण्याकडे लक्ष देण्याची गरज नमूद केली आहे. पहा : Gupta, op. cit. p. 218-219

५५. भारत इतिहास संशोधक मंडळाने देऊ केलेले सन्माननीय सभासदत्व मी नाकारले आहे कारण त्याचा त्यांना खरच फायदा होईल असे नाही त्याचबरोबर अशा भूछत्रासारख्या उगवणाऱ्या संस्थांच्या सभासदयादीत नाव असल्याने माझाही सन्मान होणार नाही. १५ नोव्हें, १९५२, Gupta, op. cit. p. 269

५६. पुण्यातील एकाही विद्वानाने उत्तम इंग्रजी भाषेच्या शैलीत लिहिता येईल एवढा शिवाजीचा अभ्यास केलेला नाही. त्यामुळे फार काय होईल तर एखादा मराठीतील लिखाणाचे इंग्रजीत भाषांतर करेल. याचाच अर्थ, ते काही फार आव्हानात्मक

काम नसेल आणि तुमची शिवाजीची तिसरी आवृत्ती त्यांच्या शिवाजीच्या त्रिशतसंवत्सराच्या कार्यक्रमाआधी एक वर्ष प्रसिद्ध होत असल्याने, त्यांच्या पुस्तक प्रसिद्ध करण्याच्या प्रस्तावातील हवाच निघून जाईल. २५.११.१९२८ Gupta, op. cit. p. 284-85

५७. वैद्य चिं. वि. Shivaji the Founder of Maratha Swaraj Pune 1931, preface p. iii-iv

५८. Ibid forward p.1

५९. Gupta, op. cit. p. 362

६०. द. वि. आपटे स्मारक मंडळ, (संपा.), दत्तोपंत आपटे लेख–संग्रह, पुणे १९४५, पृ. ५७–५८

६१. अधिक माहितीसाठी पहा द. वि. आपटे पूर्वोक्त, ५५–५६ Gupta, op. cit. p. 196 & Anil Samarth's article 'The Real Shivaji' in Chhatrapati Shivaji ed. by N. H. Kulkarni op. cit p. 99-108

६२. आपटे द. वि. op cit p. 56 फारुकीने मराठी साधनांबद्दल लिहिले आहे, ''नुकतीच बरीच कागदपत्रे शोधली गेली परंतु ती बनावट आहेत (पृ. ३५१). हा संदर्भ "Historians of India Pakistan & Ceylon" C. H. Philips Ed. p. 303

६३. Gupta, op. cit. p. 309 & 398

६४. History in Practice Ed. A. R. Kulkarni op. cit p. 96

६५. Gupta, op. cit. p. 61

६६. Shivaji, 1920 Ed. Appendix works of JNS

६७. Gupta, op. cit. p. 62

६८. Ibid p. 248 : सविस्तर माहितीसाठी पहा Rothermund's article "Matthais Christian Sprengel" in History in Practice op cit p. 1-12

६९. Gupta, op. cit. p. 298

७०. Ibid p. 252 आणि नादिरशहाने पहिल्या बाजीरावाला पत्र लिहिले होते का? याची खातरजमा करण्यासाठी सरदेसाईंनी सरकारांना पत्र लिहिले होते. २ नोव्हें. p.328

७१. JNS House of Shivaji 3rd ed. कलकत्ता, १९५५, प्रस्तावना पृ. iii-iv.

७२. Gupta, op. cit. letter to Sardesai dt. 28.6.1939, p. 209

७३. Ibid p. 265

७४. Shivaji, 1952 ed. p. 374-375
रवींद्रनाथ टागोर यांनी शिवाजींबद्दल काढलेले उद्गार जदुनाथ सरकारांनी उद्धृत

केले आहेत, ते असे : ''शिवाजींना भिन्न भिन्न जातींचा समाज संपूर्ण भारतात विजयी ठरवावयाचा होता. शिवाजीने अशक्य कोटीतील गोष्ट शक्य करून दाखविली. ही गोष्ट कोणत्याही माणसाच्या ताकदीच्या बाहेरची होती. भारतासारख्या विशाल देशात जेथे, जातींचे वर्चस्व होते, आतून जो समाज पोखरून निघाला होता, तेथे स्वराज्याची स्थापना करणे ही गोष्ट अशक्यप्राय होती.'' तत्रैव पृ. ३७५

७५. Banerjee A. C. op. cit. p. 36-37

७६. ''शिवाजींबद्दलच्या वेगवेगळ्या आठ भाषांमधील कागदपत्रांचा काळजीपूर्वक, सखोल अभ्यास केल्यावर शिवाजीचे इतिहासकार या निष्कर्षाप्रत येतात की, शिवाजी फक्त मराठा राज्याचा निर्माता नव्हता तर तो एक मध्ययुगीन भारताच्या इतिहासातील सर्वश्रेष्ठ रचनात्मक कार्यकर्ता, अलौकिक पुरुष होता. राज्ये नष्ट झाली, राजकर्त्यांमध्ये दुफळी माजली, सत्ता नाहीशी झाली तरीसुद्धा संपूर्ण मानवजातीच्या इतिहासात शिवाजींबद्दलची 'लोकनेता राजा' अशी आठवण कायमची कोरली गेली आहे. लोकांच्या आशा- आकांक्षांचा आधारस्तंभ, जगाच्या इच्छेचे केंद्रस्थान, मनाला उत्तेजन देणारा, कल्पनांना चेतविणारा, येणाऱ्या काळातील लोकांना प्रेरणा देण्याचे पराकोटीचे प्रयत्न करणारा – 'बहुत जनांसी आधारू' अशी त्याची प्रतिमा राहील.'' House of Shivaji op. cit. p. 115

७७. Kulkarni A. R., Maharashtra in the age of Shivaji Edn. 2 Pune, 2002, p. XIX-XXIII

७८. Gupta, op. cit p. 72-73 'पानिपत' मध्ये मराठ्यांचा पराभव का झाला, त्याबद्दलची जदुनाथ सरकारांची मीमांसा पहा : Banarjee, A. C. op. cit. p. 67-68

❑

१६
डॉ. सुरेन्द्रनाथ सेन
(१८९०-१९६२)

मराठ्यांच्या इतिहासाचे गाढे अभ्यासक म्हणून बंगाली इतिहासकारांमध्ये डॉ. सुरेंद्रनाथ सेन यांनी विविध कारणांसाठी मानाचे स्थान पटकावले आहे. डॉ. सेन हे पहिले इतिहासकार आहेत की ज्यांनी मराठ्यांच्या इतिहासातील आत्तापर्यंत दुर्लक्षित झालेल्या विषयांचा अभ्यास केला. हे विषय म्हणजे 'प्रशासनाचा इतिहास' आणि 'लष्करी इतिहास.' मराठ्यांच्या इतिहासात मराठी भाषेने जी सेवा केली आहे त्याचा प्रभाव डॉ. सेन जाणून होते. त्यामुळेच त्यांनी मराठ्यांची मराठी भाषा प्रयत्नपूर्वक शिकून घेतली.

परंपरागत देशभक्त इतिहासकारांचा कित्ता गिरविणाऱ्यांपैकी एक प्रमुख इतिहासकार होते; म्हणूनच एकोणिसाव्या शतकाच्या सुरुवातीला ज्या मराठ्यांची सत्ता ब्रिटिशांनी बळकावली, त्यांचा सखोल अभ्यास करण्यास डॉ. सेन यांनी सुरुवात केली. बंगालमधील देशभक्त इतिहासकार विशेषत: मराठ्यांचे इतिहासकार मेजर बी. डी. बसू यांच्या 'स्टोरी ऑफ सातारा' (१९२२) या पुस्तकात १८४८ मध्ये ब्रिटिशांनी सातारा राज्य खालसा केले, त्याबद्दल ब्रिटिशांच्या धोरणाविरुद्ध निषेध व्यक्त केला होता.

सर आशुतोष मुखर्जी यांना मराठ्यांच्या इतिहासावरील निवडक उपयुक्त कागदपत्रे पुस्तकरूपात छापायची होती आणि मराठ्यांच्या इतिहासाचा अभ्यास करणाऱ्या अमराठी विद्यार्थ्यांसाठी त्या कागदपत्रांचे इंग्रजीत भाषांतर करून हवे होते. सर आशुतोष मुखर्जी यांच्या आदेशानुसार डॉ. सेन मराठा इतिहासाच्या क्षेत्रात उतरले. सर आशुतोष मुखर्जींच्या योजनेला मूर्त रूप देण्यासाठी डॉ. सेन कामाला लागले. सुरुवातीला त्यांनी सतराव्या शतकाच्या शेवटच्या दशकात शिवाजीराजांचा समकालीन कृष्णाजी अनंत सभासद याने लिहिलेल्या मराठी बखरीचे भाषांतर करण्यास सुरुवात केली. या बखरीत शिवाजीराजांच्या कारकिर्दीच्या संपूर्ण इतिहासाचे वर्णन आहे. बहुतेक इतिहासकार या बखरीला विश्वासार्ह मानतात. तसेच सभासद हा शिवाजीराजांचा समकालीन होता, हाही एक महत्त्वाचा भाग आहे. या बखरीशिवाय डॉ. सेन यांनी 'शिवादिग्विजय' आणि 'चिटणीस बखर' या दोन्हींमधील काही भागांचे भाषांतर केले आणि या तीनही साधनांचा मिळून 'शिवछत्रपती' असा एक ग्रंथ तयार केला. या भाषांतरांबरोबर या ग्रंथात डॉ. सेन यांनी स्वत:च्या

अभ्यासातून तीन टीपा आणि पुरवण्यांचाही समावेश केला आहे. यावरून डॉ. सेन यांची मराठ्यांच्या इतिहासाबद्दलची विशेष आवड दिसून येते.

डॉ. सेन यांनी 'दि ॲडमिनिस्ट्रेटिव्ह सिस्टिम ऑफ दि मराठाज्' नावाचा अमूल्य ग्रंथ (१९२३) लिहिला. हा ग्रंथ नव्याने मराठ्यांच्या इतिहासाचा अभ्यास करणाऱ्यांना वाट दाखवणारा ठरला. डॉ. सेन यांनी हा ग्रंथ लिहिण्यासाठी किती परिश्रम घेतले होते, याची कल्पना ग्रंथाची प्रस्तावना वाचताना येते. यांत मराठ्यांची सत्ता या टोकापासून त्या टोकापर्यंत पसरली होती, याचा थोडक्यात परामर्ष घेतलेला आहे. त्यात ते म्हणतात, भारताचे हे शेवटचे हिंदुसाम्राज्य हे अनेक घटना, प्रसंगांनी भरलेले असून १७० वर्षांनंतर ते काळाच्या पडद्याआड गेले.

हे विस्तीर्ण साम्राज्य लुटारू आणि दरोडेखोरांनी भरलेले होते आणि येथील मराठे सरदार, लुटारू, दरोडेखोर, अनीतिमान होते, असा सर्वसामान्य माणसांचा झालेला समज पाहून डॉ. सेन चक्रावून गेले; कारण लुटालूट आणि दरोडेखोरी एवढ्याच गोष्टी असलेले साम्राज्य दीडशे वर्षांहून अधिक काळ अस्तित्वात राहू शकते, ही बाब आश्चर्य करण्यासारखीच होती. न्यायमूर्ती म. गो. रानडे यांनी त्यांच्या 'राइज ऑफ दि मराठा पॉवर' या सर्वोत्तम ग्रंथात, हाच प्रश्न उपस्थित केला आहे आणि या बिनबुडाच्या आरोपांमध्ये काहीही तथ्य नसून, मराठे लोक कसे निर्दोष होते, हे दाखवून देण्याचा प्रयत्न केला आहे.

डॉ. सेन यांनीही वरील गैरसमजांचे खंडन करण्यासाठी मराठ्यांच्या मुलकी आणि लष्करी प्रशासनव्यवस्थेचे उदाहरण दिले आहे. कारण या दोन भक्कम आधारांवरच मराठ्यांचे राज्य एवढे दीर्घकाळ टिकू शकले होते. डॉ. सेन लिहितात, ''मराठे केवळ लुटारू आणि दरोडेखोर नव्हते. त्यांच्यासंबंधीच्या मूळ कागदपत्रांवरून मला असे लक्षात आले आहे की, मराठ्यांकडे त्यांच्या साम्राज्याचा कारभार चालवण्यासाठी योग्य त्या नीतिनियमांची, कायद्यांची उत्तम जोड होती. अधिक संशोधन केल्यावर माझी खात्री पटली आहे की, सुरळीत राज्यकारभारासाठी लागू केलेले नीतिनियम हे मराठ्यांनी स्वत: तयार केले नव्हते, तर हिंदू आणि या प्रदेशाच्या माजी अंमलदारांकडून ते वारसाहक्काने त्यांच्याकडे आलेले होते.[२] म्हणूनच मराठ्यांची शासकीय व्यवस्था ही श्रेष्ठ आहे.'' ते पुढे असेही दाखवून देतात की, सध्याच्या ब्रिटिश भारतीय प्रशासकीय व्यवस्थेवर मराठ्यांच्या व्यवस्थेचा काही प्रमाणात प्रभाव आहे; कारण त्या व्यवस्था प्राचीन हिंदू आणि मुसलमानी व्यवस्थांवर बेतलेल्या होत्या.

पेशव्यांकडून जो मुलूख ब्रिटिशांनी जिंकलेला होता त्याच मुलखाचा माउंटस्टुअर्ट एलफिन्स्टन प्रमुख होता. त्याचे मराठ्यांच्या सध्या अस्तित्वात असलेल्या मुलकी व्यवस्थेबद्दल चांगले मत होते. त्यामुळे त्याने परकीय किंवा नव्या आधुनिक कल्पना

राबविण्याचे टाळले. एलफिन्स्टन हा साम्राज्यशाहीचा पुरस्कार करणारा आणि त्याचबरोबर उदारमतवादी विचारसरणी यांचा समन्वय साधणारा प्रशासक होता. नव्याने विजय मिळविलेल्या मराठ्यांच्या मुलखावर, नवे कायदे लागू करण्याचे टाळले तरच आपल्या जडणघडणीच्या काळात ब्रिटिश राज्यसत्ता चांगली प्रगती करू शकेल, असा एलफिन्स्टनने विचार केला आणि त्यानुसार मराठ्यांना ज्या कायदेपद्धतीने चांगले जीवन जगता येत होते, जी कायदेपद्धती मराठ्यांना अनुकूल ठरली होती, तीच मराठा पद्धत जास्तीत जास्त प्रमाणात चालू ठेवण्याचा त्याने प्रयत्न केला. एलफिन्स्टनचा समकालीन सर थॉमस मन्रो यानेही त्याला दुजोरा दिला.[३]

डॉ. सेन यांनी पाच वर्षांहून जास्त काळ मराठ्यांच्या मुलकी व्यवस्थेचा सखोल अभ्यास केला आणि त्यावरून काढलेले निष्कर्ष १९२३ मध्ये प्रसिद्ध केले आणि मराठ्यांच्या इतिहासाचे संशोधनकार्य सुरू ठेवले. सुरुवातीला त्यांना सेनापती शिवाजीराजाच्या व्यक्तिमत्त्वाचे फार आकर्षण वाटत होते. अर्थात, त्याला एक कारणही घडले. ते म्हणजे रमेशचंद्र दत्त यांची 'महाराष्ट्र-जीवन प्रभात' ही कादंबरी डॉ. सेन यांच्या वाचनात आली.[४] बहुधा या कादंबरीच्या प्रभावाने, डॉ. सेन यांनी मराठ्यांच्या लष्करी व्यवस्थेचे संशोधन करण्याचे काम हाती घेतले.

पूर्वी उल्लेख केल्याप्रमाणे डॉ. सेन यांनी 'शिवछत्रपती' हा ग्रंथ लिहिला तेव्हा त्यांना मराठी साधनांची चांगली माहिती झाली होती. त्याचबरोबर मराठ्यांच्या मुलकी व्यवस्थेचा अभ्यास करतानाही त्यांनी मराठी कागदपत्रांचे बारकाईने विश्लेषण केले होते. मराठ्यांच्या लष्करी व्यवस्थेवर लिहिलेल्या 'मिलिटरी सिस्टिम ऑफ दि मराठाज्' या ग्रंथाच्या प्रस्तावनेत ते लिहितात, "मराठ्यांच्या साम्राज्याचा जेवढा वेगाने विस्तार झाला तेवढ्याच वेगाने त्याचा ऱ्हासही झाला. यामागची कारणे शोधण्यासाठी मी गेल्या दहा वर्षांपासून मराठ्यांच्या लष्करी व्यवस्थेचा अभ्यास सुरू केला. सुरुवातीला मराठ्यांचे साम्राज्य हे लष्करी साम्राज्य होते आणि त्यांच्या प्रशासनाचा लष्करी व्यवस्थेशी अगदी जवळचा संबंध होता." ही खात्री पटल्यानंतर डॉ. सेन यांनी लष्करी व्यवस्थेच्या संशोधनाचे काम हाती घेतले. 'दि मिलिटरी सिस्टिम ऑफ दि मराठाज्' हा डॉ. सेन यांचा ग्रंथ १९२८ मध्ये प्रकाशित झाला. संभाजीराजांच्या निधनानंतर महाराष्ट्रात लष्करी नोकऱ्यांबद्दल जहागीर देण्याच्या सरंजामशाही पद्धतीचे पुनर्जीवन झाले. त्यात मराठ्यांच्या सत्तेच्या ऱ्हासाची कारणे दडली असावीत, असे डॉ. सेन यांना वाटत होते. त्यासाठी त्यांनी लष्करी व्यवस्थेचा मुळापासून अभ्यास केला. असे करीत असताना डॉ. सेन यांनी मराठी संस्थांचा विशेषतः चौथाई आणि सरदेशमुखी, नौदलाशी संबंधित लष्कराची बांधणी आणि आंग्रे यांची भूमिका, मराठ्यांचे नौदलप्रमुख अशा कितीतरी गोष्टींचा अभ्यास केला.

अशा प्रकारे खोलात जाऊन अभ्यास करत असताना, डॉ. सेन यांच्या लक्षात आले की, मराठी किंवा इतर देशी कागदपत्रांमध्ये मराठ्यांच्या आरमाराच्या इतिहासावर फारसा प्रकाश टाकलेला नव्हता. त्यामुळे या विषयाच्या अभ्यासकाला पूर्णपणे परकीय कागदपत्रांवर विसंबून रहावे लागते; म्हणून डॉ. सेन यांनी लंडन, पॅरीस, लिस्बन, इव्होरा आणि गोवा येथील जेवढी मिळतील तेवढ्या हस्तलिखितांचा आणि इतर दुर्मिळ, जुन्या कागदपत्रांचा अभ्यास केला. हा अभ्यास करताना त्यांना विशेषत्वाने एक गोष्ट जाणवली, ती म्हणजे मराठ्यांच्या इतिहासाचे अधिक चांगले आकलन होण्यासाठी पोर्तुगीज भाषेच्या अभ्यासाला महत्त्व देणे आवश्यक आहे.[५]

डॉ. सेन हे सच्चे इतिहासकार होते त्यामुळे, ''इतिहासकार कागदपत्रांच्या मदतीने काम करतो'' या तत्त्वावर त्यांचा विश्वास होता; म्हणूनच ते सतत ऐतिहासिक कागदपत्रांच्या शोधात असत. कागदपत्रांना दुसरा पर्यायच नाही, ऐतिहासिक कागदपत्रे नाहीत तर इतिहास नाही अशी त्यांची धारणा होती. समकालीन साधनेच इतिहासलेखनाची रेखीव इमारत उभी करण्याची गरज भागवितात, असे जर्मन इतिहासकार रँके याचे मत होते. डॉ. सेनसुद्धा रँकेच्या मताशी सहमत होते.[७]

आपण यापूर्वी पाहिले आहे की, आशुतोष मुखर्जींच्या योजनेचा एक भाग म्हणून, डॉ. सेन यांनी मराठी बखरींचे भाषांतर करून इतिहासाच्या अभ्यासाला सुरुवात केली होती. मराठ्यांच्या इतिहासाच्या अभ्यासासाठी त्यांनी सुरुवातीला ५०० रुपयांची मदत केली होती. १९१९ मध्ये 'हिस्टॉरिकल रेकॉर्ड्स कमिशन'ची स्थापना ब्रिटिश सरकारने केली. इतिहासाच्या संशोधकांना ऐतिहासिक कागदपत्रे छापण्यासाठी चालना देण्याचा या कमिशनचा हेतू होता. कमिशनच्या कामाचा एक भाग म्हणून शासनाने 'सोर्स बुक ऑफ मराठा हिस्ट्री खंड १' १९२९ मध्ये प्रकाशित केला. एच. जी. रॉलिन्सन आणि आर. पी. पटवर्धन हे दोघे या खंडाचे संपादक होते. या खंडात काही संस्कृत, मराठी आणि फार्सी कागदपत्रांच्या इंग्रजी भाषांतरांचा समावेश होता. तसेच शिवाजींच्या काळाशी संबंधित परकीय प्रवाशांनी लिहिलेल्या इतिहासाचा काही भाग या खंडात दिलेला होता.[८]

डॉ. सेन यांनी १९२७ मध्ये 'फॉरीन बायोग्राफीज् ऑफ शिवाजी' हा ग्रंथ लिहिला. 'सोर्स बुक'मध्ये घेतलेली सर्व कागदपत्रे वगळून, डॉ. सेन यांनी काही परकीय कागदपत्रे निवडली. त्यासाठी त्यांनी शिवाजीराजांच्या कारकिर्दीशी संबंधित पोर्तुगीज, फ्रेंच आणि डच कागदपत्रांचे भाषांतर केले. या ग्रंथासाठी त्यांनी परकीय कागदपत्रे निवडली. याचे कारण देताना डॉ. सेन लिहितात, ''शिवाजीराजा जिवंत असतानाच, त्याची कीर्ती युरोपमध्ये पोहोचली होती. शिवाजीराजाची पराक्रमी वृत्ती, धाडसी कृत्ये, हुशारीने केलेले डावपेच यांनी समकालीन इंग्रजी, फ्रेंच, डच, पोर्तुगीज आणि इटालियन लेखकांना आकर्षित केले होते. त्यांच्या लिखाणातून जगात मराठ्यांचे नाव होण्यापूर्वी बऱ्याच

आधी शिवाजीराजाचे नाव पोहोचले.''

डॉ. सेन यांना परकीय लिखाणातील उणिवांची चांगली कल्पना होती. तरीसुद्धा ते म्हणतात, ''या लेखनात निश्चितच काही दोष होते. परंतु, मराठ्यांच्या इतिहासाचा गांभीर्याने अभ्यास करणारा कोणताही अभ्यासू विद्यार्थी, या युरोपियन लेखकांच्या लिखाणाच्या पुराव्यांकडे दुर्लक्ष करणे शक्य नाही.''[१०]

जर एखाद्याने युरोपियन पुरातत्त्व विभागाच्या लिस्बन, हेग, लंडन आणि पॅरीस येथील रेकॉर्ड्स ऑफिसला भेट दिली आणि तेथे जतन केलेली मौल्यवान कागदपत्रे पाहिली तरच त्याला डॉ. सेन यांनी काढलेल्या वरील विधानांचे महत्त्व लक्षात येईल. पोर्तुगीज, डच आणि फ्रेंच भाषांतील कागदपत्रांचा हुशारीने उपयोग करून घेतला नाही, तर मराठ्यांच्या इतिहासाला अपुरेपण येईल, इतिहास पूर्ण होणार नाही. या खंडात समकालीन युरोपियन कॉस्मो द ग्वार्द, जीन दे थिवेनॉट, बार्थलेमी कॅरे, मार्टिन व्हॅलेन्टाइन यांनी लिहिलेली शिवचरित्रे आणि डच आणि इंग्रजी कागदपत्रांचे सारांश यांचा समावेश आहे.

राष्ट्रीय पुरातत्त्व विभागाचे संचालक म्हणून काम बघताना डॉ. सेन यांनी परकीय साधनांवरून अजून एक महत्त्वाचे काम केले. त्यांनी मध्ययुगीन काळातील थिवेनॉट आणि कॅरेरी या फ्रेंच प्रवाशांचे प्रवासवर्णन भाषांतरित केले. इतर युरोपियन भाषांमधील भाषांतरामध्ये भारताशी संबंधित भाग गाळलेला होता. परंतु, भारतीय पुरातत्त्वाचे प्रमुख म्हणून डॉ. सेन यांना या दोन फ्रेंच प्रवाशांचे भारताबद्दलचे मत उमटलेल्या भागाचे भाषांतर करण्याची गरज वाटली. त्यासाठी त्यांनी बरेच परिश्रम घेतले आणि 'इंडियन ट्रॅव्हल्स ऑफ थिवेनॉट अॅण्ड कॅरेरी' या नावाने इंग्रजी भाषांतराचा ग्रंथ प्रसिद्ध केला. हा ग्रंथ १९४९ मध्ये राष्ट्रीय पुरातत्त्व विभाग, नवी दिल्ली तर्फे प्रकाशित करण्यात आला.[११]

या मोठ्या कामांबरोबरच डॉ. सेन यांचे मराठ्यांच्या इतिहाससंबंधीचे काही लेख नियतकालिकांमध्ये प्रसिद्ध झाले. सर्व लेख 'स्टडीज् इन इंडियन हिस्ट्री' या नावाने पुस्तकरूपाने १९३० मध्ये कलकत्ता विद्यापीठाने एकत्रित केले. यामध्ये गोव्याच्या ऐतिहासिक कागदपत्रांवर शंभरहून जास्त पानांचा दीर्घ लेख आहे. अस्सल कागदपत्रे पहावीत या हेतूने डॉ. सेन यांनी कलकत्ता विद्यापीठाच्या डॉ. ब्रॅगेन्झा कुन्हा यांच्याकडून पोर्तुगीज भाषा शिकून घेतल्यानंतर गोवा पुरातत्त्व विभागात जाऊन कागदपत्रे पाहिली आणि १९२५ मध्ये 'हिस्टॉरिकल रेकॉर्ड्स अॅट गोवा' असा एक अहवाल प्रसिद्ध केला. सतराव्या शतकात मराठे आणि पोर्तुगीज यांच्यातील संबंध कसे होते, हे समजण्यासाठी हा अहवाल खूपच उपयोगी आहे.

मध्ययुगीन काळात चौथाई पद्धत कशी सुरू झाली, याबद्दलची चर्चा डॉ. सेन यांनी गोवा पुरातत्त्व विभागातील अप्रकाशित पोर्तुगीज कागदपत्रांवरून केलेली आहे. या

कागदपत्रांचा उपयोग मराठ्यांच्या, विशेषत: आंग्रे यांच्या पश्चिम किनाऱ्यावरच्या आरमारी हालचालींचा पुनर्विचार करण्यास झाला. डॉ. सेन या अहवालाचा हेतू विशद करताना एक गोष्ट नजरेत आणून देतात, ती म्हणजे भारतीय इतिहासासंबंधी कोणत्या नवीन बाबी सर्वांसमोर आणतात, हे दाखविणे. ('प्रकाशित आणि अप्रकाशित पोर्तुगीज कागदपत्रे')

इतिहासाच्या अभ्यासकांना इतिहास समजून घेताना मूळची पोर्तुगीज साधने दुर्लक्षून चालणार नाहीत. तसेच आत्तापर्यंत फारच कमी कागदपत्रे प्रकाशित झालेली असल्यामुळे पोर्तुगीज ऐतिहासिक कागदपत्रांचे बरेच काम बाकी आहे. त्यामुळे आधुनिक भारतीय इतिहासाच्या अभ्यासकांना आणि विद्यार्थ्यांना या क्षेत्रात अभ्यास आणि संशोधन करण्यास खूप वाव आहे.[१२]

डॉ. सेन यांच्या वरील सूचनेकडे, मराठ्यांच्या इतिहासाच्या संशोधकांनी गंभीरपणे लक्ष दिले नाही, ही खरोखरच दुर्दैवाची गोष्ट आहे. अर्थात, कालांतराने, १९७८ साली भारतीय आणि पोर्तुगीज संशोधक-अभ्यासकांनी एका आंतरराष्ट्रीय चर्चासत्राची या विषयाचा गंभीरपणे अभ्यास करण्यासाठी स्थापना केली. या परिषदेची दर दोन-तीन वर्षांनी भारतात आणि परिषदेत नियमितपणे अधिवेशने भरतात व त्यांचे अहवालही प्रसिद्ध केले जातात ही प्रशंसनीय बाब आहे.

गोव्याच्या दफ्तरखान्यासंबंधीच्या या दीर्घ अहवालाप्रमाणेच, डॉ. सेन यांनी मराठ्यांच्या कर्नाटकातील मोहिमा, हैदर आणि टिपू सुलतान यांच्यासंबंधीही लेखन केले आहे. तसेच 'मारक्विस ऑफ ॲलोर्नाज इन्स्ट्रक्शन्स' या नावाच्या एका पोर्तुगीज साधनाचे संपूर्ण भाषांतर अभ्यासकांना उपलब्ध करून दिले आहे.[१३]

मारक्विस ऑफ ॲलोर्ना हा पोर्तुगीज भारताचा व्हॉइसरॉय होता. त्याने सहा वर्षे या हुद्द्यावर काम केले आणि निवृत्तीनंतर पोर्तुगिजांनी जिंकलेल्या काही प्रदेशांचा अत्यंत उत्तम असा एक छोटासा 'न्यू कॉन्क्वेस्ट' नावाचा ग्रंथ त्याने लिहिला.[१४]

डॉ. सेन यांच्या कामाचे मूल्यमापन

डॉ. सेन हे देशभक्त आणि राष्ट्रवादी इतिहासकार होते. तरुणपणी त्यांनी काँग्रेसच्या स्वदेशी चळवळीत हिरिरीने भाग घेतला होता. बहुधा त्यामुळेच त्यांना भारतीय इतिहासात मराठ्यांचे स्थान हा विषय अभ्यासासाठी आणि संशोधनासाठी सर्वार्थाने योग्य वाटला असावा.

डॉ. सेन यांनी केलेल्या मराठ्यांच्या इतिहासाच्या अभ्यासाचे सिंहावलोकन करताना असे लक्षात येते की, त्यांचा इतिहासाकडे बघण्याचा दृष्टिकोन चरित्रात्मक नसून संस्थात्मक होता. मराठी, पोर्तुगीज, फ्रेंच आणि डच कागदपत्रांचे भाषांतर केल्याने त्यांना शिवाजीराजाच्या व्यक्तिमत्त्वाबद्दल खूपच कुतूहल वाटले यात शंका नाही. परंतु,

मराठ्यांचा नायक शिवाजी- राजा ह्याचे चरित्र लिहिण्याचा पारंपरिक मार्ग त्यांनी स्वीकारला नाही. त्याऐवजी त्यांनी स्वकीय आणि परकीय साधनांचा अभ्यास करून शिवकालीन मुलकी आणि लष्करी व्यवस्थेचा सखोल अभ्यास केला; कारण या दोन अत्यंत महत्त्वाच्या सुनियोजित व्यवस्थाच जवळजवळ पुढील दोन शतके भारतीय इतिहासाचे बलस्थान ठरल्या.

डॉ. सेन यांनी १९२० ते १९३० या दशकात इतिहासाचा खूप अभ्यास केला. परंतु, त्यानंतर आयुष्याच्या उत्तरार्धातील तीस वर्षांत त्यांना कुठलेही जास्तीचे मराठ्यांच्या इतिहासाचे किंवा वर उल्लेखलेले संशोधनाचे काम हातात घेता आले नाही. कारण डॉ. सेन यांना कलकत्त्याहून दिल्लीला प्रस्थान ठेवावे लागले. दिल्लीत ते 'इम्पीरिअल रेकॉर्ड्स'चे संचालक म्हणून काम पाहू लागले. कालांतराने 'इम्पीरिअल रेकॉर्ड्स'चे नाव बदलून 'नॅशनल अर्काइव्ह्ज ऑफ इंडिया' असे ठेवण्यात आले. या नोकरीनंतर डॉ. सेन यांची दिल्ली विद्यापीठाचे कुलगुरू म्हणून नेमणूक झाली. त्यांचा बराचसा वेळ विद्यापीठाच्या प्रशासकीय कामात जाऊ लागला. त्यामुळे इतिहाससंशोधनात काही भरीव कामगिरी करण्यासाठी त्यांना वेळ काढणे मुश्कील झाले.

डॉ. सेन यांचे इतिहासातील शेवटचे मोठे काम म्हणजे '१८५७' हा ग्रंथ! शासनाने त्यांना हे काम करण्यासाठी सांगितले होते. डॉ. सेन यांनी ते स्वीकारले आणि दीड वर्षात पूर्ण केले.

इंडियन हिस्ट्री काँग्रेसच्या स्थापनेपासून डॉ. सेन या संस्थेशी निगडित होते. ते संस्थेचे कार्यवाह होते आणि ते एका अधिवेशनाचे अध्यक्षही होते. डॉ. सेन यांनी आपल्या अध्यक्षीय भाषणात इतिहासकाराची राजकारणातील भूमिका काय असावी, यावर आपले विचार व्यक्त केले. ते म्हणतात, "इतिहासकाराचे देशप्रेम आणि इतिहासाची चांगली समज यावर राजकारणी लोकांनी निर्धास्त रहावे. परंतु, त्याचबरोबर राजकीय नेत्यांनी, इतिहासकार हा त्याच्या पेशामुळे आणि प्रशिक्षणामुळे सर्वप्रथम एक संशोधक असतो; इतिहासाची मांडणी करणे आणि आवश्यकतेप्रमाणे भूतकालीन घटनांचे अर्थ सांगणे हे त्याचे व्यावसायिक कर्तव्य असते; त्याने घेतलेले निर्णय जर तर्कशुद्ध असतील तर ते नाकारता येणार नाहीत; परंतु, त्याच्या कल्पनाशक्तीला उपलब्ध ऐतिहासिक साधने खीळ घालू शकतात. अस्सल पुराव्याच्या मर्यादा तो ओलांडू शकत नाही. इतिहास काही तत्त्वांचा उपदेश करीत नाही, त्याला कोणतेही तत्त्वज्ञान सांगावयाचे नसते आणि कोणत्याही नीतिमत्तेचा निर्देश तो करीत नाही." यावरून डॉ. सेन यांचा इतिहासाच्या अभ्यासाकडे बघण्याचा दृष्टिकोन कळतो. तसेच ऐतिहासिक कागदपत्रांच्या महत्त्वावर असलेला अढळ विश्वास व्यक्त होतो.[१५]

डॉ. सेन भारतीय इतिहास परिषदेच्या महत्त्वाच्या सदस्यांपैकी एक होते. परिषदेच्या

आधिपत्याखाली भारताचा संक्षिप्त इतिहास १२ खंडांत प्रकाशित करण्याची योजना आखली गेली त्यात डॉ. सेन यांचा सहभाग होता. त्यांनी नवव्या खंडाच्या (१७१२– ७२) संपादनाची जबाबदारीही स्वीकारली. परंतु, अनेक कामांमध्ये व्यस्त राहिल्याने, ते हे काम करू शकले नाहीत.

१९२० नंतर डॉ. सेन मराठ्यांच्या इतिहासावर कोणतेही मोठे काम करू शकले नाहीत, हे खरे. परंतु, मराठ्यांच्या मुलकी आणि लष्करी व्यवस्थेचा अभ्यास, मराठी आणि परकीय साधनांचे भाषांतर या दोन्ही महत्त्वाच्या कामांमुळे मराठा इतिहासलेखनात डॉ. सेन यांना अढळ स्थान प्राप्त झाले आहे.

डॉ. सेन यांच्या इतिहासविषयातील कामाचे मूल्यमापन करताना, डॉ. ए. सी. बॅनर्जी म्हणतात, "सतराव्या-अठराव्या आणि एकोणिसाव्या शतकांतील भारतीय इतिहासाचा अभ्यास करणाऱ्या प्रत्येक विद्यार्थ्याला डॉ. सेन यांच्या इतिहासातील योगदानाचे ऋण कृतज्ञतापूर्वक मानावे लागेल. भविष्यकाळातील नव्या संशोधनाने डॉ. सेन यांच्या ऐतिहासिक अनुमानाला पुरवणी जोडली जाईल किंवा त्यातील काही गोष्टींमध्ये सुधारणा केल्या जातील. परंतु, त्या पूर्णपणे रद्द होतील, असे संभवत नाही. कारण डॉ. सेन यांचे संशोधन तर्कशुद्ध, सखोल अभ्यास केलेल्या ऐतिहासिक कागदपत्रांच्या मजबूत पायावर केले गेले आहे आणि ऐतिहासिक घटनांचे निष्कर्ष हे समतोल बुद्धीने, कोणत्याही प्रकारची तडजोड न करता त्यांनी मांडलेले आहेत."[१६]

कलकत्ता विद्यापीठाचे तेव्हाचे कुलगुरू सर आशुतोष मुखर्जी यांनी प्रादेशिक इतिहासाच्या, विशेषत: मराठा, शीख आणि रजपूत यांच्या इतिहासाच्या संशोधनाला विद्यापीठाच्या इतिहासभागात अग्रक्रम दिला.

सुरेंद्रनाथ सेन यांनी या विभागात मराठ्यांच्या इतिहासाच्या संशोधनात पुढाकार घेतला आणि अतिशय प्रशंसनीय असे काम केले. त्यामुळे त्या विभागात येणाऱ्या तरुण संशोधकांपुढे, डॉ. सेन यांच्या कामाचा कायम आदर्श राहिला.

डॉ. सेन यांच्या कामाची धुरा, त्यांच्या विद्यार्थ्यांनी यशस्वीपणे पेलली. डॉ. प्रतुलचंद्र गुप्ता यांनी लंडन विद्यापीठात वाचस्पती (पीएच.डी.) पदवीसाठी 'दुसरा बाजीराव आणि ईस्ट इंडिया कंपनी' या विषयावर प्रबंध सादर करून ती पदवी मिळवली आणि त्या विषयावर आधारित असा आपला ग्रंथ १९३९ साली प्रसिद्ध केला. मराठ्यांच्या इतिहासाच्या शेवटच्या पर्वावर या ग्रंथाने बरीच माहिती पुरवली आहे.

डॉ. सेन यांचे दुसरे विद्यार्थी अनिलचंद्र बॅनर्जी यांनी पहिल्या माधवराव पेशव्यांचे चरित्र लिहिले (१९४३). मराठ्यांचे इतिहासकार प्रा. त्र्यं. शं. शेजवलकर यांनी या ग्रंथाचे सखोल परीक्षण केले. तेव्हा त्यांनीही मोकळ्या मनाने डॉ. बॅनर्जी यांच्या कामाचे कौतुक केले, "बॅनर्जी यांनी आपल्या ग्रंथात अनेक नवीन अप्रकाशित कागदपत्रांचा

उपयोग करून हे चरित्र लिहिल्याने इतिहासाच्या ज्ञानात, निराळी, महत्त्वपूर्ण भर घातली आहे.''[१७]

मध्यंतरी बराच काळ गेल्यावर डॉ. सेन यांच्या परंपरेतील बंगाली विद्वान लेखक डॉ. शैलेन्द्रनाथ सेन यांनी दोन मोठे ग्रंथ लिहिले. एक 'अँग्लो मराठा रिलेशन्स १७७२-१७८५' (१९६१) आणि दुसरा 'अँग्लो-मराठा रिलेशन्स १७८५-१७९६' (१९७४) या दोन्ही ग्रंथांमधून पानिपतच्या युद्धानंतरचा मराठ्यांचा इतिहास वाचायला मिळतो. सध्या डॉ. एस. एन. सेन 'फॉल ऑफ दि मराठा एम्पायर' या ग्रंथाचे लेखन करीत आहेत. त्यामध्ये १७९६ च्या खड्र्याच्या लढाईपासून ते तिसऱ्या अँग्लो-मराठा युद्धापर्यंतचा म्हणजे मराठ्यांच्या सत्तेच्या विसर्जनापर्यंतचा (१८१८) इतिहास दिलेला आहे.

या ग्रंथात प्रामुख्याने मराठा राज्यसंघाचे (Confederacy) घटक- पेशवे, शिंदे, होळकर, भोसले, गायकवाड यांनी मराठे सरदार म्हणून भारताच्या विशाल राजकीय पटावर केलेल्या कार्याचा आढावा घेतला आहे. थोडक्यात, डॉ. शैलेंद्रनाथ सेन यांचे हे चार खंड म्हणजे १७७२-१८१८ या कालखंडाचा कालानुक्रमे मांडलेला इतिहास असे म्हणता येईल. जदुनाथ सरकारांनी 'मोगल साम्राज्याचे पतन' जसे चार खंडांत मांडले आहे. तसेच काम कांही अंशी डॉ. सेन यांनी मराठ्यांच्या सत्तेच्या ऱ्हासाचा इतिहास या चार खंडांद्वारे केले आहे.

मराठ्यांच्या इतिहासाच्या अभ्यासात बंगालमधील नवीन पिढीसुद्धा मुद्दाम लक्ष घालते आहे. संशोधनात रस घेत आहेत. डॉ. उपेंद्र नारायण चक्रवर्ती यांनी 'अँग्लो-मराठा रिलेशन्स अॅन्ड माल्कम- १७९८-१८३०' हा संशोधनात्मक ग्रंथ १९७९ मध्ये लिहिला. प्रांजल कुमार भट्टाचार्य यांनी १९८४ मध्ये 'ब्रिटिश रेसिडेन्ट्स अॅट पूना १७८८-१८१८' हा ग्रंथ लिहिला. यामध्ये भट्टाचार्य यांनी ब्रिटिशांच्या कारवायांचे, राजकारणाचे विश्लेषण केले आहे. दुसरे बंगाली विद्वान सुधीन्द्रनाथ कानुनगो यांनी यशवंतराव होळकरांचे व्यक्तिचित्र लिहिले. 'ए गोल्डन रोग' (१९६५). डॉ. कानुनगो यांनी दिलेले या ग्रंथाचे शीर्षक या विषयाला फारसे साजेसे नाही, असे वाटते.

मराठ्यांच्या लष्करी इतिहासाचे, नवीन पिढीच्या तरुण इतिहासकारांना नेहमीच आकर्षण वाटत आले आहे. पी. डी. खन्ना यांनी 'दि सेकंड मराठा कॅम्पेन (१८०४-१८०८)' या पुस्तकात जेम्स यंग या ब्रिटिश आर्टिलरी ऑफिसरने दुसऱ्या इंग्रज-मराठा युद्धावर लिहिलेल्या वृत्तांचे पुनर्मुद्रण करून त्याला अभ्यासू टिपणांची जोड दिली आहे. अॅन्थनी एस. बेनेल यांनी 'द मेकिंग ऑफ आर्थर वेलस्ली' (१९९७) या आपल्या ग्रंथात दुसरे इंग्रज-मराठे युद्ध - यामध्ये ऑर्थर वेलस्लीने केलेल्या महत्त्वपूर्ण कामगिरीचा चिकित्सक अभ्यास केला आहे. या त्याच्या कामगिरीमुळेच त्याला 'ड्यूक ऑफ वेलिंग्टन' हा किताब मिळाला. डॉ. बेनेल हे संरक्षण मंत्रालयातील एक सेवानिवृत्त

अधिकारी असून, ऑक्सफर्ड येथील 'कॉरपस ख्रिस्ती कॉलेज'चे सदस्य आहेत.[१८]

कलकत्ता विद्यापीठाचे डॉ. अनिरुद्ध रे हे फ्रेंच साधनांचे एक चिकित्सक अभ्यासक असून त्यांनी डॉ. सुरेंद्रनाथ सेन यांनी संपादित केलेल्या 'फॉरेन बायोग्राफीज ऑफ शिवाजी' या ग्रंथाच्या नव्या आवृत्तीस (१९७७) एक विस्तृत प्रस्तावना लिहिली आहे. त्यांचा 'ट्रेड पॉलिटिक्स अॅण्ड प्लंडर- द मराठाज् अॅट कॅम्बे (१७२५-१८२५)' हा एक अभ्यासपूर्ण ग्रंथ अलीकडेच (२००६ मध्ये) प्रसिद्ध झाला आहे.

टिपा आणि संदर्भ

१. २९ जुलै, १८९० चा जन्म. जन्मस्थान- महिलवाडा (आता बांगलादेशात).
जबलपूरमधील रॉबर्टसन कॉलेजमध्ये १९१५ मध्ये पदवी शिक्षण.
पदव्युत्तर शिक्षण कलकत्ता विद्यापीठात, १९१७.
१९३१ मध्ये मध्ययुगीन आणि आधुनिक इतिहासाचे आशुतोष मुखर्जी प्रोफेसरपद.
१९३९ मध्ये दिल्लीतील इम्पीरिअल रेकॉर्ड्सचे संचालक.
दिल्ली विद्यापीठात इतिहासाचे प्रोफेसर आणि १९५० मध्ये विद्यापीठाचे कुलगुरू.
१९४४ मध्ये भारतीय इतिहास परिषद, मद्रास विभागाचे अध्यक्ष.
व्हिस्कॉन्सिन विद्यापीठाचे १९५७-५८ या काळात अतिथी प्राध्यापक.
डी.लिट् या अत्युच्च पदवीने दिल्ली विद्यापीठ (१९४७) आणि ऑक्सफर्ड विद्यापीठाने (१९५८) सन्मानित.
३० ऑक्टो., १९६२ या दिवशी निधन.
१९२० मध्ये 'शिवछत्रपती' हा ग्रंथ कलकत्ता विद्यापीठाने प्रकाशित केला. तेव्हा डॉ. सेन प्रेमचंद रॉयचंद स्टुडंट फेलोशिपवर काम करीत होते, तर डॉ. आशुतोष मुखर्जी पदव्युत्तर विभागाचे तेव्हाचे अध्यक्ष होते. डॉ. सेन यांनी आपल्या अर्पणपत्रिकेत डॉ. आशुतोष मुखर्जी यांची शिवाजींशी तुलना केली आहे.
बखरींच्या भाषांतराविषयी रियासतकार सरदेसाई लिहितात, ''मी मूळ लिखाणाशी हे भाषांतर ताडून पाहिले आणि मला आनंद वाटतो की, हे प्रामाणिकपणे केलेले, सुरेख आणि तरीही साध्या भाषेत उतरले आहे.''
का. ना. साने- ''भाषांतराचे सर्व काम चांगले झाले आहे.''
एस. एम. सेन- ''स्टडीज इन इंडियन हिस्ट्री' कलकत्ता १९३०
पहा पुरवणी- 'ओपिनिअन्स' पृ. ११.

२. एस. एन. सेन- 'अॅडमिनिस्ट्रेटिव्ह सिस्टिम ऑफ दि मराठाज्' आवृत्ती तिसरी, कलकत्ता, १९७६, प्रस्तावना पृ. २

पहिली आवृत्ती- १९२३, पुनर्मुद्रण- १९२५ थोडेसे फेरफार केलेले.
तिसरी आवृत्ती- १९७६

३. बॉलहॅचेट केनेथ, 'सोशल पॉलिसी अॅण्ड सोशल चेंज इन वेस्टर्न इंडिया', ऑक्सफर्ड युनि. प्रेस, लंडन, १९५७, पृ. ३०-३१.
कारण या व्यवस्थेतच देशाने प्रगती केली आहे. दुर्बलता आणि भ्रष्टाचार यांच्यासह या देशाचा कारभार चालला होता. तरीसुद्धा सध्या प्रचलित असलेले प्रशासन फारसे वाईट नाही, कारण अशा या व्यवस्थेतच या देशाने प्रगती केली आहे. या देशातील लोकांना ती योग्य आहे- त्यामुळेच ते एकत्र आले आहेत आणि त्या व्यवस्थेत आवश्यकतेप्रमाणे वेळोवेळी सुधारणा करून ती बरीचशी निर्दोष बनवली आहे.
एलफिन्स्टनने भारताच्या गव्हर्नर जनरलला १८-६-१८१८ ला लिहिलेले पत्र.
मन्रोची विचारसरणी ही एलफिन्स्टनसारखीच होती. ब्रिटिशांनी भारतात कायद्याचे राज्य प्रस्थापित करण्याची फार घाई चालवली आहे असे त्यालाही वाटत होते. एलफिन्स्टनला तो पत्रात लिहितो, "कायदेकानूंच्या अतिरेकामुळे सर्व व्यवस्था बिघडते. मुसलमान लोक जसे धर्माच्या बाबतीत कट्टर अभिमानी आहेत तसेच ब्रिटिश लोक राजकारणाच्या बाबतीत आहेत. कोणताही देश ब्रिटिश संस्था अथवा शासनपद्धतीचा अवलंब केल्याशिवाय आपला कारभार व्यवस्थितपणे करू शकणार नाहीत अशी त्यांची धारणा आहे. या देशातील स्थानिक रहिवासी यांच्यापाशी आपल्या देशाचा अंतर्गत कारभार कसा करावयाचा या प्रश्नांची पुरेशी उत्तरे आहेत. जी. आर. ग्लेंग 'द लाइफ ऑफ मेजर जनरल सर थॉमस मन्रो', लंडन, १८३० खंड ३, पृ. २५२.

४. टिकेकर श्री. रा.- डॉ. सुरेंद्रनाथ सेन
नवभारत वर्ष १७, खंड २, नोव्हें. १९६३, पृ. ४८.

५. सेन एस. एन.- 'दि मिलिटरी सिस्टिम ऑफ दि मराठाज्'
पुनर्मुद्रित, कलकत्ता, १९७९ प्रस्तावना पृ. vii-viii, पहिली आवृत्ती १९२८, दुसरी सुधारित आवृत्ती १९५८. या नव्या आवृत्तीत सेन लिहितात, "१९२६ मध्येच हे लेखन केले होते. ते प्रकाशित करण्यास मी बराच काळ बिचकत होतो; कारण हे लेखन प्रबंध म्हणून सादर केले होते आणि परीक्षकांनी, सर व्हर्नें लॉवेट आणि श्री. एन. सी. सेडॉन (दोघेही निवृत्त आय.सी.एस.) यांनी माझा प्रबंध अमान्य केला होता. नंतर मी प्रो. डॉडवेल यांचा सल्ला घेतला आणि त्यांच्या सल्ल्यानुसार प्रबंध छापण्यास पाठविला" -३ सप्टें. १९५८.
हा प्रबंध प्रथम १९२६ साली कलकत्ता विद्यापीठाने पाठवला होता. त्यावेळी

सर जदुनाथ सरकार हे त्या विद्यापीठाचे कुलगुरू होते. त्या विद्यापीठाने हा प्रबंध नाकारला. या संदर्भात अशी एक भुमका पसरली होती की, सेन यांनी सरकारांच्या इंग्रजी-मराठी कागदपत्रांच्या वाचनातील काही चुका दाखवून दिल्या होत्या म्हणून हा प्रबंध विद्यापीठाने स्वीकारला नाही. सेन आणि सरकार हे उभयता मराठ्यांच्या इतिहासाचे ज्येष्ठ अभ्यासक होते. आपल्या 'शिवछत्रपती' या ग्रंथाच्या प्रस्तावनेत डॉ. सेन यांनी सरकारांचे आपण किती ऋणी आहोत हे मोकळेपणाने नमूद केले आहे. ते म्हणतात, सरकारांनी आपले हस्तलिखित तर सुधारून दिलेच, पण त्याचबरोबर कित्येक उपयुक्त सूचना केल्या आणि आपले संपूर्ण ग्रंथालय खुले करून दिले. (पहा- श्री. रा. टिकेकर, नवभारत पूर्वोक्त पृ. ५३ आणि 'शिवछत्रपती', पूर्वोक्त, प्रस्तावना)

तसेच - सरकारांचे गो. स. सरदेसाईंना लिहिलेले २२-४-१९३० चे पत्र पहावे. संदर्भ- लेटर्स ऑफ जदुनाथ सरकार, संपादक- एच. आर. गुप्ता, १९५६ खंड १, पृ. १५२.

या पत्रात सेन यांच्या नावाचा उल्लेख न करता, सरकार उल्लेख करतात, "त्यांचे मराठी आणि पोर्तुगीजमधील हास्यास्पद चुकीचे भाषांतर जर मुंबईच्या वाचकांना दाखवले तर विद्वानांच्या जगतात त्यांची थट्टामस्करी होईल."

'फॉरिन बायोग्राफीज ऑफ शिवाजी' या सेन यांच्या ग्रंथाची प्रस्तावनाही पहावी. त्यामध्ये त्यांनी जदुनाथ सरकारांच्या कॅरेच्या भाषांतराविषयी लिहिले आहे. ते म्हणतात, "दुर्दैवाने सरकारांचे भाषांतर अपूर्णच नाही तर काही वेळा चुकीचेही आहे. पृ. xvi, दि. ७ ऑक्टो., १९२७.

६. सी. एच. व्ही. लॅंगलॉय ॲण्ड सी. एम. सेन बॉ - Introduction to the study of History, Reprint London 1966 p. 17 (मूळ फ्रेंच पुस्तकाचे इंग्रजी भाषांतर, जी. जी. बेरी (Berry) यांनी १८९८ साली लंडन येथे प्रसिद्ध केले.)

७. G. P. Gooch, History and Historians of the Nineteenth century, London, Longmam, Reprint, 1961, पृ.९२

८. H. G. Rawlinson and R. P. Patwardhan (Ed.) Bombay, 1929, Reprint, ICHR, New Delhi 1978, Bagchi, Kolkata, 1978.

९. S. N. Sen - Foreign Biographies of Shivaji, 1927, Reprint, 1977.

१०. तत्रैव, प्रस्तावना पृ. १

११. टिकेकर श्री. रा. पूर्वोक्त, पृ. ५०.

१२. Studies in Indian History Calcutta, 1930, p.117

१३. या परिषदेचे पहिले अधिवेशन गोव्यामध्ये १९७८ मध्ये घेण्यात आले. त्यानंतर लिस्बन, माकावो, कोचीन इ. ठिकाणी परिषदा घेतल्या. हा उपक्रम अद्याप चालू आहे.

१४. Sen S. N. - Studies पूर्वोक्त पृ. १८५–२४३

१५. Proceedings of the Inian History Congress, Madras Session, 1944 Presidential Address P. II Presidential.

१६. Sen S. P. (Ed.) Historians and Historiography in Modern India, Culcutta, 1973, p. 358

१७. Shejwalkar T. S., 'Peshwa Madhavrao I' A Review Article, Deccan College Research Bulletin, Vol. 4, June, 1943, Pp 363-75

१८. कलकत्त्याचे प्रा. शैलेन्द्रनाथ सेन यांनी पुरविलेल्या माहितीच्या आधारे हा भाग लिहिला आहे.

❏

१७

आधुनिक काळातील इतिहासलेखन

का. ना. साने, वा. वा. खरे, वि. का. राजवाडे, द. ब. पारसनीस या विद्वान संशोधकांनी इतिहाससंशोधनाचा पाया घातला. या संशोधकांबरोबर इतर अनेकांनी ऐतिहासिक घराण्यांची कागदपत्रे धुंडाळली. ब्रिटिश इतिहासकारांनी भारतीयांच्या मनात उद्वेग निर्माण करणारे जे इतिहासलेखन केले होते ते आपण पाहिले. तसेच सुरुवातीला न्यायमूर्ती म. गो. रानडे आणि नंतर रियासतकार सरदेसाई आणि इतरांनी इतिहासलेखनाची जी दिशा दाखवली, त्यातूनच विसाव्या शतकातील शास्त्रशुद्ध इतिहासलेखनाचा प्रारंभ झाला आणि वस्तुनिष्ठ इतिहासाची परंपरा सुरू झाली.

भारतासारख्या खंडप्राय देशावर आपली सत्ता प्रस्थापित करण्याची संधी मराठ्यांना युद्धात हरवूनच मिळविता आली. या घटनेमुळे या उपखंडातील विविध भागांतील इतिहासकार आणि संशोधक यांचे लक्ष मराठ्यांच्या इतिहासाकडे वळले आणि प्रादेशिक साधनांचा शोध करून, आपल्या प्रदेशातील मराठ्यांच्या बऱ्यावाईट कामगिरीवर प्रकाश टाकण्याच्या प्रयत्नाला चालना मिळाली.

मध्ययुगीन महाराष्ट्रातील संतांनी, कवींनी खूप साहित्यनिर्मिती केली होती. त्यातील काही साहित्य प्रकाशित किंवा अप्रकाशित रूपात उपलब्ध होते. मध्ययुगीन महाराष्ट्राचा समृद्ध सांस्कृतिक वारसा आणि युरोपियन सत्तेविरुद्ध मराठ्यांनी दिलेला लढा या गोष्टींचे कुतूहल वाटून पश्चिमेकडील आणि आशियातील विद्वानांनी, आपापल्या पद्धतीने कधीही उजेडात न आलेल्या विषयांचे संशोधन सुरू केले.

अशा तऱ्हेने विसाव्या शतकात अनेक भारतीय आणि परकीय विद्वान मराठ्यांच्या इतिहासाच्या विविध पैलूंवर अभ्यास करण्यात गढून गेले. महाराष्ट्राचा इतिहास आणि संस्कृती यावर स्थानिक आणि परकीय भाषांमध्ये इतके काम झाले आहे की, त्याचा थोडक्यात आढावा घेणेही कठीण आहे. तरीसुद्धा या ठिकाणी मागच्या शतकातील मराठ्यांच्या इतिहासलेखनाचा प्रवाह शोधण्याचा प्रयत्न करण्यात आला आहे.

मराठ्यांच्या इतिहासलेखनातील प्रवाह :

विसाव्या शतकात, इतिहाससंशोधनाला अनुकूल वातावरण निर्माण करण्यास

अनेक गोष्टी कारणीभूत ठरल्या. ऐतिहासिक कागदपत्रे आणि संशोधन यांची सांगड घालण्यासाठी काही ऐतिहासिक संस्था उदयास आल्या. नवीन प्रादेशिक विद्यापीठांची स्थापना झाली. शासनाच्या वतीने स्वायत्त निधी पुरविणाऱ्या संस्था सुरू झाल्या. राज्य सरकारच्या पुरातत्त्व विभागातील कागदपत्रांचा संशोधकांना, अभ्यासकांना उपयोग करू देण्याची परवानगी शासनाने दिली. तसेच परदेशातील पुरातत्त्वविभागातील कागदपत्रे, पुरावे मिळण्याची सोय झाली. या आणि अशा अनेक सुविधांमुळे भारतात ऐतिहासिक संशोधनाची मोठ्या प्रमाणात प्रगती होण्यास मदत झाली.

शिवाजी, संभाजी, राजाराम, ताराबाई, पहिला बाजीराव पेशवा, माधवराव पेशवे, महादजी शिंदे, होळकर आणि अशा कितीतरी ऐतिहासिक महत्त्वाच्या व्यक्तींची चरित्रे मिळविण्याची, लिहिण्याची प्रथा महाराष्ट्रात चालू होती. काही इतिहासकारांनी पुढाकार घेऊन पानिपतचे युद्ध, खर्ड्याची लढाई, वसईची लढाई, इंग्रज–मराठा युद्ध इ. राजकीय प्रसंगांवर लिखाण केले होते. काही विद्वान मंडळी मराठ्यांचे मुलकी कारभार, लष्करी व्यवस्था आणि सामाजिक–आर्थिक परिस्थिती अशा मराठ्यांच्या इतिहासातील काही मुद्द्यांवर संशोधन करत होती त्याचबरोबर महाराष्ट्राच्या वेगवेगळ्या भागांतील नित्याच्या राजकीय इतिहासाचा अभ्यास तर चालूच होता.

भारतीय उपखंडाच्या अनेक भागांवर मराठ्यांनी प्रत्यक्ष किंवा अप्रत्यक्षरीत्या राजकीय ताबा प्रस्थापित केला होता. मराठ्यांचा अंमल असलेल्या त्या त्या भागातील, विशेषत: बंगाल, राजस्थान, गुजरात, कर्नाटक येथील संशोधकांनी पुढाकार घेऊन त्यांच्या भागातील स्थानिक, ऐतिहासिक कागदपत्रांच्या मदतीने मराठ्यांच्या सत्तेच्या तेथील भागांवर झालेल्या परिणामांवर लिखाण केले.

यामुळे निश्चितच मराठ्यांच्या इतिहासलेखनाची व्याप्ती वाढली. या पुस्तकाला जोडलेल्या ग्रंथनामसूचीवरून आपल्याला महाराष्ट्राच्या अनेक पैलूंवर झालेल्या विपुल इतिहासलेखनाची कल्पना येईल.

मराठ्यांचा संपूर्ण इतिहास :

मराठ्यांचे संपूर्ण इतिहासलेखन करण्यासाठी फार मोठे प्रयत्न झालेले दिसत नाहीत. तरीसुद्धा सी. ए. किंकेड आणि द. ब. पारसनीस यांचे 'हिस्ट्री ऑफ मराठाज्'चे तीन खंड (१९१८–१९२५), गो. स. सरदेसाई यांचा 'न्यू हिस्ट्री ऑफ दि मराठाज्' (१९४६–१९४८) आणि काही प्रमाणात 'दि राइज ॲण्ड फॉल ऑफ दि मराठा एम्पायर' (१९६६) हे आर. व्ही. नाडकर्णी यांचे पुस्तक ही होत. याबरोबरच महाराष्ट्रातील विद्यापीठांसाठी त्यांच्या अभ्यासक्रमाच्या गरजेनुसार काही मराठीतून पुस्तके तयार केली गेली.

किंकेड आणि पारसनीस : चार्लस् अलेक्झांडर किंकेड (१८७०–१९५४) हा

ग्रॅन्ट डफसारखाच प्रशासक म्हणून भारतात आला होता. मराठ्यांचा बहुधा शेवटचा ब्रिटिश प्रशासक, इतिहासकार म्हणून किंकेडचा उल्लेख करता येईल. १८९१ मध्ये त्याने भारतीय मुलकी सेवेत प्रवेश केला आणि १९२५ मध्ये तो निवृत्त झाला. या काळात मराठ्यांच्या इतिहाससंशोधनाला खूप वेग आला होता, मराठ्यांच्या इतिहासावर खूप संशोधन चालू होते. तो काळ म्हणजे विद्वान संशोधक साने, खरे, राजवाडे, पारसनीस आणि जदुनाथ सरकार, गो. स. सरदेसाई यांच्यासारख्या इतिहासकारांचे युग होते. चार्लस् किंकेड याने जवळजवळ पस्तीस वर्षे मुंबई इलाख्यात नोकरी केली. मुलकी प्रशासक, दक्षिणेतील मराठा सरदारांचा अधिकारी, उच्च न्यायालयाचा न्यायाधीश अशी अनेक पदे त्याने नोकरीमध्ये भूषविली. त्यामुळे महाराष्ट्राचा भूभाग आणि लोक यांची त्याला चांगली माहिती झाली. किंकेडपूर्वी सेवेत असलेल्या एलफिन्स्टन, ग्रँट डफ, माल्कम आणि इतर प्रशासकांनी, आपल्या अखत्यारीत असलेल्या प्रदेशाचा इतिहास आणि लोकसंस्कृतीसंबंधी लिखाण केले होते. त्यांचाच कित्ता गिरविण्यास किंकेड बहुधा उद्युक्त झाले असावे आणि ते मराठ्यांच्या इतिहासलेखनाकडे वळले असावे.

सी. ए. किंकेड यांना आपल्या आधिपत्याखाली असलेल्या लोकांचा इतिहास लिहिण्याची इच्छा कशी झाली आणि त्यांनी मराठ्यांचा इतिहास लिहिण्याचे एवढे मोठे काम हाती का घेतले, या दोन गोष्टींचा शोध घेण्यासाठी किंकेडयांनी आणि त्यांचे सहलेखक द. ब. पारसनीस (१८७०-१९२६) आणि गो. स. सरदेसाई यांच्याशी केलेल्या पत्रव्यवहारात डोकवावे लागेल. सी. ए. किंकेड याने मराठ्यांविषयी कितीतरी गोष्टींबद्दल पारसनीस आणि सरदेसाई यांना शंका विचारल्या तसेच लिखाणासाठी त्यांचा सल्लाही घेतला.

ज्याप्रमाणे एलफिन्स्टन आणि ग्रॅन्ट डफ या दोघांमधील पत्रव्यवहार होता, तशाच प्रकारचा किंकेड आणि पारसनीस-सरदेसाई यांचा पत्रव्यवहार होता.

किंकेडच्या नोकरीची सुरुवात साहाय्यक न्यायाधीश म्हणून साताऱ्यात झाली. १८९५ ते १८९७ पर्यंत जिल्हा न्यायाधीश म्हणून ते साताऱ्याला आले. साताऱ्यात त्यांची विद्वान संशोधक आणि प्रकाशक द. ब. पारसनीस यांच्याशी मैत्री झाली. किंकेड निवृत्त होईपर्यंत दोघांची मैत्री कायम राहिली. दोघांमधील पत्रव्यवहारावरून, किंकेडची मराठ्यांचा नवा इतिहास लिहिण्याची आवड आणि इच्छा दिसून येते.

किंकेडने 'टाइम्स ऑफ इंडिया', 'हिंदुस्थान रिव्ह्यू' इ. वर्तमानपत्रांतून नियमित लेखन करून, लेखनकला अवगत केली होती. मराठ्यांबद्दलच्या लोककथा आणि इतर लिखाण ते अँग्लो इंडियन मित्रांसाठी करीत असत.

किंकेडने मराठ्यांचा इतिहास लिहिण्याचे ठरविले तेव्हा ब्रिटिश प्रशासक स्कॉट वेअरिंग (१८१०) आणि ग्रॅन्ट डफ (१८२६) यांनी लिहिलेले इतिहास उपलब्ध होते.

किंकेड यांनी दोघांचीही पुस्तके वाचली. परंतु, त्यांना वेअरिंगचा इतिहास आवडला नाही. त्यांच्या मते, ''वेअरिंगला संदर्भासाठी पुरेशी कागदपत्रे, पुरावे न मिळाल्याने ते दर्जेदार लेखन झाले नाही.'' किंकेड यांच्या मतानुसार ग्रॅन्ट डफचा इतिहास हे जरी महत्त्वाचे काम असले तरी, त्यात दोन त्रुटी आढळतात- १) ज्या समाजाची हकिकत लेखकाने सांगितली आहे, त्यांच्या भावनांचा या पुस्तकात विचार केलेला दिसत नाही. २) या पुस्तकाची मांडणी आकर्षक न झाल्याने, इतिहासापेक्षा केवळ बखरीचे त्याला रूप आलेले आहे.[२]

किंकेड यांनी आपले विचार द. ब. पारसनिसांकडे बोलून दाखविले तेव्हा पारसनिसांनी त्याला लगेचच नवीन इतिहास लिहिण्याचे काम हाती घेण्यास सुचविले. एवढेच नाही तर इतिहास लिहिण्यासाठी स्वत:च्या संग्रहात असलेली कागदपत्रे, साधनग्रंथ, वापरण्याची मुभा दिली. यावर किंकेडने लगेचच उत्तर पाठविले, ''तुम्ही मला तुमच्या पराक्रमी, सुप्रसिद्ध देशाचा नव्याने इतिहास लिहिण्याचे प्रेमाने सुचविले आहे. (१६ सप्टें. १९१३) ही कल्पना फार दिवसांपासून माझ्या मनात घोळते आहे. शेवटी तुमच्या मौलिक मदतीने हे इतिहासलेखनाचे काम मी हाती घेण्याचे ठरविले आहे.''[२]

नवीन इतिहास लिहिण्याची आवश्यकता का आहे, हा मुद्दा पटवून देताना पारसनिसांनी ग्रॅन्ट डफने मराठ्यांवर अन्याय केला आहे आणि माझ्या संग्रहात असलेल्या कागदपत्रांचा अभ्यास केल्यावर, तुमचे हे मत नक्की बदलेल, असे आवर्जून किंकेड यांना सांगितले.[३]

पारसनिसांनी देऊ केलेल्या मदतीने किंकेड आनंदित झाले. त्यांना त्यांच्याबद्दल खूपच कौतुक होते. शिवाय, पारसनीस आपल्याला चुकीच्या वाटेने नेणार नाहीत, अशी खात्रीही होती. त्यामुळेच पारसनिसांच्या सर्व प्रकारच्या मदतीच्या आश्वासनाने, किंकेड यांनी हे कठीण काम हाती घेण्याचे ठरविले.[४]

मूळच्या योजनेप्रमाणे किंकेड यांनी, मराठ्यांचा इतिहास दोन खंडांत लिहायचा ठरविले होते. पहिला खंड- मराठ्यांच्या सत्तेच्या उगमापासून ते शाहूच्या मृत्यूपर्यंत आणि दुसरा खंड १७४९ ते १८१८ पर्यंत.

१९१३ च्या नोव्हेंबर महिन्यात, किंकेड रजा घेऊन इंग्लंडला गेले आणि योजनेप्रमाणे, त्यांनी लिखाणाला सुरुवात केली. त्यांचे सहकारी आणि सहलेखक पारसनीस यांना लिहिले की, आपण इतिहासलेखनाच्या कामाला जोरात सुरुवात केली आहे. लिखाणात झालेली प्रगतीही कळविली. त्याच सुमारास पहिले महायुद्ध सुरू झाले होते. त्यामुळे दोघांनाही एकमेकांशी पत्रव्यवहार करण्यात अडचणी येत होत्या. तरीसुद्धा त्यांनी पत्रे पाठविण्याचे चालूच ठेवले. भारतात पुस्तक छापले तर, इंग्लिश बाजारपेठेपर्यंत ते पोहोचू शकणार नाही, या आशेने इंग्लंडमधील ऑक्सफर्ड

युनिव्हर्सिटीकडून पुस्तक छापून घेण्याची किंकेड यांची तीव्र इच्छा होती. पत्रात ते लिहितात, ''इंग्रजी बाजारपेठ ही तेवढी विश्वासार्ह वाटत नाही; कारण इंग्रज लोक सध्या सुरू असलेल्या महायुद्धासंबंधी माहिती मिळविण्यास अधिक उत्सुक असल्याने एका दूरच्या देशाचा इतिहास जाणून घेण्यास त्यांना विशेष उत्साह नाही.''[५] (११ मार्च, १९१८)

मुंबई सरकारला राजी करून पुस्तकाच्या काही प्रती विकत घेण्यास भाग पाडले तर आपल्याला आर्थिक पाठिंबा मिळेल, अशी किंकेड यांना आशा वाटत होती. परंतु, सरकारच्या मनात दुसराच विचार येत होता. सर पी. आर. कॅडेल या त्यावेळच्या मुंबई सरकारच्या मुलकी अधिकाऱ्याने, ह्या पुस्तकाचा जहाल मताचे लोक मुंबई सरकारच्या विरुद्ध एक हत्यार म्हणून उपयोग करतील, असे मत मांडले. त्यामुळे 'राष्ट्रीय हेतूने प्रेरित इतिहास' असा शेरा देऊन या पुस्तकाला कसलीही मदत देण्यास नकार दिला. कॅडेलने पुढे असे म्हटले की, ''ह्या पुस्तकातील लिखाण चांगले झाले असेल तर, सरकारच्या मदतीशिवायही ते नक्कीच चांगले खपेल आणि जर ते विकले गेले नाही तर, हे चांगले पुस्तक नाही, असे सिद्ध होईल आणि त्यामुळे सरकारच्या मदतीस ते पात्र ठरणार नाही.''[६]

मुंबई सरकारच्या या दुटप्पी दृष्टिकोनामुळे किंकेड नाउमेद झाले. त्याने पारसनिसांना लिहिले, ''सरकार पुस्तकाच्या काही प्रती विकत घेण्याची खात्री देत नसल्यामुळे ऑक्सफर्ड युनिव्हर्सिटी प्रेस पुस्तक आता प्रकाशित करण्यास तयार होणार नाही, ही मोठीच अडचण आहे; त्यामुळे अशा प्रसंगी, मला स्वखर्चाने हे पुस्तक छापावे लागेल.''[७]

अखेर ऑक्सफर्ड युनिव्हर्सिटी प्रेसने किंकेड यांचे हस्तलिखित छापण्याचे मान्य केले आणि मराठा इतिहासाचा पहिला खंड ऑगस्ट, १९१८ मध्ये प्रकाशित झाला. भारतातील देशभक्तांनी किंकेडच्या पुस्तकाचे स्वागत केले, कारण त्यांच्या नायकाची, शिवाजींची त्यात स्तुती केली होती. जावळीच्या खोऱ्यातील फितुरी आणि अफझलखानाचा प्रसंग या दोन्ही ऐतिहासिक प्रसंगांतून शिवाजीला किंकेडने निर्दोष ठरविले होते.[८]

किंकेडने 'हिस्ट्री ऑफ मराठाज्'च्या पहिल्या खंडात, सातवाहनापासून शिवाजीपर्यंतच्या इतिहासाची वाटचाल दिली आहे. त्यात तुकाराम आणि रामदास यांच्यावरही एक प्रकरण लिहिलेले आहे. त्याने शिवाजीची खूप स्तुती केली आहे. तो लिहितो, ''सतत मिळणाऱ्या यशानेही विनयशील वृत्ती सोडली नाही, असे इतिहासात शिवाजीखेरीज एकही उदाहरण सापडत नाही.''[९] त्याने हे पुस्तक मराठ्यांना अर्पण केले आहे. प्रस्तावनेत त्याने ग्रॅन्ट डफपासूनच्या महत्त्वाच्या विद्वान संशोधकांची नावे घेतली आहेत. तसेच द. ब. पारसनीस यांच्याबद्दल कृतज्ञता व्यक्त केली आहे. ''हे काम एकट्याने करण्यासारखे नाही. पारसनिसांच्या मदतीमुळेच ते शक्य झाले आहे. माहितीचा प्रचंड साठा, अथक परिश्रमाची तयारी आणि मराठी माणसांबद्दलच्या माहितीचा अपूर्व

संग्रह, या पारसनिसांच्या मदतीमुळे या पुस्तकाच्या यशात पारसनिसांचाही वाटा आहे.''[१०]

ग्रॅन्ट डफच्या इतिहासापेक्षा वेगळा, वरच्या दर्जाचा इतिहास किंकेड यांनी लिहिला नाही. बखरीच्या पुढची पायरीही तो गाठू शकला नाही. त्यामुळे भारतीय इतिहासकारांनी किंकेडच्या पुस्तकाला मान्यता दिली नाही. या पुस्तकासाठी किंकेड यांनी एन. जे. कीर्तने यांनी ग्रॅन्ट डफवर केलेली टीका, तसेच ग्रॅन्ट डफबद्दल न्यायमूर्ती रानडे आणि वि. का. राजवाडे यांनी व्यक्त केलेली मते विचारात घेऊन आपल्या इतिहासलेखनात सुधारणा करण्याचा कसलाही प्रयत्न केला नाही.

भारतात किंकेड यांच्या पहिल्या खंडाला चांगला प्रतिसाद मिळाला. या सुरुवातीच्या यशाने किंकेड यांनी दुसऱ्या खंडाचे काम १९१९ मध्ये सुरू केले. त्यावेळी त्याने बराच विचार केला आणि मूळच्या योजनेत काही फेरफार करायला हवे, असे त्याच्या लक्षात आले. सहलेखक पारसनीस यांचाही त्याने सल्ला घेतला आणि लिखाणाची नव्याने आखणी केली. या नव्या योजनेनुसार दुसऱ्या खंडात बाळाजी बाजीराव तथा नानासाहेब पेशव्यांच्या मृत्यूपर्यंतचा इतिहास घेण्यात आला. पानिपतच्या युद्धापाशी, इतिहासलिखाणाचे काम थांबवावे असे ठरवून किंकेड यांनी पारसनिसांना लिहिले, ''पानिपतचे युद्ध इतिहासातील प्रसंगापासूनच मराठ्यांच्या सत्तेच्या ऱ्हासाला सुरुवात झाली म्हणून तेथेच आपण लिखाण थांबवावे हे उत्तम.'' (२२ सप्टें. १९१९) या खंडासाठी किंकेडने गोव्याहून पोर्तुगीज कागदपत्रे मिळविली. तसेच परकीय कागदपत्रांमधून काही माहिती गोळा केली. त्याने खूप मेहनत घेऊन १९२१ च्या एप्रिल महिन्यात दुसऱ्या खंडाची मुद्रणप्रत पूर्ण केली.[११]

पारसनिसांनी किंकेड यांनी लिहिलेला सर्व मजकूर वाचला आणि या विषयावर रियासतकार सरदेसाईंचा सल्ला घेण्यास सुचविले. त्यानुसार किंकेड याने सरदेसाईंना पत्र पाठविले; अशा तऱ्हेने किंकेड आणि सरदेसाई यांच्यात १९२१ मध्ये सुरू झालेला पत्रव्यवहार १९३२ पर्यंत चालू राहिला. सरदेसाईंनी किंकेड याच्या सर्व शंकांना उत्तरे दिली. परंतु किंकेड यांनी विचारलेल्या सर्व प्रश्नांची उत्तरे त्यांचा सहलेखक देऊ शकत होता, तरीसुद्धा किंकेड आपल्याला का विचारतायेत, याचे सरदेसाईंना आश्चर्य वाटत होते. त्यावरून सरदेसाईंच्या एक गोष्ट लक्षात आली की, पारसनिसांना किंकेडकडून मराठ्यांचा शास्त्रशुद्ध इतिहास लिहून घेण्यापेक्षा, त्यांच्याकडून पैसे मिळविण्याची अपेक्षा होती. सरदेसाईंनी केलेल्या सर्व सूचनांचा किंकेड यांनी विचार केला आणि त्यांना पत्रात लिहिले, ''तुमच्या रियासती पाहून माझी खात्री झाली आहे की, माझ्या हस्तलिखितात मला बरेच बदल करावे लागणार आहेत.''[१२] (१५-६-१९२१)

सरदेसाईंशी पत्रव्यवहार केल्यावर किंकेडला, त्यांच्याबद्दल खूपच आदरमिश्रित कौतुक वाटू लागले. रियासतींमधील इतिहास रंजक आणि आनंददायक आहे आणि

आधुनिक काळात मराठ्यांच्या इतिहासामध्ये रियासतींनी मोलाची भर घातली आहे, असे किंकेड यांचे मत झाले. त्यांनी सरदेसाईंना लिहिले, "ग्रॅन्ट डफ आणि त्याच्या मतप्रणालीचे लोक यांनी मराठ्यांबद्दल द्वेषाची भावना निर्माण केली आहे. ती नाहीशी करण्याचे आणि इंग्रजी माणसांसमोर मराठ्यांची चांगली प्रतिमा उभी करण्याचे मी प्रयत्न करत आहे."[१३] (५-७-१९२१)

किंकेड यांचा दुसरा खंड १९२१ च्या सप्टेंबरमध्ये प्रकाशित झाला. परंतु, पहिल्या खंडाइतकी त्याची विक्री झाली नाही आणि प्रकाशकाला आर्थिक नुकसान सोसावे लागले.

तिसऱ्या खंडासाठी किंकेड यांनी वेगळी योजना केली. या खंडात शाहूंच्या मृत्यूपासून ते चित्पावन ब्राह्मणांच्या युगाचा शेवट एवढा इतिहास लिहिण्याचे त्याने ठरविले. पहिल्यांदा हा इतिहास मराठीत लिहू आणि नंतर त्याचे आपण इंग्रजीत भाषांतर करू, असे त्यांनी पारसनिसांना सुचविले. पारसनिसांनी किंकेड यांची कल्पना मान्य केली, परंतु ती प्रत्यक्षात मात्र आणायला जमले नाही. किंकेड यांनी हे काम पूर्ण करण्याची घाई होती आणि दुसरा कुठलाच मार्ग न सापडल्याने त्यांनी स्वत:च लिखाणाला प्रारंभ केला. त्यासंबंधात किंकेड लिहितात, "या कामासाठी आपल्याला एवढे कष्ट घ्यावे लागणार आहेत, हे मला आधीच कळले असते, तर १९१३ मध्ये इतक्या सहजतेने तुमच्या देशाचा इतिहास लिहिण्याचे काम मी हाती घेतले नसते." (१९ जून १९२२). किंकेड यांनी तिसऱ्या खंडाचे हस्तलिखित लिहून पूर्ण केले आणि पारसनिसांकडे पाठविले. पारसनिसांनी काही दुरुस्त्या सुचविल्या. त्याप्रमाणे किंकेड यांनी सुधारणा केल्या आणि तिसरा खंड ऑक्सफर्ड युनिव्हर्सिटी प्रेसकडे छापायला पाठविला; अशा तऱ्हेने या तीन खंडांचे, ८८० पृष्ठांचे काम अकरा वर्षांत पूर्ण होऊन १९१८ ते १९२५ या काळात प्रकाशित झाले.[१४]

तिसऱ्या खंडाच्या प्रस्तावनेत, भारतीय वाचकांच्या चांगुलपणाकडे लक्ष वेधण्याचा किंकेड यांनी प्रयत्न केला आहे. ते लिहितात, "दुसऱ्या बाजीरावाच्या कारकिर्दीला मी अगदी थोडी जागा दिली आहे. अर्थात हे मुद्दाम केले आहे. कारण मराठा राज्यकर्त्यांचा वैभवशाली काळ भारतीय वाचकांसमोर ठेवण्यासाठी मी हे लिखाण केले आहे. मराठ्यांचा शेवट किंवा ऱ्हास यापेक्षा ते लिखाण लोकांना जास्त आवडेल, असे मला वाटते. दुसऱ्या माधवराव पेशव्यांच्या मृत्यूबरोबरच मराठ्यांची प्रतिष्ठा कमी होत गेली."[१५]

किंकेड यांच्या लिखाणातून एक गोष्ट नक्की होते की, त्याने पूर्वीच्या अधिकाऱ्यांपेक्षा, विशेषत: ग्रॅन्ट डफ यांच्यापेक्षा मराठ्यांना जास्त सहानुभूती दाखविण्याची काळजी घेतली आहे. त्यामुळे भारतीय वाचक जास्त आकृष्ट होतील, असा किंकेड यांचा अंदाज होता.

किंकेड आणि पारसनीस यांनी मराठ्यांचा इतिहास लिहिण्यासाठी प्रामाणिक कष्ट

घेतले हे नक्कीच कबूल करावे लागेल. तरीसुद्धा त्यांच्या लेखनाचा इतिहासकारांवर आणि मराठ्यांच्या इतिहासाचा डोळसपणे अभ्यास करणाऱ्या व्यक्तींवर काही प्रभाव पडला नाही. तसेच ग्रॅन्ट डफपेक्षा लिखाणात आपण अधिक वरचढ ठरू, ही त्यांची अपेक्षा अपुरी राहिली. या खंडांचा विद्यापीठांमधील इतिहासाच्या अभ्यासक्रमात समावेश झाला नाही. तीन खंडांपैकी शेवटच्या दोन खंडांची पहिली आवृत्तीही संपली नाही. फक्त शिवाजीच्या चरित्राशी संबंधित असलेल्या पहिल्या खंडाची दुसरी आवृत्ती आठ वर्षांनी म्हणजे १९२६ मध्ये निघाली आणि १९६८ मध्ये भारतीय प्रकाशकाने ती पुनर्मुद्रित केली.

किंकेडने आपल्या पत्रांमधून आणि आत्मचरित्रातून, सहलेखक पारसनिसांबद्दल कृतज्ञता व्यक्त केली आहे. तरीसुद्धा किंकेडला त्यांच्याकडून खरंच नक्की किती मदत मिळाली, हा प्रश्नच आहे. बहुधा ही मदत अगदीच नगण्य स्वरूपाची असावी. म्हणूनच भारतीय सहलेखकाचा या खंडामधील सहभाग, शीर्षक पानापेक्षाही कमी असावा, हा शेरा अक्षरश: खरा आहे.[१६]

किंकेडच्या इतिहासलेखनाचे मूल्यमापन :

किंकेडच्या इतिहाससंशोधनाच्या क्षमतेबद्दल राजवाडे यांचे अगदीच प्रतिकूल मत होते. किंकेडचे 'दि टेल ऑफ तुलसी प्लॅन्ट' या पुस्तकाच्या परीक्षणात (१९०९) राजवाडे यांनी स्पष्ट मते व्यक्त केली आहेत. त्यांच्या मते, 'किंकेडला इतिहासाची माहिती नव्हती. त्याने पुराव्याशिवाय विधाने केलेली आहेत. अपुरी, मर्यादित माहिती, संशोधनाचा आव आणून केलेले लेखन या सर्व त्रुटींमुळे किंकेडचे लेखन अगदी सामान्य आणि पोकळ झाले आहे.'[१७]

किंकेडने जावळीतील चंद्रराव मोरेंचा खून आणि अफझलखानाचा वध या दोन्ही ऐतिहासिक घटनांमध्ये शिवाजीला निरपराध ठरविले होते. त्यामुळे ब्रिटिश इतिहासकार किंकेडला माफ करायला तयार नव्हते. त्यांच्या मते शिवाजीची ही दोन्ही कृत्ये त्याला अपराधी ठरविणारी होती. या पुस्तकाच्या परीक्षणात ब्रिटिश इतिहासकार हेन्री बेव्हरिज म्हणतो, ''एखाद्या मराठी माणसाच्या लेखनात असा एकतर्फीपणा येणे आपण समजू शकतो, पण एका ब्रिटिश माणसाकडून आपण भक्कमपणाची मानसिक अधिक अपेक्षा करतो.''[१८]

दुसरे ब्रिटिश इतिहासकार पी. ई. रॉबर्ट्स लिहितात, ''चार्लस्‌च्या 'हिस्ट्री'ला अनेक चांगल्या बाजू आहेत. त्यात नवीन माहिती दिलेली आहे. तसेच त्याने मराठ्यांचा अचूक आणि वाचनीय इतिहास लिहिलेला आहे. तरीसुद्धा ज्ञानामध्ये भर घालणारे, महत्त्वाचे साहित्य असे या पुस्तकांना म्हणता येणार नाही. त्याच्या लिखाणात भारदस्तपणा

नाही. लिखाणाची शैली प्रभावी नाही आणि ही प्रथम दर्जाची नव्याने दिलेली ऐतिहासिक माहिती नसल्यामुळे ग्रॅन्ट डफच्या लिखाणाला पूरक लिखाण एवढेच येथे म्हणता येईल.''[१९]

रॉबर्ट्सच्या टीकेवरून एक गोष्ट लक्षात येते की, चार्लस् किंकेडकडून उच्च दर्जाचे ऐतिहासिक लिखाण झाले नाही कारण मुळात ते गोष्टी सांगणारे होते आणि अशा कामाला लागणारी चिकाटी, सततची अभ्यासू वृत्ती किंकेडयांच्याकडे नसल्यामुळे अशा कामासाठी ते अननुभवी होते.[२०]

डॉ. अरुण टिकेकर यांनी किंकेडविषयी सखोल संशोधन करून ग्रंथ लिहिला आहे. किंकेडचे इतिहासकार म्हणून मूल्यमापन करताना ते लिहितात, ''किंकेडला इतिहास लिहिण्याची शास्त्रशुद्ध पद्धत माहिती नव्हती, त्यामुळे त्याला इतिहासाचे खरे स्वरूप समजले नाही. त्याने इतिहासाकडे साहित्याच्या बाजूने पाहिले. किंकेडच्या मराठ्यांचा इतिहास लिहिण्यामागील तीन गोष्टी स्पष्ट होतात- १) त्याने त्याला शक्य होईल तेवढा मराठ्यांचा इतिहास लोकप्रिय केला. २) त्याने नेहमीच स्थानिक लोकांना सहानुभूती दाखविली. ३) तो मुळात गोष्टी सांगणारा होता आणि ऐतिहासिक माहिती त्या पद्धतीत लिहिण्यात तो यशस्वी झाला. त्यामुळे अँग्लो भारतीय वाचक आणि दख्खन देशातील सामान्य लोकांपर्यंत त्याने इतिहास पोहोचवला.''[२१]

शेवटी, किंकेडच्या लिखाणाबद्दल असे म्हणता येईल की, सहकारी लेखकाबरोबर लिखाण केले, त्यामुळे त्या लिखाणाला काही मर्यादा नक्कीच आहेत. सहलेखन हे नेहमीच वर्चस्व दाखविणाऱ्या प्रभावी भागीदारामुळे नुकसानीचे होते; जरी हा इतिहास सी. ए. किंकेड आणि द. ब. पारसनीस या दोघांनी लिहिला असला तरी, हे सर्व लिखाण पूर्णपणे किंकेडने केले आहे. त्यामुळे किंकेडने स्वतःच्या दृष्टिकोनातून म्हणजेच गोष्टीरूप लिहिले आहे. पारसनीस नक्कीच चांगले इतिहासकार होते आणि ही गोष्ट या पुस्तकाच्या दुसऱ्या खंडात व्यक्त केली गेली आहे. परंतु, या लिखाणात पारसनिसांचा सहभाग मर्यादित स्वरूपाचा आहे. पारसनीस किंकेडला, लागतील ती ऐतिहासिक कागदपत्रे देत होते किंवा महत्त्वाच्या मराठी ऐतिहासिक कागदपत्रांचे इंग्रजीत भाषांतर करून किंकेडला पुरविणे, ही दोन कामे ते करत, असे दोघांच्या पत्रव्यवहारावरून दिसून येते. या सर्व खटाटोपात पारसनिसांच्या हाती फारसे काही लागले नाही. त्यांना या सर्व व्यवहारात चांगले पैसेही मिळाले नाहीत. तसेच किंकेडने सर्व लिखाण प्रथमपुरुषी एकवचनी केल्यामुळे ते सहलेखक म्हणूनही हक्क दाखवू शकले नाहीत. उलट, चांगला इतिहास लिहिला गेला नाही म्हणून त्यांचे नाव खराब झाले. किंकेडचा इतिहासलेखनाचा दृष्टिकोन शास्त्रशुद्ध नव्हता. त्यामुळे हे लिखाण कमी प्रतीचे झाले. मराठ्यांची गोष्ट सांगायची या कल्पनेने हे लिखाण केल्यामुळे त्याला अभ्यासपूर्ण ऐतिहासिक काम म्हणता येणार नाही.

आर. व्ही. नाडकर्णी :

मुंबईच्या आर. व्ही. नाडकर्णी यांनी १९६६ मध्ये 'दि राइज अ‍ॅण्ड फॉल ऑफ दि मराठा एम्पायर' नावाचे पुस्तक लिहिले. त्यात त्यांनी मराठ्यांच्या इतिहासाचा सर्वंकष आढावा घेण्याचा प्रयत्न केला आहे.[२२] हे पुस्तक म्हणजे सनावळीप्रमाणे मांडलेला मराठ्यांचा संपूर्ण इतिहास नाही. त्यात सतराव्या-अठराव्या शतकात मराठ्यांच्या साम्राज्याचा उदय आणि अस्त झाला तेव्हा मराठा समाजाची आर्थिक आणि सामाजिक प्रगती कशी झाली, यासाठी राजकीय घडामोडी कोणत्या झाल्या हे सांगितले आहे. मुसलमानांवर वर्चस्व प्रस्थापित करण्यात मराठ्यांना यश मिळाले. परंतु, ब्रिटिशांच्या आर्थिक आणि सामाजिक सुनियोजनामुळे मराठ्यांना नमते घ्यावे लागले, ही गोष्ट लेखकाने आग्रहपूर्वक या पुस्तकात मांडली आहे.

मध्ययुगीन इतिहासाच्या कालखंडातील सामाजिक-आर्थिक मुद्द्यांवर लक्ष केंद्रित करत, मराठ्यांच्या चळवळीतील ऐतिहासिक हकिकतीचा खुलासा करण्याचा नाडकर्णींनी प्रयत्न केला आहे. नाडकर्णींच्या मते, न्यायमूर्ती रानड्यांनी आपल्या 'राइज ऑफ दि मराठा पॉवर' या ग्रंथात फक्त सामाजिक आणि धार्मिक परिस्थिती लक्षात घेतली असून, आर्थिक मुद्द्यांकडे पूर्णपणे दुर्लक्ष केले आहे. मध्ययुगीन कालखंडावर काम करणाऱ्या, इतिहास लिहिणाऱ्या दोन श्रेष्ठ इतिहासकारांनी - सरदेसाई आणि सरकारांनी अपुरे आणि काही वेळा दिशाभूल करणारे लेखन केले आहे, अशी नाडकर्णींनी टीका केली आहे.[२२]

पुस्तकाच्या शेवटच्या दोन प्रकरणांत मराठा साम्राज्याचा उदय आणि अस्त यामागील कारणे शोधली आहेत. त्याकडे लक्ष देणे गरजेचे आहे. एकोणिसाव्या शतकात मराठ्यांचा ऱ्हास झाला कारण मराठ्यांकडे शास्त्रीय ज्ञान अपुरे होते, असे नाडकर्णींचे म्हणणे होते. मध्ययुगीन आर्थिक इतिहासाच्या अधिक संशोधनाला नाडकर्णींच्या पुस्तकाने नक्कीच चालना मिळाली आहे.

वा. सी. बेंद्रे : वासुदेव सीताराम बेंद्रे (१८९३-१९८६) यांनी मुंबई येथे इतिहास संशोधक मंडळाची स्थापना करून, भोसले घराण्याचा संपूर्ण इतिहास लिहिण्याचा एक धाडसी प्रकल्प हाती घेतला. सर्वप्रथम त्यांनी, 'संभाजी महाराज यांचे विचिकित्सक चरित्र १९६० साली लिहिले आणि त्यांच्यावरील बखरकारांनी आणि इतिहासकारांनी त्यांच्यावर केलेल्या आरोपांचे खंडन करण्याचा प्रयत्न केला आहे. या पुस्तकावर बरीच उलटसुलट टीका झाली. १९७१ साली या पुस्तकाची दुसरी आवृत्तीही निघाली. भोसले घराण्याच्या इतिहासाच्या प्रकल्पातील इतर ग्रंथ म्हणजे - १) मालोजी राजे आणि शहाजीमहाराज यांची विचिकित्सक चरित्रे (१९६७), २) शिवाजीमहाराज यांचे

विचिकित्सक चरित्र (पूर्वार्ध आणि उत्तरार्ध) (१९७२), ३) 'राजाराममहाराज आणि नेतृत्वहीन हिंदवी स्वराज्या'चा मोगलाशी झगडा (१७७५). असे एकूण ४ ग्रंथ लिहून मालोजी ते राजारामपर्यंतचा इतिहास पूर्ण केला. बेंद्रे हे अत्यंत व्यासंगी इतिहासकार होते. महाराष्ट्राच्या इतिहासाला उत्तेजन देण्यासाठी म्हणून त्यांनी १९६५ मध्ये 'महाराष्ट्रेतिहास परिषदे'ची स्थापना केली आणि अधिवेशनात वाचलेले शोधनिबंध प्रसिद्ध केले. तरुण संशोधकांसाठी त्यांनी एक व्यासपीठ निर्माण केले. मुंबई मराठी ग्रंथसंग्रहालयातर्फे १९६७ साली 'महाराष्ट्रेतिहासाची साधने' तीन विभागांत प्रसिद्ध करून संशोधकांची फार मोठी सोय करून दिली. या तीन खंडांत इ. स. १५०० पूर्वीपासूनची सं. १८८० पर्यंतची निवडक आणि महत्त्वाची कागदपत्रे एकत्रित केलेली आहेत. याखेरीज, शिवचरित्राला आवश्यक शिवचरित्राचा इतिहास लिहिण्यास उपयुक्त असे दोन साधन-चिकित्सा ग्रंथ अनुक्रमे १९२८ आणि १९७६ साली प्रसिद्ध केले आहेत.

मराठ्यांचा अभ्यास करावयास दक्षिणदेशाच्या मध्ययुगीन इतिहासाचा परिचय आवश्यक असल्याने श्री. बेंद्रे यांनी 'गोवळकोंड्याची कुतुबशाही' या विषयावरही भारत इतिहास संशोधक मंडळातर्फे १९३४ साली दोन भागांत काही महत्त्वपूर्ण माहिती प्रसिद्ध केली. तसेच 'विजापूरची आदिलशाही' हे 'बुसातिन उस सलातीन' या फार्सी ग्रंथाच्या मराठी भाषांतराचे संपादन, १९६८ साली मुंबई मराठी ग्रंथ संग्रहालयातर्फे प्रसिद्ध केले.

मराठ्यांच्या इतिहासाचा अभ्यास करीत असताना, जे काही इतर छोटे-छोटे विषय त्यांच्या वाचनात आले त्यांचा परिचयही त्यांनी पुण्याच्या भा. इ. सं. मं. आणि मुंबईच्या मराठी ग्रंथसंग्रहालयाच्या इतिहाससंशोधन-मंडळातर्फे त्यांनी प्रसिद्ध केले. यात प्रामुख्याने केशव पंडिताचे राजारामचरिततम्, दंडनीती, गागाभट्टकृत श्री शिवराज्याभिषेक प्रयोग, गड कोट, दुर्ग आणि त्यांची वास्तू, राणा जयसिंग आणि शिवाजीमहाराज, छत्रपती शिवाजीमहाराजांचे वडील बंधू संभाजीराजे भोसले, (भोसले घराण्याच्या इतिहासातील आणखी एक ग्रंथ), पोर्तुगीजांच्या महाराष्ट्रातील हालचाली इत्यादी त्यांच्या पुस्तकांचा उल्लेख करता येईल.

केंब्रिज विद्यापीठाने 'न्यू केंब्रिज हिस्ट्री ऑफ इंडिया' या मालिकेत अमेरिकेचे एक तरुण अभ्यासक डॉ. स्टुअर्ट गॉर्डन यांनी 'द मराठाज्' या नावाचे एक पुस्तक मराठ्यांच्या इतिहासाचा संक्षिप्त आढावा घेण्यासाठी लिहिले आहे. (१९९४)[२३] आपल्या या छोट्याशा २०० पानी पुस्तकात लेखकाने, "मराठ्यांची सत्ता स्वबळावर भारताच्या इतिहासात एक महत्त्वाचा भाग कशी ठरली, हे सांगण्याचा प्रयत्न केला आहे."

उपलब्ध साधनांच्या साहाय्याने, मराठ्यांच्या धोरणांचा मध्यप्रदेश, गुजरात आणि महाराष्ट्र या भागांतील महसूलव्यवस्था, कायदा, शिक्षण, व्यापार, स्थलांतर, आर्थिक आणि सामाजिक बदल इत्यादी क्षेत्रांवर केवढा प्रभाव पडला होता याचे विवेचन लेखकाने

आपल्या ग्रंथात प्रामुख्याने केले आहे.

शिवाजीराजांनी निर्माण केलेल्या मराठी राज्याचा विविध अंगांनी विचार करणे या मुख्य हेतूने लेखकाने आपल्या ग्रंथाची मांडणी केली आहे. यांत (१) महाराष्ट्राच्या प्रादेशिक अस्मितेचा विकास, (२) सुलतानी जुलमी राजवटीसंबंधी हिंदूंची प्रतिक्रिया, आणि (३) हिंदू समाजाचे स्वरूप बदलणे आणि समाजातील गरीब रयतेचा उद्धार करणे यासाठी खंबीरपणे प्रयत्न करणे या उद्देशांचा समावेश होता. प्रस्तुत संदर्भात लेखकाने अनेक प्रश्न उपस्थित करून, उपलब्ध साधनांचा निराळ्या दृष्टिकोनातून विचार करून उत्तरे शोधण्याचा प्रयत्न केला आहे.[२४]

मराठ्यांच्या इतिहासाकडे पाहण्याचा एक नवा आणि वस्तुनिष्ठ अभ्यास करण्याचा प्रयत्न म्हणून गॉर्डन यांच्या ग्रंथाने, मराठ्यांच्या इतिहासलेखनात एक चांगली भर टाकली आहे असे म्हणता येईल.

शिवाजींची चरित्रे :

विसाव्या शतकात मराठ्यांच्या इतिहासलेखनात शिवाजी हा केंद्रबिंदू झाला होता. त्यामुळे मराठ्यांच्या सत्तेच्या जन्मदात्यावर ऐतिहासिक आणि काल्पनिक स्वरूपात खूप साहित्य निर्माण झाले. या साहित्याचा थोडक्यात आढावा घेतला तर, आधुनिक काळातील मराठ्यांच्या इतिहासलेखनातील प्रवाह समजून घेणे, मनोरंजक ठरेल. बऱ्याचजणांनी लिखाण करताना, वेगळे काही नवीन संशोधन केले नाही आणि पूर्वी झालेल्या लिखाणावरूनच लिहून त्यांनी स्वतःचे म्हणून खपविले. वेगवेगळ्या आदर्शांवरून शिवाजीराजांचे चरित्र तयार केले तर काहींनी आपल्या आवडत्या कल्पना पटविण्यासाठी शिवाजींच्या चरित्राचा घाट घातला. राष्ट्रीयता, प्रादेशिकता, जातीयता आणि सर्वात अधिक म्हणजे स्वार्थ या विविध प्रवृत्तींनी अनेकांना शिवचरित्रलेखनास प्रवृत्त केल्याचे दिसून येते. प्रस्तुत संदर्भात एका आधुनिक इतिहासकाराने, गेल्या दहा वर्षांच्या काळात, ब्राह्मण आणि ब्राह्मणेतर आणि दलित यांच्यामधील वादाने शिवकालीन सामाजिक सुधारणा या विषयाकडे लेखकांचे अधिक लक्ष वेधले आहे असे म्हटले आहे.[२५]

शिवाजींवर लिहिलेल्या ऐतिहासिक आणि काल्पनिक लिखाणाचा आढावा घेऊ.

ऐतिहासिक :

१) रॉलिन्सन एच. जी. (१८८०-१९५७)

प्रो. रॉलिन्सन हे भारतीय शैक्षणिक सेवेचे सभासद आणि डेक्कन कॉलेजमध्ये प्राचार्य आणि प्रोफेसर या पदावर होते. (१९२३-१९३३) शिवाजींच्या कारकिर्दीने रॉलिन्सन प्रभावित झाले होते. तसेच, ज्या राज्यात ते नोकरी करीत होते, तेथील लोकांचा

आदर्श असलेल्या शिवाजींवर त्यांनी १९१५ मध्ये चरित्र लिहिले. शिवाजींवर पहिला अँग्लो-इंडियन ग्रंथ लिहिण्याचे श्रेय रॉलिन्सनकडे जाते.

रॉलिन्सनने चरित्र लिहिताना इंग्रजीत भाषांतर केलेल्या बहुतेक सर्व मराठी बखरींचा आधार घेतला होता, असे पुस्तकाच्या प्रस्तावनेवरून लक्षात येते. तसेच त्याने द. ब. पारसनिसांच्या इतिहाससंग्रहातील काही प्रकाशित कागदपत्रे, पोवाडे, दख्खनच्या मुसलमानी राजवटीचे इतिहास, प्रवासवर्णने ऑर्म, स्कॉट वेअरिंग, ग्रॅन्ट डफ आणि इतर पूर्वीच्या इतिहासकारांचे लेखन यांचा उपयोग करून घेतला होता.

न्यायमूर्ती रानडे यांचा उत्कृष्ट असा मराठ्यांच्या उदयासंबंधीचा छोटासा प्रबंध (मुंबई १९००) वाचला होता. परंतु त्यांच्या मते, चरित्रनायकांचे गुण आणि कर्तृत्व यासंबंधीचे लेखकाचे अतिशयोक्तपूर्ण विचार यामुळे या लिखाणाला बाधा आली आहे; एकूण सर्व शिवचरित्रकारांसंबंधी रॉलिन्सन याने असे म्हटले आहे की, ''इंग्रज चरित्रकार सर्वसाधारणपणे, शिवाजीराजाला 'मारेकरी' आणि 'लुटारू' मानतात, तर भारतीय इतिहासकार इंग्रजांच्या अगदी विरुद्ध अशी भूमिका घेतात, ते राजाच्या सर्व चुकांकडे दुर्लक्ष करतात आणि कर्तृत्वाचे उदात्तीकरण करतात.'' रॉलिन्सनच्या मते, 'इतिहासकाराने कोणतीही गोष्ट न वगळणे अथवा द्वेषभावनेने लेखन न करणे' हे तत्त्व समोर ठेवून लेखन केले पाहिजे. शिवचरित्र लिहिताना आपण या तत्त्वाचा प्रयत्नपूर्वक अवलंब केला आहे, असे तो म्हणतो. (पृ. १०)[२६]

२) ताकाखाव एन. एस. :

मुंबईच्या विल्सन कॉलेजमध्ये प्रोफेसर असलेल्या ताकाखाव यांनी १९२१ मध्ये शिवाजींचे चरित्र लिहिले. हे त्यांचे स्वतंत्र लेखन नव्हते; तर मुंबईच्या विल्सन हायस्कूलमध्ये शिक्षक असलेल्या कृ. अ. केळुसकरांच्या मूळ मराठी लेखनाचे ताकाखाव यांनी भाषांतर करून, ते प्रकाशित केले.

ग्रॅन्ट डफ, रॉलिन्सन, सरकार आणि किंकेड यांनी इंग्रजीत शिवचरित्र लिहिले. त्यांच्या लिखाणातून शिवाजींबद्दल पूर्वग्रह आणि गैरसमजुती निर्माण झाल्या होत्या. त्या दूर करणे आणि जास्तीत जास्त लोकांपर्यंत नेमका इतिहास पोहोचावा, या हेतूने ताकाखावयांनी मराठी शिवचरित्राचे इंग्रजीत भाषांतर केले होते.

१९२४ मध्ये वेगवेगळ्या हिंदू समाजातील व्यक्तींनी 'श्री शिवाजी लिटररी मेमोरिअल कमिटी' स्थापन केली. या समितीचे रोजचे कामकाज पाहण्यासाठी मुख्यत: मराठा जातीतील माणसे नेमली होती. त्यांनी १५ सप्टें. १९२५ या तारखेचे एक परिपत्रक तयार केले आणि पत्रातून भारतातील ग्रंथालयांना, या पुस्तकाची प्रत भेटीदाखल स्वीकारावी, अशी विनंती केली. इंग्रजी वाचकांसमोर शिवाजीमहाराजांची विश्वासार्ह

जीवनगाथा ठेवावी या हेतूने हे पत्र पाठविले होते.

या समितीने ताकाखाव यांच्या इंग्रजी शिवचरित्राच्या ४,००० प्रती विकत घेतल्या आणि इंग्रजी ग्रंथालये आणि इतर शैक्षणिक संस्थांना त्या भेटीदाखल पाठविल्या.

ताकाखावने पुस्तकाच्या प्रस्तावनेत लिहिले आहे की, अतिशय महत्त्वाच्या देशाच्या पुनर्जीवनाचा कर्ता म्हणून शिवाजींचे नाव पुढे येते. त्याने सर्वांना स्वस्थता दिली आणि भारताचे नशीब बदलविले. 'रूलर्स ऑफ इंडिया' या चरित्रमालेमध्ये शिवाजींचा समावेश नव्हता याबद्दल ताकाखावने खेद व्यक्त केला. रॉलिन्सन, सरकार आणि किंकेड या तिघांपेक्षा आपले लिखाण अधिक सरस आहे, हे पटवून देण्यासाठी ताकाखावने त्यांच्या लिखाणातील उणिवा प्रस्तावनेत दाखवून दिल्या.[२८]

प्राध्यापक ताकाखाव यांनी असा दावा केला आहे की, आपल्या लेखनात ब्रिटिशपूर्व काळात या देशात जी मुक्ततेची आणि स्वातंत्र्याची परिस्थिती होती, तिचा मार्गदर्शक आणि कर्ता पुरुष शिवाजीराजा होता, अशी त्याची प्रतिमा रंगविली आहे.[२९] (पृ. १११)

३) वैद्य चिं. वि. (१८६१ – १९३८) :

पुण्यातील एक ज्येष्ठ इतिहासकार चिंतामण विनायक वैद्य यांनी औंध संस्थानच्या अधिपतींच्या विनंतीनुसार इंग्रजीत 'शिवचरित्र' लिहिण्याचे काम सुरू केले. जदुनाथ सरकारांच्या इतिहासाला आपला इतिहास मागे टाकेल असा हेतू मनाशी बाळगून त्यांनी हे 'शिवचरित्र' शिवाजी द फाउंडर ऑफ मराठा स्वराज (१९१३) लिहिले. परंतु, तो हेतू सफल होऊ शकला नाही. वैद्यांनी परमानंदाचे शिवभारत आणि त्यावेळी उपलब्ध असलेल्या मराठी साधनांच्या साहाय्याने हे चरित्र लिहिले. या पुस्तकात फारसे काहीच नवीन नव्हते. फक्त त्यात जोडलेल्या दहा पुरवण्यांमधील शिवाजीच्या मुलकी कारभाराबद्दल आणि वैयक्तिक जीवनाबद्दल दिलेली माहिती काहीशी नवी आणि उपयुक्त होती.

४) डॉ. बालकृष्ण (१८८२–१९४०) :

डॉ. बालकृष्ण हे लंडन विद्यापीठाचे प्रशिक्षित इतिहासकार होते. त्यांनी लिहिलेल्या कमर्शियल रिलेशन्स बिटविन इंडिया अॅण्ड इंग्लंड, (१९२४) या ग्रंथाचे भारतातील आणि युरोपमधील विद्वानांनी चांगले स्वागत केले. १९२२ मध्ये कोल्हापूर संस्थानाने राजाराम कॉलेजची स्थापना केली. तेथे डॉ. बालकृष्ण रुजू झाले. नोकरीत असताना त्यांना महाराष्ट्राच्या, विशेषत: शिवाजींच्या इतिहासात रुची निर्माण झाली आणि अठरा वर्षांच्या अथक परिश्रमांनी त्यांनी एक महान कार्य 'शिवाजी दि ग्रेट' हे शिवचरित्र ग्रंथ दोन खंडांत प्रसिद्ध केले (मुंबई, १९३२). बटाव्हिआ आणि द हेग येथे

जतन केलेल्या डच साधनांचा बालकृष्णांनी यामध्ये खूप उपयोग करून घेतला आहे, हे या पुस्तकाचे वैशिष्ट्य म्हणता येईल. त्याचबरोबर लंडन, गोवा, मुंबई, पाँडेचरी, मद्रास (चेन्नई), तंजावर, सातारा इ. ठिकाणांची ऐतिहासिक कागदपत्रेही बालकृष्णांनी अभ्यासली होती.

त्यांच्या मते, 'समकालीन विदेशी विद्वानांनी केलेले लेखन आणि कागदपत्रे यांचा स्थानिक भाषेतील साधनांशी समन्वय साधून, सत्याचे इतस्तत: विखुरलेले कण गोळा करून इतिहासाची मांडणी करणे आवश्यक आहे.'

परंतु, शिवाजीराजांच्या वंशजांसंबंधी डॉ. बालकृष्णांनी ज्या मुधोळच्या फर्मानांचा आधार घेतला होता त्याबद्दल ज्येष्ठ इतिहासकार जदुनाथ सरकार आणि सरदेसाई यांनी शंका व्यक्त केली होती, याचा उल्लेख मागे आलाच आहे.

डॉ. बाळकृष्णांनी पुस्तकाच्या प्रस्तावनेमध्ये, शिवचरित्राचा हेतू स्पष्ट केला आहे. ते म्हणतात, "मराठा साम्राज्याचा कर्ता, शिवाजी याच्या व्यक्तिमत्त्वाच्या चांगल्या बाजू दाखविण्यासाठी हे लिखाण केले आहे. तसेच शिवाजीवर जे आरोप केले आहेत तेही तपासून पाहिले आहेत. लोकांना स्वातंत्र्य मिळवून देणारा, राज्य निर्माण करणारा आणि स्वराज्य स्थापण्यासाठी चिरंतन लढणारा असा हा शिवाजीराजा सर्वांचे स्फूर्तिस्थान ठरले पाहिजे."

असे असले तरीही, बालकृष्णांचे शिवचरित्र सरकारांच्या 'शिवाजी'ची जागा घेऊ शकले नाही. त्याची दुसरी आवृत्तीही निघाली नाही. इतिहाससंशोधक डॉ. आप्पासाहेब पवारांच्या मते, या पुस्तकाचे लिखाण जरा वेगळ्या पद्धतीने झाले असते तर ते जास्त वाचनीय झाले असते. दुर्दैवाने इतिहासापेक्षा साधनग्रंथ असे या पुस्तकाचे स्वरूप झाल्यामुळे, त्यात ऐतिहासिक माहिती कमी आहे; म्हणूनच ज्या कालखंडाचे या पुस्तकात वर्णन आहे, त्या कालखंडाचा साधनग्रंथ म्हणून या दोन्ही खंडांचा अधिक उपयोग होऊ शकतो.[३१]

या महत्त्वपूर्ण शिवचरित्रांशिवाय मराठी आणि इंग्रजीत अनेक शिवचरित्रे लिहिली गेली. शिवाजींची प्रभावी कारकीर्द, स्वराज्याची उभारणी इ. गोष्टी त्यात सांगितल्या गेल्या. त्यातील काहींचा उल्लेख शेवटी जोडलेल्या टिपांमध्ये केला आहे.[३२]

शिवाजीमहाराजांवरील काल्पनिक लिखाण :

महाराष्ट्राशिवाय देशाच्या इतर भागांतील कादंबरीकार, कवी, नाटककार यांना शिवाजी या व्यक्तीची भुरळ पडली. बंगाल, आंध्रप्रदेश, तमिळनाडू, कर्नाटक, गुजरात, पंजाब, बुंदेलखंड, ओरिसा, आसाम, उत्तरप्रदेश आणि बिहार येथील साहित्यिकांनी शिवाजींवर साहित्यनिर्मिती केली. त्यामुळे शिवाजी ही राष्ट्रीय व्यक्ती बनली.[३३]

स्वदेशी आणि स्वातंत्र्य चळवळीचा एक भाग म्हणून देशभक्तांनी आणि साहित्यिकांनी भारताच्या स्फूर्तिदायक, जाज्वल्य इतिहासाच्या आठवणी वैचारिक आणि लोकप्रिय लिखाणातून लोकांसमोर ठेवल्या. बंगालने यामध्ये पुढाकार घेतला. ब्रिटिशांच्या काळातील मुलकी सेवेतील आधिकारी आणि प्रसिद्ध आर्थिक इतिहासकार रमेशचंद्र दत्त यांनी दोन ऐतिहासिक कादंबऱ्या लिहिल्या. एक शिवाजींवर आधारित 'महाराष्ट्र जीवन प्रभात' आणि दुसरी राजाजयसिंगावर 'राजपूत जीवन प्रभात'. या कादंबऱ्या लिहिण्यामागील हेतू व्यक्त करताना दत्त म्हणतात, ''देदीप्यमान भूतकाळ आणि आपल्या देशनायकांचे मोठेपण सांगण्याचा माझा एकमेव हेतू आहे. या कादंबऱ्या वाचून एका जरी व्यक्तीला आपल्या राष्ट्राच्या नायकाबद्दल प्रेम आणि कौतुक वाटले तरी माझे लिखाणाचे कष्ट सार्थकी लागले, असे मी मानेन.''

रवींद्रनाथ टागोरांनी 'प्रतिनिधी' (१८९७) आणि 'शिवाजी उत्सव' या दोन कविता लिहिल्या. त्यात शिवाजींच्या कार्यकर्तृत्वाचा गौरव केला आहे. टागोरांनी संपूर्ण भारत एकत्रित जोडण्याच्या दूरदृष्टीने हे लेखन केले होते.[३४]

आर. सी. दत्त आणि रवींद्रनाथ टागोर यांच्याप्रमाणेच भारताच्या इतर भागांतही शिवाजींवर साहित्यनिर्मिती झाली. ब्रिटिशांच्या काळात गुजरातमध्ये अनेक शिवचरित्रे लिहिली गेली. आंध्रप्रदेशच्या श्री. के. व्ही. लक्ष्मणराव यांनी १९१४ मध्ये 'श्री शिवचरित्रम्' लिहिले. ओरिसामध्ये रघुनाथ पंडा यांनी 'छत्रपती शिवाजी' नावाचे नाटक लिहिले. आसाममध्ये त्याकाळच्या स्वातंत्र्यसंग्रामाच्या कल्पनेवर अतुलचंद्र हजारिका यांनी नाटक बसविले. पंजाबकेसरी लाला लजपतराय यांनी 'शिवाजी दि मराठा' लिहिले. आधुनिक काळातील ही काही उदाहरणे वानगीदाखल देता येतील.

महाराष्ट्रातील ह. ना. आपटे, नाथमाधव, वि. वा. हडप, ना. सं. इनामदार, रणजित देसाई, कॅ. बेलवलकर, गो. नी. दांडेकर आणि इतर अनेकांनी ऐतिहासिक कादंबऱ्या लिहिल्या.

त्र्यंबक शंकर शेजवलकर (१८९५–१९६३) :

मराठ्यांच्या इतिहासाशी संबंधित विषयावर स्पष्ट, धाडसी आणि वेगळ्या प्रकारची मते बिनधास्तपणे व्यक्त करणारे म्हणून प्रो. त्र्यं. शं. शेजवलकर यांनी मराठा इतिहासलेखनात आपला स्वतंत्र ठसा उमटविला आहे. वि. का. राजवाडे, वा. वा. खरे, द. वि. आपटे इ. पूर्वींच्या इतिहासकारांच्या पठडीत शेजवलकर वाढले. परंतु, शेजवलकरांची ओळख स्वतंत्रपणे विचार करणारे आणि वस्तुनिष्ठ इतिहासकार अशीच दिली जाते; कारण त्यांनी इतिहासाचा कार्यकारणभाव दाखवून देण्यासाठी लेखन केले. खरं तर शेजवलकरांची ग्रंथसंपदा अगदी बोटावर मोजण्याइतपत आहे. परंतु, त्यांचे

समीक्षात्मक इतिहासलेखन विपुल आहे. शेजवलकर चौफेर लेखन करणारे लेखक होते. त्यांनी ऐतिहासिक आणि तत्कालीन विषयांवर विविध प्रकारचे लेखन केले. 'प्रगती' या मराठी शैक्षणिक नियतकालिकाचे ते संपादक होते. संपादक या नात्याने लोकांच्या आवडीच्या विषयांसंबंधी लेखन करून, त्यांना त्याद्वारे नव्या गोष्टी शिकविण्याचे त्यांनी खूप काम केले.[३७]

न्यायमूर्ती रानडे, वि. का. राजवाडे, वासुदेवशास्त्री खरे, गो. स. सरदेसाई इ. पूर्वीच्या इतिहासकारांच्या ऐतिहासिक लेखनावर शेजवलकरांनी आपली मते स्पष्टपणे मांडली. या सर्व इतिहासकारांबद्दल शेजवलकरांना खूप आदर होता, ही गोष्ट खरी होती. तरीसुद्धा लोकांसमोर त्यांच्या लिखाणावर टीका करण्याचे, त्यांच्या लिखाणातील दोष दाखवून देण्याचे धैर्य शेजवलकरांकडे होते. त्यांनी मराठा इतिहासाचा कालखंड दोन भागांत विभागला होता. एक शिवाजींचे युग आणि दुसरे पेशव्यांचे युग. शिवाजींच्या युगाचे ते फार मोठे समर्थक होते, तर पेशव्यांच्या युगावर त्यांनी टीकेची झोड उठविली होती. त्यांच्या मते, पेशवे यांनी शिवाजींचा मार्ग न अनुसरल्यामुळे, मराठ्यांच्या सत्तेचा ऱ्हास झाला.

रियासतकार सरदेसाईंनी 'नानासाहेब पेशव्यांचे चरित्र' १९२६ मध्ये लिहिले. त्याला मुद्दाम शेजवलकरांकडून प्रस्तावना लिहून घेतली. कारण रियासतकारांना शेजवलकरांसारख्या तरुण, हुशार इतिहासकाराची मते जाणून घ्यायची होती. शेजवलकरांनी पेशव्यांविरुद्धचे आपले विचार स्पष्टपणे प्रस्तावनेत लिहिले आणि रियासतकार सरदेसाईंसारख्या ज्येष्ठ इतिहासकाराने, मोठ्या मनाने, शेजवलकरांची प्रस्तावना, जशीच्या तशी पुस्तकात छापली.[३८]

बाळाजी बाजीराव ऊर्फ नानासाहेब पेशवे यांच्याबद्दल सरदेसाई आणि शेजवलकर यांची मते अगदीच विरुद्ध होती. सरदेसाईंनी नानासाहेबांच्या कार्यकर्तृत्वाचा गौरव करून त्यांना शिवाजींच्या नंतरचे स्थान दिले होते. या सरदेसाईंच्या मताचे ऐतिहासिक पुरावे देऊन शेजवलकरांनी पुरते खंडन केले. इतिहासातील चुका लपवल्या तर तो इतिहास वाचण्यालायक होणार नाही, इतिहासाकडे मनोरंजन म्हणून न बघता, ते एक उपयोगी आणि आवश्यक शास्त्र आहे, असे शेजवलकरांनी प्रतिपादन केले.[३९]

रियासतकारांसारख्या प्रथितयश इतिहासकाराकडे आपली वेगळी मते शेजवलकरांनी प्रामाणिकपणे व्यक्त केली. त्यामुळे इतिहासलेखनाच्या क्षेत्रांत शेजवलकरांचे नाव आदराने घेतले जाऊ लागले.

बाळाजी विश्वनाथ या शाहू छत्रपतींच्या पहिल्या पेशव्याकडे (१७१३-१७२०) स्वराज्य, सरदेशमुखी आणि चौथाई बाबती या तीन सनदा मिळविण्याचे श्रेय दिले जाते. या तीन सनदा म्हणजे मराठा राज्याला मिळालेली 'मोठी सनद' मॅग्नाकार्टा असे मानले

जाते.[४०] शेजवलकरांनी बाळाजी पेशव्यांच्या या कामगिरीवरही टीका केली. शेजवलकर ताराबाईची बाजू आग्रहाने मांडणारे असल्यामुळे त्यांनी या सनदा म्हणजे दास्यत्वाच्या शृंखलांसारख्या आहेत; कारण त्या बादशहाच्या सार्वभौमत्वाच्या निर्देशक आहेत असे म्हटले आहे.[४१]

१९५४ मध्ये शेजवलकरांनी 'निझाम-पेशवे संबंध' हा लक्षात घेण्याजोगा ग्रंथ लिहिला. यामध्ये पेशवेकालावर त्यांनी टीका केलेली आहे.[४२] त्यांचा मुख्य रोख पेशव्यांवर होता. विशेषत: पेशव्यांनी मोगल सुभेदार निझाम-उल-मुल्क यांच्याशी असलेले संबंध कधीही नि:शंकपणे उघड केले नाहीत. त्यांची राजनीती नेहमीच अस्थिर होती. मोगल सम्राट हा भारताचा राज्यकर्ता म्हणून सर्वमान्य झाला होता आणि निजामाने दख्खन देशावर पाय रोवले याचे मुख्य कारण पेशवे शतकाहून अधिक काळ देशावर राज्य करत होते. भारताच्या इतिहासातून पेशव्यांना बाहेर फेकण्याचे श्रेय अर्थातच ब्रिटिशांकडे जाते, आणि त्यामुळेच त्यांनी मराठ्यांकडून सत्ता हस्तगत करणे शक्य झाले.[४३] किंवा एलफिन्स्टनच्या अहवालाच्या (१८१९) शीर्षकानुसार इंग्रजांनी "पेशव्यांकडून प्रदेश जिंकून घेतला' हे स्पष्ट होते.

अर्थात, शेजवलकर कबूल करतात की, या खंडप्राय देशाला पूर्वी ज्या आपत्तींना तोंड द्यावे लागले, त्याला फक्त पेशवेच कारणीभूत होते असे म्हणता येणार नाही. राज्यकर्त्यांच्या पराक्रमात, त्यांच्या कामगिरीमागे कोणत्या प्रेरणा होत्या यावरून त्यांचे मूल्यमापन केले जात नाही. ते श्रेष्ठ असतीलही परंतु इतिहासात राज्यकर्त्यांच्या धोरणाचा सर्वसाधारण परिणाम काय झाला हे पाहिले जाते आणि या कसोटीत दुर्दैवाने पेशवे अयशस्वी ठरले.[४४]

या पुस्तकाबद्दल एक महत्त्वाचा आक्षेप घेतला जातो तो म्हणजे शेजवलकरांनी फार्सी कागदपत्रांची योग्य ती दखल घेतली नाही. फक्त मराठी साधनांवर आणि मराठी विद्वानांनी लिहिलेल्या ऐतिहासिक लिखाणावर ते अवलंबून राहिले. त्यामुळे पुस्तकात केलेली चर्चा आणि विश्लेषण अपुरे आणि एकतर्फी झाले आहे.[४५]

शेजवलकरांचे महत्त्वाचे पुस्तक म्हणजे 'पानिपत-१७६१' हे होय. मराठ्यांच्या इतिहासातील पानिपतचे युद्ध हे मराठ्यांच्या सत्तेचा ऱ्हास घडवून आणण्यास कारणीभूत ठरले.[४६] विविध साधनांचा भरपूर उपयोग करून घेऊन, लेखकाने या पुस्तकात बरीच साधकबाधक चर्चा केली आहे. त्यांनी या घटनेसंबंधित प्रकाशित आणि अप्रकाशित साधनांचा बारकाईने अभ्यास करून, त्यांचे तुलनात्मक विश्लेषण केले आहे. तसेच वि. का. राजवाडे आणि जदुनाथ सरकार यांच्या १७६१ च्या पानिपतच्या प्रसंगावरील लिखाणातील त्रुटीही दाखवून दिल्या आहेत.[४७]

नव्याने सापडलेल्या कागदपत्रांच्या साहाय्याने जुन्या कागदपत्रांचे महत्त्व पुन्हा

तपासून पाहणे आणि दोन्ही कागदपत्रांचा योग्य संदर्भ जोडणे आणि भौगोलिक परिस्थितीचा अभ्यास करणे या दोन्ही बाबींचा एकत्रित अभ्यास करून शेजवलकरांनी 'पानिपत'-१७६१' या अपूर्व ग्रंथाचे लेखन केले आहे.४८

पानिपतच्या लढाईत मराठ्यांची भूमिका काय होती, यावर सरकारांनी स्पष्ट मते मांडली आहेत. परंतु, शेजवलकरांना ती मान्य नाहीत. त्याबद्दल ते लिहितात, "जेव्हा एखादा जबाबदार, जदुनाथ सरकारांसारखा भारतीय इतिहासकार मराठ्यांवर निष्कारण आरोप कशाच्या आधारावर करतो ते समजत नाही." (फॉल ऑफ दि मुघल एम्पायर खं. २, पृ. २९१)४९

मोगल साम्राज्याच्या इतिहासाचा एक भाग म्हणून सरकारांनी तो विषय हाताळला, हा सरकारांचा दृष्टिकोन शेजवलकरांना चुकीचा वाटतो. त्यासंबंधित असलेल्या महत्त्वाच्या कागदपत्रांकडे सरकारांचे दुर्लक्ष झाले. त्यांनी कागदपत्रांचा- पुराव्यांचा जो अर्थ लावला तो अपुरा असून चुकीचा आहे. त्यांना मराठी भाषेची अगदीच थोडी माहिती आहे. त्यामुळे मराठीतील कागदपत्रांचा कुशलतेने वापर करण्यात ते कमी पडले आहेत. त्यांनी जे लिहिले आहे, त्याबद्दल सहानुभूती न दाखवता टीका करताना, निदान त्या विषयाची पूर्ण आणि अचूक माहिती असायला हवी..."

शेवटी शेजवलकरांनी सरकारांवर टीका करण्याचे सोडून दिले आणि स्वतःच्या शैलीत सर्व लिखाण करायचे ठरविले... जे नकळतपणे सरकारांच्या लिखाणाला प्रत्युत्तर अशा स्वरूपात पुढे आले५० असे गृहीत धरले जाई.

शेजवलकरांनी आपल्या पानिपत पुस्तकाच्या प्रस्तावनेत, ऐतिहासिक पार्श्वभूमी विशद केली. त्यानंतर पानिपत युद्धाचा सविस्तर वृत्तान्त दिला आहे. शेजवलकरांनी त्यासाठी विश्वासार्ह कागदपत्रे शोधली. पानिपतची युद्धभूमी प्रत्यक्ष जाऊन पाहिली. पानिपतच्या नकाशाचा बारकाईने अभ्यास केला. ज्या ज्या ठिकाणी आवश्यक वाटेल तेथे विरोधी पक्षाच्या हालचालींसंबंधी स्पष्टीकरणही दिले.

पानिपत युद्धाचा इतिहास शेजवलकरांनी पद्धतशीरपणे मांडल्यामुळे मराठ्यांच्या इतिहासकारांच्या रांगेत त्यांना मानाचे स्थान मिळाले. वि. का. राजवाडे यांनी पानिपत युद्धाच्या अपयशाचे खापर मल्हारराव होळकर किंवा गोविंदपंत बुंदेले यांच्यावर फोडले. परंतु, शेजवलकरांनी राजवाड्यांच्या या मताचे जोरदार खंडन केले. त्यांच्या मते, मराठ्यांची प्रशासकीय अव्यवस्था पानिपतच्या पराभवाला कारणीभूत होती. तसेच पानिपत ही राष्ट्रीय आपत्ती होती.

शेजवलकरांनी पानिपतच्या संग्रामाचे घटनाधिष्ठित विश्लेषण केले आहे. मराठ्यांनी मुलूख संपादण्यासाठी अथवा स्वतःच्या भरभराटीसाठी हे युद्ध केले नव्हते. त्यामागे, 'भारतीयांसाठी भारत आणि भारतीयांचे राज्य' या तत्त्वाचा बचाव करण्याचे ध्येय होते

असे शेजवलकरांचे म्हणणे होते.

"अनेक किंवा बहुतेक सगळ्या मराठ्यांनी एकवेळ साम्राज्य गेले तरी चालेल परंतु क्लाइव्ह, नजिब किंवा अब्दालीच्या तंत्राने आपण भारतीयांनी वागायचे नाही, असाच विचार केला होता."[५१]

शेजवलकर शिवाजींचे निस्सीम चाहते होते. त्यांनी शिवाजींचे चरित्र लिहिण्याची योजना आखली होती. मराठा मंदिर ही मुंबईची खाजगी संस्था शिवाजींचे वास्तववादी चरित्र लिहिण्यासाठी एखाद्या समर्थ विद्वानाच्या शोधात होती आणि त्यांना अशा कामासाठी शेजवलकर हे सर्वार्थाने योग्य वाटले होते. शेजवलकरांनी १९५९ ते १९६३ मध्ये शिवचरित्राची एक महत्त्वाकांक्षी योजना आखली. त्यांनी त्यासाठी प्रदीर्घ प्रस्तावना लिहिली. त्यात कामाची आखणी, साधनग्रंथांचे, कागदपत्रांचे चिकित्सक टिपणही केले.

मात्र शेजवलकरांचे हे काम अपुरेच राहिले. २८ नोव्हें. १९६३ या दिवशी शेजवलकरांचे निधन झाले. मराठा मंदिराने श्रद्धांजली म्हणून या महान इतिहासकाराच्या योजनेचे हस्तलिखित ६५० पृष्ठांच्या पुस्तकरूपात छापले.[५२]

शेजवलकरांनी भरपूर लेखन केले. त्यांना कोकणचा इतिहास लिहायचा होता. परंतु ते काम त्यांच्या हातून पूर्ण झाले नाही. ते कोकणची फक्त ऐतिहासिक पार्श्वभूमी लिहू शकले. संशोधकांना, विद्वानांना मार्गदर्शक म्हणून हे पुस्तक उपयोगी पडते. 'नागपूर अफेअर्स'च्या दोन खंडांचे त्यांनी संपादन केले. तेव्हा ते डेक्कन कॉलेजमध्ये प्रोफेसर होते. त्यांनी अनेक लेख लिहिले. ते संकलित रूपात छापले आहेत.[५३]

संशोधनकार्याची परंपरा :

मराठा इतिहासलेखनाचे कार्य करणाऱ्या भारतीय आणि परदेशी श्रेष्ठ इतिहासकारांच्या भरीव कामगिरीची माहिती येथवर आपण घेतली. तथापि, त्यानंतरच्या काळातील इतिहासलेखनाची, संशोधनाची महाराष्ट्रातील व्यक्तींनी आणि संस्थांनी केलेल्या कामाची माहिती घेतल्याशिवाय हा अभ्यास पूर्ण होऊ शकत नाही. ऐतिहासिक साधने, कागदपत्रे गोळा करणे, त्यांची निवड करून ते प्रकाशित करणे आणि संशोधनलेख लिहिणे ही महत्त्वाची पायाभूत कामे साने, राजवाडे, खरे आणि पारसनीस या महान / श्रेष्ठ इतिहासकारांनी केली. हे काम वेगवेगळ्या संशोधनसंस्था आणि विद्यापीठांमधील नंतरच्या पिढीच्या समर्पित भावनेने काम करणाऱ्या संशोधकांनी पुढे चालू ठेवले.

शासनाच्या मर्यादित धोरणामुळे अनेक देशप्रेमी इतिहासकारांनी नाराज होऊन संशोधनसंस्थांमध्ये ऐतिहासिक कागदपत्रे गोळा केली. इतिहासकार राजवाड्यांनी याबाबत पुढाकार घेऊन भारत इतिहास संशोधक मंडळाची १९१० मध्ये स्थापना केली.

संशोधनाची वृत्ती असलेल्या मूठभर मित्रांची त्यांना या कामी साथ मिळाली. भा.इ.सं.मं.ने हजारो कागदपत्रे आणि इतर साधने जमा केली. अनेक ऐतिहासिक घराण्यांनी त्यांना या कामी मदत केली. कितीतरी संशोधनपर लेख, पुस्तके प्रकाशित करण्यात आली. राजवाड्यांचे समकालीन साने, वासुदेवशास्त्री खरे, द. ब. पारसनीस ही विद्वान मंडळीही अशाच प्रकारची कामे करीत होती.

राजवाडे यांच्या कर्तृत्वाचे स्मारक म्हणून धुळ्याच्या इतिहासाभिमानी लोकांनी त्यांच्या नावाने १९२७ मध्ये राजवाडे संशोधन मंडळ स्थापन केले. विसाव्या शतकात महाराष्ट्राच्या इतर भागांतही अशाच प्रकारच्या इतिहास-संशोधनाच्या संस्था उदयास आल्या.[५४]

ऐतिहासिक कागदपत्रे जमविणे आणि ती प्रकाशित करणे याबाबतीत खाजगी आणि शासकीय स्तरावर बहुधा महाराष्ट्र अग्रेसर राहिला. याबाबत जदुनाथ सरकार लिहितात, "नजीकच्या वैभवशाली भूतकाळाच्या वाजवी अभिमानामुळे मराठ्यांनी आपली ऐतिहासिक कागदपत्रे जतन केली. नंतर त्यांनी ती एकत्रित करून संपादित आणि प्रकाशित केली. त्यामुळे खूप मोठ्या प्रमाणात मराठ्यांचे ऐतिहासिक पुरावे पहायला मिळतात; अशा प्रकारचे एकदशांश कामही भारताच्या इतर भागांत दिसत नाही. त्याचप्रमाणे साम्राज्याच्या शहरांमध्ये किंवा रजपूत राजपुत्रांच्या जुन्या राजधान्यांमध्येही असे काम झालेले आढळत नाही."[५५]

मुंबई इलाख्याच्या सरकारने अनेक ऐतिहासिक कागदपत्रे छापली. अर्थात, मुख्यत्वेकरून ती पेशवा दप्तरातील होती. परंतु, सरकारलाही त्यांच्या काही मर्यादा होत्या. दोन महत्त्वाच्या उणिवांमुळे सरकारी प्रकाशनात अडथळे आले. एक म्हणजे बहुतेक सर्व कागदपत्रे ब्रिटिशांच्या काळात प्रकाशित झाली, त्यातल्या कोणत्याही कागदपत्रांमुळे वाद उत्पन्न होणार नव्हते आणि अनेक निर्णायक आणि महत्त्वाची कागदपत्रे बाजूला ठेवण्यात आली होती. दुसरी गोष्ट म्हणजे संपादकांनी, धोरण ठरवणाऱ्या व्यक्तींनी, कागदपत्रे निवडण्याची जी पद्धत अवलंबिली होती, त्यामुळे अनेक प्रकारच्या संशोधनाला खीळ बसली. याचे एक उदाहरण म्हणजे महाराष्ट्राच्या आर्थिक इतिहासासंबंधीची कागदपत्रे फारशी छापली गेली नाहीत.

स्वातंत्र्यानंतर, १९५७ पासून डॉ. पु. म. जोशी यांच्या संपादनाखाली 'न्यू सेरीज ऑफ सिलेक्शन्स फ्रॉम दि पेशवा दफ्तर' सुरू झाले. परंतु, त्यात फारशी प्रगती झाली नाही. 'एक्सपान्शन ऑफ दि मराठा पॉवर' (१७०७-१७६१), (१९५७) 'रिव्हाइव्हल ऑफ दि मराठा पॉवर' (१७६१-१७७३) (१९६२) हे दोन खंड फक्त प्रकाशित झाले. त्याचबरोबर शां. वि. आवळसकर यांनी संपादित केलेला 'ऐतिहासिक साधने' हा एक खंडही छापला गेला.

महाराष्ट्र सरकारच्या, महाराष्ट्र साहित्य आणि संस्कृती मंडळ या स्वायत्त संस्थेने 'फ्रेंच रेकॉर्ड्स'चे नऊ खंड प्रकाशित केले. मराठ्यांच्या इतिहासाशी संबंधित असलेले फ्रेंच रेकॉर्ड्स व्ही. जी. हताळकरांनी इंग्रजीत अनुवादित केले. (१९८०-८५) आणि पोर्तुगीज-मराठा संबंधांबद्दलचे पोर्तुगीज रेकॉर्ड्स पां. स. पिसुर्लेकर यांनी एकत्रित केले आणि त्याचे इंग्रजीत भाषांतर पी. आर. काकोडकर यांनी केले.

महाराष्ट्र सरकारने छत्रपती शिवाजीमहाराजांचा खरा आणि शास्त्रोक्त इतिहास लिहिण्याची महत्त्वाकांक्षी योजना आखली होती. परंतु, ती पूर्ण झाली नाही. तथापि, महाराष्ट्राच्या गॅझेटर विभागाने महाराष्ट्राचा प्राचीन ते आधुनिक काळापर्यंतचा इतिहास चार खंडांत लिहिण्याची योजना हाती घेतली होती. आत्तापर्यंत या योजनेतील तीन खंड प्रकाशित झाले आहेत.[५७]

ज्येष्ठ इतिहाससंशोधक :

१) डॉ. पांडुरंग सखाराम शेणवी पिसुर्लेकर – पोर्तुगीज ऐतिहासिक कागदपत्रांत तज्ज्ञ असलेल्या पिसुर्लेकर यांनी मध्ययुगीन इतिहासाच्या संशोधनाला नवीन दिशा दिली. विशेषत: मराठ्यांचा आणि देशावरच्या राज्यकर्त्यांच्या इतिहासाला वेगळी परिमाणे लाभली. पिसुर्लेकरांच्या इतिहाससंशोधनातील योगदानाबद्दल डॉ. सरकारांनी ''भारतीय इतिहासाचा एक कोपरा भरून काढण्याचे अत्यंत मोलाचे अग्रगण्य काम तुम्ही करत आहात. या कामाचे तुम्ही अनभिषिक्त राजे आहात.'' या शब्दांत गौरव केला आहे.[५८]

ते गोव्याच्या पुरातत्त्वविभागाचे संचालक होते. पिसुर्लेकरांचे पोर्तुगालमधील लिस्बन अभिलेखागाराबरोबरही चांगले संबंध होते. या संबंधातून आर्थिक इतिहासाच्या अभ्यासासाठीची अनेक महत्त्वाची पोर्तुगीज कागदपत्रे उपलब्ध आहेत, ही गोष्ट त्यांनी भारतीय इतिहासकारांच्या निदर्शनास आणून दिली. त्यांनी १९६४ मध्ये पुणे विद्यापीठाच्या वतीने मध्ययुगीन काळातील पोर्तुगीज मराठ्यांच्या संबंधावर व्याख्यानमाला दिली.[५९]

डॉ. पिसुर्लेकर यांनी औपचारिक शिक्षण घेतले नव्हते. तसेच इतिहासलेखनाचे कोणतेही प्रशिक्षण त्यांना मिळाले नव्हते. त्यांनी रियासतकार सरदेसाईंसारखे स्वत:च स्वत:ला इतिहासकार म्हणून घडवले होते. तसेच त्यांच्यासारखीच पिसुर्लेकरांनी जदुनाथ सरकारांशी मैत्री जोडली होती. सरकारांच्या सततच्या प्रोत्साहनाने, पिसुर्लेकर विद्वान संशोधक आणि मध्ययुगीन काळाचे इतिहासकार म्हणून प्रसिद्ध पावले.

भा.इ.सं.मं.तील संशोधन :

भा.इ.सं.मं.तील संशोधक पंडितांनी खूपच संशोधनात्मक काम केले आहे. त्यामुळे त्याचा सविस्तर आढावा येथे देणे अवघड आहे. दत्तो वामन पोतदार (१८९०-१९७९),

दत्तात्रय विष्णू आपटे (१८८१-१९४३), शंकर नारायण जोशी (१८८९-१९६४), गणेश हरी खरे (१९०१-१९८५), दिनकर विष्णू काळे (१८९८-१९८०), य. न. केळकर (१९०३-२००२) ही यांतील काही दिग्गजांची नावे आहेत.

राजवाड्यांचे शिष्य, म. म. द. वा. पोतदार यांचा भा.इ.सं. मंडळाशी स्थापनेपासून संबंध होता. मंडळाचे ते सुरुवातीला कार्यवाह होते आणि नंतर अध्यक्ष झाले. या दोन्ही पदांवरून त्यांनी मंडळाची भरभराट केली. त्यांनी ऐतिहासिक कागदपत्रांच्या काही खंडांचे संपादन केले आणि मंडळाच्या त्रैमासिकात लेख लिहिले.

द. वि. आपटे, शं. ना. जोशी आणि ग. ह. खरे यांनी भा.इ.सं.मं.साठी आजन्म काम केले आणि त्यांच्या अथक प्रयत्नांनी आणि त्यागाने, भा.इं.सं.मं. ही संस्था मध्ययुगीन भारताच्या इतिहासाच्या संशोधनात अग्रगण्य ठरली.

द. वि. आपटे हे राजवाड्यांचे उत्साही आणि अभ्यासू शिष्य होते. गणित आणि ज्योर्तिविद्या या दोन्ही विषयांत ते पारंगत होते. त्यामुळे ऐतिहासिक घटनांच्या अचूक तारखा निश्चित करण्यात ते तरबेज होते. परमानंदांच्या 'शिवभारत'ला त्यांनी चिकित्सक प्रस्तावना लिहिली आहे. 'शिवचरित्रप्रदीप' या अमूल्य ग्रंथाचे त्यांनी संपादन केले आणि त्यात सरदेसाई आणि सरकारांनी शिवाजींची जी जन्मतारीख नक्की केली होती, ती अमान्य केली. आपटे यांनी विश्वासार्ह पुरावा आणि अचूक आकडेमोडीच्या आधारावर फाल्गुन वद्य तृतीया किंवा १९ फेब्रु. १६३० ही शिवजन्माची तारीख निश्चित केली.

शंकर नारायण जोशी हे भा.इ.सं. मंडळाचे आजीव संशोधक-सेवक होते. मोडी लिपीतील जुन्या कागदपत्रांच्या वाचनात ते पारंगत होते. 'मराठेकालीन समाजदर्शन' 'अर्वाचीन महाराष्ट्रेतिहासकालातील राज्यकारभाराचा अभ्यास', 'कृष्णाजी अनंत सभासद विरचित छत्रपती शिवाजीमहाराज यांची बखर', 'भाऊसाहेबांची बखर' (सं), 'संभाजीकालीनपत्रसार संग्रह', 'कुलाबकर आंग्रे शकावली', 'मंत्र्युत्तम नाना फडणीस शकावली', 'शिवकालीन शकावली', 'शिवकालीन व शिवोत्तरकालीन वतने व जहागिऱ्या' इत्यादी महत्त्वाच्या ऐतिहासिक ग्रंथांचे लेखन-संपादन करून मराठ्यांच्या इतिहासाच्या क्षेत्रात मौलिक भर घातली आहे.[६०]

मराठी संशोधकांचा भर प्रामुख्याने मोडी लिपीतील मराठी कागदपत्रांच्या अभ्यासाकडे होता, त्यामुळे फार्सी साधनांचा हवा तसा अभ्यास कोणी केला नाही. मात्र, गणेश हरी खरे यांनी या दुर्लक्षित विभागाकडे विशेष लक्ष पुरवून फार्सी साधनांचा उत्तम अभ्यास केला. संशोधनाच्या तांत्रिक बाजूचे- म्हणजे ऐतिहासिक कागदपत्रांचे अचूक वाचन, शुद्धलेखन विशेषत: फार्सी शब्दांचे, कागदपत्रांच्या बरोबर तारखा, काळ निश्चित करणे, कागदपत्रांचा अव्वल दर्जा प्रस्थापित करणे, अंतर्गत आणि बहिर्गत पुरावे तपासणे, कागदपत्रांचे योग्य संपादन - या सर्व बाबतीत खऱ्यांनी प्रावीण्य संपादन

केले होते. 'संशोधकाचा मित्र' (१९६१) हा त्यांचा महत्त्वपूर्ण ग्रंथ मराठ्यांच्या इतिहासाच्या अभ्यासकांना मार्गदर्शन करणारा एक उपयुक्त ग्रंथ आहे. फार्सी कागदपत्रे–विशेषत: फर्माने आणि अखबार यांचे 'ऐतिहासिक फार्सी साहित्य' या शीर्षकाखाली १९३४–१९७३ या प्रदीर्घ कालखंडात एकूण सहा खंड प्रसिद्ध केले. ग. ह. खरे हे कदाचित असे एकमेव मराठी संशोधक–इतिहासकार आहेत की ज्यांनी इतिहासाच्या अभ्यासाला साहाय्यभूत असलेल्या नाणकशास्त्र, पुरालेखशास्त्र, मूर्तीविज्ञान, व्युत्पत्तिशास्त्र इत्यादी ज्ञानशाखांत पारंगतता संपादन केली होती. मध्ययुगीन भारताच्या योग्य आकलनासाठी या साहाय्यक ज्ञानशाखांचा अभ्यास आवश्यक मानला जातो.[६१]

भा.इ.सं.मं.चे अजून एक उल्लेखनीय संशोधक, य. न. केळकर यांचा पोवाड्यांचा अभ्यास होता. त्यांनी मराठी पोवाड्यांवर प्रस्तावनेसह संपादकीय संस्करण केले. ऐतिहासिक कागदपत्रांमध्ये येणाऱ्या ऐतिहासिक शब्दांचा, 'ऐतिहासिक शब्दकोश' तयार करण्याचे किचकट काम केळकरांनी केलेले आहे. तसेच १७३९ च्या वसईच्या संग्रामाचे सखोल विश्लेषण, सरदेसाईंच्या मराठी रियासतींचे अभ्यासू मूल्यमापन इ. अतिशय महत्त्वपूर्ण कामांनी, केळकरांनी मराठी इतिहासात मोलाची भर घातली आहे.[६२]

भा.इ.सं.मं.च्या इतर संशोधकांपैकी कृष्णाजी वासुदेव पुरंदरे यांनी पुरंदरे दप्तराच्या तीन खंडांचे संपादन केले. तसेच काही कागदपत्रे इतरांबरोबर संपादित केली. कोकणच्या इतिहासावरील कागदपत्रांचे शांताराम विष्णू अवळसकरांनी संपादन केले; अशा तऱ्हेने अनेक विद्वानांनी मराठ्यांच्या इतिहासावरील ऐतिहासिक साहित्याच्या निर्मितीसाठी चिकाटीने, प्रदीर्घ प्रयत्न केले.

मा. वि. गुजर, आ. ग. पवार, स. मा. गर्गे आणि इतरांनी कोल्हापूर संस्थानाच्या म्हणजेच करवीरच्या इतिहासासंबंधी समृद्ध साधने उपलब्ध करून ठेवली आहेत.[६३]

अमेरिकेचे रिचर्ड रकर, स्टुअर्ट गॉर्डन, फ्रँक कॉनलॉन, एलेनॉर झिलियट, ॲन फेल्डहाउस; युरोपीय संशोधक डिटमार रॉदरमंड आणि गुंथर सोनथायमर (जर्मनी), केनेथ बॉलहॅचेट, फ्रँक पर्लिन, रोझॅलिन ओ हॅनलॉन (लंडन), गी दलरी (पॅरीस), आंद्रे विंक (लायडन), इरिना ग्लुराकोव्हा (मास्को), जिम मसेलॉस (ऑस्ट्रेलिया), कॅटनॅक (न्यूझीलंड) आणि 'महाराष्ट्र समाज आणि संस्कृती' या विषयावर अभ्यास करणारे इतर तरुण संशोधक यांचा या गटात उल्लेख करता येईल. टोरोन्टो विद्यापीठ (कॅनडा) येथील डॉ. नरेंद्र वागळे आणि हायडेलबर्ग विद्यापीठ (जर्मनी) येथील डॉ. गुंथर सोनथायमर यांनी १९८४ साली 'महाराष्ट्र सोसायटी ॲण्ड कल्चर' ही आंतरराष्ट्रीय परिषद स्थापन केली. प्रत्येक दोन वर्षांनी या परिषदेची अधिवेशने युरोप, भारत, जपान इत्यादी ठिकाणी भरतात. या परिषदेमुळे भारतीय आणि इतर अभ्यासक एकत्र येतात आणि विचारांची देवाणघेवाण होण्यास त्यामुळे मदत होते. संशोधकांचे हे प्रयत्न अभिनंदनीय आहेत.[६४]

टिपा आणि संदर्भ

१. मराठा इतिहासलेखनासंबंधी सविस्तर माहितीसाठी खालील संदर्भ पहावे-

अ) Sen. S. P. (Ed.) - History and Historiography of Modern India, Inst. of Historical Studies, Calcutta, 1973.

ब) Philips, C. H, (Ed.) - Historians of India, Pakistan and Ceylon SOAS, Oxfords Univ. Press, London, 1961.

क) भालेराव कविता- मराठ्यांच्या इतिहासाची ग्रंथसूची पॉप्युलर प्रकाशन, मुंबई, १९९७.

ड) ताटके अरविंद- संशोधक सप्तर्षी, पुणे, १९६२.

२. Tikekar Aroon - The Kincaids, New Delhi, 1992, P. 87.

३. Ibid P. 87 – एक मजेदार गोष्ट येथे लक्षात घ्यायला हवी की, पूर्वी पारसनिसांनी ग्रॅन्ट डफच्या 'इतिहासा'ची प्रशंसा केली होती. सर्वांत उत्तम पुस्तक... 'मराठा इतिहासावरील सर्वश्रेष्ठ अधिकृत ग्रंथ.'
(J. B. B. RAS No. 60-62, Vol. 62, 1904-7, P. 17 Quoted in Kulkarni, A. R. - James Cuninghame Grant Duff, Op. cit. fn 42, p. 238)

४. Kincaid C. A. - Forty Four Years (A Public Servant : Autobiography, London, 1934, p. 178)

५. Tikekar Op. cit p. 91

६. Voigt : British Policy Towards Indian Historical Research ICHR Delhi, Vol. III, No. 2 June.

७. Tikekar op cit p. 91

८. Ibid p. 91-92 See for details.

९. Kincaid, C. A. - A History of the Maratha People Vol. I Reprint, Delhi, 1968 p. 275-76

१०. Tikekar, op. cit p. 87

११. Ibid p. 92-94 See for details.

१२. सरदेसाई गो. स.- माझी संसारयात्रा पृ. १४७-१४८.

१३. तत्रैव पृ. १४९-१५१- सरदेसाईंच्या रियासतीची प्रशंसा करणारी पत्रे.

१४. Tikekar op cit p. 94-98

१५. Kincaid op cit vol. III 1925, see preface

१६. Tikekar, op. cit p. 101-102

१७. राजवाडे लेखसंग्रह खं ३, १९४०, पृ. ५२.

१८. Tikekar op cit p. 104

१९. Ibid p. 111-112

२०. Ibid p. 108

२१. Ibid p. 118

२२. Nadkarni, R. V. - The Rise and fall of the Maratha Empire, Bombay, 1966 p. 10

(एम. ए. पदवीसाठी लिहिलेल्या निबंधातून घेतलेला संदर्भ)

२३. Gorden, Stewart - The Marathas (1600-1818) Cambridge Univ., Press 1996

- Marathas, Marauders and State formation in 18th century, India, Oxford Univ. Press, 1994.
- Collection of articles on Maharashtra History.
- The Slow Conquest : Administrative Integration of Malwa into the Maratha Empire (1720-1760) 23-63 an important article.

२४. Gorden S. - The Marathas op cit p. 7, 9

२५. Ibid p. 6

२६. Rawlinson, H. G. - Shivaji : His life and Times - Oxford Univ. Press, ,p. 7-10.

रॉलिन्सनने पानिपतावरदेखील 'ॲन अकाउंट ऑफ द लास्ट बॅटल ऑफ पानिपत ॲण्ड द इव्हेन्ट्स लीडिंग टु इट' (१९२६) नावाचा एक ग्रंथ लिहिला होता, त्याचा येथे उल्लेख करता येईल. या ग्रंथात त्याने भाऊसाहेबांच्या धोरणाचे समर्थन केले आहे. तो म्हणतो, " 'वाटरलू'च्या युद्धात वेलिंग्टन आणि नेपोलियन यांनी ज्या चुका केल्या होत्या त्याच्या १/१० चुकाही भाऊसाहेबाने पानिपतच्या युद्धात केल्या नसतील. तो युद्धात हरला याचे कारण तो चांगला सेनापती नव्हता असे म्हणता येणार नाही, तर त्याचा शत्रू हा त्याच्यापेक्षा वरचढ होता."

जेव्हा ऑक्सफर्ड युनी. प्रेसने किंकेडच्या 'हिस्ट्री'चा तिसरा खंड रॉलिन्सनकडे अभिप्रायार्थ पाठविला तेव्हा किंकेडने कडक शब्दांत नापसंती दर्शविली. "जो रॉलिन्सन आधी हिंदूंच्या बाजूने होता, तो आता हिंदूविरुद्ध आणि विशेषत: मराठ्यांच्या विरुद्ध झालेला आहे."

(किंकेडचे पारसनिसांना ६ सप्टें. १९२४ चे पत्र- Tikekar op cit p.266)

२७. Takakhav, N. S. - The life of Shivaji Maharaj, The founder of the Maratha Empire, Bombay, 1921.

कृ. अ. केळुसकरांच्या 'क्षत्रियकुलावतंस छत्रपती शिवाजीमहाराज' (मुंबई, १९०७) या मूळ मराठी ग्रंथाचे इंग्रजी भाषांतर आहे. हे पुस्तक बहुजन समाजाचे संस्थापक महात्मा जोतिबा फुले यांचे प्रामाणिक आश्रयदाते, कोल्हापूरचे शाहूमहाराज यांना अर्पण केले आहे. प्रस्तावनेत केळुसकरांनी महाराष्ट्रातील विद्वान/पंडित शिवाजीवर लिहीत नाहीत, असा त्यांच्यावर आरोप केला आहे. १८९५ पासून 'केसरी फंडा'चे व्यवस्थापक, काही व्यक्ती शिवाजीवर लिहीत आहेत असे सांगत आहेत. परंतु, गेल्या पंचवीसहून अधिक वर्षांत काहीही प्रत्यक्ष काम झालेले दिसत नाही. या पार्श्वभूमीवर केळुसकरांनी स्वत:च शिवचरित्र लिहिण्याची जबाबदारी स्वीकारली आणि १९०७ मध्ये ते प्रकाशित केले. १९२१ आणि १९६५ मध्ये त्याचे पुनर्मुद्रण झाले. या पुस्तकात नव्याने संशोधन करून काहीही लिहिलेले नाही.

२८. ताकाखावांच्या मते, मराठी लोकांच्या इतिहासाचा एक छोटा भाग म्हणून किंकेड हे शिवाजींच्या कार्याचा आढावा घेतात; जदुनाथ सरकार आपल्या पुस्तकात शिवाजी आणि शिवकालावर प्रवचन करतात आणि शिवकालावर चर्चा करताना काही वेळा आपला नायक शिवाजी याचा त्यांना विसर पडतो. रॉलिन्सनचे उघडपणे एक छोटेसे पुस्तक असून त्याची व्याप्ती इतकी थोडी आहे, की शिवाजींसारख्या थोर पुरुषाच्या जीवनकार्याचा आढावा घेण्यास फारच अपुरे आहे. इतिहासलेखनपद्धती आणि शैली या दृष्टीने विचार केला तर किंकेड याचा 'इतिहास' आणि सरकारांचा 'शिवाजी' यांच्या भूमिकेत पराकोटीची भिन्नता आहे. पहिल्या ग्रंथाची कल्पना रम्यतेतून साकारली, पण त्याची लेखनपद्धती चिकित्सक नाही. दुसऱ्या ग्रंथाची लेखनपद्धती जादा चिकित्सक आणि संशयी, बौद्धिक दृष्टिकोनाची आहे. सरकारांची सहानुभूती शिवाजी आणि त्यांचे शूरमर्द सहकारी यांना वगळून इतरत्र आहे... यात शिवाजींची पीछेहाट झाली आहे.

२९. Ibid p. vii.

३०. वैद्य सी. व्ही.– Shivaji, the Founder of Maratha Swaraj, Pune 1931.

३१. Sen, S. P. Ed. - Historians - op cit article by Dr. A. G. Pawar on Dr. Balkrishna p. 158-164.

३१. शिवाजी महाराज आणि त्यांच्या घराण्यासंबंधीतील मराठी पुस्तकांची निवडक सूची–

बेंद्रे वा. सी.– श्री छत्रपती शिवाजीमहाराज २ खंड

मुंबई, १९७२, पृ. १२५०

छत्रपती संभाजी

मुंबई, १९७१, पृ. ७२६.
मालोजीराजे आणि शहाजीराजे
पुणे, १९६७, पृ. ६३६.
छत्रपती शिवाजीमहाराजांचे वडील बंधू संभाजीराजे भोसले
राजाराममहाराज
मुंबई, १९७५, पृ. ५५५.
काळे दि. वि. छत्रपती शिवाजीमहाराज आ. २ री
पुणे विद्यापीठ, पुणे , १९७१.
भावे वा. कृ.- युगप्रवर्तक शिवाजीमहाराज
पुणे, १९५५
शिवाजी आणि शिवकाल
पुणे, १९५७
पगडी, सेतुमाधवराव- शिवचरित्र
नॅशनल बुक ट्रस्ट, दिल्ली १९८९
शिवचरित्र : एक अभ्यास
कोल्हापूर, १९७१.
पुरंदरे ब. मो.- राजा शिवछत्रपती खंड १ व २
पुरंदरे प्रकाशन, पुणे, १९६७.
पवार जयसिंगराव- शिवाजी आणि शिवकाल
मुंबई, १९७२.
सरदेसाई गो. स.- शककर्ता शिवाजी
मुंबई, १९३५.
राजा शिवाजी
मुंबई, १९५८.
वाकसकर वि. स.- शिवाजी आणि शिवकाल
मुंबई, १९३०.
(सरकार यांच्या 'शिवाजी अॅण्ड हिज टाइम्स'चे भाषांतर)
शेजवलकर त्र्यं. श.- श्री शिवछत्रपती (शिवचरित्राची योजना)
मुंबई, १९६४.
गोखले कमल- शिवपुत्र संभाजी
पुणे, १९९७.
या मोठ्या ग्रंथाशिवाय काही लेखकांनी शिवाजींवर छोट्या पुस्तिका तयार केल्या.

त्यांपैकी काही लेखक– नरहर कुरुंदकर, शरद जोशी, गोविंद पानसरे, जयंत गडकर, शरद पाटील इ.

३३. Kulkarni, N. H. (Ed.) - Chhatrapati Shivaji Delhi, 1975, p. XVII - XXXVII

३४. Ibid p. 25

३५. Ibid p. 20-98

३६. प्रो. शेजवलकरांचा जन्म रत्नागिरी जिल्ह्यातील कशेळी गावी २५ मे १८९५ रोजी झाला. मुंबई विद्यापीठाचे पदवीधर. एम.ए.पदवीसाठी 'इन्फ्लुएन्स ऑफ मुस्लिम कल्चर ऑन हिंदू कल्चर' हा निबंध सादर केला (१९१९). परंतु, मान्य झाला नाही. मराठी नियतकालिक 'प्रगती'चे संपादक (१९२९–१९३२) डेक्कन कॉलेजमध्ये मराठा इतिहासाचे प्रपाठक. २८ नोव्हें. १९६३ मध्ये देहावसान.

३७. शेजवलकरांचे व्यक्तिमत्त्व आणि कारकिर्दीविषयी विविध लेख, पुस्तकांच्या माहितीसाठी खालील मराठी पुस्तके पहावीत–

१. वैद्य सरोजिनी

   त्र्यंबक शंकर शेजवलकर : व्यक्तित्व आणि कर्तृत्व (१८९५–१९४३) मुंबई, १९९५.

२. पौडवाल सुषमा : त्र्यंबक शंकर शेजवलकर, सूची

३. कुरुंदकर नरहर : मागोवा

   पुणे, १९६७, पृ. १५२–२०२.

३८. सरदेसाई गो. स.

   नानासाहेब पेशवे यांचे चरित्र (प्रस्तावना : त्र्यं. शं. शेजवलकर पृ. १–३६) मुंबई, १९२६.

३९. तत्रैव पृ. ३७ (प्रस्तावना)

४०. Sardesai, G. S. New History of the Marathas vol. II, Edn 2 Bombay, 1953, p. 53.

४१. Ibid p. 60

४२. शेजवलकर त्र्यं. शं.

   निजाम-पेशवे संबंध (अठरावे शतक)

   पुणे विद्यापीठ, पुणे १९५४, पुनर्मुद्रित, १९६३.

४३. तत्रैव पृ. १४६–१४७.

४४. तत्रैव पृ. १६२.

४५. वैद्य सरोजिनी पृ. २५१–२५३

४६. शेजवलकर त्र्यं. शं.
पानिपत, १७६१.
डेक्कन कॉलेज, पुणे १९४६.

४७. तत्रैव पृ. १२५-१४१.

४८. तत्रैव प्रस्तावना पृ. V.

४९. तत्रैव पृ. १२५ 'फॉल ऑफ दि मुघल एम्पायर'च्या दुसऱ्या खंडात सरकारांनी पानिपतसंबंधी जे लिहिले आहे त्यावर शेजवलकरांनी काही आरोप केले. परंतु सरकारांना ते अमान्य होते. त्यासंबंधी ते सरदेसाईंना पत्रात लिहितात, ''शेजवलकरांनी केलेल्या आरोपांचा आढावा घेताना मला असे आढळले की, पानिपतच्या चार महिन्यांच्या युद्धासाठी शेजवलकरांनी जिकिरीची आणि कष्टाची चौदा वर्षे कामात घालवली. त्याच्या उलट या दुसऱ्या खंडात मी पूर्ण उत्तर भारताच्या सतरा वर्षांचा इतिहास लिहिला आहे आणि त्यातील चार किरकोळ मुद्दे शेजवलकर दुरुस्त करू शकले आहेत– गुप्ता एच. आर. पृ. २७७, ता. १२-१०-१९५०.

५०. तत्रैव प्रस्तावना पृ. V-VI-६.

५१. तत्रैव पृ. १२३ & १२५.

५२. शेजवलकर त्र्यं. शं. संकल्पित शिवचरित्राची प्रस्तावना, आराखडा व साधने मुंबई, मराठा मंदिर प्रकाशन, १९६४, पृ. १६-६४०.

५३. मोटे ह. वि. (संपा.) शेजवलकरांचे लेख
खंड १– मुंबई १९४०
खंड २– मुंबई १९५९
खंड ३– मुंबई १९७७
अधिक माहितीसाठी पहा शेजवलकर सूची, पृ. १९-३३

५४. अधिक माहितीसाठी खालील महत्त्वाची पुस्तके पहावीत.
    १. खोबरेकर वि. गो.– महाराष्ट्रातील दप्तरखाने
       मुंबई, १९६८
    २. परचुरे चिं. ना. आणि कानडे मु. श्री. (संपा.)
       भारत इ.सं. मंडळाच्या त्रैमासिकात प्रसिद्ध झालेले प्रकाशित लेख, साधने
       इ. सूची (पृष्ठे भा.इ.सं.मं., पुणे, १९८१).

५५. Sarkar, Jadunath - House of Shivaji, आ ३
    Calcutta, 1965 p. 338

५७. Govt. of Maharashtra - Gazetter Department History
Part I - Ancient Period
- [Sankalia H. D. & Altekar, A. S. Ed.
Bombay] 1962.
Part II - Medieval Period
B. G. Kunte, Bombay, 1972
Part III - Maratha Period Dighe, V. G. (Ed.), Bombay, 1967

५८. Sen, S. P., (Ed.) - Historians and Historiography in Modern India. Calcutta, 1973, p. 385 (for details see B. S. Shastry, P. S. S. Pissurlencar, p. 385-395)

५९. Pissurlencar, D. S. S. - Portuguese - Marathe Sambadha Pune 1967.

६०. जोशी शं. ना.– अर्वाचीन महाराष्ट्रेतिहासकालातील राज्यकारभाराचा इतिहास भा. १
पुणे विद्यापीठ पुणे, १९६०, पृ. ३२७.
   – कुलाबकर आंग्रे शकावली
     पुणे, १९३९.
   – छत्रपती शिवाजीमहाराज यांची बखर, कृ. अ. सभासद विरचित (संपा.)
     चित्रशाळा प्र. पुणे, १९६०, पृ. २४४.
   – भाऊसाहेबांची बखर, संपा. आ. ३, १९७२.
   – मंत्र्युत्तम नाना फडणीस शकावली
     भा.इ.सं.मं., पुणे, १९५०
   – शिवकालीन शकावली
     पुणे, १९३७.
   – शिवकालीन पत्रसार–संग्रह खं. १–३
     पुणे, १९३०.

६१. खरे ग. ह.– दक्षिणच्या मध्ययुगीन इतिहासाची साधने, खं. १
पुणे, १९३०.
   – मंडळातील नाणी, पुणे, १९३३.
   – मराठ्यांच्या इतिहासाची विस्तृत शकावली, खं. १
     पुणे, १९७७.
   – निवडक लेख खं. १ व २,
     पुणे, १९७२, १९७६.

- महाराष्ट्राची चार दैवते
  पुणे, १९५८.
- मूर्तिविज्ञान, पुणे, १९३९.
- संशोधकाचा मित्र, खं. १
  पुणे, १९५१.
- हिंगणे दप्तर खं. २, पुणे, १९४७.
  खरे ग. ह. आणि कुलकर्णी, अ. रा. संपा.
  मराठ्यांचा इतिहास खं. १-३
  पुणे (१९८४-८६)

खरे ग. ह. आणि जोशी शं. ना. संपा.
ऐतिहासिक मराठी साधने
पुणे, १९८३.

६२. केळकर य. न.- इतिहासातील सहली खं. १, २
  पुणे, १९५१.
- ऐतिहासिक पोवाडे किंवा मराठ्यांचा काव्यमय इतिहास खं.१, २, ३
  पुणे, १९२८-१९६९.
- ऐतिहासिक शब्दकोश खं. १ (सुधारित विस्तृत आवृत्ती)
  डायमंड पब्लिकेशन्स, पुणे, २००६.
- वसईची मोहीम, पुणे, १९३७.
- होळकरांची कैफियत, पुणे १९५४.

६३. अधिक माहितीसाठी पहा-
  भा.इ.सं. मंडळाच्या त्रैमासिकात प्रसिद्ध झालेले प्रकाशित लेख, साधने इ. सूची
  परचुरे चिं. ना. आणि कानडे मु. श्री. (संपा.) आणि भालेराव कविता
- मराठ्यांचा इतिहास : ग्रंथसूची, पॉप्युलर प्रकाशन, मुंबई, १९९७

६४. या खंडाला जोडलेली सूची अधिक माहितीसाठी पहावी. तसेच 'महाराष्ट्र समाज
  आणि संस्कृती' या आंतरराष्ट्रीय परिषदेसंबंधीच्या अधिक माहितीसाठी पहा :
  Meera Kosambi (Ed.) Intersections, Socio-Cultural Trends in
  Maharashtra, Longman, New Delhi, 2000.

❑

१८
समारोप

या उपखंडाच्या इतिहासात, विशेषत: भारतीय इतिहासाच्या मध्ययुगीन आणि आधुनिक कालखंडांमध्ये मराठ्यांनी विशेष महत्त्वाची भूमिका बजावली याचा बोलका पुरावा, मागील प्रकरणांमध्ये मिळतो. सदर ग्रंथात सतराव्या शतकाच्या आणि नंतरच्या कालांत मुख्यत: भारतीय आणि नंतरच्या काळात पश्चिमेकडील विशेषत: युरोपियन इतिहासकारांनी मराठ्यांसंबंधी जे ऐतिहासिक लिखाण केले आहे, त्याचा आढावा घेण्यात आला आहे. मराठ्यांनी प्रत्यक्ष किंवा अप्रत्यक्षरीत्या भारतभर अंमल प्रस्थापित केला होता त्यामुळे मराठ्यांचा इतिहास हा केवळ प्रादेशिक न राहता, तो संपूर्ण भारताचा इतिहास झालेला आहे. यास्तव परदेशी आणि अमराठी इतिहासकारांनाही, मराठ्यांचा उदय, भरभराट आणि अस्त कसा झाला, या इतिहासाचा अभ्यास करावासा वाटला आणि या इतिहासाकडे ते आकृष्ट झाले.

२२ जून १८९७ या दिवशी ब्रिटिश अधिकारी रॅन्ड आणि आयर्स्ट व्हिक्टोरिया राणीच्या हीरकमहोत्सवाच्या निमित्ताने आयोजित केलेल्या पार्टीला पुण्यातील गणेशखिंडीजवळच्या गव्हर्न्मेंट हाऊसमध्ये गेले होते. तिथून परत येताना, या दोघांचा चाफेकरबंधू आणि म.वि.रानडे यांनी वध केला. त्यावेळी जी. डब्ल्यू. स्टीव्हन्स हा इंग्लिश प्रवासी पुण्याला भेट द्यायला आला होता. त्याला चाफेकरबंधूंच्या धाडसाचे आणि शौर्याचे फार कौतुक वाटले. त्याने 'इंडिया ऑफ यस्टर इयर्स' (लंडन, १८९९, पुनर्मुद्रित, १९६४ पृ. २७१-२७३) हे पुस्तक लिहिले. त्यात त्याने २२ जून १८९७ प्रसंगाची नोंद केली आहे. त्यात तो म्हणतो, "तुम्ही एक गोष्ट पक्की लक्षात ठेवायला हवी की, मुसलमानांच्या नव्हे तर मराठ्यांच्या तावडीतून आम्ही भारतावर विजय मिळविला आहे... भारतातील इतर भाग आपल्याला शरण आले किंवा त्यांच्या परकीय राज्यकर्त्यांकडून आम्ही ते जिंकले. मराठ्यांनी युद्धामध्ये सर्वकाही गमावले... शंभर वर्षांहूनही कमी कालावधीत मराठ्यांनी केवढा उत्कर्ष करून घेतला होता आणि कोणामुळे त्यांची एवढी अधोगती झाली, या गोष्टी ते कधीही विसरले नाहीत. इतरांपेक्षा मराठ्यांचे खूपच नुकसान झाले आणि त्याबद्दल त्यांना खूपच वाईट वाटले. इतरांना केवळ राज्यकर्ता बदलला होता. परंतु, मराठ्यांना मात्र आपण राज्यकर्त्यांच्या पदावरून गुलामांच्या

पातळीवर आणले... ते शूर लढवय्ये होते. ते सर्वस्व अर्पण करणारे त्यागी देशभक्त होते. ते असामान्य कुशाग्र बुद्धीचे लोक होते. त्यांचे साम्राज्य, त्यांचे राष्ट्रीयत्व, त्यांचा धर्म, त्यांचा मानसन्मान, त्यांची सुंदर भाषा... असं सर्वकाही आपण त्यांच्याकडून हिरावून घेतले आहे.''[१]

ज्येष्ठ इतिहासकार, जदुनाथ सरकार यांनी महाराष्ट्राला आपले दुसरे घर मानले होते. वर नमूद केलेल्या जी. डब्ल्यू. स्टीव्हन्स यांच्या मताला सरकारांनी दुजोरा दिला आहे. 'व्हॉट महाराष्ट्र टीचेस अर्स' (हाउस ऑफ शिवाजी, कोलकत्ता, १९५५, पृ. ३३४-३३९) या विद्वत्ताप्रचुर निबंधात ते लिहितात, ''युद्ध आणि विद्वत्ता या क्षेत्रांत इतका नामवंत मराठी वंशीय लोकांचा समूह, ज्यांची मराठ्यांच्या इतिहासाने नोंद घेतली आहे, तसा भारतातील कोणत्याही वंशात निर्माण झाला नाही.'' ते पुढे म्हणतात, ''मराठ्यांना त्यांच्या इतिहासातील कामगिरीमुळे आजच्या भारतात एक वैशिष्ट्यपूर्ण स्थान निर्माण झाले आहे. त्यांचे जवळचे जातभाई शतकाहून अधिक रणांगणावर मृत्यूला सामोरे गेले आहेत, सैन्याचे नेतृत्व केले आहे, राजकीय शिष्टाईच्या बैठकीत वादविवाद केला आहे, राज्यांची अर्थव्यवस्था सांभाळली आहे, साम्राज्याच्या अनेक समस्यांना तोंड दिले आहे आणि त्यांनी नजीकच्या काळात, जो अद्याप विस्मरणात गेला नाही, त्यात भारताचा इतिहास घडविण्यास हातभार लावला आहे. या सर्व गोष्टींची आठवण हा त्या जमातीचा अनमोल ठेवा आहे.''[२]

महाराष्ट्राच्या भौगोलिक पार्श्वभूमीवर, मराठ्यांच्या व्यक्तिमत्त्वाचे-गुणावगुणांच्या वैशिष्ट्यांचे सरकारांनी विश्लेषण केले आहे. त्यांच्या मते, भारताच्या इतिहासात, मराठ्यांनी जी अद्वितीय भूमिका बजावली आहे, त्याला ही भौगोलिक परिस्थिती बरीच कारणीभूत ठरते. सरकार म्हणतात, ''त्यांच्यात आत्मविश्वास, धैर्य, स्पष्टवक्तेपणा, कमालीचा साधेपणा, खरमरीत बाणेदारपणा, समानतेची जाणीव आणि पर्यायाने माणसाला माणूस म्हणून आवश्यक ती प्रतिष्ठा असणे याचा अभिमान इत्यादी गुण त्यांच्यामध्ये विकसित झाले आहेत.''[३]

केवळ या स्वाभिमानामुळे मराठी बुद्धिमंतांनी आपला इतिहास जतन करून ठेवण्यासाठी, एतद्देशीय ऐतिहासिक साधनसामग्री गोळा करून, भारताच्या इतिहासातील मराठ्यांचे योगदान प्रस्थापित करण्यासाठी, या साधनांच्या साहाय्याने मराठ्यांच्या इतिहासाचे एक सुसंगत आणि वास्तव चित्र सादर करण्याचा प्रयत्न केला. प्रस्तुत संदर्भात जदुनाथ सरकार लिहितात, ''आपल्या खऱ्या आणि नजीकच्या भूतकाळाच्या वाजवी अभिमानाने मराठ्यांनी आपले ऐतिहासिक दस्तऐवज गोळा करून जतन केले. ते संपादित करून प्रकाशितही केले. प्रचंड संख्येने गोळा केलेली कागदपत्रे आणि त्यांचे उत्तम रीतीने केलेले संपादन या कामगिरीच्या एकदशांश कामही भारतातल्या कुठल्याही प्रदेशात केले

गेलेले आढळत नाही. अगदी मोगलांच्या दिमाखदार शहरांमध्ये किंवा रजपूत राजपुत्रांच्या देखण्या राजधान्यांमध्येही असे काम झाले नाही. या अद्वितीय कामगिरीच्या यशात कष्टांची पर्वा न करणाऱ्या आणि स्वार्थत्यागी अनेक विद्वानांचा मोठा सहभाग होता. यांत का. ना. साने, वि. का. राजवाडे आणि वा. वा. खरे या ज्येष्ठ इतिहासकारांची नावे वानगीदाखल देता येतील. ही मंडळी आता हयात नाहीत, परंतु त्यांच्याएवढी अतुलनीय कामगिरी भारतातल्या कोणत्याही अन्य वंशातील लोकांनी केलेली नाही.''[४]

मराठ्यांच्या राजकीय कामगिरीचा आलेख आत्तापर्यंत कमी-अधिक संशोधन होऊन तो प्रसिद्धही झाला आहे. तरीसुद्धा मराठ्यांचे कितीतरी पैलू अजूनही अंधारात राहिलेले आहेत. उदाहरणार्थ, खेडेगावातील सामाजिक जीवनाचा अभ्यास या विषयाचे एलफिन्स्टनने यथायोग्य वर्णन केले आहे. त्याच्या मते, ''महाराष्ट्रातील खेडी ही छोटी गणतंत्र राज्येच आहेत; कारण रोजच्या आयुष्यात लागणाऱ्या सर्व गोष्टी, तिथल्या तिथे लोकांना मिळतात. लोकांच्या रोजच्या गरजा तिथल्या तिथे भागविल्या जातात.''

खेड्यांसंबंधी माहिती ही मुख्यत्वेकरून स्थानिक कागदपत्रांवरून मिळालेली आहे. परंतु पुणे पुराभिलेख विभागाकडील 'जमाव' या विभागातील असंख्य कागदपत्रांवरून अगदी बारकाईने हा अभ्यास करता येणे शक्य आहे. (विभागाला पेशवा दफ्तर किंवा 'एलिनिएशन ऑफिस' म्हणत. आता त्याला पुणे पुराभिलेखागार म्हणतात.) तेराव्या शतकानंतरचे जे मराठी साहित्य उपलब्ध आहे त्यावरून अभ्यासकांना, संशोधकांना मध्ययुगीन आणि आधुनिक महाराष्ट्राच्या सामाजिक, सांस्कृतिक आणि इतर पैलूंचे यथार्थ दर्शन लोकांसमोर आणता येईल.

महाराष्ट्रासंबंधी भरपूर ऐतिहासिक साधने उपलब्ध असल्यामुळे हल्ली भारतीय आणि परदेशी इतिहास संशोधक महाराष्ट्राच्या सामाजिक इतिहासाकडे आकृष्ट झाले आहेत, ही गोष्ट खरोखर कौतुकास्पद आहे.

एकंदरीत मराठ्यांच्या इतिहासाचा अभ्यास का करावा, यासंबंधित प्रश्नासंबंधी चर्चा होणे आवश्यक आहे. एकोणिसाव्या शतकातील ब्रिटिश राज्यकर्त्यांनी मराठ्यांचा अभ्यास हा व्यावहारिक दृष्टीने केला. ग्रॅन्ट डफ हा साताऱ्यात ब्रिटिशांचा राजदूत आणि जिल्हाधिकारी म्हणून काम करीत असताना त्याने मराठ्यांच्या इतिहासाचा अभ्यास करून, अथपासून इतिपर्यंत मराठी सत्तेचा संपूर्ण इतिहास १८२६ साली सर्वप्रथम प्रसिद्ध केला. ब्रिटिश प्रशासकांची अशी धारणा होती की, तुम्हाला जर एका लोकसमूहावर राज्य करावयाचे असेल, तर सर्वप्रथम तुम्ही त्या लोकांना समजावून घेतले पाहिजे आणि लोकांना समजून घेण्याचे एकमेव साधन म्हणजे त्यांचा इतिहास. पश्चिम महाराष्ट्रात आलेल्या ख्रिस्ती मिशनऱ्यांनी देखील महाराष्ट्राच्या इतिहासाचा अंशतः अभ्यास केला होता. त्यांना लोकांचे जीवनमान, विशेषतः सामाजिक आणि धार्मिक जीवन हे जाणून घ्यावयाचे होते.

यामागे ख्रिश्चन धर्म हा स्थानिक लोकांच्या धर्मश्रद्धा आणि क्रियाकर्म यापेक्षा किती श्रेष्ठ आहे हे लोकांना पटवून देणे हा त्यांचा हेतू होता. पर्यायाने त्यांना ख्रिश्चन धर्माचा प्रसार करावयाचा होता.

न्यायमूर्ती रानडे यांनी आपल्या 'मराठी सत्तेचा उत्कर्ष' या अभिजात ग्रंथात, मराठ्यांच्या अभ्यासामागे असा काही ऐहिक हेतू असावा हा विचार मान्य नव्हता. त्यांनी आपल्या लेखनाद्वारे मराठ्यांच्या इतिहासाचे नैतिक मूल्य काय आहे, हे पटवून देण्याचा प्रयत्न केला आहे; अशा तऱ्हेच्या अभ्यासाचे महत्त्व विशद करताना ते म्हणतात.

''राष्ट्र-निर्मितीची या देशात जी प्रक्रिया सुरू झाली होती त्यातून सर्वप्रथम मराठी सत्तेचा उदय झाला. कोणा एका व्यक्तीच्या साहसामुळे ही सत्ता उदयाला आली नाही. याच्यामागे भाषा, वंश, धर्म आणि साहित्य यासंबंधीच्या प्रेमाच्या भावनेमुळे एकत्र आलेला जनसमूह आणि हे ऐक्य बळकट करण्यासाठी हे समान स्वतंत्र राजकीय अस्तित्व असावे यासाठी लोकांनी केलेले प्रयत्न आहेत.''[५]

बहुधा रानड्यांनी दिलेल्या या नव्या दृष्टिकोनामुळे जगातील विविध ठिकाणच्या इतिहासअभ्यासकांना नवी दृष्टी मिळाली आणि महाराष्ट्राच्या भाषा, साहित्य, धर्म आणि इतर सांस्कृतिक गोष्टींचा अभ्यास त्यांनी केला. त्यामुळे भारताच्या इतिहासात महाराष्ट्राला एक वेगळेच महत्त्व प्राप्त झाले.

टिपा आणि संदर्भ

१. G. W. Steevens-India of Yester Years
London, 1898, Reprint 1964, P. 271-73

२. J.N. Sarkar-House of Shivaji, Calcutta
M. C. Sarkar & Co. 3rd Ed. 1955, P. 334-39

३. J. N. Sarkar-Shivaji and His Times
Calcutta, 1973, P. 6-7.

४. J. N. Sarkar-House of Shivaji पूर्वोक्त, P. 338

५. M. G. Ranade & K. T. Telang-Rise of the Maratha Power etc.
Bombay, 1961, P. 3-4.

❑

परिशिष्ट

डॉ. अ. रा. कुलकर्णी – 'उदार मताचे – परंपरावादी'

– युजेनिया व्हॅनिना

लाखो मराठी भाषिकांना न्याय मिळण्यासाठी, त्यांनी उभारलेल्या प्रचंड साम्राज्याच्या यथोचित गौरवासाठी मराठ्यांच्या खऱ्या इतिहासाची पुनर्रचना होणे अत्यंत गरजेचे आहे. संतकवींच्या प्रेरणेतून साकारलेल्या राज्याला आपल्या असामान्य लष्करी कर्तृत्वाने, धुरंधर राजनीतीने वास्तवात उतरविणाऱ्या शिवाजीमहाराजांनी स्थापलेल्या मराठ्यांच्या राज्याने दीडशे वर्षे संपूर्ण देशभराच्या राजकारणात एक प्रमुख सत्ता म्हणून मोठा नावलौकिक मिळविला. दख्खनेत तर मराठे अन्य असंख्य सत्तांमध्ये सर्वश्रेष्ठ होते. एकीकडे तुकडे तुकडे होऊन मोगल साम्राज्य लयास चाललेले होते तर दुसऱ्या बाजूस ब्रिटिशांच्या सत्तेचा उदय होऊ लागलेला होता. या घटनांच्या जोडीला मराठ्यांच्या सत्तेचा उदय व टप्प्याटप्प्याने ऱ्हास होत चाललेला होता. या सर्व घटना दुर्दैवी अशा स्थित्यंतराच्या कालखंडातील मध्ययुगातून आधुनिकतेच्या दिशेने चाललेल्या वाटचालीतील भारतीय उपखंडाची ऐतिहासिक प्रतिमा निश्चित करीत होत्या. यातूनच पुढे महाराष्ट्राबरोबर बंगाल हे राष्ट्रीय जागृतीचे, मुक्तिसंग्रामाचे प्रमुख केंद्र बनले. संपूर्ण दख्खन– त्यातही महाराष्ट्र म्हणूनच नवनवीन ऐतिहासिक पुराव्यांचे, दस्ताऐवजांचे कधीही न संपणारे भांडार म्हणून इतिहासकारांना आकर्षित करणारे ठरलेले होते, ठरत आहे व पुढेही ठरणार आहे.

तमाम जनता व जो प्रदेश ज्वलंत व जागरूक अशा ऐतिहासिक जाणिवांचा भक्कम प्रदेश म्हणून ओळखला जातो, तो अ. रा. कुलकर्णी यांचा प्रदेश आहे. महाराष्ट्रानेच देशाला राष्ट्रीय बाण्याच्या इतिहासकारांची व त्यांच्या पंथाची पहिली पिढी दिली. त्यामध्ये न्या. म. गो. रानडे, रियासतकार गो. स. सरदेसाई, का. ना. साने, वासुदेवशास्त्री खरे, इतिहासाचार्य वि. का. राजवाडे, द. ब. पारसनीस आणि इतर असे एकाहून एक रथी–महारथी होते. आता आपण असे म्हणू की, त्यांनी विकसित केलेल्या संज्ञा–संकल्पना व उभरलेली प्रमेये कालप्रवाहात तग धरू शकली नाहीत. नंतरच्या संशोधनानी ते सर्व कोलमडून पडले; पण पहिल्या पिढीतील या संशोधकांच्या कार्यांनी भारतीय इतिहास–संशोधनातील संस्कृत आणि फार्सी भाषांतील साधनसाहित्याची

मक्तेदारी उखडून काढली व त्या जागी मराठी भाषेतील न संपणाऱ्या साधन-साहित्याचे समृद्ध भांडार उघडे केले. हे त्यांचे कार्य निर्विवादपणे मान्यच करावे लागले. हेच कार्य अन्य भाषिकांनी कालांतराने उभारण्यास सुरुवात केल्यावर भारतीय इतिहासातील पूर्वग्रह व निरुत्साह कोलमडून पडू लागला.

महाराष्ट्राच्या भव्य व वैभवशाली इतिहाससंशोधन परंपरेचा वारसा, खाणा-खुणा प्रा. अ. रा. कुलकर्णी यांच्या लेखनातून सहजच दिसून येतात. परंपरेशी एकनिष्ठ असल्याचे ते कधीही शपथेवर कथन करीत नाहीत. आपल्या लेखनातून ते निष्ठा स्पष्टपणे दाखवितात, त्यामुळेच त्यांच्या ठायी आंधळेपणाने वाहत जाणे अथवा अनाठायी टीका आढळून येत नाही. महाराष्ट्राची भक्ती व तेथील देशी संस्कृतीविषयीची अगाध ओढ प्रा. कुलकर्णींना कधीही वांशिक अथवा प्रादेशिक अभिमानाने संकुचित बनवीत नाही, तर त्यांच्या भारताविषयीच्या निष्ठा व एकात्मतेविषयीच्या दृढ श्रद्धा भक्कम राखूनही त्यांनी जाणिवा तसेच भारतीय इतिहासलेखनातील जातीय घटक यांकडे कधीही दुर्लक्ष केलेले नाही. हे भान भल्या-भल्यांना सांभाळता आलेले नाही.

प्रा. कुलकर्णी यांच्या ठायी असलेले हे भान मोगल साम्राज्य-विरोधी चळवळीचे महाराष्ट्रातील उधाण व छत्रपती शिवाजीमहाराजांनी स्थापन केलेल्या स्वतंत्र राज्याचे योग्य ते मूल्यमापन करताना अनुभवास येते. महाराष्ट्रातील मध्ययुगातील घटना आणि शिवाजीमहाराजांचे व्यक्तिमत्त्व यांचे अन्वयार्थ; दशकापाठोपाठ दशकांमधून कशा प्रकारे क्रांतिकारकरीत्या बदलत गेलेले आहे, याची जाणीव भारताच्या मध्ययुगीन-विशेषतः मराठ्यांचा इतिहास अभ्यासणाऱ्या प्रत्येक अभ्यासकास नक्कीच आहे. शिवाजीमहाराजांना 'लुटारूंचा नायक' व त्यांच्या हिंदवी स्वराज्याला 'लुटारूंचे राज्य' असे तिरस्काराने म्हणणारे साम्राज्यवादी इतिहासकार एका टोकाला तर दुसऱ्या बाजूला राष्ट्रीय बाण्याचे इतिहासकार (केवळ मराठी इतिहासकारच नव्हे) छत्रपतींच्या कार्यात 'हिंदूंचे व हिंदुधर्मा'चे उद्धारक - संरक्षक कार्य पाहात व त्यांचे राज्य म्हणजे हिंदू-धर्माधिष्ठित राज्याचे पुनर्जीवक वाटत असे. अलीकडील काही विद्वानांनी मराठ्यांच्या चळवळीला उच्चस्थानावरून खाली उतरविले आहे. त्यांना या चळवळीत 'सामंतशाही'चा अंश आढळतो. जमिनीची मालकी, राजकीय सत्ता यासाठीची ही चळवळ म्हणजे सामंतशाही (मराठे व मोगल) अभिजनांचा केवळ सत्तासंघर्ष वाटतो. या संघर्षात मराठी वतनदार मंडळी सामाजिक दर्जा वधारण्याचाही उद्योग करीत असत.

केवळ या वादातच नव्हे, तर अन्यत्रही प्रा. अ. रा. कुलकर्णी यांची भूमिका समतोलाची व समंजसपणाची आहे. एका सर्वसमावेशक व पूर्वग्रहविरहित इतिहासकाराला शोभेल असे त्यांचे लेखन आहे. म्हणून त्यांच्या लेखनात शिवाजीमहाराज व त्यांचे राज्य हे केवळ हिंदू आणि मराठा संस्कृतीचे फळ न रहाता ते समस्त दख्खनी संस्कृतीचे व्यापक

प्रतीक ठरलेले आहे. त्यामध्ये हिंदूंचे राज्यकारभार कौशल्य व कला तसेच मलिकअंबर व अन्य मोगल प्रशासकांच्या पूर्वसूरींचे अंशही आढळतात. अ. रा. कुलकर्णी यांची मांडणी म्हणूनच अन्य विद्वानांच्या आधुनिक मांडणीशी मिळतीजुळती आहे. हीच मांडणी वस्तुस्थितीच्या पुराव्यांनी खरी ठरते. मराठ्यांच्या स्वराज्यासाठी दख्खनी मुस्लिम समाज प्राणपणाने का लढला याचे समर्थनही त्यामध्ये अनुभवास येते.

महाराष्ट्रातील मोगलविरोधी चळवळीचे समग्र मूल्यमापन करताना मात्र अ. रा. कुलकर्णी यांचे मत विरोधी वाटते. मराठा अभिजनवर्गाची राजकीय व सामाजिक महत्त्वाकांक्षा व तिचे महत्त्व त्यांनी अचूक ओळखलेले आहे; पण त्याच वेळी अ. रा. कुलकर्णी छत्रपती शिवाजीमहाराजांनी स्थापन केलेल्या 'स्वराज्या'ला सार्वभौम राज्य म्हणतात व मराठ्यांचे राज्य या भूप्रदेशातील रयतेच्या कल्याणासाठीचे होते हे हिरिरीने सिद्धही करून दाखवितात. ही त्यांची मांडणी जरा जास्तच परंपरावादी वाटण्याबरोबरच ती मागच्या पिढीतील राष्ट्रवादी मराठा इतिहासकारांच्या समजुतीवर आधारित आहे हेही जाणवते. हे त्यांचे मूल्यमापन स्टुअर्ट गॉर्डन याच्या विधानाच्या अगदी विरोधी आहे. गॉर्डन सरळ विचारतात – 'सतराव्या शतकात महाराष्ट्रात स्पर्धा करण्यासारखे, प्राण पणाला लावून मिळविण्यासारखे होते तरी काय?' बेधडकपणे प्रश्न विचारणारे हे अमेरिकन विद्वान-इतिहासकार मग जमीनजुमला, व्यापारातून मिळालेला पैसा-अडका यांच्या याद्यांची छाननी करून अखेर अनुमान काढताना म्हणतात, ''जमिनीच्या उत्पादनातील आपला हक्क ठरविण्याच्या अधिकाराबाबत सर्व काही चाललेले होते.'' हे 'हक्क' (वाटा) व त्याचे ऐतिहासिक महत्त्व प्रा. अ. रा. कुलकर्णी यांनाही पटलेले आहे; परंतु, तेच सर्वात महत्त्वाचे त्यांना वाटत नाही. ज्येष्ठांच्या 'आदर्शवादी' मतांचे प्रतिनिधित्व करणारे अ. रा. कुलकर्णी आपल्या मातीशी रक्ताने व मनाने, भावनेने अतूटरीत्या जोडलेले आहेत. त्याच्याशी इमान राखून तेही कल्पना करतात. दऱ्याखोऱ्यांचा, डोंगराळ प्रदेशाचा महाराष्ट्र देश, भाषा, देशी परंपरा, धर्म व विविध पंथ यांमुळेच सर्वांना हवा-हवासा वाटत होता. त्यासाठी स्पर्धा व प्रसंगी जीवघेणा संघर्षही चाललेला होता.

जबलपूर (१९७०) येथे भरलेल्या विसाव्या अखिल भारतीय इतिहास परिषदेच्या मध्यविभागाचे अध्यक्ष म्हणून त्यांनी जे अभिभाषण केले त्यामध्ये 'सोशल रिलेशन्स इन दि मराठा कंट्री' यावर प्रा. अ. रा. कुलकर्णी यांनी भर देऊन जो मुद्दा आग्रहाने मांडला तो म्हणजे 'महाराष्ट्रीयांची ओळख म्हणजे त्यांचे भावविश्व. हे भावविश्व हिंदू-मुस्लिम आध्यात्मिक परंपरांच्या आदान-प्रदानातून विकसित झालेले असून या प्रदेशातील दोन्ही समाज त्याचे सारखेच वाटेकरी आहेत.' महाराष्ट्रीय इतिहासकारांमध्ये आढळून येणारे 'सनातनीपण' अ. रा. कुलकर्णी यांच्याठायी आहे; पण ते अंतर्भूत व लवचिक आहे. इतरांच्याप्रमाणे ते वरपांगी नाही.

आपापल्या वर्गाचे-गटाचे हितसंबंध जपणारी सामाजिक, आर्थिक व राजकीय प्रक्रिया प्रभावीपणे मांडणारे लेखन तिरस्करणीय वाटणार. कारण, या नाण्याची दुसरी बाजू म्हणजे मराठ्यांचे भावविश्व, त्यांची स्वप्ने ही होय; जर यांपैकी एकच बाजू प्रभावीपणे पुढे आणली तर ती खरे चित्र दाखविण्यास असमर्थ ठरवणारी होईल. या संदर्भातील प्रा. अ. रा. कुलकर्णी यांची भूमिका समतोलाची आहे. त्यामध्ये सामाजिक-आर्थिक, राजकीय, सांस्कृतिक अथवा धार्मिक घटकांचाच प्रामुख्याने त्यांनी मुद्दा मांडलेला असतो; अशा व्यापक भूमिकेमुळे त्यांना बहुरंगी आणि विविध पैलू असणारे चित्र मांडणे शक्य झालेले आहे. त्यांच्या भूमिकेचा शुभारंभ 'शिवकालीन महाराष्ट्र' या 'अभिजात' ठरलेल्या ग्रंथापासूनच पाहवयास मिळतो.

प्रा. कुलकर्णी यांची लेखनशैली त्यांच्या सर्वच लेखनावर प्रभाव टाकणारी अशी आढळते. त्यांच्या दृष्टीने 'अर्थ-व्यवस्था', 'राजकारण', 'धर्म' ह्यांचे स्वतंत्र असे अस्तित्व नाही. उदाहरणच पहा ना ! 'शिवकालीन मराठी-ब्राह्मण समाजां'चे चित्रीकरण करताना स्वाभाविकपणे ते धर्म-क्षेत्रात प्रवेश करतात; पण अल्पावधीतच ते तर्कशुद्ध पद्धतीने आर्थिक, राजकीय आणि प्रशासकीय क्षेत्राकडेही वळतात. त्यांच्या भूमिकेची अशीच अनुभूती '१७३९च्या वसई मोहिमे'च्या निबंधातसुद्धा येते. या निबंधात विद्वान लेखक धर्मकारण हे मोहिमेमागील एक प्रभावी उद्दिष्ट आहे, हे दाखविताना भौतिक व राजकीय उद्दिष्टेही तेवढीच महत्त्वाची होती हे मोठ्या सफाईदारपणे ते पटवून देतात; वर नमूद केलेल्या 'सोशल रिलेशन्स इन मराठा कंट्री' या अभिभाषणात जास्ती भर धर्मकारण व जातीय संबंधावर आहे खरा. तो काहींना तर्कशुद्ध वाटणारही नाही. असे वाटणारे मध्ययुगीन समाजव्यवस्थेतील धर्माचे महत्त्व व त्याचा प्रभाव या वास्तवाकडे दुर्लक्ष करीत असल्याचे स्पष्टपणे जाणवते.

वसाहतपूर्वकालीन 'शेती' इतिहास हे अभ्यासक्षेत्र भारतीय आणि परदेशी अभ्यासकांना एक महत्त्वाचे क्षेत्र आहे. या क्षेत्रातही प्रा. अ. रा. कुलकर्णी यांचा वावर व्यापक आणि विस्तीर्ण असा आहे. त्यांच्या 'मध्ययुगीन महाराष्ट्रा'वरील प्रमुख लेखनातून शेतीतील संबंधांचा समावेश असणारे एखादे प्रकरण अथवा परिच्छेद नक्कीच आढळून येतो; पण या विषयावर त्यांचे सविस्तर लेखन 'दि इंडियन व्हिलेज विथ स्पेशल रेफरन्स टू मेडिव्हल डेक्कन (मराठा कंट्री)' यामध्ये पहावयास मिळते. अतिभावनावश असा एखादा अभ्यासक औपचारिक तर्क वापरून हा अ. रा. कुलकर्णी यांचा लेख अंतर्गत तर्कदोष-विसंगतिपूर्ण म्हणेल; पण तोसुद्धा त्यामधील इतिहासलेखनाचा आढावा स्वीकारीलच. लेखातील ज्या प्रतिनिधिक खेड्याचे वर्णन आलेले आहे ते खेडे महाराष्ट्रीयन आहे; अशा टीकाकारांनी एक गोष्ट लक्षात ठेवावी की, 'भारतीय खेडे' हा प्रकार कधीच अस्तित्वात नव्हता व कदापीही असणार नाही. अन्य कोणत्याही क्षेत्रापेक्षा शेतीच्या

क्षेत्रात प्रादेशिक आणि स्थानिक परिस्थिती (पर्यावरण, तंत्रज्ञान, सामाजिक, सांस्कृतिक इ. संदर्भातील) हीच शेवटी निर्णायक ठरते. मराठी साधनांचा प्रामुख्याने वापर करून अ. रा. कुलकर्णी महाराष्ट्रीयन खेड्याचा अभ्यास जरी करीत असले तरी त्यांना एखादे विशिष्ट खेडे व सर्वसामान्य खेडे यांच्यातील विरोध-विकास सूत्र पूर्णपणे ज्ञात आहे व महाराष्ट्राच्या शेतीव्यवस्थेचा इतिहासही ते कदापीही दृष्टिआड होऊ देत नाहीत हे सुज्ञ वाचकाच्या सहजच लक्षात येते.

एखाद्या विषयावर वादंग माजविण्यासाठी लेखन करण्याचा अ. रा. कुलकर्णी यांचा कधीही हेतू नसतो; असे जरी असले तरी त्यांचे काही लेख व शोधनिबंध अनिवार्यपणे वादाचे ठरलेले आहेत. ही वस्तुस्थिती अन्य विषयांमध्ये शेतीच्या इतिहाससंदर्भात ठळकपणे जाणवते. त्यामुळेच हा विषय नेहमीच वादाचा, चर्चेचा ठरत आलेला आहे. वाद दाखविणारी त्यांची शैली वर नमूद केलेल्या 'दि इंडियन व्हिलेज' यामध्ये प्रामुख्याने प्रत्ययकारीरीत्या अनुभवास येते. विषयाच्या मांडणीच्या प्रारंभीच त्यांनी नि:पक्षपातीपणे व अत्यंत आदराने अन्य मान्यवरांच्या या विषयावरील लेखनाचा आढावा घेतलेला आहे. त्यामध्ये सुरुवातीला प्रशासक-संशोधक ब्रिटिश अधिकारी आहेत, त्यानंतर मार्क्स व अखेरीस समकालीन विद्वान आहेत. आढावा घेतल्यानंतर अ. रा. कुलकर्णी आपले महाराष्ट्रीयन खेड्याचे चित्र उभे करतात, त्यामध्ये साधन-साहित्याला त्यांनी बोलके केलेले आहे. यामुळे आपोआपच काही कालबाह्य ठरलेली व विस्कळित अशी प्रमेये कोलमडून पडलेली आहेत. त्यामध्ये 'खेड्यांची स्वयंपूर्णता', 'अपरिवर्तनीय ग्रामीण समाज', किंवा 'मालकीहक्का'चे जमिनीच्या संदर्भातील अस्तित्व' इत्यादींचा समावेश करता येतो. याच पद्धतीचा अवलंब त्यांनी आपल्या लेखातून, शोध-निबंधातून अन्य वादग्रस्त विषय हाताळताना केलेला आहे.

अ. रा. कुलकर्णी यांचे मध्ययुगीन इतिहासावरील संशोधन वर म्हटल्याप्रमाणे सर्वसमावेशक असल्याने वाखाणण्याजोगे आहे. त्यांच्या पद्धतीचा एक वैशिष्ट्यपूर्ण भाग म्हणजे त्यामध्ये आढळून येणारी समावेशकता ! ती अगदी विरोधी मताला सामावून घेऊन त्यामधूनही उपयुक्त माहिती व रास्त असे घटक शोधणारी ठरते. वादाच्या प्रसंगी या पद्धतीचे महत्त्व कळून येते; अशा वादामधून जे मुद्दे उपस्थित करण्यात येतात, ते विद्वान संशोधकाच्या वापरलेल्या कागदपत्रांतील अस्पष्टतेतून अथवा घटित घटनेच्या वादग्रस्ततेतून किंवा वादग्रस्त प्रक्रियेतून क्वचितच उद्भवणारे असतात. ते उद्भवतात संशोधकाच्या पंथीय निष्ठा अथवा संशोधनपद्धतीतून. त्यामुळे असे संशोधक दुराग्रही तर ठरतातच, शिवाय ते दुसऱ्यांचे मुद्दे हाणून पाडतात. या संदर्भातील उत्तम उदाहरण म्हणजे सबअल्टर्न पंथ व त्यांचे विरोधक यांच्यातील वाद ! अ. रा. कुलकर्णी यांच्या संशोधनकार्यातील काही विषय सबअल्टर्न विषयाशी जवळीक दाखविणारे नक्कीच

आहेत, (इतिहाससंशोधनाला अशा प्रकारची संज्ञा लावता येत असेल तर) त्यामध्ये पहिले नाव घ्यावे लागते ते म्हणजे त्यांच्या इंदापूर तालुक्यावरील (पुणे जिल्हा) प्रकल्पाचे ! हा प्रकल्प १७व्या, १८व्या व १९व्या शतकांतील विश्वासार्ह कागदपत्रांवर आधारलेला आहे. त्यानंतर उल्लेख करावा लागतो तो मालवण बंदर शहरावरील निबंधाचा !! क्षेत्रीय सर्वेक्षण अशक्य आहे याकडे कानाडोळा केला तरी हे प्रकल्प पूर्णपणे सबअल्टर्न स्वरूपाचे आहेत. त्यामधील संशोधन एका विशिष्ट भू-प्रदेशाशी व तेथील आर्थिक स्थिती, सामाजिक संबंध इत्यादींशी निगडित व अनुरूप असे आहे. इंदापूरच्या कागदपत्रांतून मिळणारी शेतीउत्पादन कर, खंड, सामाजिक गट, आर्थिक हितसंबंध इ. बाबतची माहिती डॉ. अ. रा. कुलकर्णींना त्या विषयाची म्हणून उपयुक्त वाटतेच; पण अखिल भारताच्या संदर्भ चौकटीत महाराष्ट्रापुरती ही माहिती म्हणजे विकासप्रक्रियेचे मानदंड असल्यासारखी आहे. अशाच प्रकारे मालवण व चौल संदर्भातील माहिती नागर समाज व अर्थव्यवस्थेसंदर्भात मानदंडासमान ठरते. अ. रा. कुलकर्णी यांच्या लेखनातून येणारे 'लहान मुद्दे' विरोध-विकास सूत्रानुसार; पण तर्कशुद्ध पद्धतीने 'मोठ्या मुद्द्यांना' जोडण्यासारखे आहेत. इंदापूर संशोधनप्रकल्पातील 'जिझिया' संदर्भातील दस्तऐवज व्यापक अशा भारतीय ग्रामव्यवस्थेशी जोडता येतो. 'मालवण-चौल'वरील संशोधनप्रकल्प असाच 'व्यापार-व्यवसाय व मराठे' आणि समग्र असा 'महाराष्ट्राचा व्यापारी इतिहास' प्रकल्पाशी जोडता येण्यासारखा आहे; अशाच प्रकारे अद्भुत असे शिवाजीमहाराजांचे आग्र्याहून सुटका प्रकरणावरील अ. रा. कुलकर्णी यांचे संशोधन घटनेच्या वास्तवावर प्रकाश टाकणारे तर ठरतेच; शिवाय त्यामधून 'मराठ्यांचा स्वभावधर्म' यासारख्या तात्त्विक विषयाचे उत्तम आकलन होण्याच्या दृष्टीने फायदेशीर ठरू शकते. ही सर्व उदाहरणे हेच दाखवितात, की एका संशोधकाच्या ठायी सामाजिक शास्त्रे-विशेषत: इतिहासाच्या संशोधनासंदर्भात विविध मार्ग सुंदररीत्या एकवटलेले आहेत. हे विविधसंशोधन मार्ग एकत्रित येऊ शकतात व एकमेकांना साहाय्यकारी ठरू शकतात. त्यासाठी संशोधक मात्र पूर्वग्रहविरहित, संशोधनपद्धतीबाबत नि:पक्षपाती आणि कोणाशी संलग्नता नसणारा पाहिजे. त्यांनी आपल्या ठायी असलेला पूर्वसूरींचा तसेच समकालीनांकडून जमा केलेला समृद्ध अनुभव-साठा आणि नव-नवीन कल्पना यांचा सुंदर मिलाफ बेमालूमपणे साधला पाहिजे.

अ. रा. कुलकर्णी यांचा व्यासंग प्रवाही आणि नवनवीन प्रायोगिकता यांचा सुंदर समतोल प्रदर्शित करणारा आहे. त्याचा प्रत्यय त्यांनी लिहिलेल्या इतिहासलेखनावरील व समीक्षानिबंधावरून येऊ शकतो. 'इंडियन व्हिलेज' किंवा 'दि आउटलाइन हिस्ट्री ऑफ दि मराठाज्' यांमधील इतिहासलेखनाच्या आढाव्याखेरीज अ. रा. कुलकर्णी यांनी मराठ्यांच्या इतिहासावर संशोधनकार्य केलेल्या ग्रँट डफ, शार्ल द ओशोवा व अन्य ख्यातनाम इतिहाससंशोधकांवर लेख लिहिलेले आहेत. त्यांनी संपादित केलेल्या 'हिस्ट्री

इन प्रॅक्टिस' या ग्रंथात रिचर्ड टकर यांचा 'न्या. म. गो. रानडे' हा लेख तसेच डिटमार रॉदरमंड यांचा 'एम. सी. स्प्रेंगल', रघुवीर सिंगांचा 'जदुनाथ सरकार' यांच्यावरील लेख समाविष्ट आहेत. या ग्रंथाचे संपादन केवळ योगायोगाने त्यांच्याकडे आलेले नसून ग्रंथाची योजना व त्याचे संपादन हे केवळ अ. रा. कुलकर्णी यांचेच आहे. पूर्वजांचा वारसा व त्याविषयी असलेला आदरभाव सृजनशील असल्यानेच हे कार्य घडलेले आहे. अ. रा. कुलकर्णी-यांच्या ठायी पूर्वजांविषयी जी जवळीक आहे ती भक्कम पायाभरणी करणाऱ्या परंपरांची व स्वत:च्या मराठ्यांच्या इतिहासासंदर्भातील ज्ञानाची उभारणी पूर्वजांच्या भक्कम पायावरच झालेली आहे, या जाणिवेपोटी कृतज्ञतेची आहे. पूर्वजांकडून मिळालेला वारसा नवनवीन दिशा व वाटा दाखविणाराही आहे.

वर नमूद केलेला ग्रंथ व उल्लेखण्यात आलेले ख्यातनाम मराठ्यांच्या इतिहाससंशोधकांवरील लेख, याखेरीज अ. रा. कुलकर्णी यांनी 'मराठी सोअर्स मटेरियल फॉर स्टडी ऑफ व्हिलेज कम्युनिटीज् ऑफ महाराष्ट्र', 'पोर्तुगीज इन दि डेक्कन : अ स्टडी ऑफ न्यू मराठी डॉक्युमेंट्स फ्रॉम लिस्बन', 'मराठी रेकॉर्ड्स ऑफ दि व्हिलेज कम्युनिटीज इन दि गोवा आर्काव्हिज्' आणि अखेरीस सर्वात महत्त्वाचे म्हणजे 'आर्काव्हिल मूव्हमेंट इन बॉम्बे प्रेसिडेन्सी : कलोनियल पॉलिसी अ‍ॅण्ड पॉप्युलर रिव्होल्ट' ! यांपैकी काही लेख प्रस्तुत खंडात प्रथमच प्रकाशित झाले, तर काही पूर्वी प्रकाशित झालेले पुनर्प्रकाशित करण्यात आले. हे प्रथम प्रकाशन व काहींचे पुनर्प्रकाशन समयोचितच होते. त्यांमधून अ. रा. कुलकर्णी यांचा नैसर्गिक कल व त्यांचे इतिहासाचे आकलन स्पष्ट होते. त्यामधून तीन स्तरांचे स्पृहणीय स्पष्ट होते. साधनांवर आधारित असे इतिहासाचे ज्ञान त्यात दिसते. मध्ययुगीन इतिहासकार, अठरा, एकोणीस व विसाव्या शतकाच्या पूर्वार्धातील इतिहासकार आणि आधुनिक लेखक यांच्याकडून हे इतिहासाचे ज्ञान उपलब्ध झालेले आहे. अ. रा. कुलकर्णी यांना मध्ययुगीन इतिहास अभ्यासविषय म्हणून महत्त्वाचा वाटतो, शिवाय त्या घटनांचा नंतरच्या घटनांवरील प्रत्यक्ष प्रभाव त्यांना विशेष महत्त्वाचा वाटतो. मध्ययुगात आरंभी आढळणाऱ्या कित्येक प्रक्रिया आणि विकासाचे प्रकल्प आधुनिक युगातही अविरतपणे चालू आहेत. त्यांचा अभ्यास व आकलन मध्ययुगीन अभ्यासकांच्या सहभागाखेरीज अशक्य आहे. त्याचा प्रत्यय अ. रा. कुलकर्णी यांच्या 'दि प्रोसेलिटायझेशन अ‍ॅण्ड प्युरिफिकेशन मूव्हमेंट इन गोवा अ‍ॅण्ड कोकण' किंवा 'इंदापूर आणि मालवण'वरील लेखांतून येतो. दुसरे उत्तम उदाहरण म्हणजे 'आर्काव्हिल मूव्हमेंट इन बॉम्बे प्रेसिडेन्सी' या लेखात त्यांनी महाराष्ट्रातील मुक्तिसंग्रामाची पाळेमुळे महाराष्ट्राच्या मध्ययुगीन इतिहासाची मूल्यमापन करण्याची पद्धती व त्यामधून उगम पावणारी स्वत्वाची जाणीव यांच्याशी कशी निगडित आहे हे मोठ्या कौशल्याने संशोधनाद्वारे दाखविले आहे.

कधीही न संपणारा नव्या साहित्यसाधनांचा ध्यास हे अ. रा. कुलकर्णी यांच्या संशोधनकार्याचे खास वैशिष्ट्य होय. या ध्यासापोटी ते महाराष्ट्राच्या अभिलेखागाराबरोबरच राजस्थान, दिल्ली, गोवा, फ्रान्स, इंग्लंड, पोर्तुगाल येथील अभिलेखागाराकडे सतत धाव घेत असतात. त्यांच्या व्यापक-विशाल दृष्टिकोनाचा प्रत्यय त्यांनी संशोधनासाठी निवडलेल्या कागदपत्रांवरून दृष्टी टाकली तर सहजच येऊ शकतो. काही संशोधक मध्ययुगीन इतिहासाचा अभ्यास करताना केवळ काहीच (फार्सी, युरोपियन इ.) साधन-साहित्यावर विशेष भर देताना आढळतात; कारण ती साधने त्यांना हवी असलेली सर्व माहिती पुरवितात. याचा परिणाम म्हणजे त्यांच्या संशोधनातून चित्र साकार होते ते बहुरंगी असे असते. प्रस्तुत संदर्भात हे नमूद करणे योग्य होईल की, या आधुनिक पद्धतीपेक्षा वेगळ्या पद्धतीचा अवलंब करून अ. रा. कुलकर्णी आपल्या मध्ययुगीन साधनांवर सर्वसाधारणपणे विश्वास ठेवतात आणि अनेक बाबतीत, अगदी प्रेमकथांतसुद्धा – ज्यांचा इतर संशोधक स्वीकार करीत नाहीत – काही सत्यांश असतो असे ते मानतात. संशोधकाचा सूक्ष्म व बारकावे शोधण्याचा ध्यास यामुळेच हे शक्य होते. शिवाय अथक वाचन व अन्य साधनांतून मिळालेल्या माहितीशी पडताळून पाहण्याची त्यांची संशोधनपद्धतीही त्यांना खोटीनाटी व अविश्वासार्ह माहिती दूर ठेवण्याच्याकामी साहाय्यक ठरते.

'जुने ते सोने' या परंपरेतील प्रा. अ. रा. कुलकर्णी, त्या परंपरेप्रमाणे प्रथम साधनांमधून पुढे येणारी माहिती व घटित घटना महत्त्वाच्या मानणारे आहेत. त्यानंतर अर्थ-अन्वयार्थ येतो. या पद्धतीबाबत विविध मते असण्याची शक्यता आहे. अ. रा. कुलकर्णी यांची अनुमाने व अंदाज भक्कम पायावर उभारलेले असल्याचे जाणवते. याच्या अगदी उलट अनुभव सध्या येतात. आपल्या समोरील 'चर्चाविश्वा'वर संशय घेण्याची पद्धती आकर्षक होत आहे. अ. रा. कुलकर्णी विधायक-बांधीव असे एक महत्त्वपूर्ण काम करतात. ते उपलब्ध असलेले सर्व पुरावे समोर ठेवून त्यांचे विश्लेषण करतात व काही अनुमान काढतात. त्याला छेद देणारे अथवा उद्ध्वस्त करणारे दुसरे भक्कम पुरावे जर पुढे आले, तर मूळचे अनुमान स्पर्धक असे पर्यायी ठेवतात. 'विरचना'वादी उद्योगातील एखाद्याला ही पद्धती कालबाह्य वाटेल; पण तटस्थपणे व निःपक्षपातीपणाने विचार केला, तर अ. रा. कुलकर्णी यांची इतिहास-संकल्पना एवढी व्यापक आढळते, की त्यामध्ये सर्वच नवीन शोधांना संशोधन-पद्धतीमधील नवनवीन प्रकारांना सहज सामावून घेता येण्यासारखे आहे. त्यामुळेच त्यांनी प्रकाशित केलेले अथवा सादर केलेले लेख व शोधनिबंध आपण जर अन्य देशांतील अथवा अन्य पंथांतील संशोधकांच्या अनुमानासोबत ठेवले तर त्यांमधून कमी तर काही करता येणार नाहीच; पण ते आधुनिक संशोधकांच्या संशोधनाप्रमाणे ताजे-टवटवीत व विचारप्रवर्तक असे ठरतात. याची प्रचिती म्हणजे त्यांचे इतर संशोधकांशी असलेले घनिष्ठ संबंध होय. त्यामुळेच त्यांना आंतरराष्ट्रीय

स्तरावर संपर्क, सहभाग उपलब्ध होऊ शकलेला आहे. अनेक चर्चासत्रांना, परिसंवादांना त्यांची उपस्थिती व इंग्लंड, फ्रान्स, अमेरिका, जपान, जर्मनी, ऑस्ट्रेलिया, कॅनडा, रशिया आणि अन्य देशांतील विद्वानांबरोबरचे त्यांचे संयुक्त संशोधन-प्रकल्प हे होय.

सारांश, अ. रा. कुलकर्णी हे परंपरेचे अत्यंत प्रामाणिक अनुयायी असून, त्यांनी महाराष्ट्राच्या ख्यातनाम राष्ट्रप्रेमी इतिहासकारांचा वारसा डोळसपणे व विधायकपणे उपयोगात आणलेला आहे. त्यांची परंपराप्रियता धाडसी अशा नवनवीन प्रयोगांशी सहज स्पर्धा करू शकणारी आहे. शिवाय त्यांची परंपराप्रियता इतकी लवचिक व सर्वसमावेशक अशी आहे, की त्यापुढे ताठर अशी आत्मकेंद्रित टोकाची आधुनिकता निष्प्रभ ठरू शकेल. विशाल मनाचे, सनातनी वृत्ती नसलेले, अपार कष्ट घेणारे आणि वस्तुनिष्ठ असे अभ्यासक विद्वान अ. रा. कुलकर्णी हे खरोखरच प्रगतिशील असे विद्वान मानावे लागतात. त्यांच्यामध्ये व त्यांनी केलेल्या संशोधनकार्यामध्ये आपणास भूतकाळ, वर्तमानकाळ, भविष्यकाळ यांना सांधणारा आवश्यक असा धागा मिळू शकतो. त्याखेरीज उच्च कोटीचे, उच्च दर्जाचे इतिहाससंशोधन केवळ कदापीही शक्यच नाही.

(युजेनिया व्हॅनिना, या मास्को विद्यापीठांतील, सेंटर फॉर इंडियन स्टडीजच्या भाषाशास्त्र विभागातील संशोधिकेच्या A. R. Kulkarni - 'A Progressive Traditionalist' या इंग्रजी लेखाचा मराठी अनुवाद – प्रा. म. आ. कुलकर्णी. 'इतिहास शिक्षक' मासिक, पुणे यांच्या सौजन्याने.)

❏

ग्रंथनामसूची

(१) मराठी

आत्रे त्रिं. ना. – गावगाडा, मुंबई, मोटे प्रकाशन ३ री आवृत्ती, १९५९.

ॲक्वर्थ आणि शालिग्राम – इतिहासप्रसिद्ध पुरुषांचे व स्त्रियांचे पोवाडे (आ. रा.), आर्यभूषण प्रेस, पुणे, १९११

मराठे आणि पेशवे यांचे पोवाडे (आ. रा.) निर्णयसागर प्रेस, मुंबई, १८९१

आठवले सदाशिव – नाना फडणीस आणि इंग्रज, शिवाजी विद्यापीठ, कोल्हापूर

रामशास्त्री प्रभुणे, श्रीविद्या, पुणे १९८८.

सरदार बापू गोखले.

श्रीविद्या पुणे, १९९०

(सं) हिंगणे दफ्तर, खंड ३, भाइसंमं

पुणे, १९८६

(सं) शिंदेशाहीच्या इतिहासाची साधने, खंड, १२, मुंबई, १९९४

आपटे द. वि. – मुधोळ संस्थानच्या घोरपडे घराण्याचा इतिहास, पुणे, १९३४

लेखसंग्रह पुणे, १९४५

आणि ओतुरकर रा. वि. – महाराष्ट्राचा पत्ररूप इतिहास पुणे, १९६३.

आणि केळकर न. चिं. – शिवाजी निबंधावली

भाग १, २, ३, भाइसंमं.

पुणे – १९२५

आवळसकर, शां. वि. – आंग्रेकालीन अष्टागर

भाइसंमं. पुणे, १९४७

रायगडची जीवनकथा

महाराष्ट्र राज्य, मुंबई, १९७४

शिवचरित्र साहित्य खंड ७,
भाइसंमं. पुणे, १९४४

ओक प्रमोद – पेशवे घराण्याचा इतिहास
कॉन्टिनेंटल, पुणे, १९८५

ओतुरकर रा. वि. (सं) – पेशवेकालीन सामाजिक व आर्थिक पत्रव्यवहार
भाइसंमं, पुणे, १९५०

कर्वे इरावती – मराठी लोकांची संस्कृती
देशमुख, पुणे, १९५१

कवडे पां. बा. – छत्रपती शिवाजीमहाराज
यांचे चरित्र, पुणे, १९६१

काटे रा. गो. – संपूर्ण भूषण, भाइसंमं. पुणे, १९३०

कानडे मु. श्री. आणि परचुरे चिं. ना. (सं) – भा. इ. सं. मं. त्रैमासिकातील प्रकाशित लेख, साधने इ.सूची, भाइसंमं, पुणे, १९८१.

काळे दि. वि. – छत्रपति शिवाजीमहाराज, (आ ३) पुणे विद्यापीठ, पुणे, १९७६.

कीर्तने नी. ज. – मराठ्यांचे बखरीवर टीका, ग्रँट डफ कृत, पुणे, १८८४.

कुंटे म. मो. – राजा शिवाजी भाग १ ते ६,
सारस्वत प्रसारक मंडळी, पुणे, १९२४.

कुरुंदकर नरहर – श्री. छत्रपती शिवाजी महाराज जीवन रहस्य इंद्रायणी
साहित्य, पुणे, १९९१.

कुलकर्णी अ. रा. – जेम्स कनिंगहॅम ग्रँट डफ
मराठ्यांचा इतिहासकार व प्रशासक, पुणे विद्यापीठ, १९७१, आ. राजहंस, पुणे, २००६.
(हिंदी आवृत्ती – ग्रंथशिल्पी दिल्ली – २००५)

शिवकालीन महाराष्ट्र (३आ)
राजहंस पुणे, २००४.
(हिंदी) शिवाजी के समय का महाराष्ट्र, ग्रंथशिल्पी, दिल्ली २०००.

(सं) मराठ्यांचा इतिहास खंड १–३,
(सहसंपादक ग.ह.खरे) कॉन्टिनेटल, पुणे, १९८४–८६)

(सं.) पेशवे बखर (सहसंपादक – वि. म. कुलकर्णी

आणि अ. ना. देशपांडे)

देशमुख, पुणे, १९६३.

(सं.) परशराम चरित्र (सहसंपादक नरेंद्र वागळे) पॉप्युलर, मुंबई १९७४.

अशी होती शिवशाही, राजहंस, पुणे (आ३) २००४

पुण्याचे पेशवे, राजहंस, पुणे (आ ३), २००४

कंपनी सरकार (आ. २) २००४

मराठे आणि महाराष्ट्र, डायमंड पब्लिकेशन्स, पुणे २००६.

मध्ययुगीन महाराष्ट्र, डायमंड पब्लिकेशन, पुणे, २००६

(सं) जेधे शकावली, करीना, मानसन्मान, पुणे, १९९८

(सं) आज्ञापत्र, मानसन्मान, पुणे, २००४

कुलकर्णी म. रा. – मोडी लिपी परिचय आणि ऐतिहासिक नमुनापत्रे भारतीय इतिहास संकलन समिती, पुणे, १९९१

नाना फडणीस आणि राज्यप्रशासन, लेखक, पुणे, २००४.

पेशवाईतील न्यायदान, मानसन्मान, पुणे, १९९८

अक्षरलेणी, मानसन्मान, पुणे, १९९९.

केळकर न. चिं. – मराठे व इंग्रज, मॉडर्न बुक डेपो, (५ आ) पुणे, १९६३.

केळकर य. न. – वसईची मोहीम (१७३७–३९)

पुणे, लेखक, १९३७.

वासुदेवशास्त्री खरे, थोर इतिहाससंशोधक, मिरज, १९५६.

ऐतिहासिक पोवाडे किंवा महाराष्ट्राचा काव्यमय इतिहास भाग १ ते ३ टिळक महाराष्ट्र विद्यापीठ, पुणे, (१९२८ ते १९६५)

मराठी शाहीर आणि शाहिरी वाङ्मय, पुणे विद्यापीठ, पुणे, १९७४.

ऐतिहासिक शब्दकोश (आ.२)

डायमंड पब्लिकेशन्स, पुणे, २००७.

केळुसकर, कृ. अ. – छत्रपति शिवाजीमहाराज (आ.४) पुणे, १९९१

खरे ग. ह. –	ऐतिहासिक फार्सी साहित्य खंड १-६, भा. इ. सं.मं., पुणे – १९३४-१९७३.
	हिंगणे दफ्तर (सं) खंड २, भाइसंमं, १९४७.
	मंडळातील नाणी, भाइसंमं, पुणे, १९३३
	दक्षिणच्या मध्ययुगीन इतिहासाची साधने खंड १, भा.इ.सं.मं. पुणे, १९३०.
	संशोधकाचा मित्र खंड १ भाइसंमं, पुणे १९५१
	महाराष्ट्राच्या इतिहासाची विस्तृत शकावली, खंड १, भाइसंमं, पुणे, १९७७
	महाराष्ट्राची चार दैवते, भाइसंमं, पुणे.
	शहाजी-शिवाजी संबंध, लेखक, पुणे, १९७३
	निवडक लेख खंड १-२, लेखक, पुणे, १९७१, १९७२.
खरे य. वा. (सं) –	मराठी राज्याचा पूर्वार्ध, खंड १, लेखक, मिरज, १९२७.
	मराठी राज्याचा उत्तरार्ध खंड २, लेखक, मिरज, १९५२.
खरे वा. वि. (सं) –	हरिवंशाची बखर, आर्यभूषण, पुणे, १९०९.
	अधिकारयोग, महाराष्ट्र बुक डेपो, पुणे, १९०८.
	इचलकरंजी संस्थानचा इतिहास व इचलकरंजी दरबारातील निवडक पत्रे, यादी आर्यभूषण, पुणे १९१३.
	ऐतिहासिक लेखसंग्रह खंड १-११, लेखक, मिरज.
	खंड १२-१५-यशवंत वासुदेव खरे – एकूण ५ भाग. मिरज, १८९७-१९४८.
–	नाना फडणिसाचे चरित्र
	(आ ३) मिरज, १९२७.
	हिम्मत बहादूर चव्हाण घराण्याचा इतिहास, कोल्हापूर, १९६७
खलप वा. अ. –	गोमंतकातील सामुदायिक मालकीची ग्रामसंस्थापद्धती, खलप, पुणे, १९५५.

खोबरेकर वि. गो. –	इंग्रजी सत्तेविरुद्ध महाराष्ट्रातील शस्त्रउठाव, पॉप्युलर, मुंबई – १९५९.
	महाराष्ट्रातील दफ्तरखाने महाराष्ट्र-राज्य, मुंबई, १९६८.
	मराठ्यांच्या स्वाऱ्यांचे मुक्काम (१७०८–१८२०) मुंबई, १९७७.
	(सं) कोकणच्या इतिहासाची साधने (सहसंपादक – शिंदे शं. सं.) मुंबई, १९७१.
गद्रे ना. कृ. –	महाराष्ट्र महोदयाचा पूर्वरंग, मुंबई, १९७१.
गर्गे स. मा. –	करवीर रियासतीची कागदपत्रे (संपादक) खंड १-४, कोल्हापूर, १९७०–१९८२.
	गो. स. सरदेसाईंच्या रियासतींचे संपादक.
	(अ) ब्रिटिश रियासत खंड १-२
	पॉप्युलर, मुंबई, १९९३
	(ब) मराठी रियासत, खंड १-८
	पॉप्युलर, मुंबई १९८८–९२
	(क) मुसलमानी रियासत खंड १-२, पॉप्युलर, मुंबई, १९९३.
	हिंदुराव घोरपडे घराण्याचा इतिहास, दास्ताने, पुणे, १९८३
	कापशीकर सेनापती घोरपडे घराण्याचा इतिहास (सहलेखक शं. हवर्टीकर) कोल्हापूर, १९७४.
गवळी पी. ए. –	पेशवेकालीन गुलामगिरी व अस्पृश्यता (आ. ३) प्रचार प्रकाशन, कोल्हापूर, १९९०.
गुजर मा. वि. (सं) –	करवीर छत्रपति घराण्याच्या इतिहासाची साधने. भाग १-८, लेखक, पुणे, १९६२.
गुरुजी ह. रा. आणि जोशी शं. ना.	पेशवे दफ्तराची मार्गदर्शिका, विद्यार्थि गृह, पुणे, १९५५.
गुळवणी मु. गो. –	हुकमतपन्हा – रामचंद्र पंत अमात्य, कोल्हापूर, १९९४.
गोखले कमल –	शिवपुत्र संभाजी (आ – ३) नवकमल, पुणे – १९८१
गोखले के. पु. –	सरनोबत नेताजी पालकर
	राजहंस, पुणे, १९५४.

गोडबोले कृ. ब. – मौन्ट स्टुअर्ट एलफिन्स्टन साहेब यांचे चरित्र खंड १–२ दामोदर सावळाराम, मुंबई १९११–१२

गोरे रा. म. – श्रीमंत पंत अमात्य संस्थान बावडा यांचे वंशवृत्त, लेखक बावडा, १९१५

गोस्वामी, रा. पां. (सं) – शिवकाव्य सकळकळेकृत भाइसंमं, पुणे १९७४

चापेकर ना. गो. – पेशवाईच्या सावलीत, लेखक, पुणे, १९३७.

चांदोरकर आबा आणि जोशी आ. वा. – श्री शिवशाहीचा लेखनालंकार, पुणे,

चांदोरकर गो. का. – पेशवाईची अखेर, सत्कार्योत्तेजक सभा, धुळे.

चिटणीस म. रा. – संभाजीराजे यांचे चरित्र (आ ४) १९३०.

श्री शिवछत्रपति महाराज यांचे सप्तप्रकरणात्मक चरित्र, सं. का. ना. साने, निर्णयसागर, मुंबई

चितळे वि. सी. – पेठे दफ्तर भाग २, भाइसंमं, पुणे १९५०

चितळे वि. सी. आणि – भाऊसाहेबांची बखर, अनाथ

चित्रगुप्त – शिवाजी महाराजांची बखर संपादक का. ना. साने.

जाधव, रंगुबाई साहेब – मोगलमर्दिनी ताराबाई, करवीर राज्य संस्थापिका, बेळगांव, १९४६

जोशी गो. बा. – रायगड किल्ल्याचे वर्णन बडोदे, १८८५

जोशी र. मु. (संपादक) – पानिपतची बखर रघुनाथ यादव विरचित हैदराबाद, १९५५.

पुणे अखबार, भाग १–३ आंध्रप्रदेश सरकार, हैदराबाद, १९५६.

सनपुरीची बखर हैदराबाद, १९५०

जोशी लक्ष्मणशास्त्री – राजवाडे लेख संग्रह, साहित्य अॅकॅडमी, दिल्ली, (आ – २) १९८९.

जोशी शं. ना. – अर्वाचीन महाराष्ट्रेतिहासकाळातील राज्यकारभाराचा अभ्यास, भाग १, पुणे विद्यापीठ, पुणे, १९६०

छत्रपती शिवाजी महाराज यांची बखर, कृ. अ. सभासद विरचित, चित्रशाळा, पुणे, १९६०

मंत्र्युत्तम नाना फडणीस शकावली, भाइसंमं, पुणे,१९५०.

सेनापती दाभाडे दफ्तर भाइसंमं, पुणे, १९५१

	(संपादक) संभाजीकालीन पत्रसारसंग्रह भाइसंमं. पुणे, १९४९.
	शिवकालीन पत्रसारसंग्रह
	खंड १-३-भाइसंमं, पुणे १९३०
	शिवकालीन शकावली,
	भाइसंमं पुणे, १९३७
	मराठेकालीन समाज दर्शन, पुणे, १९६०
जोशी शं. ना. आणि –	शिवचरित्रसाहित्य खंड १, २, ३, ८, ९,
खरे ग. ह. (संपादक)	भाइसंमं, पुणे, १९३०-१९३७
टिकेकर श्री. रा. आणि –	आजकालचा महाराष्ट्र
पाध्ये प्रभाकर (सं)	वैचारिक प्रगती भारत गौरव ग्रंथ, मुंबई, १९३५
ठाकरे के. सी. –	प्रतापसिंह छत्रपती आणि रंगो बापूजी, मुंबई, १९४८
ठाकूर व्ही. व्ही. (सं) –	होळकरशाहीच्या इतिहासाची साधने खंड १-२, इंदोर, १९४४-४५
डिसकळकर द. बा. –	शिंदेशाहीची राजकारणे, खंड १ – सातारा, १९३४.
डोंगरे म. ग. –	(सं) भोसले कुलाचा वंशवृक्ष श्री सिद्धांत विजयग्रंथ अथवा मराठ्यांच्या इतिहासाच्या साधनांत नवी भर, कोल्हापूर, १९०६.
ढबु दा. गो. –	कुलाबाकार-आंग्रे सरखेल आंग्रे घराण्याचा इतिहास, लेखक, अलिबाग, १९३९.
ढापरे गो. ब. –	सातारचे छत्रपति यांचे प्रतिनिधी घराण्याचा इतिहास, पुणे, १८६७
ढेरे रा. चिं. –	महिकावतीची बखर (सं)
	अनमोल, पुणे, १९७२
	श्रीशिवदिग्विजय, अनमोल, पुणे, १९७५
	शिखर शिंगणापूर, श्री शंभुमहादेव, श्रीविद्या, पुणे, २००१.
ताटके अरविंद –	संशोधक सप्तर्षि –
	इनामदार, पुणे, १९६२
दिघे वि. गो. –	मराठ्यांच्या उत्तरेतील मोहिमा, भाग १, भाइसंमं, पुणे, १९३३
दिघे वि. गो. –	मुंबई, १९३४.

दिवेकर स. म. –	पर्णालपर्वतग्रहणाख्यान जयरामकवि विरचित भाइसंमं, पुणे, १९२३.
	श्रीशिवभारत लेखक, मुंबई, १९२७
दिवेकर स. म. आणि –	शिवचरित्रप्रदीप
आपटे द. वि.	भाइसंमं पुणे, १९२५
दीक्षित मो. गं. –	शाहू दफ्तरातील कागदपत्रांची वर्णनात्मक सूची
आणि खोबरेकर वि. गो.	खंड १ – नागपूर १९६९
देशपांडे प्र. न. –	छत्रपती शिवाजीमहाराजांची पत्रे, सुषमा प्रकाशन, धुळे, १९८३.
देशमुख विजय –	शककर्ते शिवराय खंड १,२, छत्रपती सेवा प्रतिष्ठान, नागपूर, १९८४
देसाई स. शं. (सं) –	करवीरचे छत्रपती आणि पोर्तुगीज, कोल्हापूर १९७८
	पोर्तुगीज-मराठा संबंध महाराष्ट्र राज्य, १९८९
	मराठ्यांच्या इतिहासाची साधने पोर्तुगीज दफ्तर खंड २ महाराष्ट्र राज्य, मुंबई १९७४
	शिवशाही पोर्तुगीज कागदपत्रे
	शिवाजी विद्यापीठ, कोल्हापूर, १९७७
नंदुरबारकर पां. रा. (सं)	श्री शिवदिग्विजय, बडोदे
आणि दांडेकर ल. का.	१८९५
नातू वि. र. –	माधवराव ऊर्फ महादजी शिंदे यांचे चरित्र, बेळगाव, १८९४
निगुडकर मि. धों. –	परशुरामभाऊ पटवर्धन यांचे चरित्र, पुणे, १८८२
पगडी, सेतुमाधवराव –	अहकामे आलमगिरी, परचुरे मुंबई, १९९३
	औरंगजेबाची अस्सल आज्ञापत्रे परचुरे, मुंबई १९९३
	मराठे व निजाम, उर्दू–फार्सी साधने, मुंबई १९६१
	मराठ्यांचे स्वातंत्र्ययुद्ध, जोशी लोखंडे, पुणे १९६२
	महाराष्ट्र कर्नाटकांतील सुवर्णकाल परचुरे, मुंबई १९८९
	मोगल आणि मराठे (सं) ठोकळ, पुणे १९६३
	मोगल दरबाराची बातमीपत्रे खंड १, २, ३ (सं) मुंबई १९७८–७९
	मोगल-मराठा संघर्ष, चित्रशाळा पुणे, १९६४

	शिवचरित्र : एक अभ्यास शिवाजी विद्यापीठ, कोल्हापूर १९७१
	हिंदवीस्वराज्य आणि मोगल, व्हीनस, पुणे १९६६
पगडी आणि फाटक न.र. (स)	पानिपतचा संग्राम भाग १ मुंबई १९६१
पटवर्धन पां. न.	बुंदेल्याची बखर १९२०
परांजपे शि. म. –	मराठ्यांच्या लढायांचा इतिहास (आ. २) चित्रशाळा, पुणे १९३४
परब का. पां.	मराठ्यांची बखर, जावजी दादाजी, मुंबई १८९२
परेरा ए. बी. द. ब्रागास –	मराठ्यांच्या इतिहासाची साधने पोर्तुगीज–मराठी भाषांतर मुंबई, १९६८
पवार आप्पासाहेब (सं)	जिजाबाईकालीन कागदपत्रे, शिवाजी विद्यापीठ, कोल्हापूर १९७५
	ताराबाईकालीन कागदपत्रे खंड १, २, ३ शिवाजी विद्यापीठ, कोल्हापूर ९६९–७१
पवार जयसिंगराव –	छत्रपती संभाजी स्मारक ग्रंथ, मंजुश्री, कोल्हापूर १९९०
	महाराणी ताराबाई, कोल्हापूर १९७५
	संताजी घोरपडे, मंजुश्री, कोल्हापूर १९८७
पंडित वि. प. –	नाना फडणीस यांची संक्षिप्त बखर मुंबई १८५९
पानसे मु. ग. –	यादवकालीन महाराष्ट्र पुणे विद्यापीठ, पुणे १९६३
पारसनीस द. ब. –	दिल्ली येथील मराठ्यांची राजकारणे – हिंगणे पत्रव्यवहार भाग १, २, मुंबई १९१३
	ब्रह्मेंद्रस्वामी धावडशीकर बाबाजी सखाराम, मुंबई १९००
	मराठ्यांचे आरमार मुंबई, १९०४
	महाराणी बायजाबाईसाहेब शिंदे यांचे चरित्र, मुंबई १९०२
	महेश्वर दरबारची बातमीपत्रे भाग १, २ मुंबई १९१०
पारसनीस द. ब. आणि मावजी पु. वि. (सं)	दक्षिणेतील सरदारांच्या कैफियती, यादी वगैरे पुणे १९०८ वतनपत्रे, निवाडपत्रे वगैरे पुणे १९०९
	सनदा पत्रांतील माहिती मुंबई, १९१३
पिंगुळकर व्ही. पी.–	सावंतवाडी संस्थानचा इतिहास सावंतवाडी १९०१

पिसुर्लेकर पां. स. –	पोर्तुगीज–मराठे संबंध पुणे विद्यापीठ, पुणे, १९६७
	मराठ्यांच्या इतिहासाची साधने खंड २ मुंबई १९७४
पिंडये जयराम –	राधामाधवविलास चंपू चित्रशाळा, पुणे १९२२
पुणतांबेकर श्री. व्यं. –	इतिहास आणि इतिहासशास्त्र याबद्दलचे राजवाडे यांचे विचार, राजवाडे संशोधन मंडळ, धुळे १९४४
पुरंदरे कृ. वा. –	चिमणाजी बल्लाळ ऊर्फ चिमाजी आप्पा लेखक, पुणे १८४८
	पुरंदरे दफ्तर खंड १–३ भाइसमं. पुणे, १९२९–३४
	शिवचरित्र साहित्य खंड १ भाइसमं, पुणे १९२६ खंड ७ (सह ब. द. आपटे) भाइसमं, १९३८
पुरंदरे ब. मो. –	राजा शिवछत्रपती, पुरंदरे प्रकाशन, पुणे १९८३
पुराणिक श. श्री. –	मराठ्यांचे स्वातंत्र्य समर भाग १ आणि २, काळ प्रकाशन, पुणे १९८२
पुरुषोत्तम –	देवी श्री अहिल्याबाई होळकर हिचे सचित्र चरित्र मोरमकर, मुंबई, १९१३
पेंडसे शं. दा. –	महाराष्ट्राचा सांस्कृतिक इतिहास, नागपूर १९३१
पोतदार द. वा. –	मराठी इतिहास व इतिहाससंशोधन, पुणे, १९३५
	शिवचरित्र साहित्य खंड २ भाइसमं, पुणे १९३०
फाळके आ. भा. (सं) –	शिंदेशाही इतिहासाची साधने खंड १ ते ६ ग्वाल्हेर
बनहट्टी श्री. ना. (सं) –	आज्ञापत्र अर्थात शिवाजीची राजनीती, सुविचार, पुणे १९६१
बेंद्रे वा. सी. –	केशव पंडित कृत श्री छत्रपती राजाराममहाराज यांचे चरित्र – जिंजीचा प्रवास भाइसमं, पुणे १९३१
	गागाभट्ट कृत–श्री शिवराजाभिषेक प्रयोग मुंबई, १९४९
	गोवळकोंड्याची कुतुबशाही (सं) भाइसमं, पुणे १९३४
	मालोजी राजे आणि शहाजीराजे यांची चिकित्सक चरित्रे, लेखक, पुणे १९६७
	छत्रपती शिवाजीमहाराजांचे वडील बंधू संभाजी राजे, मुंबई १९६६
	राजाराममहाराज आणि नेतृत्वहीन हिंदवी स्वराज्याचा मोगलांशी झगडा, लोकवाङ्मय, मुंबई १९७५
	राणा जयसिंग आणि शिवाजी महाराज : यांची राजकीय

चढाओढ मुंबई, १९६५
संभाजीमहाराज यांचे विचिकित्सक चरित्र (आ २) १९७१
शिवाजीमहाराज यांचे विचिकित्सक चरित्र खंड २, लेखक मुंबई १९७२
विजापूरची आदिलशाही, मुंबई, १९६७
महाराष्ट्रेतिहासाची साधने (सं) भाग १ ते ३ मुंबई १९६७
साधन-चिकित्सा-शिवचरित्राचा इतिहास खंड २, पुणे १९२८, १९७६

भट दा. मो. – वासुदेव वामनशास्त्री खरे चरित्र व ग्रंथपरिचय लेखक, मिरज, १९२९

भट भा. वा. – महाराष्ट्रधर्म अर्थात मराठ्यांच्या इतिहासाचे आत्मिकस्वरूप, धुळे, १९२५
शिवाजीची राजनीती, धुळे १९४१
श्री समर्थ आणि छत्रपती यांचे संबंध, धुळे, १९२८

भाटे गो. चि. – सज्जनगड आणि समर्थ रामदास लेखक, पुणे, १९१८.

भागवत अ. ना. – भोर संस्थानचा इतिहास पुणे, १९०३
होळकरशाहीच्या इतिहासाची साधने, पत्रव्यवहार, दांडेकर, इंदूर.

भागवत अ. ना. – सातारच्या प्रतिनिधी घराण्याचा इतिहास भाग १-३ भाइसंमं, पुणे, १९२४-१९३८.

भागवत रा. रा. – मराठ्यांच्या संबंधाने चार उद्‌गार, मुंबई.
शिवछत्रपतींचे चरित्र, मुंबई, १८८९.

भानु चिं. ग. – नाना आणि महादजी यांची तुलना, १८८५

भालेराव कविता – मराठ्यांच्या इतिहासाची ग्रंथसूची पॉप्युलर, मुंबई १९९८

भावे वा. कृ. – पेशवेकालीन महाराष्ट्र, सुविचार, पुणे १९७६
मुसलमानपूर्व महाराष्ट्र खंड २ लेखक, पुणे १९४७
युगप्रवर्तक शिवाजी महाराज, भावे, पुणे १९५५
शिवराज्य व शिवकाल
ना. वा. काळे, पुणे १९५७

भावे वा. भा. –	श्री शिवकाव्य भाइसंमं, पुणे १९४३
भावे वि. ल. –	अफझलखानाचा वध अथवा श्री शिवाजीमहाराजांचा पहिला पराक्रम, पुणे १९२१
	मराठी दफ्तर रुमाल, १-३, लेखक, ठाणे १९१७–१९२८
भिडे वि. ग. –	साताऱचे श्रीमंत छत्रपती महाराज यांचे वंशाचा व प्रतिनिधी आणि अष्टप्रधान यांचा इतिहास लेखक, भोर, १८६६
भोसले बा. के. –	जंजिरा संक्षिप्त इतिहास, लेखक, बडोदे, १८९८
भुसारी र. म. –	आद्य महाराष्ट्र आणि सातवाहन काल, हैदराबाद, १९७९
मराठे अ. द. –	राजकोश, सूर्या मराठे, ठाणे १९८६
मेहेंदळे खं. चि. –	मराठ्यांच्या इतिहासाची साधने खंड १–८
आणि पोतदार द. वा.	यातील स्थळसूची, भाइसंमं, पुणे १९२७
मोटे ह. वि. (सं) –	त्र्यं. शं. शेजवलकर, निवडक लेखसंग्रह, मोटे, मुंबई १९७७
मोडक ग. वा. –	प्रतापगडचे युद्ध, दातार अँड सन्स, पुणे १९२७
मोडक ज. बा. –	मराठी साम्राज्याची छोटी बखर, ज्ञानप्रकाश, पुणे १८८९
मोडक बा. प्र. –	आदिलशाही घराण्याचा इतिहास
	कोल्हापूर व कर्नाटक प्रांतातील राज्ये व संस्थाने यांचा इतिहासलेख १८८०
	दक्षिणेतील मुसलमानी राज्यांचा इतिहास भाग ३, चित्रशाळा, पुणे, १८९१
	बहामनी राज्याचा इतिहास
राजवाडे वि. का. –	ऐतिहासिक प्रस्तावना भाइसंमं, पुणे १९२८
	ऐतिहासिक विविध विषय भाग १–३, धुळे १९१८–१९४०
	ऐतिहासिक स्फुट लेख भाग १–४
	महिकावतीची बखर, पुणे १९२४
	पेशव्यांची शकावली खंड २, कोल्हापूर, १९००

मराठ्यांच्या इतिहासाची साधने खंड १-२३,
१८९८-१९१७ खंड २३-२७, १९३७-१९५२

राजवाडे लेख संग्रह भाग १-३ १९३२-३६

राधामाधवविलास चंपू (आ. रा.) वरदा, पुणे १९९२

राजाध्यक्ष न. व्यं. – शिंदेशाहीचा खरा इतिहास अथवा जिवबादादा (बक्षी)
केरकर यांचे चरित्र इ. निर्णयसागर, पुणे १९०७

राणे र. गो. – प्रतापसिंहमहाराज लेखक, मुंबई १९२९

रानडे पां. गो.– नारायणराव पेशवे यांचा खून की आत्महत्या
भाग १-२, लेखक, बेळगाव १९४४

लाड रा. ना. – मराठ्यांचे दासीपुत्र अर्थात पायपोस किमतीचे पेशवे,
शाहू प्रिंटिंग प्रेस, पुणे १९२७

लिमये कुशाबा – महाराष्ट्र देशाचे वर्णन पुणे, १८४०

लिमये प. म. – पानिपतचा रणसंग्राम नाना फडणीस यांचे शब्दांत,
सांगली, १९६५

वर्णेकर श्री. भा.– शिवराज्याभिषेक (संस्कृत), शारदा, पुणे १९७४
शिवराज्योदय महाकाव्यम् (संस्कृत) जयपूर १९७९

वाकणकर अ. वा. (सं.) शिंदेशाही इतिहासाची साधने भाग ४, आ. भा.
फाळके, ग्वाल्हेर, १९३५

वाकसकर वि. स. – तंजावरचे मराठे राज्य दामोदर सावळाराम, मुंबई १९३३
श्री शिवछत्रपतींची ९१ कलमी बखर आणि भोसले
घराण्याची चरितावली व्हीनस, पुणे १९६२

वाड ग. चि. – तह व करारमदार मुंबई, १९१४
दक्षिणेतील सरदारांच्या कैफियती, यादी वगैरे, पुणे
१९०८
पेशवे दफ्तर सनदापत्रांतील माहिती, मुंबई १९१७
पारसनीस, मावजी, साने, जोशी ३०च्या सह
पेशव्यांच्या रोजनिशी – डेक्कन व्हर्नॅक्युलर ट्रान्सलेशन
सोसायटी, पुणे प्रकाशित

वैद्य चिं. वि. मध्ययुगीन भारत खंड १-३ लेखक मुंबई १९२०
वैद्यांचे ऐतिहासिक निवडक लेख खंड १-३, लेखक
पुणे १९३१

वैद्य शं. ल (सं) वैद्य दफ्तरांतून निवडलेले कागद, खंड १, ४, ५ लेखक

पुणे - १९४४-१९५३

शिरोडकर प्र. पां. (सं) - कोल्हापूर-पोर्तुगीज संबंध, कोल्हापूर १९७९

शिवदे सदाशिव ज्वलज्ज्वलनतेजस संभाजीराजा, लेखक, पुणे २०००

महाराणी येसूबाई, पद्मगंधा, पुणे २००४

शेजवलकर त्र्यं. शं. - कोंकणच्या इतिहासाची पार्श्वभूमी भाइसमं, पुणे १९६१

नागपूर अफेअर्स खंड १-२ डेक्कन कॉलेज, पुणे १९५४-५९

निजाम-पेशवे संबंध, १८ वे शतक पुणे विद्यापीठ, पुणे १९६३

पानिपत (आ २) राजहंस प्रकाशन, पुणे १९९३

शेजवलकरांचे लेख

भाग १, २ मोरे प्रकाशन मुंबई, १९४०, १९५९

श्री शिवछत्रपती, मराठा मंदिर, मुंबई १९६४

सबनीस के. गो. (सं.) - पंत अमात्य बावडा दफ्तर भाग १, २ गगन-बावडा १९३७-१९३८

सरज्योतिषी वि. रा. - गोमंतकाच्या इतिहासाची साधने, तुकाराम जावजी मुंबई, १९१४

सरदेसाई गो. स. - ऐतिहासिक पत्रबोध, ढवळे, मुंबई, १९६३

ऐतिहासिक घराण्यांच्या वंशावळी, मुंबई १९५७

ऐतिहासिक लेखमाला (सं) भाग १, २ सातारा १९४०

नानासाहेब पेशवे भारत गौरव ग्रंथमाला, मुंबई १९२६

पेशवे दफ्तरांतून निवडलेले कागद खंड १-४५ गव्हर्न्मेंट सेंट्रल प्रेस, मुंबई १९३०

रियासती (पहा गर्गे स. मा.)

महादजी शिंदे यांची कागदपत्रे, ग्वाल्हेर १९३७

माझी संसारयात्रा, ढवळे, मुंबई १९५६

सरदेसाई आणि इतर (सं.)- ऐतिहासिक पत्रव्यवहार, पुणे, १९३३

ऐतिहासिक पत्रे, यादी वगैरे लेख, चित्रशाळा पुणे १९३०

मावळंकर सरदेसाई घराण्याचा इतिहास, ओरिएंटल बुक एजन्सी, पुणे १९२६

मराठ्यांच्या इतिहासाचे साहित्य १९२४

सहस्रबुद्धे पु. ग. –	महाराष्ट्र संस्कृती, कॉन्टिनेंटल, १९७९
सहस्रबुद्धे स. अ. –	थोरले माधवराव पेशवे, मुंबई, १९३८
	सरदार परशुरामभाऊ पटवर्धन यांचे चरित्र, रत्नागिरी १९५३
सातोस्कर बा. द. –	गोमंतक प्रकृती आणि संस्कृती खंड १, २, ३ शुभदा, पुणे, १९८८
साने का. ना. –	चित्रगुप्तविरचित शिवाजीमहाराजांची बखर, लेखक पुणे
	थोरले शाहूमहाराज यांचे चरित्र, म. रा. चिटणीसविरचित लेखक, पुणे १८८३
	पानिपतची बखर (आ. ४) लेखक पुणे १९१४
	पेशव्यांची बखर, लेखक पुणे
	भाऊसाहेबांची बखर, लेखक, पुणे १९२२
	राजनीती (मल्हार रामराव), १८८७
	सेनापती दाभाडे व गायकवाड यांची हकिकत लेखक पुणे १८८७
	श्रीमंत छत्रपती धाकटे रामराजे व धाकटे शाहूमहाराज यांची चरित्रे, चतुरसिंग राजे यांच्या हकिकती सुद्धा मल्हार रामराव चिटणीस विरचित, लेखक, पुणे १८८४
	श्रीमंत नारायणराव पेशवे यांची बखर, लेखक पुणे १८८७
	श्रीमंत पंतप्रधान यांची शकावली, पुणे १८८३
हरदास बाळशास्त्री –	छत्रपती शिवाजी भाग १-४, काळ प्रकाशन, पुणे १९८४
हरडीकर अ. रा. –	नाना फडणविसांचे निवडक पत्रांचा संग्रह (आ. ३) चित्रशाळा प्रेस, पुणे १८८९
	नाना फडणविसांचे निवडक पत्रांचा संग्रह आणि नानांचे संक्षिप्त चरित्र (आ. ४) पुणे १८९३
हेरवाडकर र. वि. –	मराठी बखर (आ. २) व्हीनस, पुणे १९७५
	संभाजीमहाराज आणि थोरले राजाराम यांची चरित्रे, व्हीनस, पुणे १९७२
	राजकर्ते श्री शिवछत्रपती महाराज यांचे सप्तप्रकरणात्मक चरित्र (सं.) व्हीनस, पुणे १९६७

❏

ग्रंथनामसूची

(२) इंग्रजी

Acharya K.A., Maratha-Rajput Relations from ad 1720-1795, Akola: Author, 1978.

Alam Muzaffar, *Crisis of Empire in Mughal North India*, Bombay : OUP, 1986.

Apte B.K., *History of Maratha Navy and Merchantships*, Bombay : Maharashtra State Board for Literature and Culture, 1973.

Apte D.V. and M.R. Paranjape, *Birth Date of Shivaji*, Pune : Maharashtra Publishing House, 1927.

——, *Angrekalin Ashtagar*, Pune: BISM, 1940.

Attwood, D.W. (ed.), *City, Country and Society in Maharashra*, Toronto, 1988.

Balkrishna Shivaji The Great, vol. I (pts I & II); vol. II (pts. I & II), Bombay: D.B. Taraporewala, 1932.

Banaji, D.R., Bombay and the Siddis, London: Macmillan, 1932. Banerjee, A.C., *Peshwa Madhavrao I*, Calcutta: A Mukherjee, 2nd edn., 1968.

Basu, B.D., *Story of Satara*, Calcutta: Modern Review Office, 1922. Ballhatchet, K., Social Policy and Social Change in *Western India (1817-1830)*, Oxford: OUP, 1957.

Bearce, G.D., *British Attitude Towards India*, Oxford: OUP, 1961. Bendre, V.S., *Sadhan Chikitsa*, Pune: PPH, 1976.

——, *Downfall of Angreís Navy or a Contemporary Narrative of the Siege of Gheria*, Bombay: BMGS, 1967.

B.V., *Shivajichi Rajniti* Dhule: Rajwade Samshodhan Mandal, 1941.

Bhattacharya, P., *Residents at Pune Court (1780-1818)*, Calcutta: PPH, 1986.

Bhave, V.B., *Shri Shivakavya* (Marathi translation of *Sanskrit Shivakavya* of Purushottam Kavi (1887), Pune: BISM, 1943.

Birje W.L., *Who Are Marathas?*, Bombay: N.S. Press, 1896. Broughton, Thomas D., *Letters written in a Maratha Camp in the Year 1809*, London: Archibald Constable, 1892 rpt.

Buckland C.E., *Dictionary of Indian Biography*, London: Swams, 1906.

Burton, R.G., *Mahratta and Pindari War*, New Delhi: Seema Publications, 1975.

Burway, Mukund Wamanrao, *Devi Ahilyabai Holkar*, Indore: Holkar State Press, 2nd edn., 1922.

——, *Life of H.H. Maharaj Tukojirao Holkar II, Ruler of Indore (1835-1886)*, Indore: Holkar State Press, 1925.

——, *Life of Ranoji Sindhia: Founder of Gwaliar State*, Bombay: Author, 1917.

——, *Life of Subhedar Malhar Rao Holkar, Founder of the Indore State*, Indore: Holkar State Press, 1930.

——, *Mahadji Sindhia*, Indore: Author, 1921.

Chakravorty U.N., *Anglo-Maratha Relations and Malcolm: 1798-1830*, New Delhi: Associated, 1979.

Chandra, Satish, *Eighteenth Century*, Calcutta: K.P. Bagchi, 1989.

——, *Parties and Politics at the Mughal Court*, New Delhi: PPH, 1972.

Choksey R.D., *A History of British Diplomacy at the Court of the Peshwas*, Pune: Author, 1951.

——, *Mountstuart Elphinstone*, Bombay: Popular Prakashan, 1971.

——, *Period of Transition (1818-1826)*, Pune: Author, 1945.

——, *Raja Pratapsinh of Satara (1839-1848)*, Pune: BISM, 1974.

——, *The Aftermath 1818-1826*, Bombay: New Book Co. Ltd., 1950.

Colebrooke T.E., Life of *Honourable Mountstuart Elphinstone*, vols. I and II, London: J. Murray, 1884.

Cotton, J.S., *Mountstuart Elphinstone* (Rulers of India Series), Oxford: OUP, 1892.

Deodhar, V.N., *Nana Phadnis and the External Affairs of the Maratha Empire*, Bombay: Popular Prakashan, 1964.

Desai Sudha, *Social Life in Maharashtra under the Peshwas*, Bombay: Popular Prakashan, 1980.

Desai W.S., *Bombay and the Marathas upto 1774*, New Delhi: Munshiram Manoharlal, 1970.

Deshpande, A.M., *John Briggs in Maharashtra*, Delhi: Mittal, 1987.

Deshpande, G.K., *Deliverance or the Escape of Shivaji, the Great from Agra*, Pune: Author, 1929.

Dighe, V.G., *Peshwa Bajirao I and Maratha Expansion*, Bombay: Karnatak Publishing House, 1929.

Divekar, V.D., *Survey of Material in Marathi on the Economic and Social History of India*, Pune: BISM, 1981.

Douglas, James, *Bombay in West India, 2 vols*, London: Sampson Law, Marston & Co., 1893. Book of Bombay from AD 1661, Bombay, 1883

Duff, James Cuninghame Grant, *A History of the Maharattas*, vols I & II, edited with Introduction by S.M. Edwardes, London: OUP, 6th edn., 1921.

Dutta, Ramesh C., *Sivaji*, Allahabad, 1944.

East India Company, London, *Case of Deposed Raja of Satara*, London: EIC, 1884.

Elphinstone, Mountstuart, *History of India*, London, 1889, 7th edn.

——, *Territories Conquered from the Peshwa*, Delhi: Oriental Publishers, rpt., 1973.

Elliot, F.A.H., *Rulers of Baroda*, Baroda: Baroda State Press, 1934. Feldhaus, Anne (ed.), Images of Women in Maharashtra Society, Albany: SUNY, 1998.

Forbes, John, *Case of Raja of Satara at a Court of Directors, held on Wednesday, 8th April 1840*, 1840.

Forrest, Sir G.W. (ed.), *Selections from the Letters*, Despatches, and other State Papers preserved in the Bombay Secretariat, Maratha Series, vol. 1, Bombay, 1885.

Fukazawa, Hiroshi, *The Medieval Deccan*, New Delhi: OUP, 1991.

Gense, J.H. and D.R. Banaji, *Gaikwads of Baroda*, vols. 1 & 10.

——, *Third English Embassy to Poona*, Bombay: D.B. Taraporvala, 1934.

Ghorpade, M.Y., *Grand Resistance: Murarirao Ghorpade and the eighteenth Century Deccan*, New Delhi: Ravi Dayal, 1992.

Ghosh, Pradeep Kumar, *Mountstuart Elphinstone's Embassy and Poona Affairs*, Lucknow: P.K. Ghosh, 1977.

Glushkova, Irina and Anne Feldhaus (eds.), *House and Home in Maharashtra*, New Delhi: OUP, 1998. Gokhale, B.G., *Poona in the Eighteenth Century*, New Delhi: OUP, 1988.

Gordon, Stewart, *The Marathas (1600-1818)*, New Delhi: Cambridge University Press, 1993.

——, *Marathas, Maraudars and State Formation in Eighteenth-Century India*, New Delhi: OUP, 1994.

Graham, D.G., *Statistical Report of the Principality of Kolhapur*, Bombay, 1854.

Grewal, J.S., *Muslim Rule in India; The Assessment of British Historians*, Calcutta: OUP, 1970.

Gribble, J.D.B., *A History of the Deccan*, 2 vols, London, 1896.

Guha, J.P. (ed.), *James Grant Duff: History of the Mahrattas*, vol. I, New Delhi: Associated, 1971.

Guha, Sumit, *The Agrarian Economy of the Deccan, 1818-1941*, New Delhi: OUP, 1993.

Gune, V.T., *Judicial System of the Marathas*, Pune: Deccan College, 1953.

——, *Survey and Calendar of Marathi Documents 1600-1818*, Calcutta: K.P. Bagchi, 1996.

Gupta, Bhagwandas, *Life and Times of Maharaj Chhatrasal Bundela*, New Delhi: Radiant, 1980.

Gupta, Hari Ram (ed.), *Marathas and Panipat*, Hoshiarpur: Punjab University, 1961.

——, *Life and Letters of Sir Jadunath Sarkar*, Hoshiarpur: Punjab University, 1958.

Gupta, K.S., *Mewar and Maratha Relations*, Delhi: S. Chand, 1971.

Gupta, P.C., *Bajirao II and the East India Company, Bombay-Allied*, 2nd edn., 1964.

——, *The Last Peshwa and the English Commissioners*, Calcutta : S. Sarkar, 1944.

Hatalkar, V.G. (ed.), *French Records Relating to History of Marathas*, vols. 1-9, Bombay: Maharashtra State Board for Literature and Culture, 1980.

——, *Relations between the French and the Marathas (1608-1815)*, Bombay: Bombay University, 1958.

Hockley, *Pandurang Hari or Memoirs of a Hindoo*, London: Chatto & Windus, 1891.

Hope, John, *House of Scindea*, London: Longman, 1863.

Hume, Raja of Satara, pts I and II, London: House of Commons, 1843.

Israel, Milton and N.K. Wagle (eds.), *Religion and Society in Maharashtra*, Toronto, 1987.

Joshi, P.M. (ed.), *Expansion of Maratha Power (1707-61)*, Bombay: Govt. Central Press, 1957.

——, *Revival of Maratha Power (1761-1772)*, Bombay: Govt. Central Press, 1962.

Joshi, P.S., *Chhatrapati Sambhaji (1657-1689)*, Delhi: S. Chand, 1980.

Joshi, S.N., *Nana Phadnis Shakavali*, Pune: BISM, 1950.

——, *Arvachin Maharashtritihasateel Rajya Karbharacha Abhyas*, pt. I, Pune: Pune University, 1960.

——, *Marathekalin Samaj Darshan*, Pune: Anath Vidyarthi Griha Prakashan, 1960.

Joshi, V.V., *Clash of Three Empires*, Allahabad: Kitabistan, 1941.

Kadam, V.S., *Maratha Confederacy (A Study in its Origin and Development)*, Delhi: Munshiram Manoharlal, 1993.

Kakodkar, P.R. (tr), *Portuguese and the Marathas*, Bombay: Maharashtra State Board for Literature and Culture, 1975.

Kamalapur, J.N., *Deccan Forts: Study in the Art of Fortification in Medieval India*, Bombay: Popular Prakashan, 1961.

Kamble, B.R. (ed.), *Studies in Shivaji and his Times*, Kolhapur: Shivaji University, 1982.

Kantak, M.R., *First Anglo-Maratha War: The Last Phase (1780-83)*, Pune: Deccan College, 1989.

——, *The First Anglo-Maratha War (1774-1783)*, Bombay: Popular Prakashan, 1993.

——, *Rajwade and His Thoughts*, Pune: BISM, 1990.

Kantak, M.R. and G.T. Kulkarni (eds.), *Battle of Kharda*, Pune: Deccan College, 1980.

Karaka, D.F., *Shivaji: Portrait of an Early Indian*, Bombay: Times of India Press, 1969.

Karandikar, S.L., *Rise and Fall of the Maratha Power, vol. I (1620-1689)*, Pune: S.S. Karandikar, 1969.

Karkaria, R.P., *Death of Shivaji and Other Essays*, Bombay: Times of India Press, 1906.

——, *Shivaji and Pratapgad Tragedy*, Calcutta: Calcutta Review,1894.

Karve, Iravati, *Maharashtra: Land and its People*, Bombay: Govt. of Maharashtra, 1986.

Keer, Dhananjay, *Shahu Chhatrapati, Royal Revolutionary,* Bombay: Popular Prakashan, 1976. Miraj Vidyarthi Sangh, 1956.

Kharbas, D.S., *Maharashtra and the Marathas: Their History and Culture: A Bibliographical Guide to Western Language, Material*, Boston, 1971.

Khan, Saiyid T.D.S., *Real Shivaji*, Allahabad: Popular Press, 1935.

Khare, G.H. *Select Articles*, Pune: Author, 1973.

Kincaid, C.A. and D.B. Parasnis, *History of the Marathas*, vol. I, 1918, vol. II, 1922 and vol. Ill, 1925, London: OUP.

Kincaid, David, *Shivaji, the Founder of Maratha Empire*, Delhi, Discovery Publishing House, 1984.

Kincaid, Dennis, *Grand Rebel*, London: Kollins, 1937.

KindersJay, A.F., *Handbook of Bombay Govt. Records*, Bombay:Govt. of Bombay, 1921.

Kishor, Brij, *Tarabai and Her Times*, Bombay: Asia Publishing House, 1963.

Kosambi, Meera (ed.), *Intersection: Socio-Cultural Trends in Maharashtra*, New Delhi: Longmans, 2000.

Kotani, Hroyuki, *Western India in Historical Transition*, New Delhi: Manohar, 2002.

Kothekar, S.V., *Gaikwads of Baroda and East India Company*, Nagpur: Nagpur University, 1977.

Kulkarni, A.R., *Maharashtra in the Age of Shivaji*, Pune: Deshmukh & Co., 1969; 2nd rev. edn., Pune: Prabha Prakashan, 2002.

——, The Marathas (1600-1848), Delhi: Books & Books, 1996.

——, *Medieval Maharashtra*, Delhi: Books Books, 2000.

——, *Medieval Maratha Country*, Delhi: Books & Books, 1996.

——, *Maharashtra : Society and Culture*, Delhi: Books & Books, 2000.

—— (ed.), *History in Practice*, Delhi: Books & Books, 1993.

——, *Region, Religion and Nationalism* (co-ed. N.K. Wagle), Bombay: Popular Prakashn, 1999.

——, *History of Modern Deccan*, vol. I (co-ed. M.A. Nayeem), Hyderabad: Govt. of Andhra Pradesh, 2000.

——, *Medieval Deccan History* (P.M. Joshi Felicitation Volume, co-eds M.A. Nayeem and T.R. deesouza), Bombay: Popular Prakashan, 1996. Pune: Deshmukh & Co., 1963.

Kulkarni, G.T., *Mughal-Maratha Struggle: Twenty-five Fateful Years (1682-1707)*, Pune: Deccan College, 1983. Kulkarni, N.H. (ed.), *Chhatrapati Shivaji: Architect of Freedom*, New Delhi: Chhatrapati Shivaji Smarak Samiti, 1975.

Kulkarni, Sumitra, *Satara Raj* (1818-1848), Delhi: Mittal, 1995.

Kulkarni, V.B., *Portrait of a Patriot*, Bombay: Longmans, 1963.

Kumar, Ravinder, *Western India in the Nineteenth Century: Study in the Social History of Maharashtra*, London: R. & Kegan Paul Ltd., 1968.

Lele, Jayant (ed.), *Tradition and Modernity in Bhakti Movement*, Leiden, 1981.

Loch, W.W., *Dakhan History: Musalman and Maratha (AD 1300-1818)*, Delhi: Asian Education Service, 1989. MacDonald, A., *Memoir of the Life of the Late Nana Fadnavis*, Oxford: OUP, 1927.

Mahajan, T.T., *Industry, Trade and Commerce during Peshwa Period*, Jaipur: Pointer, 1989.

——, *Maratha Administration in the Eighteenth Century*, New Delhi: Commonwealth, 1990.

——, *Shivaji and His Diplomats*, New Delhi: Commonwealth, 1991. Mahaley, K.L., *Shivaji, the Pragmatist*, Nagpur: Vishwa Bharati, 1971. Maharashtra State Gazetteers, *History*, pt. *Ill: Maratha Period* by V.G. Dighe, Bombay Govt. of Maharashtra, 1967.

Mahamai, S.K., *The Sawants of Sawantwadi and the Portuguese*, New Delhi: Concept, 1981.

Majumdar R.C., *Historiography in Modern India* Bombay: OUP, 1970. Majumdar, R.C. and V.G. Dighe (eds.), Maratha Supremacy, vol. 8, Bombay: Bharatiya Vidya Bhavan, 1977.

Malcolm, (Sir) John, Political History of India, 2 vols, London: John Murray, rpt. 1970.

Malgoankar, Manohar, *Chhatrapatis of Kolhapur*, Bombay, Popular Prakashan, 1971.

——, *Kanhoji Angrey: Maratha Admiral, an account of his battle with the English*, Bombay: Asia Publishing House, 1959,

——, *Puars of Dewas Senior*, Bombay: Longmans, 1963.

Malik, Zahir Uddins *Reign of Muhammad Shah, 1719-1748*, Bombay: Asia Publishing House, 1977.

Mankar, J.L., *Life and Exploits of Shivaji*, Bombay: Nirnayasagar Press, 1886.

Marshal, P.J., *The Eighteenth Century in India's History: Evolution or Revolution*, Oxford: OUP, 2003.

Mate, M.S., *Maratha Architecture AD 1650-1850*, Pune: University of Pune, 1959; 2nd edn., Pune: Mansamman, 2003.

Modak, B.P., *Chronological Tables Containing Corresponding Dates of the Hindu, Mohomedan and Christian Eras from AD 1728-1889 - Modak-Jantri*, Kolhapur: Vidya Vilas, 1889.

Muddachari, B., *Mysore-Maratke Relations in the Seventeenth Century*, Mysore: University of Mysore, 1969.

——, *Resistance of Mysore to the Maratha Expansion*, Mysore: University of Mysore, 1970.

Nadkarni, R.V., *Rise and Fall of the Maratha Empire*, Bombay: Popular Prakashan, 1966.

Nagarale, N.N., *Peshwa Maratha Relations and Malhar Rao Holkar*, Jaipur: Publication Scheme, 1989.

Nairne, Alexander Kyd, Konkan: *Historical Sketch*, Bombay : Bombay Government, 1875.

Belgaum: Author, 1894. Nayeem, M.A., *External Relations of the Bijapur Kingdom (AD1489-1686)*, Hyderabad: Bright Publishing House, 1974.

——, *Mughal Administration of Deccan under Nizamul Mulk Asaf Jah (1720-1748)*, Bombay: Jaico, 1985.

Nicolson, W.N., *Statement of the Case of Raja of Satara, etc.*, London, 1845.

Nightingale, P., *Trade and Empire in West India (1784-1800)*, Cambridge: Cambridge University Press, 1970.

O'Hanlon, Rosalind, *Caste, Conflict and Ideology: Jyotiba Phule and Low Caste Social Protest in the Nineteenth Century*, Cambridge: Cambridge University Press, 1985.

Orme, Robert, *Historical Fragments of the Mughal Empire of the English Concerns in Indostan from the year MDCLIX*, London: F.W. Wingrave, 1805 (2nd edn.).

Owen, Sydney, *India on the Eve of the British Conquest: Historical Sketch*, London: M. Alien, 1872.

Padhye, P. and S.R. Tikekar, *Aajkalcha Maharashtra*, Bombay : Bharat Gaurav Granth, 1935.

Pagadi, Setu Madhavrao, *Chhatrapati Shivaji*, Pune: Continental, 1974. Mumbai Marathi Granth Sangrahalaya, 1961. Mumbai Marathi Granth Sangrahalaya, 1978-79.

——, *Eighteenth Century Deccan*, Bombay: Popular Prakashan, 1963.

——, *Studies in Maratha History*, vol. II, Kolhapur: Shivaji University, 1971.

——, *Tamas Nama*, Bombay: Popular Prakashan, 1967.

Palsokar, R.D., *Shivaji, Great Guerrilla*, Pune: Author, 1973. Babaji Sakharam, 1900.

Pawar, A.G., *Studies in Maratha History*, vol. I, Kolhapur: Shivaji University, 1971. Shivaji University, 1972.

Pawar, Jaysingrao *(ed. Chhatrapati Sambhaji*, Kolhapur : Manjushri, 1990.

Pawar, Kiran, *Sir Jadunath Sarkar: Profile in Historiography*, Delhi: Books & Books, 1985.

Pearson, M.N., *Coastal Western India: Studies from the Portuguese Records*, Delhi: Concept, 1981.

——, *New Cambridge History of India*, vol. I: Portuguese in India, Bombay: Orient Longmans, 1987.

Phalke, A.B., *Shindeshahichya Itihasachi Sadhane*, vols. 1-6, Gwalior: Shinde Charitable Trust, 1929-35.

Philips, C.H. (ed.), *Historians of India, Pakistan and Ceylon*, Oxford: OUP, 1961.

Pitre, K.G., *Second Anglo-Maratha War* (1802-1805), Pune: D. Ramchandra, 1990.

Potdar, D.V., *Marathi Itihas ani Itihas Samshodhan*, Pune: V.P. Nene, 1935.

Purandare, K.V., *Chimaji Ballal Urfa Chimaji Appa*, Pune: Author, 1948.

Priyolkar, A.K., *Goa Re-Discovered*, Bombay, 1967.

——, *Goa Inquisition*, Bombay: Author, 1961.

Raddi, S.V., *Shivaji*, Bombay: R.M. Press, 1921.

Raeside, Ian, *Decade of Panipat* (1751-61), Bombay: Popular Prakashan, 1984 (translation of *Bhausahebanchi Bakhar*).

Rai, Lala Lajpat, *Shivaji, the Great Patriot*, 1st published in Urdu in 1896, revised in 1923. Translated into English and edited by R.C. Puri, Delhi, 1980.

Raghubir Sinh, *Malwa in Transition or a Century of Anarchy (1698-1765)*, Bombay: D.B. Taraporewala, 1936.

——, *Treaty of Bassein and the Anglo-Maratha War in the Deccan* (1802-1804), Calcutta: Gouranga, 1951.

Ranade, M.G. and Telang K. T., *Rise of the Maratha Power and Gleanings from Maratha Chronicles*, Bombay: Bombay University, 1st edn., 1900, rpt., 1963.

Ranade, Ramabai (ed.), *Miscellaneous Writings of the Late Honourable Mr Justice M.G. Ranade*, Bombay: Manoranjan Press, 1915.

Ranade, Rekha, Sir Bartle Frere and his Times, New Delhi: Mittal, 1990.
Rawlinson, H.G. (ed.) *Battle of Panipat*, Oxford: OUP, 1926.

——, *Concise History of the Indian People*, Oxford: OUP, 1940.

——, *Shivaji, the Maratha: His Life and Times*, Oxford: Clarendon Press, 1915.

Rawlinson, H.G. and R.P. Patwardhan, *Source Book of Maratha History*, vol. I, pt. II, Bombay, 1929, rpt., Calcutta, 1978.

Rothermund, Dietmar, *The German Intellectual Quest for India*, New Delhi: Manohar, 1986.

Roy, M.P., *Origin, Growth and Suppression of the Pindaris*, New Delhi: Sterling, 1977.

1965. Samarth, Anil, *Shivaji and the Indian National Movement*, Bombay: Somaiya, 1975.

1982. Sarda, Har Bilas, *Shivaji: Sisodia Rajput*, Ajmer: Vedic Yantralaya, 1935.

Sardesai, G.S., *Historical Genealogies*, Bombay: Maharashtra State Board of Literature and Culture, 1957.

——, *Main Currents of Maratha History*, Bombay: Dhavale, 1933.

——, *New History of the Marathas*, 3 vols. 1st edn., Bombay: Phoenix, 1946.

——, *Shivaji Souvenir*, Bombay: Dhavale 1927.

Sarkar, Jadunath, *Fall of the Mughal Empire*, 4 vols., 2nd edn., Calcutta: M.C. Sarkar, 1949.

——, *History of Aurangzeb*, 5 vols., Calcutta: M.C. Sarkar, 1924.

——, *Shivaji and His Times*, 6th edn., Calcutta: M.C. Sarkar, 1961.

——, *Shivaji: Study in Leadership*, Pune: International Book Service, 1950.

——, *House of Shivaji, 3rd* edn., Calcutta: M.C. Sarkar, 1953.

Saxena, R.K., *Maratha Relations with the Major States of Rajputana (1761-1818)*.

Sen, Sailendra Nath, *Anglo-Maratha Relations during the Administration of Warren Hastings* (1772-1785), Calcutta, 1961.

——, *Anglo-Maratha Relations (1785-1796)*, Bombay: Popular Prakashan, 1974.

Sen, Surendra Nath, *Administrative System of the Marathas*, Calcutta: K.P. Bagchi, 3rd edn., 1976.

——, *Anglo-Maratha Relations*, Calcutta: Firma K.L. Mukhopadhya, 1961.

——, *Military System of the Marathas*, Calcutta: K.P. Bagchi, 2nd edn., 1979.

—— (ed.), MM. Professor D.V. *Potdar Sixty-First Birthday Commemoration Volume*, Pune: BISM, 1950.

——, *Early Career of Kanhoji Angria and other Papers*, Calcutta, 1941.

——, *Foreign Biographies of Shivaji*, Calcutta: K.P. Bagchi, rpt., 1977.

——, *French in India (1763-1816)*, Calcutta: Firma K.L. Mukhopadhya, 1958.

——, *Indian Travels of Thevenot and Careri*, New Delhi: NAI, 1949.

——, *Siva Chhatrapati*, vol. I, Calcutta: University of Calcutta, 1920.

——, *Studies in India History*, Calcutta: University of Calcutta,1930.

Sen, S.P., *Historians and Historiography in Modern India*, Calcutta: Institute of Historical Studies, 1973.

Sharma, S.R., *Founding of Maratha Freedom*, Bombay: Orient Longman, 1964.

——, *Maratha History Re-examined (1295-1707)*, Bombay: Karnatak Pub., 1944.

Sharma Sri Ram, *Religious Policy of the Mughal Emperors*, 3rd edn., Bombay: Asia Publishing House, 1972. Shejwalkar, T.S., *Panipató1761*, Pune: Deccan College, 1956.

——, *Shri Shiva Chhatrapati* (Proposed Life of Shivaji–Introduction, Plan and Sources), Bombay: Maratha Mandir, 1964.

—— (ed.), *Nagpur Affairs*, vols. I and II, Pune: Deccan College,1954.

Sherwani, H.K. and P.M. Joshi (eds.), *History of Medieval Deccan*, Hyderabad: Govt. of Andhra Pradesh, 1973 and 1975.

Shiva Charitra Karyalaya, *English Records on Shivaji (1659-1692)*, Pune: BISM, 1931. Shrivastava, V.S., *Advents of Marathas in Bundelkhand (1729-1792)*.

——, *Elements amongst Marathas*, Pune: Aitihasik Gaurav Granthamala, 1952.

Singh, Gulcharan, *Battles of Panipat*, New Delhi: Army Educational Stores, 1966.

Sinha, H.N., *Rise of the Peshwas, vol. I*, Allahabad: Indian Press, 1931.

Sinha R. and J. Sarkar, *Shivajiís visit to Aurangzeb at Agra*, Calcutta: Indian History Congress, 1963.

Srinivaschari, C.K.S., *History of Gingee and its Rulers*, Anna-malainagar: Annamalai University, 1943.

——, *Maratha Rule in the Karnatak*, Annamalainagar: Annamalai University, 1944.

Srinivasan, C.K., *Bajirao the First: The Great Peshwa*, Bombay : Asia Publishing House, 1961.

Stein, Burton, *Thomas Munro*, New Delhi: OUP, 1989.

Subramanian, K.R., *Maratha Rajas of Tanjore*, New Delhi: Asia

Educational Service, 1985.

Swaminathan, K.D., Nayaks of Ikkeri, Madras: P. Varadachari,1957. Takakhav, N.S., *Life of Shivaji Maharaj: Founder of the Maratha Empire*, Bombay: Manoranjan Press, 1921. Temple, Richard, *Shivaji and the Rise of the Maharattas*, Calcutta: Sushil Gupta, 1953.

Thakore, Balwantrai K., *Account of the First Madhavrao Peshwa*, Bombay: University of Bombay, 1897.

Thakur, V.W., *Life and Work of Shree Devi Ahilya Bai Holkar*.

Tikekar, Aroon, *The Kincaids*, New Delhi: Promilla, 1992.

Tikekar, S.R., On *Historiography*, Bombay: Popular Prakashan, 1964.

—— (ed.), *Sardesai Commemoration Volume*, Bombay: Dhavale, 1938.

Tone, W.H., *Some Institutions of the Maratha People*, Asiatic Annual Register, 1799.

Vaidya, C.V., *Shivaji, the Founder of Maratha Swaraj*, Pune : Author, 1931.

Vaidya, S.G., *Peshwa Bajirao II and the Downfall of Maratha Power*, Nagpur: Pragati Prakashan, 1976.

Vaish, Devi Charan, *Rise of British Power and Fall of the Marathas*, Lucknow: Upper India Publication, 1972.

Varadarajan, Lotika (ed.), *India in the Seventeenth Century, 1670-1694*, New Delhi: Manohar, vol. I, pt. I, 1981; vol. II,pt. II, 1983.

Varma, D.G., *History of Bijapur*, Delhi: Kumar Brothers, 1974.

Varma, O.P., *Yadavas and Their Times*, Nagpur: Vidarbha Samshodhan Mandal, 1970.

Varma, Shanti Prasad, *Study in Maratha Diplomacy*, Agra : Aggarwal, 1956.

Varma, Sushama J., *Mountstuart Elphinstone in Maharashtra (1801-1827)*, Calcutta: K.P. Bagchi, 1981.

Vashishta, H.B., *Land Revenue and Public Finance in Maratha Administration*, New Delhi: Oriental Pub., 1975. Vinchurkar, S.R., *Brief History of Vinchurkar Family*, Pune: Author, 1914.

Vishvanath, R.G., *Memorial to Her Majesty the Queen from H.H. Suguna Bai Saheb, Rani of Sattara*, Bombay: Union Press, 1874.

Vivekanand Kendra Patrika, *Shivaji in Stories*, Madras: Vivekanand

Prakashan Kendra, 1973.

Vriddhagirisan, V, *Nayaks of Tanjore*, Annamalainagar: Anna-malai University, 1942.

Wagle, N.K. (ed.), Writers, *Editors and Reformers: Social and Political Transformation of Maharashtra 1830-1930*, New Delhi: Manohar, 1999.

——, Images of Maharashtra: A Regional Profile of India, London : Curzon, 1980. Walimbe, R.S., Ekonisavya Shatakatil Maharashtrachi Samajik Punarghatana, vol. I, 1800-1845, Pune: Author, 1963.

Warder, A.K., An Introduction to Indian Historiography, Bombay : Popular Prakashan, 1972.

West, Edward W, Memoir of the States of the Southern Maratha Country Drawn up for Govt., Bombay: Bombay Govt., 1869.

Wheeler, J. Talboys, Summary of Affairs of Maratha States (1627-1856), Jaipur: Publication Scheme, 1989.

Wiggins, K.W. and K.K. Maheshwari, Maratha Mints and Coinage, Nasik: Indian Institute of Research in Numismatic Studies, 1980.

Wills, C.V., British Relations with the Nagpur State in the Eighteenth Century, Nagpur: Author, 1926.

Wilson, H.H., Glossary of Judicial and Revenue Terms, New Delhi: Munshiram Manoharlal, rpt., 1968.

Woodruff, P.W., The Men Who Ruled India, vols. I & II, London: Jonathan Cape, 1953.

Yusuf, Husain, Nizam-ul-Mulk Asaf Jah, Bombay: Asia Publishing, House, 1963.

Zastaupil, Lynn, John Stuart Mill and India, California, 1994.

❏

विषयसूची

❏

अ. रा. कुलकर्णी : ग्रंथलेखन

मराठी –

१. शिवकालीन महाराष्ट्र, राजहंस प्रकाशन, पुणे ३ री (आ.) २००४
२. पुण्याचे पेशवे, राजहंस प्रकाशन, पुणे, ३ री (आ.), २००४
३. कंपनी सरकार, राजहंस प्रकाशन, पुणे, २ री (आ.), २००४
४. अशी होती शिवशाही, राजहंस प्रकाशन, पुणे, ३ री (आ.), २००४
५. जेम्स कनिंगहॅम ग्रँट डफ, राजहंस प्रकाशन, पुणे, २००६
६. जेधे शकावली, करीना (सं.), मानसन्मान, पुणे, २००६
७. आज्ञापत्र (सं), मानसन्मान, पुणे, २००३
८. मध्ययुगीन महाराष्ट्र, डायमंड प्रकाशन, पुणे २००६
९. मराठे आणि महाराष्ट्र, डायमंड प्रकाशन, पुणे २००६
१०. गेले ते दिन, डायमंड, पुणे, २००६
११. मराठ्यांचे इतिहासकार, डायमंड प्रकाशन, पुणे, २००७
१२. मराठ्यांचा इतिहास, (सहसंपादक – ग. ह. खरे), ३ खंड, पुणे, २००६

हिंदी –

१. शिवाजी के समय का महाराष्ट्र, दिल्ली, २०००
२. जेम्स कनिघम ग्रांट डफ, दिल्ली, २००५

इतर –

इतिहास, अर्थशास्त्र इत्यादी विषयांवर अनेक पाठ्यपुस्तके प्रकाशित.

इंग्रजी –

1. Maharashtra in the Age of Shivaji, Pune, 1st Ed. 1969, 2nd 2002
2. The Marathas (1600-1848), Delhi 1996
3. Medieval Maharashtra, Delhi, 1996
4. Medival Maratha Country, Delhi, 1996

5. Maharashtra Society and Culture, Delhi, 2000

6. History in Practice (Ed.), Delhi, 1993

7. Region, Religion and Nationalism (Co. ed. N. K. Wagle), Mumbai, 1999

8. History of Modern Deccan Vol. I (Co.Ed., M. A. Nareem), Hyderabad 2000

9. Medieval Deccan History (Co-eds- M. A. Nayeem & T. R. de'souza), Mumbai, 1996

10. Explorations in the Deccan History ICHR, Monograph Sevios, Delhi, 2006

11. James Cuninghame Grant Duff, Kolkatta, 2006

12. Maratha Historiography, Delhi, 2006

❏

www.ingramcontent.com/pod-product-compliance
Lightning Source LLC
LaVergne TN
LVHW092343220825
819400LV00031B/201
* 9 7 8 8 1 8 4 8 3 3 5 9 1 *